வாழ்த்துரை

"ரியல் எஸ்டேட் அகராதி" கி.பி : 1500 இல் இருந்து 1950 வரை தமிழகத்தில் பயன்படுத்தப்பட்ட ஜுடிசியல் மற்றும் ரெவின்யூ வார்த்தைகளின் "அர்த்தங்களும் விளக்கங்களும்" என்ற தலைப்பிலான இந்த நூல் "நிலம் உங்கள் எதிர்காலம்" என்ற புத்தக வரிசையில் 3 வதாக வெளிவருகிறது என்பதை அறிந்து உள்ளபடியே மகிழ்ச்சி அடைகிறேன்.

ஏனென்றால் இந்த நூலை தொகுத்து வெளியிடுபவர் என்னை போன்றே ரியல் எஸ்டேட் ஆலோசகர் மற்றும் தொழில் முனைவர், எனது அன்பு தம்பி திரு. சா.மு.பரஞ்சோதி பாண்டியன் ஆவார் ஆகவே எனக்கு இரட்டிப்பு மகிழ்ச்சி.

இவர் எமது தலைமையில் இயங்கும் அகில இந்திய ரியல் எஸ்டேட் கூட்டமைப்பின் (FAIRA) வாழ்நாள் உறுப்பினராகவும். (LIFE MEMBER) தமிழகம் முழுவதும் ரியல் எஸ்டேட் களப்பணி செய்துகொண்டு, பல வெற்றிகரமான முதலீட்டாளர்களுக்கு ஆலோசகராகவும், பின்புலமாகவும் இருந்து வருகிறார் என்பது கூடுதல் மகிழ்ச்சி. பொதுவாக இவர் பொதுமக்களுக்கு நிலங்கள் சம்பந்தமாக ஏற்படும் சந்தேகங்களுக்கு தீர்வு காணும் வகையிலும், விழிப்புணர்வை ஏற்படுத்தும் நோக்கிலும், தொடர்ந்து சமூக ஊடகங்களில் எழுதிக்கொண்டும், பேசி கொண்டும் வருகிறார்.

மேலும் இவர் "நிலம் உங்கள் எதிர்காலம்" பாகம் 1 & பாகம் 2 என்ற இரு நூல்களை ஆதாரப்பூர்வமாகவும் ஆழ்ந்த நுணுக்கங்களோடும் எழுதி நிலம் சம்பந்தமான பல சந்தேகங்களுக்கும், பிரச்சனைகளுக்கும் தீர்வு காணும் வகையில் மிக சிறப்பாக எழுதி வெளியிட்டு இருக்கிறார். வாசிப்பு, எழுத்து, அனுபவம் என்று ரியல் எஸ்டேட் துறை சம்மந்தமான புத்தகங்களோடு இயங்கி கொண்டு இருக்கும் திரு.பரஞ்சோதி பாண்டியன் அவர்கள் பல்வேறு புத்தகங்களையும், நீதிமன்ற தீர்ப்புகளையும் நாட்டிலுள்ள பல்வேறு நூலகங்களுக்கு நேரில் சென்று அலசி ஆராய்ந்து, ஆதாரங்களை தேடி வாசித்து இந்த புத்தகத்தை நமக்காக, நாளைய தலைமுறைக்காக மிகச் சிறப்பாக தொகுத்து இருக்கிறார்.

குறிப்பாக பார்சி, அரபி, இந்தி, சமஸ்கிருதம், கன்னடம், தெலுங்கு, பிரெஞ்சு, டச்சு, சிங்களம் மற்றும் பிற மொழிச் சொற்கள், பழைய தமிழ், ஆங்கிலம் ஆகிய மொழிகளில் பயன்படுத்தப்பட்ட ஜுடிசியல் மற்றும் ரெவின்யூ வார்த்தைகளை மிக நேர்த்தியாக எளிய முறையில் அனைவருக்கும் புரியும் வகையில் இந்த புத்தகத்தில் தொகுத்து இருக்கிறார்.

இந்த புத்தகத்தில் இருக்கும் பல சொற்கள், பழைய கிரய பத்திரங்களிலும், வருவாய்துறை ஆவணங்களிலும் பயன்படுத்தப்பட்டு இருக்கிறது. உதாரணமாக "ஜாரி" மனைகள் என்று தேனி பகுதிகளில் வருவாய் ஆவணங்களில் பயன்படுத்தபடுகிறது "ஜாரி" என்றால் "மறுசீரமைப்பு" (Restoration) என்றும், அதே போல் பழைய கிரய பத்திரங்களில் "ஜாபிதா" என்ற வார்த்தை பயன்படுத்தப்பட்டிருக்கிறது, அதற்கு "பட்டியல்" (list) என்று அர்த்தம். மேல் சொன்ன இரு சொற்களும் பார்சி மொழி என்று இதில் குறிப்பிட்டிருக்கிறார்.

தமிழகத்தில் நவாப் ஆட்சியில் இருந்த காலத்தில், பார்சி ஆட்சி மொழியாக இருந்ததால், நிறைய பார்சி சொற்கள் வருவாய் துறையிலும், நீதி துறையிலும் இருக்கிறது என்று இந்த நூலின் மூலம் நம்மால் புரிந்துகொள்ள முடிகிறது. அதேபோல் "மஜரா" என்பது அரபு சொல், அதற்கு "ஒரு நகரத்தின் துணை கிராமம்" என்று அர்த்தமாகும். (A Village Included in Or Depend on Some Large Town) இந்த மஜரா என்ற வார்த்தை அரபி வார்த்தையாகும் இன்றுவரை ரெவன்யூவில் மற்றும் மக்கள் பேச்சு வழக்குகளில் "மஜரா" மருவி "மதுரா" என்று பயன்படுத்தப்பட்டு வருகிறது.

மேலும் "மூபலகு" என்பது "ஆக மொத்தம்" (Total Sum) என்ற அர்த்தத்தில் வரும் இந்த வார்த்தை இன்றும் கூட கொங்கு பகுதிகளில் கிரய பத்திரங்களில் பணப்பற்று சரத்து எழுதும் பொழுது பயன்படுத்தபடுகிறது. மேற்சொன்ன மஜரா, மூபலகு வார்த்தைகள் எல்லாம் அரபி சொற்கள் என்று இந்த நூலில் பார்க்கும்பொழுது நமக்கு வியப்பை அளிக்கிறது.

அடுத்ததாக பழந்தமிழ் வார்த்தைகளில் "மாவிடை" என்ற வார்த்தைக்கு "மாடு கட்டும் இடம்" (A Place on which Cattle stands) என்று மாடுகட்டும் இடத்தை குறிக்கிறது. அதே போல் "முச்சலிக்கா" என்பது "எழுத்து பூர்வமான ஒப்பந்தத்தை" (An Agreement in writing) குறிக்கிறது. இவ்வாறு ஆச்சர்யம் நிறைந்த தமிழ் வார்த்தைகளை அவர் பல பாடுகள் பட்டு, கல்விகள் கற்று, அனுபவங்களை பெற்று இங்கே நமக்காக தொகுத்து வழங்கி இருக்கிறார் இந்நூலின் தொகுப்பு ஆசிரியர். அன்புத்தம்பி திரு.பரஞ்சோதி பாண்டியன் அவர்கள்,

இதிலுள்ள வார்த்தைகள், அதன் விளக்கங்கள், அனைத்தும் இன்றைய இளம் தலைமுறை வழக்கறிஞர்கள், ஆவண எழுத்தர்கள், ரியல் எஸ்டேட் தொழில் முனைவோர்கள் பொதுமக்கள் என அனைவருக்கும் மிகவும் பயனுள்ள ஒன்றாக இருக்கும்.

இவர் இந்நூலினை தொகுத்து வெளியிடுவதற்காக எடுத்துக் கொண்ட முயற்சி, நேரம், காலம், தியாகம், அர்ப்பணிப்பு அனைத்தும் மிகுந்த மதிப்புக்குரியது. எனவே கட்டுமானம் மற்றும் ரியல் எஸ்டேட் துறையின்

ரியல் எஸ்டேட் அகராதி

நிலம் உங்கள் எதிர்காலம் பாகம் - 3

தொகுப்பாசிரியர்

சா.மு. பரஞ்சோதி பாண்டியன்

(கி.பி. 1500 யில் இருந்து 1950 வரை தமிழகத்தில் பயன்படுத்தப்பட்ட
ஜீடிசியல் மற்றும் ரெவின்யூ
வார்த்தைகளின் அர்த்தங்களும் விளக்கங்களும்)

பிராப்தம் ரியல் எஸ்டேட் அகாடமி (பி) லிட்.,
எண் 103/1, இல்லத்தார் வடக்கு தெரு,
முத்துகிருஷ்ணாபுரம்,
கடையநல்லூர் - 627 751.
போன் : 98416 65836, 98416 65837, 99622 65834

Copyright © S.M. Paranjothi Pandian 2024
All Rights Reserved.

ISBN 979-8-89446-081-9

பொக்கிஷமான இந்நூலை அனைவரும் வாங்கி படித்து பயனடைய வேண்டும். இன்னும் பல ரியல் எஸ்டேட் துறை சார்ந்த எழுத்து படைப்புகளை எதிர்கால சந்ததிக்கு கொண்டு சேர்க்கும் வகையில் எனது அன்புத் தம்பி திரு. சா.மு. பரஞ்சோதி பாண்டியன் அவர்கள் தொடர்ந்து வழங்க வேண்டும்.

நாடும் – ஏடும் – நாளும் போற்றும் வகையில் அவரின் எழுத்து பணி இன்னும் சிறக்க வேண்டும் என உளமார வாழ்த்துகின்றேன்! பாராட்டுகின்றேன்!!

இப்படிக்கு
ஆ.ஹென்றி
நிறுவனர், தேசிய தலைவர்,
அகில இந்திய ரியல் எஸ்டேட் கூட்டமைப்பு

வாழ்த்துரை

பொதுவாக சட்டம் படித்த இளைஞர்கள், வழக்கறிஞர் தொழிலை உரிமையியல் நீதிமன்றத்தில் தொழில் செய்வதற்கு தயங்குவார்கள் காரணம் ஆவணங்களில் பயன்படுத்தும் சொற்களும் வார்தைகளும் நடைமுறையில் பயன்பாட்டில் இல்லாத வார்தைகளாகவும் இருப்பது கண்டு அதன் பொருள் தேடும் முயற்சியில் தோல்வியுற்று சிவில் வழக்குகளை எட்டிகாயாக பார்க்கும் சூழல் உள்ளது. சிவில் வழக்குகளில் சம்பந்தப்பட்ட தரப்பினர்களும் சொத்துகளை கையாளும் நில உரிமையாளர்களும் ஆவணங்களின் மூல பத்திரங்களில் பயன்படுத்தபடும் வார்த்தைகளின் பொருள் தெரியாமலே பயன்படுத்தும் நிலை தமிழகத்தில் தொடர்ந்து கொண்டு இருக்கிறது.

தமிழக அரசு சட்ட துறையில் தமிழ் வளர்ச்சி துறையில் சட்ட சொல் களஞ்சியம் உருவாக்கி இருந்தாலும் அவை நடைமுறையில் உள்ள பிரச்சனைகளை தீர்ப்பதற்கு போதுமானதாக இல்லாமல் இருப்பதும் புதுப்பித்தல் தன்மை இல்லாமல் இருப்பதாலும் பெரிய அளவில் பயன்பாட்டில் இல்லாமல் வழக்கறிஞர்களின் சட்ட புத்தக அலமாரியை அலங்கரிக்கும் பொருளாக மாறிவிட்டது.

முகலாயர் ஆட்சியில் அக்பர் காலத்தில் உருவாக்கப்பட்ட பசலி ஆண்டு என்கின்ற வருவாய் துறை ஆண்டு கணக்கினை பத்தாம் பசலிதனமாக இன்று வரை அரசு ஆவணங்களில் அதன் அர்த்தம் தெரியாமல் பயன்படுத்தி வருகின்றோம். இத்தகைய பிரச்சனைகளை தீர்க்கும் வகையில் திரு. பரஞ்சோதி பாண்டியன் அவர்கள் கடந்த 500 வருடங்களாக தமிழகத்தில் நீதித் துறையிலும் ஆவண பதிவிலும் பயன்படுத்திவரும் வார்த்தைகளை மிக கடுமையான சீரிய முயற்சியில் தேடி கண்டறிந்து ஆவணப்படுத்தியுள்ள பணியை பாராட்ட தமிழில் வார்த்தைகள் இல்லை.

" சென்றுடுவீர் எட்டுதிக்கும் கொண்டு வந்து இங்கு சேர்த்துடுவீர் கலை செல்வங்கள் யாவும் " என்று மகாகவி பாரதியார் தமிழ்வளர்ச்சிக்கு இட்ட கட்டளைய பாரதி வாழ்ந்த பாண்டிச்சேரியில் இருந்து சுமார் நான்கு ஆண்டுகள் கடின முயற்சியில் ஆங்கிலம், பிரெஞ்ச், சமஸ்கிருதம், கன்னடம், தெலுங்கு, மலையாளம், மராத்தி, ஒரியா, இந்தி, பார்சி, அரபி, வங்கம், டச்சு, துருக்கி, குஜராத்தி, அசாமி, மற்றும் பயன்பாட்டில் இல்லாத பழைய தமிழ்

மொழி வார்த்தைகளில் நீதிதுறையிலும், ஆவணங்களிலும் கையாளும் வார்த்தைகளையும் அவற்றிற்கு இணையான, தமிழ் வார்த்தைகளையும் அதன் எளிய பொருள் விளக்கத்தையும் தொகுத்து தமிழ் மொழியில் முதன்முதலில் ஒரு அறிவு கலை பெட்டகம் உருவாக்கபட்டுள்ளது. தமிழ் மொழியின் வளர்ச்சிக்கும் திரு.பரஞ்சோதி பாண்டியன் அவர்கள் பணி மிக பெரிய பங்களிப்பாக இருக்கும்.

ஒவ்வொரு வழக்கறிஞர் அலுவலகத்திலும் இந்த புத்தகம் தவிர்க்க முடியாத இடத்தை நிச்சயம் பெறும்

அன்புடன்
நல்வினை விஸ்வராஜ்
வழக்கறிஞர்,
மாநில பொது செயலாளர்,
பத்து ரூபாய் இயக்கம்.

வாழ்த்துரை

அன்புத்தம்பி திருமிகு.சா.மு. பரஞ்சோதி பாண்டியன் அவர்கள் உலக நாடுகளில் உள்ள நம் தமிழ் மக்கள் பலராலும் நன்கு அறியப்பட்டவர். அவர் தன்னுடைய யூடியூப் வீடியோ பதிவுகள் மற்றும் தொடர் களப்பணி மூலம் அனேகமாக அனைவருக்கும் நன்கு அறிமுகமானவர். இவர் நம்முடைய குளோபல் லா ஃபவுண்டேஷன் இயக்கத்தின் சார்பாக வாரந்தோறும் நடத்தப்படும் காணொளி வாயிலான சட்டப் பயிற்சிகளில் பங்கேற்று பல்வேறு தலைப்புகளில் பயிற்சி அளித்தவர். கற்றறிந்த வழக்கறிஞர் உள்ளிட்ட பலரும் இவருடைய பயிற்சிகளை பாராட்டியுள்ளனர். நிலம் சம்பந்தமான செய்திகளை பேசுவதற்கு இவர்தான் தகுதியானவர் (He is the authority) என்ற ரீதியில் மூத்த வழக்கறிஞர் பலரால் புகழப்பட்டவர்.

" நிலம் உங்கள் எதிர்காலம் " என்ற தலைப்பில் ஏற்கனவே இரண்டு நூல்களை எழுதி வெளியிட்டுள்ளார். மக்களின் பேராதரவுடன் அடுத்தடுத்த பதிப்புகளை பதிப்பித்து வெளியிட்டு வருகிறார். அந்த வகையில் புதிதாக இந்த சொல் அகராதியை வெளியிட உள்ளார். இந்த அகராதியை புரட்டும்போது கற்பதில் இவருக்குள்ள ஈடுபாடு மற்றும் ஓய்வில்லா உழைப்பு ஆகியவை நன்கு புலப்படும். பத்திரப்பதிவுகளில் கையாளப்படும் பல்வேறு வார்த்தைகளுக்கு நாம் பொருள் தெரியாமல் குழம்புவது உண்டு. இனிமேல் யாருக்கும் அந்த குழப்பம் ஏற்படக் கூடாது என்ற நல்லெண்ணத்தில் இந்த அகராதியை வெளியிடுகிறார். இந்த அகராதியில் பார்சி, பெங்காலி, டச்சு, பிரெஞ்சு, குஜராத்தி, ஹிந்தி, மராத்தி, தெலுங்கு, கன்னடம், மலையாளம், அரபி, ஆங்கிலம் மற்றும் புழக்கத்தில் இல்லாத பழைய தமிழ் சொற்கள் ஆகியவற்றை தேடித்தேடி கண்டுபிடித்து அவற்றின் பொருளை ஆராய்ச்சி ரீதியாக தெளிவாக அறிந்து கொண்டு, புரிந்து கொண்டு அவற்றை நமக்கு அறிவுப் புதையலாக வழங்கியுள்ளார்.

மக்கள் நலம் விரும்பும் சிறந்த சிந்தனையாளர் ஓய்வில்லா உழைப்பாளர் மக்களை சந்திப்பதில் பெரிதும் ஆர்வம் கொண்டவர் என்பது இவரை பற்றிய சிறப்பு. இவை எல்லாவற்றிற்கும் மேலாக நிலம் சம்பந்தமான பிரச்சினைகளில் தத்தளித்து வரும் பலருடைய பிரச்சனைகளை தீர்க்கும் ஒரு கலங்கரை விளக்கமாக நின்று களப்பணி ஆற்றி வருகிறார். அவருடைய பணி மென்மேலும் சிறக்க மனமார்ந்த நல்வாழ்த்துகளையும், பாராட்டுகளையும் வாழ்த்துகளையும் தெரிவித்துக் கொள்கிறோம். இந்த அகராதியின் மூலம் நம்முடைய தமிழ்கூறு நல்லுலகத்தில் உள்ள பலரும் போற்றத்தக்க உயர்ந்த இடத்தில் வைத்து பாராட்டப்படுவார் என்பதில் எந்த மாற்றுக் கருத்தும் இருக்க முடியாது. இது போன்ற ஒரு நூலுக்கு வாழ்த்துரை எழுதுவதில் பெரிதும் மகிழ்கிறேன்.

இப்படிக்கு,
என்றும் உங்களுடன்,
இரா சரவணன் (ஏ) இரா.சரவண அரவிந்த்,
வழக்கறிஞர்,
மாநில தலைவர், குளோபல் லா ஃபவுண்டேஷன்

வாழ்த்துரை

உலகில் கோடிக்கணக்கான ஜீவ ராசிகள் வாழ்ந்தாலும் மனிதன் அவற்றுள் உச்சமாக மிகவும் சிறப்பாக, தனித்துவமாக இருக்கக் கூடியவானாக இருக்கின்றான். இந்த மனிதன் பிறக்கும் முதல் இறக்கும் வரை இவ்வுலகத்தில் ஜீவிக்கும், உயிர் வாழும் அந்த காலத்தில் எப்படி வாழ்ந்தான் என்பது எப்படி வாழ்ந்து கொண்டு இருக்கிறான் என்பது அவனுடைய இருப்பிடத்தை சார்ந்ததாக இருக்கிறது. இருப்பிடம் என்பது அவனுடைய இடம், அவனுடைய நிலம், அப்படி தமிழகத்தில் ஒரு மனிதனுடைய நிலத்தை, அந்நிலத்தை அவன் பாதுகாப்பதிற்கு இருக்கக்கூடிய ஆயுதமாக இன்று தமிழகத்தில் தமிழருடைய நெஞ்சத்தில் நிறைத்து இருப்பவர் எங்களுடைய அன்பு சகோதரர் திரு.சா.மு.பரஞ்சோதிபாண்டியன் அவர்கள்.

அன்பு சகோதரர் திரு.சா.மு.பரஞ்சோதிபாண்டியன் அவர்கள் நிலம் உங்கள் எதிர்காலம் என்ற அறக்கட்டளையை நிறுவி அந்த அறக்கட்டளையின் மூலமாக தமிழகம் முழுவதும் கருத்தரங்குகள், விழிப்புணர்வு வகுப்புகள், களப்பணியாற்றுவது என்று இடைவிடாது பயணத்திலும், இடைவிடாது பணியிலும் இருக்கக்கூடிய ஒரு தமிழகத்தில் பிரசித்தி பெற்ற நிலப்போராளி. அவர் இதற்கு முன்பு நிலம் உங்கள் எதிர்காலம் என்ற தலைப்பில் பாகம்1, பாகம் 2 என்று இரண்டு புத்தகங்களை எழுதி தமிழ் மண்ணுக்கு வரப்பிரசாதமாக அளித்துள்ளார். இந்த இரண்டு புத்தகத்தையும் படித்து முடித்த ஒருவர் யாரையும் சாராமல் இருக்கக்கூடிய அளவிற்கு அதில் நுணுக்கமாக நிலம் பற்றிய அத்தனை விஷயங்களை அள்ளி குவித்துள்ளார். அதை பெற்றே பலரும் இன்று பல விஷயங்களை நிலம் தொடர்பான தங்களுடைய பல பிரச்சனைகளை தீர்க்கக்கூடிய நிலையில் இருக்கின்ற இந்த காலத்தில் மீண்டும் தமிழ் மண்ணுக்கு ஒரு வரப்பிரசாதமாக நிலங்கள் குறித்த அகராதி, நிலங்களினுடைய பயன்பாடு குறித்த அகராதி, நிலங்களினுடைய சொற்கள் குறித்த அகராதி, நிலத்தை என்ன என்ன வார்த்தைகள் குறித்து ஆதிகாலம் தொட்டு இன்று வரை எந்தெந்த வார்த்தைகளை நிலத்திற்கான வார்த்தைகள் என்பதை தன்னுடைய வாழ்நாள் அனுபவத்தில் இருந்தும் தன்னுடைய முன் பணியில் இருந்து கண்டெடுத்த பல விஷயங்களை தொகுத்தும் தன்னுடைய களப்பணி அனுபவங்களில் இருந்து கிடைக்கப்பெற்ற வார்த்தைகளை தொகுத்தும் ஒரு நில அகராதியை இன்று நமக்கு வழங்கியிருக்கின்றார்.

நாம் பேசக்கூடிய அன்னைத்தமிழினுடைய மொத்த வார்த்தைகளின் எண்ணிக்கையாக மூன்று லட்சம் வார்த்தைகள் இருப்பதாக அறிஞர் பெருமக்கள் சொல்கிறார்கள், ஆனால் இன்றோ நடப்பு நவீன வாழ்கையில் தமிழர்கள் எல்லோரும் சேர்த்து ஏழாயிரம் முதல் பத்தாயிரம் வரை வார்த்தைகளை மட்டுமே பயன்படுத்தி வருகிறோம். அப்படி என்றால் நாம் வெறும் 3%

வார்த்தைகளை தமிழிலே பயன்படுத்தி வருகிறோம். மீதி 97% வார்த்தைகள் நம்மால் பயன்படுத்த முடியாத அளவிற்கு போய்விட்டது. அது வழக்கில் இருந்து ஒழிந்து விட்டால் அந்த வார்த்தைகளுக்கான அர்த்தம் தெரியாதவர்களாக நம் மொழியின் வார்த்தைகளின் அர்த்தங்கள் நமக்கு தெரியாதவர்களாக நாம் மாறிவிடுவோம். அந்த தமிழ் மொழிக்கு இந்த நில அகராதியின் மூலமாக தன்னுடைய மிகச்சிறந்த பணியையும் இவர் செய்திருக்கிறார் என்பது இந்த நில அகராதியை நான் படித்த மட்டில் புரிந்துகொண்டேன்.

இந்த அகராதி என்பது தமிழ்நாட்டில் உள்ள ஒவ்வொரு வழக்கறிஞர் கையிலும் தவழ வேண்டிய புத்தகமாக மாறி இருக்கின்றது. இந்த புத்தகத்தை வழக்கறிஞர் மட்டுமல்லாது நிலம் வைத்திருக்கக்கூடிய ஒவ்வொருவர் கையிலும் இருக்கவேண்டியது. தங்களுடைய நிலம் இதற்கு முன்பு எவ்வகையான சொற்களில் அழைக்கபட்டது என்பதை அவர்கள் அறிவதற்கும் இது மிகுந்த பயனை அளிக்கிறது. இந்த அகராதி நிலம் வைத்திருப்பவர்களுக்கும் அதே சமயத்தில் நம் அன்னை தமிழுக்கும் ஒரு வரப்பிரசாதமாக இதை எழுதியிருக்கக்கூடிய என் அன்பு சகோதரர் பரஞ்சோதிபாண்டியன் அவர்களுடைய நிலத்தொண்டு என்றென்றும் தமிழகத்தில் இருக்க வேண்டும். அவருடைய தொண்டினால் நிலப் பிரச்சனைகள் தீர்ந்து மக்கள் நிலம் பற்றிய கவலையின்றி மகிழ்வோடு வாழும் காலத்தை நோக்கி நம்மை நகற்றக்கூடிய நூலக இந்த நூல் இருகின்றது. இதை எழுதிய அன்பு சகோதரர் பரஞ்சோதிபாண்டியன் என்றென்றும் நிலைத்து நின்று அவர் புகழ் நிலைத்து நின்று வாழ்வதற்கு எனது சார்பிலும் எங்களுடைய அறக்கட்டளையான மக்கள் விழிப்புணர்வு அறக்கட்டளை சார்பாகவும்வாழ்த்துகளை நாங்கள் பரிமாறிக்கொள்கின்றோம்.

அன்புடன்,

RTI K.ஹக்கிம் M.B.A
தகவல் பெறும் உரிமை புத்தக ஆசிரியர்
நிறுவனர், மக்கள் விழிப்புணர்வு அறக்கட்டளை

வாழ்த்துரை

நாம் படிக்கும் புத்தகத்தைக் காட்டிலும், நம்மை படிக்கும் புத்தகமே ஒரு சிறந்த புத்தகம்

புத்தகம் என்பது சட்டைப்பையில் சுமக்கப்படும் ஒரு தோட்டம் போன்றது. ஒரு நல்ல புத்தகம் கிடைத்தால் வாசகனுக்கு கொண்டாட்டம், நல்ல வாசகன் கிடைத்தால் புத்தகத்திற்கு கொண்டாட்டம்.

வெற்றிடத்தை காற்று நிரப்பும் என்பது விதி. இதுபோன்ற நூல்களுக்கான வெற்றிடத்தை நிரப்ப மீண்டும் ஒரு புதிய படைப்போடு களம் இறங்கியிருக்கிறார் ஆசிரியர் பரஞ்சோதி பாண்டியன்.

எந்தவொரு செயலும் நல்ல விளைவினைத் தர வேண்டும் என நாம் நினைத்தால் அதற்கு முதலில் நாம் செய்ய வேண்டியது வேலை, அந்த செயல் பற்றி ஒரு தெளிவான புரிதல் தேவை. அதுமட்டுமல்ல, அந்த செயலின் ஒட்டுமொத்தக் கூறுகளை புரிந்துக் கொண்டு உள்வாங்கி அசைபோட்டு உணர்ந்து, அதை உயிர்ப்பாக்கி துடிப்புடன் செயல்பட்டால் எந்த செயலிலும் நாம் வெற்றி பெற முடியும். இது உலகில் வெற்றி பெற்ற மனிதர்கள் நமக்கு தந்த செய்தி. அந்த வகையில் அதனை சாதித்துக் காட்டியவர்களில் இந்நூலின் ஆசிரியரும் ஒருவர் என நான் திடமாக நம்புகிறேன். சட்டம் சார்ந்த கட்டுரைகளை சாமானியனும் புரிந்து கொள்ளும் வகையில் எழுதுவது சாதாரண விஷயமல்ல. ஆனால் அதனை முறியடிக்கும் வகையில் இந்த புத்தகத்தின் ஆசிரியர் ரியல் எஸ்டேட் சம்மந்தப்பட்ட சட்டம் சார்ந்த சொற்களுக்கான பொருள் விளக்கங்கள் பற்றிய சுவாரசியமான தகவல்களோடு எளிய நடைமுறையில் எழுதப்பட்டிருப்பதே இந்நூலின் மாபெரும் வெற்றிக்கு காரணமாக இருக்கப் போகிறது என்பதில் ஐயமில்லை. தமிழகத்தின் பண்டைய காலத்தில் இருந்த கிராம மேலாண்மை பற்றியும், அரசு குடிமுறைப் பற்றியும், ஜமீன்தார் முறைப் பற்றியும், இனாம்களைப் பற்றியும் இந்நூலின் ஆசிரியர் அளவுக்கு அறிந்தவர் எவரும் இருக்க முடியாது என்பதை சமூக வலைத்தளங்களில் கண்டிருக்கிறேன். வழக்கறிஞர்களே அறிந்திராத பல விஷயங்களை ஆசிரியர் இந்தப் புத்தகத்தில் குறிப்பிட்டிருக்கிறார். ரியல் எஸ்டேட் துறையிலும், நீதிமன்றங்களிலும் பயன்படுத்தப்படும் வார்த்தைகளுக்கான அர்த்தங்களை தொகுத்து வெளியீடு செய்ய வேண்டியதின் அவசியத்தை நன்கு அறிந்து புத்தகத்தை செதுக்கியுள்ளார். இந்நூலின் மூலம் ஒரு சாதாரண குடிமகனும் ரியல் எஸ்டேட் மற்றும் நீதிமன்றங்களில் பயன்படுத்தும் வார்த்தைகளுக்கான அர்த்தத்தை புரிந்து அறிந்து கொள்ள இயலும். இந்நூல் தமிழகத்தின்

ஒவ்வொரு மூலையிலுமுள்ள ஒவ்வொரு குடிமகனுக்கும் போய்ச் சேருமென்று நான் உறுதியாக நம்புகிறேன். ஒவ்வொரு வழக்கறிஞர்கள் கைகளிலும் தவழ வேண்டிய உயர்ந்த தரத்தினுடைய ஆசிரியரின் இப்படைப்பு எல்லா நிலைகளிலும் ஏற்றுக் கொள்ளப்பட வேண்டும் என்று எனது நல்வாழ்த்துக்களை இந்நூலின் ஆசிரியருக்கு உரித்தாக்குகிறேன்.

ப. கணேஷ் பாலமுருகன் பி,ஏ., பி,எல்
வழக்கறிஞர்
திருவைகுண்டம்
தூத்துக்குடி மாவட்டம்

வாழ்த்துரை

பல தகவல்களை கற்க கற்பிக்க இன்றைய உலகம் டிஜிட்டலாக மாறி வந்தாலும், எண்ணற்ற மனிதர்கள் இன்றைக்கும் தரமான புத்தகங்கள் படிப்பதை நிறுத்தவில்லை.ஒரு தரமான புத்தகம் வாசிக்கப்பட்டால் வாசித்த மனிதனுக்கு ஓராயிரம் அறிவு கண்கள் திறக்கப்படுவது என்பது உண்மை.

பல வருடங்களாக இந்த புத்தகத்தை எழுதிய ஆசிரியர் திரு சா.மு பரஞ்சோதி பாண்டியன் அவர்களை நன்கு அறிவேன்.

சட்டம் படித்தவர்கள் கூட இந்த நிலப் பிரச்சனைகளில் இருக்கும் சட்ட சிக்கல்களை தீர்த்து வைக்க திக்கு முக்காடும் சூழலில், மிக எளிமையாக சாதாரண மக்களுக்கும் புரியும் வகையில் புத்தகங்களை எழுதி வருகிறார். ஏற்கனவே நிலம் உங்கள் எதிர்காலம் என்ற புத்தகம் இரண்டு பாகம் வரை வெளியிட்டுள்ளார் என்பது குறிப்பிடத்தக்கது.

அந்த இரண்டு புத்தகங்களும் பெருமளவில் நம்முடைய சேனல் வாசகர்களால் பாராட்டப்பட்டது.

அதேபோல நான் படித்த ரியல் எஸ்டேட் அகராதி என்கின்ற இந்த புத்தகமும் அனேகருடைய வாழ்வுக்கு வாசலாக அமையும் என்பதில் எந்தவித சந்தேகமும் இல்லை.

இந்த புத்தகத்தில் பற்பல மொழிக்கான விளக்க சொற்கள் பயன்படுத்தப்பட்டு இருக்கிறது அது எனக்கே புதுமையாக இருந்தது உதாரணமாக அசாமி பெங்காலி *பார்சி போன்றவை. நிலங்களைப் பற்றி ஆராய்ச்சி செய்கிறவர்கள் மட்டுமல்ல பல விஷயங்களை தெரிந்து கொள்ள நினைப்பவர்களும் இந்த புத்தகத்தை படித்து தெளிவு பெற நிச்சயம் முடியும்.

இதுபோன்ற இன்னும் இந்த சமுதாயத்திற்கு தேவையான புத்தகங்களை எழுதி சாதனை படைக்க சகோதரரை வாழ்த்துகிறேன்.

இப்படிக்கு
Common Man முருகேசன்.கே

என்னுரை

பழைய பத்திரங்களில் உள்ள வார்த்தைகளை வாசித்து புரிந்து கொள்வது, பழைய நீதிமன்ற ஆவணங்களில் உள்ள வார்த்தைகளை படித்து புரிந்து கொள்வது, நூறு ஆண்டுகளுக்கும் மேலான பழைய வருவாய்த்துறை ரெக்கார்டுகளை பார்த்து, படித்து, புரிந்து கொள்வது இன்றைய தலைமுறையினருக்கு மிகவும் சவாலான விஷயங்களாக இருக்கிறது.

நிறைய இளைஞர்கள் மற்றும் இளைஞிகள் வெளிநாடுகளில் இருந்து சம்பாதித்து நம்முடைய நாட்டில் நிலங்களை வாங்கிப் போடுகிறார்கள். வெளி மாநிலத்தில் கூலி தொழிலாளிகளாகவும், அரசு பணியாளர்களாகவும், ரயில்வே பணியாளர்களாகவும் பணிபுரிந்து சொத்துக்களை தமிழ்நாட்டில் வாங்கிப் போடுகிறார்கள். வேலூர், திருப்பத்தூர் போன்ற மாவட்டங்களில் உள்ள அடித்தட்டு மற்றும் நடுத்தர மக்கள் பெங்களூரு மற்றும் கர்நாடகத்தின் தென் பகுதிகளில் உழைத்து சம்பாதித்து சொத்துக்களை தங்களுடைய சொந்த மண்ணில் வாங்கிப் போடுகிறார்கள். திருநெல்வேலி, கன்னியாகுமரி போன்ற மாவட்டங்களில் இளைஞர்கள் திருவனந்தபுரத்திலும், கொல்லத்திலும் சென்று கூலித் தொழிலாளிகளாக நடுத்தர வேலைகளை செய்து கொண்டு தங்கள் மாவட்டங்களில் வந்து சொத்துக்களை வாங்கிப்போடுகிறார்கள். சேலம், இராசிபுரம் மற்றும் சேலம் சுற்றுப்பகுதிகளில் இருக்கின்ற கிராமங்களிலிருந்து மும்பை நகரத்திலும், டெல்லி நகரத்திலும் சென்று ஆயிரக்கணக்கில் துப்புரவு பணியாளராக இருந்து தமிழகத்திற்கு வந்து வீடுகளையும், நிலங்களையும் வாங்கிப் போடுகிறார்கள். சிங்கப்பூர், மலேசியா, அமெரிக்கா, லண்டன் போன்ற நாடுகளுக்கு எல்லாம் சென்று உழைத்து திரவியம் தேடி தமிழகத்தில் வந்து சொத்துக்களை வாங்குகிறார்கள். காரைக்கால் மற்றும் பாண்டிச்சேரி பகுதிகளில் உள்ளவர்கள் நேரடியாக பிரான்ஸ் நாட்டிற்கு சென்று பணியாற்றி தமிழகம் மற்றும் பாண்டிச்சேரி பகுதிகளில் சொத்துக்களை வாங்கிப் போடுகிறார்கள். மேலும் ராணுவம் மற்றும் துணை இராணுவத்தில் தேசிய சேவையில் தமிழ்நாட்டு மக்கள் இந்தியா முழுக்கவும் வட கிழக்கு மாநிலங்களிலும், வடக்கு மாநிலங்களில் தங்கிக்கொண்டு உழைத்து, சம்பாதித்து தன் நாட்டில், தன்னுடைய மாநிலத்தில், தன்னுடைய மாவட்டத்தில், தன்னுடைய கிராமத்தில் சொத்துக்களை வாங்கிப்போடுகிறார்கள். மேலும் தமிழகத்தில் சொத்து வைத்திருக்கின்ற அடித்தட்டு மற்றும் நடுத்தர மக்கள் சொத்து சிக்கல்களில் அவதியுறுகிறார்கள். நீதிமன்ற வழக்குகள், வருவாய்த்துறை கோட்டாட்சியர், மாவட்ட வருவாய் அலுவலர் அவர்களின் முன்பு யூடிஆர் (udr) மற்றும் பட்டா (patta) வழக்குகள், மாவட்ட பதிவு துறை, மாநில பதிவு துறை மற்றும் நில அபகரிப்பு பிரிவு காவல் துறை போன்ற அரசு துறைகளில் எல்லாம் சொத்து

பிரச்சனைக்காக அடிக்கடி சென்று பரிகாரம் தேடிக்கொண்டிருக்கின்றார்கள். சிவில் நீதிமன்றங்கள், உயர்நீதிமன்றங்கள், உச்ச நீதிமன்றம், இலவச நீதிமன்றங்கள் ஆகியவற்றிற்கு எல்லாம் வழக்குகளுக்காக படி ஏறி, இறங்கிக் கொண்டு இருக்கிறார்கள். மேலும் கிராம பஞ்சாயத்துகளிலும், குடும்ப பஞ்சாயத்துகளிலும், சொந்த பந்த பஞ்சாயத்துகள் மூலமும் தன்னுடைய நில சிக்கல்களை தீர்த்துக் கொள்வதற்கு முயற்சி செய்து கொண்டிருக்கின்றார்கள். இஸ்லாமியர்களாக இருந்தால் ஜமாத்துகள் மூலமும், மீனவர்களாக இருந்தால் தங்களுடைய சமூக நாட்டாமை மூலமும், கிராமத்தினர்களாக இருந்தால் ஊர் நாட்டாமை மூலமும், சாதி சமுதாய பஞ்சாயத்து மூலம்மும் சிக்கல்களை தீர்ந்துக் கொள்வதற்கு அலைந்து கொண்டிருக்கின்றார்கள்.

இப்படி சொத்து வாங்குபவர்கள் ஆனாலும் சரி நில சிக்கல்களில் நேரத்தை செலவு செய்து கொண்டிருக்கின்ற நபர்கள் ஆனாலும் சரி அவர்களுடைய பழைய தாய் பத்திரங்கள் மற்றும் பழைய வருவாய்த்துறை செட்டில்மெண்ட் ஆவணங்களில், பழைய எஸ் ஆர் ரெக்கார்டுகளில், பழைய நீதிமன்றத் தீர்ப்புகளில், டிகிரி களில் உள்ள மொழிகளை புரிந்து கொள்வதற்கு மிகவும் சிரமப்படுகிறார்கள்.

அதனால் அவர்கள் பிற நபர்களின் உதவியை நாட வேண்டி இருக்கிறது. நாடும்பொழுது அங்கு இருக்கின்ற, உதவி செய்கின்ற மக்கள் பால்கோவாவை பங்கு பிரித்துக் கொடுக்கின்ற குரங்கு போல தனக்கான ஆதாயங்கலை பெறுவதற்காக பாதிக்கப்பட்டவர்கள் ஏற்கனவே சொத்துக்களை இழந்து நொந்து இருந்தாலும், பிரச்சனையை தீர்த்துக் கொள்வதற்கு ஒரு அடித்தட்டு மற்றும் நடுத்தர மக்கள் பிறரின் உதவியை நாடும் பொழுது அவர்கள் இவர்களை ஆதிக்கம் செய்கிறார்கள். மனிதர்களுக்கே உரிய விலங்கு உணர்வுகளில் ஒன்று ஒருவரை ஒருவர் ஏய்த்து பிழைத்து பணம் சம்பாதிக்கலாம் என்ற பேய் தன்மையுடைய நச்சு எண்ணம் உடைய மனிதர்களிடம் மாட்டி இன்னும் பல சிக்கல்களை அனுபவித்துக் கொண்டிருக்கின்றார்கள்.

இரண்டு கண்ணும் தெரியாதவர்கள் இருக்கின்ற ஊருக்கு ஒத்தைக் கண்ணன் ராஜாவாம் என்ற பழமொழிபடி அரைகுறையாக விவரம் தெரிந்த மக்களிடம் ஆலோசனைகளை பெற்று முடிவுகளை எடுத்து சொத்து விஷயங்களில் சொத்து வாங்குவது ஆனாலும் சரி அல்லது சொத்து சிக்கல்களில் அடுத்த கட்டத்திற்கு முடிவெடுப்பது ஆனாலும் சரி தவறுதலாக காரியங்களை செய்து விடுகிறார்கள். அதனால் பெரும் பணத்தையும், செல்வத்தையும், நேரத்தையும் இழந்து விடுகிறார்கள்.

அதன் பிறகு எனக்கு நில விஷயத்தில் எந்த விபரமும் ஆரம்பத்தில் தெரியாது ஆனால் இதில் நுழைந்த பிறகுதான் இவ்வளவு பணத்தையும் நேரத்தையும் இழந்து நிறைய தெரிந்து கொண்டேன் என்று தன்னுடைய

மனதை தானே வருடிக் கொடுத்துக் கொண்டிருப்பார்கள். (இப்படி சொத்தை ஆளுகை செய்து கொண்டிருக்கின்றவர்கள் சொத்தை வாங்க போகின்றவர்கள் அல்லது சொத்து தாவாவில் வழக்கில் சிக்கிக்கொண்டிருப்பார்கள்.)

இன்றைய இளைஞரிடம் ஆலோசனையை கேட்டு வருகின்ற கிரைய பத்திரங்கள், நீதிமன்ற ஆவணங்கள், வருவாய் துறை ஆவணங்கள், அல்லது பிற நில சம்பந்தப்பட்ட ஆவணங்களை வாசித்து படித்துப் பார்க்கச் சொன்னால் நிச்சயமாக மொழி தெரியாத ஒரு நாட்டில் இருக்கின்ற மனிதரைப் போல திருதிருவென்று விழிக்கின்ற நிலைதான் இன்றைய இளைஞர்களுக்கு இருக்கிறது. அப்படிப்பட்ட இளைஞர்களுக்கு ஒரு துணைவனாக இந்த ரியல் எஸ்டேட் அகராதியை தொகுத்து தர வேண்டும் என்ற எண்ணம் என்னுடைய ஆழ்மனதில் ரொம்ப நாளாகவே இருந்து கொண்டிருந்தது.

மேலும் களப்பணிகளுக்கு செல்லும் போது ரியல்எஸ்டேட் சம்பந்தமாக பல தொழில் நுட்ப வார்த்தைகள் பலருக்கு தெரிவதில்லை ஆனால் அதனை பயன்படுத்தும் போது உங்களுடைய அறிவு ஆளுமை வெளிப்படுகிறது, சில நேரங்களில் அரசு அதிகாரிகளின் EGO-வையும் அது பாதிக்கிறது. உதாரணமாக புலப்படத்தில் "லேடர்" என்ற ஒரு வார்த்தை இருக்கிறது அந்த "லேடர்" என்ற வார்த்தையை நீங்கள் சொன்னவுடன் கிராம நிர்வாக அதிகாரி மற்றும் தலையாரி மேலும் கீழுமாக உங்களை பார்த்து வருவாய் துறையினருக்கு தெரிந்ததை எல்லாம் நீங்கள் தெரிந்து வைத்திருக்கிறீர்களே என்ற எண்ணத்தில் இவர் வந்து நமக்கு ரெவின்யூ சொல்லிக்கொடுக்கிறார் என்று ஏளனமாக பார்த்து விதண்டாவாதம் செய்கின்றவர்கள் இருகின்றார்கள். அதேபோல் ஒரு வழக்கறிஞரிடம் ஒருவர் வழக்காடி ஒரு சட்ட வார்த்தையை சொன்னால் உதரணமாக " **மென்ஸ் ரியா** " என்று வார்த்தையை பயன்படுத்தினால் என்? வழக்காடி இதுபோன்ற சட்ட வார்த்தைகளையெல்லாம் பேசுகிறாரே என்று மேலும் கீழுமாக வியப்பாக பார்க்கின்ற நிலைதான் இன்றும் இருக்கிறது. அதேபோல் ஒரு ஆவண எழுத்தர் இடம் போய் ஒரு பத்திரம் எழுதுவது சம்பந்தமாக பழைய பத்திரத்தில் உள்ள (சுப மங்கள சூதக   பர்த்யம்) என்ற வார்த்தையை பற்றி பேசினால் அவரும் மேலும் கீழுமாக பார்த்து உங்களுக்கு இதுவெல்லாம் தெரியுமா? என்று இளக்காரமாக ஒப்புநோக்கி எங்களுக்கு தெரியாது அதை சொல்ல வந்துவிட்டார் என்று பார்க்கின்ற நிலைகளும் இன்றும் தொடர்கிறது.

ஆக நிலம் சம்பந்தபட்ட ஒரு விஷயத்தை தெரிந்தவர்கள் அதனை வெளிப்படையாக   பகிர்ந்து கொள்வதில்லை அல்லது அந்த விஷயத்தில் இருக்கின்ற சட்ட மற்றும் ரெவென்யூ வார்த்தைகளை சாமானியன் பேசினால்

உடனடியாக நிலம் சம்பந்தபட்ட ஆலோசகர்கள் அதனை ஜீரணித்துக்கொள்ள முடிவதில்லை.

ஆனால், இப்படி அர்த்தமுள்ள, ஆழமான சட்ட மற்றும் நீதி மற்றும் வருவாய்துறை வார்த்தைகளை சாதாரண மக்கள் பயன்படுத்தும் பொழுது அரசு அலுவலகங்களில் நீதிமன்றங்களில் பணிபுரிகின்ற மனிதர்களிடம் சில மேஜிக்குகள் நடப்பதை பார்க்கலாம். உங்களை ஒரு பொருட்டாக மதிக்காத அலுவலர்கள் நீங்கள் பேசிய சில வார்த்தைகளை கேட்டவுடன் உங்களை பற்றிய புரிதலும் உங்களை எடைபோடும் விதமும் வேறுவிதமாக மாறிவிடுகிறது. நீங்கள் விஷயம் தெரிந்தவர்கள் என்ற தோரணையில் உங்களை பார்க்க ஆரம்பித்து விடுகிறார்கள். அதனால் உங்கள் காரியங்கள் நடக்கிறது, நடந்து கொண்டிருக்கிறது.

அதேபோல் நீதிமன்ற வழக்குகளில் வழக்கை வழக்குகளுக்காக ஜெயித்து கொடுக்க வேண்டிய கட்டாயத்தில் உழைக்கின்ற வழக்கறிஞர்களுக்கு பழைய கிரைய பத்திரங்களை, பழைய நீதிமன்ற ஆவணங்களை, பழைய வருவாய்த்துறை ஆவணங்களை வாசிக்கும் பொழுது அவர்களுக்கு அதனுடைய அர்த்தம் சரியாக பிடிபடாமல் வார்த்தையின் அர்த்தத்தின் ஆழம் தெரியாமல் சில நேரங்களில் மேலோட்டமாகவே வாசித்துவிட்டு வழக்குகளில் வாத உரைகளையும் நேரெதிர்வாத உரைகளையும் தயாரிக்கின்றார்கள். அப்படியே தயாரிக்கின்ற அவர்களுக்கு ரியல் எஸ்டேட் அகராதி புத்தகத்தில் உள்ள வார்த்தைகளில் சொற்களின் விவரங்கள் தெரிந்துவிட்டால் அவர்களின் வழக்கை அணுகும் பார்வையே மாறிவிடும்.

உதாரணமாக காஞ்சிபுரம் பகுதிகளில் காஞ்சிபுரம் கோயில்கள் சுற்றியுள்ள பகுதிகளில் சொத்துக்கள் வாங்கும் பொழுது பழைய தாய்ப்பத்திரங்களில் 1930-40 ஆண்டுகளில் அந்தப் பத்திரங்களில் "இஜாடிரான்ஸ்பர்" என்றுதான் இருக்கிறது. "இஜாடிரான்ஸ்பர்" என்பது ஏறக்குறைய அனுபவத்தை கை மாற்றி விடுவது அதாவது ஏற்கனவே ஒருவர் ஒரு இடத்தில் குத்தகைக்கு இருந்தால் அந்தக் குத்தகை இன்னொருவருக்கு மாற்றிவிடுவது "இஜாடிரான்ஸ்பர்" என்று அந்த காலத்தில் சொல்வார்கள் "இஜா" என்பது ஒரு ஹிந்தி வார்த்தை ஆகும்.

ஆனால் அதற்கு அடுத்து அடுத்தடுத்து அந்த சொத்து கை மாறும் பொழுது சுத்த கிரைய பத்திரங்களாக உருவாகி கை மாற்றப்படுகிறது. அதன்பிறகு இன்று பல கோடி ரூபாய் கொடுத்து அதனை கிரைய பத்திரம் மூலம் வந்த சொத்து என்று அந்த சொத்தை சம்சாரிகள் வாங்குகிறார்கள். மேலும் அனைத்து தாய் பத்திரங்களையும் ஆழமாகப் படித்து சட்ட

கருத்துக்களை கொடுத்த வழக்கறிஞர்கள் பழைய தாய் பத்திரங்களில் உள்ள "இஜாடிரான்ஸ்பர்" என்ற வார்த்தையை "கிரயம்" என்றே புரிந்துகொண்டு இருக்கிறார்கள். "இஜாடிரான்ஸ்பர்" என்றால் அது ஹிந்தி வார்த்தை குத்தகை கை மாறுதல் என்று புரிந்து கொண்டிருந்தால் அதற்கு Title இருக்கிறது என்று சட்ட கருத்தை கொடுத்திருக்க மாட்டர்கள். இப்படி சட்ட கருத்தை நம்பி வாங்கிய சம்சாரிகள் தற்பொழுது மேற்படி நிலம் கோவிலுக்கு சம்பந்தப்பட்டது என்று HRNCE நோட்டீஸ் கொடுக்கும் பொழுது பதறிப்போய் நிற்கின்றார்கள். உண்மையில் மேற்படி சொத்து "இஜாடிரான்ஸ்பர்" "கிரயம்" என்றும் 1930 க்கு முன்பு கோவிலுக்கு வாடகை செலுத்தி வந்திருக்கிறார்கள் என்பது ஆரம்பத்திலே தெரிந்து இருந்தால் பல கோடி கொடுத்து வாங்குகின்ற சொத்தில் அடிமனை தனக்கு உரிமை இல்லாது போகிறது என்ற விவரம் தெரிந்து அதனை வாங்காமல் தவிர்த்து இருப்பார்கள்.

இப்படி புதியதாய் சொத்துக்களை வாங்க போகும் பொழுதும், இப்படி நில சிக்கல்கள் வரும்பொழுதும் அரசு அலுவலகங்களில் நிலம் சம்பந்தமான ஆவண வேலைகளை செய்யும்பொழுதும் வார்தைகள் வசப்பட வேண்டும். அனைத்து மனிதர்களுக்கும் வார்தைகள் எளிதில் வசப்படுவதில்லை! வார்த்தைகள் வசப்படாதவர்கள் எல்லாம் புத்திசாலிகள் இல்லை என்று சொல்லமுடியாது. மக்கள் அனைவரும் புத்திசாலிகள் ஆனால் வேறு வேறு துறைகளில் சிலருக்கு வார்த்தைகள் வசப்படும், சிலருக்கு இயற்கையின் அழகு வசப்படும், சிலருக்கு கணித எண்கள் வசப்படும், சிலருக்கு பிரபஞ்சத்தின் ஆன்மீக உணர்வு வசப்படும், சிலருக்கு மனிதர்களை புரிந்துகொள்ள வசப்படும், சிலருக்கு தன்னுடைய உடலின் ரகசியங்கள் வசப்படும், சிலருக்கு வண்ணங்களும், வடிவங்களும் வசப்படும், இப்படி பர வெளியில் நிற்கும் விசயங்களை பலர் உணர்ந்துகொள்ளும் திறமை படைத்தவர்கள் இருக்கிறார்கள். அதுபோல தான் மொழி, சொல், வார்த்தை புரிந்துகொள்ளக்கூடிய அளவில் உணர்வை நான் பெற்று இருக்கிறேன். அதனால்தான் 9 வது படிக்கும் காலத்திலேயே இரண்டு கவிதை தொகுப்பு புத்தகங்களை வெளியிட்டு இருக்கிறேன். என்னுடைய இந்த வார்த்தைகள் மீதான பற்று மக்களுக்கு பயன்பட வேண்டும் என்று நான் உணர்ந்து கொண்டேன்.

எனக்கு வார்த்தைகள் மீது இருந்த ஆழமான காதல், நிலம் சம்பந்தமாக பல ஆண்டுகளாக செய்த களப்பணி இது இரண்டின் மூலமாக கிடைத்த அறிவை பகிர்ந்துகொள்ள சமூக ஊடகங்களிலும், நூல்களாகவும் எழுதிக்கொண்டு வருகிறேன்.

இதில் பழைய மெட்ராஸ், ராஜதானி அதாவது ஒரிசா, ஆந்திரா, கன்னடம், மலபார், தமிழ்நாடு மற்றும் அதில் உள்ள சமஸ்தானங்கள்

முழுவதும் தாலுகா வாரியாக சுற்றி இருக்கிறேன், இன்றும் சுற்றிக்கொண்டு இருக்கிறேன். ஆயிரக்கணக்கான நூல்களை வாசித்து இன்றும் வாசித்துக்கொண்டு இருக்கிறேன்) ஒவ்வொரு புத்தகத்தில், ஒவ்வொரு ஊரில் ஒவ்வொரு வார்த்தைகள் எனக்கு வசப்பட்டு கொண்டு இருக்கும்! அதனை எல்லாம் மொழிவாரியாக பகிர்ந்து தொகுத்து இருக்கிறேன். பாண்டிச்சேரியில் ஆனந்தரங்கபிள்ளை எழுதிய டைரியில் 12 வால்யூம் இருக்கிறது. கி.பி. 1700 களில் பயன்படுத்தப்பட்ட பல்வேறு வார்த்தைகள் இருக்கிறது. அதனை எல்லாம் இதில் சேர்க்கவில்லை. பின்புதான் பாண்டிச்சேரி திருவேங்கட பிள்ளை அவர்களின் நாட்குறிப்பில் உள்ளதை மட்டும் சிறிய அளவில் தொகுத்து இருக்கிறேன். இந்த புத்தகம் தொகுப்பிற்கே கிட்ட தட்ட 2 1/2 ஆண்டுகள் ஆகியிருக்கிறது. ஆனந்தரங்கபிள்ளை நாட்குறிப்பை சேர்த்தால் இந்த புத்தகத்தை முடிக்கவே முடியாது. தினமும் அதிகாலை 3.30 மணியில் இருந்து 6.30 மணி வரை தினமும் இதற்கு உழைப்பை செலுத்திக்கொண்டு இருந்தேன். களப்பணி, சுற்றுபயண நாட்களில் நூலாக்க பணியை செய்ய முடியவில்லை, எப்படி பார்த்தாலும் தொடர்ந்து 5000 மணி நேரத்திற்குமேல் இதில் உழைத்து இருக்கிறேன். மேலும் தொடர்ந்து ரியல் எஸ்டேட் அகராதியை உருவாக்கி கொண்டே இருக்கலாம் என்று இருக்கிறேன். ஏனென்றால் இன்றைய தலைமுறையினருக்கு பழைய பத்திரங்களில், பழைய பட்டாக்களில் பழைய நீதிமன்ற தீர்ப்புகளில் புரிந்துகொள்ள வேண்டிய தேவை இருக்கிறது.

இந்த அகராதியை வாசிப்பவர்கள் இதில் பிழைகள், தவறுகள், இருந்தால் கருத்துகள், விமர்சனங்கள் செய்ய paranjothip@gmail.com என்ற மெயில் முகவரியில் மூலம் தெரியபடுத்தவும். இது அகராதி புத்தகத்தில் இருக்கின்ற வார்த்தைகளை அ ஆ என்ற அகர வரிசைப்படி வார்த்தைகளை முடிந்த வரை அடுக்கியிருக்கிறேன். அவற்றை மொழிவாரியாக அடுக்கியிருக்கிறேன். இந்த புத்தகத்திற்கு கிடைக்கின்ற வரவேற்பை பொறுத்து அடுத்த பதிப்பில் இன்னும் சில ஆயிரம் வார்த்தைகளை தொகுக்கலாம் என்று இருக்கிறேன்.

அன்பு வாசகர்களுக்கு ஏற்கனவே எனது புத்தகமான நிலம் உங்கள் எதிர்காலம் பாகம் 1, பாகம் 2 புத்தகத்திற்கு அமோக வரவேற்பை கொடுத்து இருக்கிறீர்கள். அதே போல் இந்த புத்தகத்திற்கும் வரவேற்பை கொடுப்பீர்கள் என்று நம்புகிறேன்.

சா.மு.பரஞ்சோதி பாண்டியன்
ரியல் எஸ்டேட் தொழில் முனைவர்

நான்கு வயதில் தாயற்று
போனபொழுது
தந்தையே தாயுமாகி
போகும் இடமெல்லாம்
தோளில் சுமந்து சென்ற
தெய்வதிரு.கு.முத்தையா
அவர்களுக்கு இந்த
நூலாக்கத்தை
அர்ப்பணிக்கிறேன்!

பொருளடக்கம்

KATAKIS - கடகிஸ்

Native servants who were employed for keepingup communication with theNagas to whom they acted as interpreter sand supervisors The term is usually applied to royal messengersand diplomatic agents o humble status

பூர்வீக பணியாளர் நாகர்களுடன் தொடர்பு கொள்வதற்காகப் பயன்படுத்தப்பட்டார், அவர்கள் மொழி பெயர்ப்பாளர்களாகவும், மேற்பார்வையாளர்களாகவும் செயல்பட்டனர்.

KHAT - க்ஹட்

Land recovered from usdemess, and there by becoming here ditary property of the clearer

நிலம் மீட்கப்பட்டது, இதன் மூலம் தெளிவான சொத்தாக மாறும்

KHUDKHATAUNI - க்ஹூத்க்ஹடுனி

Contract of posting items from the daybookto the ledger

நாள் புத்தகத்திலிருந்து லெட்ஜருக்கு பொருட்களை இடுகையிடும் ஒப்பந்தம்

MUGA - முகா

An ifferior Silk, manufacturd In Assam

தரம் குறைந்தபட்டு அசாமில் தயாரிக்கப்படுவது

> " ரியல் எஸ்டேட் முதலீடும், உங்கள் வாழ்க்கையின் குறிகோள்களும், தற்போதைய வாழ்க்கை பயணமும் ஒரே நேர்கோட்டில் இருக்க வேண்டும். பலபேர் இந்த மூன்றும் நேர்க்கோட்டில் இல்லாத தாலேயே தோற்கின்ற முதலீட்டாளார்கள் ஆகின்றார்கள். "
>
> – சா.மு பரஞ்சோதி பாண்டியன்

> " நில ஆவணங்கள் சட்டங்களால் கட்டுப்படுத்தப்படுகின்றன! நிலங்கள் மனிதனின் ஆளுமையால் கட்டுப்படுத்தப்படுகின்றன "
>
> – சா.மு. பரஞ்சோதி பாண்டியன்

பார்சி வார்த்தைகள்

ABARNA RAMOSI - அரபா ராமோசி

(araba, cart, and Mar ramosi, the name of a criminal tribe the members of which are sometimes employed as village watchmen) A kind of tax levied on carts in Sholapur District for maintenance of village watchmen

(அராபா, வண்டி மற்றும் மார் ராமோசி, ஒரு குற்றவாளிப் பழங்குடியினரின் பெயர், சில சமயங்களில் கிராமக் காவலர்களாகப் பணிபுரியும் உறுப்பினர்கள்) கிராமக் காவலர்களைப் பராமரிப்பதற்காக ஷோலாப்பூர் மாவட்டத்தில் வண்டிகளுக்கு விதிக்கப்படும் ஒரு வகையான வரி

BABATI - பாபதி

Extra cess imposed in addition to ordinary revenue

சாதாரண வருவாயின் மீது கூடுதலாக விதிக்கப்பட்ட வரி

BADSHAHI - பட்ஷாஹி

Royal held under a royal grant

(பெரு மன்னர்) அரச மானியத்தின் கீழ் நடத்தப்பட்டது

BAGH - பக்ஹ

A garden, an orchard, aplantation In Birbhum the term was formerly applied also to garden lands held free of revenue

பிர்பூமில் ஒரு காய்கறித் தோட்டம், ஒரு பழத்தோட்டம், நடவு செய்தல் இந்த வார்த்தை முன்பு வருமானம் இல்லாத தோட்ட நிலங்களுக்கும் பயன்படுத்தப்பட்டது

BAGHAYAT - பாகாயட்

Artificially irrigated land ordinarily producing more profitable crops and assessed at a high rate

செயற்கை நீர்ப்பாசன நிலம், பொதுவாக அதிக லாபம் தரும் பயிர்களை உற்பத்தி செய்து அதிக விகிதத்தில் மதிப்பிடப்படுகிறது

BAND - பண்ட்

Embankment

அணைக்கட்டு

BAND / O / BAST - பாண்ட் ஒ பாஸ்ட்

Agreement, arrangement settlement of revenue, to be paid by zamindar, renter, or farmer to the Government or by the tenant to zamindar

ஒப்பந்தம், ஒரு ஏற்பாடு, ஜமீன்தார்கள் செலுத்த வேண்டிய நிதி வருவாய் வாடகைதாரர், விவசாயி ஆகியோரும் அரசுக்கு செலுத்தலாம் அல்லது குத்தகைதாரர் ஜமீன்தாருக்கு வழங்கலாம்

BA - FARZANDAN - பா பார்சன்டன்

A term inserted in a grant which is made to the grantee and his posterity BAGAETTAR,

மானியம் வழங்குபவர் பாகஸ்கர் மற்றும் அவரது சந்ததியினர்

CHAKARAN - சாகரன்

(Land held rent free or at a reduced rent in remuneration of service, butes) ecially that of village servants such as the qanungo, patwnri, thepeons, and chaukidars

(நிலம் வாடகை இல்லாமல் அல்லது குறைந்த வாடகையில் சேவை ஊதியம், butes) குறிப்பாக கிராம ஊழியர்களான கனுங்கோ பட்வாரி the peons மற்றும் chaukidars களுக்கு வழங்கப்படும்

CHOBDAR - சொப்டர்

(choh, stick, staff, and dar, holder, from dashtan, to hold) An attendant who carries a silverstick or mace before a chief or officer of rank, as an ensign of authority

ஒரு உயர் அதிகாரியின் வெள்ளி குச்சி அல்லது தண்டாயுதத்தை, அந்தத் தலைமை அதிகாரியின் அல்லது அதிகாரத்தின் அடையாளமாகக் கொண்டு செல்லும் ஊழியர்

DAFTARDAR - டப்டர்டர்

A record - keeper but in the Bombay Presidency, a member of the collector's establishment, and the highest in rank of those actually serving in the collector's office, his function is to advise on revenue questions

மும்பை ராஜஸ்தானியில் உள்ள ஆட்சித் தலைவரின் புத்திரக் காப்பாளர் மாவட்ட ஆட்சித் தலைவர் அலுவலகத்தில் உயர் அதிகாரியாக உள்ள இவரது பணி, நிதி வருவாய் தொடர்பான கேள்விகளுக்கு பதிலளிக்க வேண்டியது

DIH

A village, with the lands blonging to it

ஒரு கிராமம், அதற்குச் சொந்தமான நிலங்கள்

DIH-BANDI - டிஹ் பண்டி

A detailed statement of the villages in anj particiliir district or estate,and of the revenue assessed on each such statements were to have beenji repared by the qanwngosat the time of the decennial settlement and deposited in the Collector's office; also the rate at which a raiyat holds his lands

ஒரு கிராமம், மற்றும் பாரிடி, 'அஞ்ச்' மாவட்டம் அல்லது எஸ்டேட்டில் உள்ள கிராமங்களின் விரிவான அறிக்கை மற்றும் ஒவ்வொன்றின் மீதும் மதிப்பிடப்பட்ட வருவாயைப் பற்றிய விரிவான அறிக்கை அத்தகைய அறிக்கைகள் தசாப்த கால குடியேற்றத்தின் போது மற்றும் டெபாசிட் செய்யப்பட்ட qanwngosat மூலம் ஆட்சியர் அலுவலகத்தில்; செய்யப்பட்டிருக்க வேண்டும் ஒரு ராயத் நிலம் அளவிற்கு வரிவீதம் இருக்க வேண்டும்

DARBAR / KHARCH - தர்பார் /க்ஹார்ச்

Political and diplomatic expenditure, court charges, charge for presents and gratuities made to princes and public functionaries, bribes, etc In many places under the old regime, an addition made to the assessment by government officers or zamiridars, on the plea of providing for gratuities exacted by their superiors or the state on their payment of the revenue

அரசியல் மற்றும் இராஜதந்திர செலவுகள், நீதிமன்றக் கட்டணங்கள், இளவரசர்கள் மற்றும் பொதுப் பணியாளர்களுக்கு வழங்கப்பட்ட பரிசுகள் மற்றும் பணிக்கொடைகள், லஞ்சம் போன்றவை பழைய ஆட்சியின் கீழ் பல இடங்களில், அரசு அதிகாரிகள் அல்லது ஜமின்தார்களால் மதிப்பீடு செய்யப்பட்டன. அவர்களின் மேலதிகாரிகளோ அல்லது அரசோ அவர்கள் அங்குள்ள வருமானத்தை செலுத்தியதன் பேரில் வழங்கப்படும் பணிக்கொடைகளை வழங்குவதற்கான வேண்டுகோளின் பேரில்

DARGAH - தர்காஹ்

A royal court In India it is more usually applied to a Muhammadan shrine or the tomb of some reputed holy person

இந்தியாவில் ஒரு அரச நீதிமன்றம். இது பொதுவாக ஒரு முஹம்மதின் ஆட்சிக் கட்டில் அல்லது புகழ்பெற்ற புனித நபரின் கல்லறையாகப் பயன்படுத்தப்படுகிறது

DARKHWAST - தர்க்ஹவஸ்ட்

Petition, request, application, Appeal, Peropal for rendly estate

மனு, கோரிக்கை, விண்ணப்பம், மேல்முறையீடு, நிலத்தை பயிரிட அனுமதிகோரி மனு

DAROGHA - டரோக்ஹா

A manager, a superintendent, an overseer particularly the head of a custom or excisestation

ஒரு மேலாளர், ஒரு மேற்பார்வையாளர், ஒரு கண்காணிப்பாளர்; குறிப்பாக சுங்கவரித்துறை அல்லது கலால்வரித் தலைவர்

DARVESH - தர்வேஷ்

A Muhammadan mendicant, a fakir

ஒரு முஹம்மதின் பழிவாங்கும் நபர், ஒருபிச்சைக்காரர்

DASTAK - தாஸ்டக்

A passport, a (permitIn the early days of the British Government, a document authorising the free transit of certain goods, and their exemption from custom dues, in favour of English traders In later times, it applies more generally to a summons, a writ, or warrant, especially to a processserved on a revenue defaulter, to compel him to pay any balance that may be due

(கடவுச் சீட்டு) பிரிட்டிஷ் அரசாங்கத்தின் ஆரம்ப நாட்களில் இது ஒரு அனுமதிச் சீட்டு ஆங்கில வர்த்தகர்களுக்கு ஆதரவாக,சில சரக்குகளின் இலவச போக்குவரத்தை அங்கீகரிக்கும் ஆவணம் மற்றும் சுங்க நிலுவைத் தொகையில் இருந்து விலக்கு அளிக்கும் ஆவணம், பிற்காலத்தில், இது ஒரு அழைப்பு ஆணை, ஒரு அல்லது விசாரணைக்கு பொதுவாகப் பொருந்தும், குறிப்பாக வருவாய் செலுத்தாதவருக்கு, செலுத்த வேண்டிய நிலுவையை செலுத்தும்படி கட்டாயப்படுத்தவும் உதவியது

DASTUR - டஸ்தார்

Custom, usage; a customary fee a commission or percentage on the collections allowed by the Muhammadan government to the zamindars

சுங்கவரி, பயன்பாடு வழக்கமான கட்டணம்; ஜமீன்தார்களுக்கு முகமது அரசாங்கம் அனுமதித்த வசூல் மீதான தனிப்பணம் அல்லது சதவீதம்

DASTUR-UL-AMAL - டஸ்தார் உல் அமல்

daslnr, rule,regulation, and Aramnl, practice The orders and rules of government A code of instructions for the use of native revenue officers, under the Muhammadan Government of his sons and grand - sons, and Sapratibandha, eg, property devolving upon parents, brothers and the rest on the demise of the owner without male issue at the rate of percentDESAI (Mar from Sktdeshndhipati) Ruling chief of a country; the superintendent of a pargana;the principal revenue officer of a district, under the native Government The office was hereditary and frequently recompensed by grants of land, so that the Desaioften became a petty chief in south India

விதி, ஒழுங்குமுறை மற்றும் Aramnl, நடைமுறைப் படுத்துவது அரசாங்கத்தின் ஆணைகள் மற்றும் விதிகள். உள்ளூர் நிதிநிர்வாக அதிகாரிகள் அவரது மகன்கள் மற்றும் பேரன்கள் மற்றும் எடுத்துக்காட்டாக, பெற்றோர், சகோதரர்கள் மற்றும் மற்றவர்களின் மீது செலுத்தும் சொத்துக்களின் கீழ், பூர்வீக வருவாய் அதிகாரிகளைப் பயன்படுத்துவதற்கான வழிமுறைகளின் குறியீடு. ஆண் பிரச்சினை இல்லாமல் உரிமையாளரின் மறைவுக்குப் பிறகு, சதவீதம் DESAI (ஒரு நாட்டின் ஆட்சித் தலைவர்) ஒரு பர்கானா கண்காணிப்பாளர், மாவட்ட முதன்மை வருவாய் அதிகாரி. இந்தப் பதவி வாரிசு முறையிலானது. அது இயலாதபோது நிலங்கள் மானியமாக வழங்கப்படும். அதனால் தேசாய் அடிக்கடி தென்னிந்தியாவில் ஒரு குட்டித் தலைவரானார்

FARMAISH - பார்மைஷ்

An order, a command, a direction requisition on a village for small articles of consumption, as grass, firewood etc, formerly levied for the use of the district officers

ஒரு உத்தரவு, ஒரு கட்டளை, ஒரு திசை முன்பு மாவட்ட அதிகாரியின் பயன்பாட்டிற்காக விதிக்கப்பட்ட புல், விறகு போன்ற சிறிய நுகர்வுப் பொருட்களுக்காக ஒரு கிராமத்தில் கோரிக்கை

FARMAN - பார்மன்

Imperial order or grant

அரச கட்டளை, அல்லது மானியம்

FAUJDARI - பௌஜ்டரி

Office of a faajdar criminal as opposed to diwani or civil

ஒரு ஃபவுஜ்தாரின் அலுவலகம்; திவானி அல்லது சிவில் ஆகியவற்றுக்கு எதிரான குற்ற நடவடிக்கை

FAUJDARI / ADALAT - பௌஜ்டரி / அடல்ட்

A criminal court Under the Muhammadan government this was the title of a district criminal court, subordinate to the central one called the Nizamat Adalat-, and thia use of the term was retained in Bengal, while in the presidencies the name Fanjdar', Adalat was given to the highest criminal court

முஹம்மது அரசாங்கத்தின் கீழ் ஒரு உயர்ந்த கிரிமினல் கோர்ட், இது நிஜாமத் அதாலத் எனப்படும் மத்திய நீதிமன்றத்திற்கு கீழ்ப்பட்ட ஒரு மாவட்ட குற்றவியல் நீதிமன்றத்தின் தலைப்பு, மேலும் இந்த வார்த்தையின் பயன்பாடு வங்காளத்தில் தக்கவைக்கப்பட்டது, அதே நேரத்தில் ஜனாதிபதி பதவிகளில் 'Fanjdar' என்ற பெயரில் அதாலத் வழங்கப்பட்டது. மிக உயர்ந்த குற்றவியல் நீதிமன்றம்

FORAS AND PERTENCAS - பராஸ் அண்ட் பெர்ட்டேன்காஸ்

(Port/oraa,without, per / encua, dependencies) A term applied in Bonibaj' to waste land adjacent to cultivated land and

(போர்ட் / ஓரா, இல்லாமல், பெர் / என்குவா, சார்புகள்) பயிரிடப்பட்ட நிலத்தை ஒட்டிய தரிசு நிலத்திற்கு போனிபாஜ்ல் பயன்படுத்தப்படும் சொல்

GILANDAZI - கிளான்டஜி

(P griv, earth, and and azi, act of throwing, fromto throw) Charge for making and repairing embankments, allowed formerly in the village account

(பி கிரிவி, எர்த் மற்றும் அண்டாசி, எறிதல் செயல், முதல் எறிதல்) கிராமக் கணக்கில் முன்பு அனுமதிக்கப்பட்ட கரையை உருவாக்குவதற்கும் சரி செய்வதற்கும் கட்டணம்

GUMASHTAH - குமஷ்டாஹ்

(P) Agent, steward, confidential factor; officer appointed by zamindars to collect rents,

(P) முகவர், பணிப்பெண், இரகசிய காரணிகள்; வாடகை வசூலிக்க ஜமீன்தார்களால் நியமிக்கப்பட்ட அதிகாரி

HARKARA - ஹர்கரா

A messenger, courier, emissary, spy from the total revenue entered on the credit side of the account with government The term is there fore applied to rent-free and other assigned lands, also exempted from

ஒரு தூதர், பயணவசதி ஏற்பாட்டாளர், தூதுவர் அரசாங்கத்துடனான கணக்கின் வரவுப் பக்கத்தில் உள்ளிடப்பட்ட மொத்த வருவாயிலிருந்து உளவு பார்க்கவும், எனவே வாடகை இல்லாத மற்றும் பிற ஒதுக்கப்பட்ட நிலங்களுக்கும் இந்த வார்த்தை பயன்படுத்தப்படுகிறது, இதிலிருந்து விலக்கும் அளிக்கப்படுகிறது.

HAST-O-BUD - ஹாஸ்ட் ஓ பட்

count showing the past and present produce of an estate; a detailed statement of any land yielding revenue to rent - free lands resumption hast, thatis, and A comparative ac

ஒரு எஸ்டேட்டின் கடந்த கால மற்றும் நிகழ்கால உற்பத்தியைக் காட்டும் எண்ணிக்கை; வாடகையில்லா நில மறுதொடக்கத்திற்கு வருவாய் ஈட்டும் எந்த நிலத்தினதும் விரிவான அறிக்கை, அதாவது, மற்றும் ஒப்பீட்டு அறிக்கை.

JAGIR - ஜாகிர்

Hereditary or personal assignment of land and of its rent with or without conditions of service

பரம்பரை அல்லது தனிப்பட்ட ஒப்படை நிலம் மற்றும் அதன் வாடகைச் சேவைக்கான நிபந்தனைகளுடனோ, இல்லாமலோ இருக்கலாம்.

JAGIRDAR - ஜாகிர்தார்

Holder of a jagir

ஜாகிர் வைத்திருப்பவர்

JAIDAD - ஜியாடாத்

An assignment in land (for the maintenance of an establishment of troops) assets, fund, source,property

நிலத்தில் ஒரு பணி (குருப்புக்களின் ஸ்தாபனத்தை பராமரிப்பதற்காக) சொத்துக்கள், நிதி, ஆதாரம், சொத்து

KARBARI - கற்பாரி

A trader, a merchant Karbhariin Marathi stands for an agent or principal officer   kar-o-bar, kar, work, business, and bar,

எடை, சுமை ஆகியவற்றிலிருந்து ஒரு வர்த்தகர், ஒரு வணிகர் Karbhariin Marathi என்பது ஒரு முகவர் அல்லது முதன்மை அதிகாரியைக் குறிக்கிறது

KARDAR - கர்தார்

An agent, the title of a former revenue and magisterial officer, since replaced by the mukhtarkar; also the title of an officer under government

ஒரு முகவர், ஒரு முன்னாள் வருவாய் மற்றும் மாஜிஸ்திரேட் அதிகாரி என்ற பட்டம், முக்தார்க்கரால் மாற்றப்பட்டது.

அரசாங்கத்தின் கீழ் ஒரு அதிகாரிக்கும் இந்தப்பட்டம் பொருந்தும்.

KARKUN - கற்குன்

Manager,   Titer,   clerk KARKUNI Office of a karkun

மேலாளர், எழுத்தர்

KARGAH - கார்காஹ்

Workshop

பணியிடம்

KHAM - கஹறாம்

Raw, unripe as a revenue term it means settlement made with the cultivators direct,without the intervention of a third person, the estate being managed by the officers of Government ;also grosss revenue of a village

வருவாய்த்துறையின் அர்த்தத்தில், என்பது, மூன்றாம் நபரின் தலையீடு இல்லாமல், விவசாயிகளுடன் நேரடியாகத் தீர்வு ஏற்படுத்துதல் அரசு அதிகாரிகளால் நிர்வகிக்கப்படும் தோட்டம்; ஒரு கிராமத்தின் மொத்த வருவாய் கணக்கும் அவரிடமே இருக்கும்.

KHAM–BAQI - க்ஹறம் பக்ய்

Collection of outstanding balance of gross revenue from the raiyats

ரயத்களில் இருந்து நிலுவையில் உள்ள மொத்த வருவாயின் வசூல்

KHANABARI - க்ஹறனபரி

A house with grounds and out houses attached to it a small patch of ground attached to a raiyat's hut to grow vegetables for his own use, for which he is exempted from rent

ஒரு வீடு, அதனுடன் இணைக்கப்பட்ட மைதானம் மற்றும் அவுட்ஹவுஸ்கள் ஒரு ரயத்தின் குடிசையுடன் தனது சொந்த உபயோகத்திற்காக காய்கறிகளை வளர்ப்பதற்காக ஒரு சிறிய நிலப்பரப்பு இணைக்கப்பட்டுள்ளது, அதற்காக அவருக்கு வாடகையில் இருந்து விலக்கு அளிக்கப்பட்டுள்ளது.

KHANDANI ASHRA SHARIF – க்ஹரண்டனி அஸ்ரா ஷரிப்

A ceremony performed on the tenth day of a family member's death

ஒரு குடும்ப உறுப்பினர் இறந்த பத்தாவது நாளில் செய்யப்படும் ஒரு சடங்கு

KHANDI - க்ஹரண்டி

A part, weight values in different places, ordinarily equivalent to twenty local maunds

ஒரு பகுதி, வெவ்வேறு இடங்களில் எடை மதிப்புகள், சாதாரணமாக இருபது உள்ளூர் அளவைக்கு சமமானவை

KHANQAH – க்ஹரன்காஹ்

Aconvent, a monastery for suf is ordarvfshes

ஒரு தங்குமிடம், சூபி துறவிகளுக்கான ஒரு மடாலயம்

KHANS AMAN – க்ஹரான்ஸ் அமன்

A house steward

வீட்டு சமையல் மற்றும் பணியாள்

KHABAJI - க்ஹராபாஜி

Subject to tributeor taxation

திருப்பணி வரி விதிப்புக்கு உட்பட்டது

KHARIDA-MUAAFI – க்ஹரிடா முஆபி

Lands claiming exemption from revenueas having been bought under that condition

தாம் எந்த நிபந்தனையின் கீழ் நிலம் வாங்கினோமோ அந்த நிபந்தனையின் கீழ், வருவாயிலிருந்து விலக்கு கோருதல்

KHUD-KASHT - க்ஹரூத் கஷ்ட்

Sowing or cultivating one's own ground (P khud, self, own, and kashtati)

(விதைக்க, விதையாக) விதைப்பவர் தமது சொந்த நிலத்தில் பயிரிடுதல்

KHUSHBASH - க்ஹரூஷ்பாஷ்

One who lives pleasantly or at his ease a cultivator paying small or no rent farmer of land; in some of the a hereditary

இன்பமாக அல்லது நிம்மதியாக வாழ்பவர் சிறிய அல்லது வாடகையற்ற விவசாயிக்கு பரம்பரியமாகச் செலுத்தும் விவசாயி

KHWAJAH – க்ஹரவஜாஹ்

An honourable prefix to the name of a man of position The Muhammadans of Bengal used it commonly in the case of Armenians

வங்காளத்தின் முஹம்மதியர்கள் ஆர்மேனியர்களின் விஷயத்தில் பொதுவாகப் பயன்படுத்தப்படும் பதவியில் உள்ள ஒருவரின் பெயருக்கு ஒரு கௌரவமான முன்னொட்டு

LA-KHARAJDAR - லா க்ஹரரஜ்டர்

Holder of Ren see Land

வரியற்ற நிலம்

LANGAR - KHANA - லங்கர் க்ஹரன

Analms house, a place where food andalms were distributed to the poor under Muhammadan government,by which an assignment from the jniblic revenues was appropriated to the maintenance of such establishments In Marathi, any extensive establishment

ஒரு தர்மசாலை, முஹம்மதின் அரசாங்கத்தின் கீழ் ஏழைகளுக்கு உணவு மற்றும் தானங்கள் விநியோகிக்கப்படும் இடம், இதன் மூலம் மராத்தியில், எந்தவொரு விரிவான ஸ்தாபனமும் அத்தகைய நிறுவனங்களின் பராமரிப்புக்காக ஜனரஞ்சக வருவாயில் இருந்து ஒதுக்கப்பட்டது

LARKA KOL - லார்கா கொள்

Aoriginal tribe int Chota Nagpur

சோட்டா நாக்பூரில் உள்ள பழங்குடியினர்

MADAD –I–MAASH – மடத் மாஷ்

Land granted in perpetuity under the royal seal for subsistence

வாழ்வாதாரத்திற்காக அரச முத்திரையின் கீழ் நிரந்தரமாக நிலம் வழங்கப்பட்டது

MASHALCHI – மஷல்சி

A torch - bearer

ஏ டார்ச் – தாங்குபவர்

MASHRUTI – மஸ்ருடி

Conditional assignment of land in lieu of services under Muhammadan Government

முஹம்மதிய அரசாங்கத்தின் கீழ் சேவைகளுக்குப் பதிலாக நிபந்தனையுடன் நிலம் வழங்குதல்

MUHAFIZ–I–DAFTAR – முஹபிழ் தாபதர்

A keeper, a guard, record, register, an public records are of the records, native officer of a court charged with the care of the public papers

ஒரு காப்பாளர், ஒரு காவலர், பதிவு, ஒரு பொதுப் பதிவேடுகள் என்பது போன்ற பொதுத் தாள்களைப் பராமரிக்கும் பொறுப்பில் இருக்கும் நீதிமன்றத்தின் சொந்த அதிகாரி

MUKHASA – முக்ஹச

P known tenureIt is a tenurement of a village or land to an individual, either rent-free, or at alow quit rent on condition of service In Marathi mukhasais a specified part of the chauth

தெரிந்த பதவிக்காலம் இது ஒரு தனிநபருக்கு ஒரு கிராமம் அல்லது நிலத்தை, வாடகை இல்லாமல், அல்லது சேவையின் நிபந்தனையின் பேரில் குறைந்த வாடகைக்கு விடும் காலமாகும்.

MUKHASADAR –முக்ஹசடர்

Holder of mukhasatenure

முகசத்தேனுரே வைத்திருப்பவர்

MUKHTARKAR – முக்ஹடர்கர்

In Sindh a revenue and magisterial officer corresponding to the Tahsddaror mamlaidar of other provinces

(செய்பவர், கர்தானில் இருந்து) சிந்துவில் ஒரு வருவாய் மற்றும் பிற மாகாணங்களின் தாஸ்தாரோர் மாமலாதாருக்கு தொடர்புடைய அதிகாரி

MUKHTARNAMA – முக்ஹடர்ணாம

A deed appointing a representative or agent, a power of attorney a deed executed by the co - sharers of a hereditary office, delegating its duties to a representative

ஒரு பிரதிநிதி அல்லது முகவரை நியமிக்கும் ஒரு பத்திரம், ஒரு பவர்ஃபாட்டர்னி ஒரு பரம்பரை அலுவலகத்தின் இணை - பங்குதாரர்களால் நிறைவேற்றப்பட்ட ஒரு பத்திரம், அதன் கடமைகளை ஒரு பிரதிநிதியிடம் ஒப்படைக்கிறது

MUQADDAMI – முகட்டாமி

elating to the office, duties or rights of a nniqaildam; amwjadihtmi settlement is that made with the heads of villages as representative sof the village proprietors

கடமைகள் அல்லது உரிமைகள் தொடர்பானது; கிராமத் தலைவர்களை கிராம உரிமையாளர்களின் பிரதிநிதிகளாகக் கொண்டு உருவாக்கப்படும்

MUSAFIRKHANA – முசபிர்க்கன

Traveller, and PA rest house

பயணி, மற்றும் PA ஓய்வு இல்லம்

MUTHTHADAR – முத்தடர்

The holder of a muththn, a land - holder, a zamindar

ஒரு நிலம் வைத்திருப்பவர், ஒரு ஜமீன்தார்

MUTHTHADARI – முத்தடரி

The tenure or office of a muththadar

முத்ததாரின் பதவிக்காலம் அல்லது அலுவலகம்

NAIB SARISHTADAR - நாய்ப் சரிஷ்டடர்

Deputy head ministerial officer of a courtNATK (Sktnayaka) A leader; the chief of a tribe; the head of a body of persons In the Indian Army, the Corporal, whether of cavalry or of infantry In the police, the fourth - class head - constable Naikis also the name of alow agricultural caste in Bengal

துணை, பி சரிஷ்டா, பதிவேடு மற்றும் டார், தாஷ்டானில் இருந்து ஒருவர், ஒரு நீதிமன்றத்தின் துணைத் தலைமை அமைச்சர் அதிகாரி ஒரு தலைவர்; ஒரு பழங்குடியின் தலைவர்; இந்திய இராணுவத்தில் உள்ள நபர்களின் தலைவர், கார்போரல், குதிரைப்படை அல்லது காலாட்படை, காவல்துறையில், நான்காம் வகுப்பு தலைமை காவலர் நாயகிகளும் வங்காளத்தில் விவசாய சாதியின் பெயர்

NAMAK KULKARNI - நமக் குல்கர்னி

(P namak, salt,and Mar kulkarni, hereditary villageaccount keeper) at salt works

(நாமக், உப்பு, மற்றும் மார் குல்கர்னி, பரம்பரை கிராம கணக்கு காப்பாளர்) உப்பு வேலைகளில்

NANJAI, NANJEY - நஞ்சை நஞ்சே

(sey, cultivation), vation of rice and gationAccount keeper (Tamnal, good, Soil fit for culti admitting of irri)

(சே, சாகுபடி), அரிசி மற்றும் கணக்கு காப்பாளர் (தம் நல், நல்லது, சாகுபடிக்கு ஏற்ற மண்)

NANKAB - நாங்கப்

(P nan, bread, and kar business) A term applied to an assignment of a portion of the land,or revenue of an estate, made to the occupant or zamindar as an allowance for his subsistence, usually amounting to about five, or sometimes ten percent on the assessment payable to the state

(பி நன், ரொட்டி மற்றும் கார் வணிகம்) நிலத்தின் ஒரு பகுதியை அல்லது ஒரு எஸ்டேட்டின் வருவாயை ஒதுக்குவதற்குப் பயன்படுத்தப்படும் ஒரு சொல், குடியிருப்பாளர் அல்லது ஜமீன்தாருக்கு அவரது வாழ்வாதாரத்திற்கான கொடுப்பனவாக, பொதுவாக ஐந்து அல்லது சில நேரங்களில் பத்து சதவிகிதம் மாநிலத்திற்கு செலுத்த வேண்டிய மதிப்பீடு

NAQDI-SARISHTA - நக்டி சரிஷ்ட

ready money,account, record, ment imposed in (Arnaqd, cash,and P swishtnThe land assess money

தயாராகப் பணம், கணக்கு, பதிவு, அர்னாக்ட், ரொக்கம் மற்றும் பி ஸ்விஷ்ட்ன் நில மதிப்பீட்டில் விதிக்கப்பட்டவை

NARATANI - நரடணி ரூபி

Rupee Coins named after Nar Narayan, a famous King of Coach Behar, circa ADThey were first introduced in his reign

கூச் பெஹாரின் புகழ்பெற்ற அரசரான நர நாராயணின் பெயரிடப்பட்ட ரூபாய் நாணயங்கள் முதன்முதலில் அவரது ஆட்சியில் அறிமுகப்படுத்தப்பட்டன

NAU-ABAD - நு ஆபத்

(P nan, new, fresh, andabad, populous, cultivated) Recently settled or cultivated land: in Chittagong, lands not included in any survey or assessment, and considered to be at the disposal of the government, who may rent them to any one

(நன், புதியது, புதியது, அண்டாபாத், மக்கள் தொகை கொண்ட) சிட்டகாங்கில், சமீபத்தில்முனைந்து பயிரிடப்பட்ட நிலம்: எந்த ஆய்வு அல்லது மதிப்பீட்டிலும் சேர்க்கப்படவில்லை, மேலும் அவை அரசாங்கத்தின் வசம் இருப்பதாகக் கருதப்படுகிறது, அவற்றை யாருக்கு வேண்டுமானாலும் வாடகைக்கு விடலாம்.

NAVIS - நவிஸ்

(P navis, writer, from navishtan, to write) A clerk entrusted with preparation of reports and maps

(நவிஸ், எழுத்தாளர், நவிஷ்டனில் இருந்து, எழுத) அறிக்கைகள் மற்றும் வரைபடங்களைத் தயாரிக்கும் பணியை ஒரு எழுத்தர் ஒப்படைக்கிறார்

NIRKH-NAVIS - நிர்க் நவாஸ்

(P nirkh, price, rate,and navis, writer, from nnvishtanito write) Writer of current prices of goods

விலை, விகிதம் மற்றும் எழுத்தாளர், பொருட்களின் தற்போதைய விலைகளை எழுதுபவர்

PAIK - பைக்

Courier, footman

கூரியர், பயணத்துணை ஓடியாடி வேலை செய்பவர்

PA - TITAN - பா டிடான்

Plural of paik

பைக் என்பதன் பன்மை

PAIMAISH - பைமாஷ்

(P) Measurement, survey

அளவீடு, கணக்கெடுப்பு

PAIMAL - பைமல்

(P pai, foot, and mal, from malidan, to trod upon) Trodden by foot; spoiled, ruined; waste land

(பை, கால் மற்றும் மால், மைதானில் இருந்து, மிதிக்க) கால்களால் மிதிக்கப்பட்டது; கெட்டுப்போன, அழிந்த; தரிசு நிலம்

PATMATJ - பட்மட்ஜ்

Devastation occasioned, by an army or cattle over running or trampling fields or gardens Hence, compensation paid for such loss

இராணுவம் அல்லது கால்நடைகள் வயல்வெளிகள் அல்லது தோட்டங்களில் ஓடும்போது மிதிப்படுவதன் மூலம் ஏற்படும் அழிவு. எனவே, அத்தகைய இழப்புக்கு இழப்பீடு வழங்கப்படும்

PARWANA - பரவன

(P) Order, grant of letter under royal seal, licence

ஆணை, அரச முத்திரையின் கீழ் கடிதம் வழங்குதல் உரிமம், ஒப்புகைச் சீட்டு

PARWANAGI - பர்வானகி ஹுஜூர்

HUZUR (parwanagi,order, permission, and Ar, huzur, court, government) Royal permission

ஹுஜூர் (பர்வனகி, ஆணை, அனுமதி, மற்றும் அர், ஹுஜூர், நீதிமன்றம், அரசு) அரச அனுமதி

PARGANA - பர்கனா

A sub - division of a district; a tract of country comprising a number of villages

ஒரு மாவட்டத்தின் துணைப் பிரிவு; பல கிராமங்களை உள்ளடக்கிய நாட்டின் பகுதி

QAULNAMA - குல்ணாம

(P natnah, a document, a deed) Written voucher granted to revenue payers, specifying the terms of their payments and amounts

(நட்னா, ஒரு ஆவணம், ஒரு பத்திரம்) வருவாய் செலுத்துவோருக்கு வழங்கப்படும் எழுத்து உறுதித் தாள், அவர்களின் கொடுப்பனவுகள் மற்றும் தொகைகளின் விதிமுறைகளைக் குறிப்பிடுகிறது

RASADI-JAMA - ரசடி ஜமா

(P rasad, supply of provision, etc, ArJama, total) Progressively increasing or diminishing total of assessment

(பொருட்கள் வழங்கல், முதலியன, அர்ஜமா, மொத்தம்) மதிப்பீட்டின் அளவை படிப்படியாக அதிகரித்தல் அல்லது குறைத்தல்

RAWANA - ராவன

(P) A passport, a pass a certificate from a collector of customs authorising goods to pass withoutt payment of further duty

ஒரு கடவுச்சீட்டு, மேலும் வரி செலுத்தாமல் பொருட்களைக் கொண்டு செல்ல அனுமதியளிக்கும் சுங்கவரி சேகரிப்பாளரின் சான்றிதழ்

RESHAMWALA - ரேஷம்வலா

(P reham, silk, and Hwala, owner, dealer) A dealer in silk or silk - thread

(ஹாம், பட்டு, மற்றும் ஷ்வாலா, உரிமையாளர், வியாபாரி) ஒரு வியாபாரி பட்டு அல்லது பட்டு நூல்

ROZINA - ராஜின

(P roz, a day) A daily allowance, a pension

(ஒரு நாள்) ஒரு தினசரி கொடுப்பனவு, ஓய்வூதியம்

RUBAKARI - ருபகரி

(P ru, face, ba, with, andkar, business) A document narrating the proceedings the record of a case

ஒரு வழக்கின் பதிவேடு ஒரு வழக்கின் பதிவை விவரிக்கும் ஆவணம்

SAB-A-PA - சப் அ ப

(P sar, head and pa, foot) A complete dress of honour

(சார், தலை மற்றும் பா, கால்) மரியாதைக்குரிய ஒரு முழுமையான ஆடை

SARBARAHEAB

(P sarbarah, a performer, a finisher, and kar, oer, fromkardan, to do) A business conducted in partnership; the officers of government collectively; a steward, a factor, a trustee; the manager of an estate for minors appointed by court of wards

(ஒரு நடிகரும், முடிப்பவரும், மற்றும் கர், ஓர், இருந்து) ஒரு காரியதரிசி, ஒரு காரணி, ஒரு அறங்காவலர்; வார்டுகளின் நீதிமன்றத்தால் நியமிக்கப்பட்ட சிறார்களுக்கான தோட்டத்தின் மேலாளர் ஆகியோர் பங்குதாரர்களாக இருந்து நடத்தும் ஒரு வியாபாரம்

SAL DAR SAL - ஸல் தர் ஸல்

(P salyear and dar, in) Year after year, yearly (P salyear and dar, in)

வருடா வருடம், வருடந்தோறும்

SAR-AMIN - சர் அமின்

(P sar, head, amin) Head revenue officer (P sar, head, amin)

தலைமை வருவாய் அதிகாரி

SARANJAM - சரஞ்சம்

(P) Apparatus; provisions; amongst the Marathas it was applied to a temporary assignment of revenue from villages or lands for the support of troops or for personal military service

மராட்டியர்களிடையிலான, எந்திரம்; கருவிகள் துருப்புக்கள் அல்லது தனிப்பட்ட இராணுவ சேவையின் ஆதரவிற்காக கிராமங்கள் அல்லது நிலங்களிலிருந்து பெறும் வருவாய் பயன்படுத்தப்பட்டன

SARDESHMUKH - சர்தேஷ்முக்

(P sar, head, anddrs krnnkh, qv) A high officer to whom the deshy nnkhs were subordinate

ஒரு உயர் அதிகாரியின் கீழ், தேசத்தின் தேசிங்குகள் இரண்டாம்பட்ச நிலையில் இருந்தனர்

SARISHTADAR - சரிஷ்டடர்

(P sarishta, office of registry, and dar, one who holds, from dashtan, to hold) The head ministerial officer of a courtor collector's office

(சரிஷ்தா, பதிவேடு அலுவலகம் மற்றும் டார், தாஷ்டானில் இருந்து வைத்திருப்பவர்) நீதிமன்ற ஆட்சியர்

அலுவலகத்தின் தலைமை அமைச்சர்/ அதிகாரி

SARKAR - சர்க்கார்

(P) Government; tract of territory under Muhammadan rule, corresponding roughly to a division under British Administration; also a house - steward; a native accountant

அரசு; முஹம்மதிய ஆட்சியின் கீழ் உள்ள பகுதி, பிரிட்டிஷ் நிர்வாகத்தின் கீழ் ஒரு பிரிவைச் சார்ந்தது; கூடவே வீட்டுப் பணிப்பெண்; ஒரு சொந்த கணக்காளர்

SAR-SUBAH - சர் சுபாஹ்

(P sar, head, andsubah, province) Under Maratha Government an officer superior to the mamiatdar

(சார், தலைவர், மற்றும் சுபா, மாகாணம்) மராட்டிய அரசாங்கத்தின் கீழ் ஒரு அதிகாரிக்கு மேலான அதிகாரி

SAZAWAL - சசவல்

(P) A native collector of revenue; an officer specially appointed to take charge and collect revenue of an estate, from the management of which the owner or farmerhps been removed

வருவாய் சேகரிப்பாளர்; ஒரு பண்ணையின் உரிமையாளர் அல்லது விவசாயி அகற்றப்பட்ட நிர்வாகத்தில் இருந்து பொறுப்பேற்ற மற்றும் வசூலிக்க சிறப்பாக நியமிக்கப்பட்ட ஒரு அதிகாரி

SHIGAL - சிகள்

(P) Lands dug into ditches by torrents of flood and rendered uncultivable

வெள்ளப்பெருக்கு மூலம் பள்ளங்களாக தோண்டப்பட்ட நிலங்கள் விவசாயத்திற்கு தகுதியற்றவை ஆகியன

SHIEAMI TALUQDAR - ஷிஈமி தலுஃடர்

(P shikam, belly, primarily it means inclusive,and taluqdar, q

v) Holder of estate, compris with in a zamindari and paying the revenues through thezamindaror other revenue contractor

(ஷிகம், தொப்பை, முதன்மையாக இது உள்ளடக்கிய, மற்றும் தாலுக்தார் சொத்து வைத்திருப்பவர், ஒரு ஜமீன்தாரிக்குள் அடங்கும் ஜமீன்தார் அல்லது பிற வருவாய் ஒப்பந்ததாரர் மூலம் வருவாய் செலுத்துதல்

SHIEAST - ஷிஈஸ்ட்

(P from shikastan, to break) Broken; carried away by inundation; encroachment of river

ஆற்றின் ஆக்கிரமிப்பால் உடைந்தது, வெள்ளத்தால் கொண்டு செல்லப்பட்டது

SIBANDI - சிபன்டி

(P) Irregular soldiery, asort of militia or imperfectly disciplined troops maintained for the garrisons of forts and guards in towns and villages, and for the collection of revenue

ஒழுங்கற்ற சிப்பாய்கள் முழுமையற்ற, பலவிதமான போராளிகள் அல்லது கண்ணியமற்ற துருப்புக்கள், கோட்டைகள் மற்றும் காவல்படைகள்; கிராமங்ககளின் வருவாயை சேகரிப்பதற்காக பராமரிக்கப்படுகின்றன

SUBAHDAR - சுபஹ்டர்

(P svhahnrovince, anddur, holder, from dashtavto hold) The governor of a province, a viceroy under the Mughal Government

ஸ்வாஹன்ரோவின்ஸ், அண்டுர், ஹோால்டர், தஷ்தாவ் டோல் ஹோால்ட் (ஒரு மாகாணத்தின் கவர்னர், முகலாய அரசாங்கத்தின் கீழ்)

SUWAR - சுவர்

(P) A eavalier, a horseman, a trooper; a mounted orderly

ஒரு குதிரை வீரர், ஒரு துருப்பு; ஒரு ஏற்றப்பட்ட ஒழுங்குமுறை

TAHSILDAR - தாசில்தார்

(P darholder, from dashtan, to hold) An Indian collector of revenue

(கார்டுதார், தாஸ்தானில் இருந்து, ஹோல்டு) ஒரு இந்திய வருவாய் சேகரிப்பாளர்

TAKYA-INAM - தக்ய இனம்

(Pabode of a faqir, and gift) An allowancemadan mendicants fornance of a takya

(ஒரு ஃபக்கரின் பபோட், மற்றும் பரிசு) ஒரு தக்யாவின் கொடுப்பனவு மதன் மெண்டிகண்ட் நிதியிலிருந்து

TANKHWAH - தன்க்வக்

(P) Dreftbill of exchange; anupon the revenue of apayment of pay, pension etc

(பரிவர்த்தனை வரைவு மசோதா; ஊதியம், ஓய்வூதியம் போன்றவற்றை செலுத்தும் வருவாய் மீது

TUT - டுத்

(P king, excellent in any degree, and Artut, a mulberry, the mulberry tree) Superiorpecies of mulberry (Morusindica)

அரசர் கல்வியாளர், எழுத்தாளர், ஒரு மல்பெரி, மல்பெரி மரம் மல்பெரியின் சிறந்த படங்கள் (மோரஸ் இண்டிகா)

UhUDWAR - உஹூட்வர்

expectant, a candidate for employment, one who a waits a favourable answer to some representation or request

எதிர்பார்ப்பவர், வேலைவாய்ப்புத் தேடும் வேட்பாளர், சிலரைப் பிரதிநிதித்துவப் படுத்தும் அவர், சாதகமான பதிலுக்காக காத்திருப்பவர்

VAIRAGI - வைராகி

a mendicant who smears his where tent - Lands

தனது கூடாரம் - நிலங்களை கழிக்கும் ஒருவர்.

WARKAS ZAMIN - வார்காஸ் ஜாமீன்

(zaminland) Land suited to the cultivation of inferior grains

சாதாரணத் தானியங்களைப் பயிரிடுவதற்கு ஏற்ற நிலம்

YAD - யாத்

(P) Remembrance ; in Marathi, a memorandum, a note addressed to an equal on official subjects

நினைவு ஒரு அதிகாரியால் தனக்குச் சமமான ஓர் அதிகாரிக்கு மராத்தியில், ஒரு குறிப்பாணை, உத்தியோகபூர்வ விஷயங்களில் எழுதி அனுப்பப்பட்டது

YAUMIADAR - யாஉமையாடார்

(Pdar, holder, from dashtan, to hold) Recipient of a daily allowance

ஹோல்டர், தினசரி கொடுப்பனவு பெறுபவரை வைத்திருக்க

ZAMINDAk - ஜமிண்டார்

(zamin, land, and dar, holder, from dashtan, to hold) Aland holder

ஜமின், நிலம், நிலம் வைத்திருப்பவர்

ZAMINDARI SANAD - ஜமிந்தாரி சனத்

(Deed of grant by the Government of privilege or right to zamindarsZILA (Ar) A di-vision, a district jILADAR (P dar, holder from dashtan, to hold) A provincial governor : also an officer who presides over the collection of a district ZILADARI The office of a ziladar BAAT (Ar) Agriculture, cultivation, farming; a cultivated farm or

ஜமீன்தார்களுக்கான சிறப்புரிமை அல்லது உரிமைக்கான அரசாங்கத்தின் மானியப் புத்திரம். ஒரு மாகாண ஆளுநர் : மேலும் ஒரு ஜிலாதாரி மாவட்ட அலுவலகத்தின் சேகரிப்புக்குத் தலைமை தாங்கும் அதிகாரி. ஒரு ஜிலாடர், விவசாயம், சாகுபடி, விவசாயம்; பயிரிடப்பட்ட பண்ணை

பெங்காலி வார்த்தைகள்

BANKAR - பங்கர்

Forest produce, such as timber, brushwood,gum, honey; also the privilegeof cutting wood, hunting andfishing

காடு மற்றும் காட்டுவருவாய், மூங்கில் முதலான காட்டு விளைபொருட்கள் தூரிகை மரம், பசை, தேன் மரம் வெட்டும் உரிமை வேட்டையாடுதல் மற்றும் மீன் பிடித்தல் ஆகியவற்றிக்கான உரிமை

BAR-GUJAR - பார் குஜார்

The name of a classin the United Provinces, chieflyengaged in agriculture, thoughformerly notorious for their martialand predatory character They professto descend from Rajput fathersby women of inferior castes

ஐக்கிய மாகாணங்களின் ஒரு வகுப்பின் பெயர், முக்கியமாத விவசாயத்தில் ஈடுப்பட்டுள்ளது. அவர்கள் தற்காப்புக்கலை மற்றும் வேட்டையாடுதாலுக்கு பெயர் வோனவர்கள் அவர்கள் தாழ்த்தப்பட்ட சாதிகள் பெண்கள் மூலம் ராஜ்புத் தந்தையருக்குப் பிறந்தவர்கள் எனப்படுகின்றனர்

CHIRAGH - சிரக்ஹ

Uninhabited, desolate, deserted (as a village)

எதிராக இருங்கள், விளக்கு மக்கள் வசிக்காத வெறிச்சோடிய, வெறிச்சோடிய (ஒரு கிராமாக)

GANDA - கன்டா

cowries, gandagnndas anna; it is also used todenote a proportionate quantity of, land, and Mar mandavi, a warehouseof port - towns for imports and exports) A warehouse for keeping grainetc

பெங் கவுரிகள் கந்தகண்டாகளின் பணம், இது ஒரு விகிதசார நில அளவை நிலம் மற்றும் மார் மாண்டவி, இறக்குமதி மற்றும் ஏற்றுமதிக்கான கிடங்கு அல்லது துறைமுகத் நகரங்களை குறித்தப் பயன்படுகிறது, தானியங்களை வைப்பதற்கான கிடங்கு

JASTI VAEAM - ஜாஸ்தி வியம்

Excess share of the cropoff the produce of a fieldat - per coconut and palm tree and - jl - per mango and tamarind tree

ஜஸ்தி, அதிகப்படியான வாரப் பங்கு தென்னை மற்றும் ஒரு மா மற்றும் புளி மரத்திற்கு

KAHAN - கஹன்

A measure of value equal to sixteen pannsof kaurishells, orl So kauris, varying, therefore, in value with the market price of shells

பதினாறு பேன்களுக்கு சமமானது மதிப்பின் அளவீடு எனவே விற்பனையின் சந்தை விலையுடன் மதிப்பில் இருப்பது

PAN - பான்

Measure of value cowries or gandas: pans or cowries kahan; cowrie pice; pan anna; kahan — rupee

மதிப்பின் அளவீடு, துண்டு பண் – அண்ணா, கஹீன் – ரூபாய்

ரியல் எஸ்டேட் ஆபத்தானது என்பது சிலருக்கு வசதியான பொய்!
– சா.மு. பரஞ்சோதி பாண்டியன்

டச்சு வார்த்தைகள்

Aabraking – அபிராக்கிங்
Contact
தொடர்பு

Aabstelling
Appointment
நியமனம்

Aanbouw
in under construction
கட்டுமானத்தில் உள்ளது

Aandeelhouder – ஆன்டீல்ஹாவுடர்
shareholder
பங்குதாரர்

Aangenaam – ஆங்கேநாம்
Agreeable, pleasant
இணக்கமானது, இனிமையானது

Aangeven
To ahd to indicate to register
பதிவு செய்யக் குறிக்க

Aan'hangig – ஆன்'ஹாங்கிக்
Pending wub judice
நிலுவையில் உள்ள தீர்ப்பு

Aanklacht
Charge, Accusation
கட்டணம், குற்றச்சாட்டு

Aankoop – ஆன்கூப்
Purchase
வாங்குதல்

In aanleg – ஆன்லெக்கில்
in course of construction
கட்டுமானச் சமயத்தில்

Aanlegsteiger
Landing-stage
இறங்கும் - நிலை

Annmaak – அன்னமாக்
Manufacture
உற்பத்தி

Aannermer – ஆனெர்மர்
Contractor
ஒப்பந்தக்காரர்

Aanplant – ஆன்பிளாண்ட்
Plantation
தோட்டம்

Aanplanten - ஆன்பிளான்டென்
To plant
நடவு செய்ய

Aanspraak – ஆன்ஸ்ப்ராக்
Claim
கூற்று

Aantekenen
To register
பதிவு செய்ய

Aanvoer – ஆன்வூர்
Suply
வழங்கல்

Aanvoerder – ஆன்வோர்டர்
Leader
தலைவன்

Aanvoeren
To supply
வழங்குவதற்கு

Aanwas – ஆன்வாஸ்
Increase
அதிகரிப்பு

Aanwinst
Acquisition, asset
கையகப்படுத்தல், சொத்து

Aanzeggen
To notify

அறிவிக்க

A'buis
Error
பிழை

Abu'seivelijk
Erroeously
பிழையாக

Aca'demisch – அகாடெமிஷ்
Academic
கல்வியியல்

Ac'coord
Agreement
ஒப்பந்தம்

Accorderen
to come to an agreement
ஒரு உடன்படிக்கைக்கு வர

Achter'wege
later to omit
பின்னர் - தவிர்க்க

Achting – ஆச்சிங்
esteam
மதிப்பு

Ac'quit – விடுவித்தல்
Discharge
வெளியேற்றம்

Ad'junct – அட்'ஜங்க்ட்
Assistant
உதவியாளர்

Administra'tuer – நிர்வாகி
Manager
மேலாளர்

Administra'tief – நிர்வாகப் பொறுப்பு
administrative
நிர்வாக

A'dres
Petition
மனு

Adres'sant
Petitioner
மனுதாரர்

Adver'tentie – விளம்பரம்
Advertisement
விளம்பரம்

Adver'teren
To advertise
விளம்பரம் செய்ய

Advi'seur – ஆலோசகர்
Adviser
ஆலோசகர்

Afbestellen
To cancel
ரத்து செய்ய

Afbetaling – அஃப்பெட்டலிங்
Hire purchase
வாடகைக்கு வாங்குதல்

Afkeuren
To disapprove of to reject as unfit to condemn
கண்டிக்க தகுதியற்றது என நிராகரிப்பதை ஏற்க மறுப்பது

Af'komsting van – வேன்
Originating from
தோற்றம்

Afleiding
Distraction
கவனச்சிதறல்

Afzonderlijk
Separate
தனி

A'gent
Agency, branch
முகவர், முகமை, கிளை

Agent'tuur – முகவர்
Agency
முகமை

Ak'koord – அக்'கூர்ட்
Agreement
ஒப்பந்தம்

Ambtennaar – அம்ப்தென்னார்
Official civil servant
அதிகாரபூர்வ அரசு

Anciennit'teit
Seniority
சீனியாரிட்டி முதன்மையான

Arbeid – அர்பீட்
Labour
உழைப்பு

Arbeider – அர்பீடர்
Labourer
தொழிலாளி

Arbeidsbeurs
Labour Exchange
தொழிலாளர் பரிமாற்றம்

Are
Roo square metres
சதுர மீட்டர்

Baar geld – பார் ஜெல்ட்
Ready cash
பணம் தயாராக

Baat – பாட்
Benefit
பலன்

Barebsood
labour
உழைப்பு

Be'diende
Servant
வேலைக்காரன்

Be'diening
Service
சேவை

Be'hoefte
Need
தேவையான

Be'hoeftig
Needy
தேவைப்படும்

Be'hoeven
to need
தேவை

Behouden terugkeer
Safe return
பாதுகாப்பாகத் திரும்புதல்

Be'houdend
Conservative
பழமயான

Beiderzijds
On both sides
இருபுறமும்

Be;invloeden
To influence
செல்வாக்குச் செலுத்த

Be'Jegenen
To treat
சிகிச்சை செய்ய

Be; Keerling
Convert
மாற்று

Be'komen
To recover to agree with
உடன்படுவதற்கு மீட்க

Be'kwaamheid
Ability
திறன்

Be'kwamen
To quality
தரத்திற்கு

Be'landen
To land
தரையிறங்க

Be langeloos

Disinterested
ஆர்வமில்லாமல்

Be'lang"stellend
Interested
ஆர்வம்

Be landgrijk
Importnt
நிலம் முக்கியமான

Be'lasten
To tax
வரி விதிக்க

Be'noemen
To nominate
பரிந்துரைக்க

Be'rich – பெரிச்
Rport
அறிக்கை

Be'rusten in
To be resigned
பதவி விலக வேண்டும்

Be'schadigen
To damage
சேதப்படுத்த

Be'scheid
Document
ஆவணம்

Be schikbaar
Available
கிடைக்கும்

Be'schouwen
To regard
கருத்தில் கொள்ள

Be'stempelen
To stamp
முத்திரையிட

Be'stendig
Constant
நிலையானது

Be'twistbaar
Constestable
காவலர்

Beuren – பியூரன்
To receive
பெற

Be'voordelen
To benefit
பயன் பெற

Be'weren
To assert
வலியுறுத்துவதற்கு

Be'werkelijk
Unmanageable
நிர்வகிக்க முடியாதது

Be'wijs
Certificate
சான்றிதழ்

Be'wijsgrond
Argument
வாதம்

Be'wind
Grovernment rule
அரசாட்சி

Be'wpmer
Resident
குடியிருப்பாளர்

Be'zit – பெசிட்
Estate
பண்ணை

Be'zittingen
Property
சொத்து

Be'zoedelen
To defile
தீட்டு

Be'zwaarschrift

Petition
மனு

Be'zwangeren – பெஸ்வாங்கரன்
To impregnate
கருவுறுதல்

Bijslad – பிஜ்ஸ்லாட்
Additional payment
கூடுதல் கட்டணம்

Bijstaan – பிஜ்ஸ்தான்
To assist
உதவியாளர்

Bijstand
Assistand
உதவி

Billijken
To approve
அங்கீகரிக்க

Boedel – போடல்
Household
குடும்பம்

Bre'vet – பிரெவெட்
certificate
சான்றிதழ்

Brief
Letter
கடிதம்

Bruikbaar
Serviceable
சேவை செய்யக்கூடியது

Bundle
Collection
சேகரிப்பு

Col'lecte
Collection
சேகரிப்பு

Collec'teren
To collect money

பணம் சேகரிக்க

Com'missie
Committee
கமிஷன் குழு

Commissio'nair
Commission agent
கமிஷன் நாயர் குழு முகவர்

Compa'gnon
Partner
பங்குதாரர்

Con'cept
Draft
கருத்து வரைவு

Crfpacht
Long lease
நீண்ட குத்தகை

Da'teren
To date
இன்று வரை

De'biet
Sale
விற்பனை

Depo'neren
To Register
பதிவு செய்ய

Dignst
Service
சேவை

Dorp – டோர்ப்
Village
கிராமம்

Dorpeling – டார்பெலிங்
Villager
கிராமவாசி

Eignschap
Property
சொத்து

Evenwicht – ஈவன்விச்ட்
Balance
இருப்பு

Gle'veelheid
Quantity
அளவு

Ge'meenschap
Community
சமூகம்

Ge'meenschapsgevoel
Public spirit
பொது உணர்வு

Ge'meentelijk
Municipal
நகராட்சி

Ge'regeld
Regular
வழக்கமான

Ge'richt – ஜெரிக்ட்
Last Judgement
கடைசித் தீர்ப்பு

Ge'wrongen
Laboured
உழைப்பு

Ge'zag
Authority
அதிகாரம்

Ge'zaghebbend
Authoritative
அதிகாரப்பூர்வமானது

Godsdienstwaanzin
Religious
மதம் சார்ந்த

Goedkeuren
To approve
அங்கீகரிக்க

Gouverne'ment

Government
அரசு

Gouw – கோவ்
District
மாவட்டம்

Graafschap
County
நாடு

Groundleggin – கிரவுண்ட்லெக்கிங்
Foundation
அடித்தலாம்

Groundpacht
Ground rent
தரை வாடகை

Groothandel
Wholesale
மொத்த விற்பனை

Handeleaar
Dealer
தரகர்

Handenarbeid
Manual labour
உடலுழைப்பாளர்

Hoe'danigheid
Quality
தரம்

Hofhouding – ஹோஃப்ஹவுடிங்
Household
குடும்பம்

Houtvester – ஹவுட்வெஸ்டர்
Forester
வன அதிகாரி

Husibaas
Landlord
நில உரிமையாளர்

Huizenmkelaar – ஹ‘சிபாஸ்
House agent
வீட்டு முகவர்

Huren – ஹூரென்
To rent
வாடகைக்கு

Hyp'theek
Mortgage
அடமானம்

Identificeren
Identify
அடையாளம்

Inkomen – இன்கோமன்
Income
வருமானம்

Inkoop – இன்கூப்
Purchase
வாங்குதல்

Inlander – உள்நாட்டு
Native
பூர்வீகம்

Inlijven
Incorporate
இணைக்கவும்

Inruilen – இன்ரூய்லன்
To exchange
பரிமாற்றம் செய்ய

Inschrijven
To register
பதிவு செய்ய

Instemmen – இன்ஸ்டெம்மென்
To agree
ஒப்புக்கொள்ள

Instemming – இன்ஸ்டெமிங்
Approval
ஒப்புதல்

Ka'daster – கடாஸ்டர்
Land registry
நிலப் பதிவேடு

Kas – காஸ்
Cash

பணம்

Klaar'blijkelijk
Evident
தெளிவானது

Klaarheid – கிளார்ஹெய்ட்
Clarity
தெளிவு

Knecht
Servant
வேலைக்காரன்

Koop – கூப்
Purchase
வாங்குதல்

Kostbaas – கோஸ்ட்பாஸ்
Landlord
நில உரிமையாளர்

Koestelijk
Priceless
விலைமதிப்பற்ற

Kosten – கோஸ்டன்
Charges
கட்டணங்கள்

Kwanti'tiet – குவாண்டிடிட்
Quantity
அளவு

Kwartje – குவார்ட்ஜே
25 cent piece
25 சென்ட் துண்டு

Kwitantie
Receipt
ரசீது

Laan – லான்
Avenue
நிழற்சாலை

Landarbeider
Agricultural
விவசாயம்

Landen – லேண்டன்

To land
தரையிறங்க

Lande'rijen
Landed property
நிலச் சொத்து

Landleger
Land forces
நிலக்கடைக்காரர், நிலப்படைகள்

Landmeter
Surveyor
நிலமானி, அளவையாளர்

Landschap
Landscape
நிலப்பரப்பு

Lo'kaal – லோக்கால்
Room
அறை

Maatschap'pij
Society
சமூகம்

Misdienaar
Server
சேவகர்

Nederzetting – நெடர்செட்டிங்
Settlement
தீர்வு

Nooodlanding – நூட்லேண்டிங்
forced Landing
கட்டாய தரையிறக்கம்

Noord – நூர்
North
வடக்கு

Nut – நட்டு
Benefit
பலன்

Nuttig – நட்டிக்
Useful
பயனுள்ள

Om'geven – ஓம்'கெவன்
Surround
சுற்றியுள்ள

Omzetbelasting
Purchase tax
கொள்முதல் வரி

Onder'neming – ஒண்டர்'நெமிங்
Enterprice
நிறுவனம்

Ondertrouw
Registration
பதிவு

On'wettig
Unlawful
சட்டவிரோதமானது

Oord – ஊர்ட்
Resort
நவீன வசதிகள் கொண்ட குடியிருப்பு

Oordeel – ஊர்டீல்
Opinion
கருத்து

Oordeel'kundig – ஊர்டீல்'குண்டிக்
Judicious
நியாயமான

Oorkonde – ஊர்கொண்டே
Document
ஆவணம்

Oor'spronkelijk
Original
அசல்

Oosten – ஓஸ்டன்
East
கிழக்கு

Open'baar – ஓபன்'பார்
East
பொது

O'pinie – ஓபினி

Opinion
கருத்து

Oplossen
Solve
தீர்க்க

Oplossing – ஒப்லோசிங்
Solution
தீர்வு

Opmerken
To observe
கவனிக்க

Over'zien
To survey
ஆய்வு செய்ய

Overzijde
Opposite side
எதிர் பக்கம்

Pacht – பேக்ட்
Lease
குத்தகை

Par'terre - பார்டெர்ரே
Ground floor
தரைத் தளம்

Pa'troom – பாட்ரூம்
Employer
முதலாளி

Plaatselijk
Local
உள்ளூர்

Plaatsen - பிளாட்சென்
To place
வைக்க

Plant
Plant
தாவரம்

Platte'grond
Plan
திட்டம்

Platte'land – பிளாட்லேண்ட்
Country
நாடு

Platte'lands – பிளாட்லேண்ட்ஸ்
Rural
கிராமப்புறம்

Pro'cent
Percent
சதவீதம்

Raadhuis – ராதுயிஸ்
Council offices
அங்கத்தினர் அலுவலகங்கள்

Raadplegen
To consult
ஆலோசனை செய்ய

Raadslid – ராட்ஸ்லிட்
Councilor
சபை அங்கத்தினர்

Rechtbank
Court
நீதிமன்றம்

Rechter – ரெக்டர்
Judge
நீதிபதி

Rechtspositie
Legal status
சட்ட நிலை

Rechtzekerhied
legal security
சட்டப் பாதுகாப்பு

Regis'treren
To register
பதிவு செய்ய

Regle'ment
Regulation
ஒழுங்குமுறை

Regu'leren – ரெகுலெரன்
To Regulate

ஒழுங்குபடுத்த

Rekenschap
Account
கணக்கு

Re'kwest - ரெக்வெஸ்ட்
Petition
மனு

Rentmeester
Agent
முகவர்

Schaten
Estimate
மதிப்பீடு

Schatting
Estimate Valuation
மதிப்பீடு செய்ததன் மதிப்பு

Schikking – ஷிக்கிங்
Agreement
ஒப்பந்தம்

Spie
Cent
உளவாளி

Spreekgestoelte
Consulting room
ஆலோசனை அறை

Stuiver – ஸ்டுவர்
5 cent piece
5 செண்ட் துண்டு

To koop
For sale
விற்பனைக்கு

Toename
Increase
கால் பெயர், அதிகரிப்பு

Werkgever – வெர்கெவர்
Employer
பணியமர்த்துபவர்

Werkloon – வெர்க்லூன்

Wages
கூலி

Woning
House
வீடு

Woon achtig – ஆன் ஆக்டிக்
Resident
குடியிருப்பாளர்

Woonhuis – ஆன்ஹ‌ூயிஸ்
Private house
தனியார் வீடு

Woonwijk – ஆன்விஜ்
Residential District
குடியிருப்பு மாவட்டம்

Wrevelig – ரெவெலிக்
Resentment
மனக்கசப்பு

Zaakgelastigde
Agent
முகவர்

Zeilwagen
Land yacht
தரைப்படகு

> " சொத்து விஷயம்
> எனும் போது
> உணர்வுகள் / உணர்ச்சிகள்
> இல்லா மரக்கட்டையாய்
> மாறிவிடுங்கள் "
>
> – சா.மு. பரஞ்சோதி
> பாண்டியன்

பிரெஞ்சு வார்த்தைகள்

Abeille
Bee
தேனீ

Abus
Abuse
முறைகேடு

Acceptation tacite
Tacit acceptance
மறைமுக ஏற்பு

Acompte
Advance payment
முன் பணம்

Actes de disposition
Deeds of disposal
அகற்றும் செயல்கள்

Acte de notoriete
Deed of notoriety
புகழ்பெற்ற செயல்

Acte reglementaire
Regulatory act
ஒழுங்குமுறைச் சட்டம்

Action declaratoire
Declaratory action
அறிவிப்பு நடவடிக்கை

Action directe
Direct action
நேரடி நடவடிக்கை

Actes de gestion, de disposition
Acts of management, disposal
மேலாண்மை செயல்கள், அகற்றல்

Actesopposables a l heritier acts
Opposable to the heir
வாரிசுக்கு எதிரான செயல்கள்

Acte
Deed
பத்திரம்

Adaption pliencere
Adaptation - Pleencere
தழுவல்

Adhesion des parties à la decision
Adhesion of the parties to the decision
முடிவுக்கு கட்சிகளின் ஒப்புதல்

Administration des biens de famille
Administration of family assets
குடும்பச் சொத்துக்களின் நிர்வாகம்

Administration de la succession et gestion des biens
Estate administration and property management
எஸ்டேட் நிர்வாகம் மற்றும் சொத்து மேலாண்மை

Administration angalaise
English administration
ஆங்கில நிர்வாகம்

Administration de la preuve
Administration of evidence
சான்று நிர்வாகம்

Affidauit
Aaffidavit
வாக்குமூலம்

Adjoint
Deputy
துணை வழக்கறிஞர்

Adoption
Adoption
தத்தெடுப்பு

Agent de recettes
Revenue officer
வருவாய் அதிகாரி

Aine
Elder
மூத்தவர்

Alias
AKA
என்கிற..

Almanach (voir brahmans)
Almanac (see brahmans)
பஞ்சாங்கம் (பார்க்க பிராமணர்)

Ambattere
Ambatter
அட்டகாசம்

Amende
Fine
அபராதம் பற்றிய பதிவு

Amour
Amour
அன்பு

Anciens de l'aldee
Elders of the aldee
ஆல்டியின் பெரியவர்கள்

Annulation de sentence arbitrale
Annulment of arbitration award
நடுவர் மன்றத் தீர்ப்பை ரத்து செய்தல்

Apothiciare
Apothecary
மருந்து தயாரிப்பாளர்

Araque
Araque
அரக்கு

Arbitrage / arbiter
Arbitration / to arbitrate
நடுநிலை / நடுவர்

Arbitrage
Arbitration
நடுவர் மன்றம்

Arbres
Trees
மரங்கள்

Arbiter
Arbitrate
நடுவர்

Argamasse
Argamass
அகவி

Armement
Armament
ஆயுதம்

Armee
Army
இராணுவம்

Arrete
Stopped
நிறுத்தப்பட்டது

Arret
Stop
நிறுத்து

Arpentage, " mesurage "
Surveying, " measurement "
ஆய்வு, " அளவீடு "

Assemblee
Assembly
சட்டசபை

Attestation
Certificate
சான்றிதழ்

Attache
Attached
இணைக்கப்பட்ட

Audience (voirchaudrie et proce-dure)

Hearing (see boiler room and procedure)

கேட்டல் (கொதிகலன் அறை மற்றும் நடைமுறையைப் பார்க்கவும்)

Autecul – Autecul

கடல்வழி

Auxiliaire

Auxiliary

துணை

Audience

Hearing

கேட்டல்

Aveu

Confession

வாக்குமூலம்

Avancement d hoirie

Career advancement

வாழ்க்கைத் தொழில் முன்னேற்றம்

Avocat

Lawyer

வழக்கறிஞர்

Aveu

Confession

வாக்குமூலம்

AussiInterets, responsabilite, Societe

AlsoInterests, Responsibility, Society

மேலும், ஆர்வங்கள், பொறுப்பு, சமூகம்

Autorisationd'assigner un tiers

Authorization to summon a third party

மூன்றாம் தரப்பினரை அழைப்பதற்கான அனுமதி

Autorisation de formaliser l'acte

Authorization to formalize the act

சட்டத்தை முறைப்படுத்த அங்கீகாரம்

Autoriteparentale

Parental authority

பெற்றோர் அதிகாரம்

Avis

Notice

அறிவிப்பு

Bail

Lease

குத்தகை

Bananiers

Banana trees

வாழை மரங்கள்

Bannissement

Banishment

நாட்டை விட்டுத் துரத்துதல்

Banquier

Banker

வங்கியாளர்

Barbier

Barber

முடி திருத்துபவர்

Bayadere

Bayadere

பயடேரே

Bergers

Shepherds

மேய்ப்பர்கள்

Berger

Shepherd

மேய்ப்பன்

Bellecombe

Bellecombe

பெல்லிகோம்பே (அடையாளம் காணுதல்)

Benefice de discussion

Discussion benefit

விவாத நன்மை

Benefice
> Benefit
> நன்மை

Betel
> Betel
> வெற்றிலை

Beurre
> Butter
> வெண்ணெய்

Bibliotheque
> Library
> நூலகம்

Bienspersonnels
> Personal property
> தனிப்பட்ட சொத்து

Bijoux
> Jewellery
> நகைகள்

Billet de propriete
> Property ticket
> சொத்து டிக்கெட்

Billet de remise denfant
> Child discount ticket
> குழந்தைகளுக்கான தள்ளுபடி டிக்கெட்

' Billet Malabar enfrançais ''
> " Malabar ticket in French "
> " பிரெஞ்சு மொழியில் '' மலபார் டிக்கெட்

Billet d'encan
> Auction ticket
> ஏலச்சீட்டு

Blanchisseur
> Bleacher
> ப்ளீச்சர்

Blanchisseurs
> launderers
> சலவையாளர்கள்

Bois a brûler
> Firewood
> விறகு

Bonne (et mauvaise) foi
> Good (and bad) faith
> நல்ல (மற்றும் கெட்ட) நம்பிக்கை

Bornage
> Boundary
> எல்லை

Boyelleau
> Boyelleau
> பாயெல்லோ (வீட்டுக்கு பயன்படும் ஒருவகை மரம்)

Bonne foi
> Sincerity
> நேர்மை

Bureau des finances
> Finance office
> நிதி அலுவலகம்

Bureau du domain
> Domain office
> கள அலுவலகம்

Boutique
> Shop
> கடை

Bourgeois de pondichery
> bourgeois of Pondicherry
> பாண்டிச்சேரியின் முதலாளித்துவம்

Boucher
> Butcher
> கசாப்புக் கடைக்காரர்

Boulanger
> Baker
> ரொட்டி சுடுபவர்

Boutiquaire
> Shop
> கடை

Briques
Bricks
செங்கற்கள்

Cable
Cable
கேபிள்

Cadi
Cady
டீ கொண்டு செல்லும் பாத்திரம்

Canigadanam
Canigadanam
திருமணத்தின் போதைய கன்னிகாதானம்

Capitaine d infanterie
Infantry Captain
காலாட்படை கேப்டன்

Capitaine des ports
harbor master
துறைமுக மாஸ்டர்

Capacite
Ability
திறன்

Capacite
Ability
திறன்

Capacited'ester
Ester capacity
எஸ்டர் திறன்

Caserene
Mahe de la Bourdonnais
மஹே டி லா போர்டோனைஸ்

Catechiste
Catechist
கேடசிஸ்ட்

Caste (assemblee de caste)
Caste (caste assembly)
சாதி (சாதிக் கூட்டம்)

Carence
Deficiency
குறைபாடு

Carence à exercer des recours
Failure to seek remedies
பரிகாரம் தேடுவதில் தோல்வி

Cause
Cause
காரணம்

Caution
Bail
ஜாமீன்

Ceaude Nicolas devaux
Ceaude Nicolas devaux
சியோட் நிக்கோலஸ் டெவாக்ஸ் (பெயர்ச் சொல்)

Caution judicatum solvi
Bail judicatum solvi
இனத்தொகுப்பு

Ceremoniesfuneraires
Funeral ceremonies
இறுதிச் சடங்குகள்

Cession et circulation de creance
Assignment and circulation of debt
பணி நியமனம் மற்றும் கடன் சுழற்சி

Certificate
Certificate
சான்றிதழ்

Cesspools
Cesspools
கழிவறைக் கொள்கலன்

Chaboue
Sculpin
சிற்பி

Changeur
Changer
மாற்றுபவர்

Change
Exchange
பரிமாற்றம்

Charge de la preuve
Burden of proof
ஆதாரத்தின் சுமை

Charpie
lint
பஞ்சு

Charrette
Cart
வண்டி

Chaux
lime
சுண்ணாம்பு

Chaudrie de charite
Charity Boiler
தொண்டு கொதிகலன்

Charpentier
Carpenter
தச்சர்

Chaudrie de charite (Voiraussi compagnie de indes)
Charity boiler room
தொண்டு கொதிகலன் அறை (கஞ்சி தொட்டி)

Chef du service des contributions
Head of Contributions Department
பங்களிப்பு துறைத் தலைவர்

Chef de caste
caste leader
சாதித் தலைவர்

Chef de quartier
District chief
மாவட்டத் தலைவர்

Chef des corailleurs
Leader of the corals
பவளப்பாறைகளின் தலைவன்

Cheptel
livestock
கால்நடைகள்

Chetty, Chettiar
Chetty, Chettiar
செட்டி, செட்டியார்

Chretiens
Christians
கிறிஸ்தவர்கள்

Chef de famille
Householder
வீட்டுக்காரர்

Chose jugee
Res judicata
ரெஸ் ஜூடிகாட்டா

Choisi par les parties
Chosen by the parties
கட்சிகளால் தேர்ந்தெடுக்கப்பட்டவர்

Cipaye
Sepoy
சிப்பாய் - போர்வீரர்

Circonstances exceptionnelles
Exceptional circumstances
விதிவிலக்கான சூழ்நிலைகள்

Circonscription de l' etablissement
Constituency of the establishment
நிறுவனத்தின் தொகுதி

Circonstances exceptionnelles
Exceptional circumstances
விதிவிலக்கான சூழ்நிலைகள்

Clause de decheance du terme
Termination clause
நிறுத்துதல் பிரிவு

Clause penale et dommages – in – terets
Penalty clause and damages – in – interest

அபராதப் பிரிவு (வட்டியில் உண்டாகும் சேதாரங்கள்)

Classement des pieces
Parts classification
பாகங்களின் வகைப்பாடு

Clause de retour
Return clause
திரும்புவதற்கான விதி

Cocos
Coconuts
தேங்காய்கள்

Colonie
Colonie
காலனி

Collateraux
Collateral
இணை

Commissaire du tribunal
Court commissioner
நீதிமன்ற ஆணையாளர்

Compromis
Compromise
சமரசம்

Commerce
Trade
வர்த்தகம்

Commun
Common
பொதுவானது

Compagnie des Indes
India Company
இந்தியா நிறுவனம்

Comite de liquidation
liquidation committee
கலைப்புக் குழு

Compaigne
Companion
துணை

Competence
Skill
திறமை

Complement à sentence parentale
Supplement to parental sentence
முதன்மை வாக்கியத்திற்குத் துணையானது

Commissaire du government
Government commissioner
அரசு ஆணையர்

Communaute
Community
சமூக

Commission
Commission
தரகு

Compte
Account
கணக்கு

Communication, production et depot de pieces
Communication, production and filing of exhibits
தகவல் தொடர்பு, உற்பத்தி மற்றும் காட்சிப் பொருட்களை தாக்கல் செய்தல்

Comparution
Appearance
தோற்றம்

Commission 'd' agriculture et de commerce
Agriculture and Commerce Commission
விவசாயம் மற்றும் வணிக ஆணையம்

Commandement
Commandement
கட்டளை

Commis du bureau du domaine
Domain office clerk
பிரத்தியேக கள அலுவலக எழுத்தர்

Comptes
Accounts
கணக்குகள்

Communaute de vie separation des coheritiers
Community of life separation of co - heirs
இணை வாரிசுகளது வாழ்க்கைப் பிரிவுச் சமூகம்

Comparution
Appearance
தோற்றம்

Competence
Skill
திறமை

Comoutty
Comoutty
கம்யூனிட்டி

Concordance de religion, pays et caste
Concordance of religion, country and caste
மதம், நாடு மற்றும் சாதியின் ஒருங்கிணைவு

Consonne
La compagnie des indes - The India Company
இந்தியா நிறுவனம்

Conditions d 'heredite
Conditions of heredity
வாரிசு நிலைமைகள்

Condition sociale et juridique
Social and legal condition
சமூக மற்றும் சட்டநிலை

Condominium

Condominium
காண்டோமினியம் (அபார்ட் மென்ட்டில் உள்ள தனிவீடுகள்)

Concubinage
Concubinage
வைப்பாட்டி

Conflit de droit
Conflict of rights
உரிமைகளுக்கான மோதல்

Conseil general
Conseil general
பொதுக்குழு

Contrat de recouvrement
Recovery contract
மீட்பு ஒப்பந்தம்

Controleurs
Controllers
கட்டுப்படுத்துவோர்

Consell general
Consul General
கன்செல் ஜெனரல் குறிப்பிட்ட நாட்டின் சார்பாக பிற நாடுகளுடன் பேச்சுவார்த்தை நடத்துபவர்

Conseil souverain
Sovereign council
இறையாண்மை சபை

Concession de terres
Land grant
நில மானியம்

Concierge du Jardin de la compagnie
Company Garden Concierge
கம்பெனி கார்டன் கான்சியர்ஜ்

Conseil superieur
Higher council
உயர் சபை

Contrainte par corps
Constraint by body
உடல் இறுக்கம்

Conseil souverain
Sovereign Council
இறையாண்மை கவுன்சில்

Conseil superieur
Superior Council
மேலான சபை

Conseil superieur
Superior Council
மேலான கவுன்சில்

Conseil du contentieux administration
Administrative Litigation Council
நிர்வாக வழக்கு கவுன்சில்

Conseil d'etat
Board of state
மாநில வாரியம்

Conservateur des hypotheques
Registrar of mortgages
அடமானப் பதிவாளர்

Consul
Consul
தூதரகம்

Conseil de famille
Family council
குடும்ப சபை

Connaissement
Bill of lading
சரக்கு மசோதா

Consentement
Consent
சம்மதம்

Contrde
Control
கட்டுப்பாடு

Convention de partage
Sharing agreement
பகிர்வு ஒப்பந்தம்

Convention enmatere agricole
Agricultural agreement
விவசாய ஒப்பந்தம்

Convention en matiere
Ceremomelle ceremonial agreement
சடங்கு ஒப்பந்தம்

Condamnationen deniers ou quittances
Condemnation in money or receipts
பணம் அல்லது ரசீதுகளில் கண்டனம்

Consignation et depot au greffe
Consignment and filing at the registry
சரக்கு மற்றும் பதிவேட்டில் தாக்கல் செய்தல்

Corailleurs
Corals
பவளப்பாறைகள்

Courtier de la compagnie
Company Broker
நிறுவனத் தரகர்

Cour de cassation
Court of cassation
வழக்கை முடித்து வைக்கும் நீதிமன்றம்

Corail
Coral
பவளம்

Coraillers
Corals
பவளப்பாறைகள்

Corruption
Corruption
ஊழல்

Corps des interpretes
Body of performers

கலைஞர்களின் கூட்டமைப்பு

Corruption d'arbitre
Referee bribery
நடுவர் லஞ்சம்

Corde
String
லேசான கயிறு

Coton
Cotton
பருத்தி

Courtage
Brokerage
தரகு

Courtier
Broker
தரகர்

Counseill
Counsel
ஆலோசகர்

Cousins
Cousins
உறவினர்கள்

Creation de servitude
Bondage creation
அடிமைத்தன உருவாக்கம்

Creance publique
Public debt
பொதுக்கடன்

Criee unique
Single auction
ஒற்றை ஏலம்

d ' auteiul – d'auteiul
திராவிட சமுதாயத்தவர்

Dame ueuve – lady egg
பெண் முட்டை

Dattaka
Dattaka

தத்து எடுக்கப்பட்ட பையன்

Decision avant dire droit
Decision before saying right
சரி சொல்வதற்கு முந்தைய முடிவு

Decision de donneacte
Decision to act
செயல்பட முடிவெடுத்தல்

Decisioninterlocutoire
Inter locutory decision
இடைநிலை முடிவு

Decisionprovisoire
Preliminary decision
ஆரம்பநிலை முடிவு

Decision ultra petita
Ultra small decision
மிகச்சிறிய முடிவு

Decisions
Decisions
முடிவுகள்

Decision Ultrapetira
Ultra petira decision
தீவிர பெடிரா முடிவு

Decheance du terme
Forfeiture of term
காலத்தை அபகரித்தல்

Declaration
Statement
அறிக்கை

Decret
Decree
ஆணை

Defaut
Default
இயல்புநிலை

Defaut de preuve
lack of proof
ஆதாரம் இல்லாதது

Deguerpissement, expulsion
Eviction, eviction
வெளியேற்றம், வெளியேற்றம்

Deheance
Deheance
ஒழுக்கமின்மை

Deliberation
Deliberation
விவாதம்

Delais
Time limit
கால வரம்பு

Delais de paiement
Payment period
கட்டணம் செலுத்தும் காலம்

Delais
Time limit
கால வரம்பு

Delais, renvoi
Deadlines, dismissal
காலக்கெடு, பணிநீக்கம்

Depot
Deposit
வைப்பு

De galle
Gall
பித்தப்பை

Degout
Disgust
வெறுப்பு

Deheance
Deheance
ஒழுக்கமின்மை

De passage
Passing
கடந்து செல்கிறது

De puisage
Drawing
வரைதல்

Dercepteurs
Deceptors
ஏமாற்றுபவர்கள்

Desistement
Disclaimer
பொறுப்புத் துறப்பு

De saint – louis
of saint - louis
செயின்ட் லூயிஸ் உடைய

Des 'dix fanons'
'Ten baleen'
பத்து திமிங்கல மேல்தாடை எலும்பு'

Desistementd'instance
Discontinuance of proceed-ings
செயல்படுதலின் இடைநிறுத்தம்

Destruction de titre
Destruction of title
மூலத்தை அழித்தல்

Desaccord
Disagreement
கருத்துவேறுபாடு

Detention
Detention
தடுப்புக்காவல்

Dettes
Deheance
கடன்கள்

Dettes
Deheance
கடன்கள்

Decret
Dessert
விருந்து உண்டபின் சாப்பிடப்படும் இனிப்பு வகை

Distribution et privileges
Distribution and privileges
விநியோகம் மற்றும் சலுகைகள்

Disette
Scarcity
பற்றாக்குறை

Distribution
Distribution
விநியோகம்

Distribution
Distribution
விநியோகம்

Disignes par le tribunal (ou d' office)
Appointed by the court (or ex officio)
நீதிமன்றத்தால் நியமிக்கப்பட்டவர் (அதிகாரி அல்லாத நபர்)

Dissolution
Dissolution
கலைப்பு

Disqualification des arbitres
Disqualification of referees
நடுவர்களின் தகுதிநீக்கம்

Dispense des depens
Waiver of costs

Divan
Couch
மஞ்சம்

Divinites
Deities
தெய்வங்கள்

Divisible
Divisible
வகுபடக்கூடியது
செலவுகளை தள்ளுபடி செய்தல்

Dobachy
Dobachy
டோபாச்சி

Documents sociaux
Social documents
சமூக ஆவணங்கள்

Domaine
Domain
களம்

Dommmage et interet
Damage and interest
சேதங்கள் மற்றும் வட்டி

Donneaud du plan
Plan data
திட்ட தரவு

Donation de rue propriete
Donation of street property
தெரு சொத்து நன்கொடை

Droit franco – indien
Franco - Indian law
பிராங்கோ – இந்தியச் சட்டம்

Donations
Donations
நன்கொடைகள்

Donation
Donation
நன்கொடை

Drap
Sheet
தாள்

Droit de retrait
Right of withdrawal
திரும்பப் பெறுவதற்கான உரிமை

Droit de suite
Resale right
மறுவிற்பனை உரிமை

Droit de retrait
Right of withdrawal
திரும்பப் பெறுவதற்கான உரிமை

Droit de suite
Resale right

மறுவிற்பனை உரிமை

Droit d'estesen
Justice Right to sue
சட்ட நடவடிக்கை எடுக்கும் உரிமை

Droit sur la monnaie
Duty on currency
நாணயத்தின் மீதான வரி

Droits et taxes
Rights and taxes
உரிமைகள் மற்றும் வரிகள்

Droits ceremoniels
Ceremonial rights
சடங்குகளின் உரிமைகள்

Droits d' almanach
Almanac rights
பஞ்சாங்க உரிமைகள்

Droits de la mosque
Mosque rights
மசூதி உரிமைகள்

Droits seigneuriaux
Manorial rights
மேனரியல் உரிமைகள்

Droit de preemption
Right of first refusal
முதல் நிலை மறுப்பு உரிமை

Droit foncier
land rights
நில உரிமைகள்

Droit individuels
Individual rights
தனிப்பட்ட உரிமைகள்

Droit francais
French right
பிரஞ்சு வலது

Duree
Duration
கால அளவு

Eau de vie
Brandy
பிராந்தி

Echange
Exchange
பரிமாற்றம்

Ecrit
Writing
எழுதுவது

Ecrivain public
Public Writer
பொது எழுத்தர்

Ecrivain de la compagnie
Company writer
நிறுவன எழுத்தர்

Ecrivain du tabellion
Tabellion writer
அட்டவணை எழுத்தர்

Ecrivain public
Public Writer
பொது எழுத்தர்

Education
Education
கல்வி

Elephants
Elephants
யானைகள்

Employe au magasingeneral
General store employee
பொது மளிகைக் கடை ஊழியர்

Emprunt
Ioan
கடன்

Encre
Ink
மை

Enquete
Investigation

விசாரணை

Enregistrement des actes
Registration of deeds
பத்திரங்களின் பதிவு

Envoi en possession
Sending in possession
குறிப்பிட்டோர்   வசமிருக்குமாறு அனுப்புதல்

Equite
Equity
பங்கு

Erreur
Mistake
தவறு

Esclavage
Slavery
அடிமைத்தனம்

Esclave
Slave
அடிமை

Espacecommun
Common area
பொது இடம்

Etat de necessite
State of necessity
அவசியமான நிலை

Etat de necessite
State of need
தவறு

Etat de necessite
State of need
தேவைப்படும் நிலை

Etrangers
Foreigners
வெளிநாட்டினர்

Etre supreme
To be supreme
உச்சமாக இருத்தல்

Europeens
Europeans
ஐரோப்பியர்கள்

Exception de minorite
Minority exception
சிறுபான்மை விதிவிலக்கு

Exclusions de caste
Caste exclusions
சாதி விலக்குகள்

Exclusion de la competence de la chambre de consul-tation
Exclusion from the jurisdiction of the consultation chamber
ஆலோசனை அறையின் அதிகார வரம்பிலிருந்து விலக்குதல்

Exclusion de caste
Caste exclusion
சாதி விலக்கு

Execution
Execution
மரணதண்டனை

Executionconditionnelle
Conditional execution
நிபந்தனையுடன்   கூடிய   மரண தண்டனை

Executionprovisoire
Provisional execution
தற்காலிக மரணதண்டனை

Executoire
Enforceable
செயல்படுத்தக்கூடியது

Expedition
Dispatch
அனுப்புதல்

Expert / expertise
Expert / expertise
நிபுணர் / நிபுணத்துவம்

Explotation
Exploitation

சுரண்டல்

Expropriation
Expropriation
அபகரிப்பு

Eyssette
Eyssette
ஈசெட்

faillite syndic fonds
Bankruptcy fund trustee
திவால் நிதி அறங்காவலர்

fait d'amiraute
Admiralty fact
கடற்படை அதிகாரியால் அறியப்படும் உண்மை

Falsification de compte
Account forgery
கணக்கு மோசடி

Farine
Plain flour
எவ்விதக் கலப்புமற்ற மாவு

Faute
Mistake
அவசியமான நிலை

Faux, fraude
False, fraud
பொய், மோசடி

" fabricateur de requetes "
" query of builder "
கட்டடம் கட்டும் முதலாளியின் கேள்விகள்

Femme, conjoint survivant
Wife, surviving spouse
மனைவி, உயிர்வாழும் மனைவி

Ferme
Closed
மூடப்பட்டது

Ferme des droits
Rights farm
உரிமம பண்ணை

Ferme des limites
Closes limits
வரம்புகளை மூடுகிறது

Fermier des limites
Farmer of the limits
எல்லைக்குட்பட்ட விவசாயி

Fetes
Holidays
விடுமுறை

Fildor
Golden thread
தங்க நூல்

Fils, fille
Son daughter
மகன், மகள்

Filsadoptif
Adopted son
தத்து பையன்

Fiscal
Tax
வரி

Folleenchere
Crazy bid
பைத்திக்காரத்தனமான முயற்சி

Fonds de commerce
Commercial property
வணிகச் சொத்து

Force executoire
Enforceability
அமலாக்கத்திறன்

Forgeron
black – Smith

Formalites
Formalities
சம்பிரதாயங்கள்

Formes
Forms
வடிவங்கள்

Formulaired'inscription
Formulaired'inscription
வடிவமைக்கப்பட்ட கல்வெட்டு

Fortune monetaire
Monetary wealth
பணச் செல்வம்

Forum
Forum
மன்றம்

Foujadar
Foujadar
ஃபௌஜாதர் மெர்கலாயர் காலத்துக்கு முந்தைய தலைமுறை

Fournisseurf'eau
Water supPlier
தண்ணீர் வழங்குபவர்

Fourniture pour I hopital
Supply for the hospital
மருத்துமனைக்கான விநியோகங்கள் அல்லது வழங்கு பொருட்கள்

Fournitures a l armeefrancaise
Supplies to the French army
பிரெஞ்சு இராணுவத்திற்கு வழங்கப்படும் பொருட்கள்

fournitures
Stationery
காகிதம் முதலிய எழுது பொருள்கள்

Frais
Costs
செலவுகள்

Fraude (voir Obligations, Successions)
fraud (see Obligations, Successions
மோசடி (பார்க்க கடமைகள், வாரிசுகள்

Frere et soeur
Sibling
உடன்பிறப்பு

Friar fraucheux
Fresh Friar

Fruitier
Fruit tree
பழ மரம்

Fruitiers
Fruit trees
பழ மரங்கள்

Gage des biens de lepouse
Pledge of wife's property
மனைவியின் சொத்துகளை அடமானம் வைத்தல்

Gage personnel
Personal pledge
தனிப்பட்ட உறுதிமொழி

Garde
Keep
வை

Gendre
Son - in - law
மருமகன்

Gerance
Management
மேலாண்மை

Godon
Godon
கோடன்

Grand – mere
Grandmother
பாட்டி

Grand pontife, docteur de la loi, corps des brahmanes
Grand Pontiff, Doctor of Law, Corps of Brahmins
போப் ஆண்டவர், டாக்டர் ரேட் பட்டம் பெற்றவர், பிராமணர்களின் கூட்டம்

Greffe
Graft
ஒட்டுதல்

Greffier
Registrar
குமாஸ்தா

Groupe social
Social group
சமூகக் குழு

Guerre
War
போர்

Habitants
Inhabitants
குடிமக்கள்

Heritiere
Heiress
பெண் வாரிசு

Hotel de la monnaie
Mint
புதினா

Huilier
Oiler
எண்ணெய் ஊற்றுபவர்

Huiliers
Cruets
குரூட்ஸ்

Huissiers
Bailiffs
வாராக் கடன்களுக்கென பறிமுதல்
செய்யும் அதிகாரி

Huissiers
Ushers
உஷார்

Hypotheque
Mortgage
அடமானம்

Immatriculation
Registration
பதிவு

Immeuble de la compagnie
Company building
நிறுவனத்தின் கட்டிடம்

Immeubles, Terresagricoles
Buildings, Agricultural land
கட்டிடங்கள், விவசாய நிலங்கள்

Impot general sur le revenue
Impot General Sur Le Revenuke
இம்போட் ஜெனரல் சர் லெ
வருவாய் சரக்குகளை இறக்குமதி செய்யும்
வருவாய் அதிகாரி

Inalienable
Inalienable
பிரிக்க முடியாதது

Inconduite
Misconduct
தவறான நடத்தை

Indivision
Undivided
பிரிக்கப்படாதது

Infirmites
Infirmities
குறைபாடுகள்

Insulte
Insult
அவமதிப்பு

Interdiction administrative
Administrative ban
நிர்வாகத் தடை

Interets
Interests
ஆர்வங்கள்

Intermediaire
Intermediate
இடைநிலை

Interpretation
Interpretation
விளக்கம்

IInterprete
Interpreter
மொழி பெயர்ப்பாளர்

Interprete
Interpreter
விளக்கவுரையாளர்

Interprete du tribunal
Court interpreter
நீதிமன்ற மொழிபெயர்ப்பாளர்

Interruption des poursuites
Suspension of proceedings
நடவடிக்கைகளின் இடைநிறுத்தம்

Inventaire
Inventory
முழுமையான பட்டியல்

Ioipersonnele
Personal law
தனிநபர் சட்டம்

Irregularite
Irregularity
ஒழுங்கின்மை

Isle
Isle
தீவு

Isle aux cocotiers
Coconut Isle
தேங்காய்த் தீவு

Isle de France
Isle of France
பிரான்ஸ் தீவு

Isles
Islands
தீவுகள்

Jardin
Garden
தோட்டம்

Jealousies
Jealousies
பொறாமைக்கார

Jesuites
Jesuits
சமணர்கள்

Jeter la pierre à la tete
Throwing the stone at the head
தலையில் கல்எறிதல்

Jouveau / dubreiul
கட்டடக் கலைச் சொல்

Juge
Judge
நீதிபதி

Juge d' instance
Magistrate
மாஜிஸ்திரேட் (நீதிபதி)

Juge naturel
Natural judge
இயற்கை நீதிபதி

jurisprudence
jurisprudence
நீதித்துறை

Juste
Just
வெறும்

Juvenile
Juvenile
சிறார்

Kammalers
Kammalers
கம்மாளர்கள்

Kieda (Roide)
Kieda (king of)
கிடா (ராஜா)

Kritima
Kritima
கிருதிமா (இந்து பெண்களின் பெயர்ச் சொல் காணும் ராசிப்பெயர்)

L ' intermedefrancaiseninde
The French intermedium in India
இந்தியாவில் பிரெஞ்சு இடைநிலை

la communaute
The community
சமூகம்

la libere du commerce
Freedom of trade
வர்த்தக சுதந்திரம்

la pourvoyeuse
The provider
வழங்குபவர்

la sultane
The sultana
சுல்தானா

laboureur
Plowman
உழவன்

laude
Praise
பாராட்டு

Law de Lauriston
Law de Lauriston
லாரிஸ்டன் சட்டம்

Le fort louis et les constructions avoisinants
Fort Louis and surrounding buildings
லூயிஸ் கோட்டை மற்றும் சுற்றியுள்ள கட்டிடங்கள்

Le nomme
The named
பெயரிடப்பட்டது

Le sieur
Mister
திருவாளர்

lecture des pieces et du judgement à l' audience
Reading of exhibits and judgment at the hearing
விசாரணையில் கண்காட்சிகள் மற்றும் தீர்ப்புகளைப் படித்தல்

Legitimite
Legitimacy
சட்டபூர்வமான தன்மை

lesion
lesson
புண்

Letter recommandee
Registered letter
பதிவு செய்யப்பட்ட கடிதம்

lettre de change
Bill of exchange
மாற்றுச்சீட்டு

lettres de recision
letters of rescission
ரத்து கடிதங்கள்

liberte de tester
Freedom to test
சோதனைச் சுதந்திரம்

liberte de tester
dom to test
பரிசோதனைச் சுதந்திரம்

lieutenant d' artillerie
Artillery lieutenant
பீரங்கி லெப்டினன்ட்

Limites
Limits
வரம்புகள்

Livres
Books
புத்தகங்கள்

livres de commerce
Business books
வணிகப் புத்தகங்கள்

Livres tournois
Tournament books

சா.மு. பரஞ்சோதி பாண்டியன்

போட்டி புத்தகங்கள்

loimnaturelle
Natural law
இயற்கைச் சட்டம்

lois du commerce
Trade laws
வர்த்தகச் சட்டங்கள்

lois et usages indiens
Indian laws and customs
இந்தியச் சட்டங்கள் மற்றும் பழக்கவழக்கங்கள்

lois, coutoumes et usages malabars
Malabar laws, customs and usages
மலபார் சட்டங்கள், பழக்க வழக்கங்கள் மற்றும் பயன்பாடுகள்

loischoulais
Choulais laws
ஷொலியஸ் சட்டங்கள்

loisciviles
Civil laws
பொது சட்டங்கள்

loitamoule
Tamil law
தமிழ்ச் சட்டம்

lots et ventes
lots and sales
நிறைய மற்றும் விற்பனை

Louis
Louis
லூயிஸ் (பெயர்ச்சொல்)

Madame
Mrs
திருமதி

Magasin
Store
கடை

Maitre decole

Teacher
ஆசிரியர்

Malabars
Malabars
மலபார் பகுதியினர்

Mandat de succession
Estate mandate
பரம்பரை ஆணை

Mandate, procuration
Mandate, power of attorney
நிரந்தர ஆணை, வழக்கறிஞரின் அதிகாரம்

Maniom
Cassava
மரவள்ளிக்கிழங்கு

Maoon
Builder
கட்டுமான முதலாளி

Marchand de nely
Nely merchant
நெல்லிவணிகர்

Marchand de toile
Canvas merchant
கேன்வாஸ் வியாபாரி

Marchand de volailles
Poultry merchant
கோழி வியாபாரி

Marchand Malabar
Malabar merchant
மலபார் வணிகர்

Marchanddeal compagnie
Company merchant
நிறுவன வியாபாரி

Marchande de chaux
lime merchant
சுண்ணாம்பு வியாபாரி

Marchands
Merchants
வணிகர்கள்

Marchands (Voir Metierset fonctions)

Merchants

வணிகர்கள்

Mauvaise

bad

மோசமான

Medecin

Doctor

மருத்துவர்

Mere

Mother

அம்மா

Metiers, fonctions

Professions, functions

தொழில்கள், நிகழ்ச்சிகள்

Mission

Assignment

பணி

Missionnaires, Religieux et Catechistes

Missionaries, Religious and catechists

பிரச்சாரகர்கள், மதம் மற்றும் கேடசிஸ்டுகள்

Modele de toile

Canvas pattern

துணியால் மூடப்பட்ட தனிஅறை

Monnaie scriptuaire

Scriptural currency

வேத நாணயம்

Monnaiescripturale

Bank money

வங்கிப் பணம்

Monsieur

Sir

ஐயா

Moolah

Moolah

மறைவாக பாதுகாக்கப்படும் பணம்

Motivation des decisions

Reasons for decisions

முடிவுகளுக்கான காரணங்கள்

Madame

Mrs

திருமதி

Mahr

Mahr

வடஇந்திய பட்டியலின் மக்களின் உட்சாதிப் பெயர்

Mainlevee d' opposition

Release of opposition

எதிர்ப்பின் வெளிப்பாடு

Maison du controle

Control house

கட்டுப்பாட்டு வீடு

Maisondotale – dotale

la communaute the community

சமூகம்

Majeur

Major

வயதுக்கு வந்த

Majorite

Majority

பெரும்பான்மை

Manteque

Mantle

மேலங்கி

Maures

Moors

மூர்ஸ்

Meubles et effects

Furniture and effects

தளவாடங்கள் மற்றும் விளைவுகள்

Mineur et incapable
Majeur minor and incapable adult
சிறியோர் மற்றும் திறமையற்ற இளைஞர்

Ministere public
Public minister
பொது அமைச்சர்

Mise en cause
Questioned
கேள்வி எழுப்பப்பட்டது

Misere - logement
Misery - housing
துன்பம் – வீடு

Missionnaires
Missionaries
கிறிஸ்தவ மதப் பிரச்சாரர்கள்

Modely, modeliar
Modely, modeliar
மாடலி, மாடலியர்

Mollah
Mullah
முல்லா

Monnaie
Change
மாற்றம்

Mont - de - piete
Pawnbroker
அடகு வியாபாரி

Musulmans, choulias
Muslims, choulias
முஸ்லிம்கள், சோலியாக்கள்

Nadagopales
Nadagopales
நடகோபாலஸ்

Natar, mahanatar
Natar, mahanatar

நாட்டார், மகாநாட்டார்

Nationalite
Nationality
தேசியம்

Nattar
Nattar
நாட்டார்

Nattars
Nattars
நாட்டார்கள்

Nattisement
Nurturing
பதுக்கல்

Navire
Vessel
பாத்திரம்

Naynar
Naynar
நயினார்

Negociant
Merchant
வணிகர்

Nely
Nelly
நெல்லிக்காய்

Neveu, niece
Nephew niece
மருமகன், மருமகள்

Noblesse hereditaire
Hereditary nobility
பரம்பரை பிரபுக்கள்

Nom patronymique
Surname
குடும்பப் பெயர்

Nombre
Number
எண்

Non retroactivite

No retroactivity
பின்னடைவு இல்லை

Non signe
Unsigned
கையொப்பமிடவில்லை

Notaire
Notary
நோட்டரி (ஆவணங்களுக்கு சட்டபூர்வ அங்கீகாரமளிப்பவர்)

Notaires
Notaries
நோட்டரிகள் (ஆணவங்களுக்கு சட்டபூர்வ அங்கீகாரம் வழங்குவோர்)

Notaire au domicile
Notary at home
வீட்டில் நோட்டரி

Notaire
Notary
நோட்டரி (ஆவணங்களுக்கு சட்டபூர்வ அங்கீகாரமளிப்பவர்)

Notorietepublique
Public notoriety
பிரபலம்

Novation
Novation
புதுமை

Nuepropriete
Bare ownership
வெற்று உரிமை

Obligation d'entretien
Duty of maintenance
கடமை

Obligation de faire
Obligation to do
செய்ய வேண்டிய கடமை

Office de la monnaie
Currency office
நாணய அலுவலகம்

Oncle, tante

Uncle, aunty
மாமா, அத்தை

Opposition et tierce opposition
Opposition and third party opposition
எதிர்ப்பு மற்றும் மூன்றாம் தரப்பு எதிர்ப்பு

Opsium
Opium
அபின்

Ordannace royal
Royal ordinance
அரச கட்டளை

Ordannance
Arrangement
ஏற்பாடு

Ordonnance de soitsignifie
Order of either means
ஒன்று என்ற விதி

Ordre public
Public order
பொது ஒழுங்கு

Orfevre
Goldsmith
பொற்கொல்லர்

Orfevre de la monnaie
Coin maker
நாணயம் தயாரிப்பாளர்

Ouverture force des locaux
Forced opening of premises
வளாகத்தை கட்டாயமாகத் திறப்பது

Ouvrier
Worker
தொழிலாளி

Pacotille d Europe
Junk from Europe
ஐரோப்பாவில் இருந்து கொண்டு வரப்பட்ட குப்பை

சா.மு. பரஞ்சோதி பாண்டியன்

Pagodes / roupies, contre – valeur
Pagodas / Rupees, Counter value
நாணய அலுவலகம்

Paiement
Payment
கட்டணம்

Paien
Pagan
பாகன்

Paille
Straw
வைக்கோல்

Palanquin
Palanquin
பல்லக்கு

Pally
Pally
பெரும்பாலும்

Palmiers
Palm trees
பனை மரங்கள்

Paraphes
Initials
முதலெழுத்துக்கள்

Parataged' ascendant
Ascendant parage
ஏறுதழுவுதல்

Parente
Kinship
உறவு முறை

Parents
Parents
பெற்றோர்கள்

Parents (assemblee des parents, notables)
Parents (Parents' assembly, notables)
பெற்றோர் (பெற்றோர்கூட்டம்,

குறிப்பிடத்தக்கவர்கள்)

Pariam
Pariam
பரியம்

Parias
Outcasts
சாதியிலிருந்து   வெளியேற்றப் பட்டவர்கள்

Partage
Share
பகிர்வு

Partage des droits
Sharing of rights
உரிமைகளைப் பகிர்தல்

Partage d'office
Office sharing
அலுவலகப் பகிர்வு

Partage dunemaison
Sharing a house
ஒரு வீட்டைப் பகிர்ந்து

Partage preable
Pre - share
முன் – பகிர்வு

Partialite
Bias
சார்பு

Patente
Patent
காப்புரிமை

Pauvrete
Poverty
வறுமை

Pays de mahamataly
Country of mahamatali
மகமத் அலியின் நாடு

Pays de nassar
Nassar country
நாசர் நாடு

Pays de tipou
Country of tipou
திப்புவின் நாடு

Peche
Sin
பாவம்

Pecheur
Fisherman
மீனவர்

Peine
Sadness
சோகம்

Peintre
Painter
ஓவியர்

Permis de vente
Sales license
விற்பனை உரிமம்

Personnel
Personal
தனிநபர் சட்டம்

Perte et retour de pondichery
loss and return of Pondicherry
பாண்டிச்சேரியின் இழப்பு மற்றும் திரும்பக் கிடைத்தவை

Piastres
Dollars
டாலர்கள்

Pieces
Rooms
அறைகள்

Pillage
Plunder
கொள்ளையடித்தல்

Pion
Pawn
அடகு

Pions de la police
Police pawns
போலீஸ் சிப்பாய்கள்

Plan parcellaire
Plot plan
சதித் திட்டம்

Poids
Weight
எடை

Police de l'audience
Hearing Police
கேட்கும் போலீஸ்

Pondicherry, le fort barlong
Pondicherry, the fort barlong
பாண்டிச்சேரி, கோட்டை பார்லாங்

Porcelain
Porcelain
பீங்கான்

Porte de valdavour
Gate of valda our
வழுதாவூர் வாயில்

Porto Nove
Porto - Nove
போர்டோ– நவம்

Possession / propriete
Possession / property
உடைமை / தன்வசம்

Possessoire
Possessory
உடைமை

Pouroider
Pouroider
பூராய்டர்

Poursuited'office
Ex officio prosecution
வழக்கு விசாரணை

Pouvoir souverain fu juge
Sovereign powerof judge

நீதிபதியின் இறையாண்மை அதிகாரம்

Powelear
Powellear
சக்தியாளர்

Precedent
Previous
முந்தைய

Preemption
Pre-emption
முன்கூட்டியே

Prenom
First name
முதல் பெயர்

Prescription
Prescription
மருந்துச்சீட்டு

Prescription acquisitive
Acquisitive prescription
பெறுதற்குரிய மருத்துவக்குறிப்பு

Presomption d' heredite
Presumption of inheritance
வாரிசுமுறை அனுமானம்

Pret
Ready
தயார்

Pretendu
Alleged
குற்றம் சுமத்தப்பட்ட

Preuve
Evidence
ஆதாரம்

Principe du contracdictoire
Principle of the contradictory
முரண்பாடு பற்றிய கொள்கை

Prise de corps
Body hold
உடல் பிடிப்பு

Prison
Jail
சிறை

Privilege
Privilege
சலுகை

Probabilite
Probability
நிகழ்தகவு

Procedure abusive
Abusive procedure
தவறான நடைமுறை

Procedure anglaise
English procedure
ஆங்கில நடைமுறை

Procedure d' ordre
Order procedure
ஆணை நடைமுறை

Proceduregracieuse
Graceful procedure
அழகான நடைமுறை

Proces verbal Malabar
Malabar minutes
மலபார் நிமிடங்கள்

Procuratiuon
Proxy
பதிலாள்

Procureur de la republique
District Attorney
மாவட்ட வழக்கறிஞர்

Procureur de repubique
Public prosecutor
அரசு வழக்கறிஞர்

Procureur general
Attorney General
அட்டர்னி ஜெனரல்

Produits, materiaux, fournitures et services

Products, materials, supplies and services
பொருட்கள், விநியோகம் மற்றும் சேவைகள்

Promesse
Promise
வாக்குறுதி

Public prosecutor
Public prosecutor
அரசு வழக்கறிஞர்

Publicite
Advertising
விளம்பரம்

Punitioncorporelle
Corporal punishment
உடல் ரீதியான தண்டனை

Qualite pour agir
Standing to act
செயல்படத் தயாராகும் நிலை

Quartier (rue) de la main gauche
Left hand Neighborhood (Street)
இடது புறமுள்ள பக்கத்துத் தெரு

Quartier condourear
Neighborhood condourear
அருகாமையிலுள்ள காண்டூரர்

Quartier de l'hopital
Hospital district
மருத்துவமனை மாவட்டம்

Quartier du corail
Coral district
பவள மாவட்டம்

Quartier pavajapette
Paved district
நடைபாதை மாவட்டம்

Quartier sud
South district
தென் மாவட்டம்

Quartier virapally

Neighborhoodv irapally
அருகாமையிலுள்ள விரப்பள்ளி

Quasi-contract
Quasi-contract
அரை ஒப்பந்தம்

Quittance
Receipt
ரசீது

Quotite disponible
Available quota
கிடைக்கும் ஒதுக்கீடு

Recettes et readvances
Recipes and re advances
முன்னறி சமையல் குறிப்புகள்

Receueurde l ' enregistrement
Record receiver
பதிவு ஆவணம் பெறுபவர்

Receveur du domaine
Domain Receiver
செயற்களத் தகவல் பெறுபவர்

Receveur du domaine
Domain Receiver
கள வரவேற்பாளர்

Recours sur preuvescontraires
Appeal on evidence to the contrary
முரணான ஆதாரத்துடன் மேல்முறையீடு

Recourscontre les tiers
Recourse against third parties
மூன்றாம் தரப்பினருக்கு எதிரான உதவி

Recruitement
Recruitment
ஆட்சேர்ப்பு

Recusation
Challenge
சவால்

Recusation de juge
Judge's recusal
நீதிபதியின் மறுப்பு

Redaction des decisions
Drafting of decisions
முடிவுகளின் வரைவு

Reference à une decision
Reference to a decision
ஒரு முடிவைப் பற்றிய குறிப்பு

Reformation
Reformation
சீர்திருத்தம்

Refus de la sentee
Refusal of the sentence
தண்டனை மறுப்பு

Refus de signer
Refusal to sign
கையெழுத்திட மறுப்பு

Regime juridique
legal regime
சட்ட ஆட்சி

Regisseur
Manager
மேலாளர்

Regisseurs
Regisseurs
பதிவாளர்கள்

Register des amendes
Register of fines
அபராதம்ப் பதிவு

Registre
Register
பதிவு

Rejet des usages
Rejection of uses
பயன்பாடுகளை நிராகரித்தல்

Relations intercastes
Intercaste relations

சாதிகளுக்கு இடையேயான உறவுகள்

Religion chretienne
Christian religion
கிறிஸ்தவ மதம்

Religion shivaite
Shaiva religion
சைவ மதம்

Remarriage
Remarriage
மறுமணம்

Remise de lepouse
Surrender of the wife
மனைவி சரணடைதல்

Renoncant
Renouncing
கைவிடுதல்

Renonciation à succession
Waiver of inheritance
பரம்பரை உரிமைகளின் தள்ளுபடி

Rente
Annuity
வருடாந்திரம்

Renvoi au conseil
Referral to council
சபைக்கு பரிந்துரை

Representant de la succession, d'un mineur
Representative of the estate, of a minor
எஸ்டேட் பிரதிநிதி, ஒரு மைனர்

Representation en justice
legal representation
சட்டப்படியான பிரதிநிதித்துவம்

Requete
Query
வினவுதல்

Requisitoire
Indictment
குற்றச்சாட்டு

Rescription
Rewrite
மீண்டும் எழுது

Reserve
Reserve
இருப்பு

Residence
Residence
குடியிருப்பு

Responsabilite
Responsibility
பொறுப்பு

Retractation
Withdrawal
திரும்பப்பெறுதல்

Revenus
income
வருமானம்

Revision des attributions
Review of attributions
பண்புகளை ஆய்வு செய்தல்

Revue maritime et colonial
Maritime and Colonial Review
கடல்சார் மற்றும் காலனித்துவ ஆய்வு

Route
Road
சாலை

Rue de berry and rue du governeu
Rue de Berry and Rue du Gouverneur
வருத்தம் தெரிவித்தல்

Saint Laurent
Saint Laurent
துறவி லாரன்ட்

Saisie
Seizure
வலிப்பு

Saisie – execution
Seizure – execution
வலிப்பு – மரணதண்டனை

Saisieimmobiliere
Real estate foreclosure
ரியல் எஸ்டேட் பறிமுதல்

saisine
Referral
பரிந்துரை

Saisined' office
Automatic referral
இயல்பான பரிந்துரை

Salaire
Salary
சம்பளம்

Saraf
Sarah
சாரா

Scelles
Sealed
சீல் வைக்கப்பட்டது

Scelles
Seals
முத்திரைகள்

Semailles
Sowing
விதைத்தல்

Seniorem
Seniorem
மூத்தோர்

Sequestre
Held captive
சிறைபிடிக்கப்பட்ட

Sequestre, consignation
Sequestration, consignment

வரிசைப்படுத்தல், சரக்கு

Sequestre, consignation
Escrow, consignment
எஸ்க்ரோ, சரக்கு

Serment
Oath
உறுதிமொழி

Servitude
Servitude
பணிவு

Shudra
Shudra
சூத்திரன்

Sietes
Securities
பத்திரங்கள் / பாதுகாவலர்கள்

Signature
Signature
கையெழுத்து

Signification à personne
Personal service
சொந்த முறையிலான சேவை

Siretes
Collateral
இணை

Societe
Society
சமூகம்

Societe de mouchoirs
Tissue company
திசு நிறுவனம்

Solidarite
SoliDarity
ஒருங்கிணைவு

Solidarite
Solidarity
ஒற்றுமை

Solliciteur general

Solicitor general
சொலிசிட்டர் ஜெனரல்

Sommation
Summons
அழைப்பு ஆணை

Sorg
Sorg
வருத்தம்

Soulte
Payment
கட்டணம்

Souraire, soureur
Smile
புன்னகை

Soustraction
Substraction
கழித்தல்

State gazette
State gazette
மாநில அரசிதழ்

Stipulation de passif
liability stipulation
பொறுப்பு நிபந்தனை

Succession vacante
Vacant estate
காலியாக உள்ள எஸ்டேட்

Suppleance de decision
Substitute decision
மாற்று முடிவு

Surarbitre
Umpire
நடுவர்

Sursis
Reprieve
விலக்கு

Sursis à statuer
Stay of proceedings
நடவடிக்ககைகளை நிறுத்தி
வைத்தல்

Sursis au partage
> Suspension of sharing
> பகிர்வு இடைநிறுத்தம்

Suspension
> Suspension
> இடைநீக்கம்

Suspicion
> Suspicion
> சந்தேகம்

Swayam dattake
> Swayam datetake
> ஸ்வயம் தேதிடேக் (தாமாகத் தேர்வு செய்தல்)

Tabellion
> Table
> மேசை

Tabellion
> Tabellion
> அனுமதி பெற்ற பத்திரத்துறை புத்வாளர்

Tabellion de la chaudrie
> Boiler room table
> கொதிகலன் அறை அட்டவணை

Tableau synoptique
> Synoptic table
> சுருக்க அட்டவணை

Tahsildar
> Tahsildar
> தாசில்தார் (வட்டாட்சியர்)

Tailleur
> Tailor
> தையல்காரர்

Talearis
> Talearis
> தைலியர்ஸ்

Talinga
> Talinga
> தாலிங்கா

Tallaris
> Tallaris
> டல்லாரிஸ் வேற்று கிரகத்திலிருந்து வந்த கற்பனைப் போர்வீரர்

Taupas
> Moles
> மச்சங்கள்

Temoignage
> Testimony
> சாட்சியம்

Temoignage, attestation
> Testimony, attestation
> சாட்சியம், சான்றளிப்பு

Temoin
> Witness
> சாட்சி

Temoins
> Witnesses
> சாட்சிகள்

Terrain
> Ground
> தரை

Testament
> Will
> விருப்பம்

The hague
> The hague
> ஹேக் (நெதர்லாந்து நாட்டின் முக்கிய நகரம்)

Tirage au sort
> draw
> எவருக்குமற்ற

Tisserand
> Weaver
> நெசவாளர்

Titre
> Title
> தலைப்பு

Titre de commerce
Trade title
வர்த்தகத் தலைப்பு

Titres
Securities
பத்திரங்கள் / பாதுகாவலர்கள்

Topas
Topas
புஷ்பராகம்

Toulouvavellaja
Toulouvellaja
துலூவெல்லாஜா

Tournois
Tournaments
போட்டிகள்

Transaction
Transaction
பரிவர்த்தனை

Transaction et compromise
Transaction and compromise
பரிவர்த்தனை மற்றும் சமரசம்

Travaux
Works
வேலைகள்

Tresorier
Payeur
பணம் வழங்குபவர்

Tresorier - payeur
Tresorier - payeur - Tresorier
நிறுவன நிதி நிர்வாகி

Tribu
Tribe
பழங்குடி

Tuteur, Representation
Guardian, Representation
பாதுகாவலர், பிரதிநிதித்துவம்

Urbanisme, voierie town
Planning, roads

நகர்ப்புற திட்டமிடல், சாலைகள்

Urgence
Emergency
அவசரம்

Us et coutumes de pays (Pays de chalambron) arcatte
Traditions and customs of the country (country of chalambron) arcatte
நாட்டின் பாரம்பரியப் பழக்க வழக்கங்கள் (சலம்பிரான் நாடு) ஆர்காட்

Usage de caste
Caste usage
சாதிப் பயன்பாடு

Usage des marchandsmalabars
Use of Malabar merchants
மலபார் வணிகர்களின் பயன்பாடு

Usage du monde
Use of the world
உலகின் பயன்பாடு

Usage du voisanage
Neighborhood use
அண்டை வீட்டார் பயன்பாடு

Usage pally
Pally use
பெரும்பாலும் பயன்படுகிற

Usage recent
Recent use
சமீபத்திய பயன்பாடு

Usages anciens
Ancient uses
பண்டைய பயன்பாடுகள்

Usages de brahmanes
Usages of brahmins
பிராமணர்களின் பயன்பாடுகள்

Usages de la caste des malabars
Customs of the Malabar caste
மலபார் சாதியின் பழக்க வழக்கங்கள்

Usages des huiliersgentils
Uses of gentle oilers
மென்மையான எண்ணெய் வியாபாரிகளின் பயன்பாடுகள்

Usages locaux
local uses
உள்ளூர் பயன்பாடுகள்

Usufruit
Usufruct
பயனளிக்கும்

vacance de l' autorite
Vacancy of authority
அதிகாரக் காலியிடம்

Vacances
Holidays
விடுமுறை தினங்கள்

Vaisseaux, transport maritime
Vessels, shipping
பொருட்கலன்கள், கப்பல் போக்குவரத்து

vaniers
Vaniers
வன்னியர்கள்

Varande
Varande
வரண்டே (வீட்டுத் தாழ்வாரம்)

vellayen
Vellayan
வெள்ளையன்

Vente
Sale
விற்பனை

vente amiable
Amicable sale
இணக்கமான விற்பனை

Vente d' un mineur
Sale of a minor
சிறார் விற்பனை

vente force
Force sale
வலியுறுத்தலான விற்பனை

Verification
Verification
சரிபார்ப்பு

Vestibule
Vestibule
முன் மண்டபம்

Veuve
Widow
விதவை

Vices du consentement
Defects of consent
ஒப்புதலின் குறைபாடுகள்

Vieux
Old
பழையது

Vijoudiar
Vijoudiar
வீரியம் மிக்கவர்

Ville
Town
நகரம்

Voile
Sail
படகோட்டம்

Voisinage
Neighborhood
அக்கம் பக்கத்தார்

Voyage
Travel
பயணம்

குஜராத்தி வார்த்தைகள்

கார்னியா

"Lands held in mortgage or pledge Lands alienated on mortgage by village communities,and on that account withdra Tm from assessment ; an unauthorised alienation of pubhc revenue

கிராமியச் சமூக மக்கள் இடமிருந்து அடமானமாகப் பெறப்பட்ட நிலங்கள் என்கிற வகையில், அவற்றின் மதிப்பீடு கைவிடப்படுதல், பொது நிதி வருவாய்க்கு அனுமதி பெறாததாக அறிவிப்பது.

GRASA – கிராச

"quantity equivalent to it A hereditary claim to a small portion of the produce of a village or villages by Rajput chiefs, granted them by the local governments in remuneration of military services and commuted for a pecuniary payment out of the reve-nue paid by the villagers"

ராஜ்புத்திர தலைவர் வாரிசு முறை உரிமை கோரியதற்கு சமானமான நிலம் வழங்க அனுமதித்தனர் மக்கள் தரும் (வரி) பணத்திலிருந்து ராணுவ சேவைபுரிவோருக்கு ஊதியமாக வழங்கப்பட்டது.

GRASIA A – கரசிய

holder of gtasn lands or recipient of grasn allowance
நிலம்

HARIA – ஹரியா

Land granted to relations of persons killed in guarding the villages கிராமத்தைக் காக்கும் சேவை புரிந்த, காலத்தில் கொல்லப்படும் நபர்களுக்கு வழங்கப்பட்டும் நிலம்,

KALLI – கள்ளி

A system of assessmen tunder which the crops are not allowed to be disposed of until the revenueispaid, or security given for itspayment.

மதிப்பீட்டு முறையின் ஒரு முறை, பயிர்கள் வருவாய் ஈட்டுதல் வரை அகற்றப்பட அனுமதிக்கப்படாது, அல்லது ஐடிஸ்பேமென்ட்டுக்கு வழங்கப்படும் பாதுகாப்பு

MASWADI, MASWARI – மச்வடி மச்வரி

Amunicipal tax
அமுனிசிபல் வரி

MAUZAWAR – மௌழ்வார்

A term employed to designate a village settlement

கிராம அளவில் செய்யப்படும் தீர்வுக்கு வழங்கப்படும் பெயர்.

MAZKURI TALUQ – மழ்குறி தலுக்

A dependent state of which the revenue is paid through the intervention of azamindar orr other revenue payer

நிதி செலுத்துவோர் அல்லது ஜமீந்தார்கள் மூலம் திருப்பிச் செலுத்தப்படும் நிதி, சுதந்திரமற்ற ஒரு நிலை.

MEWAS – மேவாஸ்

A tribe of freebootingBhils and Kolis in Gujerat

குஜராத்தின் பில்கண் மற்றும் கோலிகள் எனப்படும் ஆதிவாசிகள்.

NARWA – நர்வா

An undivided village held in coparcenary, and managed by a few of the chief sharers; applied also to the assessment of the revenue by agreement with the principal share-holders

கோபார்சனரியில் நடைபெற்ற ஒரு பிரிக்கப்படாத கிராமம், மற்றும் சில தலைமை பங்காளர்களால் நிர்வகிக்கப்படுகிறது; முதன்மை பங்குதாரர்களுடனான ஒப்பந்தத்தின் மூலம் வருவாயை மதிப்பிடுவதற்கும் பயன்படுத்தப்படுகிறது

PASAETA – பசீட

Rent-free lands allotted to the different orders of village servants in Gujarat; also assignment of the same for religious charitable purposes

குஜராத்தின் கிராம சேவகர்களுக்கு, வாடகையின்றி வழங்கப்படும் நிலம், மதம் சார்ந்த தர்ம செயல்களுக்காகவும் ஒதுக்கப்படும்.

SUKHADI – சுக்ஹடி

Bonus, reward, ora bribe A fee or allowance paidby Government to a desni in return for his services

போனஸ், வெகுமதி அல்லது லஞ்சம், படிப்பணம் அரசால் தரப்படும் அன்னாரது சேவைக்காக!

VALAT DANIA – வளத் தனியா

A particular kind of mortgage; money borrowed by mortgaging the produce of land or other property : any fund pledged to repay the amount of a loan

ஒரு வகையான அடமானம், அடமானம் வைத்து பணம் பெறப்படும். வேறொரு சொத்தை அடமானமாக வைத்திருந்தாலும் திரும்பிச் செலுத்தும் உறுதி ஏற்கப்படும்.

VASELA – வசேல

Fallow land left fora ye runcultivated

விளைச்சலுக்கு உட்படுத்தப் படாத நிலம்.

VECHANIA – வேசானியா

Saleable, applied to lands properly belonging to the state, but which have been sold by the patels and have been excluded from the assessment.

விற்பனைக்கானது, உண்மையில் அரசுக்குச் சொந்தமான நிலம், ஆனால் பட்டேல்களால் விற்கப்படலாம், நிலவரி உள்ளிட்ட கணக்கிற்குள் வராது.

> " வீடு வாங்கும் பலர் தெரிந்தவர்களாகலேயே நேர்முகமாகவோ அல்லது மறைமுகமாகவோ ஏமாற்றப்படுகின்றனர். "
>
> – சா.மூ. பரஞ்சோதி பாண்டியன்

> " நிலம் சம்மந்தப்பட்ட நிலவரங்கள் பல ஓட்டைகளுடன் இருக்கிறது. இதனை திருத்த முயலாதீர்கள் அதில் விழாமல் வேண்டுமானால் பார்த்து கொள்ளுங்கள் "
>
> – சா.மூ. பரஞ்சோதி பாண்டியன்

இந்தி வார்த்தைகள்

AGIR – அகிர்

This name, which is a Hindi-form of Abhir, belongs to a verylarge pastoral tribe found in many different parts of India

அபீரின் இந்தி வடிவமான இந்தப் பெயர், இந்தியாவின் பல்வேறு பகுதிகளில் காணப்படும் மிகப் பெரிய பழங்குடியினத்தைச் சேர்ந்தது

AMAL (AMUL) – அமல்

Being in charge or possession of

உடைமை ஒன்றின் பொறுப்பாளராக இருத்தல்

AMAN / AMUN – அமன் / அமுன்

Rice grown on low wet grounds

குறைந்த ஈரமான நிலத்தில் பயிரிடப்படும் நெல்

AMANIYA – அமனிய

Land on which the winter crop of rice is sown

குளிர்கால நெல் பயிர் விதைக்கப்பட்ட நிலம்

ARHAR – அர்ஹர்

A kind of pulse very generally cultivated throughout India (cytisus cajan)

இந்தியாமுழுவதும் பொதுவாக பயிரிடப்படும் ஒரு வகையான பருப்பு (சைட்டிசஸ் காஜன்)

ARHAT / URHUT / ARHUT – அர்ஹட் / உர்ஹூட் / அர்ஹூட்

Agency, Brokerage, commission

ஏஜென்சி, தரகு, கமிஷன்

AROLA – அரோல

Sweetgrass growing in short tufts

குட்டையான நீர்த்திட்டுகளில் வளரும் இனிப்புப் புல்

ATI – அட்டி

A sheaf

ஒர் உறை

BACH – பச்

(H) The proportionate rate division either of land or liabilities attached to them

நிலம் அல்லது அவற்றுடன் இணைக்கப்பட்டுள்ள பொறுப்புகளின் விகிதாசாரப் பிரிவு

BADIYA / BARIYA – படிய / பரிய

A rib and fat soil

ஒரு விலா மற்றும் கொழுப்பு மண்

BAHONDA / BAHAVNDA – ஹொான்ட / பஹவ்ன்ட

Land given rent free to the village watchman or chaukidar

கிராம காவலாளி அல்லது செளகிதாருக்கு வாடகையின்றி இலவசமாக வழங்கப்படும் நிலம்

BAJANAMA – பஜனம

A deed of surrender by a ryot for lands which he gives up to a farmer of the revenue

வருவாயில் ஒரு விவசாயிக்கு அவர் வழங்கும் பணத்துக்காக வழங்கப்படும் ஒப்பந்தம்

BAJEA – பாஜயிய

(H) A heavy spoon - shaped-boat formerly much used for rivertravelling in Bengal

ஒரு கனமான கரண்டி வடிவப் படகு. முன்பு வங்காளத்தில் நதிப்

பயணத்திற்குப் பயன்படுத்தப்பட்டது

BAKHARI – பக்ஹரி

A round granary of grass, seeds and mud raised on piles - Puruniy

புல், விதைகள் மற்றும் சேறு ஆகியவற்றால் ஆன ஒரு வட்டக் களஞ்சியம் தூண்களால் உயர்த்தப்பட்டது.

BANA – பன

Land dressed and ready for seed made up

விதைப்பதற்காக தயார் செய்யப்பட்ட நிலம்

BARAN – பரன்

Alluvial fresh earth thrown into Hollows by water

தண்ணீர் மூலம் வெறுதரையில் வீசப்படும் புதிய வண்டல்மண்

BARANI – பரணி

A term applied to land whichis watered by rain, not by irrigation

பாசனத்தால் அல்லாமல், மழையால் நீர் பாய்ச்சப்படும் நிலத்திற்குப் பயன்படுத்தப்படும் சொல்

BARWATIYA – பர்வடிய

An outlaw, A vagrant

ஒரு சட்டவிரோதம், அலைந்து திரியும் ஒருவர்

BATAI – படை

(H) Division of the cropbetw'een the cultivator and the landlord,or the Government in thatcapacity

பயிர் செய்பவருக்கும், நில உரிமையாளருக்கும் அல்லது அந்தப் பொறுப்பில் உள்ள அரசாங்கத்திற்கும் இடையில் பயிர் பிரித்தல்

BATWARA – பத்வரா

(H from Skt wat, todivide) The division of an estateamong the co - owuiers so that eachreceives a separate

portion, of whichthe revenue is separately assessed

பங்குதாரர்களிடையே ஒரு எஸ்டேட்டைப் பிரித்தல். இதனால் ஒவ்வொருவரும் தனித்தனி பகுதியைப் பெறுகிறார்கள், அதில் வருவாய் தனித்தனியாக மதிப்பிடப்படுகிறது

BENAP

Measuring, unmeasured, unsurveyed

அளவிடுதல், அளவிடப்படாத, மேலாண்மைக்கு உட்படுத்தப்படாத

BENAP / KA / PATTA – பெனப் / க / பட்ட

A lease in which it is agreed between the renter and the cultivator that he original measurement and average rates shall remain unaltered as long as the cultivated pays the stipulated rent

குத்தகைதாரர் மற்றும் சாகுபடியாளருக்கு இடையே செய்யப்பட்ட ஒப்பந்தம். சாகுபாடியாளர் மீது நிர்ணயிக்கப்பட்ட வாடகையை செலுத்தும் வரை, அசல் அளவீடு, மற்றும் சராசரி விலைகள் மாறாமல் இருக்கும்

BHAGBATAI – பாக்பாடை

(H from Skt bhaga, ashare, and ranto, a division) Asystem of collecting land revenue bytaking a fixed share in kind of theproduce of each field each seasonThe quantity of grain to be madeover to the State wasby' appraisement whilewere standing

ஒவ்வொரு பருவத்திலும் ஒவ்வொரு வயலின் விளைச்சலின் வகையிலும் ஒரு நிலையான பங்கை எடுத்துக்கொண்டு நில வருவாயை வசூலிக்கும் முறை. நிற்கும் போது அரசுக்கு அளிக்கப்படும் தானியத்தின் அளவு

BHAGDARI – பாக்டாரி

A system of land tenure according to which lands are dividedinto certain large divisions calledbhags The bhagdars are collectively'responsible for all demands of publicrevenue which is assigned to theirdivision or bhag

நில உடைமை முறை, அதன் படி நிலங்கள் பாக்ஸ் எனப்படும் சில பெரிய பிரிவுகளாகப் பிரிக்கப்படுகின்றன பாகதார்கள் எனப்படுவோர் பொது வருவாய்களை அனைத்து கோரிக்கைகளுக்கும் கூட்டாகப் பொறுப்பேற்கிறார்கள் இது அவர்களின் பிரிவு அல்லது பாக்களுக்கு ஒதுக்கப்பட்டுள்ளது

BHAIBAND – பாய்பண்ட்

(H bhai, brother, andband, to tie) One closelyassociated with anoth-er either by' blood or by'friendship and community of interest

இரத்த உறவு அல்லது நட்பு மற்றும் சமூக ஆர்வம் ஆகியவற்றால் ஒன்று மற்றவருடன் நெருங்கிய தொடர்புடையநிலை

BHAIYACHARA, BHAIYACHARI – பையச்சரா, பையாசாரி

Lands, or villages, or cer-tainrights held in common proper-ty, bya number of families forming abrotherhood In all such fraterniti-esthe Government revenue ismost-ly' paid through one of thenumber representing the whole

நிலங்கள், அல்லது கிராமங்கள், அல்லது பொதுவான சொத்தில் உள்ள சில உரிமைகள் பல குடும்பங்களில் சகோதரத்துவத்தை உருவாக்குகின்றன, இது போன்ற அனைத்து சகோதரத்துவங்களிலும் அரசாங்க வருவாய், பெரும்பாலும் முழு எண்ணிக்கையில் உள்ள சமூகப் பிரிதிநிதி ஒருவரால் செலுத்தப்படுகிறது

BHOGHIYA – ப்ஹோஹிய

A small basket in which the sower carries his seed

விதைப்பவர் தனது விதையை எடுத்துச் செல்லும் ஒரு சிறிய கூடை

BIARA – பியாரா

(H) Alluvial land formed in-

the bed of a river

ஒரு ஆற்றின் படுகையில் உருவாகும் வண்டல் நிலம்

BIGHA – பிக்ஹா

(H) A measure of land, varying in extent in different partsof india BIGHATI According tobighas

பிகாளின் படி, இந்தியாவின் பல்வேறு பகுதிகளில் மாறுபடும் நிலத்தின் அளவு

BIGHA / DAM – பிக்ஹா / டம்

(H) Settlement of therevenue at a certain rate per bighn,especially'in villages in which thelands are appor-tioned in bighas andthe assessment proportionately rated

ஒவ்வொரு பிகாவிற்கும் ஒரு குறிப்பிட்ட விகிதத்தில் வருவாயைத் தீர்வு செய்தல் குறிப்பாக கிராமங்களில் நிலங்கள் பிக்களாகப் பிரிக்கப்பட்டு, அவை விகிதாசார அடிப்படையில் மதிப்பிடப்படுகிறது

BIHAN – பிஹான்

Seed

விதை

BINDU – பின்டு

A hindhu

ஒரு இந்து

BISWA – பிஸ்வா

(H bis, twenty) A twentieth, but applied especially to the part of a bigha

இருபதாவது, ஆனால் பிக்ஹாவின் பகுதிக்கு குறிப்பாகப் பயன்படுத்தப்பட்டது

BITAURI – பிடௌரி

A tax upon artificers and shop -keepers for permission to work or trade in a village puraniyar

ஒரு கிராமப் பூரணியரில் வேலை செய்ய அல்லது வியாபாரம் செய்ய அனுமதி பெறுவதற்காக கலைஞர்கள் மற்றும் கடை வைத்திருப்பவர்கள் மீதான வரி

BUJHARAT - புஜ்ஹராத்

(H) An audit or adjustmentof accounts; a rendering ofaccounts between one landlord andhis co - sharers

கணக்குகளின் தணிக்கை அல்லது சரிசெய்தல்; ஒரு நில உரிமையாளருக்கும் அவரது சக - பங்குதாரர்களுக்கும் இடையே கணக்குகளை வகைப்படுத்தல்

CHAELA - ச்சேலா

(H) A large division of acountry comprehending a number of Parganas

பர்கானா அடிப்படையில் ஏற்படுத்தப்படும் ஒரு நாட்டின் பெரிய பிரிவு

CHALAN - சாலன்

(H from Skt chai, to go}A document sent with any articleland recorded as a voucher of thesum received; an invoice; a passport

ஏதேனும் கட்டுரை உடன் அனுப்பப்பட்ட ஒரு ஆவணம் மற்றும் பெறப்பட்ட தொகையின் ரசீதாக பதிவு செய்யப்பட்டுள்ளது; ஒரு விலைப்பட்டியல்; ஒரு பாஸ்போர்ட்

CHANDANA - சஹரன்டன

Shaft of the share of a plough

ஒரு கலப்பையில் பெறும் அளவு தண்டு

CHAR, CHUR - ஷார்

(H) A sand - bank on island in a river

ஆற்றின் ஒரு பகுதியில் உள்ள மணல் கரை

CHARANDAS - ச்ஹரன்சடஸ்

The name of a founder of a sect of vaishnavas In the middle of the eightner century

எட்டாவது நூற்றாண்டின் நடு பகுதியில் வைஷ்ணவர்களின் ஒரு பிரிவை நிறுவியவரின் பெயர்

CHARANDASI - ச்ஹரன்டசி

A follower of the sect of charandas

சரண்டாஸ் பிரிவைப் பின்பற்றுபவர்

CHARH - சர்ஹ

(H) Rise, increase; figaugmentationof revenue or rent

உயரும் அதிகமாகும் வருவாய் அல்லது வாடகைப் பிரிவுகள்

CHAUDHRI - செளத்ரி

(H) Holder of landedproperty; head - man of a villageof a community; also head - man ofa guild, profession or trade

நிலச் சொத்து வைத்திருப்பவர்; ஒரு கிராம சமூகத்தின் தலைவர்; ஒரு தொழில் அல்லது வர்த்தக கூட்டமைப்பின் தலைவர்

CHAUEIDAR - செளஎய்தர்

(H) Watchman

காவலாளி

CHAUMASA - சாம்ச

(H from Skt chaturifour, and masa, month) A periodof four months, but especially therainy season, consisting of the tworitus, varsha and sharat

குறிப்பாக ஒரு மழைக்காலத்தின் நான்கு மாதங்களில் நிகழும் வர்ஷா மற்றும் ஷரத் ஆகிய இரண்டு சடங்குகள்

CHHAR / CHITTHI - சகார் / சிட்டி

(H dkor, io let go,and letter) A deed of remissionof rent or revenue granted bythe proprietor or by the collector onthe part of the government

உரிமையாளரால் அல்லது அரசாங்கத்தின் தரப்பில் கலெக்டரால் வழங்கப்பட்ட வாடகை அல்லது வருவாயை நீக்குவதற்கான பத்திரம்

CHHATnSA NIYOGA – ச்ஹட்

Six, and Skt niyoga, appointment, One of the classes of the servants of the Idol ofJagannath at Puri, whose duty it isto guard the seven minor doors ofthe temple

பூரியில் உள்ள ஜெகநாதர் சிலையின் ஊழியர்களின் வகுப்பில் ஒன்று, கோவிலின் ஏழு சிறிய கதவுகளை பாதுகாப்பது அவர்களின் கடமையாகும்

CHITTHA – சித்தா

(H) A rough note oraccount; account of lands in avillage divided numerically intoshares, showing quantity of land ineach share and name of cultivator

ஒரு தோராயமான குறிப்பு அல்லது கணக்கு; ஒரு கிராமத்தில் உள்ள நிலங்களின் கணக்கு, எண்ணிக்கையில் பங்குகளாகப் பிரிக்கப்பட்டு, ஒவ்வொரு பங்கிலும் உள்ள நிலத்தின் அளவு மற்றும் சாகுபடியாளரின் பெயரைக் காட்டுகிறது

DADU / PHI / RIADU – டு / ப்ஹி / ரியடு

A complainant an appellant for justice

நீதிக்கான மேல்முறையீடு செய்யும் புகார்தாரர்

DAUL, DOUL – டால் டெல்

(H) A statement ofthe particulars of the gross revenuelevied from an estate or district

எஸ்டேட் அல்லது மாவட்டத்தில் விதிக்கப்பட்ட மொத்த வருவாயின் விவரங்களின் அறிக்கை

DEORHA – டார்ஹா

(H) One - and - a - half usedto express interest in kind on grain

ஒன்றரை: தானியத்தின் மீதான வட்டி விவரத்தை வெளிப்படுத்தப் பயன்படுகிறது

DESHI – தேஷி

(from Skt desha, country) Belonging to, born or produced in acountry, native product; also anative of a country

ஒரு நாட்டில் பிறந்த அல்லது உற்பத்தி செய்யப்பட்ட, சொந்த தயாரிப்பு; மேலும் சுதேசித்தன்மை கொண்டது

DHAK – தஹக்

Arable land in a rawine

பயிரில் உள்ள விளை நிலம் (பூரணியா)

DHAL – தஹல்

An influx of water coming down a river from the hills

மலையிலிருந்து வரும் ஆற்றின் நீர்வரத்து

DHALAIT – தலைத்

(H Probably from dhal, ashield) An armed attendant orpeon

ஆயுதமேந்திய உதவியாளர் அல்லது பியூன்

DHANGARS – தண்கர்ஸ்

(H) A tribe of peopleinhabiting the hill country in Ramgarhand Chota - Nagpur; some ofthem come periodically into plainsfor employment and are engaged as labourers and scavengers; in Marathi, shepherds

ராம்கர் மற்றும் சோட்டா - நாக்பூரில் உள்ள மலைப்பகுதியில் வசிக்கும் ஒரு பழங்குடி மக்கள்; அவர்களில் சிலர், அவ்வப்போது சமவெளிகளுக்கு வந்து தோட்டத் தொழிலாளர்களாக துப்புரத் தொழிலாளர்களாக மராத்தியில் மேய்ப்பர்களாக பணிபுரிகிறார்கள்

DHAWAN – தஹவன்

The slope of the inclined plane down which the oxen descend from a well

கிணற்றிலிருந்து எருதுகள் இறங்கும் சாய்வான தளத்தின் பகுதி

DHEPA – தஹெப

A clod of earth, any large lump

ஒரு மண் திரள், ஏதேனும் பெரிய கட்டி

DHI / DHIH – திஹி / திஹிஹ்

The site of a village, whether occupied or deserted

ஒரு கிராமத்தின் தளம், ஆக்கிரமிக்கப்பட்டிருந்தாலும் அல்லது வெறிச் சோடியிருந்தாலும்

DHIAURI – திஒளரி

Ground – rent for the land on which the houses stand of those who do not cultivate village lands

நிலம் – கிராம நிலங்களில் விவசாயம் செய்யாதவர்களின் வீட்டு நிலத்திற்கு வாடகை

DHISAA – திசா

Lands on the site of a deserted village; much valued

வெறிச்சோடிய கிராமத்தின் தளத்தில் நிலங்கள்; மிகவும் மதிப்புமிக்கது

DHOTAR – தொடர்

Cultivation carried on by ploughmen from a distant village finding their own ploughs and bullocks and erecting a temporary residence (puraniyar)

தொலைதூர கிராமத்தில் இருந்து வந்து உழுபவர்கள், தங்கள் சொந்த கலப்பைகள் மற்றும் காளைகளுடன் ஒரு தற்காலிக குடியிருப்பை (பூரணியர்) அமைத்துக் கொள்கிறார்கள்.

DINATI – டினடி

Time of a plough's working usually from 10AM to an hour before sunset

ஒரு கலப்பையின் வேலை நேரம் பொதுவாக காலை 10 மணி முதல் சூரிய அஸ்தமனத்திற்கு ஒரு மணி நேரம் முன்பு வரை

DINDAR – டின்டர்

An earthworm vessel for drawing water from a well

கிணற்றில் இருந்து தண்ணீர் எடுக்கப்படும் ஒரு சிறு பாத்திரம்

DIRA – டிர

Fresh lands thrown up by the shifting of the courses of rivers

ஆறுகளின் வழித்தடங்கள் மாறியதால் உருவான புதிய நிலங்கள்

DOBA / MAR – டொப / மர்

Low lands which lose their moisture from sand being too near the surface

தாழ்வான நிலங்கள் மேற் பரப்பிற்கு மிக அருகில் மணல் இருப்பதால் ஈரப்பதத்தை இழக்கின்றன

DOBAN – டொபன்

Land situated around and in the beds of dry ponds

வறண்ட குளங்களின் பக்கத்திலும் பாத்திகளிலும் அமைந்துள்ள நிலம்

DOL – டொல்

A bucket

ஒரு வாளி

DOR – டொர்

A tribe of Rajputs some of whom mostly converted to Mohammedanism are settled in the district of Aligarh also about banda and sagar

ராஜபுத்திரர் பழங்குடியினரில் சிலர் பெரும்பாலும் முகமதிய மதத்திற்கு மாறியவர்கள் அலிகார் மாவட்டத்திலும் பண்டா மற்றும் சாகர் பகுதியிலும் குடியேறினர்

DORA – டொர

A pond

ஒரு குளம்

DULHA – டுல்ஹா

A bride groom

ஒரு மணமகன்

DUSHI – டுஷி

The second sort of

sugar - cane which is sown after the Autumn crop is reaped

இலையுதிர் பயிர் அறுவடை செய்யப்பட்ட பிறகு விதைக்கப்படும் இரண்டாவது வகை கரும்பு

EACHHIAR – ச்ஹியர்

(H kachhi, the name of acaste of cultivators and specially gardeners) Land enriched by alluvial deposit on the banks of ariver, commonly cultivated for marketproduce

உழுவர்கள் மற்றும் குறிப்பாக தோட்டக்காரர்களின் ஒரு சாதியின் பெயர் ஆற்றின் கரையில் வண்டல் வைப்புகளால் வளப்படுத்தப்பட்ட நிலம், பொதுவாக சந்தைப் பொருட்கள் பயிரிடப்படுகின்றன

EKDARRA – எக்டர்ர

A common rate per bigha

ஒரு பிகாவிற்குப் பொதுவான விகிதம்

EKDARRA / KA / PATTA – எக்டர்ர / க / பட்ட

A lease in which the ryot is to pay the same rate per biga what ever crop he may sown

ஒரு குத்தகைதாரர், அதில் அவர் எந்தப் பயிர் விதைத்தாலும் பிகாவிற்கு அதே விகிதத்தைக் கொடுக்க வேண்டும்

EKPHASALA – எக்ப்ஹசல

A single crop

ஒற்றைப் பயிர்

EKROJA – எக்ரோஜா

Authorised daily expenditure of public officers

அரசு அதிகாரிகளின் அங்கீகரிக்கப்பட்ட தினசரி செலவு

EKUN – எகுன்

Sum total

மொத்த எண்ணிக்கை

EKUN / JAMA – எகுன் / ஜம

Statement of the total rent of each piece of land in the village accounts

கிராமக் கணக்குகளில் ஒவ்வொரு நிலத்தின் மொத்த வாடகை குறித்த அறிக்கை

EKUN / JAMIN – எகுன் / ஜமின்

A statement of the total rent each piece of land in the village accounts

கிராமக் கணக்குகளில் ஒவ்வொரு நிலத்தின் மொத்த வாடகை குறித்த அறிக்கை

GAHIN – கஹின்

A heavy plank or flat piece of wood on which a man stands whilst it is dragged by oxen over a ploughed field to level the ground

ஒரு கனமான பலகை அல்லது தட்டையான மரத்துண்டு, ஒரு மனிதன் நிற்கும் போது அது நிலத்தை சமன் செய்வதற்காக உழுத வயல் மீது எருதுகளால் இழுக்கப்படுகிறது.

GALAMATI – கலமட்டி

Rice free mould

அரிசி இல்லாத அச்சு

GALVA – கல்வ

Soil is excessively humid in which the crops turn yellow and rot

மண் அதிக ஈரப்பதமாக இருப்பதால் பயிர்கள் மஞ்சள் நிறமாக மாறி அழுகிவிடும்

GAMBHIR – கம்பிஹிர்

Deep commonly applied to soil of a rich quality, descending to more than usual depth before reaching the sub - soil

வழக்கமான ஆழத்திற்கும் அடியில், அடிமண்ணைத் தொடுமளவுக்கு செலுத்தப்படும் தரம் உயர்ந்த மண்

GANIKA – கனிக

A prostitute

ஒரு விபச்சாரி

GANJ – காஞ்

(H) Market

சந்தை

GAON KHARCH – கோன் க்ஹற்ச்

(H gaon, village, Pkharch, expenditure) Village charges

கிராம கட்டணம்

GAONTIA – கோண்டியா

(H) The headman of avillage, a patel In some placesthe term is restricted to a Brahmanholding that office

ஒரு கிராமத்தின் தலைவர், ஒரு பட்டேல் என்பது சில இடங்களில் அந்த பதவியிலுள்ள பிராமணர்களுக்கு மட்டும் உரியதாக்கப்படுகிறது

GARAWA – கரவ

A light and poor soil in which the crops never come to perfection

மருதுவான – வளமமற்ற மண்ணில் பயிர்கள் ஒருபோதும் முழுமையாக வளர்ச்சியுறாது

GAYAWAL – காயவல்

(H) The name of aclass of Brahmans who act asconductors of pilgrims at Gaya

கயாவில் யாத்ரீகர்களை வழி நடத்துபவர்களாக செயல்படும் பிராமணர் களின் ஒரு வகுப்பின் பெயர்

GERAMATI – கேரமட்டி

Loam of fine clay

நல்ல களிமண்ணின் பகுதி

GHARWA – கர்வ

Gleanings from the threshing – floor fallen amidst rubbish and dirt the perquisites of the lowest caste

போரடிக்கும் களம் – தாழ்ந்த சாதியினரின் தேவைகளுக்கென குப்பைகள் மற்றும் அழுக்குகளுக்கு மத்தியில் உள்ள தளம்

GHATWAL – க்ஹாட்வால்

(H) A ferryman 'Amember of a class of landhtddersin Birbhum, holding lands under apeculiar tenure, either rent - free orat a low fixed rate of assessment

பிர்பூமில் உள்ள நில உரிமையாளர்களின் ஒரு வகுப்பைச் சேர்ந்த ஒரு படகு ஓட்டுநர் வாடகை இல்லாத அல்லது குறைந்த நிலையான மதிப்பீட்டு விகிதத்தில் கீழ் நிலங்களை வைத்திருப்பவர்

GORAI – கொரை

A clan of Rajputs in the Agra district

ஆக்ரா மாவட்டத்தில் ராஜபுத்திரர் களின் ஒரு குலம்

GORAIT, GORET – கோரைத் கோர்ட்

(H) A Villagewatchman, an informer

ஒரு கிராம காவலாளி, தகவல் கொடுப்பவர்

GOTBASTI - கொட்பஸ்டி

The chief or first assemblage of houses erected on the settlement of a village

ஒரு கிராமத்தில் கட்டப்பட்ட வீடுகளின் முதல் மற்றும் முதன்மையான கூட்டம்

GUND – குன்த்

A furrow

ஒரு பள்ளம்

HADMAHABAD – ஹமஹபத்

A term leases or farming contracts which recognits the power of the farmer over all the land and crops within the limits

வரம்பிற்குள் உள்ள அனைத்து நிலம் மற்றும் பயிர்கள் மீதான விவசாயியின் அதிகாரத்தை அங்கீகரிக்கும் ஒரு கால குத்தகை அல்லது விவசாய ஒப்பந்தங்கள்

HAJIRI / NAN / ABAD – ஹஜிரி / நன் / அபத்

A resident cultivator who takes up new land for the first year

முதல் வருடத்திற்கு புதிய நிலத்தை

எடுக்கும் குடியுரிமை விவசாயி அதே நிலத்தில் தங்கியுள்ள விவசாயி முதலாண்டு விவசாயத்திற்கு புதுநிலத்தை எடுத்துக் கொண்டது

HAJIRI / SABEK – ஹஜிரி / சபேக்

A resident cultivator who has held lands more than one year

ஒரு வருடத்திற்கும் மேலாக நிலங்களை வைத்திருக்கும் குடியுரிமை விவசாயி

HANJA – ஹன்ஐ

A head of cattle

ஒரு கால்நடைத் தளம்

HARATAR – ஹரடர்

Place where the plough are working for the day

குறிப்பிட்ட நாளில் உழவு வேலை செய்யும் இடம்

HARATI – ஹரடி

Belonging to a plough

சம்பந்தப்பட்ட கலப்பையைச் சேர்ந்தது

HARBIRAH – ஹர்பிராஹ்

Bearing the same rate of rent per bigha

ஒரு பிகாவிற்கு என்ன வாடகையோ, அதே வாடகையைக் கொண்டது

HARKAR – ஹர்கர்

A pen for cattle

கால்நடைகளுக்கு ஒரு குறியீடு

HARORI – ஹரொரி

Money lent by a cultivation to a person to act as ploughman

ஒரு நபர் உழுவனாகச் செயல்பட, குத்தகைதாரர் மூலம் கடனாகக் கொடுக்கப்பட்ட பணம்

HAT – ஹட்

(H from Skt hatta, market, fair) A fair, a market; especially theregular market held on a fixed day of the week, or in a particular rtown or village twice a week

ஒரு நியாயம், ஒரு சந்தை; குறிப்பாக வாரத்தின் ஒரு குறிப்பிட்ட நாளில் அல்லது ஒரு குறிப்பிட்ட நகரம் அல்லது கிராமத்தில் வாரம் இருமுறை நடைபெறும் வழக்கமான சந்தை

HAT / KA / CHUTHI – ஹட் / க / ச்ஹூதி

A small portion of each article brought to market taken by the renter of a village where the market or of the market itself

சந்தைக்குக் கொண்டுவரப்பட்ட ஒவ்வொரு பொருட்களின் ஒரு சிறு பகுதியை சந்தையிலோ அல்லது சந்தை அமைந்துள்ள கிராமத்திலோ வாடகைதாரர் எடுத்துக் கொண்டாது

HAT / TAL – ஹட் / டல்

Shutting up or closing all the shops of a market as a possive resistance to the exaction

வரிச் சுமையை எதிர்த்து சந்தையின் அனைத்து கடைகளையும் மூடுவது

HATH – ஹத்

(H from Skt hasta, a hand) A cubit measured from the elbowto the tip of the middle finger; a foot and a half

முழங்கையிலிருந்து நடுவிரலின் நுனி வரை அளவிடப்பட்ட ஒரு முழம்; ஒன்றரை அடி

HATKARI – ஹட்கரி

A handcuff

ஒரு கைவிலங்கு

HATTI – ஹட்டி

A petty market or fair

ஒரு சிறிய சந்தை அல்லது நியாயமான சந்தை

HATU – ஹடு

A market man

சந்தையின் நபர்

HAX HASALI – ஹசக்ஷ் ஹசலி
Lands bearing crops
பயிர் வளங்கொண்ட நிலங்கள்

HILA – ஹில
Mud, quagmire moist ground trodden soft by cattle
சேறு, புதைகுழி ஈரமான நிலம் கால்நடைகளால் மென்மையாக மிதிக்கப் படுகிறது

HOR – ஹொர்
A wager, A het, A bargain
ஒரு கூலி, ஒரு கோபம், ஒரு பேரம்

IJAPHA / JAMIN – இஜப்ஹ / ஜமின்

Land relet or taken into cultivation by the ryots for the current year, an item in the HASTABUD, or village rent - roll
நடப்பு ஆண்டிற்கான நிலம் மீளமைக்கப்பட்டது அல்லது சாகுபடிக்கு எடுக்கப்பட்டது, HASTABUD இல் உள்ள ஒரு பொருள் அல்லது கிராம வாடகைப் பட்டியலில் உள்ள பொருள்

IPAIDAI – இபைடை
From the date of
குறிப்பிட்ட தேதியிலிருந்து

ISTAPHA – இஸ்டப்ஹ
A deed of relinquishment, such as is usually executed by Zamindars on giving up their lands
ஜமீன்தார்களால் தங்கள் நிலங்களை விட்டுக்கொடுப்பதற்காக நிறைவேற்றப்படும் ஒரு துறப்புப் பத்திரம்

JAIWAR – ஜைவர்
The head inhabitants of a village
ஒரு கிராமத்தின் மூத்த குடிமக்கள்

JALHA – ஜல்ஹா
Inundation
வெள்ளம்

JALKKAYA – ஜல்க்கய
Dried up, parched (soi etc,)
காய்ந்து, வறண்ட (மண் போன்றவை)

JANGAL / BURI – ஜங்கள் / புரி
(H) A tenure underwhich waste or forest lands were
கழிவுகள் அல்லது வன நிலங்கள் இருந்த காலப்பகுதி

JANGHA – ஜங்ஹ
The post or uprights on each site of the mouth of a well
கிணற்றின் ஒவ்வொரு தளத்திலும் நிமிர்த்தி நிறுத்தப்பட்டுள்ள இடுகை

JELI – ஜேலி
A rake with wooden teeth pointing upwards, for turning over-come whilst being thread
மரப் பற்கள் மேல்நோக்கி சுட்டிக் காட்டும் ஒரு ரேக், நூலாக இருக்கும் போது மேல்நோக்கி திரும்புவதற்கு வசதியாக

JETH / RAIAT – ஜெத் / ரையட்
The senior or principal cultivator
மூத்த அல்லது முதன்மை விவசாயி

JHANGALA – ஜ்ஹாங்ல
A rate in a lease to include the inferior crops when sown
விதைக்கும் போது தரம் குறைந்த பயிர்களைச் சேர்க்க விதிக்கப்படும் குத்தகையில் ஒரு விகிதம்

JIAT / BHUM – ஜியட் / பஹூம்
Soil that remains moist throughout the year
ஆண்டு முழுவதும் ஈரமாக இருக்கும் மண்

JIDAR – ஜிடர்
Crops in existence
இருக்கும் பயிர்கள்

JIRAT – ஜிரட்

Arable land, land fit for cultivation not requiring artificial irrigation, also cultivated not requiring artificial irrigation, also cultivated lands and their produce, as distinguished from garden cultivation

விளை நிலம், செயற்கை நீர்ப்பாசனம் தேவையில்லாத சாகுபடிக்கு ஏற்ற நிலம், செயற்கை நீர்ப்பாசனத் தேவையில்லாத பயிரிடப்பட்ட நிலம் பயிரிடப்பட்ட இந்த நிலங்கள் மற்றும் அவற்றின் விளைபொருட்கள், தோட்ட சாகுபடியில் இருந்து வேறுபடுத்தப்படுகின்றன

JIUVIYA – ஜியுவிய

Mature, come to maturity or vigour

முதிர்ச்சி, முதிர்ச்சி அல்லது வீரியத்திற்கானது

JOT / JAMA – ஜொட்/ ஜமட்

The land cultivated and assessment paid by the cultivator

பயிரிடப்பட்ட நிலம் மற்றும் பயிரிடுபவர் செலுத்திய மதிப்பீடு

JOT / JARIBI / KA / PATTA – ஜொட் / ஜரிபி / க / பட்டா

A kind of lease, under which the cultivator pays rent only for the ground actually cultivated pays rent only for the ground actually cultivated, the extent of which is determined by measurement

இது ஒரு வகையான குத்தகை இதன் கீழ் விவசாயி உண்மையில் பயிரிடப்பட்ட நிலத்திற்கு மட்டுமே வாடகை செலுத்துகிறார். அதன் எல்லை அளந்து தீர்மானிக்கப்படுகிறது

JOTA – ஜொட்ட

The point of the bean of the plough on which the drag rests

இழுத்து நிற்கும் கலப்பையின் பீன் புள்ளி

JOTAL – ஜொட்டல்

Lands always in cultivation, never left follow

எப்பொழுதும் பயிரிடப்படும் நிலங்கள், கண்டு கொள்ளாமல் விடப்படுவதில்லை

JOTI – ஜொட்டி

The strap that goes round the neck of the bullock to fasten the yoke

நுகத்தடியை கட்ட காளையின் கழுத்தில் போடப்படும் பட்டை

KAHAR – ககார்

(H) The name of a lowcaste belonging chiefly to Bihar ;they are partly agricultural, butare principally employed in domesticservice and as palanquin - bearers

முக்கியமாக பீகாரைச் சேர்ந்த ஒரு தாழ்த்தப்பட்ட சாதியினரின் பெயர்; அவர்கள் ஓரளவு விவசாயம் செய்பவர்கள், ஆனால் முக்கியமாக வீட்டுச் சேவையில் பணிபுரிபவர்கள் மற்றும் பல்லக்கு தாங்குபவர்களாக உள்ளனர்

KAMIN / JAMIN – கமின் / ஜமின்

Statement of the decrease of land in cultivation

பயிரிடப்படும் நிலம் குறை வதற்கான அறிக்கை

KATKINADAR – கடிகிண்டர்

(H) An undertenant, farmer or renter

ஒரு குத்தகைதாரர், விவசாயி அல்லது வாடகைதாரர்

KHADAR – க்ஹடர்

(H) Low orlands of easy irrigation

குறைந்த அல்லது எளிதான பாசன நிலங்கள்

KHAEKAR – க்ஹாயிகர்

Old occupant, non - proprietary cultivator, not unfrequently the descendant of a that am or proprietor

பழைய குடியிருப்பாளர், தனி உடைமை இல்லாத விவசாயி பொதுவாக நான் அல்லது உடைமையாளரின் வழித் தோன்றல் என்றில்லாத நிலை

KHALARI - க்ஹஅலறி

(H) A placesalt is manufactured

ஓர் இடம் உப்பு தயாரிக்கப்படும்

KHASRA - க்ஹஸ்ரா

(H) A field book, especially written record of the particular a rough map or plan of a village in which the fields are numbered

ஒரு களப் புத்தகம், குறிப்பாக குறிப்பிட்ட ஒரு தோராயமான வரைபடம் அல்லது வயல்களின் எண்ணிடப்பட்ட ஒரு கிராமத்தின் திட்டம் பற்றிய எழுதப்பட்ட ஆவணம்

KHATTA / KHATTI - க்ஹாட்டா / க்ஹாட்டி

A grain pit, a hallow in which grain preserved

ஒரு தானியக் குழி, தானியம் பாதுகாக்கப்பட்ட ஒரு குழி

KHET - கேஹ்ட்

(H) Field, land, ground
வயல், நிலம், மைதானம்

KHETBANT - க்ஹெட்பான்ட்

(H) Allotment of the lands of a coparcenary village, field by field, among the co - sharers equally of good and bad land

ஒரு கூடுக் கிராமத்தின் நல்ல மற்றும் கெட்ட நிலங்களை இணைப் பங்காளர்களிடையே வயல் வாரியாக, சமமாய்ப் பகிர்ந்தளித்தல்

KHON - க்ஹொஅன்

A grain pit
ஒரு தானியக் குழி

KHUNT KHAT - க்ஹூஉன்ட் க்ஹட்

(H) A deed of mortgageby

which the mortgagee parts not only with his ancestral shares of the lands, but with all the rights and privileges attached to them

அடமானப் பத்திரம், இதன் மூலம் அடமானம் வைப்பவர் தனது மூதாதையர் நிலங்களின் பங்குகளுடன் மட்டுமல்லாமல், அவற்றுடன் இணைக்கப்பட்டுள்ள அனைத்து உரிமைகள் மற்றும் சலுகைகளுடன்

KULUPAJ - குலுபஜ்

The whole produce of a field or village

ஒரு வயல் அல்லது கிராமத்தின் முழு விளைபொருள்

AMHAR - லம்ஹர்

A tree that has sprung up of itself in a cultivated field and which the cultivator may cut down

பயிரிடப்பட்ட வயலில் தானே முளைத்த மரத்தை, உழவர் வெட்டலாம்

LASMAMATI - லச்ம்மமடி

Adhesive clay - land
ஒட்டும் களிமண்–நிலம்

LATAN - லடன்

A name given to all the early sown cold - weather crops

சீக்கிரம் விதைக்கப்பட்ட குளிர் - வானிலை பயிர்கள் அனைத்திற்கும் வழங்கப்படும் பெயர்

LIURA - லியுரா

Rice - straw, especially such as is suitable for folder

அரிசி - வைக்கோல், குறிப்பாக கோப்புறைக்கு ஏற்றது

LOG - லோக்

(H) People, folk, family
மக்கள், நாட்டுப்புறத்தார், குடும்பம்

MAGHAT - மஹட்

Land broken up in magh for the next year's crops

அடுத்த ஆண்டு பயிர்களுக்காக

நிலமாக என்று பிரிக்கப்பட்டுள்ளது

MALANKAR – மலங்கர்

(H malan, rubbing, threshing, and P kar, doer, fromkardan, to do) A thresher of corn

சோளக்கு திரை அடித்துத் தூற்றுபவர்

MANGAN – மங்கன்

(H) Asking, begging; afee or perquisite of the headman receivable-from the villagers in kind; a share of the crop

கிராம மக்களிடம் இருந்து பெறப்படும் தலைவரின் கட்டணத்தை அதாவது பயிரில் குறிப்பிட்டதெரு பங்கை கெஞ்சிக் கேட்பது

MANTI – மன்டி

Balance of rent when inconsiderable

கணக்கிட முடியாத போதைய வாடகை இருப்பு

MARA – மாரா

Soil that is productive only in the rains

மழை பெய்தால் மட்டுமே விளையும் மண்

MARGI – மார்கி

A traveller, a follower one who goes the road either lit or fig amongst the thugs A pupil

ஒரு பயணி, குண்டர்கள் மத்தியில் சாலையில் பின் தொடர்ந்து செல்பவர், ஒரு மாணவர்

MASA – மாசா

A land measure, three fourths of a bigha

ஒரு நில அளவு, ஒரு பிகாவின் நான்கில் மூன்று பங்கு

MASAN – மாசான்

A place where dead bodies are burnt, A cementary

இறந்த உடல்களை எரிக்கும் ஒரு இடம், புதைக்கும் ஒரு இடம்

MENHDI – மேன்ஹ்டி

(H) A plant from theleaves of which a red dye is prepared, with which the natives, women especiallystain their palms and solesof feet and tips of their fingers andtoes {Lawsonia inermis}

இலைகளில் இருந்து ஒரு சிவப்பு சாயம் தயாரிக்கப்படும் ஒரு செடி அதன் மூலம் பழங்குடியினர், பெண்கள் குறிப்பாக தங்கள் உள்ளங்கைகள் மற்றும் உள்ளங்கால்கள் அவர்களின் விரல்கள் மற்றும் கால்களின் நுனிகளில் சாயம் பூசிக் கொள்கின்றனர்

MITHRAL – மித்றல்

A productive moisture inherent in the soil

மண்ணின் உள்ளார்ந்த பயன் தரும் ஈரப்பதம்

MOCHA – மொச்ஹ

Crops beat down by wind or rain

காற்று அல்லது மழையால் பயிர்கள் சாய்கின்ற

MOCHARA – மொச்ஹரா

The crop of late sown rice (may – June)

தாமதமாக விதைக்கப்பட்ட நெற்பயிர் (மே – ஜூன்)

MOTHALA – மொதல

Deficiency of moisture in soil not enough for the seed to germinate

விதை முளைப்பதற்கு, மண்ணின் ஈரப்பதம் போதுமானதாக இல்லை

NAIUI – நாடுய்

(H) Aggregate of papers andproceedings relating to law suits; a file or bundle of official paperstied together

சட்ட வழக்குகள் தொடர்பான

ஆவணங்கள் மற்றும் நடவடிக்கைகளின் தொகுப்பு; ஒன்றாக இணைக்கப்பட்ட அதிகாரப்பூர்வ ஆவணங்களின் கோப்பு அல்லது மூட்டை

NAL – நல்
measuring Rod
அளக்கும் கேஸ்

NAL – நாள்
(H) A tube; spout; joint of bamboo or other hollow wood; a mea-suring - rod; a measure of four hundred cubits

ஒரு குழாய்; உமிழ்நீர்; மூங்கில் அல்லது மற்ற வெற்று மரத்தின் கூட்டு; நானூறு கனஅடி அளவிற்கு அளவிடும் கம்பி

NASA – நாசா
(H) Any salient or prominent-point, as the junction of twaroads or of a road and the ford of ariver; a place se-lected for the taking of toll or customs-for theirgiven to agreeable weighing village

எந்த முக்கிய அல்லது முதன்மையான புள்ளி, இரு சாலைகள், கூடும் ஒரு மையம், மற்றும் ஆற்றின் துறை ஏற்றுக்கொள்ளக்கூடிய அளவில் ஒரு கிராமத்திற்கு வசூலிக்கப்படும் சுங்கச்சாவடி அல்லது சுங்கம் பெறுவதற்காக தேர்ந்தெடுக்கப்பட்ட இடம்

NIMAR – நிமர்
Having lost its fertility land
நிலம் தன் வளமை இழந்துவிட்டது

NITAR – நிடர்
Poor worn out by over cul-ture – land
பெருமளவு விளைவிக்கப்பட்டதால் சத்துக் குறைந்த நிலம்

NONCHA – நொன்ச்ஹ
Lands abounding with soline matter

சோலைன் பொருள் நிறைந்த நிலங்கள்

OGAL – ஒகல்
Buck wheat
பண கோதுமை

OSWAL – ஒஸ்வல்
The name of a tribe of jains, chiefly merchants and bankers

சமணப் குடியினரின் பெயர் முக்கியமாக வணிகர்கள் மற்றும் வங்கியாளர்கள்

PACHPACH – பச்ஹ்ரிபச்ஹ்ற
Soft or plashy, as soil
மண் போன்ற மென்மையான அல்லது பளபளப்பான

PADRI – பட்ரி
A capitation tax on artificers and traders in central india
மத்திய இந்தியாவின் கைவினை கலைஞர்கள் மற்றும் வர்த்தகர்கள் மீதான ஒரு மூலதன வரி

PAEG / KASHT – பேக் / கஷ்ட்
(H pahi, a non - residentcul-tivator, and P kaskt, cultivation) Culti-vation carrried on by nonresidentculti-vators

பாஹி, ஒரு குடியுரிமை இல்லாத விவசாயி, (P kaskt, சாகுபடி குடியுரிமை இல்லாத விவசாயிகளால் மேற்கொள்ளப்படும் சாகுபடி

PAHAT – பஹாட்
The ceremony of initation into the sikh religion and community
சீக்கிய மதத் துவக்க விழா

PAI / NOWAD – பை / நொவத்
A non - resident cultivator who engages to cultivate for the cur-rent year

நடப்பு ஆண்டிற்கான சாகுபடியில் ஈடுபடும் குடியுரிமை இல்லாத விவசாயி

PAIKAR, PAIKARI – பைகர்

(H) A retail orwholesale dealer; a non - residentlabourer hired to cultivate land; atemporary tenant who usually receivesa larger share of the crop thanthe permanent occupant

ஒரு சில்லறை அல்லது மொத்த விற்பனையாளர்; நிலத்தை பயிரிடுவதற்காக அமர்த்தப்பட்ட குடியுரிமை இல்லாத தொழிலாளி; நிரந்தர குடியிருப்பாளரைக் காட்டிலும் வழக்கமாகப் பயிர்களில் பெரும் பங்கைப் பெறும் தற்காலிக குத்தகைதாரர்

PAIYA – பையா

An allowance of half an 'ana' on each rupee set apart for the patnari

பட்னாரிக்கு ஒதுக்கப்பட்ட ஒவ்வொரு ரூபாயிலும் அரை 'அனா' அலவன்ஸ் / படித்தொகை

PAJA – பஜா

Share or quota grain paid to the head man and the village servants – south west frontier

தலைவர் மற்றும் கிராம ஊழியர்களுக்கு வழங்கப்படும் பங்கு அல்லது ஒதுக்கீடு தானியங்கள் – தென்மேற்கு எல்லைப்புறம்

PAKHAL – பக்ஹல்

(H) A large leather bagused for raising water from wells, being attached to a rope passingthrough a pulley and drawn up byoxen passing up and down a slopePALE (Karn) A tract of countrysubject to a petty chieftain In Marathi, a hollow or confined spotsurrounded by hills

கிணறுகளில் இருந்து தண்ணீரை உயர்த்துவதற்காகப் பயன்படுத்தப்பட்ட ஒரு பெரிய தோல், ஒரு கப்பி வழியாக ஒரு கயிற்றில் இணைக்கப்பட்டு, ஒரு சாய்வுப் பலகை (கர்ன்) ஒரு குட்டித் தலைவனுக்கு உட்பட்ட ஒரு நாட்டின் பகுதி, குன்றுகளால் சூழப்பட்ட ஒரு வெற்று அல்லது வரையறுக்கப்பட்ட இடமாகும்

PALEV / PALEU – பலெவ் / பலியு

Land watered after ploughing

உழவு செய்த பின் நிலத்தில் நீர் பாய்ச்சப்படுகிறது

PANCHAYAT – பஞ்சாயத்

An Indian Court of arbitration consisting of five or moremembers chosen by the partiesthemselves or appointed by thecivil officers of the Government, for the determination of petty disputesamong the people

ஐந்து அல்லது அதற்கு மேற்பட்ட உறுப்பினர்களைக் கொண்ட இந்திய நடுவர் நீதிமன்றம், மக்களிடையே ஏற்படும் சிறு தகராறுகளைத் தீர்ப்பதற்காக, அரசாங்கத்தின் சிவில் அதிகாரிகளால் நியமிக்கப்பட்டது

PANDUVA – பன்டுவ

A light coloured soil, a mixture of clay and sand

ஒரு மெல்லிய வண்ண மண், களிமண் மற்றும் மணல் கலவையாகும்

PANGUTTA – பாங்குட்டா

(H pan, betel, from Sktparna, leaf, and Mar gutta, rent, farm ; an exclusive right of sale) Rent or farm of betel gardens; also tax levied on shops selling betel

(பான், வெற்றிலை, ஸ்க்ட்பர்னா, இலை மற்றும் மார் குட்டாவிலிருந்து, வாடகை, பண்ணை; ஒரு பிரத்யேக விற்பனை உரிமை) வெற்றிலைத் தோட்டங்களின் அல்லது பண்ணையின் வாடகை வெற்றிலை விற்கும் கடைகளுக்கும் வரி விதிக்கப்படுகிறது

PANIYARI – பனியறி

Inundated

வெள்ளத்தில் மூழ்கியது

PANKHA – பன்க்ஹா

(H) A large fixed andswinging fan, formed of clothstretched on a rectangular frame andsuspended from the ceiling, which isused to agitate the air in hotweather; also a hand-fan

ஒரு பெரிய நிலையான மற்றும் ஊசலாடும் விசிறி, ஒரு செவ்வக சட்டத்தில் நீட்டப்பட்ட மற்றும் கூரையில் இருந்து இடைநிறுத்தப்பட்ட துணியால் ஆனது, இது சூடான வானிலையில் காற்றைக் கிளற பயன்படுகிறது; ஒரு கை விசிறியும் கூட

PANMAR – பன்மர்

Soil submerged by floods so as not to be capable of cultivation

சாகுபடி செய்ய முடியாதபடி வெள்ளத்தால் மூழ்கிய மண்

PANOLA – பனொலா

Land watered after ploughing

உழவு செய்த பின் நிலத்தில் நீர் பாய்ச்சப்படுகிறது

PAPAR – பபர்

Fertile soil

வளமான மண்

PAR – பர்

Coarse rice stubble

கரடுமுரடான அரிசி குச்சி

PARANCH / PRANCH – பரன்ச்ஹ் / ப்ரன்ச்ஹ்

A indicative practice central india in which a person conceiving himself aggrieved by another attaches a notices to some outhouse or property

மத்திய இந்தியாவில் ஒரு நடைமுறை. சில அவுட்ஹவுஸ் அல்லது சொத்துக்கான அறிவிப்புகளை ஒட்டும்போது தாம் கோப்படுவது

PAREHA – பரிஹா

Land watered after ploughing, or flooded before that final ploughing and levelling of the ground

நிலத்தின் நீர் உழவு செய்த பிறகு பாய்ச்சப்பட்டது அல்லது அந்த இறுதி உழவுக்குப்பின் நிலத்தை சமன் செய்வதற்கு முன்பு வெள்ளம் பாய்தல்

PAROSI – பரோசி

A neighour

ஒரு பக்கத்து வீட்டுக்காரர்

PARTAL – பர்டல்

Remeasurement as a test of the accuracy of a previous measurement

முந்தைய அளவீட்டின் துல்லியத்தன்மை குறித்த மறுஅளவீட்டுச் செய்தல்

PATH – பத்

Reading, a reading, a lecture

வாசிப்பு, ஒரு வாசிப்பு, ஒரு விரிவுரை

PATHAK – பதக்

A reader, a public reader, a brahman who reads the epic poems and puransa in public

ஒரு வாசகன், ஒரு பொது வாசகர், காவியங்களையும் புராணங்களையும் பொதுவில் வாசிக்கும் ஒரு பிராமணன்

PATIA – படிய

(H) The writtenpandit on a question law

ஒரு கேள்வி சட்டத்தில் எழுதப்பட்ட பண்டிட்

PATPAR – பட்பர்

Newly formed land so situated as to receive an annual accession of alluvial deposit

புதிதாக உருவாக்கப்பட்ட நிலம், ஆண்டுதோறும் வண்டல் வைப்புத் தொகையைப் பெறும் வகையில் அமைந்துள்ளது

PATPARI – பட்பரி

Surface of soft land eaked by sunshine after rain

மழைக்குப் பிந்தைய சூரிய ஒளியால் மென்மையான நிலத்தின் மேற்பரப்பு

PATTA – பட்டா

A bale, A package

ஒரு பேல், ஒரு பொட்டலம்

PATTA – பட்டா

(H) A deed of the lease; a document given by the collector to the Zamindar or by some other receiver of revenue, to the cultivator or under - tenant, specifying the condition on which the Ju,nds areheld The certificate given by the Revenue Department to the proprietor orrnipat in South India

குத்தகை பத்திரம்; ஜமீன்தாரிடமோ அல்லது வேறு நிதி பெறுபவரோ, விவசாயி அல்லது குத்தகைதாரருக்கு, ஆட்சியர் அளிக்கும் ஆவணம், எந்த நிபந்தனையின் கீழ் உள்ளது என்பதைக் குறிப்பிடும் ஆவணம், தென்னிந்தியாவில் உள்ள உரிமையாளருக்கோ அல்லது ர்னிபட் நிறுவனத்திற்கோ வருவாய்த் துறையால் வழங்கப்படும் சான்றிதழ்

PATTIDAR – பட்டிடர்

(H) Theholder of a share in a coparcenary village or estate

ஒரு கூட்டு கிராமம் அல்லது எஸ்டேட்டில் பங்கு வைத்திருப்பவர்

PATTIDARI – பட்டிடரி

(H)The name of a coparcenary tenure in Northern India, in which each share manages his own lands, but the general body is responsible for thedefault of any sharer

ஒவ்வொரு பங்கும் தனது சொந்த நிலங்களை நிர்வகிக்கும் வட இந்தியாவில் ஒரு இணையான பதவிக்காலத்தின் பெயர், ஆனால் எந்தவொரு பங்குதாரரின் இயல்புநிலைக்கும் பொதுக்குழு பொறுப்பாகும்

PATWARI – பட்வாரி

(H) Village accountantwhose duty it is to keep all kinds ofland accounts and submit the sameto government revenue officers

அனைத்து வகையான நிலக் கணக்குகளையும் வைத்து அரசு வருவாய் அலுவலர்களிடம் சமர்ப்பிக்கும் கிராமக் கணக்காளர்

PAVERA – பவெரா

Sowing seed by hand

கையால் விதை தூவுதல்

PAVI – பவி

A dyke cut to let water either in or out

தண்ணீர் உள்ளே அல்லது வெளியே வருவதற்கு ஒரு நீர்வழி வெட்டப்பட்டது

PAVNI – பவ்னி

A collective name for the low castes who furnish the village constables, the barber, washerman, shoemaker and chandala

கிராம தலையாரிகள், முடிதிருத்துபவர், சலவை செய்பவர், செருப்பு தைப்பவர் மற்றும் சண்டாலன் போன்றவர்களைக் கொண்ட தாழ்ந்த சாதியினருக்கு ஒரு கூட்டுப் பெயர்

PAVTH – பவ்த்

A tenure of land in coparcenary villages under which the field are subject to periodical re - distribution among the sharers

பங்குதாரர்களிடையே அவ்வப்போது மறு விநியோகத்திற்கு உட்பட்ட நிலத்தின் கீழ் உள்ள கோப்பர்செனரி கிராம நிலத்தின் உரிமைக் காலம்

PAWARA – பவாரா

The vessel that receives the juice of the sugar - cane ground

கரும்புச் சாறு பெறும் பாத்திரம்

PEADA / MAHASIL – பேட / மஹசில்

A peon placed over defaulters to urge them to pay up carriers and maintained by them as long as so employed

கடனைத் திருப்பிச் செலுத்தத்

தவறியவர்கள் மீது பணம் செலுத்தும்படி அவர்களை வற்புறுத்தும் பணியாளர் ஒருவர் அவர் பணிபுரியும் வரை அவர்களால் பராமரிக்கப்படுவார்

PHALKAR – ப்ஹல்கர்

(H) Profits or produce of an estate derivable from fruit trees growing on it

ஒரு தோட்டத்தில் வளரும் பழ மரங்களிலிருந்து பெறப்படும் லாபம் அல்லது உற்பத்தி

PHANT – ப்ஹான்ட்

A village register, a list of occupants and their liabilities either as sharers or cultivators

ஒரு கிராமப் பதிவேடு, குடியிருப்பாளர்களின் பட்டியல் மற்றும் என்கிற வகையில் பங்குதாரர்கள் அல்லது விவசாயிகள்

PICHOR – பிச்ஹோர்

Ground in the rear of a tank

ஒரு தொட்டியின் பின்புறத்தில் உள்ள தரை

PIGHDAR – பிஹ்தர்

An under tenure of a charitable nature in ramgher

தன் பணிக்காலத்தில் தர்மசிந்தனையுடையவராக இருப்பது

POHA – பொஹா

The cattle of a village that are permitted to graze upon waste ground

ஒரு கிராமத்தின் கால்நடைகள் கழிவு நிலத்தில் மேய்ச்சலுக்கு அனுமதிக்கப்படுகின்றன

POL – பொல்

A courtyard

ஒரு முற்றம்

PORAS – பொரஸ்

Stiff or strong soil

கடினமான அல்லது வலுவான மண்

POT – பொட்

Assessment on cultivated fields

பயிரிடப்பட்ட வயல்களில் மதிப்பீடு

PRAGWAL – ப்ரஹல்

A brahman who conducts the ceremonies of the pilgrimage at Allahabad

அலகாபாத்தில் யாத்திரீகர்களின் சடங்குகளை நடத்தும் ஒரு பிராமணர்

PUJARI – பூஜாரி

(H) A priest in a temple, one who conducts public worship and receives the offering either on is own account or that of the proprietors of the temple

ஒரு கோவிலில் ஒரு பூசாரி, பொது வழிபாடுகளை நடத்தி, பிரசாதம் பெறுபவர் தனது சொந்தக் கணக்கு அல்லது கோயிலின் உரிமையாளர்களின் கணக்கு

PULIJ – புலிஜ்

Land constantly in cultivation, never requiring to be left fallow

நிலம் தொடர்ந்து பயிரிடப்படுகிறது, ஒருபோதும் தரிசாக விட வேண்டிய அவசியமில்லை

PUNYACHA CHITTHI – புன்யச்ஹ ச்ஹிட்தி

The summons from the zamindar to his tenants firing the day for the settlement or payment of the rents

ஜமீன்தாரிடமிருந்து அவரது குத்தகைதாரர்களுக்கு வாடகைப் பணத்தைச் செலுத்துமாறு சம்மன் அனுப்பப்படும்

PUNYAHA – புன்யஹ

A holiday, a sacred day or one on which religious observances are an which religious observances are enjoined

ஒரு விடுமுறை, ஒரு புனித நாள் அல்லது மத அனுசரிப்புகள் விதிக்கப்பட்ட

ஒரு நாளில், மத ஆச்சாரஸ்கள் அனுபவிக்கப்படுகின்றன

PUNYAHAKKARCH – புன்யஹக்கர்ச்

A charge for sweet meats given to the ryots on settling their rent

ரயத்கள் அவர்களின் வாடகையைத் தீர்க்கும்போது வழங்கப்படும் இனிப்பு இறைச்சிகளுக்கான கட்டணம்

RAB – ரப்

Inspissated juice of the sugar - cane

கரும்பின் உட்செலுத்தப்பட்ட சாறு

RAHGURU / RAJGUR – ரஹ்குரு / ரஜ்குர்

The spiritual adviser of a prince or chief

இளவரசர் அல்லது தலைவரின் ஆன்மீக ஆலோசகர்

RAJAKUMAR – ராஜ்குமார்

The son of a raja, a prince

ஒரு ராஜாவின் மகன், ஒரு இளவரசன்

RAKHAT – ராக்ஹட்

Land set apart for grazing

மேய்ச்சலுக்காக ஒதுக்கப்பட்ட நிலம்

RAKHIPURNIMA – ரக்ஹிபுர்னிமா

The day of full moon in the moon Sravan, on which the rakhi is sent to or brought by friends or by brahmans and bound around the wrist with a suitable mantra or prayer

சந்திரன் ஸ்ராவனத்தில் பௌர்ணமி நாள் அன்று நண்பர்கள் அல்லது பிராமணர்களால் அனுப்பப்பட்ட அல்லது கொண்டு வரப்பட்ட ராக்கி, பொருத்தமான மந்திரம் அல்லது பிரார்த்தனையுடன் மணிக்கட்டில் கட்டப்படுகிறது

RAMANAT – ரமனட்

An ascetic of the Vaishnava sect following the doctrins of Ramanand and thence termed also ramanandi

ராமானந்தரின் கோட்பாடுகளைப் பின்பற்றும் வைஷ்ணவப் பிரிவின் துறவி, பின்னர் ராமானந்தி என்று அழைக்கப்படுகிறார்

RAO / KRISHAK – ரயோ / க்ரிஷக்

The head man of a village

ஒரு கிராமத்தின் தலைவர்

RAPAT – ரபட்

An official statement or report, but commonly applied to a motion or petition to a judge in court

அதிகாரபூர்வமான குறிப்பு அல்லது அறிக்கை, பொதுவாக ஒரு மசோதாவாகவே மனுவாகவே நீதிமன்றத்தில் ஒரு நீதிபதிக்கு விண்ணப்புது

RAWAL – இரவல்

A title borne by someRajput rulers; it is reckonedinferior to raja or rana, but superiorto thakur Also the name of atribe of Brahmans in Central India ;and in Kumaun, the title of thehead priest of a temple

சில ராஜபுத்திர ஆட்சியாளர்கள் பெற்ற பட்டம்; இது ராஜா அல்லது ராணாவை விட தாழ்ந்ததாகக் கருதப்படுகிறது, ஆனால் தாக்கூர் என்பதை விட உயர்வானது. மத்திய இந்தியாவில் பழங்குடியினப் பிராமணர்களின் பெயராகவும் உள்ளது; மேலும் குமாவுனில், ஒரு கோவிலின் தலைமை அர்ச்சகரின் பட்டமாகவும் உள்ளது

REKAN – ரேகன்

Land beyond the reach of river - water

நதி - நீரைத் தாண்டிய நிலம்

ROGARA – ரோகரா

Crops having a healthy appearance

வளமான தோற்றத்தைக் கொண்ட பயிர்கள்

ROPAR – ரோபர்
Transplanted
இடமாற்றம் செய்யப்பட்டு நடப்பட்ட பயிர்

ROZEMERA – ரொசூ்ழ் மெரா
Daily proceedings an account of them, a diary, a journal a day - book
தினசரி நடவடிக்கைகள் பற்றிய கணக்கு, ஒரு நாட்குறிப்பு, ஒரு நாளிதழ்

RUBBEE – ருப்பீ
The spring the months of march – April
வசந்த காலம் மார்ச் – ஏப்ரல் மாதங்கள்

SADA – சட
A foreigner, a respectable man
ஒரு வெளிநாட்டவர், மரியாதைக்குரிய மனிதர்

SADA / SARA – சடா / சரா
Rotten as the surface of land long under water and covered with smooth decaying vegetation
அழுகும் தாவரங்களால் மூடப்பட்டு இருக்கும் வறண்ட நிலப்பரப்பு

SAHUKAR – சஹூகர்
(H) A banker, a moneylender
ஒரு வங்கியாளர், ஒரு வட்டிக் கடைக்காரர்

SALAHIYAT – சலஹியட்
Information sent by the village accountant or collector to the chief police authority of any criminal occurrence in the village
கிராமத்தில் ஏதேனும் குற்றச் சம்பவங்கள் நடந்தால் கிராமக் கணக்காளர் அல்லது ஆட்சியரால் தலைமைக் காவல் அதிகாரிக்கு அனுப்பப்படும் தகவல்

SAMAR – சமர்
Crop – ploughing
பயிர் – உழுதல்

SAMI – சமி
Arable land
விளை நிலம்

SAMLA – சம்ல
A crop that after having been checked has recovered
சோதனைக்குப் பிறகு மீட்கப்பட்ட ஒரு பயிர்

SAN / PATIT – சன் / படிட்
Land left uncultivated or unowned for a year
ஒரு வருடமாக விவசாயம் செய்யாமல் அல்லது சொந்தமில்லாமல் விடப்பட்ட நிலம்

SANGA – சங்க
A bridge used in the Himalaya formed of timbers projecting from the hanks one above another until they nearly meet, when the passage is completed by a plank laid across
இமயமலையில் பயன்படுத்தப்படும் ஒரு பாலம், மூங்கில் கம்புகளால் ஒன்றன் மேல் ஒன்றாகச் செல்லும் வரை, அவை கிட்டத்தட்ட சந்திக்கும் வரை, குறுக்கே போடப்பட்ட பலகையால் கடந்து செல்லும் போது

SANKIA – சன்கிய
A slave in chota Nagpur
சோட்டா நாக்பூரில் ஒரு அடிமை

SANNAK / NAMA / SAVNK – NAMA – சன்னக் / நம / சவ்னிக் / நம
A written obligation by which a person borrowing money bound himself, and sometimes his family to be slaves for life or until the debt was repaid
கடன் வாங்கும் நபர் தன்னையும், சில சமயங்களில் அவனது குடும்பத்தையும் வாழ்நாள் முழுவதும் அல்லது கடனைத் திருப்பிச் செலுத்தும் வரை அடிமைகளாக இருக்க வேண்டிய எழுத்துப்பூர்வ கடமை.

SARKARI / PATIENT – சர்கரி / SSAVITAR – ஸ்ஸாவிடர்

Circumstantial, detailed an account, a statement

சூழ்நிலை, விரிவான ஒரு கணக்கு, ஒரு அறிக்கை

பெசியன்ட்

Land left uncultivated for more than two years, and then claimable by the landlord or the government

இரண்டு ஆண்டுகளுக்கும் மேலாக பயிரிடப்படாமல் விடப்பட்ட நிலம், பின்னர் நில உரிமையாளர் அல்லது அரசாங்கத்தால் உரிமை கோரப்படும்

SARNA – சர்ன

A spot of land on which trees are not to be cut (Chota Nagpur)

மரங்களை வெட்டக் கூடாத நிலம் (சோட்டா நாக்பூர்)

SAW AI – சா ஐ

(H from sawa, a quarter more or in excess) An excess of a fourthor quarter; interest at a rate of per cent

சவாவிலிருந்து, கால் பகுதி அதிகமாகவோ அல்லது அதிகமாகவோ) நான்காவது அல்லது காலாண்டில் அதிகப்படியாக; சதவீத விகிதத்தில் வட்டி

SEDHA – சேதா

(H) Provisions; uncookedvictuals; a settled allowance; acharge made for supplies to travellers

ஏற்பாடுகள்; சமைக்கப்படாத உணவுப்பொருட்கள்; ஒரு தீர்வு கொடுப்பனவு; பயணிகளுக்கு வழங்குவதற்கான கட்டணம்

SIDHA – சித்தா

Land in god tilth

நல்ல விளைநிலம்

SIKKONAN – சிக்கொனன்

The difference of value between the sikha and swat rupee

சீகா மற்றும் ஸ்வாட் ரூபாய்க்கு இடையே உள்ள மதிப்பு வேறுபாடு

SIR – சார்

(H,) A name applied to the landsin a village which are cultivated bythe hereditary proprietors or village zamindars themselves as their ownspecial share, either by their own labourers and at their own cost, orby tenants at will, not being let inlease or farm

ஒரு கிராமத்தில் உள்ள நிலங்களுக்கு பரம்பரை உரிமையாளர்கள் அல்லது கிராம ஜமீன்தார்களால் தங்களின் சொந்தச் சிறப்புப் பங்காகப் பயிரிடப்படும் ஒரு பெயர் அவர்களின் சொந்தக் கூலிகள் மூலமாகவும், தங்கள் சொந்தச் செலவில் அல்லது குத்தகைக்கே அல்லது பண்ணைக்கோ விடப்படாமல் வரவழைக்கப்படுகிறது

SIRNANI – சிர்னனி

Access upon the cultivators to defray the salary of the superintendent appointed by the zamindar

ஜமீன்தாரால் நியமிக்கப்பட்ட மேற்பார்வையாளரின் சம்பளத்தை குறைக்க வேண்டிய விவசாயிகளின் அணுகுமுறை

SIRWAN / SHERWIN – சிர்வன் / ஷெர்வின்

A person appointed by the owner of a village to superintendent affairs and enforce cultivation

ஒரு கிராமத்தின் உரிமையாளரால் மேற்பார்வை விவகாரங்கள் மற்றும் சாகுபடியைச் செயல்படுத்துவதற்காக நியமிக்கப்பட்ட நபர்

SISA / SHISHA – சிசா / ஷிஷா

A ear of corn

ஒரு தட்டை சோளம்

SOKHA – சொக்ஹா

A conjuror, a wizard

ஒரு மந்திரவாதி, ஒரு

சூன்யக்காரன்

SONAR – சொனர்

A goldsmith, A jeweller, a worker in the precious metals and in jewellery

ஒரு பொற்கொல்லர், ஒரு நகைக்கடைக்காரர், விலைமதிப்பற்ற உலோகங்கள் மற்றும் நகைகள் செய்யும் ஒரு தொழிலாளி

SONYAPHAGAN – சொன்யாப்ஹகன்

Present or fee to government at public festivals

பொது விழாக்களில் அரசாங்கத்திற்கு வழங்கும் அன்பளிப்பு அல்லது கட்டணம்

SOTI – ஸோடி

A ravine which in the rains or floods becomes water - course

ஒரு பள்ளத்தாக்கு மழை அல்லது வெள்ளத்தின் போது நீர்நிலையாக மாறும்

SSAIGON – ஸ்ஸய்கொன்

A soil of a reddish tint, and containing gravel in Bundelkhand

பந்தல்காண்டு சரளைக் கற்களைக் கொண்ட சிவப்பு நிற மண்

SULAIYA – சுலையா

Laid down as corn by wind and rain or rice by currents

காற்றினாலும் மழையினாலும் சோளமாகவோ அல்லது நீரோட்டத்தால் அரிசியாகவோ இடப்பட்டது

SURHI – சுர்ஹி

A kind of grass growing on neglected or uncultivated land

புறக்கணிக்கப்பட்ட அல்லது பயிரிடப்படாத நிலத்தில் வளரும் ஒரு வகையான புல்

SURKHA – சுர்க்ஹா

Tall lank plants, running up with out a due propotion of leaf

இலைகள் சரியான அளவில் இல்லாமல் இருக்கும் உயரமான நீளமான செடிகள்

SUTARA – சுடரா

A crop which, having been checked has recovered

ஒரு பயிர், சரிபார்க்கப்பட்ட பின்னர் மீட்கப்பட்டது

SYAWARH – ஸ்யாவர்ஹ்

A name given to five handfuls or small heaps od grain set apart by mohammadan cultivators in the north – west provinces for the poor in the name of their saints or pirs

வட-மேற்கு மாகாணங்களில் உள்ள முகமதிய விவசாயிகளால் தங்கள் புனிதர்கள் அல்லது யாத்ரிகர் பெயரில் ஒதுக்கப்பட்ட ஐந்து கைப்பிடிகள் அல்லது சிறிய குவியல்களுக்கு ஒரு பெயர்

TAD / TAR – டட் / டர்

The palmyra tree

பனைமரம்

TAHARI / O / PAALI – டஹறி / ஓ / பாலி

A phrase in a lease of a mango orchard implying transfer of the ground, as well as the fruit

ஒரு மாம்பழத்தோட்டத்தின் குத்தகையில் உள்ள ஒரு சொற்றொடர், நிலத்தையும், பழத்தையும் மாற்றுவதைக் குறிக்கிறது

TALA – டலா

Quagmire, decayed vegetable matter or stagnant water

புதைகுழி, அழுகிய காய்கறிப் பொருள் அல்லது தேங்கி நிற்கும் நீர்

TALAB – தளப்

(H toZ, pond, water) An artificial pond, pool, areservoir

(குளம், நீர்) ஒரு செயற்கை

குளம், நீர்நிலை, ஒரு நீர்த்தேக்கம்

TALLHUA – டல்ஹூ ஆ

Light and above clay, which soon becomes soft and spongy in wet weather

களிமண்ணின் மேலே உள்ள பகுதி, ஈரமான வானிலையால் விரைவில் மென்மையாகவும் பஞ்சு போன்றதாகவும் மாறும்

TANDA – தண்ட

(H) A minister or priestwho presides at the temple of anidol or at the bathing ghat on thebank of a sacred river or pool

அனிடோல் கோயிலில் அல்லது புனித நதி அல்லது குளத்தின் கரையில் உள்ள குளியல் தொட்டியில் தலைமை தாங்கும் ஒரு மந்திரி அல்லது பூசாரி

TAPA – டபா

An island in a river

ஆற்றில் ஒரு தீவு

TAPARIHAU – டபரிஹௌ

Land cultivated in small patches, interspersed amongst the uncultivated portions of an estate

சிறிய திட்டுகளில் பயிரிடப்பட்ட நிலம், ஒரு தோட்டத்தின் பயிரிடப்படாத பகுதிகளுக்கு இடையில் குறுக்கிப்படுகிறது

TAPPA – தப்ப

(H) sion of country, smaller thana pargana

நாட்டின் சியோன், பர்கானாவை விட சிறியது

TAR – டார்

Bottom, underneath, under – surface

கீழே, கீழ், கீழ் – மேற்பரப்பு

TARSIDDHA – டார்சித்தா

The under surface (of land or of a field) broken up and prepared for sowing, although the upper surface is covered with grass

மேற்புறம் புல்லால் மூடப்பட்டு இருந்தாலும், கீழ்புறம் நிலம் அல்லது ஒரு வயல் பண்பாட்டு விதைப்பதற்கு தயாராக உள்ளது

TARSUA – டர்சுஹா

Water or moisture exuding from underneath the soil

மண்ணின் அடியில் இருந்து வெளியேறும் நீர் அல்லது ஈரப்பதம்

TATTA, TATTI – டாட்டி

(H) A matted screen is a barricade; a mat or a matted screen consisting of a frame filled in withKas roots which are set up at a door or window windward

பாய்த் திரை ஒரு தடுப்பு; ஒரு பாய் அல்லது பாய்த் திரை, காஸ் வேர்கள் நிரப்பப்பட்ட ஒரு சட்டகம் கொண்ட ஒரு கதவு அல்லது ஜன்னல் காற்றோட்டமாக அமைக்கப்பட்டுள்ளது

TAUHAD – டயுஹத்

Renting

வாடகைக்கு

THAEBUST – தேபுஸ்ட்

(H) Laying down aboundary, fixing the limits of estatesby a native surveyor, preparatory toa professional survey by a Europeanofficer

ஒரு ஜரோப்பிய அதிகாரியின் தொழில்முறை கணக்கெடுப்புக்கு ஆயத்தம், பூர்வீக சர்வேயர் மூலம் தோட்டங்களின் வரம்புகளை நிர்ணயித்தல்

THAKUR – தாகூர்

(H) A term applied topersons of rank and authority in different parts of India; any individual entitled to revenue THAKURAIT The holding.

இந்தியாவின் பல்வேறு பகுதிகளில் பதவி மற்றும் அதிகாரம் பெற்ற உயர் குடியினருக்கு பயன்படுத்தப்படும் ஒரு சொல்; வருமானத்திற்கு உரிமையுள்ள எந்தவொரு

தனிநபரும் தாக்கூர்.

THANADAR – தண்டர்

(H Jiang, police station, and dar, holder, from doshtan, to hold) The chief of a police station

ஜியாங், காவல் நிலையம் மற்றும் டார், ஹோல்டர், தோஷ்டானில் இருந்து, நடத்துவதற்கு ஒரு காவல் நிலையத்தின் தலைவர்

THANDA – தண்டா

Light, cool, cold

ஒளி, குளிர், குளிர்ந்த

THANI RAIYAT – தனி ரியாத்

(H tkani, resident, and Ar, rai-yat, tenant), A residentcultivator, one who has a proprietaryinterest in the soil,

குடியிருப்பாளர், மற்றும் குத்தகைதாரர். ஒரு குடியுரிலம உழுவர், மண்ணில் தனியுரிமை ஆர்வம் கொண்டவர்

THIKA – திகா

(H,), Hire, contract; a here ditary tenure under a zamindar

வாடகை, ஒப்பந்தம்; ஒரு ஜமீன்தாரின் கீழ் வரும் பரம்பரை பதவிக்காலம்

TIKAR – டகார்

Three ploughings

மூன்று உழுவு

TIKARI – டிகாரி

A small field of infection land – south west provinces

ஒரு சிறிய தொற்று நிலம் – தென்மேற்கு மாகாணங்கள்

TOKA / PATTA – டொக / பட்டா

A permanent patta or lease

நிரந்தர பட்டா அல்லது குத்தகை

UJURI – JAMA – உ ஜூரி

An entry in the annual account shewing remissions of the rents of the ryots

ரயத்களின் வாடகையின் நிவாரணங்களைக் காட்டும் வருடாந்திரக் கணக்கில் உள்ளீடு

UJURI / JAMIN – உ ஜூரி / ஜமின்

Account of land struck off from the previous years assessment as over charged

நிலத்தின் கணக்கு முந்தைய ஆண்டு மதிப்பீட்டில் இருந்து அதிக கட்டணம் வசூலிக்கப்பட்டது

UPHTA – உப்ஹடா

The low part of the banks of a river over which the water flows upon the fields when the river rises

ஒரு ஆற்றின் கரையின் தாழ்வான பகுதி, ஆறு உயரும் போது வயல்களில் தண்ணீர் பாய்கிறது

WAR – வார்

(H) According to shares, as-sessments, etc

பங்குகள், மதிப்பீடுகள் போன்றவற்றின் யுத்தம் படி

WOSAN – வொசன்

The winnowing of grain

தானியத்தின் வெற்றிலை

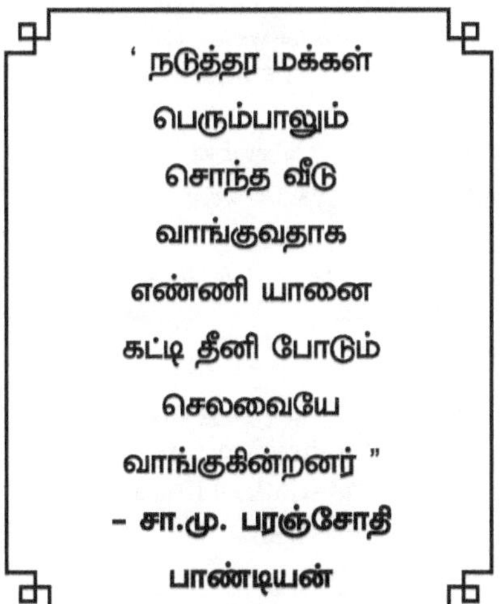

கன்னட வார்த்தைகள்

AYAMORA – அயமேரா

Portions of the crop assigned at harvest time to the village servants and officers

அறுவடை நேரத்தில் கிராம ஊழியர்களுக்கும் அதிகாரிகளுக்கும் ஒதுக்கப்பட்ட பயிர்களின் பகுதிகள்

BHATTA – பாட்டா

Rice in the husk, paddy

உமியில் அரிசி, நெல்

CHILLAR – சில்லார்

Trifling, petty, sundry; and odd sum of money, asmall grant or allowance

அற்பமான, குட்டி, பல்வேறு; மற்றும் சில்லறைத்தொகை சிறிய மானியம் அல்லது கொடுப்பனவு

GADDE – கட்டே

A shepherd, a man of a caste whose duty it is to grazesheep or cattle, sometimes employed as confidential servants and assistants in pubhc treasuries

ஒரு மேய்ப்பவன், ஆடு அல்லது மாடுகளை மேய்ப்பதைக் கடமையாகக் கொண்ட சாதி, மனிதன், சில சமயங்களில் இரகசிய வேலையாட்களாகவும், பொது கருவூலங்களில் உதவியாளராகவும் பணிபுரிகிறார்

GURUKKUL – குருக்குள்

The head priest among the Shaivas of the south of India

தென்னிந்திய சைவர்களின் தலைமைப் பூசாரி

HALKARI – ஹல்கரி

In Khandesh a villageofficer who is played to fill thetrough or cistern from which thevillage cattle drink and has wastelands granted to him for his support

கந்தேஷில் கிராம அதிகாரி ஒருவர் கிராம கால்நடைகள் குடிக்கும் நீரை தொட்டியை நிரப்ப பணியமர்த்தப்படுகிறார். அவருடைய வாழ்வாதாரத்திற்கு அவருக்கு வழங்கப்படும் கழிவு நிலங்கள்

KATI – கடி

An obsolete grain mea - sure in Mysore equal to rupeesin weight Also a measure of landcontaining square feet

மைசூரில் காலாவதியான தானிய அளவு ரூபாய் எடைக்கு சமம் சதுர அடி கொண்ட நிலத்தின் அளவு

KAUL – கால்

The Sikh (P kar, work, workshop; asupportingi A tax on looms (P) Agent, manager, (P kar, work, and A w'orkshopand gnli, weaver'sthe W'eb-for a fixed annual sura, notto increase; also, the land so

சீக்கியர் (பிகார், வேலை, பட்டறை; தறிகள் (பி) முகவர், மேலாளர், (பிகார், வேலை மற்றும் ஒரு பட்டறை மற்றும் இன்லி, நெசவாளர்களின் வலையில் ஒரு நிலையான வருடாந்திர சூரா, அதிகரிக்க கூடாது மேலும் நிலம் அதனால்

KAVALKAR – கவல்கர்

Protecting, kardan, to do) A protector

பாதுகாக்கும் ஒரு கார்டன், ஒரு பாதுகாவலர்

KAVALKAR – கவல்கர்

Confdguardian, a watchman; a villagewatchman, who also commonly as a messenger and guide to vellers

பாதுகாவலர், ஒரு காவலாளி, ஒரு கிராமக் காவலாளி அவர் பொதுவாக வல்லவர்களுக்கு தூதுவராகவும் வழிகாட்டியாகவும் இருப்பவர்

KEORI – கேஓரி

The name of a caste or of an individual belonging to it in U P, whose chief occupation is garden cultivationn and that of the poppy, sugar can, e and other valuable products

உ.பி யில் உள்ள ஒரு சாதியின் பெயர் அல்லது அதைச் சேர்ந்த தனிநபரின் பெயர். தோட்டம் பயிர்ச் சாகுபடி மற்றும் கசகசா கரும்புச் சாறு மற்றும் பிற மதிப்பு மிக்க பொருட்களின் உற்பத்தி தொழிலாகும்

KHAKI – க்ஹாகி

Earth, Hindu body with the ashes of burnt cow dung

பூமி, எரிக்கப்பட்ட மாட்டு சாணத்தின் சாம்பலுடன் இந்து உடல்

MUDA / BANDI – மூடா / பண்டி

(Kanarese Muda, a measure of grain and bandi, settlement, from P bast an, to bind), A form of revenue settlement, in force in Thana District, by which lands were, without measuring them, divided into parcels or blocks which were estimated to require a certain amount of seed or to yield a certain quantity of grain

(கனரேஸ் மூடா, தானியம் மற்றும் பண்டியின் அளவீடு, தீர்வு, பி பாஸ்ட் அன், பிணைத்தல்) வருவாய் தீர்வின் ஒரு வடிவம், தானா மாவட்டத்தில் நடைமுறையில் உள்ளது. இதன் மூலம் நிலங்கள், அவற்றை அளவிடாமல், பார்சல்களாக அல்லது தொகுதிகளாகப் பிரிக்கப்பட்டன. ஒரு குறிப்பிட்ட அளவு விதை அல்லது ஒரு குறிப்பிட்ட அளவு தானியத்தை விளைவிக்க வேண்டும் என்று மதிப்பிடப்பட்டுள்ளது

NOTAGARA – நோடகர

An officer who keeps the money accounts of a village; also a money changer

ஒரு கிராமத்தின் பணக் கணக்குகளை வைத்திருக்கும் ஒரு அதிகாரி; பணம் மாற்றுபவர்

PULIVATTU – புளிவட்டு

A fund a part for religious purposes

மத நோக்கங்களுக்காக ஒதுக்கப்பட்ட நிதி

SISTU – சிச்டு

land tax, revenue assessed in money

நில வரி பணத்தால் மதிப்பிடப்பட்ட வருவாய்

STHANIEAM – சதன்இஎம்

The office superintendent or manager of temple

கோவிலின் அலுவலக கண்காணிப்பாளர் அல்லது மேலாளர்

TALARI – டலறி

A village watchman, one of the subordinate ofiicers of a village entrusted with police duties written the Artotheplace or in fim, a MuhaiU'mainte and Pab

காவல் பணிகளில் ஒப்படைக்கப்பட்ட கிராமத்தின் கண்காணிப்பாளர், துணை அதிகாரிகளில் ஒருவர்

ஓரத்தில் பாசனத்திற்காக மூழ்கிய கிணறு

CHAKARIA – சகரியா
(Marathi form of chakaran)
(சகரனின் மராத்தி வடிவம்)

CHALI – சாலி
Land that bears the high-est rate of assessment, cultivated by permanent in habitants of the village agreeably to allotment, by which each cultivator has a fixed proportion of the hinds of highest, medium and lowest assessment

நிலம், கிராமத்தில் நிரந்தரமாக வசிப்பவர்களால் பயிரிடப்பட்ட மிக உயர்ந்த மதிப்பீட்டு விகிதத்தைக் கொண்டுள்ளது, இதன் மூலம் ஒவ்வொரு விவசாயியும் உயர்ந்த, நடுத்தர மற்றும் குறைந்த மதிப்பீட்டின் நிலையான விகிதத்தைக் கொண்டுள்ளனர்

CHEBA – சேபா
Soft or wet soil, mudmire, soil in general, or such as is fit for rice culti-vation

மென்மையான அல்லது ஈரமான மண், சேறு பொதுவாக மண் நெல் சாகுபடிக்கு ஏற்றது

CHITNAVIS – சித்னவிஸ்
Under the Maratha Gover-ment an Under Secretary of State who wrote and answered dispatches; any clerk or registrar

மராட்டிய அரசாங்கத்தின் கீழ் ஒரு துணை மாநில செயலாளர் மாநில எழுத்தர் அல்லது பதிவாளர்களுக்கு அனுப்புகைகளை எழுதி பதிலும் அளித்தார்

DANG – டங்
A tract of hilly andjungly country DANGI A forester A tribe of Rajputs in habiting the woody districts of Eastern Malwa

மலைகள் நிறைந்த மற்றும் காடுகள் மலிந்த நாடு டாங்கி. ஒரு வனப்பகுதி,

மராத்தி வார்த்தைகள்

ARTHAL – அர்தால்
A half share either of the produce of land or profits of trade

நிலத்தின் விளைச்சலில் அல்லது வர்த்தக லாபத்தில் பாதி பங்கு

BALDTI – பால்ட்டி
Portion of the crop assigned to the bahitaor village servants for their maintenance

பஹிதார் கிராம சேவகர்களுக்கு அவர்களின் பராமரிப்புக்காக ஒதுக்கப்பட்ட பயிரின் ஒரு பகுதி

BALUTIDAR – பளுடிடார்
An officer or servant receiving a share of bnluti

பனுலூட்டியில் ஒரு பங்கைப் பெறும் அதிகாரி அல்லது வேலைக்காரன்

BANDHARA – பந்தரா
A bank, a dyke
ஒரு வங்கி, ஒரு டைக்

BIGHAWANI – பிகாவனி
Assessment of villages at a stipulated rate per bigha Reduction into bighas of measurements by a different standard

"பிகா"விற்கு இவ்வளவு என்று நிர்ணயிக்கப்பட்ட விகிதத்தில் கிராமங்களை மதிப்பீடு செய்தல், வெவ்வேறு தரநிலைகளின் படி பிகா அளவீடுகளாகக் குறைத்தல்

BUDKI – புட்கி
A well sunk for irrigation at the edge of a river or water course

ஒரு நதி அல்லது நீரோடையின்

கிழக்கு மால்வாவின் மரங்கள் நிறைந்த மாவட்டங்களில் ராஜபுத்திரர்களின் ஒரு பழங்குடியினர் வசிக்கின்றனர்

DASTEBAD – டச்டேபாத்

A land tenure exempt from taxation

ஒரு நில உரிமை வரி விதிப்பிலிருந்து விலக்கு அளிக்கப்பட்டது

DESMUKS – தேச்முக்ஸ் DESHMUKH – தேஷ்முக்

A district revenue officer who is expected to superintend the cultivation and report on the state of crops, to assist in the settlement of the annual revenue, and to give general aid to the collector in the discharge of revenue duties

மாவட்ட வருவாய் அலுவலர், சாகுபடியை மேற்பார்வையிடவும், பயிர்களின் நிலைகுறித்து அறிக்கை தரவும், ஆண்டு வருவாய் பிரச்சனைகளை தீர்ப்பதற்கு உதவவும், வருவாய் கடமைகளை நிறைவேற்றுவதில் கலெக்டருக்கு உதவி செய்யவும் எதிர்பார்க்கப்படுகிறது

DHARA – தாரா

Settled assessment onfields, etc

DHARE / KARI – தரே / கரி

Who pays a fixed rate of assessment The permanent of a farm, one who dispossessed as long as he pays his revenue, and who may abandon his farm for a time without hf sing the right of resumjition on paying a comjiensation to the temporary cultivator A tenant occupantcan not be

ஒரு நிலையான மதிப்பீட்டை செலுத்துபவர், ஒரு பண்ணையை நிரந்தரமாகச் செலுத்துபவர், அவர் தனது வருவாயைச் செலுத்தும் வரை அப்புறப்படுத்தப்படாதவர், மற்றும் தற்காலிக சாகுபடியாளருக்கு மீண்டும் தொடங்குவதற்கான உரிமையை

வழங்காமல் தனது பண்ணையை சிறிது காலத்திற்கு கைவிடுபவர், ஒரு குத்தகைதாரராக இருக்க முடியாது

DHENP – தெனப்

A piece of ground assessed in the lump, or according to the quantity of grain it is estimated to yield, without reference to its area

மதிப்பிடப்பட்ட நிலத்தின் ஒரு பகுதி, அல்லது தானியத்தின் அளவின்படி அது எவ்வளவு விளையும் என்று அதன் பகுதியைக் குறிப்பிடாமல் மதிப்பிடப்பட்டுள்ளது

DUMALA – துமள

A term applied to av fillage or lands teiriporiirily alienated Also a town orland that has twoproprietors

ஒரு கிராமம் அல்லது நிலங்கள் தற்காலிகமாக அந்நியப்படுத்தப்பட்ட ஒரு சொல், மேலும் இரண்டு உரிமையாளர்களைக் கொண்ட ஒரு நகரம் அல்லது நிலம்

GHARPATTI – கார்பட்டி

Houslevy or collection per house, which Brahman village officers exemptedtax; fromwere

வீட்டுவரி அல்லது ஒவ்வொரு வீட்டிற்குமான வசூல், அவற்றிற்கு பிராமணக் கிராம அதிகாரி வரி விலக்கு அளித்தார்

JHADJHADORA – ஜ்ஹாத்ஜஅடார

A cess inkind levied on the fruits of village trees, generally collected at the rate of one per hundred mangoes or tamarinds The rates fluctuated at diifeent times and varied with the nature of trees A monej' tax was more usual in case of comparatively valuable trees In the Jhadorarates in Bassein Tai uqwere charged

கிராமங்களில் பழத்தின் மீது விதிக்கப்படும் வரியாகும்.

KALAL – கலால்

A distiller or vendorof spiri-tuous liquors KALALI The business of a kalal Also assessments on distilleries and spirit shops

ஒரு மதுவடிப்பாளர் அல்லது துடிப்பூட்டும் மதுபானங்களை விற்பனை செய்பவர் களாலி ஒரு கலால் வணிகம், அது மது வடிப்பிடம் மற்றும் மதுக் கடைகளில் மதிப்பிடப்படுகிறது

KAMAVISDAR – கமவிச்டர்

Head revenue officer of a dis-trict entrusted also with police duties

மாவட்டத்தின் தலைமை வருவாய் அதிகாரிவசம் போலீஸாரின் கடமைகளும் ஒப்படைக்கப்படுதல்

KANAM – கணம்

The thing or consideration for which a mortgage or pledgeiseiven

அடமானம் அல்லது அடமானம் வைக்கப்பட்ட பொருள் பற்றி கருத்தில் கொள்ள வேண்டும்

KANNI – கன்னி

A plot of land from eight to fourteen feet longand five to eight broad, set apart for evaporating or manufacturing salt: a salt bed or pan

எட்டு முதல் பதினான்கு அடி நீளம் மற்றும் ஐந்து முதல் எட்டு அடி அகலம் கொண்ட நிலம், உப்பு உற்பத்தி செய்வதற்காக ஒதுக்கப்பட்டுள்ளது. ஒரு உப்பு படுகை அல்லது உலோகத்தட்டு

KARKHANA – கர்க்ஹனா

A manufactory

ஒரு தொழிற்சாலை

KATAKIS – கடகிஸ்

The chief agricultural caste in central, western, and southern India, whence it sometimes means a husband man,apeas antt, or a cultiva-tor in general

மத்திய, மேற்கு மற்றும் தென்னிந்தியாவில் முதன்மை விவசாய சாதி, சில சமயங்களில் ஒரு பண்ணையார், விவசாயி அல்லது பொதுவாக ஒரு விவசாயி என்று பொருள்படும்

KATTJBAN – கட்ஜ்பன்

A grant or tenure in perpetuity of barren or fallow landsliableheld

தரிசு அல்லது தரிசு நிலாங்களின் நிலுவையில் உள்ள மானியம் அல்லது காலஅளவு

KER / PATTI – கேர் / பட்டி

A tax for maintaining pubhc sweepers and scavengers

பொது துப்புரவு பணியாளர்கள் மற்றும் கழிவுநீர் அகற்றுவோரை பராமரிப்பதற்கான வரி

KHANDNI – க்ஹான்ட்னி

Tribute, fine, an exaction; a contribution levied from a village as revenue for the permanent power

அஞ்சலி, அபராதம், நிரந்தர அதிகாரத்திற்கான வருவாயாக ஒரு கிராமத்திலிருந்து வகூலிக்கப்படும் பங்களிப்பு

KHARDA – க்ஹர்டா

A rough note, a memorandum, a draft

ஒரு தோராயமான குறிப்பு, குறிப்பறிவிப்பு, ஒரு வரைவு அறிக்கை

KHASBANDI

Distribution of the lands of a village, without regard to contiguity, amongst certainfamilies, and the assessment of eachestate in the lump, without reference to mea-surement or rating

ஒரு கிராமத்தின் நிலங்களை, குறிப்பிட்ட குடும்பங்களுக்கிடையில், அருகில் இருப்பதைப் பொருட்படுத்தாமல் பகிர்ந்தளித்தல், மற்றும் மொத்தமாக உள்ள ஒவ்வொரு தோட்டத்தின் மதிப்பீடும், அளவீடு இல்லாமல் செய்யப்பட்டது

KHOT - க்ஹோட்

Arevenue or customs Maratha Provinces, collector of government revenue

ஒரு வருவாய் அல்லது சுங்கம், மராட்டிய மாகாணங்கள், அரசாங்க வருவாய் சேகரிப்பாளர்

KIRDSAR – கிர்ட்சர்

Arable; land capable of being cultivated, usually applied to rice land

விளைநிலம்   ;   சாகுபடி செய்யக்கூடிய நிலம், பொதுவாக நிலத்தில் நெல் பயிரிடப்படுகிறது

KOLKAR – கொள்கர்

A mace bearer, government messenger, police or revenuej eon, one employed to collect duties

ஒரு   தந்திரம்   தாங்குபவர், அரசாங்க தூதர், காவல்துறை அல்லது பணியாள், வரி வசூல் செய்யும் ஒருவர் கடமைகளைச் செய்யப் பணிபுரிகிறார்

KriATAUNI – க்ரியாடுனி

An account book or the
(ஒரு பதிவேடு) ஒரு கணக்குப் புத்தகம்

KULARGI – குளற்கி

A tenure by individuals or families holding land atfixed rates, alterable only upon a new survey and assessment

நிலத்தை வைத்திருக்கும் தனிநபர் குடும்பங்களின், புதிய கணக்கெடுப்பு மற்றும் மதிப்பீட்டின் அடிப்படையில் மட்டுமே மாற்றத்தக்கது

KULKARNI – குல்கர்னி

The   hereditary   village account keeper

பரம்பரை   கிராம   கணக்கு காப்பாளர்

KUNBI – குன்பி

The name of see KUEAN

பெயர் பார்க்க குயின்

LAGWAD – லக்வாத்

lagne, be planted, set) Agricultural operations preparatory or pertaining to sowing; cost of bringing land into cultivation, of repairing ruinous building etc; also PJ) ied to cultivated land

(லக்னே, நடப்பட வேண்டும், அமைக்கவும்) விவசாய நடவடிக்கைகள் தயாரிப்பு அல்லது விதைப்பு தொடர்பான நிலத்தை   சாகுபடிக்கு   கொண்டு வருவதற்கான   செலவு, பாழுடைந்த கட்டிடத்தை   சரிசெய்வது   போன்றவை; மேலும் சாகுபடி செய்யப்பட்ட நிலத்திற்கும் தேவை

LINGAIT – லிங்கைத்

The name of asect of Shaivasso called from wearing a representation of the linga They deny the sanctity of the Brahmanical Order and the authority of the Veda, and do not recognize ciiste The sect belongs to the South of India, and was founded in the twelfth century by Basawa, the brother-in-law, chiefminister, and general of Bijjala, aKalachurya and Jain, who usurped the Chalukya throne in A Different sections of the Lingaitsare called Pancham, and Tirale

லிங்கத்தின்   அடையாளத்தை அணிவதன் மூலம் சைவர்கள் என்று அழைக்கப்பட்டது, அவர்கள் பிராமண ஆணை   மற்றும்   வேதத்தின் அதிகாரத்தையும், புனிதத்தன்மையையும் மறுக்கிறார்கள், மேலும் சிருஷ்டியை ஐ அங்கீகரிக்கவில்லை. பன்னிரண்டாம் நூற்றாண்டு, பசவா, மைத்துனர், முதல்வர் மற்றும் பிஜ்ஜாலா, கலச்சூர்யர் மற்றும் ஜெயின்   தளபதி, அவர் பல்வேறு வகையானும் சாளுக்கிய அரியணையைக் கைப்பற்றினார். பஞ்சம் மற்றும் திராலே எனப்படுபவை   லிங்கைட்சரேவின்

பிரிவுகளாகும்

MAHAR – மகார்

An un touchable who performs the duties of a village watch-man and a se tvenger As a balata he enjoys the right sandper quisites of his office hut is not permitted to live with in the village wall

தீண்டத்தகாதவர், கிராமக் காவலாளி மற்றும் பழிவாங்கும் பணியைச் செய்பவர் ஒரு பாலாடையாக, அவர் தனது அலுவலகக் குடிசையின் உரிமைகளையும் வசதிகளையும் அனுபவித்து வருகிறார். ஆனால் கிராம மதிலின் எல்லைக்குள் வாழ அனுமதியில்லை

MAMLATDAR – மம்லட்டர்

An officer appointed by the Government to the charge of a revenue district

வருவாய் மாவட்டத்தின் பொறுப்புக்கு அரசாங்கத்தால் நியமிக்கப்பட்ட ஒரு அதிகாரி

MEWASI – மேவசி

A village held by the Me-wason payment of tribute to govern-ment in lieu of assessment

மதிப்பீட்டிற்குப் பதிலாக அரசாங்கத்திற்கு காணிக்கை செலுத்தும் மேவாசன் முறைப்படி நடத்தப்பட்ட ஒரு கிராமம்

MUDA, MURA – முடா முரா

A quantity of grain; at Bombay, twenty - fivemaunds; in other places, twenty eight

ஒரு தானிய அளவு, பம்பாயில், இருபத்தைந்து மாண்டுகள்; மற்ற இடங்களில், இருபத்தெட்டு

MUNDBANDI – முண்ட்பண்டி

In the Deccan the partition of the lands of a village among the culti-vators, whether proprietors or per-manent tenants, agreeabty to certain proportions, and subject to a collective rate of rent, at which they may be let to cultivators

தக்காணத்தில் ஒரு கிராமத்தின் நிலங்களை விவசாயிகளுக்கு, பிரித்து தரப்பட்டது. உரிமையாளர்களாக இருந்தாலும், நிரந்தர குத்தகைதாரர்களாக இருந்தாலும், குறிப்பிட்ட விகிதாச்சாரத்திற்கு ஒப்புக்கொண்டு, கூட்டு வாடகைக்கு உட்பட்டு, விவசாயிகளுக்கு விடப்படலாம்

NA / KIBDSAB – நா / கிப்த்சாப்

Land which is incapable of cultivation

சாகுபடி செய்ய இயலாத நிலம்

NTJMBERWAR / EHARDA – ஐம்பர் வார் / எஹர்ட

A record kept by the village accountant in the Deccan of the fields of the tillage he is attached to, their quality, cultivation, and other particu-lars of the state of the village,according to a regular system of numbering

தக்காணத்தில் உள்ள கிராமக் கணக்காளரால் அவர் சம்பந்தப்பட்ட உழவு வயல்களின் தரம், சாகுபடி மற்றும் மாநிலத்தின் பிற விவரங்கள் பற்றிய பதிவு ஆகியவற்றை ஒரு வழக்கமான எண் முறைப்படி செய்கிறார்

PANT – பண்ட்

A prefix of honour before each of the designations of the eight pradhans of the Maratha State Also inaffix to the name of a Brahman in general and Brahman scribe or accountant in particular

மராட்டிய மாநிலத்தின் எட்டுப் பிரதான்களின் ஒவ்வொரு பதவிகளுக்கும் முன்பான மரியாதையின் முன்னொட்டு. மேலும் பொதுவாக ஒரு பிராமணர் மற்றும் பிராமண எழுத்தாளரின் பெயருடனும் இணைக்கப்பட்டுள்ளது

PARBHARA / HAQ – பார்பாரா

An incidental oroccasional claim privilege as ashare of crop; occasionally the right of a village officer

ஒரு தற்செயலாக எப்போதாவது எழுப்பப்படும் கோரிக்கை பயிரில் பங்கு கேட்குகிறார்கள் அது; சில நேரங்களில் ஒரு கிராம அதிகாரியின் உரிமை

PATASTHAL – படச்தல்

Cultivated ground irrigated by small channelsturned off from brooks or rivulets

சிறு வாய்க்கால்களால் பாசனம் செய்யப்பட்ட பயிரிடப்பட்ட நிலம், சிற்றாறு அல்லது சிற்றோடைகளில் இருந்து நீர் பெற்று விளைவிக்கப்படுகிறது

PATEL – படேல்

Head man of a village having general control of village 'iffiirs and forming the medium of communication with the GovernmentPATELKIapaid

கிராம மக்களின் மீது பொதுக் கட்டுப்பாட்டைக் கொண்ட ஒரு கிராமத்தின் தலைவர் மற்றும் படேல்களுடன் தொடர்பு கொள்ளும் ஊடகத்தை உருவாக்குகிறார்

PATTI – பட்டி

Any occasional or extra tax or cess; in (H) a division of a village

எந்த சந்தர்ப்பத்திலும் செஸ் எனப்படும் கூடுதல் வரி; (H) ஒரு கிராமத்தின் ஒரு பிரிவு

PAYALI – பயலி

A measure of capacity containing four seers; but the Maratha Government in receiving revenue payments in kind, acknowledge apayn iof seers : in paying, itconsidered | to be its equivalent

நான்கு மடத்தலைவர்களைக் கொண்ட திறனின் அளவு; ஆனால், மராட்டிய அரசு, வருவாய் கொடுப்பனவுகளை பொருளாகப் பெறுகிறது. அது அதற்குச் சமமானதாக இருக்க வேண்டும்

PHARA – பஹாரா

A measure of capacity for grain or salt consisting of one maund

தானியம் அல்லது உப்பைக் கொண்ட ஒரு மாண்டின் கொள்ளளவு

PHASKI – ப்ஹச்கி

A toll on vegetable and grain etc, exacted by official personages from the vendors

காய்கறிகள் மற்றும் தானியங்கள் போன்றவற்றின் மீதான போக்குவரத்து வரி, விற்பனையாளர்களிடமிருந்து அதிகாரிகளால் வசூலிக்கப்படுகிறது

POTDAR – போட்டர்

A money - changer, a weigher and assayer of coins; heis also the village silver smith and one of the balutidars

ஒரு பணத்தை மாற்றுபவர், நாணயங்களை எடை போடுபவர் மற்றும் மதிப்பிடுபவர்; அவர் தான் கிராமத்தில் வெள்ளிக்கொல்லர் மற்றும் பலுகிடர்களில் ஒருவர்

PRAPANCHARTHA – பிரபஞ்சர்தா

Land exempted from revenue attached to some secular function,as that of Pahl, or any village officer, or for the purpose of keeping up useful constructions, as reservoirs or embankments, etc

கிராம அதிகாரிகள், பயனுள்ள கட்டுமானங்களை வைத்திருக்கும் நோக்கத்திற்காக, நீர்த்தேக்கங்கள் கரைகள் போன்றவற்றை பராமரிக்கும் நோக்கத்திற்காக உள்ள பணத்தை சில மதச்சார்பற்ற செயல்பாடுகளுக்கு இணைக்கப்பட்ட வருவாயில் இருந்து விலக்கு அளிக்கப்பட்டது

RABTA / RABTA / MAHAR – ராப்டா / ராப்டா / மகர்

The practice of exacting work, on the public service,from the mahar; the money exacted from the maharin lieu of public service Also the maharupon whom certain work is imposed on the public account

மஹரில் இருந்து, துல்லியமான பொதுசேவை செய்யும் நடைமுறை; அதற்கு ஈடாக, மஹரினில் இருந்து பணம் வசூலிக்கப்படும் மேலும் மஹருபோன் வேலைக்கு என, பொதுக்கணக்கில் இருந்து விதிக்கப்படும்

SADILWABI – சடில்வாபி

Any contingent charge (as for certain entertainments, for the subsistence of at roop of mendicants, etc) paid byan extra assessment : such extra assessment

கூடுதல் மதிப்பீட்டின் மூலம் செலுத்தப்படும் எந்தவொரு தற்செயல் கட்டணமும் (சில பொழுதுபோக்கிற்காக, மெண்டிகண்ட் துருப்புகளின் வாழ்வாதாரம் போன்றவற்றிற்காக) அத்தகைய கூடுதல் மதிப்பீடு போட்டு பணம் வழங்கப்படும்

SAHOTRA – சஹோதர

Per cent; a fee or perquisite of six in a hundred given to a public offi-cer Generally per cent of the cbauth

சதவீதம்; ஒரு பொது சில அதிகாரிக்கு வழங்கப்படும் நூற்றில் ஆறு கட்டணம் அல்லது பொதுவாக இன் சதவீதம்

SHERI – செரி

Garden - ground or arableland which has never been included within the bounds of any village, and which is held by the State : also landwhich may revert to the State, eitherby becoming forfeited or becauseoriginally pur-chased from the Statefor the purpose of planting trees Insome parts Sheri is land farmed bythe proprietor; and in lAot - villages, land cultivated for the khotby thevillagerniyntsgratis

தோட்டம் - நிலம் அல்லது விளைநிலம், இது எந்த கிராமத்தின் எல்லைக்குள்ளும் சேர்க்கப்படவில்லை, மேலும் இது அரசின் கட்டுப்பாட்டில் உள்ளது.

மேலும் இது மாநிலத்திற்குள் திரும்பப் பெறலாம், இது பறிமுதல் செய்யப்படுவதன் மூலம் அல்லது முதலில் மரங்களை நடும் நோக்கத்திற்காக மாநிலத்திலிருந்து வாங்கப்பட்டதால், சில பகுதிகள் ஷெரி என்பது உரிமையாளரால் விவசாயம் செய்யப்படும் நிலம்; மற்றும் கிராமங்களில், கோட்பி கிராமத்துக்காக பயிரிடப்பட்ட நிலம்

SHETSANADI – ஷெட்சண்டடி

A person holding land for military service applied especially to a local militia acting also aspolice and garrisons of forts Anassignment or grant of revenue of land for certain services

இராணுவ சேவைக்காக நிலத்தை வைத்திருக்கும் நபர், குறிப்பாக உள்ளூர் போராளிகள் மற்றும் கோட்டைகளின் காவலர்களாக செயல்படும் ஒரு நபர். குறிப்பிட்ட சேவைகளுக்கு நிலத்தின் வருவாயை வழங்குதல்

SUKHVASTI – சுக்ஹ்றவச்டி

Residence at any place for pleasure or convenience; a person sojourning at a place, without any proprietary tie, butsimply for his plea-sure

இன்பத்திற்காக அல்லது வசதிக்காக எங்கும் வசிப்பவர்; ஒரு இடத்தில் தங்கியிருக்கும் நபர், எந்த உரிமையான டையும் இல்லாமல், ஆனால் அவரது மகிழ்ச்சிக்காக வாழ்பவர்

TALAT – தளத்

An officer whose duty it is to collect the sums due by cultivators to government

விவசாயிகளால் அரசாங்கத்திற்கு செலுத்த வேண்டிய தொகைகளை வசூலிப்பதை கடமையாகக் கொண்ட ஒரு அதிகாரி

TALEBAND – தலேபண்ட்

A treasury account showing the correspondence between

the balance in hand and that which left on a comparison and disbursements

"கையில் உள்ள இருப்புப் பணம் மற்றும் விநியோகம் ஆகியவற்றிற்கு இடையே உள்ள பரிமாற்றத்தைக் காட்டும் கருவூலக் கணக்கு"

TAN / MALA – தன் மாலா

A plantation; agarden of the betel -vine or land on which pepper betel is cultivated

ஒரு தோட்டம்; வெற்றிலைக் கொடிக்கால் அல்லது மிளகுச்செடி பயிரிடப்படும் நிலம்

TANDEL – தண்டேல்

The head or commander of a body of men, or a petty nativie officer employed in buihhng sandpublic works

ஒரு ஆண் குழுவின் தலைவர் அல்லது தளபதி அல்லது கட்டிடம் மற்றும் பொதுப் பணிகளில் பணிபுரியும் ஒரு அதிகாரி

TANDHARAPESHA – தந்தரபேஷ

Aterm for classes considered superior to cultivators

பயிரிடுபவர்களை விட உயர்ந்ததாகக் கருதப்படும் வகுப்புகளுக்கான விதிமுறை

TAPPAL – தப்பால்

Dak; thence delivered

பின்னர் வழங்கப்பட்டது

TAR AM – தரரம்

In revenue survey, the officer who classifies the soilsIn Tamil, the name of a system of revenue assessment, under whichthe soils were classified according to their nature and capabilities, and each class separately assessed ineach village Sometimes each classis called a tartan

வருவாய் கணக்கெடுப்பில், மண்ணை வகைப்படுத்தும் அதிகாரி தமிழில், வருவாய் மதிப்பீட்டு முறையின் பெயர், அதன்

கீழ் மண் அதன் தன்மை மற்றும் திறன்களுக்கு ஏற்ப வகைப்படுத்தப்பட்டது, மேலும் ஒவ்வொரு வகுப்பினரும் தனித்தனியாக ஒவ்வொரு கிராமத்திலும் மதிப்பீடு செய்கிறார்கள் இந்த முறை 'நாம்' என்று அழைக்கபடுகிறது

THAL – தாழ்

The share of the lessoror lessee in the produce of a field; aportion of land consisting of several fields; inspection and estimate of the crops at harvests; also a sugar - caneplantation

ஒரு வயலின் விளைச்சலில் குத்தகைதாராரின் பங்கு; பல வயல்களைக் கொண்ட நிலத்தின் பங்கீடு; அறுவடையில் பயிர்களை ஆய்வு செய்தல் மற்றும் மதிப்பீடு செய்தல்; மேலும் ஒரு கரும்புத்தோட்டம்

THALBHARIT – தல்பாரிட்

Purchasing and lading of goods at a place; dutiesup on goods at a place; duties upon goods at the place of purchase; duties upon exports; also used for the place of purchase, and for the goods

ஒரு இடத்தில் பொருட்களை வாங்குதல் மற்றும் இறங்குதல்; ஒரு இடத்தில் பொருட்கள் மீதான கடமைகள்; கொள்முதல் செய்யும் இடத்தில் பொருட்கள் மீதான வரிகள்; ஏற்றுமதி மீதான வரிகள்; வாங்கும் இடத்திற்கும், பொருட்களுக்கும் பயன்படுகிறது

THALMOD – தல்மோத்

Stopping and selling of goods at a place; duties uponimports

ஒரு இடத்தில் பொருட்களை நிறுத்தி விற்பனை செய்தல்; இறக்குமதி மீதான வரிகள்

THIKA – திகா

ContdIt is also a tenure terminable atwill by either the occupant or thelandholder TBQKADAR A contractor, a farmer of the revenue middleman who receives rent, sfrom cultivators and pays a stipulated amount to the proprietor THOK (H) A share, a portion; asecondary or inferior share of thelands of a coparcenary village

இது குடியிருப்பாளர் அல்லது நிலத்தை வைத்திருப்பவர் TBQKADAR ஒரு ஒப்பந்ததாரர், விவசாயிகளிடமிருந்து வாடகையைப் பெற்று, உரிமையாளருக்கு ஒரு பங்கு, ஒரு பங்கு, ஒரு குறிப்பிட்ட தொகையை செலுத்தும் வருவாய் இடைத்தரகர் விவசாயி, ஒரு கூட்டு கிராமத்தின் நிலங்களின் இரண்டாம் நிலை அல்லது தாழ்வான பங்கு

THOK / BANDI – தொக் / பண்டி

A written engagement specifying the distribution ofthe shares of the coparcenary village

கோப்பர்செனரி கிராமத்தின் பங்குகளின் விநியோகம் குறித்த எழுத்துப்பூர்வ ஈடுபாடு

VAHIVAT – வஹிவட்

Administration, management; also enjoyment, use Loosely used for practice, routine

நிர்வாகம், மேலாண்மை; மேலும் இன்பம், பயன்பாடு தளர்வான பயிற்சி, வழக்கமாக பயன்படுத்தப்படுகிறது

VANTA – வந்தா

A share, a part: aland held rent - free although muchof it is offered to Government

ஒரு பங்கு; ஒரு பகுதி; வாடகை இல்லாமல் வைத்திருந்தாலும், அதில் பெரும்பகுதி அரசுக்கு வழங்கப்படுகிறது

VARSHASAN – வர்ஷசன்

An annual allowance or stipend

ஒரு வருடாந்திர கொடுப்பனவு அல்லது உதவித்தொகை

VETH – வேத்

Labour, service exacted by the government, or a person in power, with out paying for it; work without allowances InMarathiveth - begaris ordinarily usedas a compound word for forcedlabour

உழைப்பு, அரசாங்கத்தால் அல்லது அதிகாரத்தில் உள்ள ஒருவரால் செலுத்தப்படும் சேவை; கொடுப்பனவுகள் இல்லாமல் வேலை செய்தல்; மராத்திவேத் – பெகாரிஸ் பொதுவாக கட்டாய உழைப்புக்கான கூட்டு வார்த்தையாகப் பயன்படுத்தப்படுகிறது

WARK ASA – வார்க் அச

Common denomination for inferior grains, for all except rice and the kinds of pulse Itis also applied to dry cultivation and to the lands on which it is carried on

அரிசி மற்றும் கூழ் வகைகளைத் தவிர மற்ற அனைத்திற்கும் குறைந்த தானியங்களுக்கான பொதுவான வகை உலர் சாகுபடிக்கும், அது மேற்கொள்ளப்படும் நிலங்களுக்கும் பொருந்தும்.

> " உலகம் எல்லா வளங்களும் நிலத்தில் தான் இருக்கிறது நிலத்தை மக்கள் கட்டுப்படுத்தப்படுகிறார்கள் மக்களை சிந்தனைகளால் கட்டுப்படுத்தப்படுகிறார்கள் சிந்தனைகளை மாஸ்டர்மைண்டகள் உருவாக்குகின்றனர். "
>
> – சா.மு. பரஞ்சோதி பாண்டியன்

பிறமொழி வார்த்தைகள்

ALTAMKHA – அல்டம்க்ஹா

A stamp or impression) Agrant under the royal seal conferring a title to rent free land in perpetuity, here ditary and transferable Such grants made by former rulers of the country are usually recognised by the British Government

அரசாங்க முத்திரையிட்டு வழங்கப்பட்ட ஓர், வாடகையற்ற நில வழங்கல் முறை இது வாரிசுமுறை மற்றும் கைமாற்றுமுறை நாட்டின் முந்தைய மன்னர்களால் செய்யப்பட்ட இது மாதிரியான உதவிகள், பிரிட்டிஷ் அரசால் அங்கீகரிக்கப்பட்டன

ANTBANDI – ஆட்பண்டி

(Itlar aut, a plough, an-daadi, settlement, arrangement, from Phastan, to bind) Assessment ofland revenue according to the number of ploughs used

பயன்படுத்தப்படும் கலப்பைகளின் எண்ணிக்கைக்கு ஏற்ப நில வருவாய் கணக்கீடு

BANKAR – பங்கர்

(Beng, from Skt vana, aforest, and kar revenue) Forest produce, such as timber, brushwood, gum, honey; also the privilege of cutting wood, hunting and fishing

மூங்கில் மரம், புதர்களிலிந்து பெறப்படும் மரக்குச்சி, பிசின், தேன் போன்ற வன உற்பத்தி; மேலும் மரம் வெட்டுதல், வேட்டையாடுதல் மற்றும் மீன்பிடித்தல் ஆகியவற்றின் உரிமை

BAR / GUJAR – பார் / குஜார்

The name of a classin the United Provinces, chiefly engaged in agriculture, though formerly notorious for their martialand predatory character they professto descend from Rajput fathersby women of inferior castes

ஐக்கிய மாகாணங்களின் ஒரு வகுப்பின் பெயர், முக்கியமாக விவசாயத்தில் ஈடுபட்டுள்ளது, முற்காலத்தில் அவர்களின் போல்முறை மற்றும் கொள்ளையடிக்கும் தன்மைக்கு பேர்போனவர்கள் என்றாலும், அவர்கள் தாழ்த்தப்பட்ட சாதிப் பெண்கள் ராஜ்புத் தந்தைகளிடமிருந்து வந்தவர்கள் என்று கூறுகின்றனர்.

BARANI – பரணி

(Hindustani from Pbaran, rain) A term applied to land which is watered by rain, not by irrigation

பாசனத்தால் அல்லாமல், மழையால் நீர் பாய்ச்சப்படும் நிலத்திற்குப் பயன்படுத்தப்படுகிற செண்ட்

BHATTA – பாட்டா

(Karn) Rice in the husk, paddy

(கர்ன்) உமியில் அரிசி, நெல்

BISSOI – பிஸ்சோய்

(Uriy'a) The chief of a districtin Orissa, collecting the governmentrevenue and exercising police and judicial authority

(உரியா) ஒரிசாவின் ஒரு மாவட்டத்தின் தலைவர், அரசாங்க வருவாயைச் சேகரித்து, காவல்துறை மற்றும் நீதித்துறை அதிகாரத்தைப் பயன்படுத்துகிறார்

BRAB – ப்ராப்

(Derived from" brava ", wild palm), tree The term Bengal, where the tree is called "fan -palm", "palmy'ra" or by' the name tai or tar The chief profit from it is the toddy Portuguese Palmyra

வங்காளத்தில் மரம் என்ற சொல், அங்கு மரம் பனை விசிறி, மற்றும் அதிலிருந்து இறக்கப்படும் 'கல்' போன்றவை முக்கிய வருவாய்

BRAHUnNI – பராகுனி

BULLA bull devoted toShiva and let loose, generally foundfrequenting Hindu bazar Termgenerally used to denote the humpedIndian ox as a species

சந்தைகளில் சிவனுக்கு அர்ப்பணித்து அவிழ்த்து விடப்படும் காளை பொதுவாக அடிக்கடி காணப்படும் இந்த இந்திய காளையை ஒரு இனமாகக் குறிக்கப் பயன்படுகிறது

CADJAN

(Javpalm - leaves) for thatching or matting; a strip offan - palm leaf prepared for writingon; also a document written on sucha atrip

ஓலை எழுதுவதற்குத் தயார் செய்யப்பட்ட பனை ஓலை; மற்றும் ஆவணங்கள் எழுதப் பயன்பட்டவை

CHEBA – சேபா

(Mai) Soft or wet soil, mud mire, soil in general, or such as is fitfor rice cultivation

(மை) மென்மையான அல்லது ஈரமான மண், சேறு, பொதுவாக மண் நெல் சாகுபடிக்கு ஏற்றது

CHETRAM – சேத்ரம்

(Skt kdetram) Land, afield; a sacred spot, a place of pilgrimage In Malayalam, a temple

மலையாள நாட்டில் உள்ள நிலம், ஒரு வயல் ஒரு புனித தலம், யாத்திரை இடம் ஒரு கோவில்

CHHAR – CHITTHI சகார் சிட்டி

(H dkor, io let go, and cJiiffJii, letter) A deed of remissionof rent or revenue granted bythe proj) rietor or by the collector onthe part of the

government

நில உரிமயாளர்களால் அல்லது அரசாங்கத்தின் தரப்பில் மாவட்ட ஆட்சித் தலைவரால் வழங்கப்பட்ட வாடகை அல்லது வருவாயின் நிவாரணப் பத்திரம்

CHHATnSA NIYOGA – ச்ஹட்

(H rJiTiaftis,thirtj'-six, and Skt niyoga, appointment, occupition) One of the classes of the servants of the Idol ofJagannath at Puri, whose duty it i-sto guard the seven minor doors ofthe temple

பூரியில் உள்ள ஜகன்நாதர் சிலையின் ஊழியர்களின், வகுப்பில் ஒன்று, கோவிலின் ஏழு சிறிய கதவுகளை பாதுகாப்பது அவர்களின் கடமையாகும்

CHIRAGH – சிரக்ஹ

(Be ehiragh, lamp) Uninhabited, desolate, deserted (as a village)

மக்கள் வசிக்காத, வெறிச்சோடிய, வெறிச்சோடிய ஒரு கிராமமாகு)

COBOOLEUT – கோடூலஜட்

Palm - leaves dressed

பனை இலைகள் உடை அணிந்தவை

FAISALA / NAVIS – பைசல நவிஸ்

(Ai faisala, a decree) a decision, and P navis, writer) from navishtan, to write) A decree writer granted to the cultivatiors of thelatter at a quit rent

(ஐ ஃபைசாலா, ஒரு ஆணை) ஒரு முடிவு, மற்றும் நவிஸ், எழுத்தாளர்) நவிஷ்டனிடமிருந்து ஒரு ஆணையை எழுதுபவர் பின்னர், விவசாயம் செய்பவர்களுக்கு வாடகைக்கு விடப்பட்டது

GADDE – கட்டே

(Karn) Land fit for ricecultivation

(கர்ண்) நெல் சாகுபடிக்கு ஏற்ற நிலம்

GANDA – கன்டா

(Beng) cowries = l gandag-nndas = l anna; it is also used todenote a proportionate quantity of, land, and Mar mandavi, a ware house of port - towns for imports and exports) A warehouse for keeping grain etc

இது ஒரு விகிதாசார அளவு, நிலம் மற்றும் மார், மாண்டவி, இறக்குமதி மற்றும் ஏற்றுமதிக்கான துறைமுக நகரங்களின் கிடங்கு ஆகியவற்றைக் குறிக்கப் பயன்படுகிறது. தானியங்களை வைப்பதற்றான கிடங்கும்

GHARENIA – கார்னியா

(Guj) Lands held inmortgage or pledge Lands alienatedon mortgage by village communities and on that account with dram from assessment; an unauthorise dalienation of pubhc revenue

கிராம சமூகங்களால் அடமானம் வைக்கப்பட்ட நிலங்கள் அல்லது அடமானத்தில் அடமானம் வைத்திருக்கும் நிலங்கள், அதன் அடிப்படையில் மதிப்பீட்டில் இருந்து திரும்பப் பெறுதல் வருவாயை அங்கீகரிக்காதது

GHATI – க்ஹாடி

A watchman, a policeor revenue officer, especially one incharge of passes or landing places

ஒரு காவலாளி, ஒரு போலீஸ் அல்லது வருவாய் அதிகாரி, குறிப்பாக கடந்து செல்லும் அல்லது இறங்கும் இடங்களுக்குப் பொறுப்பானவர் ஒரு பொறுப்பாளர்

GOLLAR – கொல்லர்

(Karn) A shepherd, a manof a caste whose duty it is to grazesheep or cattle, sometimes employedas confidential servants and assistantsin pubhc treasuries

(கர்ன்) ஒரு மேய்ப்பன், ஆடு அல்லது மாடுகளை மேய்ப்பதைக் கடமையாகக் கொண்ட ஒரு சாதியைச்

சேர்ந்தவர், சில சமயங்களில் பொதுக் கருவூலங்களில் இரகசிய ஊழியர்களாகவும் உதவியாளர்களாகவும் பணியமர்த்தப்படுவார்கள்

HATH – ஹத்

(H from Skt hasta, a hand) A cubit measured from the elbowto the tip of the middlefinger; a foot and a half

முழங்கையிலிருந்து நடுவிரலின் நுனி வரை அளவிடப்பட்ட ஒரு முழம்; ஒன்றரை அடி

GRAMANATTAM – கிராமநத்தம்

Set apart in ahouses thereon

வீடுகளின் தொகுப்பில் தனித்தனியாக அமைக்கப்பட்ட பகுதி

GRASAA – கரசிய

(Guj) quantity equivalent to it A hereditary claim to a small portion of theproduce of a village or villages by Rajput chiefs, granted them by thelocal governments in remuneration of military services and commutedfor a pecuniary payment out of therevenue paid by the villagers

(Guj) அதற்குச் சமமான அளவு ஒரு கிராமம் அல்லது கிராமத்தின் விளைபொருளின் ஒரு சிறிய பகுதி ராஜ்பூத் தலைவர்களால் அவர்களுக்கு உள்ளூர் அரசாங்கங்களால் இராணுவ சேவைகளின் ஊதியமாக வழங்கப்பட்டது மற்றும் கிராமவாசிகள் செலுத்தும் பணத்திலிருந்து பணத்தில் இருந்து வழங்கப்பட்டது

GURUKKUL – குருக்குள்

The head priestamong the Shaivas of the south of India

தென்னிந்தியா சைவர்கள் தலைமைப் பூசாரி

GUTCOOLEE / KUL – குட்கூலி குள்

Also lands appro expenses of village (Tam) Ground village for building A mouthful, or aetc

கிராமத்தின் (டாம்) கிரவுண்ட் கிராமத்தின் தோராயமான நிலங்கள் ஒரு வாய்வழி அல்லது ஏடிசி கட்டுவதற்கு

HALKARI – ஹல்கரி

In Khandesh a village officer who is enjond to fill the trough or cistern from which the village cattle drink and has wastelands granted to him for his support

கந்தேஷில் கிராம அதிகாரி ஒருவர் கிராம கால்நடைகள் குடிக்கும் நீர் தொட்டியை நிரப்புவதற்காக அவருக்கு தரிசு நிலங்களை வழங்கியுள்ளார்

HARIA – ஹரியா

(Guj) Land granted to relations of persons killed in guarding the villages

(குஜ்) கிராமங்களில் காவலில் ஈடுபட்டிருந்த போது கொல்லப்பட்ட நபர்களின் உறவுகளுக்கு நிலம் வழங்கப்பட்டது

HAT – ஹட்

(H from Skt hatta, market, fair) A fair, a market; especially theregular market held on a fixedday of the week, or in a particulartown or village twice a week

குறிப்பாக வழக்கமான சந்தை வாரத்தின் ஒரு குறிப்பிட்ட நாளில் அல்லது ஒரு குறிப்பிட்ட நகரம் அல்லது கிராமத்தில் வாரத்திற்கு இரண்டு முறை நடைபெறும்

J ALP AI LAND – ஜலப் ஐ லேன்ட்

(Uriya jalpai, fuel) Land assigned for the salt - boilers: allowance made to zamindars inOrissa for the fuel cut from theirlands for salt - boilersto hold) Chief or leader of anynumber of persons : an officer ofpolice, customs, excise or armygranted in absolute property to thereclaimer, free of rent or revenue fora specified period

உரியா ஜல்பாய், எரிபொருள்) உப்பு கொதிகலன்களுக்காக ஒதுக்கப்பட்ட நிலம்: ஒரிசாவில் உள்ள ஜமீன்தார்களுக்கு

உப்பு கொதிகலன்கள் வைத்திருப்பதற்காக தங்கள் நிலங்களில் இருந்து எரிபொருளை வெட்டி எடுப்பதற்காக வழங்கப்படும். தலைவர், காவல்துறை, சுங்கம், கலால் அல்லது இராணுவ அதிகாரி. உரிமை கோருபவருக்கு சொத்து, வாடகை இல்லாமல் அல்லது குறிப்பிட்ட காலத்திற்கு வருவாய்

JASTI VAEAM – ஜாஸ்தி வியம்

(jasti, corruption of Pziadati, excess, and Karn, varam, share) Excess share of the crop orof the produce of a fieldat per coconut and palm treeand per mango and tamarind tree

ஜாஸ்தி, பிஜியாடதியின் ஊழல், அதிகப்படியான, மற்றும் கர்ன் வரம், பங்கு ஒரு வயலின் விளைச்சலின் அதிகப்படியான பங்கு தென்னை மற்றும் பனை மரத்திற்கு மற்றும் ஒன்றுக்கு மா மற்றும் புளி

KALLI – கள்ளி

(Guj) A system of assessment under which the crops are not allowed to be disposed of until the revenue is paid, or security given for its payment

(குஜ்) ஒரு மதிப்பீட்டு முறை இதன் கீழ் பயிர்களை அப்புறப்படுத்த அனுமதிக்கப்படாது, வருவாய் கிடைக்கும் வரை அல்லது அதன் பணம் செலுத்துவதற்கு பாதுகாப்பு வழங்குதல்

KANDACHARA – கடசாரா

(Karn) An armedpeon, a militia soldier, doing civilduties as well as serving in war

(கார்ன்) ஒரு ஆயுதமேந்திய போராளி, ஒரு போராளி சிப்பாய் சமூக சேவை செய்கிறார் போரில் பணியாற்றுவதைப் போல

KANTHIRAYA – காந்திராய

Pagoda, so called afterthe Mysore King Kanthirava Narasa, Raja (-), w'ho was the first ofhis line to establish a mint Six ofthese pagodas were held to be equalto star pagodas and a star pagodaw'as equivalent to Rs

மைசூர் மன்னர் காந்தீரவ நரசாவின் பெயரால் அழைக்கப்படும், ராஜா அவரது வரிசையில் முதலில் பரிணாவை நிறுவியவர் இந்த பகோடாக்கள் நட்சத்திர பகோடாக்களுக்கு சமமாகவும் ஒரு நட்சத்திர பகோடா காய்ஸ் பருத்தி

KARANAM – கர்ணம்

Cotton plant (Mai) A deed, a titledeed, a bond, any legal Titing ordocument, especially applied to thedeeds in which land is transferred in Malabar

பருத்தி ஆலை, ஒரு பத்திரம் ஒரு உரிமைப்பத்திரம், ஒரு பத்திரம் ஏதேனும சட்டப்பூர்வ ஆவணம் குறிப்பாக மலபாரில் நிலம் மாற்றப்படும் பத்திரங்களுக்குப் பயன்படுத்தப்படும்

KARKHANA – கர்க்ஹனா

Khana, house, place a manufactory

கானா, வீடு, இடம் ஒரு தொழிற்சாலை

KATAKIS – கடகிஸ்

(Assamese) Native servants who were employed for keeping up communication with the Nagas to whom they acted as interpretersand supervisors The term is usually applied to royal messengers and diplomatic agents ofhumble status

(அஸ்ஸாமி) பூர்வீக ஊழியர்கள், நாகர்களுடன் தொடர்பு கொள்வதற்காகப் பணிபுரிந்தவர்கள் அவர்கள் மொழிபெயர்ப்பாளர்களாகவும் மேற்பார்வையாளர்களாகவும் செயல்பட்டனர். இந்தச் வார்த்தை பொதுவாக அரச தூதர்கள் மற்றும் தாழ்மையான அந்தஸ்துள்ள இராஜதந்திர முகவர்களுக்குப் பயன்படுத்தப்படுகின்றன

KATI – கடி

(Karn) An obsolete grain mea -sure in Mysore equal to rupees in weight Also a measure of land containing square feet

(கர்ன்) மைசூரில் காலாவதியான தானிய அளவு, ரூபாய் எடைக்குமான சதுர அடி கொண்ட நிலத்தின் அளவு

KAUL – கால்

The Sikh kar, work, workshop ; asupporting in tax on looms (P) Agent, manager, P kar, work, andA w'ork shopand gnli, weaver'sthe W'ebfor a fixed annual sura, notto increase; also, the land so

சீக்கியர் கர், வேலை, பட்டறை, தறிகள் (பி) முகவர், மேலாளர், (பி) கர், வேலை, மற்றும் ஒரு வொர்க்ஷாப் பண்ட் ஜின்லி, நெசவாளர்களின் வெப் ஆகியவற்றிற்கான ஐஏ வரியை ஒரு நிலையான வருடாந்திர சூரா, அதிகரிக்க கூடாது; மேலும், நிலம் அதனால்

KHAZANCHI – க்ஹாழஞ்சி

A treasurer, cash keeper

பொருளாளர், பணப் பொறுப்பாளர்

KHOTI – க்ஹோடி

An adjective formed from Jiot, and applied to the system of farming the revenue to khots

'காட்' களுக்கு வழங்கப்படும் நிதி மீதான ஒரு வழக்குச்சொல்

KHUDKHATAUNI – க்ஹூத்க்ஹடுனி

Contdact of posting items from the day book to the ledger

நாள் புத்தகத்திலிருந்து லெட்ஜருக்கு பொருட்களை இடுகையிடுவதற்கான தொடர்பு

KOLKAR – கொள்கர்

(Mai) A mace bearer, government messenger, police orrevenueon, one employed to collect duties

(மை) ஒரு தந்திரம் தாங்குபவர், அரசாங்க தூதர், காவல்துறை அல்லது வருவாய் கடமைகளைச் சேகரிக்கப் பணியமர்த்தப்பட்டவர்

LOTBANDI – லோட்பாண்டி

(from the English word lot, denoting a portion or division of property allotted for public sale, and bandi, arrangement, from Pbastan, to bind) The schedule or list exhibiting the apportionment ofan estate to be put up in lots atauction for sale or lease Also, notice of advertisement of the saleof an estate

ஆங்கில வார்த்தையில் இருந்து, பொது விற்பனைக்காக ஒதுக்கப்பட்ட சொத்தின் ஒரு பகுதியை அல்லது பிரிவைக் குறிக்கிறது மற்றும் பாண்டி, ஏற்பாடு, பிபாஸ்தானில் இருந்து பிணைக்க) விற்பனை அல்லது குத்தகைக்கு நிறைய ஏலத்தில் வைக்கப்படும் ஒரு தோட்டத்தின் பங்கீட்டை வெளிப்படுத்தும் அட்டவணை அல்லது பட்டியல். ஒரு எஸ்டேட் விற்பனையின் விளம்பரம்

MALI – மலி

(from Skt mala, a wreath, agarland) The name of a highshudra caste; they are weath makers, florists, and gardeners

ஒரு உயர்சூத்திர சாதியின் பெயர்; அவர்கள் சொத்து உற்பத்தியாளர்கள், பூக்கடைக்காரர்கள் மற்றும் தோட்டக்காரர்கள்

MANGAN – மங்கன்

(H) Asking, begging; afee or perquisite of the headman receivable from the villagers in kind; a share of the crop

(H) கேட்பது, கெஞ்சுவது கிராமத்தினரிடம் இருந்து பெறக்கூடிய தலைவரின் கட்டணம் அல்லது பயிரின் பங்கு

MANIAM – மணியம்

(Tam) Fee, grant, remuneration by occupancy of land rentfree The word maniam appears tocorrespond pretty closely with theword inam

கட்டணம், மானியம், வாடகையில்லா இலவச நில மானியம் என்ற வார்த்தை இனம் என்ற வார்த்தையுடன் மிகவும் நெருக்கமாக ஒத்துப்போகிறது

MASWADI / MASWARI – மச்வடி மச்வரி

(Guj) Amunicipal tax

(குஜ்) நகராட்சி வரி

MAUZAWAR – மௌழ்வார்

A term employed to designate a village settlement

ஒரு கிராமக் குடியேற்றத்தைக் குறிக்கப் பயன்படுத்தப்படும் சொல்

MAZKURI TALUQ – மழ்குறி தலுக்

A dependent state of which the revenue is paid through the intervention of azamindar orr other revenue payer

ஜமீன்தார் அல்லது பிற வருவாய் செலுத்துபவரின் தலையீட்டின் மூலம் வருவாய் செலுத்தப்படும் ஒரு சார்பு நிலை

MEWASI – மேவசி

A village held by the Me was on payment of tribute to government in lieu of assessment

மதிப்பீட்டிற்குப் பதிலாக அரசாங்கத்திற்கு காணிக்கை செலுத்தும் மேவாஸ் மக்களின் கிராமம்

MISTRI – மிஸ்திரி

Vain, useless, unprofitable; whence in Marathi it signifies indefinite, undefined, not particularised

வீண், பயனற்றது, லாபமற்றது, மராத்தியில் இது காலவரையற்ற வரையறுக்கப்படாத குறிப்பிடப்படாததைக் குறிக்கிறது

MOGHAM / CHARH – மோகம் / சார்ச்

Heavy or additional increase of revenue or rent

வருவாய் அல்லது வாடகையின் கடுமையான அல்லது கூடுதல் அதிகரிப்பு

MUDA / BANDI – முடா / பண்டி

(Kanarese muda, ameasure of grain and bandi, settlement, from P bast an, to bind), Aform of revenue settlement, in for cein Thana District, by which lands were, with out measuring them, divided into parcels or blocks which were estimated to require a certain amount of seed or to yield a certain quantity of grain

தானியம் மற்றும் பாண்டியின் அளவீடு, தீர்வு, வருவாய் தீர்வின் வடிவம், தானா மாவட்டத்தில், நிலங்களை அளக்காமல், பார்சல்களாக அல்லது தொகுதிகளாகப் பிரித்து குறிப்பிட்ட அளவு தானியத்தை விளைவிக்கக்கூடிய விதைத் தேவை

MUGA – முகா

(Assame-e) silk manu factured A kind of coarsein Assam

(அஸ்ஸாம்–இ) பட்டு உற்பத்தி செய்யப்பட்ட ஒரு வகையான பட்டு கரடுமுரடானது

MUGHLAI – முக்ஹலை

(from Mughal) Relating or belonging to the Mughals Mso fees paid to a Mughal or a Muham madan officer In Marterritories underr Muslim rule (An nnihnfiz and P daftar, ofittce in whichkept) Keeper

(முகலாயரிடம் இருந்து) முகலாயர்களுடன் தொடர்புடையது அல்லது சொந்தமானது முஸ்லீம் ஆட்சியின் கீழ் உள்ள படையெடுப்புகளில் ஒரு முகலாயர் அல்லது முஹம்மது அதிகாரிக்கு செலுத்தப்பட்டது

NARWA – நர்வா

(Guj) An undivided village-held in coparcenary, and managed by a few of the chief sharers; appliedalso to the assessment of the revenueby agreement with the principal share holders

(Guj) ஒரு பிரிக்கப்படாத கிராமம் பார்செனரியில் நடைபெற்றது மேலும் சில முக்கிய பங்குதாரர்களால் நிர்வகிக்கப்படுகிறது முதன்மை பங்குதாரர்களுடனான ஒப்பந்தத்தின் மூலம் வருவாயை மதிப்பிடுவதற்கும் பயன்படுத்தப்பட்டது

NOTAGARA – நோடகர

(Karn) An officer whokeeps the money accounts of avillage; also a money changer

(கர்ன்) கிராமத்தின் பணக் கணக்குகளை வைத்திருக்கும் ஒரு அதிகாரி; பணம் மாற்றுபவர்

NUMBERDAR – நும்பெர்தார்

(The English wordnumber, and dar, holilcr, from dashtan, to hold) The person orpersons in a village who represent the community in their financial dealings with the govt, and who are registered in the Collector's books by

ஆங்கில வார்த்தை எண், மற்றும் ஒரு கிராமத்தில் உள்ள நபர் அல்லது அரசாங்கத்துடனான அவர்களின் நிதி பரிவர்த்தனைகளில் சமூகத்தை பிரதிநிதித்துவப்படுத்துபவர்கள் மற்றும் கலெக்டரின் புத்தகங்களில் பதிவு செய்யப்பட்டவர்கள்

NUMBERDAR – நும்பெர்தார்

Contact number as well as by name Theword has been adopted in some languages as lambardar

தொடர்பு எண் மற்றும் பெயர்கள் இந்த வார்த்தை லம்பார்டார் என சில மொழிகளில் ஏற்றுக்கொள்ளப்பட்டது

PARICHCHA – பறிச்சா

(Uriya) A head officeror superintendent; one of the managers of the temple of Jagannath at Puri

(உரியர்) ஒரு தலைமை அதிகாரி அல்லது கண்காணிப்பாளர்; பூரியில் உள்ள ஜெகநாதர் கோவிலின் மேலாளர்களில் ஒருவர்

PASAETA – பசீட

(Guj) Rent - free lands allotte dto the different orders of village servants in Gujarat; alsoas signments of the same for religious or charitable purposes

(குஜ்) குஜராத்தில் உள்ள கிராம ஊழியர்களின் வெவ்வேறு உத்தரவுகளுக்கு வாடகை இல்லாத நிலங்கள் சமய அல்லது தொண்டு நோக்கங்களுக்காக ஒதுக்கப்படும்

PULIVATTU – புளிவட்டு

(Karn) A fundapart for religious purposes

(கர்ன்) மத நோக்கங்களுக்கான ஒரு பகுதி

SHRADDHA – ஷ்ரத்தா

(Skt) An obsequial ceremony in which food and water are offered for deceased persons

இறந்த நபர்களுக்கு உணவு மற்றும் தண்ணீர் வழங்கப்படும் ஒரு சடங்கு

SISTU – சிச்டு

(Karm) Land tax, revenueassessed in money

(கர்ம்) நில வரி, பணத்தினால் மதிப்பிடப்பட்ட வருவாய்

STHANIEAM – சதன்இஈம்

(Karn) The office superintendent or manager of temple

கோவிலின் அலுவலக கண்காணிப்பாளர் அல்லது மேலாளர்

SUKHADI – சுக்ஹடி

(Guj) Bonus, reward, ora bribe A fee or allowance paidby Government to a desni in returnfor his services

(குஜ்) போனஸ், வெகுமதி, ஓரா லஞ்சம் ஒரு வகையான சேவைகளுக்கு ஈடாக அரசாங்கத்தால் செலுத்தப்படும் கட்டணம் அல்லது கொடுப்பனவு

TALAB – தளப்

(H toZ, pond, water) An artificial pond, pool, areservoir

குளம், நீற் ஒரு செயற்கை குளம், குளம், நீர்த்தேக்கம்

VALAT / DANIA – வளத் / தனியா

(Guj) A particular kind of mortgage; money borrowed by mortgaging the produce of land or other property : any fund pledged to repay the amount of a loan

(குஜ்) ஒரு குறிப்பிட்ட வகையான அடமானம்; நிலம் அல்லது பிற சொத்துக்களை அடமானம் வைத்து கடன் வாங்கிய பணம்

VASELA – வசேல

(Guj) Fallow land left fora ye uncultivated

(குஜ்) தரிசு நிலம் பயிரப்படாத நிலம்

VECHANIA – வேசானியா

(Guj) Saleable, applied to lands properly belonging to the state, but which have been sold by the patels and have been excluded from the assessment

(குஜ்) விற்கக்கூடியது, மாநிலத்திற்குச் சொந்தமான நிலங்களுக்குப் பெருந்தும். ஆனால் அவை படேல்களால் விற்கப்பட்டு மதிப்பீட்டில் இருந்து விலக்கப்பட்டுள்ளன

> " சொத்துக்களை பற்றி கற்றுகொள்ளுதல் இருந்தால் தான் சொத்துக்களை பெற்றுகொள்ளுதல் இருக்கும் "
>
> – சா.மு பரஞ்சோதி பாண்டியன்

ஒரிய வார்த்தைகள்

ANKIDAR – தன்கிடர்

The holder of a land quit rent should be of receipt instructing;for money Signment locality in

வாடகைக்கு விடப்பட்ட நிலத்தை வைத்திருப்பவர் ரசீது, அறிவுறுத்தலாக இருக்க வேண்டும்

ARICHCHA – அறிச்சா

A head officer or superintendent; one of the managers of the temple of Jagannath

ஒரு தலைமை அதிகாரி அல்லது கண்காணிப்பாளர்; பூரியில் உள்ள ஜெகநாதர் கோவிலின் மேலாளர்களில் ஒருவர்

BISSOI – பிஸ்சோய்

The chief of a district in Orissa, collecting the government revenue and exercising police and judicial authority

ஒரிசாவில் உள்ள ஒரு மாவட்டத்தின் ஆட்சித் தலைவர், அரசாங்க வருவாயைப் பெற்று காவல்துறை மற்றும் நீதித்துறை அதிகாரத்தைப் அனுபவிக்கிறார்

BRAHUNI – பிராகுனி

BULLA bull devoted to Shiva and let loose, generally found frequenting Hindu bazar Term generally used to denote the humped Indian ox as a species

(புல்லர்) சிவனுக்கு அர்ப்பணித்தது அவிழ்த்து விடப்படும் காளை பொதுவாக இந்து பஜாரில் அடிக்கடி காணப்படும். இந்தச் சொல், இந்திய காளையை ஒரு இனமாகக் குறிக்கப் பயன்படுத்தப்படுகிறது

GHATI – க்ஹாடி

A watchman, a police or revenue officer, especially one incharge of passes or landing places

ஒரு காவலாளி, ஒரு போலீஸ் அல்லது வருவாய் அதிகாரி குறிப்பாக, கடந்துபோகும் அல்லது இறங்கும் இடங்களின் பொறுப்பாளர்

J ALP AI LAND – ஜலப் ஐ லேன்ட்

"Land assigned for the salt-boilers : allowance made to zamindars in Orissa for the fuel cut from their lands for salt-boilersto hold) Chief or leader of any number of persons : an officer of police, customs, excise or army granted in absolute property to there claimer, free of rent or revenue for a specified period

"உப்பு கொதிகலன்களுக்காக ஒதுக்கப்பட்ட நிலம்: ஒரிசாவில் உள்ள ஜமீன்தார்களுக்கு உப்பு கொதிகலன்களை நிறுவு வதற்காக அவர்களது நிலங்களில் இருந்து எரிபொருளை வெட்டி எடுப்பதற்காக வழங்கப்படும் தொகை பல்வேறு நபர்களின் தலைவர் அல்லது காவல்துறை அதிகாரி அல்லது சுங்கத்துறை அதிகாரி அல்லது ராணுவத்திற்கு குறிப்பிட்ட காலத்திற்கு வாடகை அல்லது வருவாய் இல்லாமல் உரிமை கோருபவர்

TANKI – தங்கி

A light or quit rent

ஒரு விளக்கு அல்லது வாடகை இடத்தை விட்டு வெளியேறுதல்

TAUZIH – தௌழிஹ்

Count the portion actually paid and the balance outstanding in: it is usually a village account and is kept by the village accountant also a register of the estates of a collectorate kept in the collector's office

உண்மையில் செலுத்தப்பட்ட தொகையையும் நிலுவைத் தொகையையும் எண்ணுங்கள்; இது பொதுவாக ஒரு கிராமக் கணக்கு இது கிராமக் கணக்காளரால் வைக்கப்படும். மேலும் எஸ்டேட்களின் பதிவேடு ஆட்சியர் அலுவலகத்தில் வைக்கப்பட்டுள்ளது

தெலுங்கு வார்த்தைகள்

AMADA – அமடா
A distance of eight or ten miles
எட்டு அல்லது பத்து மைல் தூரம்

AMANTA GADU – அமன்ட்டஅடு
A pedlar, a hawker
ஒரு நடைபாதை, ஒரு வியாபாரி

ANATHI KARAMBU – அனதி காரம்பு
(Tel) A piece of ground that has never been cultivated
இதுவரை பயிரிடப்படாத நிலம்

ANCHA / ANCHU – அன்ச்ஹ / அன்ச்ஹூ
Public conveyance, post, a post -stage
பொது போக்குவரத்து, அஞ்சல், ஒரு பிந்தைய நிலை

ANCHANA / DAR / DARUDU – அன்ச்ஹன / டர் / டருடு
An officer employed to survey the standing crops and estimate their probable value
விளைந்த பயிர்களை கணக்கெடுக்கவும், அவற்றின் சாத்தியமான மதிப்பை மதிப்பிடவும் பணியமர்த்தப்பட்டஒரு அதிகாரி

ANCHANA / JABITA – அன்ச்ஹன / ஜபிட
Estimate of each ryot's share of the value of the crop
பயிர் மதிப்பில் ஒவ்வொரு ரயத்தின் பங்கின் மதிப்பீடு

ANCHUMNA / ANCHUMMA – அன்ச்ஹூம்ன / அன்ச்ஹூம்ம
Dividing, apportioning (an estimate or appraisement of the probable amount and value of the crops on a field
வகுத்தல், பங்கீடு செய்தல் (ஒரு வயலில் பயிர்களின் சாத்தியமான அளவு மற்றும் மதிப்பின் அளவு அல்லது மதிப்பீடு

ANGA / UNGU – அங்அ / உங்உ
A stride or pace of about three feet
சுமார் மூன்று அடிகள் கொண்ட ஒரு நடை அல்லது வேகம்

ANGAKALA – அங்கல
Measurement by paces
அளவீடு

ANJANA – அஞ்சனா
An estimateor appraisement of the probable, a mount and value of the crops on afield ANCHANADAR An Officer employed to survey the standing crops and estimate their probable value; an appraiser
ஒரு வயலில் பயிர்களின் சாத்தியமான, ஏற்றம் மற்றும் மதிப்பு பற்றிய மதிப்பீடு செய்யும் பயிர்செய்யப்பட்ட அஞ்சனாதர் எனும் அலுவலர் பயிர்களை கணக்கெடுக்கவும், அவற்றின் சாத்தியமான மதிப்பை மதிப்பிடவும் பணியமர்த்தப்பட்டுள்ள ஒரு மதிப்பீட்டாளர்

ANTU – அன்டு
Total amount, aggregate
மொத்த தொகை, மொத்தம்

APPANAM – அப்பனம்
Tax, tribute, rent revenue, rack - rent
வரி, காணிக்கை, வாடகை வருவாய், ரேக் வாடகை

ARA – அர

A river

ஓர் ஆறு

ARAKA – அறாகா

A plough, with oxen and implements of the husbandary complete

ஒரு கலப்பை, எருதுகள் மற்றும் வீட்டுக் கருவிகள் முழுமையானது

ARINI KATTU – அரினிகட்டு

Dams in salt pan, Vizagapatam

உப்புக்கரையின் அணைகள், விசாகப்பட்டம்

ARRAKU – அர்றாகு

The resin of the nest of the lac insect

லாக் பூச்சியின் கூட்டின் பிசின்

ARRU / URROO – அர்ரு / உர்ரூ

Sore on a bullock's neck made by the yoke of the plough

கலப்பையின் நுகத்தடியால் ஏற்பட்ட செய்யப்பட்ட காளையின் கழுத்துப் புண்

ASAMINAR / GUTTA – அசமினர் / குட்டா

The rent or revenue to be levied from each cultivator A ryot - war settlement

ஒ வ் வெ வா ரு சாகுபடியாளரிடமிருந்தும் வசூலிக்கப்படும் வாடகை அல்லது வருவாய் ஒரு ரயத்துவரி தீர்வு

ASAMINARI – அசமினாரி

Individually, according to name

தனித்தனியாக, பெயருக்கு ஏற்ப

ASARA / SISTU – அசரா / சிச்டு

Fixed, influctuating amount

நிலையான, ஏற்றத் தொகை

ASTI – ஆஸ்தி

Real or personal goods

உண்மையான அல்லது தனிப்பட்ட பொருட்கள்

ATUKU BADI / ABADI – அடுகுபடி / அபடி

Giving waste or un occupied land to a cultivator at a low rate of assessment on condition of his bringing it into cultivation

கழிவுகள் அல்லது ஆக்கிரமிப்பில்லா நிலத்தை விவசாய சாகுபடி செய்ய முயற்சிக்கும் நிலையில் குறைந்த மதிப்பீட்டில் வழங்குதல்

BALICHATA – பலிச்ஹடா

An allowance of grain made to the persons who are employed to measure the crop

பயிரை அளக்கப் பணிபுரியும் நபர்களுக்கு வழங்கப்படும் தானியக் கொடுப்பனவு

BANDE / BUNDE – பன்டி / புன்டி

A fine for trepass by cattle

கால்நடைகள் அத்துமீறி நுழைந்தால் விதிக்கப்படும் அபராதம்

BANDI – பன்டி

A cart, a carriage acrig, any wheeled conveyance

ஒரு வண்டி, ஒரு வண்டி ஒரு கிரிக், எந்த சக்கர போக்குவரத்து

BANIJAGARU – பனிஜகரு

The name of a class or set, includings several divisions, generally followers of the lingayitsect

ஒரு வகுப்பு அல்லது தொகுப்பின் பெயர், பல பிரிவுகள் உட்பட, பொதுவாக லிங்காயத் பிரிவை பின்பற்றுபவர்கள்

BANTROTTU / BUNTROTOO – பன்ட்ரொட்டு / பன்ட்ரொடூ

A peon a foot - man, a courier usually wearing a badge, A Policeman

ஓடியாடி வேலை செய்யும் ஒரு பியூன், ஒரு கூரியர் வழக்கமாக பேட்ஜ் அணிந்திருப்பவர், ஒரு போலீஸ்காரர்

BARIKI / VADU – பரிகி / வடு
A person employed to watch the standing crops

விளைந்து நிற்கும் பயிர்களைப் பாதுகாக்கப் பணியமர்த்தப்பட்ட ஒரு நபர்

BARIKUDU – பரிகுடு
The low caste man

தாழ்ந்த சாதி மனிதன்

BEDDA / SISTU – பெட்டா / சிச்டு
The summer crop

கோட்டைப் பயிர்

BERAMBU – பெரம்பு
Traffic, trade, a bargain

போக்குவரத்து, வர்த்தகம், பேரம்

BERI – பெரி
The name of a caste in the south of india

தென்னிந்தியாவில் உள்ள ஒரு சாதியின் பெயர்

BERIJU – பெரிஜு
The total sum or aggregate of an account

கணக்கின் மொத்தத் தொகை அல்லது கூட்டுத்தொகை

BHANGUNI – ப்ஹாங்ஹூனி
Settlement of a dispute among ryots by arbitration

நடுவர் மன்றத்தின் மூலம் ரயத்துகளுக்கு இடையே ஒரு சர்ச்சையைத் தீர்ப்பது

BHAT – ப்ஹட்
A superintendant or overseas of a kitchen

ஒரு சமையலறையை மேற்பார்வையாளர் செய்யும் மேலாளர்

BHATSARI – ப்ஹட்சரி
A traveller

ஒரு பயணி

BHATYAMU – பஹட்யமு
Additional allowance

கூடுதல் கொடுப்பனவு

BHATTA / MANYAM – பஹட்டா
Land granted either rent - free or at a low rate to brahmans

பிராமணர்களுக்கு வாடகை இல்லாமல் அல்லது குறைந்த விலையில் வழங்கப்பட்ட நிலம்

BHEDA – ஹெடா
Leying a contribution from the other Ryots, to enable one who has been unfortunate, to pay his rent

துரதிர்ஷ்டவசமான வாடகையை செலுத்த முடியாத ஒருவருக்கு மற்ற ரயத்துகளிடமிருந்து ஒரு பங்களிப்பை வழங்குதல்

BHOGABANDIA / SANADU – பொஹகபடியா / சனடு
The document by which a usufruct bond or mortgage is settled

ஒரு பயனுள்ள பத்திரம் அல்லது அடமானம் தீர்க்கப்படும் ஆவணம்

BHU / BANDU – புஹூ / பன்டு
Boundary of a field or an estate, particulars relating to it

ஒரு வயல் அல்லது எஸ்டேட்டின் எல்லை, அது தொடர்பான விவரங்கள்

BHU / BANDU / JABITA – ப்ஹூ / பன்டு / ஜபிடா
The ground statement, shewing the total extent of the lands of a village

ஒரு கிராமத்தின் மொத்த நில அளவைக் காட்டுகிறது

BHUGARA / RAS – ப்ஹூகர ரஸ்
A heap of grain before it is winnowed mixed with dirt

ஒரு தானியக் குவியல் அதைச் சளித்தெடுக்கும் முன் அழுக்கு கலந்தது

BIDIGE – பிடிஜ்
A favourable or quit – rent
ஒரு சாதகமான அல்லது வடகையேற்ற நிலை

BIDU – பிடு
Waste, uncultivated
கழிவுகள், பயிரிடப்படாதவை

BIJ / PARAVA – பிஜ் / பரவா
Land actually sown (bellary)
உண்மையில் விதைக்கப்பட்ட நிலம் (பெல்லாரி)

BIL / MAKKATA – பில் / மக்கட்டா
Revenue assessed at a rate below the usual standard
வழக்கமான தரத்திற்குக் குறைவான விகிதத்தில் வருவாய் மதிப்பிடப்படுதல்

BIL / MAKKTA / INAMU – பில் / மக்கட / இனமு
An assignment of land at an assessment, which varies with the produce
ஒரு மதிப்பீட்டில் நிலத்தின் ஒதுக்கீடு, இது உற்பத்தியைப் பொறுத்து மாறுபடும்

BOGAMU – பொகமு
The dancing girl caste
நடனப் பெண் சாதி

BOGAMU / VADU – பொகமு / வடு
A dancing girl
ஒரு நடனப் பெண்

BOI / BOEE – பொயி / பொயீ
A man of the fisherman – caste
மீனவ சாதியில் ஒரு மனிதன்

BOIDU – பொயிடு
A man of the cow – herd or shepherd - caste
மந்தை அல்லது மேய்ப்பா சாதியைச் சேர்ந்த பசுவின் மனிதன்

BOKKENA – பொக்கென
A bucket for drawing water from a well
கிணற்றிலிருந்து தண்ணீர் எடுப்பதற்கு பயன்படும் ஒரு வாளி

BONDU – பொன்டு
A drop, A spot
ஒரு துளி, ஒரு இடம்

BONDU / PONADAM – பொன்டு / பொனடம்
Parched or dried – up crops, yielding no grain
முதிர்ந்த அல்லது காய்ந்த பயிர்கள், தானியம் விளைவிக்கவிக்காத பயிர்கள்

BUDIDE PANNU – புடிடெபன்னு
A fee for un winnowed grain
வெல்லப்படாத தானியத்திற்கான கட்டணம்

BUGARA RASI – புகராராசி
A heap of un winnowed grain
வெல்லப்படாத தானியக் குவியல்

CHAKALAVADU – ச்ஹகலவடு
A washermen
ஒரு சலவைக்காரர்

CHAKKALU – ச்ஹக்கலு
Small bubbles of salt that rise upon the first a bullition of the brine
உப்புநீரை முதன்முதலில் அகற்றும் போது உப்பின் சிறிய குமிழ்கள் எழுகின்றன

CHAKRA / VANTIGE - ச்ஹக்ரா / வன்டிச்
An extra assessment of 1/16 under the mohammadan government
முகமதின் அரசாங்கத்தின் கீழ் 1/16 கூடுதல் மதிப்பீடு

CHAKRAMU – ச்ஹக்ரமு
(Tel) An ancient coin current formerly in the South of India equal to

1th of a pagoda
பகோடாவின் 11 வது பகுதிக்கு சமமான பழங்கால நாணயம்

CHAKRAMU – ச்ஹக்ரமு
A wheel
ஒரு சக்கரம்

CHAKRIKUDU – ச்ஹக்ரிகுடு
An oilmaker
எண்ணெய் தயாரிப்பாளர்

CHAKU / CHERU – ச்ஹகு / ச்ஹெரு
A portion of land divided off
நிலத்தின் பிரிக்கப்பட்ட ஒரு பகுதி

CHALIGARAVU – ச்ஹலிகரவு
Soil sandy on the surface with black earth underneath
மேற்பரப்பில் மணல் கலந்த மண், கீழே கருப்பு நிலம்

CHALIPANDILL – ச்ஹலிபன்டில்
A shed where cool water, etc is distributed to passengers
பயணிகளுக்கு குளிர்ந்த நீர் போன்றவை விநியோகிக்கப்படும் கொட்டகை

CHALIYAN – ச்ஹலியன்
A weaver
ஒரு நெசவாளர்

CHALU – ச்ஹலு
A furrow
ஒரு பள்ளம்

CHAPOLALU – ச்ஹபொலலு
Watering by hand
கையால் தண்ணீர் தெளித்தல்

CHAPPA – ச்ஹப்பா
An impression, a stamp
ஒரு தோற்றம், ஒரு முத்திரை

CHAPPA / KATTU – ச்ஹப்பா / கட்டு
A bank or mound on which salt is placed immediately after it is taken out of the pans

CHATTABU – ச்ஹட்டபு

A regulation, a rule, a law
ஒரு ஒழுங்குமுறை, ஒரு விதி, ஒரு சட்டம்

CHATTU BAVALI – ச்ஹட்டுபவலி
A well sunk in a rock
பாறையில் மூழ்கிய கிணறு

CHATUKULU – ச்ஹடுகுலு
A weight of four dabs
நான்கு டப்பா எடை

CHATUR BHAGAMU – ச்ஹடுர்பஹாகமு
The fourth part of the annual crop received by government from the holders of certain alienated lands
சில புறம்போக்கு நிலங்களை வைத்திருப்பவர்களிடமிருந்து அரசாங்கத்தால் பெறப்படும் வருடாந்திர விளைச்சலின் நான்காவது பகுதி

CHAUDU – ச்ஹவுடு
Salt soil
உப்பு மண்

CHAVALAMU – ச்ஹவலமு
One - eighth of a pagoda
பகோடாவின் எட்டில் ஒரு பங்கு

CHAVATU / BHUMI – ச்ஹவடு / புமி
Brackish ground
உவர் நிலம்

CHAVILE – ச்ஹவிலெ
Four dabs of twenty kas each
தலா இருபது காஸ் கொண்ட நான்கு டப்பாக்கள்

CHAVUDAI – ச்ஹவுடை
Land held on payment one - fourth of the nett, produce to the state
நான்கில் ஒரு பங்கு நிலத்தை பணம் செலுத்தி வைத்திருக்கும், அரசின் உற்பத்தி

CHAVUKALU – ச்ஹவுகலு
A measure of seven cubits

and a quarter

ஏழே கால் அளவு

CHAWADI – ச்ஹவடி

A public lodging place, a shelter for travellers

ஒரு பொது தங்கும் இடம், பயணிகளுக்கான தங்குமிடம்

CHEKKU – ச்ஹக்கூ

Grain derived from extra measure

கூடுதல் அளவையிலிருந்து பெறப்பட்ட தானியம்

CHEKU – ச்ஹக்கு

A separate portion of land

நிலத்தின் ஒரு தனிப்பகுதி

CHEDURU – ச்ஹடுரு

An allowance of grain made to the Ryot in compensation of the right of cleaning

சுத்தம் செய்யும் உரிமைக்கான இழப்பீடாக ரயத்திற்கு வழங்கப்படும் தானியத்தின் கொடுப்பனவு

CHEVADU – ச்ஹவடு

Increase

அதிகாரி

CHELAVANI / CHELAUNI – ச்ஹலவனி / ச்ஹலவுனி

Current as coin

நாணயமான நடப்பு

CHELIKE – ச்ஹலிகி

A field left fallow, a field after the crop has been cut and cleared

தரிசாக விடப்பட்ட, பயிர் வெட்டி அழிக்கப்பட்ட ஒரு வயல் பிறகு சீர்திருத்தபட்டத்து

CHELLAM – ச்ஹல்லம்

Royal treasure, hidden treasure

அரச புதையல், மறைக்கப்பட்ட புதையல்

CHELLU CHIT – ச்ஹல்லுச்ஹிட்

A receipt

ஒரு பற்றுச்சீட்டு

CHELLUBAKILU – ச்ஹல்லுபகிலு

Collections and balances

சேகரிப்புகள் மற்றும் இருப்புக்கள்

CHEMBADIVADU – ச்ஹபடிவடு

A fisherman

ஒரு மீனவர்

CHENCHUVADU – ச்ஹன்ச்ஹூவடு

A tribe of half - savage Hindus swelling in the hills and forests

மலைகளிலும் காடுகளிலும் தங்கும் அரை காட்டுமிராண்டி இந்துக்களின் பழங்குடி

CHENDI – ச்ஹன்டி

The fermented juice of the date tree

பேரீச்சய்பழ மரத்தின் புளித்த சாறு

CHENGAVARVSA – ச்ஹஙவர்வ்ச

A land roll

ஒரு நிலப்படுகை

CHENGUDU – ச்ஹூங்குடு

A small or trifling arrear

ஒரு சிறிய அல்லது அற்பமான பாக்கி

CHENU – ச்ஹனு

A field of dry grain, a crop

உலர்ந்த தானிய வயல், ஒரு பயிர்

CHERURU – ச்ஹருர்ரு

Sugarcane

கரும்பு

CHERUUU – ச்ஹரூ

An artificial pond or tank

ஒரு செயற்கை குளம் அல்லது தொட்டி

CHETA – ச்ஹடா

A cribble

ஒரு சிற்றுண்டி

CHETUKUDU – ச்ஹெடுகுடு
A male servant or slave
ஒரு ஆண் வேலைக்காரன் அல்லது அடிமை

CHILIKI – ச்ஹிலிகி
A field left fallow
தரிசாக விடப்பட்ட ஒரு வயல்

CHILLAR / KARAN – ச்ஹில்லர் / கரன்
A petty shopkeeper
ஒரு சிறு கடைக்காரர்

CHILLAR / KKARCHU – ச்ஹில்லர் / க்கர்ச்ஹு
Vernacularly or incorrectly
சரியற்ற அல்லது தவறான

CHILLARY / MANNIUM – ச்ஹில்லரி / மன்னியம்
Small grants of land for village charges
கிராம நிலங்களின் கட்டணங்களுக்கு வழங்கப்படும் சிறிய மானியம்

CHILLARY / VARI – ச்ஹில்லரி / வரி
The minor or petty payments made to the inferior village servants
தாழ்த்தப்பட்ட கிராம ஊழியர்களுக்கு வழங்கப்படும் சிறிய அல்லது கொஞ்சமான கொடுப்பனவுகள்

CHINKALU / RASI – ச்ஹின்கலு / ரசி
A heap of such grain
அத்தகைய தானியத்தின் குவியல்

CHINRALU – ச்ஹின்ரலு
The inferior grains of millet are separated by winnowing from the better
பிறவற்றிலிருந்து சிறு தானியங்கள் வெற்றிகரமாக பிரிக்கப்படுகின்றன

CHIPPEWADU – ச்ஹிப்பெவடு

A tailor said to have sprung from a shakily female by a brahman
ஒரு தையல்காரர் ஒரு பிராமணரால் சக்கிலி பெண்ணிலிருந்து தோன்றியதாகக் கூறப்படுகிறது

CHIRAVAR / PADU – ச்ஹிரவர் / படு
Land recovered from the waste and prepared for the cultivation of the charivari or chai, a plant yielding a red dye
தரிசில் இருந்து மீட்கப்பட்ட நிலம் மற்றும் சிவப்பு சாயத்தை விளைவிக்கும் ஒரு செடி

CHITTE – ச்ஹிட்டி
An incomplete heap of salt
முழுமையடையாத உப்புக் குவியல்

CHITTI / CHETTI – ச்ஹிட்டி / ச்ஹெட்டி
All members of the trading castes in the madras provinces either shopkeeper or merchants
மெட்ராஸ் மாகாணங்களில் உள்ள சாதிகளின் அனைத்து உறுப்பினர்களும் கடைக்காரர்கள் அல்லது வணிகர்கள்

CHOLLU – ச்ஹொல்லு
A kind of grain
ஒருவகை தானியம்

CHOPPA – ச்ஹொப்பா
Straw
வைக்கோல்

DABBI / DUBBEE – டபி / டப்பீ
A small box, a cash box
ஒரு சிறிய பெட்டி, ஒரு பணப் பெட்டி

DABBU – டப்பு
A dab or dub, a small copper coin of the value of twenty kas
ஒரு சில்லறை அல்லது புதுவடிவ, இருபது காசு மதிப்புள்ள ஒரு சிறிய செப்பு நாணயம்

DAKKAPALLI – டக்கபல்லி

A small village with in lands of a larger

பெரிய நிலங்களைக் கொண்ட ஒரு சிறிய கிராமம்

DAMMIDHI – டம்மிட்ஹி

A quarter of a dab - five kas

கால் டப் – ஐந்து காசு

DAMMU – டம்மு

Mud, miry ground, land prepared for receiving Young rice plants

சேறு, சேற்று நிலம், இளம் நெற்பயிர்களைப் பெறுவதற்குத் தயார் செய்யப்பட்ட நிலம்

DAMPAKARPU – டம்பகர்பு

The plough share used in the tillage of the wet ground

ஈரமான நிலத்தில் உழுவதற்கு பயன்படுத்தப்படும் கலப்பையின் பங்கு

DAMUKA – டமுகா

A road made with gravel, a ridge or bank passing a cross water

சரளைக் கற்களால் செய்யப்பட்ட சாலை, ஆற்றங்கரையின் மேலாகச் செல்கிறது

DANDAKATTU – டன்டகட்டு

A wisp of straw bound round the bottom of a cheap of grain

ஒரு மலிவான தானியத்தின் அடிப்பகுதியில் வைக்கோல் கட்டப்பட்டுள்ளது

DANDASULU – டன்டசுலு

Village watchers

கிராமக் காவலர்கள்

DANDYA – டன்ட்யா

A police officer, a peon

ஒரு போலீஸ் அதிகாரி, ஒரு வேலையாள்

DANKA – டன்கா

A path between two fields for cattle

கால்நடைகளின் போக்குவரத்திற்காக இரண்டு வயல்களுக்கு இடையே உள்ள பாதை

DANTE / DANTI – டன்டெ / டன்டி

A kind of rake or hoe

ஒரு வகையான கடப்பாரை அல்லது மண்வெட்டி

DAPHEDARUDU – டப்ஹெடரூடு

Commandant of a body of horse, heat of a party of police officer

குதிரை படை தளபதி, போலீஸ்

DAPHTARAMU – டப்ஹ்டரமு

A record, a register, an account

ஒரு ஆதாரம், ஒரு பதிவு, ஒரு கணக்கு

DAROBASTU LEKKALU – டரொபஸ்டுலேக்கலு

All the accounts of a districts etc

ஒரு மாவட்டத்தின் அனைத்து கணக்குகளும் போன்றவை

DARUUU – டரிவூ

An embankment for irrigation

நீர்ப்பாசனத்திற்கான அணைக்கரை

DASABHANBANDU – டசாஹான்பன்டு

A deduction of one tenth of the revenue, on account of compensation for some public work as the construction of a tank

வருவாயில் பத்தில் ஒரு பங்கைக் கழித்தல், ஒரு தொட்டியைக் கட்டுவது போன்ற சில பொதுப் பணிகளுக்கான இழப்பீடு

DASABHANDAMU / INAM – தசபாண்டமு / இனம்

(Tel from Sktdasha - bhagam, tenth - part, tithe, and Arinam, gift) A deductionof one - tenth of the revenue, on account of compensation for some public work, as the construction of a tank, etc Also land held at are duced rent Later on lands were granted rent -free as well

சில பொதுப் பணிகளுக்கான இழப்பீடு தருவதற்காக வருவாயில் பத்தில் ஒரு பங்கைக் கழித்தல், மேலும் நீர்த் தொட்டி கட்டுதல், குறைந்த வாடகையிலும் பிறகு வாடகையின்றியும் நிலம் வழங்கப்பட்டது

DASAYYA – டசய்யா

A Mendicant of a class in the south of india

தென்னிந்தியாவில் உள்ள ஒரு வகுப்பைச் சார்ந்தவர்

DAST / BAHI / DASTU / BAHI – டச்ட் / பஹி / டச்டு/ பஹி

Balance in hand, money collected but not brought to account

கையிருப்பு, பணம் வசூலிக்கப்பட்டது; ஆனால் கணக்கில் வரவில்லை

DAST / DUST – டச்ட் / டஸ்ட்

The portion of a revenue actually realised by some head - man, but not paid to government

வருவாயின் ஒரு பகுதி உண்மையில் சில தலைவர்களால் அறியப்பட்டது, ஆனால் அரசாங்கத்திற்கு செலுத்தப்படவில்லை

DASTAVEJU – டச்டவெஜூ

A voucher, a document

வரவு பெற்றுச்சீட்டு, ஒரு ஆவணம்

DHAN / MADI – ட்ஹான் / மடி

A rice field

ஒரு நெல் வயல்

DHANYA / SARAMU – ட்ஹன்யா / சரமு

Grain after threshing

கதிரடித்த பின் தானியம்

DHANYADULU – ட்ஹான்யடுலு

All sorts of grain

அனைத்து வகையான தானியங்கள்

DHAR / CHEDARU – தர் / ச்ஹெடரு

An extra assessment by relinquishing the government share of the crop to the ryot at a higher than the market price

சந்தை விலையை விட அதிக விலைக்கு பயிர்களின் அரசாங்கப் பங்கை ரயத்துக்கு விட்டுக்கொடுப்பதன் மூலம் கிடைக்கப் பெறும் கூடுதல் மதிப்பீடு

DHIMATU – ட்ஹிமடு

A notice, a memorandum, a document given before a lease is finally granted, a private agreement

ஒரு அறிவிப்பு, ஒரு குறிப்பாணை, ஒரு குத்தகை இறுதியாக வழங்கப்படும் முன் கொடுக்கப்பட்ட ஆவணம், ஒரு தனிப்பட்ட ஒப்பந்தம்

DHRUVA / KAVULU – த்ருவ / கவுலு

A permanent lease

நிரந்தர குத்தகை

DHRUVA / PAIRU – துருவ / பயிறு

(Tel) Garden produce, permanent crop A tax levied on garden trees after a due period of their plantation

தோட்டப் பொருட்கள், நிரந்தரப் பயிர்தோட்ட மரங்கள் பயிரிடப்பட்ட காலத்திற்குப் பிறகு விதிக்கப்படும் வரி

DHRUVA / PAIRU – த்ருவ / பைரு

Garden produce permanent crop

நிரந்தரப்பயிர் உற்பத்தியாகிற தோட்டம்

DHULIGUTTA – துலிகுட்டா

A rent levied on a field before any seed is sown, a dust rent

எந்த விதையையும் விதைப்பதற்கு முன் அந்த வயலில் வசூலிக்கப்படும் வாடகை, ஒரு தூசி

அளவிலான வாடகை

DIBBA / DIBBA / BHUMI – திப்பா / திப்பா / பூமி

High land; a height

உயர் நிலம்; ஒரு உயரம்

DIGUMATI

Importation, landing goods form on board ship

கப்பலில் இறக்குமதி, இறக்கப்படும் பொருட்கள் ஒரு கப்பல் போன்று தோன்றுகின்றன

DIPARADHANA – திபரதனா

(worshipping) offering a lamp to an idol

(வழிபாடு) ஒரு சிலைக்கு விளக்கு வழங்குதல்

DITTAMU – டிட்டமு

Arrangement, settlement, estimated aggregate of the revenue of a village from the investigation of each several holding

ஏற்பாடு, தீர்வு, ஒவ்வொரு உரிமையாளரிடமான விசாரணையிலிருந்து மதிப்பிடப்பட்டால் ஒரு கிராமத்தின் வருவாயின் கூட்டுத்தொகை

DIVITI / INAM – டிவிடி / இனாம்

Land granted as the portion of the village torch - bearer

கிராம வழிகாட்டியின் பங்காக நிலம் வழங்கப்பட்டது

DO / RASTU – டோ / ரஸ்டு

Land yielding a double - crop

இரட்டைப் பயிர் தரும் நிலம்

DOKA – டோகா

A master, a ruler, a prince with the honorific effect garage, dor-agaru

ஒரு ஆசிரியர், ஒரு ஆட்சியாளர், மோட்டார் வண்டி பழுதுபார்க்குமிடத்தின் ஒரு இளவரசன், ஒரு தலைவன்

DOKWA – டோக்வா

The native head revenue officer of a district, the Mukkadam

ஒரு மாவட்டத்தின் பூர்வீக தலைமை வருவாய் அதிகாரி, முக்கடம்

DOMMARA / DOMARI – டோம்மரா / டோமரி

A tumbler, a rope dancer, a juggler

ஒரு டம்ளர், ஒரு கயிறு நடனம் ஆடுபவர், ஒரு வித்தைக்காரர்

DONGA – டோங்கா

A chief, a robber

ஒரு முதல்வன், ஒரு கொள்ளைக்காரன்

DONKA – டோன்கா

A path between two fields, a passage for cattle

இரண்டு வயல்களுக்கு இடையே கால்நடைகளுக்கான ஒரு பாதை

DONY – டோனி

A coasting vessel, a sloop, usually with one mast

ஒரு கரையோரக் கப்பல், ஒரு சாய்வு, பொதுவாக ஒரு பாய்மரத்துடன்

DORAVU – டோரவு

A large well

ஒரு பெரிய கிணறு

DOSILI – டோசிலி

The hands joined together, so as to hold any thing

எந்தப் பொருளையும் பிடிக்கும் வகையில் ஒன்றாக இணையும் கைகள்

DUDEKULAVADU – டுடெகுலவடு

A cotton cleaner

பருத்தியைச் சுத்தம் செய்பவர்

DUDI – டுடி

Cotton after it is cleared from the seed

விதை நீக்கப்பட்ட பருத்தி

DUGALAMU / DUGULAMU – டுகலமூ / டுகுலமூ

The sixteenth part of a pagoda

ஒரு பகோடாவின் பதினாறாவது பகுதி

DUGARA – டுகரா

The dust of rice in the husk, bran

உமியில் அரிசியின் தூசி, தவிடு-

DUGGANI – டுக்கானி

A copper coin, worth about ten kas, or a half price

ஒரு செப்பு நாணயம், சுமார் பத்து காசுகள் அல்லது ஒன்றரை விலை

DUKAI – டுகை

Implying deprecation or prohibition protest, prohibition

தேய்மானம் அல்லது தடை எதிர்ப்பு, தடை ஆகியவற்றைக் குறிக்கிறது

DUKKI – டுக்கி

Ploughing, ploughed ground, a ploughed field

உழவு, உழவு நிலம், உழவு செய்யப்பட்ட வயல்

DULLAKUTTULA – டுல்லாகுட்டுலா

Threshing corn

சோளக் கதிரடிக்கும்

DUMBALA – டும்பாலா

An order for giving up the government share of the

அரசின் பங்கை விட்டுக் கொடுப்பதற்கான உத்தரவு

DUMBALA / MANYAM – டும்பாலா / மானியம்

Lands held free of assess-ment, or at a low quit - rent

மதிப்பீட்டின்றி அல்லது குறைந்த வாடகைக்கு நிலங்கள்

EDDU – எட்டு

An ox, a bullock

ஒரு எருது, ஒரு காளை

EDDUVADU – எட்டுவடு

A bullock – driver

காளையை ஓட்டுநர்

EDIKOLA – எடிகொலா

The soft of a plough

கலப்பையின் மென்மையான பகுதி

EGANI – எகனி

A copper coin equal to ten kas

பத்து காசுக்கு சமமான செப்பு நாணயம்

EGUMATI – எகுமதி

Exportation

ஏற்றுமதி

EGUMATI / DIGUMATI – எகுமதி / டிகுமதி

Export & import

ஏற்றுமதி இறக்குமதி

EKACHHAYA – எகச்ஹாயா

A bond signed by ten persons

பத்து பேர் கையெழுத்திட்ட பத்திரம்

EKRA – எக்ரா

The English word acre

ஏக்கர் என்ற ஆங்கிலச் சொல்

EKU – எகு

A roll of cleaned cotton

சுத்தம் செய்யப்பட்ட ஒரு பருத்தி ரோல்

ELLA – எல்லா

A boundary

ஒரு எல்லை

ELLARAI – எல்லரை

A boundary stone

ஒரு எல்லைக் கல்

ENGILI – எங்லி

Anything that has become impure by having been in the mouth

வாயில் இருந்ததால் அசுத்தமாகிவிட்ட எதுவும்

ERU – எரு

A plough with its apparatus, bullocks etc

ஒரு கலப்பை அதன் கருவி, காளைகள் போன்றவையுடன்

ERU GERU – எருகெரு

Gross produce

மொத்த உற்பத்தி

ERUVAKA – எருவக

The commencement of cultivation

சாகுபடியின் ஆரம்பம்

ETAMU – எட்டமு

A machine on the principle of a lever

நெம்புகோல் கொள்கையில் இயங்கும் ஒரு இயந்திரம்

ETAMU / BOKKENA – எட்டமு / பொக்கென

The bucket by which the water is drawn

தண்ணீர் இழுக்க பயன்படும் வாளி

ETTU – எட்டு

Weight, a burden

ஒரு சுமை

FAISALATI – ஃபைசலடி

Settled as an account especially, according to a decree or award

ஒரு ஆணை அல்லது விருதின் படி தீர்க்கப்பட்ட ஒரு கணக்கு

GABBADU – கப்படு

Gruff goods; small articles, as treacle, cocoa - nuts

கரடுமுரடான பொருட்கள்; சிறிய பொருட்கள், தும்பு மாதிரி, கொக்கோ கொட்டைகள்

GADAMU – கதமு

Grass growing in fields of dry grain

உலர்ந்த தானிய வயல்களில் வளரும் புல்

GADDA – கட்டா

A bulbous root

ஒரு காத்திரமான வேர்

GADDEMU – கட்டெமு

Force, compulsion

அழுத்தம், கட்டாயம்

GADDI – கட்டி

Grass, straw

புல், வைக்கோல்

GADE – கடெ

A barn

ஒரு கொட்டகை

GAIRADA – கைரடா

Waste, uncultivated

கழிவுகள், பயிரிடப்படாதவை

GAITA – கைடா

Name of a barbarous tribe in the rajamahendri

ராஜமகேந்திரியிலுள்ள ஒரு காட்டுமிராண்டி இனத்தின் பெயர்

GALI – கலி

A heap of salt, equal to 15 garces

ஒரு குவியல் உப்பு, 15 கார்ஸ்களுக்கு சமம்

GAMPASIDI – கம்பசிடி

Being swung seated in a basket

ஒரு கூடையில் அமர்ந்து சுழற்றப்படுகிறது

GANDHOTTAMA – கன்தொட்டம்மா

Spirituous liquor, the fermented juice of the palm Tari or toddy

தற்காலிக தூண்டலான

மதுபானம், பனைச் சாறு   அல்லது கள்

GANDI – கன்டி

A breach in the bank of a tank made by the water, a channel cut in it to let out the water for irrigation

நீர் தேக்கத்தின் கரையில் உடைப்பு, பாசனத்திற்காக தண்ணீரை வெளியேற்றுவதற்காக வெட்டப்பட்ட ஒரு கால்வாய்

GANGANA – கன்கனா

By villages, settlement of revenue by villages

கிராமங்கள் வாரியாக, கிராமங்கள் வாரியான வருவாய்த் தீர்வு

GANIGE – கனிஹி

An oil – mill, one worked by oxen

ஒரு எண்ணெய் – ஆலை, எருதுகளால் இயங்கும் ஊர் ஆலை

GANIME – கனிமெ

A ridge of earth dividing two fields

இரண்டு வயல்களைப் பிரிக்கும் பூமியின் முகடு

GANTU – கன்டு

Stock, capital, principal as opposed to interest

பங்கு, மூலதனம், வட்டிக்கு மாறான அசல்

GANUGA – கனுகா

An oil or sugar press

ஒரு எண்ணெய் அல்லது சர்க்கரை ஆலை

GAORADA / SIKALAMU – கஓரடா – சிகலமு

Waste land
தரிசு நிலம்

GARAKANATTU – கரகனட்டு

A tough and deep – rooted grass, growing in some fields and weeded only by ploughing

கடினமான மற்றும் ஆழமாக வேரூன்றிய புல், சில வயல்களில் வளர்ந்து, உழுவதன் மூலம் மட்டுமே களை எடுக்கப்படுகிறது

GARAPA – கரப்ப

Stony, gravelly (as soil)
கல், சரளை (மண்ணாக)

GAVANKAR – கவன்கர்

The head man of a village
ஒரு கிராமத்தின் தலைவர்

GAVYA – கவ்ய

A kaunrishell, used as money

ஒரு கவுன்றி செல், பணமாக பயன்படுத்தப்படுகிறது

GAYALU – கயலு

Land unfit for cultivation
சாகுபடிக்கு தகுதியற்ற நிலம்

GELI – கெலி

A heap of salt
உப்புக் குவியல்

GHAYI / GHAI – க்ஹயி / க்ஹை

An embankment to confine water, a reservoir

தேக்க நீரைத் ஒரு அணைக்கட்டு, ஒரு நீர்த்தேக்கம்

GIDAGAWAL – கிடகவல்

Taxes levied on forest produce

வனப் பொருட்களுக்கு விதிக்கப்படும் வரிகள்

GIDDA / GIDDE – கிட்டா / கிட்டி

The smallest measure of capacity in use varying in different places, but calculated by captain jeruis at 900 grains = 5837 cubic inches, the fourth of a sola

வெவ்வேறு இடங்களில் பயன்படுத்தப்படும் திறனின் மிகச்சிறிய அளவீடு கணக்கிடப்படுகிறது, ஆனால் கேப்டன் ஜெருயிஸால் / 900 தானியங்கள் =

5837 கன அங்குலங்கள், ஒரு சோலாவின் நான்காவது என கணக்கிடப்படுகிறது

GIDDANGI – கிட்டஙி

A shop, a storehouse, a granary, a jail

ஒரு கடை, ஒரு பொருட்காப்பகம், ஒரு களஞ்சியம், ஒரு சிறை

GODA – கொட

Any horned cattle

ஏதேனும் கொம்புள்ள கால்நடைகள்

GODIYABHUMI – கொடியபூமி

Stony soil

கல் மண்

GOGRASAM – கொக்ரசம்

Fodder of a cow

பசுவின் தீவனம்

GOLLA – கொல்லா

A shepherd a man of a caste whose duty it is to graze sheep or cattle, sometimes employed as confidential servants and assistants in public treasuries

ஒரு மேய்ப்பர் சாதியைச் சேர்ந்த மனிதர், ஆடு அல்லது மாடுகளை மேய்ப்பதைக் கடமையாகக் கொண்டவர், சில சமயங்களில் பொதுக் கருவூலங்களில் இரகசிய ஊழியர்களாகவும் உதவியாளர் களாகவும் பணியமர்த்தப்படுகிறார்

GONA – கொன

A sack, considered also as a measure = 10 mans

10 மான்ஸ் அளவுகொண்ட ஒரு சாக்கு

GONEWAR – கொனெவார்

An inferior division of the kunbi or agricultural tribe in the northern sirkars

வடக்கு சிர்கார்களில் குன்பி அல்லது விவசாய பழங்குடியினரின் தாழ்வான பிரிவு

GORIWAR – கொரிவார்

A division of the kunbi or agricultural caste in the northern sirkars

குன்பி அல்லது விவசாய சாதியின் ஒரு பிரிவு வடநாட்டு சீர்கார்கள்

GORRU – கொர்ரு

A land measure, equal to 125 kuntas or 45,375 square yards or 3 1/8 acres

ஒரு நில அளவு, 125 குண்டாஸ் அல்லது 45,375 சதுர கெஜம் அல்லது 3 1/8 ஏக்கர்

GOSAGIVADU – கொசகிவடு

A shoemaker, a worker in leather

செருப்பு தைப்பவர், தோல் தொழிலாளி

GOTAMU – கொடமு

A coarse canvas or ganni bag

ஒரு கரடுமுரடான கித்தான் அல்லது கோணிப் பை

GRAMA / KISSEBU – கிராம / கிஸ்ஸேபு

The General account of the collection and balance due delivered to the landlord at the time of settlement

தீர்வு நேரத்தில் நில உரிமையாளருக்கு வழங்கப்பட வேண்டிய வசூல் மற்றும் நிலுவைத் தொகையின் பொதுவான கணக்கு

GRAMA / KANTHAMU – கிராம / கந்தமு

A spot of ground in a village for building huts upon

ஒரு கிராமத்தில் குடிசைகள் கட்டுவதற்கு ஒரு நிலப்பரப்பு

GRAMA / KARNAM – கிராம / கர்னம்

The village accountant

கிராமக் கணக்காளர்

GRAMA / KKARCHU – கிராம / க்கர்ச்ஹூ

The private expenses of a village

ஒரு கிராமத்தின் தனிப்பட்ட செலவுகள்

GRAMALU / MULU – கிராமலு / முலு

An allowance is given by villages to brahmans of a quantity of rice in the husk at the time of harvest

அறுவடையின் போது உமியில் உள்ள ஒரு அளவு அரிசியை பிராமணர்களுக்கு கிராமங்கள் மூலம் வழங்கப்படும் உதவித்தொகை

GRAMAMU – கிராமமு

A village

ஒரு கிராமம்

GUDEE – குடி

High ground for dry cultivation

உலர் சாகுபடிக்கு உயரமான நிலம்

GUDEMU – குடெமு

A hamlet

ஒரு குக்கிராமம்

GUDI – குடி

A temple, a pagoda

பிரமிட் வடிவிலான ஆசியக் கண்டத்து கோயில்

GUDI MANYAMU – குடிமன்யமு

Land granted for the maintenance of a temple

கோவில் பராமரிப்புக்காக வழங்கப்பட்ட நிலம்

GUDIKATTU – குடிகட்டு

The whole extent of land attached to the temple, or a statement exhibiting it

கோயிலுடன் இணைக்கப்பட்ட முழு நிலப்பரப்பு அல்லது அதைக் காட்சிப்படுத்தும் அறிக்கை

GUDIVARAM – குடிவரம்

The ryots share of the crop

ரயாத்து பயிரின் பங்கு

GUDULU – குடுலு

A basket made of woven bambee strips for drawing up water

தண்ணீர் எடுப்பதற்காக மூங்கில் பட்டைகளால் செய்யப்பட்ட நெய்யப்பட்ட கூடை

GUJARATI – குஜராதி

Possession

உடைமை

GUJIRI – குஜிரி

A market or market – place

ஒரு சந்தை அல்லது சந்தைக்கான இடம்

GUNAKA – குனகா

Fine

நன்றாக

GUNTA – குன்டா

A well or pond

ஒரு கிணறு அல்லது குளம்

GUNTA / GUNTOO – குன்ட / குன்டோ

A square land measure equal to 121 square yards, or the fortieth part of an acre

121 சதுர கெஜம் சமமான ஒரு சதுர நில அளவு அல்லது ஒரு ஏக்கரின் நாற்பதாவது பங்கு

GUNTAKA – குன்டக

A sort of harrow or implement for levelling ploughed ground

உழவு செய்யப்பட்ட நிலத்தை சமன் செய்வதற்கான ஒரு வகைச் செயல்பாடு

GUTTA – குட்டா

Farm, lease, rent

பண்ணை, குத்தகை, வாடகை

GUTTAGADU – குட்டகடு
A renter, a farmer

ஒரு குத்தகைதாரர், ஒரு விவசாயி

HADDU / PATRIKA – ஹாட்டு / பட்ரிகா
A statement of boundaries

எல்லைகளின் அறிக்கை

HAMISHAM – ஹமிசம்
A possession, a portion

எல்லைகளின் அறிக்கை குறிப்பிட்ட பகுதியை உடைமயாகக் கொள்வது

HANGAMA / SIBBANDI – ஹன்நுமா / சிப்பந்தி
Temporary or occasional militia establishment

தற்காலிக அல்லது அவ்வப்போது இராணுவ ஸ்தாபனம்

HANILJ / GRAMAMULU – ஹனில்ஜ் / கிராமமுலு
Villages formerly retained under the management of the officers of the nawab of the Carnatic

முன்பு கர்நாடக நவாபின் அதிகாரிகளின் நிர்வாகத்தின் கீழ் பராமரிக்கப்பட்டது

HATTALU – ஹட்டலு
A slave by birth

பிறப்பால் அடிமை

HAVELIE – ஹவெலி
A house

ஒரு வீடு

HECHCHU – ஹெச்ஹஹூ
Increase, excess, superiority, increase of rent or taxes

அதிகரிப்பு, மிகுதி, மேன்மை, வாடகை அல்லது வரி அதிகரிப்பு

HUNDA – ஹூன்ட
Division of a province, a village an estate (ganjam)

ஒரு மாகாணத்தின் பிரிவு, ஒரு கிராமம் ஒரு தோட்டம் (கஞ்சம்)

ILARALU – இலரலு
The thatched roofs of barns of granaries

தானியக் களஞ்சியங்களின் ஓலைக் கூரைகள்

ILLARIKAM – இல்லரிகம்
Connexion of descent from a common ancestor

ஒரு பொதுவான மூதாதையரின் வம்சாவளியின் இணைப்பு

ILLAYAM – இல்லயம்
House tax

வீட்டு வரி

INARASI – இனரசி
Grain of an inferior quality separated from the good by winnowing

ஒரு தரம் குறைந்த தானியத்தை நல்லவற்றிலிருந்து பிரித்தெடுத்தல்

INDRAVADU – இன்ட்ரவடு
A tari drawer, a caste or individual of it, employed to extract the juice of the palms

ஒரு தறி இழுப்பவர், ஒரு ஜாதி அல்லது தனிநபர், பனங்கள் பிரித்தெடுக்கப் பணியமர்த்துதல்

IRASAM – இரசம்
A measure of 24 sers

24 செர்களின் அளவு

IRUBHAGAMU – இருஹகமு
Two, both (the two shares)

இரண்டு, இரண்டும் (இரண்டு பங்குகள்)

IRUGORU – இருகொரு
Both shares

இரண்டு பங்குகளும்

IRUVAYAM – இருவயம்
The whole crop before its

partition between the state and the cultivator

மாநிலத்திற்கும் விவசாயிக்கும் இடையிலான பிரிவினைக்கு முழுந்தைய முழு பயிர்கள்

ISTANA / HAUL – இச்டன/ ஹவுல்

A lease or grant of waste lands at a rent progressively increasing for term of years when it becomes fixed

தரிசு நிலங்களின் குத்தகை அல்லது மானியம், அது நிர்ணயிக்கப்படும் போது, ஆண்டுகளின் காலத்திற்கு படிப்படியாக அதிகரிக்கும்

JALAGADUGU – ஜலகடுகு

Washing sand or soil for diamond or gold dust

வைரம் அல்லது தங்க தூசிக்காக மணல் அல்லது மண்ணைக் கழுவுதல்

JALUMANA – ஜலுமானா

Fine, Penalty

அபராதம், தண்டம்

JAMATU – ஜமட்டு

The place where each manufactures salt

ஒவ்வொருவரும் உப்பு உற்பத்தி செய்யும் இடம்

JANDE / JANDEVU – ஜன்டெ / ஜன்டெவு

The thread worn by Brahmans

பிராமணர்கள் அணியும் நூல்

JANGAM – ஜங்கம்

A tailor

ஒரு தையல்காரர்

JANGI / KATTUBADI – ஜங்கி / கட்டுபடி

Militiamen, fendal retainers, obliged

போராளிகள், ஃபெண்டல் தக்கவைப்பவர்கள், கடமைப்பட்டவர்கள்

JARI / BHUMI – ஜரி / பூமி

Land cultivated by the ryots of the state

மாநில ரயத்களால் பயிரிடப்பட்ட நிலம்

JARI / INAMU – ஜரி / இனமு

A grant of land or other en-document still in force not resumed

நிலம் மானியம் அல்லது இன்னும் நடைமுறையில் உள்ள மற்ற ஆவணங்கள் இன்னும் செயல்பாட்டில் உள்ளன மீண்டும் தொடங்கப்படவில்லை

JARIBU – ஜரிபு

Small rents or farms, as of tobacco etc

புகையிலை போன்றவை பயிரிடப்படும் பண்ணை களுக்கான

JENDRA – ஜென்ட்ரா

A weaver, a class of weavers

ஒரு நெசவாளர், நெசவாளர் வர்க்கம்

JHADATA – ஜ்ஹடட்டா

Examination of an account

ஒரு கணக்கின் ஆய்வு

JINKU – ஜின்கு

A base or counter feit coin

ஒரு அடிப்படை அல்லது போலி நாணயம்

JINUSU – ஜினுசு

Genus, species, kind, or sort

இனம், இனங்கள், வகை அல்லது வகைப்பாடுகள்

JIYYARU – ஜிய்யாரு

The head of the Vaishnava brahmans in the south of India

இந்தியாவின் தென்பகுதியில் உள்ள வைணவ பிராமணர்களின் தலைவர்

JODI / JORI – ஜோடி / ஜோரி

An easy or quit – rent, a personal tax on district officers

எளிதான அல்லது வெளியேறுதல் - வாடகை, மாவட்ட அதிகாரிகளுக்கு தனிப்பட்ட வரி

JODI / JORI / INAMU – ஜோடி/ ஜோரி – இனமு

A grant of land to be held on payment of a quit – rent

விடுப்பு - வாடகை செலுத்தினால் நிலத்தின் மானியம்

JOKAM – ஜோக்கம்

Risk, hazard, peril

ஆபத்து, ஆபத்து, ஆபத்து

JONAKARI – ஜோனகரி

The name of a tribe on either coast of the peninsula

தீபகற்பத்தின் இரு கடற்கரையிலும் உள்ள ஒரு பழங்குடியினரின் பெயர்

JONNALU – ஜோன்னலு

The grain termed great millet (holussacchardus)

பெரிய தினை (ஹோலுசாச்சார்டஸ்) என்று அழைக்கப்படும் தானியம்

JUNNU – ஜுன்னு

Cheese

வெண்ணெய்

KADAPA – கடபா

The counter agreement executed by the tenant in exchange for his lease

குத்தகைதாரர் தனது குத்தகைக்கு ஈடாக நிறைவேற்றப்பட்ட எதிர் ஒப்பந்தம்

KADI – கடி

The yoke of a plough

கலப்பையின் நுகத்தடி

KADIGATTU – கடிகட்டு

A land or boundary mark, a ridge or mound separation two fields

ஒரு நிலம் அல்லது எல்லைக் குறி, ஒரு மேடு அல்லது மேடு பிரித்தல் இரண்டு துறைகள்

KAI / KOLA – கை / கொல

The name of a caste or artificer

ஒரு சாதி அல்லது கைவினைஞரின் பெயர்

KAIL / PECHCHU – கைல்/ பெச்ஹஹா

A portion of the grain in excess of their share by measurement, granted to the cultivators

அளவீடு மூலம் தானியத்தின் ஒரு பகுதி, விவசாயிகளுக்கு வழங்கப்பட்டது

KAJJU – கஜ்ஜு

A receipt

ஒரு பற்றுச்சீட்டு

KAKITAMU – கக்கிடமு

Paper, a paper or document

காகிதம், ஒரு காகிதம் அல்லது ஆவணம்

KALAMA – கலம

A hallow formed by water that escapes from the edge of a reservoir

ஒரு நீர்த் தேக்கத்தின் விளிம்பிலிருந்து வெளியேறும் தண்ணீரால் உருவாகும் ஒரு பள்ளம்

KALAVADI – கலவடி

The reason of cultivation, the beginning of it

சாகுபடிக்கான காரணம், அதன் ஆரம்பம்

KALLATIRUVA – கல்லடிருவ

Fees on threshing grain

தானியங்களை கதிரடிப்பதற்கான கட்டணம்

KALLAYENTU – கல்லயென்டு

A client

ஒரு வாடிக்கையாளர்

KALLU / KALYAMU – கல்லு / கல்யமு

The fermented sap of different kinds of palm trees

பல்வேறு வகையான பனை மரங்களின் புளித்த கள்

KALWA – கலவா

(Tel) A water course

ஒரு நீர்நிலை

KALWA – கல்வ

A water course

ஒரு நீர்நிலை

KAM – கம்

A revenue term implying private or own

தனிப்பட்ட அல்லது சொந்தமானதைக் குறிக்கும் வருவாய்ச் சொல்

KAMAISHU – கமைஷூ

Managements of affairs

விவகாரங்களின் மேலாண்மை

KAMMARAVIDU – கம்மரவிடு

An ironsmith, a blacksmith

ஒரு இரும்புத் தொழிலாளி, ஒரு கொல்லன்

KAMMARIKAMU – கம்மரிகமு

The agricultural caste called KAMMAVARI

கம்மாவாரி எனப்படும் விவசாய சாதி

KAMMAVARS – கம்மாவர்ஸ்

They are numerous and chiefly engaged in agriculture

அவர்கள் ஏராளமானவர்கள் முக்கியமாக விவசாயத்தில் ஈடுபட்டுள்ளனர்

KAMTEKKA – கம்டெக்கா

A private account usually kept by the village accountant besides his public accounts

பொதுக் கணக்குகளைத் தவிர கிராமக் கணக்காளரால் வழக்கமாக வைக்கப்படும் தனிப்பட்ட கணக்கு

KANAMA – கனமா

A breach in the bank of a tank

ஒரு நீரத் தேக்கத்தின் கரையில் ஒரு உடைப்பு

KANI – கனி

(Tel) A land measure; varies in different places, but the standard is considered to be equal to square feet

ஒரு நில அளவு; இது வெவ்வேறு இடங்களில் மாறுபடுகிறது, ஆனால் தரம் நிலையானது ஒரு சதுர அடிக்கு சமமாக கருதப்படுகிறது

KANNA / BAVULU – கன்ன / பவுலு

Wells of stone masonry

கல் கொத்து கிணறுகள்

KANSALAVADU / KANSALI – கன்சலவடு / கன்சலி

A gold or silversmith

தங்கம் அல்லது வெள்ளித் தொழிலாளி

KANSAMU – கன்சமு

Mixed metal, bell or queen's metal

கலப்பு உலோகம், மணி அல்லது ராணி உலோகம்

KANUJU – கனுஜூ

An artificial water course for irrigation

நீர்ப்பாசனத்திற்கான செயற்கை நீர்வழி

KAPARI – கபரி

A cultivator, a husbandman, a ryot

ஒரு விவசாயி, ஒரு பண்ணையார், ஒரு ரயத்

KAPOO – கபோ

Guarding, watching, protection

பாதுகாப்பு, கண்காணிப்பு, பாதுகாப்பு

KARA – கர

Bank, horder, share, edge or selvage of cloth

வங்கி, ஹோார்டர், பங்கு, விளிம்பு அல்லது துணியின் காப்பு

KARADU – கரடு

Rough, as an account or as the draft of an official document

கரடுமுரடான, கணக்காக அல்லது அதிகாரப்பூர்வ ஆவணத்தின் வரைவாக

KARAGHATTU – கரஹாட்டு

The dam of a river

ஒரு ஆற்றின் அணை

KARAKASA / KARKASA – கரகச / கர்கசா

Quarrel, dispute, tumult

சண்டை, சச்சரவு, சலசலப்பு

KARAL / KARRAI – கரல் / கர்ரை

Hard, compact

கடினமான, கச்சிதமான

KARANIKAM – கரனிக்கம்

The office of a scribe or accountant

ஒரு எழுத்தர் அல்லது கணக்காளரின் அலுவலகம்

KARAR / SAGBADI – கரர் / சக்படி

Stipulated cultivation

நிர்ணயிக்கப்பட்ட சாகுபடி

KARAR / VAK – கரர் / வக்

Fixed estimate, verbal agreement

நிலையான மதிப்பீடு, வாய்மொழி ஒப்பந்தம்

KARIYAMU – கரியமு

Affair, business

விவகாரம், வணிகம்

KARJI – கர்ஜி

A village officer, the head of a village

ஒரு கிராம அதிகாரி, ஒரு கிராமத்தின் தலைவர்

KARNAM – கர்ணம்

(Tel) A village accountant

ஒரு கிராமக் கணக்காளர்

KARODA – கரொாடா

An overseer an inspector or superintendant

ஒரு மேற்பார்வையாளர் ஒரு ஆய்வாளர் அல்லது கண்காணிப்பாளர்

KARRU – கர்ரு

A ploughshare

ஒரு கலப்பை

KARU – கரு

The wet season

ஈரமான பருவம்

KARUBHUMI – கருபூமி

Saline soil

உப்பு மண்

KARUKAYA – கருகயா

Weak or blighted corn

பலவீனமான அல்லது கருகிய சோளம்

KARUKUHUN – கருகுஹ‌ன்

A gold pagoda, worth four rupees

நான்கு ரூபாய் மதிப்புள்ள தங்க பகோடா

KARUPANTA – கருபன்ட

Rice sown in the season, the chief crop of the Tamil countries

பருவத்தில் விதைக்கப்படும் நெல், தமிழ் நாடுகளின் தலையாய பயிர்

KARUPU – கருப்பு

Naturally produced salt, saline efflorescence

இயற்கையாக உற்பத்தி செய்யப்படும் உப்பு, உப்பள மங்கலம்

KARUVAI / DAUL – கருவை / தவுல்

Demand on each ryots produce, according to the estimate

மதிப்பீட்டின்படி ஒவ்வொரு ரைட் உற்பத்திக்கும் தேவை

KARUVALA – கருவலா

The treasury or strong room of a temple

ஒரு கோவிலின் கருவூலம் அல்லது பலமான அறை

KASA – காசா

A son by a female slave

ஒரு பெண் அடிமை மூலம் கிடைக்கப் பெறும் ஒரு மகன்

KATNAMU – கட்னமு

Presents made to superiors

மேலதிகாரிகளுக்கு வழங்கப்படும் பரிசு

KATTA – கட்டா

A clod of earth

ஒரு மண் கட்டி

KATTA – கட்டா

A bank, a share, a dam, an embankment

ஒரு வங்கி, ஒரு பங்கு, ஒரு அணை, ஒரு கரை

KATTADA – கட்டாடா

An order, a rule, a regulation

ஒரு ஒழுங்கு, ஒரு விதி மற்றும் ஒழுங்குமுறை

KATTI – காட்டி

A measure of land containing about fourteen acres

சுமார் பதினான்கு ஏக்கர் கொண்ட நிலத்தின் அளவு

KATTU – காட்டு

A binding, a bond, a law, a rule, an agreement

ஒரு பிணைப்பு, ஒரு பத்திரம், ஒரு சட்டம், ஒரு விதி, ஒரு ஒப்பந்தம்

KATTUBADI – கட்டுபடி

(Tel) A sub ordinate village

servant is remunerated by rent - free and; also fixed quit - rent

வாடகையில்லா நிலம் மூலம் ஊதியம் பெறும் துணை கிராம ஊழியர்; வெளியேறும் வாடகையும் நிர்ணயிக்கப்பட்டது

KATTUBADI – காட்டுபடி

A revenue term usually applied to a fixed invariable

பொதுவாக நிலையான மாறாதவற்றுக்குப் பயன்படுத்தப்படும் ஒரு வருவாய்ச் சொல்

KATTUBADI / AGRAHARAMU – காட்டுபடி / அக்ரஹாராமு

A village assessed at a quit rent

வெளியேறும் வாடகையில் மதிப்பிடப்பட்ட ஒரு கிராமம்

KATTUBADI / BANTROTULU – கட்டுபடி / பன்ட்ரொடுலு

Peons or militia paid for their services by grants of land at a quit – rent

பியூன்கள் அல்லது இராணுவ சேவைகளுக்கு வாடகையின்றி நிலத்தை வழங்குவதன் மூலம் பணம் செலுத்தப்பட்டது

KATTUBADI / BHANDRIKA – கட்டுபடி / ப்ஹந்ரிகா

A portion of land granted at a low rate of assessment

குறைந்த மதிப்பீட்டில் வழங்கப்பட்ட நிலத்தின் ஒரு பகுதி

KATTUBADI / INAMU – கட்டுபடி / இனமு

A grant of land paying a small or favourable rent

சிறிய அல்லது சாதகமான வாடகையை செலுத்தும் வகையில் வழங்கப்படும் நில மானியம்

KATTUBADI / INAMU – கட்டுபடி / இனமு

An assignment of land at an

assessment which varies with the pro-duce

உற்பத்தியைப் பொறுத்து மாறுபடும் மதிப்பைக் கொண்ட நிலத்தின் ஒதுக்கீடு

KATTUBADI / MUHASU – காட்டுபடி / முஹாசு

A village granted for services at a low or quit-rent

சேவைகளுக்காக குறைந்த அல்லது வாடகையின்றி விடப்பட்ட கிராமம்

KAVADI – கவடி

A pole for carrying burthens, resting on the shoulder

தோளில் தங்கியிருக்கும் சுமைகளைச் சுமந்து செல்வதற்கான ஒரு கம்பம்

KAVALI – கவலி

A watch or guard, custody

ஒரு கடிகாரம் அல்லது காவலர், காவலின் கீழ்

KAVALI / RASUM – கவாலி / ரசும்

Fees or perquisites of the village watchman

கிராமக் காவலாளியின் கட்டணம் அல்லது தேவைகள்

KAVALI / VADU – கவலி / வடு

A watchman, a village watch-man

ஒரு காவலாளி, ஒரு கிராம காவலாளி

KAVALIKARA – கவலிகரா

A watchman, a village watch-man

ஒரு காவலாளி, ஒரு கிராம காவலாளி

KAVILE – கவிலெ

An account - hook of slips of palm leaves

ஒரு கணக்கு - பனை ஓலைச் சீட்டுகளின் கொக்கி

KAVILEKATTU – கவிலெகட்டு

The village account kept on palm leaves

பனை ஓலையில் வைக்கப்பட்ட கிராம கணக்கு

KAY – கய்

The hard

கடினமான

KAYADHANYAMU – கயதன்யமு

Pulse all sorts of seeds contained in pods or legumes

காய்கள் அல்லது பருப்பு வகைகளில் உள்ள அனைத்து வகையான விதைகளையும்

KAYATIRUVA – கயடிருவா

Duty on fruits and legumes

பழங்கள் மற்றும் பருப்பு வகைகள் மீதான வரி

KERIJULU – கெரிஜுலு

Grain fees in general

பொதுவாக தானிய கட்டணம்

KHAM / HISABU – க்ஹாம் / ஹிசாபு

A general account

ஒரு பொதுக் கணக்கு

KHAM / LEKKA – க்ஹம் / லெக்கா

A rough statement or account

ஒரு தோராயமான அறிக்கை அல்லது கணக்கு

KHAMAND – கஹாமன்ட்

A lord, a master

ஒரு பிரபு, ஒரு தலைவர்

KHAMBHOGATTA – க்ஹம்பொகட்டா

The gross account of a village

ஒரு கிராமத்தின் மொத்த கணக்கு

KHANDIGUTTA – கஹான்டிகுட்டா

A fixed rent

ஒரு நிலையான வாடகை

KHANDRIKA – கஹான்ட்ரிகா

An allotment of privileged land not exceeding four or five kattis, or from 50 to 70 acres

நான்கு அல்லது ஐந்து கட்டிகளுக்கு மிகாமல் அல்லது 50 முதல் 70 ஏக்கர் வரையிலான சலுகை பெற்ற நிலத்தின் ஒதுக்கீடு

KHARCH / ANARJA – கஹர்ச்ஷ் / அனர்ஜா

An abstract account of the disbursements of a district or of the deductions from the collections

ஒரு மாவட்டத்தின் பட்டுவாடாக்கள் அல்லது வசூலில் இருந்து கழித்தல்கள் பற்றிய சுருக்கமான கணக்கு

KHIRUDU – கிஹிருடு

Ground in cultivation

சாகுபடியில் நிலம்

KHONDU – கோஹொான்டு

Ripe grain

பழுத்த தானியம்

KHURAKU – குஹூரக்கு

Subsistence money (seekhuraki) or fees paid by villages to inferior servants employed to collect the government dues

வாழ்வாதாரப் பணம் அல்லது அரசாங்க நிலுவைத் தொகையை வசூலிக்க பணியமர்த்தப்பட்ட தாழ்ந்த ஊழியர்களுக்கு கிராமங்கள் செலுத்தும் கட்டணம்

KINIRU – கினிரு

Ground where water is found within about six feet below the surface

மேற்பரப்பிலிருந்து ஆறு அடிக்கு கீழே நீர் காணப்படும் நிலம்

KITA – கிட்டா

A heap of winnowed grain

கைவரப் பெற்ற தானியங்களின் குவியல்

KITTA / MANIKALU / KITA / TAUVA-

LU – கிட்டா / மனிகலு / கிட்ட/ டவுவலு

Portions of winnowed grain taken from the beap and given to brahmans and to the village servants

பீப்பில் இருந்து எடுக்கப்பட்ட வெல்லத்தின் பகுதிகள் பிராமணர்களுக்கும் கிராம ஊழியர்களுக்கும் வழங்கப்பட்டது

KIWADA – குவடா

The area or yard of a house

ஒரு வீட்டின் பகுதி அல்லது முற்றம்

KOBBARI – கோப்பரி

The white kernel of the cocoa - nut

கொக்கோ கொட்டையின் வெள்ளைக்கரு

KODA – கோடா

Coarse rice, the third crop

கரடுமுரடான அரிசி, மூன்றாவது பயிர்

KODU – கோடு

A water - course, a nala

ஒரு நீர்நிலை, ஒரு நாலா

KONDA – கோன்ட

A hill

ஒரு மலை

KONDS – கோன்ட்ஸ்

A barbarous race of mountaineers inhabiting the hills west and north - west of ganja to the borders of NAGPUR

காட்டு மிராாண்டித்தனமான மலையேறி இனம். கஞ்சாவின் மேற்கு மற்றும் வடமேற்கு மலைகளில் நாக்பூரின் எல்லைகள் வரை வாழ்கிறது

KONIYALAN – கோனியலன்

A class of predial slaves in Malabar

மலபாரில் முற்கால அடிமைகளின் ஒரு வகுப்பு

KOPDAR – கோப்டர்

A contractor for long - cloths

நீண்ட துணிகளுக்கான ஒப்பந்ததாரர்

KOSTUGUTTA – கோசஸ்டுகுட்டா

The joint renting of a village by all the cultivators

அனைத்து விவசாயிகளும் சேர்ந்து ஒரு கிராமத்தை வாடகைக்கு எடுப்பது

KOTHARU – கோதாரு

A salt – pan, salt works

ஒரு உப்புக் குவியல் பான், உப்பு வேலைகள்

KOVUDARUDU – கோவுடருடு

A contractor for long cloths, commonly known as the copedar

நீண்ட துணிகளுக்கான ஒப்பந்ததாரர், பொதுவாக கோபேடார் என்று அழைக்கப்படுகிறார்

KOY - கொய்

Young or unripe fruit of plants or trees

தாவரங்கள் அல்லது மரங்களின் இளம் அல்லது பழுக்காத பழங்கள்

KOYYUKALU – கோய்யுகலு

Straw after the corn is reaped, stubble

மக்காச்சோளம் அறுவடை செய்யப்பட்ட பிறகு வைக்கோல், குச்சி

KRUSHIKUDU / KRUSHIVALUDU – க்ருஷிகுடு / க்ருஷிவலுடு

A husbandman

ஒரு பண்ணையார்

KRUSHNA REGADA / REGADI / REVATI NELA – க்ருஷ்ணாரெகடா / ரேவதினேலா

The rich black loamy earth in the south, commonly known by the name of cotton soil, cotton being advantageously grown on it

தெற்கில் உள்ள செழுமையான

கருப்பு களிமண் பூமி, பொதுவாக பருத்தி அதில் சாதகமாக விளைவிக்கப்படுவதால் பருத்தி மண் என்று அழைக்கப்படுகிறது, வளர்க்கப்படுகிறது

KUCHCHELA – குச்ஹெல

A heap of cut corn

வெட்டப்பட்ட சோளக் குவியல்

KUDALI – குடலி

The contiguity or meeting of boundaries

எல்லைகளின் தொடர்ச்சி அல்லது அவற்றின் சந்திப்பு

KUDURUVATU – குடுருவடு

Management of affairs, settlement of a business

விவகாரங்களின் மேலாண்மை, ஒரு வியாபாரத்தில் மேற்கொள்ளப்படும் தீர்வு

KULGUTTA – குல்குட்டா

Lands let to different estates at a low rent

குறைந்த வாடகைக்கு பல்வேறு எஸ்டேட் தோட்டங்களுக்கு நிலங்கள் அனுமதிக்கப்படுகின்றன

KULGUTTA SROTRIYAM – குல்குட்டாஸ்ரோட்ரியம்

Lands let to different estates at a low rent - ceded districts

குறைந்த வாடகைக்கு கொடுக்கப்பட்ட மாவட்டங்களில் பல்வேறு தோட்டங்களுக்கு நிலங்கள் அனுமதிக்கப்படுகின்றன

KULIKKIYAR – குலிக்கியார்

Entire or sole right

முழு அல்லது தன் உரிமை

KUMMARAVADU – கும்மரவடு

A potter, a maker of earthen vessels and pottery

ஒரு குயவர், மண் பாத்திரங்கள் மற்றும் பாண்டங்களை செய்பவர்

KUMPLI – கும்ப்லி

A framework and pulley with

a leathern bucket attached

தோல் வாளியுடன் ஒரு சட்டகம் மற்றும் கப்பி இணைக்கப்பட்டுள்ளது

KUNCHAMU – குன்ச்ஹாமு

A measure of capacity rechoned in some places equal to a chitnal or 1/16 the of a ser

ஒரு சிட்னல் அல்லது ஒரு சேரின் 1/16 க்கு சமமாக சில இடங்களில் மறுசீரமைக்கப்பட்ட திறனின் அளவு

KUNTA – குன்ட

A land measure, according to one statement = 1089 square feet,

ஒரு நில அளவானது, ஒரு அறிக்கையின்படி = 1089 சதுர அடி

KUPPA – குப்பா

A beap, a heap or stack of grain; one of fifth a dunghill

ஒரு குவியல் அல்லது தானிய அடுக்கு; ஐந்தில் ஒரு பங்கு சாணம்

KUPPA / ANCHANA – குப்ப / அன்ச்ஹன

Estimate of the produce of a field after the crop is gathered but before its measured

ஒரு வயலில் பயிர் சேகரிக்கப்பட்ட பிறகு ஆனால் அதை அளவிடுவதற்கு முன் அதன் விளைச்சலின் மதிப்பீடு

KUPPA / JABITA – குப்பா / ஜபிட்டா

A list of grain stacks, shewing which belong to each cultivator

ஒவ்வொரு சாகுபடியாளருக்கும் சொந்தமான தானிய அடுக்குகளின் பட்டியல்

KUPPA / KATTU – குப்பா / கட்டு

An allowance of grain from the general heap or stack given to the village servants

கிராம ஊழியர்களுக்கு வழங்கப்படும் பொதுவான குவியல் அல்லது அடுக்கிலிருந்து தானியத்திற்கான கொடுப்பனவு

KURUNI – குருணி

A measure of capacity the same as the marakal

மரக்கால் போன்ற திறன் அளவீடு

KUSINI / KARA / VADU – குசினி / கர / வடு

A cook, a confectioner

ஒரு சமையல்காரர், ஒரு மிட்டாய்காரர்

KYLE – கேய்லெ

A detailed statement of the produce of each ryots land by measurement

ஒவ்வொரு ரயத்வாரி நிலத்தின் விளைச்சலின் விரிவான அறிக்கை பற்றிய அளவீடு

LABHAMU / DOSILI – லப்ஹாமு / டோசிலி

A small portion from each heap of grain considered to the perquisite of the cultivator (from dosili, two handfuls)

ஒவ்வொரு தானியக் குவியலிலிருந்தும் ஒரு சிறிய பகுதி, உழுவரின் தேவையாகக் கருதப்படுகிறது, தோசிலியில் இருந்து, இரண்டு கைப்பிடிகள்

LAGILI – லகிலி

Making advances of cash to a supplying him with cattle, sweet - corn etc

ஒரு விவசாயிக்கு முன்பணமாக வழங்குதல் அல்லது அவருக்கு கால்நடைகள், இனிப்புச் சோளம் போன்றவற்றை வழங்குதல்

LAMBADI – லம்பாடி

(Tel) A nomadic tribe, their occupation is grain - carrying, and they are rejected also to generally thieves The name also sometimes applied to the banjaras

ஒரு நாடோடிப் பழங்குடியினர், அவர்களின் தொழில் தானியங்களை எடுத்துச் செல்வது, அவர்கள் பொதுவாக

திருடர்களாலும் நிராகரிக்கப்படுகிறார்கள், இந்த பெயர் சில சமயங்களில் பஞ்சராக்களுக்கும் பொருந்தும்

LANKA – லன்கா

An islet in a river yielding grass, timber

புல், மூங்கிலை விளைவிக்கும் தீவிலுள்ள ஒரு ஆறு

LINGAKAYA – லின்கயா

The small box in which the linga is kept by those who wear the emblem

லிங்கச் சின்னம் அணிந்தவர்கள் லிங்கத்தை வைத்திருக்கும் சிறிய பெட்டி

LOGILI – லோகிலி

The interior of a house, and all belonging to it

ஒரு வீட்டின் உட்புறம் மற்றும் அதற்குரிய அனைத்தும்

LOMBARDIE – லோபர்டி

A migratory trader, especially in grain better known as banjara

புலம்பெயரும் வணிகர், குறிப்பாக பஞ்சாரா என்று அழைக்கப்படும் தானிய வணிகர்

LONDITEDU – லோன்டிடெடு

A span measured by the thumb and forefinger

கட்டைவிரல் மற்றும் ஆள்காட்டி விரலால் அளவிடப்படும் இடைவெளி

LOTTI – லோட்டி

A small earthen vessel fixed on the stem of different palms to collect the tari juice

ஒரு சிறிய மண் பாத்திரம் பல்வேறு பனைமரங்களின் தண்டு மீது பொருத்தப்பட்டிருக்கும்

MACHACHIMAVU – மச்சாசிமவு

A fishery

ஒரு மீன்வளம்

MACHALIPANNU – மச்ஹலிபன்னு

Tax on fishing

மீன்பிடிக்கு வரி

MADA – மாடா

A half pagoda

ஒரு அரை பகோடா

MADAKA – மாடாகா

A plough with oxen complete (seearaka)

முழு எருதுகளுடன் கூடிய கலப்பை (சீரகா)

MADEPALU – மடெபலு

Share, in - kind assigned to the cultivators (seemetipalu)

பயிரிடுபவர்களுக்குப் பகிர்ந்தளிக்கப்படும் (சீமடிபாலு)

MADHUNDHA – மதுன்தா

Treacle produced from the

இதிலிருந்து கரும்புச்சக்கை கிடைக்கிறது

MADHYAVARTI – மத்யவர்தி

A meditator, an umpire, an arbitrator

ஒரு தியானம் செய்பவர், நடுவர், ஒரு நடு நிலையாளர்

MADI – மடி

A rice - field, a garden bed

ஒரு நெல் வயல், ஒரு தோட்டப் படுக்கை

MADIGA – மடிக

A low caste, that of the chaklar, or workers in skins and leather

சக்கிலி எனினும் ஒரு தாழ்ந்த சாதி அல்லது தோல் மற்றும் தோல் வேலை செய்பவர்

MADIGAVADU – மடிகவாடு

A man of the low caste of chaklars

சக்கிலி எனப்படும் தாழ்ந்த சாதியைச் சேர்ந்தவன்

MADIKE – மடிகே
Belonging to the caste of workers in hides and leather
தோல் மற்றும் தோல் வேலை செய்யும் சாதியைச் சேர்ந்தவர்

MADIRI / MADRI – மதிரி / மட்ரி
A pattern, a specimen
ஒரு வழிமுறை, ஒரு மாதிரி

MADUMU – மடுமு
A stone sluice or channel by which the water flows to the fields
ஒரு கல் மதகு அல்லது கால்வாய் மூலம் நீர் வயல்களுக்கு பாயும்

MADUPUBIDU – மடுபுடு
Waste lands attached to the lands cultivated by a farmer that he may bring them also into cultivation
ஒரு விவசாயி பயிரிடும் நிலங்களுடன் இணைக்கப்பட்டுள்ள பாழான நிலங்களையும் அவர் சாகுபடிக்கு கொண்டு வரலாம்

MAGANI – மாகானி
Wet cultivation
ஈரமான சாகுபடி

MAHIGUJASTA – மஹிகுஜஸ்ட
Balance of rent etc m due from the post month
பிந்தைய மாதத்திலிருந்து செலுத்த வேண்டிய வாடகை போன்றவை

MALA – மல
Belonging to the paria caste
பறையர் சாதியைச் சேர்ந்தவர்

MALAKUDARU / MALLOODAR – மலகுடரு / மலோடர்
The proprietor of an estate, a temporary renter or farmer
ஒரு பண்ணையின் உரிமையாளர், தற்காலிக வாடகைதாரர் அல்லது விவசாயி

MALAVADU – மலவடு
A man of the paria caste
பறையர் சாதியைச் சேர்ந்த ஒருவர்

MALAVANTI – மலவண்டி
Extra or additional assessment rated on the growing crops in proportion to their apparent richness
வளரும் பயிர்கள் அவற்றின் வெளிப்படையான செழுமையின் விகிதத்தில் மதிப்பிடப்பட்ட மற்றபிற அல்லது கூடுதல் மதிப்பீடு

MALIGE – மலிகே
A chamber or cell on the lower floor of a large or public building to the street, and used as a shop or warehouse
தெருவிற்கு ஒரு பெரிய அல்லது பொது கட்டிடத்தின் கீழ் தளத்தில் ஒரு அறை அல்லது செல், மற்றும் ஒரு கடை அல்லது கிடங்காக பயன்படுத்தப்படும் அறை

MALLA – மல்லா
A fee in grain paid to the village potter
கிராம குயவனுக்கு தானியத்தில் ஒரு கட்டணம்

MALLU – மல்லு
Beds of salt
உப்புமேடு

MALPUPU – மல்புப்பு
Enclosed
மூடப்பட்டது

MALUGAMSARI / BHUMI – மலுகம்சரி / பூமி
Land paying revenue to government
நிலம், அரசுக்கு வருவாய் தருகிறது

MANAMADU – மனமடு
A grand son
ஒரு பேரன்

MANAMARALU – மனமரலு
A grand daughter
ஒரு பேத்தி

MAHASULU – மஹாசுலு

The produce of land the harvest

நிலத்தின் விளைச்சல் அறுவடை

MANDAKARAKUDU – மான்டகரகுடு

A distiller, one who extracts and prepares the juice of the palm and tari, also an exciseman

ஒரு வடிப்பான், பனை மற்றும் தாளின் சாற்றைப் பிரித்தெடுத்து தயார் செய்பவர், அரசு விதிக்கும் வரிவசூலிப்பவர்

MANDAMU – மன்டமு

Sum, barm, froth

நுரை

MANDASA – மன்டசா

A market

ஒரு சந்தை

MANDE – மன்டே

A heap of threshed ears of (junnalu) holeus

சூதிரடிக்கப்பட்ட தூதுவரும் ஜன்னல்

MANIGA – மனிகா

A shop

ஒரு கடை

MANIHAMU – மனிஹமு

Trade, merchandise

வர்த்தகம், சரக்கு

MANIYAGADU – மானியகடு

A superintendent in general, the head man of a village, the Superintendant of a temple

பொதுவாக ஒரு மேற்பார்வையாளர், ஒரு கிராமத்தின் தலைவர், ஒரு கோவில் கண்காணிப்பாளர்

MANIYAM – மானியம்

Superintendence or management of affairs

மேற்பார்வை அல்லது விவகார மேலாண்மை

MANJALI – மன்ஜலி

A weight for weighing diamonds

வைரங்களை எடைபோடுவதற்கு ஒரு எடைமேடை

MANNEVADA / KAVAL – மன்னிவடா / கவல்

The duty of preserving the public peace entrusted in the zamindars

பொது அமைதியைப் பாதுகாப்பது ஜமீன்தார்களிடம் ஒப்படைக்கப்பட்ட கடமை

MANNEVADU – மன்னேவடு

A proprietor, a landholder, a zamindar

ஒரு உரிமையாளர், ஒரு நிலச் சொந்தக்காரர், ஒரு ஜமீன்தார்

MANNI – மன்னி

A land measure , a commonly designated a ground = (60 x 40 feet) 2400 square feet

ஒரு நில அளவு, பொதுவாக நியமிக்கப்பட்ட ஒரு தரை = (60*40 அடி) 2400 சதுர அடி

MANOVARTI / MANOVARTE / INAMU – மனொவர்டி / மனொவர்டே / இனமு

A pension, land granted for the subsistence of a pensioner

ஓய்வூதியம், ஓய்வூதியம் பெறுபவரின் வாழ்வாதாரத்திற்காக வழங்கப்பட்ட நிலம்

MARAKADU – மரகடு

The native commander of a ship

ஒரு கப்பலின் தளபதி

MARAMMATU / JABITA – மரம்மட்டு / ஜபிடா

Amount particulars of the cost of repairing roads, tanks, or other public works

சாலைகள், தண்ணீர் தொட்டிகள் அல்லது பிற பொது பராமரிப்புப் பணிகளைச் செய்வதற்கான செலவின் தொகை விவரங்கள்

MARAVARTTANA – மரவர்ட்டன

Fees and perquisites of the hereditary village accountant

பரம்பரை கிராமக் கணக்காளரின் கட்டணம் மற்றும் தேவைகள்

MARIGOMMU – மரிகோம்மு

A outlet by which the surplus water of a tank is carried off

ஒரு நீர்த்தொட்டியின் உபரி நீரை வெளியேற்றும் நீர்வழி

MARIKARU – மரிகாரு

The second or a light crop, one of a coarse kind of rice grown between at and jan

இரண்டாவது அல்லது லேசான பயிர், மற்றும் ஜனவரி இடையே வளர்க்கப்படும் கரடுமுரடான நெல் வகைகளில் ஒன்று

MARKAMU – மர்காமு

Exchange, particularly of money

பரிமாற்றம், குறிப்பாக பணப் பரிமாற்றம்

MARKARI – மார்காரி

A head boatman

ஒரு தலைமை படகோட்டி

MASHAKATU – மஷாகட்டு

Pains, labour, improve

வலிகள், உழைப்பு, முன்னேற்றம்

MASHATUDARU – மஷாடுடரு

A land measure, a surveyor

ஒரு நில அளவை, ஒரு நில அளவையாளர்

MATTA – மட்டா

Quality, touch, or fineness, of the precious metals

விலைமதிப்பற்ற உலோகங்களின் தரம், தொடுதல் அல்லது நேர்த்தி

MAVUJE / MAUJE – மவுஜே / மயுஜே

A village, understanding by that term one or more clusters of habitantions, and all the lands belonging to their proprietory inhabitants

ஒரு கிராமம், அந்த வார்த்தையின் மூலம் ஒன்று அல்லது அதற்கு மேற்பட்ட குடியிருப்புகள் மற்றும் அதன் சொந்த குடிமக்களுக்கு சொந்தமான அனைத்து நிலங்களையும் எனப் புரிந்துகொள்வது

MEDI – மெடி

The part of the handle which is joined to the plough

கலப்பையுடன் இணைக்கப்பட்ட கைப்பிடியின் பகுதி

MEERA – மீரா

(Tel) Fees in kind paid to village servants

கிராம ஊழியர்களுக்கு வழங்கப்படும் கட்டணம்

MELURASI – மெலுரசி

The grain in the crop threshed but not measured

தானியங்கள் கதிரடிக்கப்பட்டன, ஆனால் அளவிடப்படவில்லை

MELURASI – மெலுரசி

A heap of winnowed grain

சளிக்கப்பட்ட தானியக் குவியல்

MELUVARAM – மெலுவரம்

The proportion of the crop claimed by the government

அரசாங்கத்தால் கோரப்படும் பயிர் விகிதம்

MELVASI – மெல்வசி

Additions, excess, addition made to the rate of the government assessment

அரசு மதிப்பீட்டின் விகிதத்தில் சேர்த்தல், கூட்டுதல்

MENA – மென
Connected through a father's sister, or mother's brother

தந்தையின் சகோதரி அல்லது தாயின் சகோதரர் வழியே இணைக்கப்பட்டுள்ளது

MENAGODALU – மெனகொடலு
A female cousin, the daughter of a father's sister or mother's brother

ஒரு பெண் உறவினர், தந்தையின் சகோதரி அல்லது தாயின் சகோதரரின் மகள்

MENAMAMA – மெனமாமா
A maternal uncle

ஒரு தாய் மாமன்

MENATTA – மெனட்டா
A father's sister or mother's brother's wife

ஒரு தந்தையின் சகோதரி அல்லது தாயின் சகோதரனின் மனைவி

MERA – மெரா
A limit, a boundary

ஒரு அளவு, ஒரு எல்லை

MERAKA – மெரகா
Dryland, upland, high ground

வறண்ட நிலம், மேட்டு நிலம், உயரமான நிலம்.

MESTAK – மெஸ்டக்
A column, an item or head of account

ஒரு நெடுவரிசை, ஒரு உருப்படி அல்லது கணக்கிடும் தலைவர்

META – மெடா
Pasturage, forage

மேய்ச்சல், தீவனம்

METI – மெட்டி
The post in a threshing floor

ஒரு களத்தில் உள்ள இடுகை

METIDARU – மெட்டிடாரு
Head man of a company or caste, a renter of a village

ஒரு நிறுவனம் அல்லது சாதியின் தலைவர், ஒரு கிராமத்தின் வாடகைதாரர்

METIKORU / METTI PALU – மெட்டிகொரு / மெட்டிபலு
The landlord's share of the crop

பயிரில் நில உரிமையாளரின் பங்கு

METTA – மெட்டா
High and dry land, not capable of irrigation, but depending on the rain, and therefore unfit for rice

உயரமான மற்றும் வறண்ட நிலம், நீர்ப்பாசனம் செய்யக்கூடியது அல்ல, ஆனால் மழையைப் பொறுத்து, எனவே நெல் விளைவிக்கத் தகுதியற்றது

METTAGUADLU – மெட்டாகுவட்லு
High lands, fields only fit for dry cultivation

உயரமான நிலங்கள், வயல்கள் உலர் சாகுபடிக்கு மட்டுமே பொருந்தும்

METTAJAGA – மெட்டாஜகா
High ground, hills, hillocks

உயரமான நிலம், பெருங் குன்றுகள், சிறு குன்றுகள்

METTAVARI – மெட்டாவரி
The crop of the dry cultivation

உலர் சாகுபடியின் பயிர்

METTU – மெட்டு
A custom – house; the stage of a journey

ஒரு வழக்கம் – வீடு; ஒரு பயணத்தின் சிறு நிலை

MIDDE / MIDDIYA – மிட்டெ / மிட்டியா
A house with an upper story, also one with a flat or terraced roof

மேல் மாடியுடன் கூடிய வீடு, தட்டையான அல்லது மாடிக் கூரையுடன்

கூடிய வீடு

MINUMULU – மினுமுலு

A kind of bean grown on dry lands (Phaseolus, mungo)

வறண்ட நிலங்களில் வளர்க்கப்படும் ஒரு வகையான பீன்ஸ் (பேசியோலஸ், முங்கோ)

MIRASIDARUDU – மிராசிடாருடு

The holder of hereditary lands, or offices in a village

ஒரு கிராமத்தில் பரம்பரை நிலங்கள் அல்லது அலுவலகங்களை வைத்திருப்பவர்

MIRASU – மிராசு

Inheritance, inherited property or right

பரம்பரை, பரம்பரைச் சொத்து அல்லது உரிமை

MISC / KARANAM – மிஸ்க் / கரனம்

The principal or officiating village clerk or accountant

முதன்மை அதிகாரி அல்லது கிராம எழுத்தர் அல்லது கணக்காளர்

MODALU – மொடலு

Origin, principal, capital

ஆதி, முதன்மை, மூலதனம்

MOHARDU – மொஹர்டு

Single, simple, and abstract account

ஒற்றை, எளிய மற்றும் சுருக்கமான கணக்கு

MOHTADU – மொஹ்டடு

A village messenger or peon employed on all occasions

எல்லா சந்தர்ப்பங்களிலும் பணியமர்த்தப்படும் ஒரு கிராமத் தூதுவர் அல்லது வேலைக்காரர்

MOKABILA – மொகபில்ல

Comparing, confronting, comparison or examination of revenue ac-counts or of judicial documents

வருவாய் கணக்குகள் அல்லது நீதித்துறை ஆவணங்களை முரண்படுதல், பொருந்திப் பார்த்தால் ஒப்பிடுதல் அல்லது ஆய்வு செய்தல்

MOKKA – மொக்க

A young plant

ஒரு இளம் செடி

MOKKADUGU – மொக்கடுகு

A second crop

இரண்டாவது பயிர்

MORAMU – மொரமு

Gravel or chalk, see muram

சரளை அல்லது சுண்ணாம்பு, (முரம் பகுதியைப் பார்க்கவும்)

MORAPANELA – மொரபனெல

Gravelly or calcareous soil

சரளை அல்லது சுண்ணாம்பு மண்

MORASA – மொராச

Gravelly, as soi

சரளை, மண்ணாக

MOTA / MOTU – மொட்டா / மொட்டு

The large bucket of a draw well

கிணற்று நீரை இறைக்கும் பெரிய வாளி

MOTUSTHAL – மொட்டுஸ்தல்

Land watered from a draw - well

ஒரு கிணற்று நீர் பாய்ச்சப்படும் நிலம்

MUDAM / SIBBANDI – முடம் / சிப்பண்டி

Permanent establishment of militia

இராணுவத்தின் நிரந்தர ஸ்தாபனம்

MUDAVA – மூடவா

A place where platforms for

stacking salt are put up

உப்பு அடுக்கி வைக்கும் மேடைகள் போடப்பட்ட இடம்

MUDDATUKUYAM – முட்டுடுகுயம்

Land mortgaged with an option to the lender to consider it as his property if the mortgage is not redeemed within a stipulated period

அடமானம் வைக்கப்பட்டுள்ள நிலம், வைக்கப்பட்ட நிலம் குறிப்பிட்ட காலத்திற்குள் அடமானம் மீட்டெடுக்கப்படாவிட்டால், அதை தனது சொத்தாகக் கருதுவதற்கு கடன் வழங்குபவருக்கு உரிமை உள்ளதென்ற வாய்ப்பினைக் கொண்டது

MUDEKAMU – முடெகமு

A coin of the value of ten kas

பத்து காசு மதிப்புள்ள நாணயம்

MUDRA BALLA / KOLA – முட்ரபல்ல / கொல

A wooden stamp for sealing beaps of corn etc

மர முத்திரை போன்றவை

MUKHASA / MOKHASA – முக்ஹசா / மொக்ஹாச

A village or land assigned to an individual either rent - free or at a low quit - rent on condition of service

ஒரு தனிநபருக்கு ஒதுக்கப்பட்ட கிராமம் அல்லது நிலம், சேவை செய்ய வேண்டிய நிபந்தனையின் பேரில் வாடகை இல்லாத அல்லது குறைந்த வாடகைக்கு ஒதுக்கீடு செய்தல்

MUKHIMU – முக்ஹிமு

A broker, an appraiser

ஒரு தரகர், ஒரு மதிப்பீட்டாளர்

MUKKAMPALL – முக்காம்பால்

One - third share of the gross produce of lands allowed to the cultivators

நிலத்தின் மொத்த உற்பத்தியில் மூன்றில் ஒரு பங்கு விவசாயிகளுக்கு அனுமதிக்கப்படுகிறது

MUKKASA / MOKASA / DAR – முக்காசா / மொகசா / டர்

The holder of a village, or of lands, at a quit rent or rent - free, on condition of service

சேவையின் நிபந்தனையின் பேரில், ஒரு கிராமம், அல்லது நிலங்களை வைத்திருப்பவர், வாடகைக்கு விடுவது அல்லது வாடகையின்றி விடுவது

MUKKUSA – முக்குசா

A measure of capacity, one - sixteenth of a KHANDI

திறனின் அளவு, ஒரு கந்தியின் பதினாறில் ஒன்று

MULTABI – முல்டபி

Fraud, trick, delay

மோசடி, தந்திரம், தாமதம்

MULUMU – முலும்மு

Lands which are cultivated for various kinds of millet chiefly

முக்கியமாக பல்வேறு வகைத் தினைக்கள் பயிரிடப்படும் நிலங்கள்

MUNDAM – முன்டம்

A stump, a residue

ஒரு ஸ்டம்ப், ஒரு எச்சம்

MUNDEMU – முன்டெமு

A salt heap, of which part has been sold

ஒரு உப்புக் குவியல், அதில் ஒரு பகுதி விற்கப்பட்டு விட்டது

MUNIGUTTA – முனிகுட்டா

Illegal collections, or exactions, forestalled rent

சட்டவிரோதமான வருமானம், அல்லது வசூல், தடுக்கப்பட்ட வாடகை

MUNIMANAMADU – முனிமனமாடு

A male descendant of the

fourth degree, a great grandson

நான்காவது பட்டத்தின் ஒரு ஆண் வழித்தோன்றல், ஒரு பெரிய பேரன்

MUNTA – முன்டா

A grain measure containing three sers and a half

மூன்றரை சேர் கொண்ட தானிய அளவு

MURA – முறா

A cubit from the elbow to the tips of the middle finger

முழங்கையிலிருந்து நடுவிரலின் நுனி வரை ஒரு முழம்

MUSTAKBAL – முச்டக்பல்

Part of the public revenue paid before before it is due (the word, which ordinarily means future)

உரிய காலத்திற்கு முன் செலுத்தப்பட்ட பொது வருவாயின் ஒரு பகுதி (வழக்கமாக எதிர்காலம் என்று பொருள்படும்)

MUTHTHA – முத்தா

(Tel) The sub - division ofa district; a large estate, including several villages and corresponding with a za-mindari

ஒரு மாவட்டத்தின் துணைப்பிரிவு; ஒரு பெரிய தோட்டம், பல கிராமங்கள் உட்பட ஒரு ஜமீன்தாரியுடன் தொடர்புடையது

MUSTAKBAL – முச்டக்பல்

Part of the public revenue paid before it is due (the word, which ordinarily means future, is peculiar, in this sense, to the northern sirkars ap-parently)

உரிய காலத்திற்கு முன் செலுத்த வேண்டிய பொது வருவாயின் ஒரு பகுதி வழக்கமாக எதிர்காலம் என்று பொருள்படும் வார்த்தை. இந்த அர்த்தத்தில், வடநாட்டு சிர்க்கார்களுக்கு விசித்திரமானது

NACHCHI / KOTTU – நச்ஹி / கொட்டு

The drug cocculus, indicus, also read nanji - kathu

காக்குலஸ், இண்டிகஸ் என்ற போதைப்பொருள்

NADAVA / SANADU – நடவா / சனடு

A release, a district in full, an acquittance from all demands

ஒரு விடுதலை, ஒரு மாவட்டம் முழுவதும் அனைத்து கோரிக்கை களிலிருந்தும் விடுவிப்பு

NADI / MATRUKA / POLAMU – நதி / மட்ருக / போலமு

A field that is irrigated from a river adjacent

அருகில் உள்ள ஆற்றில் இருந்து பாசனம் பெறும் வயல்

NAGADU – நாகடு

Cash, money, ready, money

பணம், பணம், தயாராக, பணம்

NAGALI – நகலி

A plough

ஒரு கலப்பை

NAGALIKARRU – நகலிகர்ரு

A ploughshare

ஒரு கலப்பையின் பங்கு

NAGAR / KAUL – நகர் / கவுல்

Plough tenure, land held at an assessment per plough, usually for three or four years, for dry grain culti-vation only northern sirkars

கலப்பையின் காலம் ஒவ்வொரு கலப்பைக்கும் ஒரு மதிப்பீட்டில் நிலம், பொதுவாக மூன்று அல்லது நான்கு ஆண்டுகள், வடக்கு சிர்கார்களின் உலர் தானிய சாகுபடிக்கு மட்டுமே

NAGAVALLI / NAGOLE – நகவள்ளி / நகொலெ

The betel – wine, also the leaf

வெற்றிலை - மது, இலையும் கூட

NAGU – நாகு

Interest paid in grain on

account of grain lent

வாங்கப்பட்ட தானியக் கடனுக்காக, தானியத்தால் வட்டி செலுத்தப்படுகிறது

NAIDU / NAIDOO – நயிடு / நாயுடு

A title added to the names of respectable persons among the low or sudra castes; also sometimes the head-man of a village

தாழ்த்தப்பட்ட அல்லது சூத்திர சாதிகளில் மரியாதைக்குரிய நபர்களின் பெயர்களுடன் சேர்க்கப்பட்ட தலைப்பு சில நேரங்களில் ஒரு கிராமத்தின் தலைவர்

NANARIKANDAM – நாநாரிகண்டம்

Sown with four measures of seed (a field)

நான்கு அளவு விதை கொண்டு (ஒரு வயல்) விதைக்கப்படுகிறது

NAPHARGATIGU – நப்ஹார்கடிகு

Individually, man by man

தனித்தனியாக, மனிதனால் மனிதன்

NAPHARJAMINU – நப்ஹார்ஜமினு

A security for a person, bail or surety for appearance

ஒரு நபருக்கான பாதுகாப்பு, ஜாமீன் அல்லது ஆஜராவதற்கான உத்தரவாதம்

NAPHARU – நப்ஹரு

A man, an individual, a person

ஒரு மனிதன், ஒரு தனிநபர், ஒரு நபர்

NAPHARUGATI / PHATSALA – நப்ஹருகடி / பஹற்சல

Settlement of the revenue with individual cultivators

தனிப்பட்ட விவசாயிகளுடனான வருவாய்த் தீர்வு

NARA – நாரா

The hempen fibres of various plants

பல்வேறு தாவரங்களின் நார் இழைகள்

NARATTA – நாராட்டா

Land broken by chasms and Greeks

பள்ளங்கள் மற்றும் கிரேக்கர்களால் உடைக்கப்பட்ட நிலம்

NATTU – நாட்டு

A platform of earth, a bank, a terrace

பூமியின் ஒரு தளம், ஒரு வங்கி, ஒரு மொட்டை மாடி

NATTUKAUL – நாட்டுக்கவுல்

Land granted on favourable terms, on condition of eradicating the bent grass on the fields

வயல்களில் வளைந்த புற்களை அழிக்கும் நிபந்தனையின் பேரில், சாதகமான நிபந்தலனாகளின் அடிப்படையில் நிலம் வழங்கப்பட்டது

NAUJI – நவுஜி

A measure, the eighth of a marakal

ஒரு அளவு, ஒரு மரக்காலின் எட்டாவது அளவு

NAVITE – நவ்டெ

A measure of twelve sers - northern sirkars

பன்னிரண்டு பங்குகளின் அளவு -வடக்கு சிர்க்கர்கள்

NAVKARI / MANYAMU – நவ்கரி / மான்யமு

Land or revenue assigned to public servants either as pay or pension

நிதி நிலம் அல்லது பொது ஊழியர்களுக்கு ஊதியம் அல்லது ஓய்வூதியமாக வழங்கப்பட்டுள்ளது

NAYAK / NADI / NARI / NAIK / NADI – நயக் / நடி / னைக் / நடி

A peon stationed in a village

by the collector or the landholder especially to superintend the villagers in their cultivation, and see that the produce is not misappropriated or stolen

ஒரு கிராமத்தில் ஆட்சியர் அல்லது நில உரிமையாளரால் பணியமர்த்தப்பட்ட ஒரு பியூன், குறிப்பாக கிராம மக்களின் சாகுபடியை மேற்பார்வையிடவும், விளைபொருட்கள் தவறாகப் பயன்படுத்தப்படாமல் அல்லது திருடப்படாமல் இருப்பதைக் கண்காணிக்கவும் பணியமர்த்தப்படுகிறார்

NEESHOODI – நேஷோடி

A mutual acquittance or release

பரஸ்பரம் பேசி விடுதலையாதல் அல்லது விடுதலை

NIGAVANU – நிகவனு

A petty revenue officer

ஒரு குட்டி வருவாய் அதிகாரி

NIKARAMU – நிகரமு

Net balance

நிகர இருப்பு

NILAVA / NILUVA – நிலவ / நிலுவ

Surplus balance

உபரி இருப்பு

NILLU – நில்லு

Water

தண்ணீர்

NILLUBUTTA – நில்லுபுட்டா

A paid in grain at harvest time to the village potter

கிராமத்திக் குயவருக்கு அறுவடை நேரத்தில் கொடுக்கப்படும் தானியம்

NILLUBUTTA – நில்லுபுட்டா

A basket for throwing up water from a well or pond for irrigating a field

வயலுக்குப் பாசனம் செய்வதற்காக கிணறு அல்லது குளத்தில் இருந்து தண்ணீரை எடுத்து ஊற்றுவதற்கான ஒரு கூடை

NILUVU – நிலுவு

The unreaped portion of a field partly reaped

ஒரு வயலில் அறுவடை செய்யப்படாத, பகுதி அறுவடை செய்யப்பட்ட பகுதி

NILUVU / ANCHANA – நிலுவு / அன்ச்ஹன

Estimate of the produce of a field before the crop is cut

பயிர் வெட்டுவதற்கு முன் ஒரு வயலின் விளைச்சலின் மதிப்பீடு

NILUVU / ANCHANA – நிலுவு / அன்ச்ஹனா

Estimate valuation of standing crops

விளைந்துள்ள பயிர்களின் மதிப்பீடு

NIRU – நிரு

Water

தண்ணீர்

NITU / ASARABHUMI – நிட்டு / அசரபூமி

A field or land dependant for irrigation upon proximity to a tank or river

ஒரு குளம் அல்லது ஆற்றின் அருகாமையில் அதன் நீர்ப்பாசனத்தைச் சார்ந்திருக்கும் வயல் அல்லது நிலம்

NITUKALUVA – நிட்டுகலுவா

A water - course, a nalla (Northern sarkars)

ஒரு நீர்நிலை, ஒரு நல்லா (வடக்கு சர்க்கார்கள்)

NIVESANAMU – நிவெசனமு

Ground to the extent of 2400 feet square

2400 அடி சதுர அளவிலான பரப்பளவில் ஒரு தரை

NUKA – நுக

Grain of any kind when half ground

அரை அரைக்கும் போது எந்த வகையான தானியமும்

NURU – நுரு
Threshing on trading out grain

தானியங்களை வியாபாரம் செய்யும் போது கதிரடித்தல்

NYAYADHIKARA / ADHIPATI – நியாயட்ஹிகர / அட்ஹிபட்டி
A judge, a magistrate
ஒரு நீதிபதி, ஒரு மாஜிஸ்திரேட்

OBBIDI – ஒப்பிடி
Treading out corn, threshing by means of cattle

சோளத்தை மிதித்தல், கால்நடைகள் மூலம் கதிரடித்தல்

ODAMBADIKE – ஒடம்படிகெ
A contract, an agreement, a bond

ஒரு ஒப்பந்தம், ஒரு உடன்படிக்கை, ஒரு பத்திரம்

ODE / ORRE – ஓடெ / ஒர்ரெ
A rich of corn, or a small pile just cut with the sickle

சோளம் நிறைந்தது, அல்லது ஒரு சிறிய குவியல் அரிவாளால் வெட்டப்பட்டது

OGARUVUMUTA – ஒகருவுமுட்டா
An allowance of grain given to the measures of the crop

பயிரின் அளவைப் பொறுத்து வழங்கப்படும் தானியத்தின் கொடுப்பனவு

OGUDU – ஒகுடு
The straw of the great millet
பெரிய திணையின் வைக்கோல்

OJJA – ஒஜ்ஜா
A teacher, a priest
ஒரு ஆசிரியர், ஒரு பாதிரியார்

OKKANA – ஒக்கான

The honorific title placed at the top of a letter or petition

ஒரு கடிதம் அல்லது மனுவின் மீது எழுதப்படும் மரியாதைக்குரிய தலைப்பு

OLI – ஒலி
A marriage portion, what is given to a wife at her marriage by her relations, and consequently becomes her peculiar property

ஒரு திருமணப் பகுதி, (ஒரு மனைவிக்கு அவளுடைய உறவுகளால் அவளது திருமணத்தின் போது கொடுக்கப்பட்டவை, அதன் விளைவாக அவை அவளுடைய தனிப்பட்ட சொத்தாக மாறும்)

ORRE – ஒர்ரெ
A heap of unthreshed grain
சலிக்காத தானியக் குவியல்

OVA – ஒவ
Cut corn, but unthreshed
சோளம் வெட்டப்பட்ட வெட்டுங்கள், ஆனால் சலிக்காதஙலவ

PADDU – பட்டு
An entry in an account, an item, a memorandum

ஒரு கணக்கில் உள்ளீடு செய்தல், ஒரு உருப்படி, ஒரு குறிப்பாணை

PADIYA – படிய
Fallow, uncultivated, waste
தரிசு, பயிரிடப்படாத, கழிவு

PADU – பாடு
Waste, uncultivated, fallow
கழிவு, பயிரிடப்படாத, வறண்ட தரிசு நிலம்

PADUBHUMI / PATIBHUMI / PATINE-LA – படுபூமி / பழிபூமி / படினெல்ல
A spot of ground near a village formerly inhabited, but now cultivated for tobacco

முன்பு குடியிருந்த ஒரு

கிராமத்திற்கு அருகில் ஒரு நிலப்பகுதி, ஆனால் இப்போது புகையிலை பயிரிடப்படுகிறது

PADUGU – படுகு

The lower part of a heap of corn, or part left after the rest has been carried away

சோளக் குவியலின் கீழ் பகுதி, அல்லது உரியதை எடுத்துச் சென்ற பிறகு எஞ்சிய பகுதி

PADUNU / PADANU – படுனு / படனு

Moisture

ஈரம்

PADUNUVARSHAMU – படுனுவர்ஷ்மு

Rain sufficient to penetrate the soil and soften it for ploughing

மண்ணை ஊடுருவி உழுவதை எளிதாக்கப் போதுமான மழை

PAHARGUTTA – பஹற்குட்டா

A tax or rent formerly paid for the privilege of grazing cattle on the bills

கால்நடைகளை மேய்க்கும் சலுகைக்காக முன்பு செலுத்தப்பட்ட வாடகை அல்லது வரி

PAIGASTI – பைகஸ்டி

A superintendant, an overseer

ஒரு மேற்பார்வையாளர், ஒரு கண்காணிப்பாளர்

PAIKAMU – பைகமு

Money

பணம்

PAIKARI / PAYAKARI – பைகரி / பயகரி

A temporary tenant who usually receives a larger share of the crop than a resident or resident or permanent occupant

ஒரு தற்காலிகக் குடியிருப்பாளர் வழக்கமாக வசிப்பவர் அல்லது நிரந்தர

குடியிருப்பாளரைக் காட்டிலும் பயிரின் பெரும் பங்கைப் பெறுகிறார்

PAIRU – பைரு

Growing corn

வளரும் சோளம்

PALAGORRU – பலகொர்ரு

A kind of rake

ஒரு வகையான அலமாரி அரை

PALAKUNDA – பலகுன்டா

A certain grain fee given to the cultivators before the grain is measured or a portion from each measure

தானியத்தை அளக்கும் முன் விவசாயிகளுக்கு வழங்கப்படும் ஒரு குறிப்பிட்ட தானியக் கட்டணம் அல்லது ஒவ்வொரு அளவிலிருந்தும் ஒரு பங்கு

PALEGADU / PALERU – பலெகடு / பலெரு

A petty chieftman

ஒரு குட்டி தலைவன்

PALERLU / PALELLU – பலெர்லு / பலெல்லு

A hired cultivator or labourer, one working with implements belonging to his employer

ஒரு கூலி விவசாயி அல்லது தொழிலாளி, தனது முதலாளிக்கு சொந்தமான கருவிகளைக் கொண்டு வேலை செய்பவர்

PALILKAPU – பலில்கபு

A under - tenant, a cultivator

குத்தகைக்கு இருக்கும் ஒருவர், ஒரு விவசாயி

PALLA – பல்லா

A measure of capacity equal to ten marakals, or 15 ½ imperial gallons

பத்து மரக்கால் அல்லது 15 ½ கேலன்களுக்கு சமமான கொள்ளளவு

PALLAMU / PALLAM – பல்லமு /

பல்லம்
Low lying ground
தாழ்வான நிலம்

PALLAPUNADU – பல்லபுனடு
Low ground capable of being ploughed
உழவு செய்யக்கூடிய தாழ்வான நிலம்

PALLAPUNTA – பல்லபுன்டா
A crop grown on low moist, or irrigable lands
குறைந்த ஈரப்பதம் அல்லது நீர்ப்பாசன நிலங்களில் வளர்க்கப்படும் பயிர்

PALLE / PALLI / PALLIYA – பல்லெ / பல்லி / பல்லியா
A village, a hamlet
ஒரு கிராமம், ஒரு குக்கிராமம்

PALLU – பல்லு
Low ground
தாழ்வான நிலம்

PALU – பலு
A share, a portion, the cultivators, share of the crop
பயிரில் ஒரு பங்கு, ஒரு பகுதி, தானியத்தில் விவசாயிகளின் பங்கு

PALUKU AMARIKE – பலுகுஅமரிகெ
Allotment of portions of land amongst the cultivators
விவசாயிகளிடையே நிலத்தின் பகுதிகளை ஒதுக்கீடு செய்தல்

PALUTIRUGULU – பலுடிருகுலு
Difference of shares
பங்குகளின் வேறுபாடு

PAMPAKAMU – பமபகமு
Sharing, dividing, share, division
பகிர்தல், வகுத்தல், பங்கு, பிரித்தல்

PANA – பன
A sheaf of corn
சோளக்கட்டு

PANCHOTRA / PANCHOUTRA – பன்ச்ஹோட்ரா / பன்ச்ஹொளள்ட்ரா
A custom - house for inland or transit duties
உள்நாட்டு அல்லது போக்குவரத்து கடமைகளுக்கான தனிப்பயன் வீடு

PANDAVABIDU – பன்டவபிடு
Waste land from time memorial
கால நினைவுச்சின்னத்திற்காக வீணான நிலம்

PANDRA / POLAMU – பன்ட்ரா / பொலமு
Garden ground
தோட்ட மைதானம்

PANDU – பன்டு
Fruit
பழம்

PANDUMU – பன்டுமு
A measure of capacity equal to ten tums, or marakals
பத்து படி அல்லது மரக்கால்களுக்கு சமமான அளவு

PANJAM / PUNJUM – பஞ்ஜம் / புஞ்ஜ‌ம்
A certain number of threads, whence it has come to donate a class of cotton cloths varying in quality according to the number of threads in the woof
ஒரு குறிப்பிட்ட எண்ணிக்கையிலான நூல், கம்பளியில் உள்ள நூல்களின் எண்ணிக்கைக்கு ஏற்ப தரத்தில் மாறுபடும் பருத்தி துணிகள் தானமாக வழங்கப்பட வந்துள்ளன

PANNU – பன்னு
Tax, tribute, custom, rent
வரி, காணிக்கை, வழக்கம், வாடகை

PANTA – பன்ட
Harvest, crop

அறுவடை, பயிர்

PANTA / CHERUU – பன்ட / ச்ஹெரூ
A tank for the irrigation of various crops
பல்வேறு பயிர்களுக்கு நீர்ப்பாசனம் செய்வதற்கான தொட்டி

PANTACHERUVU – பன்டச்ஹெருவு
A tank for watering rice - fields
நெற்பயிர்களுக்கு நீர் பாய்ச்சுவதற்கான நீர்த்தொட்டி

PANTAKAILU – பன்டகைலு
Measurement of the crop
பயிர் அளவீடு

PANTANIRASAM – பன்டனிரசம்
Cantonese of the crops
பயிர்களின் புத்தாக்கம்

PANTASALA – பனடசல
A granary
ஒரு களஞ்சியம்

PANUBAGU – பனுபகு
A betel – wine garden or plantation
வெற்றிலை - மதுப் பூங்கா அல்லது தோட்டம்

PANYAVIDHI – பன்யாவிட்ஹி
A shop, a stall
ஒரு கடை, ஒரு சிறுகடை

PAPATAMU – பப்படமு
A harrow
ஒரு ஹாரோ

PARABHARLA – பரஹார்ல
Referred to another person for payment, assignment
வேறொரு ஆளுக்கு பணம் செலுத்துதல், மற்றும் பணிப்பொறுப்பு அளித்தல்

PARIGE – பரிகெ
Gleanings of corn
மக்காச்சோளத்தைப் பறித்தல்

PARPA – பர்பா
A measure of capacity, the fortieth part of a tum
திறனின் அளவு, ஒரு தம்மின் நாற்பதாவது பகுதி

PARRAVUPPU – பர்ராவுப்பு
Swamp or spontaneous
சதுப்பு நிலம் அல்லது தன்னிச்சையானது

PARRE – பர்ரெ
A salt - measure (perhaps the same as the Maratha Dhara, which for salt is a man of 64 sers
ஒரு உப்பு - அளவை (ஒருவேளை மராட்டிய தாராவைப் போலவே இருக்கலாம், 64 சேர்ஸ் உப்பு கொண்ட மனிதன்

PASIKI – பசிக்கி
"A small fee or bribe given to the government collectors of the sair or miscellaneous taxes
" சேர் அல்லது இதர வரிகளை வசூலிக்கும் அரசாங்க சேகரிப்பாளர்களுக்கு வழங்கப்படும் சிறிய கட்டணம் அல்லது லஞ்சம்

PASUDU – பசுடு
A gift, a settlement or assignment of land to a daughter
ஒரு பரிசு, ஒரு மகளுக்கு செய்யப்படும் ஒரு தீர்வு அல்லது நில ஒதுக்கீடு

PATAKALAGUTTA – பட்டகலகுட்ட
Rent or form of taxes on houses and traders
வீடுகள் மற்றும் வணிகர்கள் மீதான வாடகை அல்லது வரியின் தன்மை

PATARA – படரா
A pit for preserving grain
தானியங்களைப் பாதுகாப்பதற்கான குழி

PATLA – பட்லா
Rice - land yielding an intermediate crop between the first and

second crops, being underwater during the wet season

நெல் - முதல் மற்றும் இரண்டாம் பயிர்களுக்கு இடையில் ஒரு இடைநிலை பயிரை விளைவிக்கும் நிலம், ஈரமான பருவத்தில் நீருக்கடியில் இருக்கும்

PATRAVADU – பட்ரவடு

A man of a tribe of hill people

மலைவாழ் பழங்குடியின மக்கள் பிரிவைச் சேர்ந்த ஒருவர்

PATRUDU – பட்ருடு

A steward, cash – keeper, a manager for another

ஒரு பணிப்பெண், ரொக்கக் காப்பாளர், இன்னொருவருக்கான மேலாளர்

PATTA – பட்டா

A measure of land = 16 Gaz – northern sarkars

ஒரு நிலத்தின் அளவு = 16 காஸ் –வடக்கு சர்க்கார்கள்

PATTU – பட்டு

Silk

பட்டு

PATTUKATTU – பட்டுகட்டு

A formerly in use for the hereditary proprietor or cultivator of land in village

கிராமத்தில் பரம்பரை உரிமையாளரின் அல்லது நிலத்தை பயிரிடுபவர்களின் பயன்பாட்டில் இருந்தது

PATU – பாடு

Labour, work, cultivation

உழைப்பு, வேலை, சாகுபடி

PATUNELA – படுனெல

High ground

உயரமான நிலம்

PAVRA – பவ்ரா

A good garden soil of clay and lime

களிமண் மற்றும் சுண்ணாம்பு சேர்ந்த ஒரு நல்ல தோட்ட மண்

PAVTI / JAMIN – பவ்டி / ஜமின்

A garden soil containing lime

சுண்ணாம்பு கொண்ட ஒரு தோட்ட மண்

PAVU / PAU – பவு / பௌ

A quarter; a weight of four ser's

கால் பகுதி; நான்கு சேர் எடை

PAVUNI – பவுனி

Division of anything

எவற்றின் பிரிவும்

PAYARA / PAIRA – பயர / பைரா

Pulse, any leguminous edible vegetables

பருப்பு வகைகள், ஏதேனும் உண்ணக்கூடிய காய்கறிகள்

PAYIR/ PAIRU – பயிர் / பயிறு

Growing corn

வளரும் சோளம்

PECHCHU – பெச்ஹூ

Surplus, excess

உபரி, மிகை

PEDDA / PANTA – பெட்ட / பண்ட

The first or best crop, either in time or equality the rice or janari harvest

முதல் அல்லது சிறந்த பயிர், சரியான நேரத்தில் அல்லது சமமான அரிசி அல்லது ஜனாரி அறுவடை

PEDDAKADU – பெட்டகாடு

The head man a village

ஒரு கிராமத்தின் தலைவர்

PEDDAPANTA – பெட்டபண்ட

A superior sort of sugar, from its being made originally at the village of peddapur, in the rajamahendri district

ராஜமஹேந்திரி மாவட்டத்தில்

உள்ள பெத்தாபூர் கிராமத்தில் முதலில் தயாரிக்கப்பட்ட சிறந்த வகைச் சர்க்கரை

PEDDAREDDI – பெட்டரெட்டி

The chief or senior cultivator, the head of the reddis, or agricultura tribe of a village, the headman of a village

மூத்த விவசாயி, ரெட்டிகளின் தலைவர் அல்லது விவசாயப் பழங்குடியினர், ஒரு கிராமத்தின் தலைவர்

PEDDATALLI – பெட்டாடால்லி

A mother's elder

தாயை விட மூத்தவர்

PEDDATANDRI – பெட்டன்ட்ரி

A father's elder brother

தந்தையின் மூத்த சகோதரர்

PENTA – பென்டா

Manure

உரம்

PERADU – பெரடு

A back yard of a house

ஒரு வீட்டின் பின்புறம்

PERU – பெரு

A name

ஒரு பெயர்

PETTENDAR – பெட்டெண்டர்

A village officer - rahamahendri

ஒரு கிராம அதிகாரி - ரஹமமேஹந்திரி

PHAKTU / JARATTI – ப்ஹக்டு / ஜரட்டி

A richly cultivated country, nothing byt cultivation

வளமான விளைச்சல் கொண்ட ஒரு நாடு, விளைச்சலைத் தவிர வேறில்லை

PHIRASTU – ப்ஹிரஸ்டு

A list, a catalogue, an inventory

ஒரு பட்டியல், ஒரு பட்டியல், ஒரு

சரக்கு

PHULI / KHUN – ப்ஹூலி / க்ஹூன்

A star pagoda

ஒரு நட்சத்திர பகோடா

PICHALABAKI – பிச்ஹலபகி

An old balance

ஒரு பழைய பாக்கி

PINATANDRI – பின்டன்ட்ரி

A father's youngest brother, the husband of a mother's young sister

ஒரு தந்தையின் இளைய சகோதரர், தாயின் இளைய சகோதரியின் கணவர்

PIRI – பிரி

A measure of length, one - third of a Gaz

நீளத்தின் அளவு, ஒரு காளின் மூன்றில் ஒரு பங்கு

PIRLAPANDUGA – பிர்லபன்டுகா

A name given in the south to the Moharram, when especial is paid to religious mohammadans and the places where they are buried

மொஹரத்திற்கு தெற்கில் ஒரு பெயர், குறிப்பாக முகமதியர்களுக்கும் அவர்கள் புதைக்கப்பட்ட இடங்களுக்கும் இடையிலானது

POLAMU – பொலமு

A field, especially one in cultivation or the crop standing on it

ஒரு வயல், குறிப்பாக சாகுபடியின் போது அதில் விளைந்து நிற்கும் பயிர்

POLIMERA – பொலிமெர

A boundary, a limit

ஒரு எல்லை, ஒரு அளவிலானது

POLLAI – பொல்லை

Allowance of grain to the village servants at the measuring floor

அளவிடும் தளத்தில் கிராம

ஊழியர்களுக்கு வழங்கப்படும் தானியங்கள் கொடுப்பனவு

POLLU – பொல்லு
Empty ears of corn
சோளத்தின் வெற்றுக் கதிர்கள்

POLLU – பொல்லு
Lands or lands recently cleared from thickest and prepared for cultivation
நிலங்கள் அல்லது சமீபத்தில் அடர்த்தியாக இருந்து சுத்தம் செய்யப்பட்டு சாகுபடிக்கு தயாராக்கப்பட்ட நிலங்கள்

POLLU PAVUTAM – பொல்லுபவுடம்
Blighted corn
கருகிய சோளம்

PONDRAPERALLU – பொன்ட்ரபெரல்லு
Dry land belonging to dealers in vegetables
காய்கறி வியாபாரிகளுக்கு சொந்தமான வறண்ட நிலம்

PONGALI – பொகலி
Boiled rice, with milk and sugar and other ingredients
பால் மற்றும் சர்க்கரை மற்றும் பிற பொருட்களுடன் வேகவைத்த அரிசி

PONGATI / PANDAGA – பொன்கடி / பன்டகா
The festival of the Pongal
பொங்கல் பண்டிகை

PONKHALU – பொன்க்ஹலு
Stiff soil or mud
கடினமான மண் அல்லது சேறு

PORABATU – பொரபட்டு
A mistake
ஒரு தவறு

POTIKALALU – பொடிகலலு
Land recovered from jangal

ஜங்கலிடம் இருந்து மீட்கப்பட்ட நிலம்

POTRAZ – பொட்ரஸ்
A local duty worshipped by the agricultural classes in the telinga provinces
தெலுங்கு மாகாணங்களில் உள்ள விவசாய வர்க்கங்கள் வழிபடும் உள்ளூர்ச் சிறுதெய்வம்

POTTU – பொட்டு
Chaff, husk
உபயோகமற்ற, உமி

PRAKATANA – ப்ரகடனா
Publishing, making known, proclamation, notification
வெளியிடுதல், தெரியப்படுத்துதல், பிரகடனம், அறிவிப்பு

PRAKATANA / KADIDAMU – ப்ரகடனா / கடிடமூ
An advertisement
ஒரு விளம்பரம்

PUCHI – புச்ஹி
Responsibility
பொறுப்பு

PUJU – புஜூ
The yoke of a plough
கலப்பையின் நுகத்தடி

PULLARI – புல்லரி
A tax on pasturage
மேய்ச்சல் மீது விதிக்கப்படும் வரி

PULLU – புல்லு
Grass
புல்

PULLUDINELA – புல்லுடினெல
Land fit only for occasional cultivation
எப்போதாவது சாகுபடி செய்வதற்கு மட்டுமே பொருத்தமான நிலம்

PURANTANABIDU – புரன்டமனபிடு

Waste land, land long left fal-
low

பாழான நிலம், நீண்ட காலத் தரிசு நிலம்

PURUNI – புறுனி

A note the chief of Bengal, a kill, a note of hand

வங்காளத்தின் தலைவரின் ஒரு குறிப்பு, ஒரு கொலை, கைப்பட எழுதிய ஒரு குறிப்பு

PUTTI – புட்டி

(Tel) A measure of capacity equal to twenty tutus and containing, cubic inches

இருபது டூட்டஸுக்கு சமமான கொள்ளளவு மற்றும் கன அங்குலங்கள் கொண்டது

PUTTIDOSILLU – புட்டிடொசில்லு

A fee of two handfuls from each putti of grain paid to the village servants, prohibited at present but frequently levied

கிராம ஊழியர்களுக்கு வழங்கப்படும் தானியத்தின் ஒவ்வொரு புட்டியிலிருந்தும் இரண்டு கைப்பிடி கட்டணம். தற்போது தடைசெய்யப்பட்டுள்ளது ஆனால் அடிக்கடி வசூலிக்கப்படுகிறது

PUTTIMANIKE – புட்டிமனிகெ

A manike or measure so termed, or 160th path per putti distrib-uted in charity

ஒரு மாணிக் அல்லது அளவீடு என்று அழைக்கப்படும் அல்லது தொண்டுக்காக விநியோகிக்கப்படும் ஒரு பங்கு

PYACARRY / PUCKAREE – ப்யகர்ரி / பாக்கரி

A temporary cultivator, one who cultivates the land of another for a stipulated term and given share of the crop

ஒரு தற்காலிக விவசாயி, ஒரு

குறிப்பிட்ட காலத்திற்கு மற்றொருவரின் நிலத்தை பயிரிட்டு, விளைச்சலில் அவருக்கு ஒரு பங்கைக் கொடுப்பவர்

RADDU – ரட்டு

Rejection, repulsion, refutation, reply

நிராகரிப்பு, திருப்பியளிப்பு, மறுப்பு, பதில்

RAGADA – ரகடா

Black clay soil

கருப்பு களிமண்

RAGULU – ரகுலு

A kind of grain, a sort of pan-ic commonly termed also nacheni

ஒரு வகையான தானியம். ஒரு வகையான பீதி, பொதுவாக நாச்செனி என்றும் அழைக்கப்படுகிறது

RAHAM / VARI – ரஹம் / வரி

According to sort or kind, especially as to coins of different currencies

ஒரு வகையின் படி, குறிப்பாக வெவ்வேறு நாணயங்களைப் பொறுத்தவரை

RAHARI / PULLARI – ரஹரி / புல்லரி

A tax or fine levied formerly on cattle passing over fields

வயல்களைக் கடந்து செல்லும் கால்நடைகளுக்கு முன்பு விதிக்கப்பட்ட வரி அல்லது அபராதம்

RAHDARI / CHITI – ரஹ்டரி / ச்ஹிதி

A custom pass specifying the duties to have been paid

செலுத்த வேண்டிய வரிகள் பற்றிக் குறிப்பிடும் சீட்டு

RAJABHOGOM – ரஜபொகம்

The government share of the revenue or of the crop

வருவாய் அல்லது பயிரின் அரசாங்கப் பங்கு

RANANAPATTI – ரனான்பட்டி

A passport, a permit, a port clearance

ஒரு கடவுச் சீட்டு, ஒரு அனுமதி, துறைமுக ஒப்புதல்

RANKU – ரன்கு

Adultery fornication

எல்லைமீறிய விபச்சாரம்

RASI – ரசி

A heap, a pile

ஒரு குவியல், ஒரு கட்டு

RASI / ADUGU – ரசி / அடுகு

A small quantity of grain remaining after a heap has been measured, which is given to the cultivators

ஒரு குவியல் அளந்த பிறகு மீதமுள்ள ஒரு சிறிய அளவு தானியம், இது விவசாயிகளுக்கு வழங்கப்படுகிறது

RATIKATTU / BHUMI – ரடிகட்டு / பூமி

A spinning wheel

நூற்கும் சக்கரம்

RAYADU – ரயடு

A king, a prince

ஒரு ராஜா, ஒரு இளவரசன்

RAYANI / MUCHCHILIKA – ரயனி / முச்ஹிலிக்க

An engagement entered into by the villagers for the cultivation of the lands

நிலங்களில் விவசாயம் செய்வதற்காக கிராம மக்கள் மேற்கொண்ட ஒப்பந்தம்

RAYASAMUVARU / ROYSUM / ROYSAM / RAJI – ரயசமுவரு / ரொய்சும் / ரொய்சம் / ராஜி

Consent, agreement

சம்மதம், உடன்பாடு

REDDISELAGA - ரெடிசெலக

Fees or perquisites enjoyed by the head farmer or principal cultivator and head man of a village

ஒரு கிராமத்தின் தலைமை விவசாயி அல்லது முதன்மை விவசாயி மற்றும் கிராமத் தலைவர் அனுபவிக்கும் கட்டணம் அல்லது சலுகைகள்

REVU – ரெவு

A ford, a beach, a divisions of salt - pans

ஒரு கோட்டை, ஒரு கடற்கரை, உப்புப் பாத்திகளின் பிரிவுகள்

RHEDDY - ரெடி

The name of the principal cast of telinga cultivators

தெலுங்க உழவர்களின் முதன்மையான சாதிப் பெயர்

RHEDDYSAR – ரெடிஸ்ஸார்

A head man of a village, a principal or respectable farmer a man of the redid caste

ஒரு கிராமத்தின் தலைவர், முதன்மையான அல்லது மரியாதைக்குரிய விவசாயி, ரெட்டி சாதியைச் சேர்ந்த மனிதர்

ROJINA – ரொஜினா

What is allowed or granted as a daily maintenance

தினசரி பராமரிப்பு செலவுக்காக என்ன அனுமதிக்கப்படுகிறது அல்லது வழங்கப்படுகிறது

ROJUNAMA – ரொஜுனமா

A Daily account – book, a diary, a journal

ஒரு தினசரி கணக்குப் புத்தகம், ஒரு நாட்குறிப்பு, ஒரு பத்திரிகை

ROKADA – ரொாகட

A purse, a bag of money

பணம் வைக்கும் ஒரு சிறு பை, ஒரு பணப்பை

ROKKAM / ROKKAMU – ரொக்கம் / ரொாக்கமு

Rendy - money, cash in contradistinction to goods

ரெண்டி - பணம், பொருட்களுக்கு

ஒப்புகையான பணம்

RUJUVU – ருஜுவு
Proof, conviction
ஆதாரம், நம்பிக்கை

SADAR / KKARCHU – சடர் / க்கர்ச்ஹு
Remission or allowance by the native government of a certain percentage of the revenue raised from a village for repairing tanks
நீரத் தொட்டிகளைப் பழுதுபார்ப்பதற்காக ஒரு கிராமத்திலிருந்து திரட்டப்படும் வருவாயில் குறிப்பிட்ட சதவீதத்தை அரசாங்கம் நிவாரணம் அல்லது கொடுப்பனவாக வழங்குதல்

SADARA / HI – சடர / ஹி
A fore said (referring to a previous specification)
முன்னறிவிப்பு (முந்தைய விவரக்குறிப்பைக் குறிக்கிறது)

SADARAVAKADU – சடரவகடு
Charge made to the ryots for supplying the public kacheri with ink , paper oil, and the like
பொது கச்சேரிக்கு மை, காகித எண்ணெய் போன்றவற்றை வழங்கியதற்காக ரெயத்களிடம் வசூலிக்கப்படும் கட்டணம்

SAGAM – சகம்
A half
ஒரு பாதி

SAGATU – சகட்டு
An average
ஒரு சராசரி

SAGUBADI – சாகுபடி
Cultivation, tillage, farming
சாகுபடி, உழவு, விவசாயம்

SAJANALU – சஜனலு
Restraint placed upon a person to prevent his escape, or to enforce payment of a demand
ஒரு நபர் தப்பிச் செல்வதைத்

தடுக்க அல்லது பணத்துக்கான ஒரு கோரிக்கையைச் செயல்படுத்த அவருக்கு விதிக்கப்பட்ட கட்டுப்பாடு

SAJULU – சஜுலு
Labourers employed in the making of salt
உப்பு தயாரிக்கும் தொழிலாளிகள்

SAKALATI / SAKALATU – சகலடி / சகலடு
Woolen or broad cloth
கம்பளி அல்லது பரந்த துணி

SAKHTU – சக்ஹ்டு
Manufacture, construction
உற்பத்தி, கட்டுமானம்

SALABADU – சலபடு
Annually, year by year
ஆண்டுதோறும், ஆண்டு ஆண்டாக

SALAKA – சலகா
A measure of capacity equal to two tums
இரண்டு டம்களுக்கு சமமான கொள்ளளவு

SALAKU – சலகு
A dent or mark on a coin denoting its goodness
ஒரு நாணயத்தின் மீது ஒரு பள்ளம் அல்லது குறி அதன் நன்மையைக் குறிக்கிறது

SALAVU – சலவு
Leave, dismissal on a coin denoting its goodness
விடுப்பு அதன் நன்மையைக் குறிக்கும் ஒரு நாணயத்தைக் கைவிடுதல்

SALU – சலு
A year
ஒரு வருடம்

SAMAKHYA – சமக்ஹ்ய
A statement of facts or opin-

ions authenticated by a number of persons

பல நபர்களால் அங்கீகரிக்கப்பட்ட உண்மைகள் அல்லது கருத்துகளின் அறிக்கை

SAMAT – சமட்

A divisions of a district

ஒரு மாவட்டத்தின் ஒரு பிரிவு

SAMPATEE / SAMPARDY / SIMPERTY – சம்படி / சம்பர்டி / சிம்பெர்டி

An assistant to a village accountant

கிராமக் கணக்காளரின் உதவியாளர்

SAMPRATIDARU – சம்ப்ரடிடரு

One who keeps counter or check accounts

கணக்கு வைத்திருப்பவர் அல்லது கணக்குகளை சரிபார்ப்பவர்

SANDIVALAM – சன்டிவலம்

Penalty, penal sum

அபராதம், அபராதத் தொகை

SANGORU – சன்கொரு

Half of the whole produce of a crop

ஒரு பயிரின் மொத்த விளைச்சலில் பாதி

SANGORU / PALU – சங்நொரு / பலு

A half share

ஒரு பாதி பங்கு

SANI – சனி

A term used to designate a woman

ஒரு பெண்ணைக் குறிக்கப் பயன்படுத்தப்படும் சொல்

SANJALU – சஞ்ஜலு

Labourers in salt – works

உப்பு வேலை செய்பவர்கள் - வேலை செய்கிறார்கள்

SANNADI / INAMU – சன்னடி/

இனமூ

A grant of rent free land held under a patent or order of the mohammadan government

முகமதிய அரசாங்கத்தின் காப்புரிமை அல்லது உத்தரவின் படி வாடகையில்லா நிலத்தின் மானியம்

SANTA – சன்ட

A market, a fair, an assemblage for the sale of goods

ஒரு சந்தை, ஒரு கண்காட்சி, பொருட்களை விற்பனை செய்வதற்கான ஒரு குவிப்பு

SARAKARU – சரகரு

The government, the state, the supreme authority or administration

அரசாங்கம், அரசு, உச்சபட்ச அதிகாரம் அல்லது நிர்வாகம்

SARANA – சரன

A fine leveid upon persons stealing ears of corns, also on cattle trepassing on corn - fields

சோளக் கதிர்களைத் திருடும் நபர்களுக்கும், சோள வயல்களில் அத்துமீறி நுழையும் கால்நடைகளுக்கும் விதிக்கப்படும் அபராதம்

SARANI – சரனி

A sluice, a canal, a drain

ஒரு மதகு, ஒரு கால்வாய், ஒரு வாய்க்கால்

SARI – சரி

Equal, right, just, even

சமம், உரிமைக்கு உட்பட்டது, நியாயமானது, சமமானது

SARI / BHAGAMU – சரி / ப்ஹகமூ

An equal share

சம பங்கு

SARUGUDU – சருகுடு

A plotform on which plants are placed ready for conveyance to the fields in which they are to be transplanted

தாவரங்களை நடவு செய்யப்பட வேண்டிய வயல்களுக்கு கொண்டு செல்லத் தயாராக வைக்கப்படும் ஒரு தளம்

SARUKU – சருக்கு

Goods, commodities, merchandise

பொருட்கள், தாவரப் பொருட்கள், பொருட்கள்

SARUVA – சருவா

A small bridge over a water - coarse

கரைபுரண்டோடும் தண்ணீர் மீது ஒரு சிறிய பாலம்

SARUVAPANTA – சருவபண்டா

A crop in low wet ground

குறைந்த ஈரமான நிலத்தில் ஒரு பயிர்

SARUVU – சருவு

A ridge or low bank

ஒரு மேடு அல்லது தாழ்வான கரை

SARVA / DUMBALA / INAMU – சர்வ / டும்பல / இனமு

A grant of land at a fixed assessment

ஒரு நிலையான மதிப்பீட்டில் நிலத்தை வழங்குதல்

SARVA / INAMU – சர்வ / இனமு

Land held free of any charge or tax

எந்தவொரு கட்டணமும் வரியும் இல்லாமல் வைத்திருக்கும் நிலம்

SARVADANTA – சர்வடன்டா

The first crop of wet land, the entire crop

ஈரமான நிலத்தின் முதல் பயிரும், முழு மொத்தப் பயிருமே

SARVADUMBALA – சர்வடும்பாலா

An allotment of land entirely rent - free

முற்றிலும் வாடகை இல்லாத நிலம் ஒதுக்கீடு

SARVAGRAHARAMU – சர்வக்ரஹராமு

A village granted to brahmans entirely rent - free

பிராமணர்களுக்கு மானியமாக வழங்கப்பட்ட முற்றிலும் வாடகை இல்லாத கிராமம்

SARVAMOKHASA – சர்வமொக்ஹசா

Land free of all revenue charges

அனைத்து வருவாய் கட்டணங்களும் இல்லாத நிலம்

SARVAMU / SARVAM – சர்வமு / சர்வம்

An allotment of land, or of the government

நிலம் அல்லது அரசாங்கத்தின் ஒதுக்கீடு

SASNITHA SAGOOPUDEE – சஸ்னிதாசகோபுடி

Right of perpetual cultivation

நிரந்தர சாகுபடிக்கான உரிமை

SASWATABERIJU – சஸ்வடபெரிஜூ

The perpetual assessment of lands an established village assessment

நிலங்களின் நிரந்தர மதிப்பீடு ஒரு நிறுவப்பட்ட கிராம மதிப்பீடு

SATABERAMU / SATA KOTIBERAMU – சடபெராமு / சடகொடிபெராமு

Barter

பண்டமாற்று

SATANI / SATALI – சடனி / சாடலி

The name of a caste, or an individual belonging to it

ஒரு சாதியின் பெயர், அல்லது அந்த சாதியைச் சேர்ந்த ஒரு தனிநபரின் பெயர்

SATRAMU – சட்ரமு

Sacrifice, oblation

தியாகம், காணிக்கை

SELAGA – செலகா

An allowance of grain and other perquisites allotted to the hereditary village Karanam, or accountant, in the northern

வடக்கில் உள்ள பரம்பரை கிராமத்தின் கர்ணம் அல்லது கணக்காளருக்கு ஒதுக்கப்பட்ட தானியங்கள் மற்றும் பிற தேவைகளுக்கான கொடுப்பனவு

SELAGA – செளகா

(Tel) An allowance of grain and other perquisites allotted too the hereditary village accountant in the Northern Circars

தானியங்கள் மற்றும் பிற தேவைகளுக்கான கொடுப்பனவுகள் வடக்கு

வட்டங்களில் உள்ள பரம்பரை கிராமக் கணக்காளருக்கு ஒதுக்கப்படும்

SERI / KISSA – செரி / கிஸ்ஸா

A tenure in the nizam's country by which irrigated or rice lands

நிஜாமின் நாட்டில் பாசனம் அல்லது நெற்பயிர் நிலங்கள்

SERIGRAMAM – செரிகிராமம்

A village, the lands of which are considered to belong in propreitory right to the government

அதன் நிலங்கள் அரசாங்கத்திற்கு சொந்தமானதாகக் கருதப்படுகிற ஒரு கிராமம்

SEVAHUDU – செவஹூடு

A servant, a slave, a worshiper

ஒரு வேலைக்காரன், ஒரு அடிமை, ஒரு வழிபாட்டாளர்

SHARAKHATU – ஷரக்ஹடு

Partnership, coparnary, joint occupancy

பார்ட்னர்ஷிப், இணையான, கூட்டு ஆக்கிரமிப்பு

SIBBANDI – சிப்பண்டி

Irregular soldiery

ஒழுங்கற்ற சிப்பாய்

SIDDE – சித்தி

A leather bottle for holding oil

எண்ணெய் வைத்திருப்பதற்கான தோல் பாட்டில்

SIDI – சிடி

A beam of wood transversing an upright post upon a pivot, to the ends of which persons are fastened to be whirled round

ஒரு மரக் கற்றை ஒரு மையத்தின் மீது ஒரு செங்குத்தான இடுகையைக் கடக்கிறது, அதன் முனைகளில் நபர்கள் வட்டமாகச் சுழலும் வகையில் கட்டப்பட்டுள்ளனர்

SIKKA – சிக்கா

A coining die, a stamp

ஒரு நாணயம் செல்லாததாகிறது, ஒரு முத்திரை

SIST / SHIST – சிச்ட் / ஷிச்ட்

Land – tax, assessment especially revenue assessed in money

நிலம் - வரி, ஆகியவற்றின் மதிப்பீடு குறிப்பாக பணத்தளவில் மதிப்பிடப்படும் வருவாய்

SOLA – சொலா

The sixty – fourth part of the measure of capacity

திறன் அளவின் அறுபத்து - நான்காவது பகுதி

SOMMU – சொம்மு

Money, property, including jewels

பணம், சொத்து, நகைகள் உட்பட

SOTAZAMIN – சொடசமின்

A kind of soil, clay and time, cultivated in the rains for rice

ஒரு வகையான மண், களிமண் மற்றும் நேரம், அரிசிக்காக மழையில்

173

பயிரிடப்படுகிறது

SROTRIYAM / SHOTRIUM – சரொட்ரியம் / ஷ்ரொட்ரியம்
Lands or a village
நிலங்கள் அல்லது ஒரு கிராமம்

STHALA / JABITA – ச்தல / ஜபிடா
A list of fields, shewing the number cultivated and the crops raised on each
வயல்களின் பட்டியல், பயிரிடப்பட்ட எண்ணிக்கை மற்றும் ஒவ்வொன்றிலும் வளர்க்கப்பட்ட பயிர்களைக் காட்டுகிறது

STHALA / KARANAM – சதலா / கரனம்
The accountant of a district
ஒரு மாவட்டத்தின் கணக்காளர்

SUKSAM / BANJAR – சுக்சம் / பஞர்
A spot of inferior ground in a large field
ஒரு பெரிய வயலின் தாழ்வான நிலப் பகுதி

SUNKAM / SUNKA – சுன்கம் / சுன்கா
Custom – house
விருப்ப – வீடு

TAGAVARI / TAGUVARI – தகவரி / தகுவரி
A judge, an umpire, an arbitrator
ஒரு நீதிபதி, ஒரு நடுவர், ஒரு நடுநிலையாளர்

TAGULUBADI – தகுலுபடி
Charges, cost
கட்டணம், செலவு

TAHSIL / PURAJA – தஹ்சில் / புரஜா
A daily cash account kept by the village accountant under the collector
கலெக்டரின் கீழ் உள்ள கிராமக் கணக்காளரால் வைக்கப்படும் தினசரி பணக்

கணக்கு

TAJA / KALAMU – தஜா / கலாமூ
A post script, an appendix, a new paragraph
முடிந்த கணக்கின் பின் கூடுதலாக ஒரு இடுகை ஒரு பின்னிணைப்பு, ஒரு புதிய பகுதி

TAKATTU – தகட்டு
Charge, pawn, pledge, mortgage
கட்டணம், அடகு, அடமானம்

TAKAVI / PATRAMU – தகவி / பட்ரமூ
A written acknowledgement for advances given by the cultivators to in acknowledgemet of advances receives
விவசாயிகளால் வழங்கப்பட்ட முன்பணத்திற்கான எழுத்துப்பூர்வ ஒப்புதல்

TAKRI – தக்ரி
A weight for metals equal to five kachchu
ஐந்து கச்சுக்கு சமமான உலோகங்களின் எடை

TALAMBRALU – தலம்ரலு
Throwing rice over the head of the bride and bridge room at a marriage
திருமணத்தின் போது மணமக்கள் அட்சதை தலையில் அரிசி தூரவப்படும்

TALI / BUTTU – தாலி / புட்டு
The piece of gold which is tied round the neck at marriage
திருமணத்தின் பொது, மணமக்கர் கழுத்தில் கட்டப்படும் தங்கத் தாலி

TALUKA – தாலுகா
Connexion, dependence, possession, property
இணைப்பு, சார்பு, உடைமை, சொத்து

TANJALI – தன்ஜலி
A seller or betel leaves

வெற்றிலை விற்கும் ஒரு விற்பனையாளர்

TAPHIRIKU – தப்ஹிரிக்கு

Allotment or appointment of the contribution or assessment levied on a village

ஒரு கிராமத்திற்கு விதிக்கப்பட்ட பங்களிப்பு அல்லது மதிப்பீட்டின் ஒதுக்கீடு அல்லது நியமனம்

TAHSIL / JABITA – தஹ்சில் / ஜபிடா

Daily account of payments made by the cultivator to the collector

கலெக்டருக்கு விவசாயிகள் செலுத்தும் தொகையின் தினசரி கணக்கு

TAMBALAVADU – தம்பலவடு

A man of a mixed caste, the offspring of a female brahman by adulterous intercourse with a Brahman

கலப்பு ஜாதியைச் சேர்ந்த ஒரு ஆண், ஒரு பிராமணப் பெண்ணுடன் விபச்சார உறவின் மூலம் பெறும் பிராமணனின் சந்ததி

TANDAI – தன்டை

An inferior native revenue - officer or collector under the head farmer

ஒரு பூர்வீக வருவாய் அதிகாரி அல்லது தலைமை வருவாய் வசூலிப்பவர்கள்,

TANDRI – தன்ட்ரி

A father

ஒரு தந்தை

TANIKI – தனிகி

Ascertainment

உறுதிப்படுத்தல்

TANKAM – தங்கம்

A coin formerly current, nut now used only in the account To four silver single fanams

முன்பு நடப்பில் இருந்த ஒரு நாணயம் இப்போது கணக்கில் மட்டுமே இருக்கிறது நான்கு வெள்ளி ஒற்றை பணம்.

TAPPALU – தப்பலு

Corn of which the ears are empty from blight are dearth

கருகல் நோய் தாக்கி, சோளக்கதிர் சோளமற்று விளைவதால் ஏற்பட்ட பஞ்சம்

TAPPALU – தப்பாலு

The post

பதவி

TAPPI – தப்பி

An express

படுவேகமான வாகனம்

TAPTI – தப்டி

A wooden stamp for marking patches of earth put upon piles or stacks of corn

மாமுத்திரை, பூமி மேலதளத்தில் இருக்கும் மணல் திட்டு, சோளத்தின் குவியல்

TARADDUDU – தரட்டு

Active exertion, especially labour in agriculture, whence it comes to signify cultivation in general

சுறுசுறுப்பான உழைப்பு, குறிப்பாக விவசாயத்தில் உழைப்பு, இது பொதுவாக சாகுபடியைக் குறிக்கிறது

TARADDUDU / JABITA – தரடுட்டு / ஜபிடா

An account shewing the species and quantity of seed sown

விதைக்கப்பட்ட விதைகளின் இனம் மற்றும் அளவைக் காட்டும் கணக்கு

TAPPA – தப்பா

A stage, a halting place, a place where relays of letter - carries or palankin bearers are post, also they relay itself

ஒரு மேடை, ஒரு நிறுத்த இடம், கடிதம் ஏந்தி வருபவர் அல்லது பல்லக்கு தாங்குபவர்களின் தோள் மாற்றுவதற்கு இடுகையிடப்பட்ட இடம். மேலும் அவை தன்னைத்தானே மாற்றுக்கொள்கின்றன

TARAMU – தரமு
Sort, kind, class
வரிசை, வகை, வகுப்பு

TARUGU – தருகு
Brokerage, commission
தரகு, பங்குப் பணம்

TASGISU – தசிகிசு
Account of the government share of the crop, valued according to the current rates
நடப்பு விகிதங்களின்படி மதிப்பிடப்படும் பயிரின் அரசாங்கப் பங்கின் கணக்கு

TASIVAM – டசிவம்
Balance of revenue due by the native collectors
சொந்த சேகரிப்பாளர்களால் வரும் வருவாய் இருப்பு

TATA – டட்டா
A grandfather
ஒரு தாத்தா

TEDI – டெடி
A day of the solar month
சூரிய மாதத்தின் ஒரு நாள்

TELIGUTTA – டெலிகுட்டா
A tax on oil mills
எண்ணெய் ஆலைகளுக்கு வரி

TENDA – டென்டா
A pakota, a lever for raising water
ஒரு பக்கோடா, தண்ணீரை உயர்த்துவதற்கான ஒரு நெம்புகோல்

TENGUBADI – டெங்குபடி
Ploughing
உழுதல்

TENPI – டென்பி
A widow
ஒரு விதவை

TEPPA – டெப்பா
A float or raft of timber on which the natives go out to fish at sea
பழங்குடியினர் கடலில் மீன்பிடிக்கச் செல்லும் மூங்கிலால் ஆன மிதவை அல்லது படகு

TERRIMDAR – தெர்ரிம்டர்
An assessor, a surveyor and classifier of land
நிலத்தை மதிப்பிடுபவர், அளவையாளர் மற்றும் வகைப்படுத்துபவர்

THAMDI – தம்டி
The name of an agricultural and proprietory caste in the nizam's country
நிஜாம் நாட்டில் விவசாய மற்றும் தனியுரிமைச் சாதியின் பெயர்

TIRUVA – டிருவா
Duty, customs
கடமை, சுங்கம்

TOLLIK – டொல்லிக்
A sort of hoe
ஒரு வகையான மண்வெட்டி

TOLUKARU – டொலுகரு
The first rainy season
முதல் மழைக்காலம்

TOSSA – டொச்ஸா
A cultivator, a ryot
ஒரு விவசாயி ஒரு ரயத்

TOTAVADU / TOTIDU – டொடவடு / டொடிடு
A gardener, a grower of garden produce
ஒரு தோட்டக்காரர், தோட்டத்தில் பயிர் வளர்ப்பவர்

TOTTAMANIYAM – டொட்டமனியம்
A garden, or garden ground
ஒரு தோட்டம், அல்லது தோட்ட மைதானம்

TRIBHAGAMU / MUKKASA –

ட்ரிஹகமு / மூக்காசா

A village held on condition of paying a third of the crop payable to the government

அரசுக்குச் செலுத்த வேண்டிய பயிரில் மூன்றில் ஒரு பகுதியைச் செலுத்த வேண்டும் என்ற நிபந்தனையுடன் இயங்கும் கிராமம்

TRIBHAGAMU – ட்ரிஹகமு

A third of the annual crop payable to the government

அரசுக்குச் செலுத்த வேண்டிய வருடாந்திரப் பயிரிள் மூன்றாம் பருவப் மூன்றில் ஒரு பங்கு

TRIKA – ட்ரிகா

A triangular frame or over the month of a well, over which the rope of the bucket travels

ஒரு முக்கோண சட்டகம் அல்லது ஒரு கிணற்றின் சட்டத்திற்கு மேல் உள்ள ஒரு இராட்சனத்சென் கயிறு.

TUKUM – டுகும்

An advance of seed

ஒரு முன் விதை

TULA – டுலா

The measured length of a heap of grain, or the measurement round it

தானியக் குவியலின் அளவிடப்பட்ட நீளம் அல்லது அதைச் சுற்றியுள்ள அளவீடு

TULAMU – டுலமு

The weight of one - rupee, or thirty kantirai fanams

ஒரு ரூபாய் எடை அல்லது முப்பது கண்டீரை பணம்

TULARJULU – டுலர்ஜூலு

Measurement of the length and breath of the heaps of grain prepared to be measured on the threshing floor

களத்தில் அடித்து தயார் செய்யப்பட்ட தானியக் குவியல்களின் நீளம் மற்றும் அகலத்தின் அளவீடு

TUVARI – டுவரி

A kind of pen

ஒரு வகையான பேனா

UCHA / UTSA – உச்ஹ / உட்சா

Stalk of the great millet

பெரிய தினையின் தண்டு

UCHABEYYAMU – உச்ஹபெய்யமு

Unripe grains of the great millet

பெரிய தினையின் முதிராத தானியங்கள்

UDDARUVU – உட்டருவு

The pawning or mortgaging of grain or similar perishable articles

தானியங்கள் அல்லது அதுபோன்ற அழிந்துபோகும் பொருட்களை அடகு வைப்பது அல்லது அடமானம் வைத்தல்

UDDI – உட்டி

A low ride in a field for retaining the water of irrigation

பாசனத் தண்ணீரைத் தக்கவைத்துக்கொள்ள வயலில் செய்யும் ஏற்பாடு

UDIGAMU – உடிகமு

Slavery, domestic, service

அடிமைத்தனம், உள்நாட்டு, சேவை

UDIGAVUVADU – உடிகவுவடு

A slave, a domestic servant

ஒரு அடிமை, வீட்டு வேலைக்காரன்

UDUVU – உடுவு

Clothes belonging to another person borrowed for wear from the washerman

தான் உடுத்த, மற்றொரு நபரின் உடைகளைச் சலவை செய்பவரிடமிருந்து வாங்கப்படுவது

UGADI – உகடி

The first day of the telugu sol - lunar year

தெலுங்கு வருடபிறப்பு சந்திர ஆண்டின் முதல் நாள்

UGRANAMU – உக்ரனமு

A storehouse, a treasury, a pantry

ஒரு களஞ்சியம், ஒரு கருவூலம், சரக்குகளை வைக்கும் ஒரு வரை

UGRANI / UGRANAPUVADU – உக்ரனி / உக்ரனபுவடு

A storekeeper, a steward, butler, a treasurer

ஒரு கடைக்காரர், ஒரு பணிப்பெண், ஒரு சமையல்காரர், ஒரு பொருளாளர்

UGRUDU – உக்ருடு

A man of a mixed caste, sprung from a ksthatriya father and sudra mother

ஒரு சூழத்திரிய தந்தை மற்றும் சூத்திர தாயிடமிருந்து உருவான ஒரு கலப்பு சாதி மனிதன்

ULLAKU – உல்லகு

A written memorandum left with goods or grain specifying the quantity and the owner

அளவு மற்றும் உரிமையாளரைக் குறிப்பிடும் பொருட்கள் அல்லது தானியங்களுடன் எழுதப்பட்ட குறிப்பாணை

ULUPHA / WULFA – உலுப்ஹ / உல்ஃப்

Supplies furnished gratuitously to great persons on a journey by the villages on their route

பெரிய நபர்கள் பயணம் செய்யும் போது அவர்களின் வழித்தடத்தில் உள்ள கிராமமக்கள் அவர்களுக்கு இலவசமாக வழங்கும் பொருட்கள்

ULUVA – உலுவா

A crop of a coarse kind of pulse or grain (glycine tomensta)

ஒரு கரடுமுரடான பருப்பு அல்லது தானியப் பயிர் (கிளைசின் டோமென்ஸ்டா)

UMUKA – உமுகா

The hust of rice

நெல் சேமிப்புக் கலம்

UNGIDI – உஙிடி

A disease of cattle from their grazing on sprouts of millet, or leaves of the castor – oil plant

தினை முளைகள் அல்லது ஆமணக்கு எண்ணெய் செடியின் இலைகளை மேய்வதால் கால்நடைகளுக்கு ஏற்படும் நோய்

UPPULERU – உப்புலெரு

A salt – water river

ஒரு உப்பு நீர் ஆறு

UPPUMADI – உப்புமடி

A salt - pan

உப்பளம்

UPPUNELA – உப்புனெல

Salt – ground, soil impregnated with salt

உப்பளம், உப்பைக் கொண்டு செறிவூட்டப்பட்ட மண்

UPPUPARA – உப்புபரா

A salt - marsh

ஒரு உப்பு சதுப்பு நிலம்

UPPUREVULU – உப்புரெவுலு

The bank of a back water communicating with the sea from which salt – pans are supplied

கடலுடன் கடல்முகத்துவாரத்தால் கரையில் உள்ள உப்பளங்களுக்கு உப்பு நீர் வழங்கப்படுகின்றது

URUCHERUVU – உருச்ஹெருவு

A village reservoir, a public tank

ஒரு கிராம நீர்த்தேக்கம், ஒரு பொதுத் தொட்டி

USARA / BHUMI – உசரா / பூமி
Saline soil
உப்பு மண்

UTTARA / PHIRYADU / DARUDU – உட்டரா / ப்ஹிர்யடு / டருடு
An appellant
ஒரு மனுதாரர்

UTTU – உட்டு
Ground fit for the preparation of salt whose brackish water is let in from the sea upon a soil charged with saline particles
உப்புத் துகள்கள் நிறைந்த மண்ணின் மீது கடலில் இருந்து உவர் நீர் உள்ளே விடப்படும் உப்பைத் தயாரிப்பதற்கான தரைப் புழக்கம்

UYAJYAMU – உயஜ்யமு
A dispute, a law suit
ஒரு தகராறு, ஒரு வழக்கு

VADAVATTU – வடவட்டு
A village held free from assessment
மதிப்பீட்டிலிருந்து விடுபட்ட ஒரு கிராமம்

VADDVADU – வாட்வாடு
A caste, or individual of it, whose occupation is working in quarries tank digging
குவாரிகளில் தொட்டி தோண்டும் தொழிலை செய்யும் ஒரு சாதி அல்லது தனி நபர்

VAGA – வகா
A minor division of a village
ஒரு கிராமத்தின் சிறு பிரிவு

VAGAIGUTTA – வாகைகுட்டா
Rent of a village engaged for by several persons
பல நபர்கள் ஈடுபட்டுள்ள ஒரு கிராமத்தின் வாடகை

VAIDA / WAIDA – வைடா / வய்டா
A fixed term for payment of money, an instalment
பணம் செலுத்துவதற்கான ஒரு நிலையான அளவு, ஒரு தவணை

VAJA – வாஜா
Deduction, subtraction
தள்ளிவிடுதல், கழித்தல்

VALLUVA / VALLUVADI – வால்லுவா / வல்லுவாடி
A man of a class of paria
பறைய வகுப்பைச் சேர்ந்த மனிதன்

VALSA – வால்சா
Flight of people in body from a village or town through fear of some public calamity or exaction
ஒரு கிராமம் அல்லது நகரத்தின் ஏதாவது பொதுப் பேரிடர் அல்லது கட்டாய ஆபத்திற்கு பயந்து உடல் நடுங்கும் மக்கள்

VANDRA – வன்ட்ரா
Land granted at an easy rate of assessment
எளிதான மதிப்பீட்டில் நிலம் வழங்கப்பட்டது

VANDUBHUMI – வன்டுபூமி
Land on the banks of a river
ஒரு ஆற்றின் கரையில் உள்ள நிலம்

VARAHA – வரஹா
A gold coin, so named from its originally bearing the figure of a boar (varaha) or of Vishnu in the boar author, the signet of the rajas of Vijayanagar
விஜய நகர ராஜாக்களின் காலத்தில், ஒரு தங்க நாணயம், தொடக்கத்தில் ஒரு பன்றியின் (வராஹா) அல்லது விஷ்ணுவின் உருவம் இருந்ததால் "வராஹா" என்று பெயரிடப்பட்டது

VARAKAMU – வரகமு
Advance made to cultivators to enable them carry on cultivation

வேளாண்மை மேற்கொள்ள விவசாயிகளுக்கு முன்பணம் அளிக்கப்பட்டது

VARAPU – வரப்பு
(Tel) Dry weather, drought
வறண்ட வானிலை, வறட்சி

VARASI / VARI / BAKI – வரசி / வரி / பக்கி
Total balance
மொத்த பாக்கு

VARAVA – வரவா
A channel for conveying water to a reservoir
நீர்த்தேக்கத்திற்கு நீரை எடுத்துச் செல்வதற்கான கால்வாய்

VARAVU – வரவு
Income, profit
வருமானம், லாபம்

VARAVUDU – வரவுடு
A servant
ஒரு வேலைக்காரன்

VARTAKUDU – வர்டகுடு
A merchant
ஒரு வியாபாரி

VARTTAKA – வர்ட்டகா
One who possesses or earns a maintenance, a trader a merchant
வாழ்வாதாரத்திற்காக சம்பாதித்து வைத்திருப்பவர் அல்லது ஒரு வியாபாரி ஒரு வணிகர்

VASATI – வசடி
A holder of can allowance or rent - free land for his support
ஆதரவிற்காக படித்தொகை அல்லது வாடகை இல்லாத நிலத்தை வைத்திருப்பவர்

VEDA – வேதா
Sowing seed
விதை விதைத்தல்

VEESUM – வேசும்

The sixteenth part of fraction of anything
பின்னத்தின் பதினாறாவது பகுதி

VELAMADORA – வெல்மடொராா
A name given to a military tribe
இராணுவ பழங்குடியினருக்கு வழங்கப்பட்ட பெயர்

VELIVADA – வெலிவடா
The outer part of the village tenanted by pareyor
கிராமத்தின் வெளிப் பகுதி பறையர்களால் குத்தகைக்கு எடுக்கப்பட்டது

VELMA – வெலமா
The name of a principal tribe of telugu sudras, or of a member of it
தெலுங்குசூத்திரர்களின் முக்கிய பழங்குடியினர் அல்லது அதன் உறுப்பினரின் பெயர்

VENNU – வென்னு
A car of corn
சோளம் நிறப்பப்பட்ட கார்

VERU – வெரு
Separation, division
பிரித்தல், பிரிவு

VESANGIPANTA – வெசஙிபன்டா
A crop that is cut in the hot season
வெயில் காலத்தில் வெட்டப்படும் பயிர்

VEVILIPOLAMU – வெவிலிபொலமு
A field ploughed last year but left fallow this year
கடந்த ஆண்டு வழங்கப்பட்ட ஒரு வயல் இந்த ஆண்டு தரிசாக விடப்பட்டது

VILLANGAMU – வில்லாங்மு
A claim or dispute
ஒரு கோரிக்கை அல்லது சர்ச்சை

VILU – வில்லு
Estimated revenue of a vil-

lage or district, an arrangement or settlement

ஒரு கிராமம் அல்லது மாவட்டத்தின் மதிப்பிடப்பட்ட வருவாய், ஒரு ஏற்பாடு அல்லது தீர்வு

VINAYAKUDU – வினயகுடு
A name of Ganesa

கணேசனின் ஒரு பெயர்

VINNAPAM - விண்ணப்பம்
Respectful representation, petition

மரியாதைக்குரிய பிரதிநிதித்துவம், மனு

VIRALAMU – விரலமு
A tax or import

வரி அல்லது இறக்குமதி

VISSABADY / VEESPADD – விஸாபடி / வேஸ்பட்
In the ceded districts and Telangana

திப்புலிடம் இருந்து சேர்க்கப்பட்ட மாவட்டங்கள் மற்றும் தெலுங்கானா

VISALU – விசலு
An elementary weight, equal to one grain of rice

ஒரு அடிப்படை எடை, ஒரு கிரைன் அரிசி தானியத்திற்கு சமம்

VITTU / VITTANAMU – விட்டு / விட்டனமு
Seed of plants

தாவரங்களின் விதை

VITTANALU / JABITA – விட்டனலு / ஜபிடா
A statement of the description and quantity of seed sown by each ryot

ஒவ்வொரு ரயத் விதைத்த விதையின் விவரம் மற்றும் அளவு பற்றிய அறிக்கை

VIWJABITA – விவ்ஜபிடா
An account according to estimate

மதிப்பீட்டின்படியிலான ஒரு கணக்கு

VIYYAMU – விய்யமு
Connexion by affinity or marriage

உறவு அல்லது திருமணம் மூலமான இணைப்பு

VIYYANKUDU – விய்யன்குடு
The mutual affinity of mother in law

மாமியார்களின் பரஸ்பர உறவு

VONDRA / ONRA – வொன்ட்ரா / ஒன்றா
A favaourable assessment

ஒரு சாதகமான மதிப்பீடு

VRUDDHAPADIYA – விருதபடியா
Land uncultivated from time immemorial

பழங்காலத்திலிருந்தே பயிரிடப்படாத நிலம்

VYAJYARTHADU – வியஜ்யர்தடு
A suitor, a litigant

ஒரு வழக்குரைஞர், ஒரு வழக்குரைஞர்

WOLI – வொலி
A marriage present, a dower

ஒரு திருமணப் பரிசு, வரதட்சணை

WORRAH – வொர்ரஹ்
A well lined with cylinders of coarse earthenware

கரடுமுரடான மண்பாண்டங்களின் சிலிண்டர்களால் வரிசையாக அமைக்கப்பட்ட கிணறு

WUDIAWAR / WOODERAWAR – வுடியவர் / வோடெவர்
A man of the udia or Orissa country

உடியா அல்லது ஒரிசா நாட்டைச் சேர்ந்த மனிதன்

YADASIU – யடசியு

A note, a memorandum, a memorial, a petition, a certificate

ஒரு குறிப்பு, ஒரு விண்ணப்பம், ஒரு நினைவுச்சின்னம், ஒரு மனு, ஒரு சான்றிதழ்

YARAKALAPA – யரகலபா

Implements of husbandry

கால்நடை வளர்ப்புமுறை அறிமுகம்

YATA / YATAMU – யத / யடமு

An engine on the principle of a lever for raising water for fields or gardens

வயல்கள் அல்லது தோட்டங்களுக்கு தண்ணீரை உயர்த்துவதற்கான நெம்புகோல் தத்துவத்தின் அடிப்படையில் இயங்கும் ஒரு இயந்திரம்

YEDURU / BADISANADU – யெடுரு / படிசனடு

A sanad or agreement passed by one to another in discharge of the

ஒருவரால் மற்றொருவருக்கு வழங்கப்படும் ஒரு சனத் அல்லது ஒப்பந்தம்

YEDURU / GATTU – யெடுரு / கட்டு

Throwing a dam across a canal or river

கால்வாய் அல்லது ஆற்றின் குறுக்கே அணையை காட்டுதல்

YELLAWAR – யெல்லவர்

The boundary man

எல்லை மனிதன்

YELMI – யெல்மி

A class of cultivators in the northern sarkars

வடநாட்டு சர்க்கார்களில் உள்ள ஒரு வகைப் பயிரிடுபவர்கள்

YERKULLEVAR – யெர்குல்லெவர்

The designation of a wild migratory tribe who subsist on game

and all sorts of flesh

காட்டுக்குப் புலம்பெயர்ந்த பழங்குடியினரின் பெயர் அவர்கள் அனைத்து வகையான விளையாட்டிலும் சாதிக்கிறார்கள்

YERRACHAKKU – யெர்ராச்ஹக்கு

A red sort of soil containing a small quantity of lime

ஒரு சிறிய அளவு சுண்ணாம்பு கொண்ட ஒரு சிவப்பு வகை மண்

"சொத்து முதலீடுகள் ஒருமுறை தோல்வி அடைந்தாலே எதனால் தோல்வி வந்தது என்று ஆராய்ந்து அதனைச் சரி செய்து மீண்டும் முயற்சி செய்ய முன் வருவதற்கு நெஞ்சில்லை"

– சா.மு பரஞ்சோதி பாண்டியன்

மலையாள வார்த்தைகள்

A fine for trepass by cattle
Outcast slaves who reside in the jungle
காட்டில் வசிக்கும் ஒதுக்கி வைக்கப்பட்ட அடிமைகள்

AMBALA / PATTI – அம்பல / பட்டி
in Malabar the hereditary dignity of an elevated seat or step in a temple
மலபாரில் ஒரு கோவிலில் உயரமான இருக்கை அல்லது படி என்பது பரம்பரை கெளரவம்

ANA – அன
A dam, a dyke
ஒரு அணை, ஒரு சிற்றனை

ANANDAVARAN / NADU / KANAM – அனந்தவரன் / நாடு / கனம்
Fees paid to the proprietor's heir on sipping the water next noticed
தண்ணீரைப் பருகும்போது உரிமையாளரின் வாரிசுக்கு செலுத்தப்படும் கட்டணம்

ANAYAN – அனயன்
A cowherd, a shepherd
பசு மாடு மேய்ப்பவன், ஒரு மேய்ப்பன்

ANCHALPURA – அன்ச்ஹால்புர
A post – office
ஒரு தபால் நிலையம்

ANDA – அன்டா
A year
ஒரு வருடம்

ANDADI – அந்தாதி
A shop, a market - place
ஒரு கடை, ஒரு சந்தை இடம்

ANDADIVANIBHAM – அந்தாதிவனிபம்
Merchandise, goods, wares, and articles for sale
விற்பனைக்கான பொருட்கள், பொருட்கள் மற்றும் பொருட்கள்

ANUBHAVAM – அனுபவம்
Enjoyment, a great of here ditary land in Malabar
அநுபோகம் மலபாரில் ஒரு பெரிய பரம்பரை நிலம்

APPANAM – அப்பனம்
Tax, tribute, rent revenue, rack – rent
வரி, காணிக்கை, வாடகை வருவாய், பொருட்களை வைப்பதற்கான மர அல்லது உலோகப் பலகை வாடகை

ARACHAN – அரஹான்
A king, a ruler
ஒரு ராஜா, ஒரு ஆட்சியாளர்

ARI – அரி
Expense, the expense of improving and cultivating land
செலவு, நிலத்தை மேம்படுத்தி பயிரிடுவதற்கான செலவு

ARINIKATTU – அரினிகட்டு
Dams in salt pan
உப்பு படுகையில் அணைகள்,

ARJU / URJOO – அர்ஜு / உர்ஜோ
The measurement of a heap of grain from the bottom to the top
கீழே இருந்து மேலே வரை தானியக் குவியலின் அளவீடு

ASU – அசு

Rice ripening in the rainy season

மழைக்காலத்தில் முதிரும் நெல்

ATAMANAM – அடமானம்

A pledge, a mortgae, a security

ஒரு உறுதிமொழி, ஒரு அடமானம், ஒரு பாதுகாப்பு

ATTIPER – அட்டிபெர்

Freehold property

சுதந்திர சொத்து

ATTIPERROLA – அட்டிபெர்ரொலா

Title deeds of freehold property

கட்டற்ற சொத்தின் உரிமைப் பத்திரங்கள்

AVAKASAM – அவகாசம்

Opportuinity right, title, privilege, inheritance

வாய்ப்பு உரிமை, தலைப்பு, சலுகை, பரம்பரை

AVAKASAM / MURI – அவகாசம் / முறி

A written agreement

எழுதப்பட்ட ஒப்பந்தம்

AVAKASI – அவகாசி

An heir, a rightful owner

ஒரு வாரிசு, ஒரு உண்மையான உரிமையாளர்

AYAKETTA – அயகெட்டா

Register of assessed land

மதிப்பிடப்பட்ட நிலத்தின் பதிவு

AYAN – அயன்

A shepherd

ஒரு மேய்ப்பன்

AZHIYA / PADAM – அழியா / பதம்

Land in a low situation, capable of irrigation and especially favourable for rice cultivation

தாழ்ந்த சூழ்நிலையில் நிலம், நீர்ப்பாசனம் செய்யக்கூடியது, குறிப்பாக நெல் சாகுபடிக்கு சாதகமானது

BADAVA / POLAMBU – படவ / பொலம்பு

Low, swampy ground, a boy, a marsh

தாழ்வான, நிலம், ஒரு சிறுவன், ஒரு சதுப்பு நிலம்

BADI / KATTU – படி / கட்டு

Ascertainment, measurement

உறுதிப்படுத்தல், அளவீடு

BADI / VARADI – படி / வரடி

Classification of land as of first, second or third class

நிலத்தை முதல், இரண்டாம் அல்லது மூன்றாம் வகுப்பு என வகைப்படுத்துதல்

BADIGA – படிகஹ

Rent, hire, quit - rent, or a low rent on lands granted in inam

இனாமில் வழங்கப்பட்ட நிலங்களில் வாடகை, வாடகை, வெளியேறுதலின் போதைய வாடகை

BADU – படு

Fees in grain paid to the village servants before the division of the crop

பயிர் பிரிப்பதற்கு முன் கிராம ஊழியர்களுக்கு வழங்கப்படும் தானியங்களுக்கான கட்டணம்

BALIJEVARU / BALJEVARU – பலிஜெவரு / பல்ஜெவரு

A numerous tribe of sudra in telingana

தெலுங்கானாவில் ஏராளமான பழங்குடிச் சூத்திரர்களின் உள்ளனர்

BANDE / BUNDI – பன்டி / புன்டி

A fine for trepass by cattle

கால்நடைகள் அத்துமீறி நுழைந்தால் அபராதம்

BANDIPOTU – பண்டிபொடு
Gang robbery
கொள்ளைகும்பல்

BARANTU / DIBBA – பரன்டு / திப்பா
A platform or mound on which a salt - heap is raised
உப்புக் குவியலால் எழுப்பும் ஒரு மேடு

BHAJANAPURRA – பஜனபுர்ரா
The palace of the elia raja of Travancore
திருவிதாங்கூர் எலியா ராஜாவின் அரண்மனை

BHARIPPUKARAN – பரிப்புகாரன்
A superintendent or overseer of a kitchen
ஒரு சமையலறையின் மேற்பார்வையாளர் அல்லது கண்காணிப்பாளர்

BISANAM – பிசனம்
A second or lighter crop (Travancore)
இரண்டாவது அல்லது இலகுவான பயிர் (திருவாங்கூர்)

CHAKIRAYA – ச்ஹகிறாயா
A class of outcaste brahmans
ஒதுக்கப்பட்ட பிராமணர்களின் ஒரு வகுப்பு

CHAKKAN / CHAKKALA – ச்ஹக்கான் / ச்ஹக்கலா
An oil presser
ஒரு எண்ணெய் அழுத்தி

CHAKKARA – சக்காரா
Coarse sugar is made from the juice of the coconut and other palms
தேங்காய் மற்றும் பிற பனைகளின் சாற்றில் இருந்து சர்க்கரை தயாரிக்கப்படுகிறது

CHAKKILI – சக்கிலி
A low - estate man, working in hides and leather
ஒரு தாழ்வான - பண்ணையாள், தோல் மற்றும் பிற வேலைகள் செய்பவர்

CHAL / GAINI – ச்ஹல் / கயினி
The tenure of a temporary occupant, a terminal lease
ஒரு தற்காலிக குடியிருப்பாளரின் காலம், ஒரு முனையக் குத்தகை

CHALIYAN – சலியன்
A weaver
ஒரு நெசவாளர்

CHANAPPAN – சனப்பன்
A weaver of coarse cloth of sacks
சாக்குகளின் கரடுமுரடான துணியை நெசவு செய்பவர்

CHANATTAM – சனட்டம்
Favourable or privileged rent of land granted to persons liable to the called out for occasional work or service
எப்போதாவது வேலை அல்லது சேவைக்காக அழைக்கப்பட்ட நபர்களுக்கு வழங்கப்பட்ட நிலத்தின் சாதகமான அல்லது சலுகை பெற்ற வாடகை

CHANTA – சன்டா
A fair, a market
ஒரு நியாயம், ஒரு சந்தை

CHANTANAGARAM – சன்டாநகரம்
A market town
ஒரு சந்தை நகரம்

CHANTAVILA – சன்டவில்லா
Market price
சந்தை விலை

CHANTRAKKARAN – ச்ஹன்ட்ரக்காரன்
The petty treasurer in a district
ஒரு மாவட்டத்தில் உள்ள குட்டிப் பொருளாளர்

CHARAKKA – ச்ஹரக்கா
Goods, merchandise

பொருட்கள், விற்பனைப் பொருட்கள்

CHARAYAKARAN – ச்ஹராயாகாரன்

Contract with government for the sale of spiritous liquor

போதையூட்டும் மது விற்பனைக்கு அரசுடன் ஒப்பந்தம்

CHARAYAKATA – ச்ஹரயாகட்டா

An arak or spirit shop

ஒரு சாராயம் அல்லது மதுக் கடை

CHARAYAM – ச்ஹரயம்

Spirituous, liquor

ஆன்மீகம், மதுபானம்

CHATTAM – சட்டம்

A regulation, a rule, a low

ஒரு ஒழுங்குமுறை, ஒரு விதி, குறைந்த

CHANTRAM – ச்ஹன்ட்ரம்

The office of a petty district treasurer

ஒரு குட்டி மாவட்ட பொருளாளர் அலுவலகம்

CHAVALAN – சவலன்

The name of a low caste of nairs, or of a member of it a fisherman

தாழ்த்தப்பட்ட நாயர்களின் பெயர், அல்லது அதைச் சேர்ந்த ஒரு மீனவர்

CHAVERRUVUTTI – சவெர்ருவுட்டி

Lands etc are granted to the family of a person who has conquered

நிலங்கள் போன்றவை கைப்பற்றப்பட்ட ஒருவரின் குடும்பத்திற்கு வழங்கப்படுகின்றன

CHEKAVAN / CHEGAVAN – செக்கவன் / செகவன்

A man of a low caste,

தாழ்ந்த சாதியைச் சேர்ந்த ஒரு மனிதன்

CHELLAM – செல்லம்

Royal treasure, hidden treasure

அரச புதையல், மறைக்கப்பட்ட புதையல்

CHEMMAN – செம்மன்

A carrier, a shoemaker, a worker in leather

ஒரு கேரியர், ஒரு செருப்பு தைப்பவர், தோல் தொழிலாளி

CHENVUKUTTI – சென்வுகுட்டி

A brazier of coppersmith

செப்புத் தொழிலாளியின் பிரேசியர்

CHERA / CHELLI – செர / செல்லி

Soft or wet soil, mud, mire, soil in general or such as it fit for rice cultivation

மென்மையான அல்லது ஈரமான மண், சேறு, சகதி, பொதுவாக நெல் சாகுபடிக்கு ஏற்ற மண்

CHERMAKKAL – செர்மக்கள்

A slave or slaves

ஒரு அடிமை அல்லது அடிமைகள்

CHERRA – சேர்ரா

An artificial reservori, constructed for irrigation lands

நிலங்களுக்கு நீர்ப்பாசனம் செய்வதற்காக கட்டப்பட்ட ஒரு செயற்கை நீர்த்தேக்கம்

CHERRIKAL – செர்ரிகல்

Threshing floor and farm attached to government lands

அரசு நிலங்களை ஒட்டிய களம் மற்றும் பண்ணை

CHERRUVITA – செர்ருவிட்டா

Cultivation of wet lands

ஈர நிலங்களில் சாகுபடி

CHERUJANMAM – செருஜன்மம்

The rights or perquisites of the inferior members of the villages community

கிராம சமூகத்தின் தாழ்த்தப்பட்ட உறுப்பினர்களின் உரிமைகள் அல்லது

நலன்கள்

CHERUKANAM – செருகனம்
A sub - mortgage lease

ஒரு துணை அடமான குத்தகை

CHERUMANAKARAN – செருமனகரன்
An inferior revenue officer

ஒரு தாழ்த்தப்பட்ட வருவாய் அதிகாரி

CHETAN – சேடன்
A man servant

ஒரு வேலைக்காரன்

CHETRAM / SHETRAM – ச்ஹெட்ரம் / ஸேட்ரம்
A temple of the first order, one dedicated to the trimutti

முதல் வரிசையில் உள்ள ஒரு கோயில், திரிமுட்டிக்கு அர்ப்பணிக்கப்பட்ட ஒன்று

CHETTI – ச்ஹெட்டி
A foreign or karnas sudra, a tradesman, a weaver by caste and occupation

ஒரு வெளிநாட்டு கர்ண சூத்திரன், ஒரு வியாபாரி, ஜாதி மற்றும் தொழிலால் நெசவாளர்

CHETTUKARAN – ச்ஹெட்டுகரன்
A tari drawer; a grass cutter

ஒரு நெசவுத்தறியாளர், ஒரு புல் வெட்டும் இயந்திரம்

CHETTUPATTAM – ச்ஹெட்டுபட்டம்
Rent of cocoa nuts or other palms for extracting tari

தறி ஒட்டுவதற்கு கோகோ கொட்டைகள் அல்லது பிற பனைகளின் வாடகை

CHILAVA – சிலவா
Expense, disbursement, money allowed for expenses, batta or extra allowance

செலவு, பட்டுவாடா, செலவுகளுக்கு அனுமதிக்கப்பட்ட பணம், பட்டா அல்லது

கூடுதல் கொடுப்பனவு

CHILLAR / VARI – ச்ஹில்லர் / வரி
The minor or petty payments made to the inferior village servants

தாழ்த்தப்பட்ட கிராம ஊழியர்களுக்கு வழங்கப்படும் சிறிய அல்லது கொஞ்சம் கொடுப்பனவுகள்

CHIR – ச்ஹிர்
A hank, a dam

ஒரு நூல் சுருள், ஒரு அணை

CHIRPA – ச்ஹிர்ப்பா
A flood gate, a piece of wood or a door to shut up a sluice

ஒரு வெள்ள வாயில், ஒரு மரத்துண்டு அல்லது கதவு ஒரு மதகை மூடுவதற்கு ஒரு கதவு

CHOTANA – ச்ஹொடனா
A liquid measure, varying in different places searching, determining

ஒரு திரவ அளவு, வெவ்வேறு இடங்களில் தேடுதல், தீர்மானித்தல்

CHOULTRY – சஹொால்ட்ரி
A public lodging place, a shelter for travelers

ஒரு பொது தங்கும் இடம், பயணிகளுக்கான தங்குமிடம்

CHUKKAN – ச்ஹூக்கன்
A helm, a rubber

ஒரு தலைமைக்கான இடம் ஒரு ரப்பர்

CHUMATA – ச்ஹூமடா
A load, a burthen

ஒரு சுமை, ஒரு கடினச்சுமை

CHUNKAM – ச்ஹூன்கம்
Duty, customs

கூடுதல் வரி, சுங்கவரி

CHUNKIPPA – ச்ஹூன்கிப்பா
Petty theft, piefering, fraud

சிறு திருட்டு, போனது, மோசடி

CHUNNI – ச்ஹூன்னி
A sum of a hundred kaunris
நூறு கவுன்றிகளின் கூட்டுத் தொகை

DALAWAI – தளவாய்
One of the ministers of state in Travancore
திருவிதாங்கூர் மாநில அமைச்சர்களில் ஒருவர்

DARAKHASA – தரக்ஹசா
A contract, a tender
ஒரு ஒப்பந்தம், ஒரு ஒப்பந்தத்திற்கான கேட்பு

DATTOLA – தட்டொல
A deed of adoption
தத்தெடுக்கும் பத்திரம்

DESANALI – தெசனலி
The head or ruler of a district
ஒரு மாவட்டத்தின் தலைவர் அல்லது ஆட்சியாளர்

DESAPRAMANI – தெசப்ரமணி
Head of a village
ஒரு கிராமத்தின் தலைவர்

DEVATARA – தெவடரா
A temple dedicated to an inferior divinity
ஒரு தாழ்ந்த தெய்வத்திற்கு அர்ப்பணிக்கப்பட்ட கோயில்

DWIDADYAM – திவ்ததியம்
A double fine or penalty
இரட்டை அபராதம் அல்லது அபராதம்

DYOKARAN – த்யொகரன்
A blacksmith
ஒரு கொல்லன்

EKKAN – எக்கன்
Soil cast on shore by the current of a river
ஆற்றின் நீரோட்டத்தால் கரையில் வீசப்பட்ட மண்

EKKARU – எக்கரு
Agricultural implements, apparatus for ploughing
விவசாயக் கருவிகள், உழுவுக்கான கருவி

ENNAM – என்னம்
Counting, an account
எண்ணுதல், ஒரு கணக்கு

ENNARI – என்னரி
(In composition en, eight) eight naris or two measures
எட்டு நாரிகள் அல்லது இரண்டு அளவுகள்

ENUKA / YENUKA – எனுக / யேனுக
A certificate given by a hereditary proprietor to the person to whom he has mortgaged or made over occupation of his lands
தனது நிலத்தை அடமானம் வைத்தவருக்கும் அல்லது அந்த நிலத்தின் அனுபோக உரிமை வழங்கியவருக்கும் பரம்பரை உரிமையாளரால் வழங்கப்படும் சான்றிதழ்

ENUKA / YENUKAMURI – எனுக / யேனுகமுறி
A similar certificate to the last, given to the person to whom the mortgage is transferred
அடமானம் மாற்றப்பட்ட நபருக்கு வழங்கப்படும் ஒரே மாதிரியான சான்றிதழ்

ERI – எறி
A row of stakes to support an embankment
ஒரு அணையை ஆதரிக்கும் பங்குகளின் வரிசை

ETU / KONAMUPARRA – எடு / கொனமுபர்றா
The rate of tax levied in Travancore

திருவிதாங்கூரில் விதிக்கப்படும் வரி விகிதம்

GRAMADHINAM – கிராமதினம்

A village carpenter

ஒரு கிராமத்து தச்சன்

GRAMAMUKKAM – கிராமமுக்கம்

A market town

ஒரு சந்தை நகரம்

GRAMANYAM – கிராமன்யம்

The head man of a village

ஒரு கிராமத்தின் தலைவர்

ILLAKUR – இல்லகுர்

The private property of a Malabar raja

மலபார் ராஜாவின் தனிப்பட்ட சொத்து

ILLAM / ILLOM – இல்லம் / இல்லொம்

A house, a dwelling

ஒரு வீடு, ஒரு குடியிருப்பு

ILLAM / KURA – இல்லம் / குறா

Right property

சரியான சொத்து

IRA – இரா

Freehold tenure of land

நிலத்தின் சுதந்திர உரிமை

IRAKKARANMA – இறக்கரன்மா

Lands and tenements held by a small acknowledgement of superiority to a higher lord, fee - hold

நிலங்கள் மற்றும் பல குத்தகைதாரர்களையுடைய ஒரு உயர்ந்த எஜமானரது மேன்மைக்கு வழங்கப்படும் அங்கீகாரம், கட்டணம்

IRAKKARANMAYOLA – இறக்கரன்மயொலா

Title - deeds of land held fee - hold

நிலத்தின் உரிமைப் பத்திரங்கள் கட்டணம் – பிழப்பு

IRAVAN / ILAVAN – இறவன் / இளவன்

A caste or individual of it

அதில் ஒரு சாதி அல்லது தனிநபர்

IRAVARI – இறவரி

Royal revenue, assessment, tax, import

அரச வருவாய், மதிப்பீடு, வரி, இறக்குமதி

IRUNALI / PATAM – இறுனலி / பட்டம்

Two nalis out of four

நான்கில் இரண்டு நாழிகள்

JANGALI / JANGULIKAN – ஜங்காலி / ஜங்யுலிகான்

A snake catcher

பாம்பு பிடிப்பவன்

JANM – ஜன்ம்

A owner of land

நிலத்தின் உரிமையாளர்

JANMA / JANM / DRAVYAM – ஜன்ம / ஜன்ம் / ட்ரவ்யம்

The price given for landed property

நிலச் சொத்துக்கு கொடுக்கப்பட்ட விலை

JANMA / JANM / PANAY / ELLUTA – ஜன்ம / ஜன்ம் / பனய் / எல்லுடா

A deed of mortgage

அடமானப் பத்திரம்

JANMA / JANM- KOLUNAVAN – ஜன்ம / ஜன்ம் / கொலுனவன்

A purchaser of proprietory lands

தனியுரிமை நிலங்களை வாங்குபவர்

JANMA / JANMPONNAIYAN – ஜன்ம / ஜன்ம்பொன்னையன்

A mortgage with possession

உடைமையுடன் கூடிய ஒரு

அடமானம்

JANMADHIKARAN – ஜன்மதிகாரன்

Birthright, any claim to property or privilege derived from birth

பிறப்புரிமை, பிறப்பிலிருந்து பெறப்பட்ட சொத்து, அல்லது அதன் காரணமாகக் கிடைக்கும் சலுகைக்கான எந்தவொரு கோரிக்கையும்

JANMADHIKARI – ஜன்மதிகரி

One who claims by right of birth

பிறப்பு உரிமையால் உரிமை கோருபவர்

JANMAKARAN / JANMKAR – ஜன்மகாரன் / ஜன்ம்கார்

A land holder, a proprietor of land

நிலம் வைத்திருப்பவர், நிலத்தின் உரிமையாளர்

JANMAKAVAN – ஜன்மகாவன்

A fee given to a head man among slaves for watching rice fields

நெல் வயல்களை காப்பதற்காக அடிமைகள் மத்தியில் ஒரு தலைவருக்கு வழங்கப்படும் கட்டணம்

JANMAKUDIYAN / JANMUKUDIAN – ஜன்மாகுடியான் / ஜன்முகுடியன்

A tenant or temporary occupant of a janm, one who has acquired his property by purchase or mortgage in opposition to the old hereditary proprietor

ஒரு குத்தகைதாரர் அல்லது தற்காலிக குடியிருப்பாளர், பழைய பரம்பரை உரிமையாளருக்கு எதிராக வாங்குதல் அல்லது அடமானம் வைத்து தனது சொத்தைப் பெறுபவர்

JANMAVADA – ஜன்மவாடா

A dispute or suit about landed property

நிலச் சொத்து பற்றிய தகராறு அல்லது வழக்கு

JANMIDOSAM – ஜன்மிதொசம்

The claim of the proprietor or landlord on mortgaged land

அடமானம் வைக்கப்பட்ட நிலத்தில் மீது நில உரிமையாளரின் உரிமைகோரல்

JANMIMARATTAM – ஜன்மிமாறட்டம்

Dispute about landed property

நிலச் சொத்து பற்றிய தகராறு

KADATTA – கடாட்டா

Ferrying over

படகுப் பயணம்

KADATTU / KADAVA – கட்டு / கடவா

A landing - place a ferry

படகு இறங்கும் இடம்

KADATTU / KAVAN – கடட்டு / கவன்

A ferryman

ஒரு படகு ஓட்டுபவர்

KAI / KANAM – கை / கனம்

Property in hand, personal property

கையில் உள்ள சொத்து, தனிப்பட்ட சொத்து

KAI / KANAM / KARAN – கை / கனம் / கரன்

A tenant on an improving lease

மேம்பட்ட குத்தகையுடன் ஒரு குத்தகைதாரர்

KAI / KANAM / PATTAM – கை / கனம் / பட்டம்

Tenure by labour

உழைப்பின் ஆயுட்காலம்

KAI / KARAN – கை / கரன்

A handicraftsman

ஒரு கைவினைஞர்

KAI / KULI – கை / குலி

A fine paid by a vessel to the proprietor on the renewal of a lease

குத்தகையை புதுப்பிக்கும்போது உரிமையாளருக்கு செலுத்தும் அபராதம்

KAI / PADA – கை / படா
Handicraft, manual labour
கைவினை, கை வேலை

KAI / VAPYA – கை / வப்யா
Borrowing for a short time, on a verbal promise to pay
செலுத்துவதாக வாய்மொழி வாக்குறுதியின் பேரில், குறுகிய காலத்திற்கு கடன் வாங்குதல்

KAIMAI – கைமை
A title of rank amongst the nairs, and used by the inferior classes when addressing them
நாயர்களின் தரவரிசைத் தலைப்பு, அவர்களுடன் தாழ்த்தப்பட்ட வகுப்பினர் உரையாற்றும் போது பயன்படுத்தப்படுகிறது

KAIMATAL – கைமட்டல்
Personal property money, jewels etc
தனிப்பட்ட சொத்து பணம், நகைகள் போன்றவை

KAIPANNAM – கைபணம்
Ready money, money in hand
தயாராக உள்ள கைப்பணம்

KAIPPORUL – கைப்பொருள்
Possession of property, property in hand, whether personal or real
சொத்து உடைமை, கையில் உள்ள சொத்து, தனிப்பட்ட அல்லது உண்மையானது

KAL – கால்
The leg
கால்

KALAM – கலம்
A threshing floor
அறுவடை செய்த பயிரைத் தூற்றும் களம்

KALARI – களரி
A school where the use of armies taught
படைகளி

KALAVARA – கலவரா
A store, a granary
ஒரு கடை, ஒரு களஞ்சியம்

KALAVARA / KARAN – கலவாரா / கரன்
A steward, a storekeeper
ஒரு பணிப்பெண், ஒரு கடைக்காரர்

KALAYA – கலயா
Land that has been reaped
அறுவடை செய்யப்பட்ட நிலம்

KALAYA – காலயா
Land that has been reaped and cultivated for a second crop
அறுவடை செய்து, இரண்டாவதாக பயிரிடப்பட்ட நிலம்

KALKACHCHAN – கல்கச்ஹன்
A stonecutter, a mason
ஒரு கல்வெட்டி, ஒரு கொத்தனார்

KALLA – காள்ளா
False, cheating, deceptive
பொய், ஏமாற்றுதல், ஏமாற்றுதல்

KALLADI – கல்லடி
A class of predial slaves in Malabar
மலபாரில் முற்கால அடிமைகளின் ஒரு வகுப்பு

KALLAKARANAM – காள்ளாகரணம்
Forged or false title - deeds or documents
போலியான அல்லது பொய்யான உரிமைப் பத்திரங்கள் அல்லது ஆவணங்கள்

KALLAKKAMMITTAM – கள்ளாக்காம்மிட்டாம்
Counterfeit coin
போலி நாணயம்

KALLAN – கள்ளன்
A cheat, a rogue

ஒரு ஏமாற்று, ஒரு முரடன்

KALLAPAI – கல்லபை

A born, a threshing floor

ஒரு பிறப்பு, ஒரு களம்

KALLAPURA – கல்லாபுரா

A small cottage

ஒரு சிறிய குடிசை

KAMMARAVIDU / KARMMAKARAN – கம்மாரவிடு / கர்ம்மாகாரன்

An ironsmith, a blacksmith

ஒரு இரும்புத் தொழிலாளி, ஒரு கொல்லன்

KAMMITAPURU – காம்மிடபுரு

A mint

ஒரு புதினா

KAMMITTAM – காம்மிட்டம்

Coining, making money

புழக்கத்திற்கு கொண்டு வருதல், பணம் சம்பாதித்தல்

KAMUI – கமுய்

Head of a family

ஒரு குடும்பத்தின் தலைவர்

KANAKARAN – கனகாரன்

The mortgage the lender of money on security of occupancy and usufruct of landed property

ஆக்கிரமிப்பு பாதுகாப்பு மற்றும் நிலச் சொத்தின் பயன்பாடு ஆகியவற்றின் மீது கடன் வழங்குபவருக்கு அடமானம்

KANAM – கனம்

The deposit bears interest, which the tenant sets off against the rent

வைப்புத்தொகை வட்டியைக் தருகுகிறது, இது வாடகைக்கு மாற்றாக குத்தகைதாரருக்கு அமைகிறது

KANAMVARAM – கனம்வரம்

A mortgage

ஒரு அடமானம்

KANAPALISA – கனபலிசா

Interest on the money lent on mortgage

அடமானத்திக்காக கொடுக்கப்படும் பணத்திற்கான வட்டி

KANAPANAYA / PATTAM – கனபனயா / பட்டம்

A deed of mortgage

அடமானப் புத்திரம்

KANAPATTAM – கனபட்டம்

Mortgage tenure of lands

நிலங்களின் அடமானக் காலம்

KANDAM – கண்டம்

A piece, a portion

ஒரு துண்டு, ஒரு பகுதி

KANDAVARAM – கன்தவரம்

Future rent by estimate

மதிப்பீட்டின்படி எதிர்கால வாடகை

KANDERUTTA – கன்டெருட்டா

Survey, mensuration

கணக்கெடுப்பு, அளவீடு

KANDI – கன்டி

A measure of weight

எடையின் அளவு

KANDUKETTA – கன்டுகெட்டா

Confixation, sequestration

இணைத்தல், வரிசைப்படுத்துதல்

KANDUKKUSHI – கன்டுக்குஷி

Government agriculture cultivation on account of government

அரசின் கணக்கில் அரசு விவசாய சாகுபடி

KANYA / KANJA – கன்யா / கஞ்சா

A gold coin of the value of about five rupees

சுமார் ஐந்து ரூபாய் மதிப்புள்ள தங்க நாணயம்

KAPPA – காப்ப

Tribute, tax, offering

காணிக்கை, வரி, காணிக்கை

KAR / KUR – கர் / குர்

Sort, quality

வரிசை, தரம்

KARACHCHUNKAN – கரச்ஹூன்கான்

Land customs, transit duty

நிலச் சுங்கவரி, போக்குவரத்து வரி

KARAKAM – கரகம்

Mean service in a temple

ஒரு கோவிலில் சாதாரணச் சேவை

KARAKAR – கரகர்

The principal inhabitants of a village or neighbourhood

ஒரு கிராமம் அல்லது சுற்றுப்புறத்தின் முக்கிய குடிமக்கள்

KARALAN – கரலன்

Possessor of freehold or private property

சுதந்திரமான அல்லது தனிப்பட்ட சொத்து வைத்திருப்பவர்

KARAMORIVA – கரமொரிவ

Exemption from tax, granted by the sovereign

இறையாண்மையால் வழங்கப்படும் வரியிலிருந்து விலக்கு

KARANAM – கரணம்

A deed , a title deed , a bond any legal writing or document

ஒரு பத்திரம், ஒரு உரிமைப் பத்திரம், ஒரு பத்திரம் ஏதேனும் சட்டப்பூர்வ எழுத்து அல்லது ஆவணம்

KARANAPPIRA – கரனப்பிரா

A fine or executing documents or title deeds on an unstamped ola or papers or contrary to regulation

அபராதம் அல்லது செயல்படுத்தும் ஆவணங்கள் அல்லது உரிமைப் பத்திரங்களை முத்திரையிடப்படாத சொத்து அல்லது காகிதங்களில் ஒழுங்குமுறைக்கு மாறாகச் செய்தல்

KARANCHA – கரன்ச்ஹா

A weight of four kinds, as equal to ten, twelve, thirteen or twenty - one fanams

நான்கு வகையான எடை, பத்து, பன்னிரெண்டு, பதின்மூன்று அல்லது இருபத்தொரு ஃபனாம்களுக்குச் சமம்

KARAVEPPU – கரவெப்பு

Plantations on high grounds

உயரமான நிலங்களில் உள்ள தோட்டங்கள்

KARAYAMA / KARAN – கரயமா / கரன்

A propritor of freehold land

இலவச நிலத்தின் உள்ள உரிமையாளர்

KARAYMA – கரய்மா

Freehold or private property

சுதந்திரமான அல்லது தனிப்பட்ட சொத்து

KARAYMA / KANAM – கரயமா / கனம்

A tenure of the nature of a mortgage, but perpetual

அடமானத்தின் தன்மையின் காலக்கெடு, ஆனால் நிரந்தரமானது

KARAYOM / RAYOGAM – கரயொாம் / ரயொாகம்

Permanent service in a temple

ஒரு கோவிலில் நிரந்தர சேவை

KARRAIMA – கர்ரைமா

A verbal agreement with a poorertenant or cultivator

ஒரு ஏழை அல்லது விவசாயியுடன் வாய்மொழி ஒப்பந்தம்

KARYUSIUN / KARISTEN – கர்யுசியுன் / கரிஸ்டென்

An agent, a manager

ஒரு முகவர், ஒரு மேலாளர்

KATAM – கட்டம்

A Malabar league, consisting of four narigas or between 5 and 6 miles English

ஒரு மலபார் லீக், நான்கு நரிகாக்கள் அல்லது 5 முதல் 6 மைல்களுக்கு இடைப்பட்டது.

KATNARAM – கட்னராம்

A tax on land bordering on waste or wildeness in live of any assessment on tracts that may be cultivated with in it

வாழத் தகுதியற்ற வனப்பகுதியின் கழிவுகளின் எல்லைக்குட்பட்ட நிலத்தின் மீதான வரி, அதில் பயிரிடப்படக்கூடிய பகுதிகள் மீதான எந்தவொரு மதிப்பீட்டின் நேரத்திலும்

KATTA – கட்டா

A clod of earth

ஒரு மண் கட்டி

KATTA - KANAM – கட்டா – கனம்

A complimentary present made by a tenant or leaseholder to the proprietor of an estate

எஸ்டேட்டின் உரிமையாளருக்கு குத்தகைதாரர் அல்லது வாடகைதாரர் வழங்கிய பாராட்டுப் பரிசு

KATTANARA – கட்டனரா

The Syrian or syro – roman priest in Malabar

மலபாரில் உள்ள சிரியன் அல்லது சிரோ – ரோமன் பாதிரியார்

KATTIKARAN – கட்டிகாரன்

A tari or toddy drawer

ஒரு தறி ஓட்டுபவர் அல்லது கள் இறக்குபவர்

KATTILSTHANAM – கட்டில்ஸ்தானம்

Property given by a nair to his wife and children

ஒரு நாயர் தன் மனைவிக்கும் குழந்தைகளுக்கும் கொடுத்த சொத்து

KATUPPATTAN – கட்டுப்பட்டான்

A low tribe of nairs

நாயர்களின் தாழ்ந்த பழங்குடி

KAVAL / PULAN – காவல் / புலன்

Fee or tax paid for watching or protection Share of grain given to the watchman from the watchman from the threshing - floor or the field

வயலிலுள்ள கதிரடிக்கும் தளம் பாதுகாப்புப் பணியில் ஈடுபட்டிருக்கும் காவலருக்கு வழங்கப்படும் தானியத்தின் பங்கு செலுத்தப்படும் கட்டணம் அல்லது வரி

KAVALKARAN – காவல்காரன்

A protector, a guardian, a watchman

ஒரு பாதுகாவலர், ஒரு பராமரிப்பாளர், ஒரு காவலாளி

KAVARA – கவரா

A tribe in north Malabar, who make and sell hambu mats, baskets etc

வட மலபாரில் உள்ள ஒரு பழங்குடியினர், பாய்கள், கூடைகள் போன்றவற்றை தயாரித்து விற்கிறார்கள்

KAYALPATAM – கயல்பட்டம்

Wet land

ஈரமான நிலம்

KAYANGA – கயங்கா

The areca - nut tree

பாற்கடலை மரம்

KAYYALA – கய்யாலா

A threshing - floor a place where corn is collected before threshing

ஒரு களம் கதிரடிப்பதற்கு முன் சோளக் கட்டுகளைச் சேகரிக்கப்படும் இடம்

KAYYARA – கய்யாரா

A water - course, a channel

ஒரு நீர் வழித்தடம், ஒரு கால்வாய்

KERAM – கேரம்

A cocoa – nut tree, a

cocoa - nut

ஒரு கொக்கோ – மரம், ஒரு கொக்கோ – பருப்பு

KETTA – கெட்டா

Rule, regulation, bond, tie

விதி, ஒழுங்குமுறை, பத்திரம், டை

KETTARUPPA – கெட்டாருப்பா

Inheritance in the paternal line

தந்தை வழிப் பரம்பரை

KETTIADAKAM – கெட்டியடகம்

Seizure of land mortgaged for a sum of money on failure of payment of the stipulated interest

நிர்ணயிக்கப்பட்ட வட்டியை செலுத்தத் தவறினால், ஒரு தொகைக்கு அடமானம் வைக்கப்பட்ட நிலத்தை பறிமுதல் செய்தல்

KETTIADAKANAVAN – கெட்டியடகனவன்

The person who take possession of a mortgaged estate on failure of payment of interest on the mortgage loan

அடமானக் கடனுக்கான வட்டியை செலுத்தத் தவறியதால் அடமானம் வைக்கப்பட்ட எஸ்டேட்டைக் கைப்பற்றும் நபர்

KETTIVARAVA – கெட்டிவரவா

Receipt in cash

பணமாக ரசீது

KETTIVEPPA – கெட்டிவெப்பா

Paying down money

பணத்தைச் செலுத்துதல்

KETTIYIRIPPA – கெட்டியிரிப்பா

Money in hand, property in store

கையில் பணம், இருப்பில் இருக்கும் சொத்து

KETTUKETTA – கெட்டுகெட்டா

A storekeeper, a steward, a butler

ஒரு கடைக்காரர், ஒரு

பணிப்பெண், ஒரு சமையல்காரர்

KETTUVARAMABA – கெட்டுவரம்பா

A large bank round paddy fields to confine the water

சுற்றிலும் நெல் வயல்கள் உள்ள நீர்த்தேக்கத்தில் தண்ணீர் தேங்கி நிற்கிறது

KETU – கெடு

A term, a condition

ஒரு சொல், ஒரு நிபந்தனை

KOL – கோல்

A staff, a stick

ஒரு தடி, ஒரு குச்சி

KOL / PAYIMASI – கோல் / பயிமாசி

Regular survey, measurement by the kol or rod

வழக்கமான கணக்கெடுப்பு, கோல் அல்லது கம்பி மூலம் அளவீடு

KOLKARAN / KOLKAR – கொல்கரன் / கொல்கார்

A mace or staff bearer

பணியாளர் பாதுகாப்புக்காக ஆயுதம் தாங்கியுள்ள பாதுகாவலர்

KOLLA – கொல்ல

Plunder, pillar

கொள்ளை, தூண்

KOLLA / KARAN – கொள்ள / கரன்

A plunderer, a robber

பெருங்கொள்ளைக்காரன், கொள்ளைக்காரன்

KOLLAM – கொல்லம்

The name of the area used in Malabar, said to derive is name from a village so called, where it was first derived

மலபாரில் பயன்படுத்தப்படும் பகுதியின் பெயர், முதன்முதலில் வைக்கப்பட்ட கிராமத்தின் பெயர்

KOLLAN – கொல்லன்
A blacksmith
ஒரு கொல்லன்

KOLLUKANAM – கொல்லுகனம்
Fine on renewal of a lease
குத்தகையை புதுப்பித்தால் அபராதம்

KOLOONAVEN – கொலோனவென்
An occupant of land other than the original hereditary owner
அசல் பரம்பரை உரிமையாளரைத் தவிர நிலத்தில் வசிக்கும் வேறு நபர்

KOLPAIMAISH – கோல்பைமைஷ்
Measurement of lands in Malabar by survey made in the Year 1883
மலபாரில் உள்ள நிலங்களை சர்வே மூலம் 1883 ஆம் ஆண்டு செய்யப்பட்ட அளவீடு

KOLU – கொலு
A plough share
ஒரு கலப்பை பங்கு

KOLULABHAM – கொலுலபஹம்
The owner 's profit or portion of the produce of a field after deducting the expenses of cultivation, and the public revenue demand
பயிரிடுவதற்கான செலவுகள் மற்றும் பொது வருவாய் தேவை ஆகியவற்றைக் கழித்த பிறகு உரிமையாளரின் லாபம் அல்லது வயலின் விளைபொருளின் பகுதி

KOLUPANAM – கொலுபனம்
Price of the ploughshare
கலப்பையின் விலை

KOMARAM – கோமரம்
A tirbe of barbers who operate on the lower classes
தாழ்த்தப்பட்ட வகுப்பினருக்கு முடிதிருத்தும் பழங்குடியினத்தவர்

KONAKAN – கோனகன்
A class of predial slaves in Malabar, a subdivision of the cultivator, or forest and hunter tribe
மலபாரில் உள்ள முந்தைய அடிமைகளின் ஒரு வகுப்பு, விவசாயியின் துணைப்பிரிவு, அல்லது காடுகளில் வேட்டையாடும் பழங்குடியினர்

KONIYALAN – கோனியளன்
A class of predial slaves in Malabar
மலபாரில் முற்கால அடிமைகளின் ஒரு வகுப்பு

KOODUMMER – கோடும்மெர்
A class of predial slaves in Malabar
மலபாரில் முற்கால அடிமைகளின் ஒரு வகுப்பு

KOSATAKI – கோஸடகி
Merchandise, trade
சரக்கு, வர்த்தகம்

KOTTARAM – கொட்டாராம்
A palace, a temple
ஒரு அரண்மனை, ஒரு கோவில்

KOVIDO – கோவிடொ
A measure of distance = 6666 yards
தூரத்தின் அளவு = 6666 கெஜம்

KOVILAGAM – கோவிலகம்
A king's palace
ஒரு அரசனின் அரண்மனை

KOYAMA – கொயாமா
Principal of a temple
ஒரு கோவிலின் முதல்வர்

KOYIL / MAINI – கோயில் / மைனி
Number or succession of crops or cuttings
பயிர்கள் அறுவடை எண்ணிக்கை

KOYITTAKARAN – கோயிட்டாகரன்
A reaper

அறுவடை செய்பவர்

KOYITTUKAL – கோயிட்டு

Harvest time

அறுவடை காலம்

KRAYA / MULGAINI – கிரயா / முல்கைனி

Tenure of occupancy obtained originally by purchase at a public sale

பொது விற்பனையில் வாங்குவதன் மூலம் முதலில் பெறப்பட்ட குடியிருப்பின் காலம்

KUDANVARIPPA – குடன்வரிப்பா

Rate of interest on loans of money not by transfer of lands

பணக் கடனுக்கான வட்டி விகிதம் நிலத்தை மாற்றுவதன் மூலம் அல்ல

KUDI / CHILLAR – குடி / சில்லர்

Taxes on houses, shops, huts, tools, and implements and a variety of petty articles, formerly levied in Malabar

மலபாரில் முன்பு விதிக்கப்பட்ட வீடுகள், கடைகள், குடிசைகள், கருவிகள் மற்றும் கருவிகள் மற்றும் பல்வேறு சிறிய பொருட்களுக்கான வரிகள்

KUDI / IRIPPA / KUDI / YIRIPPA – குடி / இறிப்பா / குடி / யிறிப்பா

Specification in a deed of conveyance of permission to a tenant to reside on the rented or mortgaged estate

குத்தகைதாரருக்கு வாடகைக்கு அல்லது அடமானம் வைக்கப்பட்டுள்ள எஸ்டேட்டில் வசிப்பதற்கான அனுமதியை அனுப்புவதற்கான பத்திரத்தில் உள்ள விவரக்குறிப்பு

KUDIA / KOODEACH – குடிய / கோடெச்ஷ

A class or caste of slaves in carry

சுமந்து செல்லும் அடிமைகளின் வர்க்கம் அல்லது சாதி

KUDIKALYANAM – குடிகல்யாணம்

Procession of a nuptial party to the house of the bridegroom after a marriage

திருமணத்திற்குப் பிறகு மணமகன் வீட்டிற்குச் செல்லும் திருமண ஊர்வலம்

KUDIKATTU – குடிகட்டு

A union of several villagers

பல கிராம மக்களின் ஒன்றியம்

KUDIKETTA – குடிகெட்டா

Marriage of a slave

ஒரு அடிமையின் திருமணம்

KUDIMA – குடிமா

Tenancy, occupation of an estate for a season either under lease or mortgage tenure

குத்தகை அல்லது அடமானக் காலத்தின் கீழ் ஒரு பருவத்திற்கான குத்தகை, எஸ்டேட்டின் ஆக்கிரமிப்பு

KUDIMA / JANMAM – குடிமா / ஜன்மம்

Holding land on a quit - rent

வாடகைக்கு நிலத்தை வைத்திருப்பது

KUDIMA / NIR / KARANAM – குடிமா / நிர் / காரணம்

One of the deeds executed in making over a proprietory estate in occupancy as security for a loan

கடனுக்கான பத்திரமாக ஆக்கிரமிப்பில் உள்ள ஒரு தனியுரிமை எஸ்டேட் மீது செயல்படுத்தப்படும் ஏற்பாடுகளில் ஒன்று

KUDIPATI – குடிபட்டி

An inhabitant, a householder

ஒரு குடிமகன், ஒரு வீட்டுக்காரர்

KUDIPPAKA – குடிபக்கா

A family feed, resentment by the whole family of a wrong done to a member, or for his death

குடும்பப் பசிநீக்கபவராக இருந்த

ஒரு உறுப்பினருக்கு அவர் சாகிற அளவுக்கு ஒட்டு மொத்தக் குடும்பமும் செய்த தவறு

KUDIPATTA – குடிபட்டா
Money taken from the people by government officers without accounting for it

அரசு அதிகாரிகள் மக்களிடம் கணக்கு வைக்காமல் பறித்த பணம்

KUDIRARARA – குடிராரா
Revenue from the inhabitants

குடியிருப்பாளர்களிடமிருந்து வருவாய்

KUDISSIKA – குடிஸிக்கா
Arrears of rent or revenue

வாடகை அல்லது வருவாய் பாக்கி

KUDIVILA – குடிவில்லா
Common country price, government price for articles of monopoly

பொதுவான நாட்டு விலை, ஏகபோகப் பொருட்களுக்கான அரசு விலை

KUDIYAN / KURA – குடியன் / குரா
The cultivator's share of the crop

பயிரில் விவசாயியின் பங்கு

KUDIYIRAM / PAT – குடியிறம் / பட்
A deed by which the proprietor transfer any payments made by the tenant or mortgage to a third party

குத்தகைதாரர் அடமானம் செய்த எந்தவொரு கொடுப்பனவையும் உரிமையாளர் மூன்றாம் தரப்பினருக்கு மாற்றும் பத்திரம்

KUDUMBAM – குடும்பம்
A measure of capacity, a nari, one fourth of an edangali

திறன் அளவு, ஒரு நாரி, ஒரு எடங்காலியில் நான்கில் ஒரு பங்கு

KULICHCHAKARAN – குலிச்ஹகாரன்

A military retainer or servant, holding land on condition of service

ஒரு இராணுவத் தக்கவைப்பாளர் அல்லது வேலைக்காரன், சேவை நிபந்தனையின் பேரில் நிலத்தை வைத்திருக்கிறான்

KULICHCHAN – குலிச்ஹன்
Land granted rent - free or an a low rent, on condition of service

சேவை நிபந்தனையின் பேரில் நிலம் வாடகை இல்லாமல் அல்லது குறைந்த வாடகையில் வழங்கப்படுதல்

KULIKARAN – குலிகாரன்
A day labourer

ஒரு தினக்கூலி

KULIVELA – குலிவேல
Daily labour or hire

தினசரி வேலை அல்லது கூலி

KUMMARI – கும்மாரி
The potter who makes pots and tiles for the village

கிராமத்திற்கு பானைகள் மற்றும் ஓடுகள் செய்யும் குயவன்

KUR – குர்
A class, a party

ஒரு வகுப்பு, ஒரு கட்சி

KURI – குர்ரி
A club

ஒரு கிளப்

KURA – குறா
Right, property

உரிமை, சொத்து

KURIKANAM – குரிகனம்
Compensation allowed for the value of trees planted

நடப்பட்ட மரங்களின் மதிப்புக்கு இழப்பீடு அனுமதிக்கப்படுகிறது

KURIKARAYMA – குரிகரயம்மா
Tenure of an estate or gardens, by which tenant holds under con-

dition of being for improvement and of compensating for dilapidations

ஒரு எஸ்டேட் அல்லது தோட்டத்தின் பதவிக்காலம், அதன் மூலம் குத்தகைதாரர் முன்னேற்றம் மற்றும் பாழடைதல்களுக்கு ஈடுசெய்யும் நிலையில் இருக்கிறார்

KURIKUR / KUYIKUR – குரிகுர் / குயிகுர்

Tenure under which compensation for improvements and dilapidations is stipulated

மேம்பாடுகள் மற்றும் சிதைவுகளுக்கு இழப்பீடு வழங்குவதற்கான காலம்

KURIPPA – குறிப்பா

A memorandum, an item, an article of account

ஒரு குறிப்பு, ஒரு பொருள், ஒரு கணக்கு கட்டுரை

KURIVILA – குறிவில்லா

Value of planted trees allowed for to a tenant on his giving up his lease

ஒரு குத்தகைதாரர் தனது குத்தகையை விட்டுக் கொடுக்க அனுமதிக்கப்படும் நடப்பட்ட மரங்களின் மதிப்பு

KURRI – குறி

A pit, a hole

ஒரு குழி, ஒரு துளை

KURRI / KUTTI – குர்றி / குட்டி

The principal or manager of a club

ஒரு கிளப்பின் முதல்வர் அல்லது மேலாளர்

KUTTARI - குட்டாரி

Money subscribed to temples by the people

கோயில்களுக்கு மக்கள் சந்தா செலுத்திய பணம்

KUTTIKANAM – குட்டிகனம்

A fee claimable by the owner of a plantation for every tree cut down on it by the renter or occupant

தோட்டத்தின் உரிமையாளரால் வெட்டப்படும் ஒவ்வொரு மரத்திற்கும் வாடகைக்கு அல்லது குடியிருப்பாளரால் கோரப்படும் கட்டணம்

KUTTIKANKOLA – குட்டிகன்கொலா

A register on palm leaves of a proprietor 's deeds or mortgage, a list of his tenants, amount of his rents etc

ஒரு உரிமையாளரின் பத்திரங்கள் அல்லது அடமானத்தின் பனை ஓலைகளில் ஒரு பதிவு, அவரது குத்தகைதாரர்களின் பட்டியல், அவரது வாடகை அளவு போன்றவை

KUTTINELLA – குட்டினெல்லா

Petty merchandise

குட்டிப் பொருட்கள்

KUTTIPITIKARAN – குட்டிபிகாரன்

A petty dealer, one trading with borrowed capital

ஒரு குட்டி வியாபாரி, ஒருவர் கடன் வாங்கிய மூலதனத்துடன் வர்த்தகம் செய்கிறார்

KUTTIRIPPA – குட்டிரிப்பா

Living with a queen or princes as her husband

ராணி அல்லது இளவரசியுடன் அவரது கணவனாக வாழ்வது

KUTTIVASI – குட்டிவாசி

Balance or arrears of revenue due by individuals

தனிநபர்கள் செலுத்த வேண்டிய வருவாயின் இருப்பு அல்லது பாக்கிகள்

KUTTUKARAN – குட்டு காரன்

A partner, an associate

ஒரு பங்குதாரர், ஒரு கூட்டாளி

KUTTUKRUSHI – குட்டுக்ருஷி

Joint agriculture, a husbandry

கூட்டு விவசாயம், விவசாயம்

KUTUKACHCHAVATAM – குடுகச்ஹாவட்டம்

Joint trade, partnership

கூட்டு வர்த்தகம், கூட்டாண்மை

KUTUMBA / KUDUNBA / KARAN – குடும்பா / குடுன்பா / காரன்

A householder, a kinsman by descent, a connexion by marriage

ஒரு வீட்டுக்காரர், வம்சாவளியின் மூலம் ஒரு உறவினர், திருமணத்தால் ஒரு இணைப்பு

KUYIKUR – குயிகுர்

A deed of transfer of ancestral property

மூதாதையர் சொத்தை மாற்றுவதற்கான பத்திரம்

KUYUVARKAM / PANAYAM – குயுவர்கம் / பனயம்

A lease on mortgage tenure

அடமானக் காலத்திற்கான குத்தகை

LAYAN – புலயன்

The name of a low and servile caste, or of an individual of such caste, in Malabar

மலபாரில் ஒரு தாழ்ந்த மற்றும் அடிமை சாதியின் பெயர் அல்லது அத்தகைய சாதியைச் சேர்ந்த தனிநபரின் பெயர்

LEHHANIKAN – லெஹ்ஹனிக்கன்

A postman, a letter - carrier

ஒரு தபால்காரர், ஒரு கடிதம் ஏந்தி

MADEGARU – மடேகாரு

A class of predial slaves in kurg

கூர்க்கில் உள்ள அடிமைகளின் ஒரு வகுப்பு

MAGANI – மகனி

A rate of interest calculated in grain one – sixteenth of a yedangali, per annum on the value of a fanam

தானியத்தில் கணக்கிடப்படும் வட்டி விகிதம் - ஒரு யெடங்காலியின் பதினாறில் ஒரு பங்கு. ஒரு ஆண்டின் பணமதிப்பு.

MAINATTA – மைனட்டா

A washerman

ஒரு சலவைத் தொழிலாளி

MAKKATTAYAN – மக்கட்டயன்

Inheritance by the male line

ஆண் வழியிலான பரம்பரை

MALA / KRUSHI – மல / க்ருஷி

Hill - cultivation

மலை சாகுபடி

MALANADA / MALANAD – மலநாடா / மலநாட்

A hill country, applied to Malabar

ஒரு மலைநாடு, மலபாருக்கு பொருந்தும்

MALAVARAM – மலவாரம்

Hill produce, a tax on hill produce

மலை உற்பத்தி, மலை உற்பத்திக்கு ஒரு வரி

MALAVARI – மலவாரி

A pass or ghat over the mountains

மலைகளுக்கு மேல் ஒரு கணவாய் அல்லது பாதை

MALAYALAM – மலையாளம்

The country on the west of the Malaya mountains, the province of Malabar

மலையாள மலைகளுக்கு மேற்கில் உள்ள நாடு, மலபார் மாகாணம்

MALAYAN – மலயன்

The designation of a caste of slaves in kanara and Malabar

கனரா மற்றும் மலபாரில் அடிமைகளின் சாதியின் பெயர்

MANATAPPAN – மனடப்பன்

A caste of cultivators originally from Coimbatore, first settled in the Palghat province and intermixed and often confounded with the nairs

கோயம்புத்தூரைச் சேர்ந்த பயிரிடுபவர்களின் ஒரு சாதி, முதலில் பாலக்காடு மாகாணத்தில் குடியேறி, நாயர்களுடன் கூடிக் கலந்தவர்கள்.

MANCHU – மன்ச்ஹூ

A single - masted vessel employed in the coasting – trade of Malabar of from 10 to 40 tons

கடலோரப் பகுதியில் பயன்படுத்தப்படும் ஒரு ஒற்றை பாய்மரக் கப்பல் - 10 முதல் 40 டன் வரை மலபார் வர்த்தகம் நிகழ்கிறது

MANIYAM – மானியம்

Superitendence or management of affairs

மேற்பார்வை அல்லது விவகாரங்களின் மேலாண்மை

MANIYANI – மனியனி

A steward or manager of can estate on behalf of the owner or janmkar (Malabar)

உரிமையாளர் அல்லது ஜனம்கார் உரிமையாளர் (மலபார்) சார்பாக ஒரு பணிப்பெண் அல்லது மேலாளர் நிர்வாகம் செய்யலாம்

MARA – மாறா

Rain

மழை

MARAM – மரம்

Wood, timber

மரம், மரம்

MARAPPANI / KARAN – மரப்பணி / காரன்

A carpenter

ஒரு தச்சன்

MARGGA KARAN – மார்கா காரன்

A man of a particular religious sect

ஒரு குறிப்பிட்ட மதப் பிரிவைச் சேர்ந்த மனிதன்

MARUMAKKAL – மருமக்கள்

A nice, a daughter in law

ஒரு நல்ல மருமகள்

MARUMAKKAN – மரு மக்கன்

A nephew a son – in – law

ஒரு மருமகன்; ஒரு மருமகன்

MARUMMAKATTAYAM – மரும்மகட்டயாம்

Succession to inheritance by sister's sons, or in the female line, as observed by the nairs

நாயர்களால் அனுசரிக்கப்படும்படி, சகோதரியின் மகன்கள் அல்லது பெண் வழிப்படி வரிசையில் வாரிசுரிமை பெறுதல்

MARUPANAYAM – மருபணயம்

A pawn pledged to another, or perhaps a counter – pledge

ஒரு பொருள் மற்றொருவரிடம் அடகு வைக்கப்பட்டது மறுஅடகும் நடக்கலாம்

MARUPATTAM / MARROOPATTOM – மருபட்டம் / மர்றோபட்டொம்

A copy of the title - deeds kept by the seller or lesser, a counter

தலைப்பின் நகல் - விற்பனையாளர் அல்லது குறைவானவர் வைத்திருக்கும் புத்திரங்கள், ஒரு கவுண்டர்

MARUPATTAM – மருபட்டம்

Counterpart covenant of lease kept by the proprietor

குத்தகைக்கு இணையான உடன்படிக்கை, உரிமையாளரால் வைக்கப்பட்டுள்ளது

MATA – மடா

A flood - gate, a sluice

ஒரு வெள்ள வாசல், ஒரு மதகு

MATAKOLA – மடாகொலா

A folded letter

மடித்த கடிதம்

MATAKOLAKARAN – மடகொலகாரன்
A messenger an ambassador
ஒரு தூதர் மற்றும் தூதர்

MATTAM – மட்டம்
Change, exchange, barter, changing money
மாற்றம், பரிமாற்றம், பண்டமாற்று, பணத்தை மாற்றுதல்

MECHCHIL – மெச்ஹில்
Pasture, fortgage
மேய்ச்சல், கோட்டை

MELADHIKARAN – மெலதிகாரன்
Supreme power or authority
உச்ச சக்தி அல்லது அதிகாரம்

MELAL – மெலல்
An overseer, a superintendent, a person in charge
ஒரு மேற்பார்வையாளர், ஒரு கண்காணிப்பாளர், ஒரு பொறுப்பாளர்

MELATI – மெலடி
Rent in kind paid to the owner of fields or gardens
வயல்கள் அல்லது தோட்டங்களின் உரிமையாளருக்கு கொடுக்கப்படும் ஒரு வகையான வாடகை

MELERUTTA – மெலெருட்டா
Government registry of revenue
அரசின் வருவாய் பதிவேடு

MELERUTTU / KACHCHERI – மேலெருட்டு / கச்ஹெரி
Chief office of registry of lands and revenue
நிலம் மற்றும் வருவாய் பதிவேட்டின் தலைமை அலுவலகம்

MELKANAKKA – மேல்கணக்கா
Principal public accounts
முக்கிய பொது கணக்குகள்

MELKANAM – மேல்கணம்
Mortgage upon mortgage, an additional advance upon the security of occupancy paid by the occupant of an estate to the proprietor
அடமானத்தின் மீதான அடமானம், ஒரு எஸ்டேட்டில் வசிப்பவர் உரிமையாளருக்குச் செலுத்தும் குடியிருப்பின் பாதுகாப்பின் மீதான கூடுதல் முன்பணம்

MELKARAM – மேல்கரம்
Additional government share of the crop
பயிரில் கூடுதல் அரசுப் பங்கு

MELKOYIMMA – மேல்கொயிம்மா
Authority, superior power of function
அதிகாரம், செயல்பாட்டின் உயர்ந்த சக்தி

MELKOYIMMA / STHANAM – மேல்கொயிம்மா / ஸ்தானம்
The exercise of chief authority in the affairs of a temple
ஒரு கோவிலின் விவகாரங்களில் தலைமை அதிகாரத்தைப் பயன்படுத்துதல்

MELMANIYAM – மேல்மானியம்
Superintendence, superdivision
கண்காணிப்பு, மேற்பார்வை

MELNOKI / MENOKI - மேல்நோக்கி / மேநோக்கி
A district accountant in some parts of Malabar
மலபாரின் சில பகுதிகளில் மாவட்டக் கணக்காளர்

MELU – மெலு
A particle and prefix, implying superiority in place excess in quantity
ஒரு துகள் மற்றும் முன்னொட்டு, அளவு அதிகமாக உள்ள இடத்தில் மேன்மையைக் குறிக்கிறது

MELVAIYIPPA – மெல்வையிப்பா
An extra loan, an additional

advance

கூடுதல் கடன், கூடுதல் முன்பணம்

MELVICHARAM – மேல்விச்சாரம்

Superintendence

கண்காணிப்பு

MENENAR – மெனேனர்

The village or district accountant in Malabar

மலபாரில் உள்ள கிராமம் அல்லது மாவட்ட கணக்காளர்

MENIPATTAM – மெனிபட்டம்

The rent of land as calculated on the average produce of different crops

வெவ்வேறு பயிர்களின் சராசரி விளைச்சலின் அடிப்படையில் நிலத்தின் வாடகை கணக்கிடப்படுகிறது

MENIVILACHCHIL – மெனிவிலச்சில்

The best or highest produce or crop of any parcel of land

எந்தவொரு நிலத்தின் சிறந்த அல்லது உயர்ந்த விளைச்சல் அல்லது பயிர்

MEPPULAM – மெப்புளம்

Pasture, forage for cattle

மேய்ச்சல், கால்நடைகளுக்கான தீவனம்

META – மெட்டா

A hill, a height, high ground

ஒரு மலை, ஒரு உயரம், உயரமான நிலம்

METI – மெட்டி

Treading – out or threshing corn; the treadle of a loom

மிதித்தல் – சோளத்தை வெளியே வைத்து கதிரடித்தல்; ஒரு தறியின் மாதிரி

METRAN – மெட்ரான்

A bishop (from the syriae)

ஒரு பிஷப் (சிரியாவிலிருந்து)

METTI – மெட்டி

An inferior domestic servant,

a term of common use in Malabar

ஒரு தாழ்ந்த, வீட்டு வேலைக்காரன், மலபாரில் பொதுவான ஒரு சொல்

METUVARI – மேட்டுவரி

A path through a mountain

ஒரு மலை வழியாக ஒரு பாதை

MEYPUKARAN – மெய்புகாரன்

A shepherd, a grazier

ஒரு மேய்ப்பன், ஒரு மேய்ப்பவன்

MICHCHAVARAM – மிச்ஹாவரம்

The remainder, residue, surplus

மீதமுள்ள, எச்சம், உபரி

MODDAM – மொத்தம்

High land on which a particular kind of rice is cultivated

ஒரு குறிப்பிட்ட வகை நெல் பயிரிடப்படும் உயரமான நிலம்

MOOLINURG – மோலினர்க்

Original proprietory right to an estate

ஒரு எஸ்டேட்டின் அசல் உரிமை உரிமை

MOPEN – மொபேன்

A class of agrestic slaves in Malabar

மலபாரில் ஒரு வர்க்க அடிமைகள்

MOPLAH / MOPLAY – மொப்லஹ் / மொப்லெய்

A native of Malabar, a descendant of the arabs who first settled in Malabar

மலபாரைச் சேர்ந்தவர், மலபாரில் முதலில் குடியேறிய அரேபியர்களின் வழித்தோன்றல்

MUDI – முடி

A knot

ஒரு முடிச்சு

MUDIPPA – முடிப்பா

Money or valuables tied up in

a cloth or bag, especially when intended to the presented to an idol; or to be paid in to the public treasury

ஒரு துணி அல்லது பையில் கட்டப்பட்ட பணம் அல்லது மதிப்புமிக்க பொருட்கள், குறிப்பாக ஒரு சிலைக்கு சமர்ப்பிக்கும் நோக்கத்தில்; அல்லது பொது கருவூலத்தில் செலுத்த வேண்டும்

MUDRA / KARAN – முத்ரா/ காரன்

A peon bearing a badge
பேட்ஜ் தாங்கிய பியூன்

MUDRADHARANAM – முத்ராதாரணம்

Bearing an indelible mark on some part of the body made with a hot iron, representin the insignia of some duty, as the shell of Vishnu, or the like, as a sectarial indication

சூடான இரும்பினால் சூடுபட்டு உடலின் சில பாகங்களில் அழியாத அடையாளத்தைத் தாங்கி, சில கடமைகளின் அடையாளமாக, விஷ்ணுவின் குடியிருப்பு அல்லது இது போன்ற ஒரு அடையாளம்

MUDRAYOLA – முத்ராயொலா

A stamped ola or palm leaf, admitted as a voucher in the courts of the south

முத்திரையிடப்பட்ட ஓலை அல்லது பனை ஓலை, தெற்கின் நீதிமன்றங்களில் ஒப்புகைச் சீட்டாக அனுமதிக்கப்படுகிறது

MUKANIYAN – முக்கனியன்

A brahman of a particular tribe in Malabar, wearing the tuft of hair on the fore - part of the head

மலபாரில் உள்ள ஒரு குறிப்பிட்ட பழங்குடியினத்தைச் சேர்ந்த பிராமணர், தலையின் முன் பகுதியில் முடியை அணிந்துள்ளார்

MUKAVAN – முக்கவன்

A particular tribe of fisherman in Malabar

மலபாரில் ஒரு குறிப்பிட்ட மீனவர் பழங்குடியினர்

MUKKAL / PALISA – முக்கள் / பலிசா

A rate of interest ==three fourths of ten, or 7 ½ percent per annum

வட்டி விகிதம் = பத்தில் நான்கில் மூன்று அல்லது ஆண்டுக்கு 7 ½ சதவீதம்

MULA – முலா

A shoot, a sprout, a young plant first springing from the ground

ஒரு முளை, ஒரு தளிர், ஒரு இளம் செடி முதலில் தரையில் இருந்து துளிர்விடும்

MULAKA – முலாகா

Black pepper, pepper in general

கருப்பு மிளகு, பொதுவான மிளகு

MULAKA KOTTI – முலாகா கொட்டி

The pepper wine
மிளகு மது

MULAKAMATTISSILA – முலகாமாட்டிஸிலா

The pepper department of the monopoly of the raja of Travancore

திருவிதாங்கூர் ராஜாவின் ஏகபோகத்தின் மிளகுத் துறை

MULAYAN – முலையன்

A servile tribe, or individual of it, the same as the palayam, or son of a palayan

ஒரு அடிமை பழங்குடி, அல்லது அதன் தனிநபர், பாளையம் அல்லது ஒரு பாளையனின் மகன்

MULLAVALLAI – முல்லாவல்லை

Thorn money
முள் பணம்

MULPATTA – முல்பட்டா

A lease granted tothe purchaser of an estate constitutinghim original or absolute proprietorwith right of transmission tohis heirs

ஒரு பண்ணை வாங்குபவருக்கு அசல் அல்லது முழுமையான குத்தகைதாரர் எனும் உரிமையை வழங்குதல்; அதை அவரது வாரிசுகளுக்குப் பரிமாற்றும் உரிமையும் அனுமதிக்கப்படுதல்

MULPATTA / PATTAYAM – முல்பட்டா / பட்டாயம்

A lease granted to the purchaser of an estate, constituting him original or absolute proprietor, with right of transmission to his heirs

ஒரு எஸ்டேட்டை வாங்குபவருக்கு வழங்கப்பட்ட குத்தகை, அவரது வாரிசுகளுக்கு பரிமாற்ற உரிமை, அவரை அசல் அல்லது முழுமையான உரிமையாளராக உருவாக்குகிறது

MUNDA – முன்டா

The cloth worth round the waist by natives of both rescues in Malabar

மலபாரில் இருவரின் பூர்வீகவாசிகளால் இடுப்பைச் சுற்றி மதிப்புள்ள துணி

MUNDAKAN – முன்டாகான்

Wet or irrigated lands

ஈரமான அல்லது பாசன நிலங்கள்

MUNDAKAM – முன்டாகம்

A rice crop sown in august and ripe in January

ஒரு நெல் பயிர் ஆகஸ்ட் மாதத்தில் விதைக்கப்பட்டு ஜனவரியில் விளைந்துள்ளது

MUNDAM – முன்டம்

A stump, a residue

ஒரு ஸ்டம்ப், ஒரு எச்சம்

MUNDAN – முன்டன்

The stem of cocoa - nut tree, from which tari is extracted

கோகோ - பருப்பு மரத்தின் தண்டில் இருந்து சாறு எடுக்கப்படுகிறது

MUNDAN / KOTTI – முன்டன் / கொட்டி

A gatherer of the juice of the cocoa and other palms, or tari

கோகோ மற்றும் பிற உள்ளங்கைகளின் சாற்றை சேகரிப்பவர்

MUNNAMAN / MUNNAMAVAN – முன்னமன் / முன்னமவன்

A third or middle man, a surety, an arbitrator

ஒரு மூன்றாவது அல்லது நடுத்தர மனிதன், ஒரு உத்தரவாதம், ஒரு நடுவர்

MUNNAMENINELLAM – முன்னாமெனின்நெல்லாம்

A field of rice returning three or four – fold

மூன்று அல்லது நான்கு மடங்கு விளையும் நெல் வயல்

MUNNILAKARAN – முன்னிலகாரன்

The head man of a hamlet or village, a petty officer over a village

ஒரு குக்கிராமம் அல்லது கிராமத்தின் தலைவர், ஒரு கிராமத்தின் ஒரு குட்டி அதிகாரி

MUPPA / PANAM – முப்பா / பணம்

A premium or present made to an owner or landlord by the tenant

வாடகைதாரரால் உரிமையாளர் அல்லது நில உரிமையாளருக்கு வழங்கப்படும் பிரீமியம் அல்லது பரிசு

MUPPAN – முப்பான்

An elder, a senior, the head man of a class or business, one who presides over ploughmen and shepherds

ஒரு பெரியவர், மூத்தவர், ஒரு வகுப்பு அல்லது வணிகத்தின் தலைவர், உழவர்கள் மற்றும் ஆடு மேய்ப்பர்களுக்கு தலைமை தாங்குபவர்

MUPPARA – முப்பாரா

A measure of three paras a certain amount of tax on land

மூன்று பாராக்களின் அளவு நிலத்தின் மீது ஒரு குறிப்பிட்ட அளவு வரி

MURAM – முரம்

A cubit measured from the elbow to the tip of the middle finger

முழங்கையிலிருந்து நடுவிரலின் நுனி வரை அளவிடப்பட்ட ஒரு முழம்

MURI – முறி

A division of a village

ஒரு கிராமத்தின் பிரிவு

MURIKARAN – முறிகாரன்

A village, one livings in a division of a village

ஒரு கிராமம், ஒரு கிராமத்தின் ஒரு பிரிவில் வசிக்கும் ஒருவர்

MUTAL PATTA – முதல் பட்டா

Office of head man of the low caste termed chagon

சாகன் என்று அழைக்கப்படும் தாழ்ந்த சாதியின் தலைவரின் அலுவலகம்

MUTALALAN – முதலாளன்

A proprietor, a capitalist

ஒரு உரிமையாளர், ஒரு முதலாளி

MUTALALI – முதலாளி

A proprietor, a capitalist, a principal merchant

ஒரு உரிமையாளர், ஒரு முதலாளி, ஒரு முக்கிய வணிகர்

MUTALAVAHASAM – முடலவஹஸம்

Inheritance, right to property

பரம்பரை, சொத்துரிமை

MUTALAVAKASI – முதலவகாசி

An heir, an heiress

ஒரு வாரிசு, ஒரு வாரிசு

MUTALCHILAVA – முதல்சிஹிலவா

Receipts and disbursements

ரசீதுகள் மற்றும் கொடுப்பனவுகள்

MUTALE / DUPPA – முதலே / டுப்பா

Revenue, income, profit

வருவாய், வருமானம், லாபம்

MUTALKARYYAM – முதல்கர்ய்யாம்

Property in money, jewels

பணம், நகைகளில் சொத்து

MUTALPALISA – முதல்பலிசா

Principal and interests

முதன்மை மற்றும் ஆர்வங்கள்

MUTALPATTAKARAN – முதல்பட்டாகாரன்

The headman of the chagon tribe

சாகோன் பழங்குடியினரின் தலைவர்

MUTALPERA – முதல்பெறா

The head subordinate officer or peon at a police station

காவல் நிலையத்தில் தலைமை துணை அதிகாரி அல்லது பியூன்

MUTALPITTI - முதல்பிட்டி

The office of a treasurer

ஒரு பொருளாளர் அலுவலகம்

MUTALPITTIKARAN – முதல்பிட்டிகாரன்

A treasurer, a cashkeeper

ஒரு பொருளாளர், ஒரு பணக் காப்பாளர்

MUTLA – முட்லா

Principal, capital, stock

முதன்மை, மூலதனம், பங்கு

MYAL – மையல்

Land on which rice plants are sown thickly for the purpose of transplanting land watered by rain

நெற்பயிர்கள் நடவு செய்வதற்காக அடர்த்தியாக விதைக்கப்பட்ட நிலம் மழையால் நீரேற்றப்பட்ட நிலம்

NADAM – நத்தம்

A river, one flowing from a river adjacent

ஒரு ஆறு, ஒன்று அருகில் உள்ள ஆற்றிலிருந்து பாய்கிறது

NADAVARAVA – நதவாரவா

The income of a religious establishment

ஒரு மத ஸ்தாபனத்தின் வருமானம்

NADICHIL – நடிச்ஹில்

Transplanting, a young plant to be transplanted

இடமாற்றம், இடமாற்றம் செய்யப்பட வேண்டிய ஒரு இளம் செடி

NADILA – நடில்லா

Plantings, transplanting

நடவு, நடவு

NAIR / NAY – நயர் / நய்

The name of the ruling caste in Malabar, professing to sudras, but bearing arms and exercising sovereignty

மலபாரில் உள்ள ஆளும் சாதியின் பெயர், சூத்திரர்கராகக் கூறுவது, ஆனால் ஆயுதம் ஏந்தி இறையாண்மையைப் பயன்படுத்துகிறது

NALVA – நல்வா

A furlong, a distance measured by 440 cubits

ஒரு ஃபர்லாங், தூரம் 440 முழங்களால் அளவிடப்படுகிறது

NANARI – நன்னாரி

A measure of quantity = four small measures

அளவின் அளவு = நான்கு சிறிய அளவுகள்

NAR – நார்

Young corn or paddy fit for transplanting

குருத்து சோளம் அல்லது நெல் நடவு செய்ய ஏற்றது

NARI – நறி

A measure of capacity, the fourth part of an edangali, or

sometimes the same as the edangali

திறனின் அளவு, ஒரு எடங்காலியின் நான்காவது பகுதி, அல்லது சில சமயங்களில் எடங்காலிக்கு சமம்

NARI – நறி

A measure of capacity; a grain measure

திறன் அளவு; ஒரு தானிய அளவு

NARIKA / NARIGA – நறிகா / நறிகஹா

A measure of time. An hour of twenty - four minutes, or one -sixteenth of the day and night

கால அளவு இருபத்தி நான்கு நிமிடங்களின் ஒரு மணிநேரம் அல்லது பகல் மற்றும் இரவின் பதினாறில் ஒரு பங்கு

NARRUKALA – நாருக்காலா

A bed or piece of ground in which young rice plants have been removed

இளம் நெல் செடிகள் அகற்றப்பட்ட ஒரு படுகை அல்லது நிலத்தின் துண்டு

NARRUPATTI – நாருபட்டி

A bed or piece of ground in which rice plants have been sown for transplanting

நடவு செய்வதற்காக நெல் செடிகள் விதைக்கப்பட்ட ஒரு படுகை அல்லது நிலத்தின் துண்டு

NATA / NADA – நட்ட / நடா

Country, as distinguished from town

நாடு, நகரத்திலிருந்து வேறுபடுத்தப்பட்டது

NATA / NUTA – நட்டா / நுட்டா

Entrance to a house a temple

ஒரு வீட்டிற்கு நுழைவு ஒரு கோவில்

NATAKAVAN – நட்டாகவன்

A sentinel, a guard

ஒரு காவலாளி, காவலாளி

NATTA – நட்டா

Belonging to the country

நாட்டைச் சேர்ந்தது

NATTANMA – நட்டன்மா

Superiority of a village

ஒரு கிராமத்தின் மேன்மை

NATTANMAKARAN – நட்டன்மாகாரன்

The chief or head man of a village or district

ஒரு கிராமம் அல்லது மாவட்டத்தின் தலைவர்

NATTUKARAN – நட்டுகாரன்

A rusti, a countryman

ஒரு கிராமப்புற ஆள், ஒரு நாட்டுப்புற ஆள்

NATTUKUTTAM – நட்டுகுட்டம்

A general assembly of the people of a country

ஒரு நாட்டு மக்களின் பொதுக் கூட்டம்

NATTUPATTAM – நட்டுபட்டாம்

Land in dispute let out to a third person

சர்ச்சைக்குரிய நிலம் மூன்றாவது நபருக்கு வழங்கப்பட்டது

NATUNATAPPA – நாட்டு நடப்பா

Custom of the country

நாட்டுப்புற வழக்கம்

NATUPPU – நாட்டுப்பு

Salt made in the country in distinction to foreign or imported salt

வெளிநாட்டில் அல்லது இறக்குமதி செய்யப்பட்ட உப்புக்கு வித்தியாசமாக நாட்டில் தயாரிக்கப்படும் உப்பு

NATUVAN – நட்டுவான்

Allowance made by an owner to his tenant on his planting trees in the lands of the former

ஒரு உரிமையாளர் தனது குத்தகைதாரருக்கு முன்னாள் நிலங்களில் மரங்களை நடுவதற்கு வழங்கப்படும் கொடுப்பனவு

NATUWARI – நடுவரி

A governor, theheadman of a village

ஒரு கவர்னர், ஒரு கிராமத்தின் தலைவர்

NAURWALI / NAURWAI – நயுர்வாலி / நயுர்வை

A governor, a ruler of a district, subordinate only to the raja, one who had command of a hundred nayars

ஒரு கவர்னர், ஒரு மாவட்டத்தின் ஆட்சியாளர், ராஜாவுக்கு மட்டுமே உதவியாளராக உள்ள ஒருவர், நூறு நாயர்களின் மீது ஆளுமை செலுத்தக்கூடிய தளபதி

NAYINAR – நயினர்

A chief, a lord, a master

ஒரு தலைவர், ஒரு ஆண்டவர், ஒரு எஜமானர்

NELLAR – நெல்லர்

A rice store or granary

ஒரு அரிசிக் கடை அல்லது களஞ்சியம்

NELLARI – நெல்லரி

Rice unhusked

உமி நீக்கப்படாத அரிசி

NELLI / KANDAM – நெல்லி / கன்டம்

The space of a paddy field between the ridges or banks

முகடுகள் அல்லது கரைகளுக்கு இடையில் ஒரு நெல் வயலின் இடம்

NELLI – நெல்லி

Rice in the husk, paddy, fifty - eight kinds of which are grown in Malabar

உமியில் நெல், நெல்,

ஐம்பத்தெட்டு வகையான மலபாரில் விளைகிறது

NELLI – நெல்லி
The emblic myrobalan (Phyllanthus emblica)

எம்பிலிக் மைரோபாலன் (பில்லாந்தஸ் எம்பிலிகா)

NELLIPATAM – நெல்லிபட்டம்
Rent upon fields of growing rice

நெல் விளையும் வயல்களின் வாடகை

NELPALISA – நெல்பலிசா
Lending grain at interest

தானியங்களை வட்டிக்குக் கொடுப்பது

NELPURA – நெல்புரா
A store or granary for rice

அரிசிக்கான ஒரு கடை அல்லது களஞ்சியம்

NERPATTA / CHITTA – நெர்பட்டா / சிட்டா
A rent bond, an agreement to pay a certain amount of rent, or rate of interest

ஒரு வாடகைப் பத்திரம், ஒரு குறிப்பிட்ட அளவு வாடகை அல்லது வட்டி விகிதம் செலுத்துவதற்கான ஒப்பந்தம்

NERPATTAM – நெர்பட்டம்
A customary fixed rent onland

ஒரு நிலத்தின் வழக்கமான நிலையான வாடகை உள்நாட்டில்

NEY – நெய்
Oiled butter, ghee

எண்ணெய் தடவிய வெண்ணெய், நெய்

NIGADU / CHITTU – நிகடு / சிட்டு
A document given by a collector to each payer of revenue, stating the

amount of cash demandable - mysore

வருவாய் செலுத்தும் ஒவ்வொருவருக்கும் ஒரு சேகரிப்பாளரால் வழங்கப்படும் ஆவணம், தேவைப்படும் பணத்தின் அளவைக் குறிப்பிடுகிறது - மைசூர்

NILLUM – நில்லும்
Soil, earth, ground

மண், பூமி, நிலம்

NIR / KANAM – நிர் / கனம்
Piece of water

தண்ணீர் துண்டு

NIRA – நிரா
A weight of one hundred palams

நூறு உள்ளங்கைகள் எடை

NIRACHALAVA – நிரசஹாலவா
Full or heaped - up measure

முழு அல்லது குவிக்கப்பட்ட அளவு

NIRANARI – நிராநரி
A small heaped - up measure

ஒரு சிறிய குவிக்கப்பட்ட அளவு

NIRAPARA – நிராபரா
A full measure of para especially one of corn, presented to the proprietor of an estate annually by the tenant

பாராவின் முழு அளவு குறிப்பாக சோளத்தில் ஒன்று, குத்தகைதாரரால் ஆண்டுதோறும் எஸ்டேட்டின் உரிமையாளருக்கு வழங்கப்படுகிறது

NIRATTIPER – நிராட்டிபெர்
The ceremony of giving water at the time of transferring an estate, either upon mortgage or sale, by which the hargain is ratified

ஒரு எஸ்டேட்டை மாற்றும் போது, அடமானம் அல்லது விற்பனையின் போது தண்ணீர் கொடுக்கும் விழா

NIRKANAM – நிர்கனம்

Ratification of a deed of transfer of hereditary landed property by the proprietor's powering water into the hand of the purchaser or mortgage

உரிமையாளரின் பரம்பரைச் சொத்தை வாங்குபவரின் கைக்கு நீரூற்றி மாற்றுவதற்கான சடங்கு

NODI / NOT – நொடி / நொட்

A small measure of time, about four seconds

ஒரு சிறிய அளவு நேரம், சுமார் நான்கு வினாடிகள்

NOKICHARTTA – நொக்கிச்ஹார்ட்டா

Statement of survey or computation from inspection of the quantity of seed required for sowing a field

ஒரு வயலில் விதைப்பதற்கு தேவையான விதையின் அளவை ஆய்வு செய்ததில் இருந்து கணக்கெடுப்பு செய்த கணக்கீடு அறிக்கை

NOTTAKARAN – நொட்டகாரன்

A money - changer

பணம் மாற்றுபவர்

NOTTAKARIPPA – நொட்டாகரிப்பா

Counterfeit coin

போலி நாணயம்

NOTTAM – நொட்டம்

Seeing, looking at, inspection, examination

பார்த்தல், பார்த்தல், ஆய்வு, பரிசோதனை

NUL – நுல்

Yarn, cotton thread

நூல், பருத்தி நூல்

NUTTUNI – நுட்டுனி

Cotton cloth, calico

பருத்தி துணி, காலிகோ

OLAPURA – ஒலாபுறா

A house thatched with leaves

இலைகளால் வேயப்பட்ட வீடு

OLLAPETTI – ஒல்லாபெட்டி

A box in which title deeds or other documents written on olas, or palm leaves, are preserved

ஓலைகள் அல்லது பனை ஓலைகளில் எழுதப்பட்ட உரிமைப் பத்திரங்கள் அல்லது பிற ஆவணங்கள் பாதுகாக்கப்படும் ஒரு பெட்டி

OOL / OOLY – ஓல் / ஓலி

The leaf of any kind of palm

எந்த வகையிதாயினும், பனையின் இலை

OPPA – ஒப்பா

Signature, subscription, a certificate

கையொப்பம், சந்தா, ஒரு சான்றிதழ்

OPPA / KANAM – ஒப்பு / கனம்

Fees on signing the deeds of transfer

பரிமாற்ற பத்திரங்களில் கையொப்பமிடுவதற்கான கட்டணம்

ORRUKA – ஒரூக்கா

A current, a stream

ஒரு மின்னோட்டம், ஒரு நீரோடை

ORUKA – ஒருக்கா

An account of lands and gardens in which the boundaries are specified

எல்லைகள் குறிப்பிடப்பட்ட நிலங்கள் மற்றும் தோட்டங்களின் கணக்கு

ORUKAL – ஒருக்கல்

Flowing or running of water

நீர் ஓட்டம் தண்ணீர் ஓடுதல்

OTI – ஒட்டி

A piece of rice - ground

ஒரு துண்டு அரிசி நிலம்

OTTI / OOTY – ஒட்டி / ஊட்டி

A pledge, a pawn, a mortgage

ஒரு அடமானம், அடமானம், அடமானம்

OTTIDRAVYAM – ஒட்டிதிரவ்யம்

The money advanced on usufructuary mortgage

உசப்பொருள் அடமானத்தில் பணம் முன்னேறியது

OTTIKARANAM – ஒட்டிகரணம்

The deed of instrument conveying the property to the mortgage

அடமானத்திற்கு சொத்தை தெரிவிக்கும் கருவி பத்திரம்

OTTIKONDAVAN – ஒட்டிகொன்டவன்

A mortgage, lit the purchaser of a freehold

ஒரு அடமானம், ஒரு சுதந்திரத்தை வாங்குபவர் ஏற்றி வைத்தார்

OTTIKURIKANAM / KULIKANAM – ஒட்டிகுரிகனம் / குலிகனம்

A mortgage in which it is conditioned either that the occupant shall be at liberty to relinquish the estate without charge of dilapidations

ஒரு அடமானம், அதில் குடியிருப்பவர் பாழுடைந்ததற்கான குற்றச்சாட்டு இல்லாமல் எஸ்டேட்டை விட்டுக்கொடுக்க சுதந்திரமாக இருக்க வேண்டும் என்று நிபந்தனை விதிக்கப்பட்டுள்ளது

OTTIPER / ATTIPER – ஒட்டிபெர் / அட்டிபெர்

Free – half hereditary property

இலவச - அரை பரம்பரை சொத்து

OTTIPORAI / NIR – ஒட்டிபொறை

Ratification of an absolutely and final transfer of hereditary property, by the proprietor pouring a little water into the hand of the purchaser

வாங்குபவரின் கையில் சிறிது தண்ணீர் ஊற்றி, உரிமையாளரால்

பரம்பரைச் சொத்தை முழுமையாகவும் இறுதியாகவும் மாற்றுவதற்கான அங்கீகாரம்

OTTY / KOOMPRUM – ஒட்டி / கோம்ப்

A subsequent transaction, in which for a further loan, the proprietor abandons finally to the mortgage two – thirds of his hereditary rights and authority over the estate

அடுத்தடுத்த பரிவர்த்தனை, இதில் மேலும் கடனுக்காக, உரிமையாளர் தனது பரம்பரை உரிமைகள் மற்றும் சொத்து மீதான அதிகாரத்தில் மூன்றில் இரண்டு பங்கு அடமானத்திற்கு இறுதியாக கைவிடுகிறார்

PADANA – பதனா

A salt pan, a salt - pit

ஒரு உப்பு பான், ஒரு உப்பு குழி

PADARAM – பதராம்

A fee paid to the raja, or his representative, on a transfer of landed property

நிலச் சொத்தை மாற்றுவதில் ராஜா அல்லது அவரது பிரதிநிதிக்கு செலுத்தப்படும் கட்டணம்

PADDI / PADDY – பாடி / பாடெய்

Rice in the husk whether growing or cut before threshing or before the grain is separated

உமியில் நெல் வளரும் அல்லது வெட்டுவதற்கு முன் அல்லது தானியத்தைப் பிரிக்கும் முன்

PAKKA – பக்கா

Planting seed thickly

விதையை அடர்த்தியாக நடுதல்

PAKKANILAM – பக்கா நிலம்

Land on which rice is sown for subsequent transplantation

அடுத்த நடவுக்காக நெல் விதைக்கப்படும் நிலம்

PAKUTI – பகுடி

A share, a portion

ஒரு பங்கு, ஒரு பங்கு

PALISA / MADAKA / OLAKARANAM / PELISHA / MADUKAN – பலிசா / மடகா/ ஒலகரணம்/ பெலிஸா/ மடுகன்

A deed of mortgage in which the rent of the estate transferred to the mortgage is equal to the interest of the loan

அடமானத்திற்கு மாற்றப்பட்ட எஸ்டேட்டின் வாடகை கடனின் வட்டிக்கு சமமாக இருக்கும் அடமானப் பத்திரம்

PALLI – பள்ளி

A small town, a village

ஒரு சிறிய நகரம், ஒரு கிராமம்

PALLINAYAL – ப்ள்ளினயல்

A bed or piece of ground on which rice plants are sown for transplantation

நெல் செடிகளை நடவு செய்ய விதைக்கப்படும் ஒரு படுக்கை அல்லது நிலத்தின் துண்டு

PALLINAYAL – பள்ளினயள்

A bed or piece of ground on which rice plants are sown for transplantation

நெல் செடிகளை நடவு செய்ய விதைக்கப்படும் ஒரு படுக்கை அல்லது நிலத்தின் துண்டு

PALLIYARUILAMBAN – பள்ளியருயிலம்பன்

Confidential or private secretary of katiote raja

கடியோட் ராஜாவின் ரகசிய அல்லது தனிப்பட்ட செயலாளர்

PAMPA – பம்பா

An agreement; a written order for taking on oath

ஒரு ஒப்பந்தம்; உறுதிமொழி எடுப்பதற்கான எழுத்துப்பூர்வ உத்தரவு

PANA / YELLATA / KARAN – பனா / யெல்லாட்டா / காரன்

The creditor of a landed proprietor, upon an agreement that if the loan is not repaid by a stipulated period

ஒரு நில உரிமையாளருக்கு கடன் வழங்குபவர், ஒரு குறிப்பிட்ட காலத்திற்குள் கடனை திருப்பிச் செலுத்தவில்லை என்ற கண்டனுடன்.

PANAYA / OLA / KARANAM – பணையா / ஒல / காரணம்

An instrument or deed of mortgage written on an ola or palm leaf

ஓலை அல்லது பனை ஓலையில் எழுதப்பட்ட ஒரு கருவி அல்லது அடமானப் பத்திரம்

PANAYA PATTA / KULIKANAM – பணைய பட்டா / குலிகனம்

A mortgage lease, under which tenant, when it expires has a title to compensation for any improvements he may have made

ஒரு அடமான குத்தகை, அதன் கீழ் குத்தகைதாரர், அது காலாவதியாகும் போது, அவர் செய்த ஏதேனும் மேம்பாடுகளுக்கு இழப்பீடு பெறுவதற்கான உரிமை உள்ளது

PANAYAKARAN – பணையக்காரன்

A mortgaged, a mortgager, one who borrows or lends on mortgage

அடமானம் வைத்தவர், அடமானம் வைத்தவர், கடன் வாங்குபவர் அல்லது அடமானத்தில் கடன் கொடுப்பவர்

PANAYAKKACHITTA – பனயக்கச்சிட்டா

A document given on a pledge or pawn

அடமானம் அல்லது சிப்பாய் மீது கொடுக்கப்பட்ட ஆவணம்

PANAYAM – பணயம்

A mortgage, a pawn, a pledge

ஒரு அடமானம், ஒரு அடகு, ஒரு அடமானம்

PANAYAPATTA – பணையபட்டா

An article pledged or mortgaged

ஒரு கட்டுரை அடமானம் அல்லது அடமானம்

PANAYPATTOM – பணையபட்டோம்

A mortgage lease

ஒரு அடமான குத்தகை

PANDA / KAVAL – பன்டா / கவல்

(a fee of a portion of the crop given to a slave or hired servant employed to watch it)

(அடிமை அல்லது கூலி வேலைக்காரனுக்குக் கொடுக்கப்பட்ட பயிரின் ஒரு பகுதியின் கட்டணம்)

PANDAKASALA – பன்டகசால

A warehouse, a magazine, a store room

ஒரு கிடங்கு, ஒரு பத்திரிகை, ஒரு ஸ்டோர் ரூம்

PANDAL / PANDAR – பன்டல் / பன்டர்

A temporary shed or booth

ஒரு தற்காலிக கொட்டகை அல்லது சாவடி

PANDALA – பன்டாலா

The name of an sudra tribe in Malabar, of which the raja of client is a member

மலபாரில் உள்ள ஒரு சூத்திர பழங்குடியினரின் பெயர், அதில் வாடிக்கையாளரின் ராஜா உறுப்பினராக உள்ளார்

PANDARAM – பன்டாரம்

The revenue of financial department of the state

மாநிலத்தின் நிதித் துறையின் வருவாய்

PANDARI – பன்டாறி

The designation of a class of hindu mendicants in the south of india of the sudra or service caste and sav-ia sect, often officiating as ministrant priests in the temples of sevia

இந்தியாவின் தென்பகுதியில் உள்ள சூத்திரன் அல்லது சேவை சாதி மற்றும் சவியா பிரிவைச் சேர்ந்த இந்து மதவாதிகளின் ஒரு வகுப்பின் பதவி, பெரும்பாலும் கோவில்களில் மந்திரி பூசாரிகளாக பணியாற்றுகிறது

PANDI – பன்டி

A tribe of Christian fishermen in Malabar

மலபாரில் பழங்குடியின கிறிஸ்தவ மீனவர்களின்

PANGUKARAN – பங்குகாரன்

A sharer, a partner, a coheir

ஒரு பங்குதாரர், ஒரு கூட்டாளி, ஒரு பங்காளி

PANI – பனி

Work, workmanship, business, office, service

வேலை, வேலைப்பாடு, வணிகம், அலுவலகம், சேவை

PANIPURRA – பனிபுறா

A workshop, a manufactory

ஒரு பட்டறை, ஒரு உற்பத்தி நிலையம்

PANJAY / TARABA – பஞ்ஜாய் / டரபா

A class of slaves in kurg

கூர்க் ஒரு வகை அடிமைகள்

PANKA / PANGA – பன்கா / பங்கா

A share, a part

ஒரு பங்கு, ஒரு பகுதி

PANNI / MALAYAN – பன்னி / மலயன்

A servile caste in Malabar

மலபாரில் ஒரு அடிமை சாதி

PANNIAR – பன்னியர்

A class of agricultural slaves in Malabar

மலபாரில் ஒரு வகை விவசாய அடிமைகள்

PANNIKAL – பன்னிகல்

A name given to udras

உத்ராக்களுக்கு ஒரு பெயர்

PANNIKAN – பன்னிகன்

An artisan

ஒரு கைவினைஞர்

PANNIKARAN – பன்னிகாரன்

An artisan, a workman, a servant

ஒரு கைவினைஞர், ஒரு தொழிலாளி, ஒரு வேலைக்காரன்

PARA – பர

A measure of capacity; a grain measure

திறன் அளவு; ஒரு தானிய அளவு

PARAHARAN – பறஹரன்

A guard

ஒரு காவலர்

PARAMBA / PAROMBHA – பரம்பா / பரொம்ஹா

A garden, a plantation, especially of cocoa - nut and areka trees, but commonly used in a wider sense or for an estate in general

ஒரு பூங்கா, ஒரு தோட்டம், குறிப்பாக கோகோ - பருப்பு மற்றும் அரேகா மரங்கள், ஆனால் பொதுவாக ஒரு பரந்த பொருளில் அல்லது பொதுவாக ஒரு பண்ணைக்கு பயன்படுத்தப்படுகிறது

PARAMBA / PATTAM – பரம்பா / பட்டம்

Rent of plantation or of dry lands

தோட்ட அல்லது வறண்ட நிலங்களின் வாடகை

PARAMBAVARAM – பரம்பவரம்

The share of the proprietor in the produce of an estate which he has let mortgaged

அவர் அடமானம் வைத்துள்ள ஒரு எஸ்டேட்டின் அந்த உற்பத்தியில் உரிமையாளரின் பங்கு

PARAPPURA – பறாப்புறா

A guard - room, a plate of confinement

ஒரு காவல் அறை, ஒரு தட்டு அடைப்பு

PARAVA – பரவா

Confinement, imprisonment

கட்டுக்காவல், சிறைவாசம்

PARAVAN – பறவன்

A man of a low caste, or the name of the caste

ஒரு தாழ்ந்த சாதியின் மனிதன், அல்லது சாதியின் பெயர்

PARAYAN / PARA – ப்ரயன் / பர

A man of a low caste, an outcaste, performing the lowest menial services

தாழ்த்தப்பட்ட சாதியைச் சேர்ந்த ஒரு மனிதன், மிகக் கேவலமான வேலைகளைச் செய்கிறன்

PARRUCHITTI / PATTUCHITTI – பறுசிட்டி / பட்டுசிட்டி

A written receipt

எழுதப்பட்ட ரசீது

PASAMA – பசமா

Soil of the best quality

சிறந்த தரமான மண்

PASAMA / HAR – பாசாமா / ஹர்

A mixture of earth and sand / middling or mixed soil

பூமி மற்றும் மணல் / கலப்பு மண் கலவை

PATA / PATAMH – பட்டா / பட்டம்ஹ்

A open level tract, an expanse

of low land or of rice fields

ஒரு திறந்த நிலைப் பாதை, தாழ்வான நிலம் அல்லது நெல் வயல்களின் பரப்பு

PATAM – படம்

The portion of the crop given to the reapers in pay of their labour

அறுவடை செய்பவர்களுக்கு அவர்களின் உழைப்பின் கூலியாக வழங்கப்படும் பயிரின் பங்கு

PATANELLA – பட்டாநெல்லா

Rent paid in kind or in rice - corn

பொருள் அல்லது அரிசி - சோளத்தில் வாடகை செலுத்தப்படுகிறது

PATI – படி

A half, a moisty

பாதி, ஈரம்

PATIKARAN – பட்டிகாரன்

A partner, a sharer

ஒரு கூட்டாளி, ஒரு பங்குதாரர்

PATIVA – படிவ

A register, a lease, a written document given to ryots acknowledge-ing their right to cultivate

ஒரு பதிவு, ஒரு குத்தகை, விவசாயம் செய்வதற்கான உரிமையை அங்கீகரித்து ரயாத்களுக்கு கொடுக்கப்பட்ட எழுத்துப்பூர்வ ஆவணம்

PATIVARACHITTU – படிவரசிட்டு

A written engagement in a lease to pay or to receive half the produce

விளைபொருட்களில் பாதியை செலுத்த அல்லது பெறுவதற்கான குத்தகையில் எழுதப்பட்ட ஒப்புகை

PATOM / CHITTA / PUTTA / CHIT – படொம் / சிட்டா / புட்டா / சிட்

A deed of lease, the written

குத்தகைப் பத்திரம், எழுதப்பட்டது

PATTA / KANAM – பட்டா / கனம்

Rent, tax

வாடகை, வரி

PATTA/ KANDAM – பட்டா / கன்டம்

Rented corn - fields

சோள வயல்களை வாடகைக்கு எடுத்தார்கள்

PATTAAPRAVRITTI – பட்டாப்ரவ்ரிட்டி

The office of rent gatherer to a temple

ஒரு கோவிலின் வாடகை வசூலிப்பவர் அலுவலகம்

PATTALI – பட்டாளி

One who collects the rents of a temple

கோயிலின் வாடகையை வசூலிப்பவர்

PATTAM – பட்டம்

Rent, hire, contract, lease (no doubt the patta of other dialects, but applied to the thing another than to the document as by the following

வாடகை, வாடகை, ஒப்பந்தம், குத்தகை மற்ற பேச்சுவழக்குகளின் பட்டா என்பதில் சந்தேகமில்லை

PATTAPARA – பட்டா பறா

A large measure, or para used in measuring seed - corn

ஒரு பெரிய அளவு அல்லது விதை சோளத்தை அளவிடுவதற்கு பயன்படுத்தப்படும் பாரா

PATTAPARAMBA – பட்டாபரம்பா

A garden or plantation let on lease

குத்தகைக்கு விடப்பட்ட பூங்கா

PATTAR – பட்டார்

The name given in Malabar to foreign brahmans who there are usual-ly traders and money – lenders

மலபாரில் பொதுவாக

வியாபாரிகளாகவும் பணம் கொடுப்பவர்களாகவும் இருக்கும் வெளிநாட்டு பிராமணர்களுக்குப் பெயர்

PATTEMAR – பட்டெமர்

A vessel with one mast, used on the Malabar coast of from ten to eighty tons

மலபார் கடற்கரையில் பத்து முதல் எண்பது டன் வரை பாய்மரம் கொண்ட ஒரு கப்பல்

PATTIKA / PATEKA – பட்டிகா / படெகா

A share, a portion, especially of landed property, a half portion

ஒரு பங்கு, ஒரு பகுதி, குறிப்பாக நிலச் சொத்தில் பாதிப் பங்கு

PATTINA / RANDU – பட்டின / ரன்டு

Two out of ten, twenty percent, interest or profit

பத்தில் இரண்டு, இருபது சதவீதம், வட்டி அல்லது லாபம்

PATTKUDISSIA – பட்குடிசா

Arrears of rent

வாடகை பாக்கி

PATTOYOLA / PATTOLA / PATTAYOLAKARANAM – பட்டொயொலா / பட்டொல / பட்டயொலகரனம்

A lease, a deed of lease of transfer of land upon mortgage

ஒரு குத்தகை, அடமானத்தின் மீது நிலத்தை மாற்றுவதற்கான குத்தகைப் பத்திரம்

PAYATTU / PATAM – பயட்டு / பட்டம்

A certain amount of rent or tax levied on dry lands

வறண்ட நிலங்களுக்கு ஒரு குறிப்பிட்ட அளவு வாடகை அல்லது வரி விதிக்கப்படுகிறது

PEN – பெண்

A female, a woman

ஒரு பெண், ஒரு நங்கை

PENNAL – பெண்ணால்

A female slave

ஒரு பெண் அடிமை

PITIPATA – பிடி பட்டா

A document given to a person on being appointed to a public office

ஒரு பொது அலுவலகத்திற்கு நியமிக்கப்பட்ட ஒரு நபருக்கு வழங்கப்பட்ட ஆவணம்

PITIPATAM – பிடி பட்டம்

A portion of the crop given to reapers

அறுவடை செய்பவர்களுக்கு வழங்கப்படும் பயிரின் ஒரு பகுதி

POLICHCHELUTTU – பொலிச்ஹெலுட்டு

A fine or fee paid to the proprietor by the mortagages on the periodical renewal of the mortgage

அடமானத்தை அவ்வப்போது புதுப்பித்தலில் உரிமையாளருக்கு அபராதம் அல்லது கட்டணம்

POLICHCHILA – பொலிச்ஹிலா

Increase, augmentation

அதிகரிப்பு, பெருக்கம்

POLIKATAKARAN – பொலிகாடகாரன்

A usurer, a money expended

ஒரு வட்டிக்காரன், ஒரு பணம் செலவழிக்கப்பட்டது

POLIKATAM – பொலிகட்டம்

Usury

வட்டி

POLLCHCHILAVA – பொல்ச்ஹிலாவா

Particulars of money expended

செலவழித்த பணத்தின் விவரங்கள்

POLUTTIKARAN – பொலுட்டிகாரன்

The steward or manager of an

estate on behalf of the proprietor

உரிமையாளரின் சார்பாக ஒரு எஸ்டேட்டின் பணிப்பெண் அல்லது மேலாளர்

PONAM – பொனம்

High land overrum with underwood, but which is capable of cultivation after long intervals with particular kinds of grain sown in holes dug with a spade

மேட்டு நிலம் கீழ் மரத்தால் நிரம்பி வழிகிறது, ஆனால் மண்வெட்டியால் தோண்டப்பட்ட குழிகளில் விதைக்கப்பட்ட குறிப்பிட்ட வகை தானியங்களைக் கொண்டு நீண்ட இடைவெளிக்குப் பிறகு சாகுபடி செய்யும் திறன் கொண்டது

PONAMVARAM – பொனம்வரம்

Rent or landlord's share of the produce of jangal cultivation

ஜங்கல் சாகுபடியின் விளைபொருளில் வாடகை அல்லது நில உரிமையாளரின் பங்கு

PONICANDO – பொனிகன்டொ

A hill tract or fields cultivated amongst the hill jangal

ஒரு மலைப்பாதை அல்லது வயல்கள் மலைகளுக்கு மத்தியில் பயிரிடப்படுகிறது

POROMBODOM – பொரோம்பொடோம்

Rent of an estate in live of interest on mortgage

அடமானத்தின் மீதான வட்டிக்கு ஒரு எஸ்டேட்டின் வாடகை

POTI – பொடி

Dust, powder, a fragment

தூசி, தூள், ஒரு துண்டு

POTIPATA – பொடிபட்டா

An extent of land requiring a poti of seed to sow it

விதைப்பதற்கு ஒரு விதை தேவைப்படும் நிலத்தின் பரப்பளவு

POTIPATTU – பொடிபட்டு

A tenth of the seed corn formerly paid to temples in some places

விதைச் சோளத்தில் பத்தில் ஒரு பங்கு முன்பு சில இடங்களில் கோயில்களுக்கு செலுத்தப்பட்டது

POTIVIYA – பொடிவியா

Sowing on dry land

வறண்ட நிலத்தில் விதைப்பது

PROWARTIKAR – ப்ரொவர்டிகர்

A subordinate officer in the revenue department, a native collector under the tahsildar, has charge of the collections of one or more villages

வருவாய்த் துறையில் ஒரு துணை அதிகாரி, தாசில்தாரின் கீழ் உள்ள வசூலிப்பாளருக்கு ஒன்று அல்லது அதற்கு மேற்பட்ட கிராமங்களின் வசூல் பொறுப்பு உள்ளது

PUKKACHITTA – புக்கசிட்டா

A receit, a written engagement

ஒரு ரசீது, எழுதப்பட்ட நிச்சயதார்த்தம்

PUKKAMURI / PUKKANARA – புக்கமுறி / புக்கனரா

A receipt

ஒரு பற்றுச்சீட்டு

PULACHCHI / PULAKALLI / PULAYI – புலச்ஹி

The female pulayan, or the wife of a slave so termed

பெண் புலைச்சி அல்லது அடிமையின் மனைவி இவ்வாறு அழைக்கப்படுகிறார்

PULAKAM – புலகம்

Shrivelled grain

சுருங்கிய தானியம்

PULAKOIL / PULAMADAM – புள்ளக்கோயில் / புளமடம்

A slave's hut

ஒரு அடிமையின் குடிசை

PULAPATTI – புலபட்டி

A place where slaves stones in memory of decreased relatives

இறந்த உறவினர்களின் நினைவாக அடிமைகள் கல்லெறியும் இடம்

PULICHI – புலிச்சி

The name of an outcaste tribe in Malabar residing in the woods, and not allowed to approach a respectable individual or enter a village

மலபாரில் காடுகளில் வசிக்கும் புறம்போக்கு பழங்குடியினரின் பெயர், மரியாதைக்குரிய நபரை அணுகவோ அல்லது கிராமத்திற்குள் நுழையவோ அனுமதிக்கப்படவில்லை

PULLASAN – புல்லசன்

A man of a low servile tribe, a paraiyan

ஒரு தாழ்த்தப்பட்ட பழங்குடி அடிமை, ஒரு பறையர்

PUNCHA / PUNJA – புன்சா/ புஞ்ஜா

A crop sown in NOV - DEC and reaped in April - may

நவம்பர் – டிசம்பரில் விதைக்கப்பட்டு ஏப்ரல் - மே மாதங்களில் அறுவடை செய்யப்படும் பயிர்

PUNCHAKRUSHI – புன்சாக்ரூஷி

Cultivation of wet land

ஈரமான நிலத்தின் சாகுபடி

PUNCHANILAM / PUNCHAPATTAM – புன்ச நிலம் / புன்ச பட்டம்

Wet land, or land capable of irrigation and bearing rice crops

ஈரமான நிலம், அல்லது நீர்ப்பாசனம் மற்றும் நெற்பயிர்களை தாங்கக்கூடிய நிலம்

PUNNIAH / PUNNA / PUNNAH – புன்னியஹ்/ புன்னா / புன்னாஹ்

An estate or farm the property of the raja and cultivated by his slaves

ஒரு எஸ்டேட் அல்லது பண்ணை ராஜாவின் சொத்து மற்றும் அவரது அடிமைகளால் பயிரிடப்பட்டது

PURAM – புரம்

A large piece of water, a lake

ஒரு பெரிய அளவிலான நீர், ஒரு ஏரி

PURAMBOKKA – புரம்பொக்கா

Extra expenses

கூடுதல் செலவுகள்

PURNAPATTA – புர்னபட்டா

A vessel filled with clothes, ornaments etc, to be scrambled for at a festival

ஒரு திருவிழாவில் காட்டிக்கொள்ள வேண்டிய ஆடைகள், ஆபரணங்கள் போன்றவற்றால் நிரப்பப்பட்ட ஒரு பாத்திரம்

PURAMKADAM / PORAMKADAM – புரம்கடம் / பொரம்கடம்

Final payment or loan on which the proprietory right of the owner is transferred to the lender or mortgage

உரிமையாளரின் தனியுரிம உரிமை கடனளிப்பவருக்கு அல்லது அடமானத்திற்கு மாற்றப்படும் இறுதிக் கட்டணம் அல்லது கடன்

PURANDATA / PURAVARAMBA / PU-RAVELI – புறன்டடா / புறவரப்பா / புறவெளி

A large internal embankment or bank

ஒரு பெரிய உள் அணை அல்லது வங்கி

PUTTAN – புட்டான்

A coin current in cochin

கொச்சியில் ஒரு நாணய மின்னோட்டம்

PUTTAN – புட்டான்

A note, the chit of Bengal, a

bill, a note of hand

ஒரு நோட்டு, வங்காளத்தின் சிட், ஒரு ரசீது, ஒரு கை நோட்டு

PUTUVAI – புடுவை

Newly in closed or cultivated land

மூடப்பட்ட அல்லது பயிரிடப்பட்ட நிலத்தில் புதிதாக

PUTUVAL / PATTAM – புடுவல் / பட்டம்

Rent of newly cultivated land

புதிதாக பயிரிடப்பட்ட நிலத்தின் வாடகை

RAJASASANAM – ரஜசாசனம்

A royal edict or command, regal government

ஒரு அரச ஆணை அல்லது கட்டளை

RASHABHOGAM – ரசாபொகம்

Tax or fee paid by an inferior to a superior for the letter's protection

ஒரு கடிதத்தின் பாதுகாப்பிற்காக உயர் அதிகாரியை விட தாழ்ந்தவர் செலுத்தும் வரி அல்லது கட்டணம்

RASI – ரசி

Mixed soil consisting of sand and clay

மணல் மற்றும் களிமண் கொண்ட கலப்பு மண்

RASI / KUR – ரசி / குர்

Poor light soil, consisting of loose sand chiefly

பலவீனமான லேசான மண், முக்கியமாக தளர்வான மணல் கொண்டது

RASI / PASAMA / KUR – ரசி/பசம/குர்

Soiled of an equal or middling sort

சமமான அல்லது நடுத்தர வகை மண்ணானது

SAKHHYA – சக்கியா

It also means a fine or forefeit

of ten percent

பத்து சதவிகிதம் அபராதம் அல்லது பணமதிப்பு நீக்கம் என்றும் பொருள்படும்

SAKSHIKKANAM – சக்ஷிக்கானம்

Fees paid to one who witness the execution of title deeds

உரிமைப் பத்திரங்கள் நிறைவேற்றுவதைக் காணும் ஒருவருக்கு செலுத்தப்படும் கட்டணம்

SHEMERAYA – ஸேமெராயா

Agent or representative of the religious teacher of the lower orders

கீழ்நிலை மத போதகரின் முகவர் அல்லது பிரதிநிதி

SILAKAS – சிலகாஸ்

A small sum of kas or fanams paid as a fine or free by the lease of an estate to the proprietor upon the renewal of the lease

குத்தகையை புதுப்பித்தவுடன் உரிமையாளருக்கு ஒரு எஸ்டேட்டின் குத்தகை மூலம் அபராதமாக அல்லது இலவசமாக செலுத்தப்படும் சிறிய தொகை காசு அல்லது பணம்.

SITTA – சிட்டா

A note, a bill

ஒரு குறிப்பு, ஒரு மசோதா PU

SNARUPA / KURA – ஸ்நரூப / குரா

Rank or dignity

பதவி அல்லது கண்ணியம்

STHANAMANAM – ச்தனமனம்

The rank and emoluments of a public employment

பொது வேலைவாய்ப்பின் தரம் மற்றும் ஊதியம்

STHANAMKAR / STANOMKAR – ச்தனம்கர் / ச்தனொம்கர்

The head man and manager of a temple

ஒரு கோவிலின் தலைவர் மற்றும்

மேலாளர்

STHANAPATI – ஸ்தனபடி

An envoy, an ambassador

ஒரு தூதர், ஒரு தூதர்

STHANIKAN / STANAKUL – ஸ்தனிகன் / ஸ்டனகுல்

One who holds or belongs to a place, one who holds an office

ஒரு இடத்தை வைத்திருப்பவர் அல்லது சொந்தமானவர், ஒரு பதவியை வைத்திருப்பவர்

TALACHCHENNAVAL – தலச்ஹென்னவல்

The principal native collector of the revenue

வருவாய்த் துறையின் முதன்மையான வரி சேகரிப்பாளர்

TALAPPANAM – தலப்பணம்

Head - man, poll - tax

தலைவர், தேர்தல் வரி

TALAVILA – தலவில்லா

First selling price of grain or other produce after harvest

அறுவடைக்குப் பிறகு தானியங்கள் அல்லது பிற பொருட்களின் ஆரம்பகட்ட விற்பனை விலை

TALLA – தல்லா

A mother

ஒரு தாய்

TALLAKURA – தல்லகுரா

Inheritance by the mother's side

தாய்வழிப் பரம்பரை

TALLAVARI – தல்லவரி

The mother's line

தாயின் வழி

TAMBAN – தம்பன்

A prince, a member of a royal family

ஒரு இளவரசன், ஒரு அரச குடும்ப

உறுப்பினர்

TAMBATTI – தம்பட்டி

A princess, a female of royal descent

ஒரு இளவரசி, அரச வம்சாவளிப் பெண்

TAMBI – தம்பி

A younger brother

ஒரு இளைய சகோதரர்

TAMBURAN – தம்புறான்

A prince, a raja, a lord

ஒரு இளவரசன், ஒரு ராஜா, ஒரு பிரபு

TAMBURATTI – தம்புறாட்டி

A queen, a princess, a lady, mistress

ஒரு ராணி, ஒரு இளவரசி, ஒரு பெண்மணி, எஜமானி

TANAKIRI – தனகிரி

A small bag of money as an offering to an idol

ஒரு சிலைக்கு காணிக்கையாக ஒரு சிறிய பை நிறையப் பணம்

TANDA – தன்டா

An open palankin, used in Malabar

மலபாரில் பயன்படுத்தப்படும் ஒரு திறந்த பல்லக்கு

TANGAL – தங்கல்

A mohammadan or mappile priest

ஒரு முகமதியர் அல்லது மாப்பிளா பாதிரியார்

TANKAKASA – தங்க காசா

A gold ducat

ஒரு தங்க டகாட்

TANKAVELAKARAN – தங்க வேலக்காரன்

A goldsmith

ஒரு பொற்கொல்லர்

TANTA – தந்தா
A father

ஒரு தந்தை

TANTAKURA – தந்தா குறா
Inheritance by the father's side

தந்தையின் வழியிலான பரம்பரை

TANTAVARI – தந்தவரி
The father's line, or inheritance through the father

தந்தையின் வரி, அல்லது தந்தை மூலம் பரம்பரை

TARANATTA / JANAMA – தரனட்டா / ஜனமா
Family hereditary property

குடும்ப பரம்பரை சொத்து

TARANATTUKARAN – தர நாட்டுகாரன்
A householder a man of family the managing member of a united family

ஒரு வீட்டுக்காரர் ஒரு குடும்பத்தின் ஆண் ஒரு ஐக்கிய குடும்பத்தை நிர்வகிக்கும் உறுப்பினர்

TARAWATTU / MUTAL – தர வாட்டு
Family property

குடும்ப சொத்து

TARISA – தரிசா
Fallow, uncultivated

தரிசு, பயிரிடப்படாத

TARISUNILAM – தரிசு நிலம்
Waste or fallow land

கழிவு அல்லது தரிசு நிலம்

TARWAD / TARWAVD – தர்வட் / தர்வுட்
A house, a family, especially a united family whose affairs are managed by one or more of the chief members

ஒரு வீடு, ஒரு குடும்பம், குறிப்பாக ஒன்று அல்லது அதற்கு மேற்பட்ட முக்கிய உறுப்பினர்களால் நிர்வகிக்கப்படும் ஒன்றுபட்ட குடும்பம்

TAVANAKKA / CHITTA – தவனக்கா / சிட்டா
An agreement to pay a loan by instalment

தவணை முறையில் கடனை செலுத்துவதற்கான ஒப்பந்தம்

TAVANAMUDAKKAM – தவணமுடக்கம்
Lapse of term fixed for an installment

ஒரு தவணைக்கு கால அவகாசம் நிர்ணயிக்கப்பட்டது

TAVANAPPANAM – தவணப்பணம்
An installment, a stipulated periodical money payment

ஒரு தவணை, ஒரு குறிப்பிட்ட காலமுறை பணம் செலுத்துதல்

TEDVATI – தேட்வாடி
Designation of a bond in which for money advanced

முன் பணத்திற்காக எழுதப்பட்ட பத்திரத்தின் ஆயுட்காலமும், தலைப்பும்

TEKKA – தேக்கா
The teak tree (tectona grandis)

தேக்கு மரம் (டெக்டோனா கிராண்டிஸ்)

TENDAL – தேன்டால்
Begging

பிச்சை எடுப்பது

TENDALKARAN – தண்டல்காரன்
A heggar; a collector of taxes

ஒரு பிச்சைக்காரர்; வரி வசூலிப்பவர்

TENNA – தென்னா
A cocoa nut – tree

ஒரு கொக்கோ கொட்டை – மரம்

THORA – தோரா
The unit of land measure
நில அளவை அலகு

THUNI – துணி
A weight of grain or dry measure = 86,400 grains of rice
ஒரு தானிய எடை அல்லது உலர் அளவு = 86,400 அரிசித் தானியங்கள்

TINNAL / PANAM – தின்னல் / பணம்
General monthly levy of contributions from all classes by the rajas of Malabar
மலபாரின் ராஜாக்களால் அனைத்து வகுப்பினரின் பங்களிப்புகளின் பொது மாதாந்திர வரிவிதிப்பு

TINNALKKOPPA – தின்னல்கோப்பா
Monthly provinces for a temple or witling house
மாதாந்திர மாகாணங்கள் ஒரு கோவில் அல்லது விட்லிங் வீட்டிற்கு

TIPPARI – திப்பாரி
A grain measure, the same as a nala, or one - fourth of an edangoli
ஒரு தானிய அளவு, ஒரு நாலா போன்றது, அல்லது ஒரு எடாங்கோலியின் நான்கில் ஒரு பங்கு

TIRA – திறா
Tribute, tax
காணிக்கை, வரி

TIRA / TIR / TEER – திரா / திர் / தேர்
A written receipt or acknowledgement
எழுதப்பட்ட ரசீது அல்லது ஒப்புகை

TIRATI / TIRHATI / TIRAYUT – திறாடி / திஹாடி / திரயுட்
An umpire, an arbitrator, any third person
ஒரு நடுவர், ஒரு நடுநிலையாளர், எந்த மூன்றாவது நபர்

TIRMMA – திர்ம்மா
Discharge, ucquittal, settlement
வெளியேற்றம், விடுதலை, தீர்வு

TIRMMURI / TEERMOORIE – திர்ம்முரி / தேர்மோரி
A written receipt or acknowledgement
எழுதப்பட்ட ரசீது அல்லது ஒப்புகை

TIRUMUL / KARYA – திருமுல் / கர்யா
A complementary present to superious on visiting them
அவர்களைப் பார்க்கும்போது மேலானவர்களுக்கு வழங்கப்படக் கூடிய ஒரு சிறப்புப் பரிசு

TIRUVANA – திருவனா
An oath, swearing
ஒரு சத்தியம், சத்தியம்

TIRVILA – திர்விலா
Duty, customs
கடமை, சுங்கம்

TITTA – டிட்டா
A shoal, a hank
ஒரு ஷோல், ஒரு ஹாங்க்

TIYAN / TIYAR – தியான் / தியார்
A caster, a member of it
ஒரு நடிகர், அதில் ஒரு உறுப்பினர்

TIYATTI – தியாட்டி
A woman of the tiyan caste
தியன் சாதிப் பெண்

TOPPI – தொப்பி
A hat, a cap, a skull - cap
ஒரு தொப்பி, ஒரு தலைமுடி, ஒரு தலைக்கவசம்

TUKA – டுகா
An amount, sum total
ஒரு தொகை, மொத்தம்

TULABHARAM – துலப்ஹராம்

An equal weight of gold or other articles intended for distribution with the weight of donor

நன்கொடையாளரின் எடையுடன் சமமான எடையுள்ள தங்கம் அல்லது பிற பொருட்களை விநியோகிக்கும் தன்மை

TULAM – துலாம்

The month when the sun enters libra, sep - oct

சூரியன் துலாம் ராசியில் நுழையும் மாதம், செப்டம்பர் – அக்டோபர்

TULU – துலு

The northern most division of the Malayalam country

மலையாள நாட்டின் வடக்குப் பகுதி

TUMARAM – துமராம்

A measure of timber, one - fourth of a khandi, or 144 square inches

மரத்தின் அளவு, ஒரு காண்டியின் நான்கில் ஒரு பங்கு அல்லது 144 சதுர அங்குலங்கள்

TUMBAMARI – தும்பமாரி

Certificate given by a proprietor to the holder of his land on lease or mortgage

குத்தகை அல்லது அடமானத்தில் நிலத்தை வைத்திருப்பவருக்கு உரிமையாளர் வழங்கிய சான்றிதழ்

TUNDAM / TUNDU – துண்டம் / துண்டு

A piece, a fragment, a piece cut off, a little

ஒரு பகுதி, ஒரு துண்டு, ஒரு துண்டு துண்டிக்கப்பட்டது, சிறிது

TUSHI / KANAM – துஸி / கனம்

Fees paid to the person who draws up the deeds

பத்திரங்களை எழுதிய நபருக்கு செலுத்தப்படும் கட்டணம்

TUSI / TUSHI – துசி / துஷி

The iron style used in writing எழுத்தில் பயன்படுத்தப்படும் இரும்பு நடை

TUTAM – துட்டம்

A liquid measure containing about one - tenth of an edangali

ஒரு எடங்காலியில் பத்தில் ஒரு பங்கு கொண்ட திரவ அளவு

TUVATA – துவடா

A measure of timber, one sixth of tumaram, or 24 square inches

மரத்தின் அளவு, துமரத்தின் ஆறில் ஒரு பங்கு அல்லது 24 சதுர அங்குலம்

UBAYAM – உபயம்

Interest on money given in mortgage

அடமானத்தில் கொடுக்கப்பட்ட பணத்திற்கான வட்டி

ULPATTI – உள்பட்டி

Rice – lands

அரிசி – நிலங்கள்

UMI – உமி

The husk of rice or other grain; chaff, bran

அரிசி அல்லது பிற தானியங்களின் உமி; பருப்பு, தவிடு

UMUNGONG – உமுங்கோங்

(Malay) In JohoreState, a functionary whose duty isto make investigation in order toseek out persons who perpetratecrime, to prevent oppression and tofind and punish transgressorslUBiH (H) Sugar - cane (saceharum offieinarum)

(மலாய்) ஜோஹீர் மகாணத்தில் அடக்குமுறையைத் தடுக்கவும், மீறுபவர்களைக் கண்டுபிடித்துத் தண்டிக்கவும், குற்றங்களைச் செய்பவர்களைத் தேடுவதற்கும் விசாரணையை மேற்கொள்தற்குமான கடமையாகும்

UNDIKA – உண்டிகா

A bill of exchange

பரிமாற்ற மசோதா

UNDIKUKULASAM – உண்டிகுகுலசம்

A treasury - box in which duty or custom - money is deposited a money – box an alms – box

ஒரு கருவூலப் பெட்டி, கடமை அல்லது சுங்கப் பணம் வைப்புத் தொகையாக வைக்கப்படும் பணப்பெட்டி ஒரு பிச்சைப் பெட்டி

UPPALAM - உப்பளம்

A salt - marsh

ஒரு உப்பு சதுப்பு நிலம்

UPPUPATANNA – உப்புபட்டான்னா

A salt - marsh, a bed in which salt is made by solar evaporation

ஒரு உப்பு சதுப்பு நிலம், சூரிய ஆவியாதல் மூலம் உப்பு தயாரிக்கப்படும் ஒரு படுகை

URA - உறா

A village, a town, a country

ஒரு கிராமம், ஒரு நகரம், ஒரு நாடு

URALAN - உறலன்

Guardian or manager of a temple whether singly or in partnership with others

ஒரு கோவிலின் பாதுகாவலர் அல்லது மேலாளர் தனியாகவோ அல்லது மற்றவர்களுடன் கூட்டாகவோ நிர்வகித்தல்

URALI - உறாலி

A man of a low or servile caste a sudra

தாழ்த்தப்பட்ட அல்லது அடிமை சாதியைச் சேர்ந்த ஒரு மனிதன், ஒரு சூத்திரன்

URANAMA - உறனமா

Proprietorship of a temple or place of worship

ஒரு கோவில் அல்லது வழிபாட்டுத் தலத்தின் உரிமையாளர்

URANMAKARAN - உறன்மகாரன்

The proprietor of a temple

ஒரு கோவிலின் உரிமையாளர்

URAVA - உறவா

Ploughing, agriculture, tillage

உழவு, விவசாயம், உழவு

URAVUKARAN - உறவுகாரன்

A ploughman, a cultivator

ஒரு உழுவன், ஒரு விவசாயி

URAYAMA / STHANAM – உறயமா / ஸ்தனம்

The managements of the affairs of a temple whether singly or in partnership with others

ஒரு கோயிலின் நிர்வாகங்கள் தனித்தனியாகவோ அல்லது மற்றவர்களுடன் கூட்டாகவோ

URIYA - உரிய

Some, several, miscellaneous vernacular

சில, பல, இதர வடமொழி

URU - உரு

A part, a piece, a proportion of a field

ஒரு பகுதி, ஒரு துண்டு, ஒரு புலத்தின் விகிதம்

URVARA - உற்வாறா

Fertile soil yielding every kind of crop

அனைத்து வகையான பயிர்களையும் தரும் வளமான மண்

UTAMA - உட்டமா

Wages, payment

ஊதியம், கட்டணம்

VAKA - வாகா

A part of, a portion

ஒரு பகுதி, ஒரு பகுதி

VAKA / VAKKANARA – வக / வக்கணாரா

Hemp

சணல்

VAKA / WAKA / KARAN – வகா / வாகா / காரன்
A kinsman
ஒரு உறவினர்

VALLAM – வள்ளம்
A large basket for storing grain
தானியங்களை சேமிப்பதற்கான ஒரு பெரிய கூடை

VALLAVA – வல்லவா
One of the three divisions of the servile caste, the palayar
அடிமை சாதியின் மூன்று பிரிவுகளில் ஒன்று, பழையர்

VALLI – வள்ளி
Wages paid to the servile classes or palayars
அடிமை வகுப்புகள் அல்லது பழையர்களுக்கு வழங்கப்படும் ஊதியம்

VALLIKANAM – வள்ளிகனம்
Earnest money
சம்பாதித்த பணம்

VANCHI / VIRUTTI – வன்ச்ஹி / விருத்தி
Land granted at an easy rate of assessment
எளிதான மதிப்பீட்டில் நிலம் வழங்கப்பட்டது

VANCHIBHRAMI / VANCRIKSHMA – வன்ச்ஹிபிராமி / வன்கிருஷ்ணா
The country of Travancore
திருவிதாங்கூர் நாடு

VARAIKARAN – வரைகாரன்
A travellor, a wayfarer
ஒரு பயணி, ஒரு வழிப்போக்கன்

VARAKKA – வரக்கா
Advance made to cultivators to enable them carry on cultivation
பயிர்த்தொழிலை மேற்கொள்ள விவசாயிகளுக்கு முன்பணம் அளிக்கப்பட்டது

VARAKKA – வரக்கா
A Plaint, a claim, a lawsuit
ஒரு பிரச்சனையை முன்மொழிதல், ஒரு கோரிக்கை, ஒரு வழக்கு

VARAM – வரம்
A share of the crop or of the produce of a field
ஒரு வயலின் பயிர் அல்லது விளைச்சலின் பங்கு

VARANILAM – வர நிலம்
Barren or waste land
தரிசு அல்லது பாழ் நிலம்

VARAPU / VARUPU – வரப்பு / வருப்பு
Drought, dry weather
வறட்சி, வறண்ட வானிலை

VARI – வரி
A ruler, a governor
ஒரு ஆட்சியாளர், ஒரு ஆளுநர்

VARI / KARNAM – வரி / கர்ணம்
A travellor, a wayfarer
ஒரு பயணி, ஒரு வழிப்போக்கன்

VARI / VARINAMA – வரி / வரினமா
An agreement, a contract, a written engagement
ஒரு ஒப்பந்தம், ஒரு புரிதல், எழுதப்பட்ட புத்திரம்

VARIKARI – வரிகாரி
Provider for a journey
பயணத்திற்கான உதவிகள் வழங்குபவர்

VARIPURAM – வரிபுரம்
A flood, an inundation
வெள்ளம், காட்டாறு

VARIYA – வரியன்
A man of a particular class, a servant in a temple
ஒரு குறிப்பிட்ட வகுப்பைச் சேர்ந்த ஒரு மனிதன், ஒரு கோவிலில் வேலைக்காரன்

VARIYUTTA – வரியுட்டா
Food given to travelling brahmans
பயணம் செய்யும் பிராமணர்களுக்கு வழங்கப்படும் உணவு

VASA – வச
A husband's sister; a wife
கணவரின் சகோதரி; மனைவி

VATUKAN – வடுகன்
A bondsman, a servant, a man of a certain tribe considered as originally from telingana
ஒரு கொத்தடிமை, வேலைக்காரன், தெலுங்கனாவைச் சேர்ந்த ஒரு குறிப்பிட்ட பழங்குடியினராகக் கருதப்படுபவர்

VAYAL – வயல்
A rice – field
ஒரு நெல் - வயல்

VAYALPATTAM – வயல்பட்டம்
Rent of rice - fields
நெல் வயல்களின் வாடகை

VAYIPPA – வயிப்பா
A loan, a debt
ஒரு கடன், ஒரு கடன்

VAYOLA – வயொாலா
A written agreement on palm leaf, making over land etc to another
பனை ஓலையில் எழுதப்பட்ட ஒப்பந்தம் மற்றொருவருக்கு நிலத்தை விடுதல் போன்றவை

VEPPA / VEPPU – வெப்பா / வெப்பு
Mortgage bond
அடமானப் பத்திரம்

VERUMPATTACHITTA – வெரும்பட்டசிட்டா
Lease of lands or gardens, agreement to pay a stipulated rent
நிலங்கள் அல்லது தோட்டங்களின் குத்தகை, நிர்ணயிக்கப்பட்ட வாடகையை செலுத்துவதற்கான ஒப்பந்தம்

VERUMPATTAM / VERROM PATTOM – வெரும்பட்டம் / வெர்ரொாம் பட்டோாம்
Rent or land or gardens without any advances or loan
எந்த முன்பணமும் அல்லது கடனும் இல்லாத வாடகை அல்லது நிலம் அல்லது தோட்டங்கள்

VETTOOVALLY – வெட்டோாவள்ளி
Seed and labour
விதை மற்றும் உழைப்பு

VILA / WILA – வில / வீல
Price, value
விலை, மதிப்பு

VILACHARAKKA – விலச்ஹரக்கா
Goods exposed for sale, merchandise, a valuable article
விற்பனைக்கு வெளிப்படும் பொருட்கள், பொருட்கள், மதிப்புமிக்க கட்டுரை

VILATIRUA – விலடிரூயா
A bill of sale transferring property without any reservation of future claim
எதிர்கால உரிமை கோரலின் முன்பதிவு இல்லாமல் சொத்தை மாற்றும் விற்பனை மசோதா

VILATTARAM – வில்லாட்டராம்
Price or value of corn levied as tax or rent
வரி அல்லது வாடகையாக விதிக்கப்படும் சோளத்தின் விலை அல்லது மதிப்பு

VIRUTTI – விருட்டி
Land & granted by the government free of tax or assessment on condition of performing any public service when required without pay
அரசாங்கத்தால் இலவசமாக வழங்கப்பட்ட நிலம் வரி அல்லது மதிப்பீட்டின் அடிப்படையில் ஊதியம் இல்லாமல், தேவைப்படும் போது எந்தவொரு பொது சேவையையும் செய்ய வேண்டும்

VIRUTTIKARAN – விருட்டிகாரன்

A person holding land free of rent or tax on condition of public service

பொது சேவையின் நிபந்தனையின் அடிப்படையில் வாடகை அல்லது வரி இல்லாமல் நிலத்தை வைத்திருக்கும் நபர்

VITTARA – விட்டாரா

A certain rent paid by a cultivator or renter to the proprietor

ஒரு விவசாயி அல்லது குத்தகைதாரர் உரிமையாளருக்கு செலுத்தும் ஒரு குறிப்பிட்ட வாடகை

VITTMATTAM – விட்டிமட்டம்

Harrowing, after sowing

விதைத்த பிறகு, அரிப்பு

VITTU PATU – விட்டு பட்டு

The quantity of ground sown

விதைக்கப்பட்ட நிலத்தின் அளவு

VITTUKAL – விட்டுக்கல்

Rent or tax equal to a fourth of the seed sown

விதைக்கப்பட்ட விதையில் நான்கில் ஒரு பங்கிற்கு சமமான வாடகை அல்லது வரி

VITTUPATI – விட்டுபட்டி

An agreement between the cultivator and proprietor

விவசாயிக்கும் உரிமையாளருக்கும் இடையிலான ஒப்பந்தம்

VITTUPATTAM – விட்டுபட்டம்

Rent or tax equal to the whole amount of the seed sown

விதைக்கப்பட்ட விதையின் மொத்தத் தொகைக்கு சமமான வாடகை அல்லது வரி

WOLLA / BHARMA – வொல்லா / பஹர்மா

A private gift to a temple or religious establishment

ஒரு கோவில் அல்லது மத நிறுவனத்திற்கு ஒரு தனிப்பட்ட பரிசு

YANTRAKARAN / YANTRIKAN – யன்ட்ரகாரன் / யான்ட்ரிகன்

An engineer, an artificer, a mechanic

ஒரு பொறியாளர், ஒரு கைவினைஞர், ஒரு பழுதுபார்ப்பவர்

> " வாங்கிய மற்றும் பூர்விக சொத்துக்களை பெரும்பாலானவர்கள் பராமரிப்பதும், கவனிப்பதும் இல்லை. அதற்கு நேரமில்லை இருக்கின்ற வேலைகளில் இதனைச் செய்ய முடியவில்லை, என்று தங்களுக்குளே சாக்குப் போக்குகளில் இருந்து விடுகின்றனர். ஆனால் உண்மையில் அவர்களுக்கு சொத்துக்களை பராமரிக்கத் தெரியவில்லை. தெரியவில்லை என்பதைத் தான் முடியவில்லை என்று சொல்கின்றனர். "

– சா.மு பரஞ்சோதி பாண்டியன்

பழைய தமிழ் வார்த்தைகள்

A Village Accountant –
நாட்டுக்கணக்கன்
Village Accountant
நாட்டுக்கணக்கன்

AADI – ஆடி
Tamil Year (July – August)
தமிழ் ஆண்டு (ஜூலை - ஆகஸ்ட்)

AADIVALAN – ஆடிவாலான்
A Kind Of Paddy
ஒரு வகையான நெல்

AAGA – ஆக
Together
ஒன்றாக

AAGAE – ஆகே
Before In Front
முன்புறம்

AAGAR – ஆகர்
Last The End Completion
கடைசி நிறைவுறும் முடிவு

AAL AVAL – ஆல்அவால்
State Of One Circumstances
குறிப்பிட்ட ஒரு சூழ்நிலையின்
போதான நிலை

AALMAGAANAM – ஆல்மாகானம்
An Establishment Of Servents
சேவகர்களின் ஸ்தாபனம்

AAMATH – ஆமத்
Income Return
வருமணக்கணக்கு பற்றிய
அறிக்கை

AANI – ஆனி

The Third monthof the Tamil
Year (June-July)
தமிழ் வருடத்தின் மூன்றாவது
மாதம் (ஜூன்-ஜூலை)

AASAMIYARISAP –
ஆசாமியாரிஇசாப்
Count Showing The Name & C
Of Each Individual
ஒவ்வொரு நபரின் பெயர் மற்றும்
C ஐக் காட்டும் எண்ணிக்கை

AASAR – ஆசர்
Appearace Being Present Or
Ready
தற்போதைய தோற்றம் அல்லது
தயாராக உள்ள தோற்றம்

AASTHIKKUDAIYAVAN –
ஆஸ்திக்குடையவன்
An heir
ஒரு வாரிசு

AASTHIYUDAIYAVAN –
ஆஸ்தியுடையவன்
A Proprietor
ஓர் உரிமையாளர்

AATCHAVANAI – ஆச்சேபனை
Objection, Hindrance
ஆட்சேபனை, தடை

AAVANI – ஆவணி
The fifth Tamil month (Aug-
Sep)
ஐந்தாவது தமிழ் மாதம் (ஆகஸ்ட்
- செப்)

AAYAKATTU – ஆயக்கட்டு
Total Lands
மொத்த நிலங்கள்

AAYAM – ஆயம்
Customs Duties
சுங்க மேல்வரிகள்

AAYATHURAI – ஆயத்துறை
A Custom House A Toll Office
சுங்கவரி வசூலிக்கும் சுங்கச்சாவடி

ABARATHAM – அபராதம்
A Fine, A Forgeiture
ஒரு அபராதம், ஒரு மோசடி

ABOOLEATHU – அபூலேத்து
A Written Agreement
எழுதப்பட்ட ஓர் ஒப்பந்தம்

ACHUKATTU – அச்சுக்கட்டு
The Formation Of A Field With Ridges Into Beds
படுக்கைகளில் முகடுகளுடன் ஒரு வயல் உருவாக்கம்

ADAIKIRATHU – அடைக்கிறது
To Mortgage Landed Property
நில சொத்துக்களை அடமானம் வைப்பது

ADAIKMANAM – அடைமானம்
Mortgage Of Landed Property
நிலச் சொத்தின் அடமானம்

ADAIYOLAI – அடையோலை
A Cadjan Morgage Deed, Or Lease
ஒரு ஓலை அடமானப் பத்திரம், அல்லது குத்தகை

ADIKOL – அடிக்கோல்
A Measuring Rod, Or Pole
ஒரு அளவிடும் கம்பி, அல்லது கம்பம்

ADIMAIPALLAN – அடிமைப்பள்ளன்
A Slave, A Labourer Of The Palla Caste
ஓர் அடிமை, பள்ளர் சாதித் தொழிலாளி

ADIPUKOOLI – அடிப்புக்கூலி
Wages For Threasing Corn
மக்காச்சோளம் அரைத்ததற்கான ஊதியம்

ADITHUMUTHALANATHU – அடித்துமுதலானது
The Quantity Of grain Threashed
அரைக்கப்பட்ட தானியத்தின் அளவு

AGUTHIKARAN – பகுதிக்காரன்
A collector, a Tax - Gatherer
ஒரு சேகரிப்பாளர், ஒரு வரி வசூலிப்பவர்

AJITHASTHU – அர்ஜிதாஸ்து
A Writtern Pettition
எழுத்து பூர்வமான ஒரு மனு

AKABAR – அகபார்
A weekly account
ஒரு வாரக் கணக்கு

AKBAR – அக்பர்
Business Of Distilling Or Selling Strong Waters Excise Upon Such Business
அத்தகைய வணிகத்தின் மீது காய்ச்சி வடிகட்டிய அல்லது வலுவான தண்ணீரை விற்பனை செய்யும் வணிகம்

AKKAL – அக்கல்
Sense understaing
உணர்வு புரிதல்

AKKIKATHTHATHU – அக்கீகத்து
Statement Of Case
வழக்கு அறிக்கை

AKRARAMTHAR – அக்ரகராம்தர்
Holder of a village or a part of one occupied by Brahmans and held either rent free under special grants or at a reduced rate of assessment
பிராமணர்களால் ஆக்கிரமிக்கப்பட்ட ஒரு கிராமம் அல்லது ஒரு பகுதியை வைத்திருப்பவர் மற்றும் சிறப்பு மானியங்களின் கீழ் வாடகை இல்லாமல் அல்லது குறைந்த மதிப்பீட்டு விகிதத்தில் வைத்திருப்பவர்

AKSHAN – அக்ஷான்
Another name of the month of margashrisha which was at one time counted the first of the year corresponding with nov – dec

ஒரு காலத்தில் மார்கழி மாதத்தின் மற்றொரு பெயர் நவம்பர் – டிசம்பர்

ALABITHA – அலாபிதா
Separate Distinct
தனி, தனித்துவமான

ALAVUKUDAI – அளவுகடை
A Basket for measuring Price
விலையை அளக்க ஒரு கூடை

ALKAMI – அல்காமி
Temporary
தற்காலிகமானது

ALLANAI – அல்லனை
A dam or bridge of stone
ஓர் அணை அல்லது கல் பாலம்

ALLU – அள்ளு
A Handful Of Grain Given To Measures Village Servants, And Others As Remuenaration For Their Services
கிராமப் பணியாளர்கள் மற்றும் பிறருக்கு அவர்களின் சேவைகளுக்கான ஊதியமாக ஒரு கையளவு தானியங்கள் வழங்கப்படுகின்றன

ALUMATHU – அளுமத்து
Deposit Charge
வைப்புக் கட்டண

ALUNJ – அளுஜ்
Grain Produce
தானிய உற்பத்தி

ALUTHI – அளுதி
Immemorial
பழைமைவாய்ந்தது

ALUTHIKARAMBU – அளுதிக்கர்ம்பு
Land Left Waste From Time Immemorial
பழங்காலத்திலிருந்தே நிலம் வீணாகிவிட்டது

AMAL – அமல்
An Act In Common Use, A Seizure Confiscation Or Any Thing Liable To Confistation
பொதுவான பயன்பாட்டில் உள்ள ஒரு சட்டம், பறிமுதல் அல்லது பறிமுதல் செய்யக்கூடிய ஏதேனும் ஒன்று

AMANATHU – அமானத்து
A Deposit
ஒரு வைப்பு

AMANIYAJOOBAB – அமானியாஜோபாப்
Sun Dry Farms Under a Collectors Management
ஒரு ஆட்சித்தலைவர் நிர்வாகத்தின் கீழ் உள்ள சூரிய உலர் பண்ணைகள்

AMANJI / AMINJI – அம்ஞ்சி / அமிஞ்சி
Compulsory Service without payment unpaid Labour
ஊதியம் இல்லாத கட்டாய சேவை ஊதியம் இல்லாத உழைப்பு

AMARAM – ஆமரம்
A Grant of revenue by the prince or a poligar, on condition of service generally, military or police
பொதுவாக, ராணுவம் அல்லது காவல்துறையின் சேவை நிபந்தனையின் பேரில் இளவரசர் அல்லது பொலிகார் வழங்கும் நிதி உதவி

AMBAAR – அம்பார்
See
பார்க்கவும்

AMBADI – அம்பாடி
A plant, the Hybiscuscanmbinus, called also Bombayhemp Oil is extracted from theseed, and ropes are made of thefibre, and the leaves are edible
பாம்பே ஹெம்ப் ஆயில் என்றும் அழைக்கப்படும் ஹைபிஸ்கஸ் கான்பினஸ் என்ற தாவரம் விதையில் இருந்து பிரித்தெடுக்கப்படுகிறது, மேலும் கயிறுகள் நார்களால் ஆனது மற்றும் இலைகள் உண்னக்கூடியவை

AMBALA MANYAM – அம்பலமானியம்

A portion of land held free of revenue by the headmen of a village, as a perquisite of office

ஒரு கிராமத்தின் தலைவர்கள் அலுவலகத் தேவையாக, வருவாய் இல்லாமல் வைத்திருக்கும் நிலத்தின் ஒரு பகுதி

AMBALAM – அம்பலம்

A place where public affairs are discussed

பொது விவகாரங்கள் விவாதிக்கப்படும் இடம்

AMBALAVASI – அம்பலவாசி

A caste in Travancore who are makers of Garlands They are attendants in temple And rank between Brahman and Nairs

திருவிதாங்கூரில் உள்ள ஒரு சாதியினர் மாலைகள் செய்பவர்கள், அவர்கள் கோவிலில் பணிபுரிபவர்கள் மற்றும் பிராமணர் மற்றும் நாயர்களுக்கு இடையேயான தரவரிசையில் உள்ளனர்

AMBARAKADAI – அம்பாரக்கடை

A store, a Granary, a place where any thing is stored

ஒரு கடைஒரு தானியக் கூடம்எந்தப் பொருளையும் சேமித்து வைக்கும் இடம்

AMBARAM – அம்பாரம்

A heap, a pile, a stock of corn Grain on the threshing floor

ஒரு குவியல் ஒரு முன்னோட்டம் ஒரு பங்கு சோளம் களத்தில் தானியம்

AMBARK – அம்பார்க்

A Heap Of Grain

தானியக் குவியல்

AMBARKADAI – அம்பார்க்கடை

A Place Where Any Thing Is Stored In Heap

குவியல் குவியலாக எந்தப் பொருளையும் சேமித்து வைக்கும் இடம்

AMBATTAN – அம்பட்டன்

A Barber, the Barber of the village

முடிவெட்டுபவர், கிராமத்தின் முடிவெட்டுபவர்

AMEASA – அமேஷா

Always

எப்போதும்

AMILTHAAR – அமில்தார்

Amildar, An Officer Makin Gcollection Of Public Revenue

பொதுநிதி வருவாய் வசூல் செய்யும் ஒரு அதிகாரி

AMILU – அமீளு

A need A Counsellor An Inferior Officer In Charge Of Village Affairs Under the similar

ஒரு ஆலோசகர் தேவை அதே போல் கிராம விவகாரங்களுக்கு பொறுப்பான ஒரு தாழ்ந்த அதிகாரி தேவை

AMINIJI – அமிஞ்சி

Work Done By Compulsion Without Pay

ஊதியம் இல்லாமல் நிர்பந்தத்தால் செய்யப்படும் வேலை

AMINJIYAAN – அமிஞ்சியான்

A Person Obliged Towork Without Pay

ஊதியம் இல்லாமல் வேலை செய்ய கடமைப்பட்டுள்ள ஒரு நபர்

AMISHAM (AMUSHAM) – ஆமிஷம்

The Produce of a piece of land, the crop, An estimate especially of the value or yield of a standing crop

ஒரு நிலத்தின் விளைச்சல், பயிர், குறிப்பாக நிற்கும் பயிரின் மதிப்பு அல்லது விளைச்சலின் மதிப்பீடு

ANADI / BIDU – அனாதிட்டு

A piece of Ground that has never been cultivated also similar terms as

இதுவரை பயிரிடப்படாத நிலத்தின் ஒரு பகுதி போன்ற சொல் பயன்பாடு

ANAI – ஆணை

An oath, an adjuration a protestation, a citation on the part of government

ஒரு உறுதிமொழி, ஒரு தீர்ப்பு, ஒரு எதிர்ப்பு, அரசாங்கத்தின் தரப்பில் ஒரு மேற்கோள்

ANAIKAAL – அனைக்கால்

An embankment of stone

கல்லால் ஆன அணை

ANATHANSAMBA – அனத்தன்சம்பா

A Kind Of Paddy So Called

ஒரு வகையான நெல் என்று அழைக்கப்படுகிறது

ANCHAL – அஞ்சல்

Public Conveyance, Post, Posting, a Post-Stage, a relay of polankin bearrers or post – runners

பொது போக்குவரத்து, தபால், பணியிடம் ஒரு பிந்தைய நிலை, பல்லக்குத் தூக்கிகளின் தொடர் ஓட்டம்

ANDAI – ஆண்டை

Master of a family, owner of slaves

ஒரு குடும்பத்தின் எஜமானர், அடிமைகளின் உரிமையாளர்

ANDI – ஆண்டி

A religious mendirant of the sevia sect in the south

தெற்கில் உள்ள சேவியா பிரிவின் ஒரு மதவாதி

ANGADI – அங்காடி

A stall or shop in a market where provisions are sold, a betel stall

ஒரு கடை அல்லது சந்தையில் பொருட்கள் விற்கப்படும் கடைஒரு வெற்றிலை கடை

ANGADI PATTI / PATTADAI – அங்காடி பட்டி / அங்காடி பட்டை

A tasc upon moveable shops or stalks

நகரக்கூடிய கடைகள் அல்லது தண்டுகள் மீது ஒரு பணி

ANGADIKKAPAN - அங்காடிக்காரன்

A vender of provision

உபயோகப்பொருள்கள் விற்பனையாளர்

ANI – ஆநி

The month of June

ஜூன் மாதம்

ANIYAM – ஆநியம்

A day

ஒரு நாள்

ANYAKKUDI – அன்னியக்குடி

Other and Kudi, House corruptly

மற்ற குடி, வீடு ஊழலாக

APJOOTH – அப்ஜூத்

Excess, Increase

அதிகப்படியான, அதிகரிப்பு

APTHA – அப்தா

A Week

ஒரு வாரம்

APTHAKANAKKU – அப்தாக்கணக்கு

A Weekly Account, Or Report

ஒரு வாராந்திர கணக்கு, அல்லது அறிக்கை

APVAP – அப்வாப்

Heads Or Subject Of Taxation Or The Taxes Which Were Imposed By The Muthammandan Government In Addition To The Regular Assessment On The Land

நிலத்தின் மீதான வழக்கமான மதிப்பீட்டிற்கு மேலதிகமாக முத்தம்மாண்டன் அரசாங்கத்தால் விதிக்கப்பட்ட வரிகள்

அல்லது வரி விதிப்புக்கு உட்பட்டவர்கள்

ARA

Water allowed to flow for irrigation in creator or less abundance, according to the quantity in the reservoir, usually from the beginning of June to the end of August

பொதுவாக ஜூன் தொடக்கத்தில் இருந்து ஆகஸ்ட் இறுதி வரை, நீர்த்தேக்கத்தில் உள்ள அளவின் படி, நீர்ப் பாசனத்திற்கன கிரியேட்டர் குறைவான அல்லது மிகுதியாக பாய அனுமதிக்கப்படுகிறது

ARAI – ஆரை

Half revenue applied to a village or lands assessed at half the usual rate

ஒரு கிராமத்திற்கோ அல்லது நிலத்திற்கோ வழக்கமான விகிதத்தை விடவும் பாதியாக நிதி மதிப்பிடப்பட்டது

ARAI / NIR – அரைநீர்

Water for Irrigation which may be drown freely from the public reservoir during a certain period of the year

வருடத்தின் ஒரு குறிப்பிட்ட காலப்பகுதியில் பொது நீர்த்தேக்கத்திலிருந்து தாராளமாக திறக்கப்படும் பாசனத்திற்கான நீர்

ARAITUKI – அரைத்துக்கி

half – hanging The Pillary

தொங்கும் தூண்

ARAKU / ARUKI – அரக்கு / அருக்கி

A Fermental Liquor from the Juice of the Palm

பனை மரத்தில் இருந்து பெறப்பட்ட புளித்த கல்

ARASAN – அரசன்

As pronounced sometimes in the southern dialerts

சில சமயங்களில் தென்மொழியில் உச்சரிக்கப்படுகிறது

ARASU – அரசு

The Act Of Rulling Or Governing A Country Also Pri-Villages Allowed For Watching

ஒரு நாட்டை ஆளும் அல்லது ஆளும் செயல், மேலும் கிராமங்கள் பார்ப்பதற்கு அனுமதிக்கப்படுகின்றன

ARASUKARAN – அரசுக்காரன்

A person holding certain privileges for performing police duty

போலீஸின் கடமையைச் செய்வதற்கு சில சலுகைகளை வைத்திருக்கும் நபர்

ARAYCHI – ஆராய்ச்சி

An officer under the magistrates head of the police a sheriff

காவல்துறை மாஜிஸ்–திரேட்டுகளின் கீழ் பணிபுரியும் ஒரு அதிகாரி, ஷெரிப் எனப்படும் பொறுப்பிலுள்ள காவலர்களின் தலைவர்

ARCHAGAN – அர்ச்சகன்

A Particular Officer

ஒரு குறிப்பிட்ட அலுவலர் (கடவுளுக்கு பூஜை செய்யும் நபர்)

ARDDA MANIYAM – அர்தமானியம்

Land partly or half rent – free, being assessed at the half the usual rate

நிலம் பகுதி அல்லது பாதி வாடகை – இலவசம், வழக்கமான விகிதத்தில் பாதியாக மதிப்பிடப்படுகிறது

ARI – அரி

A bunch or bundle, a bundly of corn, a cornsteak, a heap of grain before the straw is separated from it, a handful also raw rice

ஒரு கொத்து அல்லது மூட்டை, ஒரு மூட்டை சோளம், ஒரு சோள மாவு, வைக்கோல் பிரிப்பதிற்கு முந்தைய தானியக் குவியல், ஒரு கைப்பிடி பச்சை அரிசி

ARIDALA / ARIDARAN – அரிதால / அரிதராள்

Stubble

தண்டு

ARIDALUKU / ARIYEDUPU – அரிதலுக்கு / அரியெடுப்பு

A handful of corn, or as much as can be held by both hands put together, as the perquisite or Fee of certain village servants

கிராம வேலையாட்களின் ஊதியமாக, இருகைகளாலும் அவர்கள் எவ்வளவு அள்ளமுடியுமோ அவ்வளவு சோளம் வழங்கப்பட்டது

ARIKATTU – அரிக்கட்

A sheaf of Corn

சோளக்கட்டு

ARISI – அரிசி

Any Kind of Grain, but especially rice freed from chaff

எந்த வகையான தானியம், ஆனால் குறிப்பாக சோப்பில் இருந்து விடுவிக்கப்பட்ட அரிசி

ARIYEADUPPU – அரியெடுப்பு

A Certain Fee In Kind Taken For Village Servants Vide

கிராம ஊழியர்களுக்கு ஒரு குறிப்பிட்ட கட்டணம் எடுக்கப்பட்டது

ARJI – அர்ஜி

Letter From An Inferior, Pettition, Momorial

தாழ்ந்தவரிடமிருந்து வரும் கடிதம், மனு, நினைவுச்சின்னம்

ARKATHU – அர்கத்து

Hinderance Prevention

தடை தடுப்பு

ARPASI – அற்பசி

The seventh month of the Tamil Year (Oct-Nov)

தமிழ் வருடத்தின் ஏழாவது மாதம் ஐப்பசி (அக் - நவம்பர்)

ARSUKKARAN – அர்சுக்கார்ன்

A Person Holding Particlular Privillage For Doing Police Duty

போலீஸின் கடமையைச் செய்வதற்கு குறிப்பிட்ட சிறப்புரிமையை வைத்திருக்கும் நபர்

ARTHAMANIYAM – அர்த்தமானியம்

Land On Which Only Half Of The Full Government Tax Is Assessed

முழு அரசாங்க வரியில் பாதி மட்டுமே மதிப்பிடப்பட்ட நிலம்

ARTHASAMAM – அர்த்தசாமம்

MIDNIGHT

நள்ளிரவு

ARTHI – அர்தி

A broker, a commissioner, an agent

ஒரு தரகர், ஒரு ஆணையர், ஒரு முகவர்

ARU – ஆறு

A river, a rinulet, a watercourse

ஒரு நதி, ஒரு வழி, ஒரு நீர்ப்பாதை

ARUDIKADAI – அறுதிக்கரை

Fixed or final and karai, houndary one of the three kind of tenures under which is land is held in the tamil Provinces

நிலையான அல்லது இறுதி மற்றும் கரை, ஹவுண்டரி ஆகிய மூன்று வகையான பருவங்களில் ஒன்று தமிழ் மாகாணங்களில் நிலமாக உள்ளது

ARUDIKRAYAM – அறுதிக்கிரயம்

A final or permanent sale

இறுதி அல்லது நிரந்தர விற்பனை

ARUDIPANGU – அறுதிப்பங்

A final Settlement or allotment, what is given in full of all demands

ஓர் இறுதித்தீர்வு அல்லது ஒதுக்கீடு, அனைத்து கோரிக்கைகளுக்குமாக முழுவதுமாக வழங்கப்படுகிறது

ARUGU – ஆறுகு

A raised platform or terrace covered over and forming a veranda or porch on the outside a native house

ஒரு உயரமான தளம் அல்லது மொட்டை மாடி மூடப்பட்டு, ஒரு பூர்வீக வீட்டின் வெளியில் ஒரு வராண்டா அல்லது தாழ்வாரம்

ARUMBU – அறும்பு

Scarcity Earth

பற்றாக்குறை பூமி

ARUPPU – அறுப்பு

Cutting, Harvest, Cutting the crop, the art of reaping

வெட்டுதல், அறுவடை செய்தல், பயிர் வெட்டுதல், அறுவடை செய்யும் கலை

ARUPPUCHITTU – அலுப்புச்சீட்டு

An order or permission to cut the standing crop

விலைாத்து நிற்கும் பயிைர அறுப்புதற்கான உத்தரவு அல்லது அனுமதி

ARUPPUKALAM – அறுப்புக்காலம்

Season of Harvest

அறுவடைக் காலம்

ARUPU – அறுப்பு

The Act of Reaping

அறுவடைச்செயல்

ARUPUKKALAM – அறுப்புக்காலம்

Harvest

அறுவடை

ARUPUKOOLI – அறுப்புக்கூலி

Wages Given For Reaping

அறுவடைக்கு வழங்கப்படும் கூலி

ARUPUSEETU – அறுப்புச்சீட்டு

A Permit To Reap Corn

சோளம் அறுவடை செய்ய வழங்கப்படும் அனுமதிசீட்டு

ARUPUUKULI – அறுப்புக்குலி

Wages of reaping

அறுவடையின் கூலி

ARUVARI – அறுவரி

A tax paid at fixed times

குறிப்பிட்ட நேரத்தில் செலுத்தப்படும் வரி

ASAL – அசல்

Origin Principal Sum

முதன்மை தொகையின் மூலம்

ASAL CHITTU – ஆசல்சீட்டு

The original or first copy of a bond

பத்திரத்தின் அசல் அல்லது முதல் நகல்

ASALPERIJ – அசல்பேரீஜ்

Original Assessment

அசல் மதிப்பீடு

ASANATH – அசனாத்

Orders, Vouchers, Warrante

ஆணைகள், பற்றுச்சிட்டு, அழைப்பு ஆணை

ASATH – அஷாத்

The fourth month of the Hindu solar year (June-July), considered the first of the rainy season, and beginning of the rice cultivation

இந்து சூரிய ஆண்டின் (ஜுன்–ஜுலை) நான்காவது மாதம், மழைக்காலத்தின் முதல் மாதமாகவும், நெல் சாகுபடியின் தொடக்கமாகவும் கருதப்படுகிறது

ASOR – அசூர்

Vide

காலியாக

ASORKKATHCHERI – அசூர்க்கச்சேரி

Vide

காலியாக

ASTE / ASTIPASTI – ஆஸ்தி / ஆஸ்திபாஸ்தி

Real or personal Goods, riches Estate property possessions

உண்மையான அல்லது தனிப்பட்ட பொருட்கள், பண்ணச் சொத்து

உடைமைகள்

ASTHANAKARAN – ஆஸ்தானகாரன்

A Speaker in court, a pleader, an advocate

நீதிமன்றத்தில் ஒரு நாயகர், ஒரு வாதி, ஒரு வழக்கறிஞர்

ASTIVIPARAM – ஆஸ்திவிபரம்

An account or detailed statement of assests

ஒரு கணக்கு அல்லது சொத்துக்களின் விரிவான அறிக்கை

ATCHI – ஆட்சி

A heritage, Inheritance. It is most usually compounded, A domain or lordship obtain by the inheritance.

ஒரு பாரம்பரியம், பரம்பரை. இது பொதுவாக ஒருங்கிணைக்கப்படுகிறது, அதிகாரத்தின் கீழ் அல்லது உரிமையின் கீழ் பெறப்படும் பாம்பறியச்சொத்து

ATHACHI – அத்தாட்சி

Attestation

உறுதிச்சான்றளிப்பு

ATHIGARI – அதிகாரி

A superintendent a person having authority

ஒரு கண்காணிப்பாளரின் அதிகாரம் கொண்ட ஒரு நபர்

ATHTHU – அத்து

Boundary, Limit, Impediment

எல்லை, வரம்பு, தடை

ATTAVANAI – அட்டவணை

An index, a register, A cash – hook, a statement in figures, also a Accountant or writer

ஒரு குறியீட்டு, ஒரு பதிவு, ஒரு பணக்கொக்கி, புள்ளிவிவரங்களிகளின் படி ஒரு அறிக்கை, ஒரு கணக்காளர் அல்லது எழுத்தாளர்

ATTAVANAIKANAKAN –

அட்டவணைக் கணக்கன்

An accountant a book – keep, a registration

ஒரு கணக்காளர் ஒரு புத்தகம் - வைத்திருத்தல், ஒரு பதிவாளர்

ATTU PACHAL – ஆற்றுப்பாய்ச்சல்

River Irrigation, Lands watered from a river

நதி நீரிப் பாசனம், ஆற்றில் இருந்து நீரேற்றப்படும் நிலங்கள்

ATTUKAL – ஆற்றுக்கால்

A rivulet, A Channel for conducting water from a river for the purpose of Irrigation

ஒரு ஆறு, நீர்ப்பாசனத்தின் நோக்கத்திற்காக ஒரு ஆற்றில் இருந்து தண்ணீரைக் கொண்டு செல்லும் ஒரு கால்வாய்

ATTUPU – அட்டுப்பு

Boiled Salt, Earth Salt

வேகவைத்த உப்பு, பூமி உப்பு

AVAL – அவால்

Charge, Care, Custody

கட்டணம், பராமரிப்பு, பாதுகாப்பு

AVVAVAL – அவ்வல்

First Principal

முதல் முதல்வர்

AYAKATTU – அயகட்டு

Regulation, settlement Measurement of lands, determining the boundaries of a village An account of the total land belonging to a village, including houses, wells, particulars of its distribution and condition, to be kept by the village accountants

ஒழுங்குமுறை, குடியேற்றம், நிலங்களை அளத்தல், ஒரு கிராமத்தின் எல்லைகளை நிர்ணயித்தல், வீடுகள், கிணறுகள், அதன் விநியோகம் மற்றும் நிலை பற்றிய விவரங்கள் உட்பட ஒரு கிராமத்தைச் சேர்ந்த மொத்த நிலத்தின் கணக்கு, கிராமக்

கணக்காளர்களால் வைக்கப்பட வேண்டும்

AYAKATTU – ஆயக்கட்டு

Regulation, Settlement, Measurement of lands, Determining the boundaries of a village

ஒழுங்குமுறைதீர்வு, நிலங்களை அளவிடுதல், ஒரு கிராமத்தின் எல்லைகளை நிர்ணயித்தல்

AYAM – ஆயம்

Income, Profit, Toll, Tax, tribute, custorn measurement

வருமானம், லாபம், சாலைவரி, காணிக்கை, மற்றும் சுங்க அளவீடு

AYAN – அயன்

Actual

உண்மையான

AYAN – ஆயன்

A Shepherd

ஒரு மேய்ப்பன்

AYANJAMA – அயன்ஜமா

Acutal Collection

உண்மையான சேகரிப்பு

AYANPEREEJI – அயன்பேரீஜ்

Actural Assessment

உண்மையான மதிப்பீடு

AYARPADI – ஆயர்பாடி

A village of shepherd

ஆடு மேய்ப்பவரின் கிராமம்

AYATTURAI – ஆயத்துறை

A custome house, a place where tolls and taxes are collected

சுங்கவரி வசூல் செய்யும் சுங்கசாவட்டிகள் மற்றும் சுங்க வரி வசூலிக்கும் இடம்

AYEVOJ – அய்வோஜ்

Any Thinkg Or Person Subtituted For Another

எந்தவொரு சிந்தனையும் அல்லது நபரும் இன்னொருவருக்கு மாற்றாக

AZHIKAL – அழிகால்

A Betel Garden Where Vines Are Unproductive From Age Of Being Destroyed

கொடிகள் அழிக்கப்பட்ட காலத்திலிருந்து பலனளிக்காத வெற்றிலை தோட்டம்

AZHIKUZHIKANAM – ஆழிக்குழிக்காணம்

A kind of mortgage, in which the proprietor transfers them into cultivation or improving them

ஒரு வகையான அடமானம், அதில் உரிமையாளர் அவற்றை சாகுபடிக்கு மாற்றுகிறார் அல்லது மேம்படுத்துகிறார்

AZHIYA PADAM – ஆழியப்பதம்

Land in a low situation, capable of Irrigation and especially favourable for rice cultivation

குறைந்த சூழ்நிலையில் நிலம், நீர்ப்பாசனம் செய்யக்கூடியது மற்றும் குறிப்பாக நெல் சாகுபடிக்கு சாதகமானது

AZHUKKAL – அழுக்கால்

Paddy Rotten From Over Irrigation

மிகஅதிகமான நீர்ப்பாசனத்தின் காரணமாக

BAGAYATH – பாகாயத்

Gardens, Orchards, Groves

தோட்டங்கள், பழத்தோட்டங்கள், தோப்புகள்

BAKKI – பாக்கி

Balance, Remainder

இருப்பு, மீதி

BANDAGAM – பந்தகம்

A pledge, a pawn, a mortgage

அடமானம், அடமானம், அடமானம்

BANGALI – பங்காலி

A Share holder of village

lands under the preceding tenure.

முந்தைய பதவிக் காலத்தில் கிராம நிலங்களின் பங்குதாரர்.

BANGI – பாங்கி

A Species of village in Tinevelly by which the fields are divided once in every six among the villages by lot

திருநெல்வேலியில் உள்ள ஒரு இனம் கிராமத்திலுள்ள இந்த ஒவ்வொரு ஆறு இனத்திற்கும் சீட்டு குலக்கிப் போட்டு வயல்கள் பிரித்து கொடுக்கப்படுகிறது

BARI – பரி

A term applied to village landsin Assam

அசாமில் உள்ள கிராம நிலங்களுக்கு பயன்படுத்தப்படும் ஒரு சொல்

BEEDU – பீடு

Baenes, Meanness, Weakness

பெருமையற்ற, அற்பத்தனம், பலவீனம்

BEET – பீட்

Barren, Uncultivable

தரிசு, பயிரிட முடியாதது

BISWADAR – பிஸ்வாதர்

The holder of a share or shares in acoparcenary village

இந்த கிராமத்தில் ஒரு பங்கோ, பல பங்குகளோ வைத்திருப்பவர்

BISWADARI – பிஸ்வாதாரி

Proprietary' tenure in bisaas ; alsothe tenure of independent villagecommunities under a superior taluqdar The name of a primitive tribe-inhabiting forest and mountain tractsin provinces of Bihar, Chota Nagpur,etc

ஒரு உயர்ந்த தாலுக்தாரின் கீழ் சுதந்திரமான கிராம சமூகங்களின் காலம் பீகார், சோட்டா நாக்பூர் போன்ற மாகாணங்களின் காடு மற்றும் மலைப் பகுதிகளில் வசிக்கும் பழங்குடியினரின் பெயர்

BOGAM – போகம்

A Cup Of Corn

ஒரு கோப்பை சோளம்

CHAKKALI – சக்கலி

A low estate man, working in hides and lether; a eurrier, a shoemaker, the village shoemaker

ஒரு தாழ்வான பண்ணை மனிதன், மறைந்திருந்து வேலை செய்பவன்; ஒரு யூரியர், செருப்பு தைப்பவர், கிராமத்தில் செருப்பு தைப்பவர்

CHANAPPAN – கணப்பன்

A weaver of coarse cloth for sorks, of hempen cords

சணல் கயறுகளால் நெசவு செய்பவர்

CHANDAI – சந்தை

A fair, one held annually the mela of Hindustan

ஆண்டு தோறும் இந்துஸ்தானில் சிறந்த நடைபெறும்

CHAYA – சாய

A root from which a red dye is esctracted

சிவப்பு சாயம் பிரித்தெடுக்கப்பட்ட ஒரு வேர்

CHITTARI – சித்தரி

A Small tank

ஒரு சிறிய தொட்டி

CHONNAL – சொன்னல்

The Grain termed millet (Holeus Sacchratus)

தினை என அழைக்கப்படும் தானியம்

CHUNAM – சண்ணம்

Lime

சுண்ணாம்பு

DALAMBU – தளம்பு

A Flard – Gate, a Slice

ஒரு ஃப்ளார்ட் – கேட், ஒரு ஸ்லைஸ்

DESORMEN – தேச்மென்
A Powerful or Protector
சக்திவாய்ந்தவர் அல்லது பாதுகாவலர்

DHANYADAYAM – தானியாதாயம்
Receipt of revenue, in Grain
தானியத்தில் வருவாய் பெறுதல்

EAGABOGAM – ஏகபோகம
One Crop
ஒரு பயிர்

EAGOON – எகூன்
Whole
முழு

EAKKAL – எக்கல்
Accumulation Of Earth Or Sand
மண் அல்லது மணல் குவிப்பு

EAKOOSAMA – ஏகோசமா
Registry Of The Lands Of A Village In The Same Of A Single Inhabitant
ஒரு கிராமத்தில் வசிக்கும் ஒரே குடிமகனின் நிலங்களின் பதிவு

EALAM – ஏலம்
Auction Derived From The Pertuguese Leilam
போர்ச்சுகீசிய லேலம் எனும் சொல்லிலிருந்து பெறப்பட்ட சொல் ஏலம்

EAR – ஏர்
A Plough
ஒரு கலப்பை

EARI – ஏரி
A Large Tank A Lake
ஒரு பெரிய தொட்டி, ஒரு ஏரி

EARU – எரு
Manure
உரம்

EATHIRIPATTAYAM – எதிர்ட்டப்பட்டையம்
A Deed Of Release
ஒரு விடுதலைப் பத்திரம்

EATTRAM – ஏற்றம்
A Picottach A Particular Kind Of Machine For Drawing Water From Wells
கிணற்றில் இருந்து தண்ணீர் எடுப்பதற்குப் பயன்பாடும் பிகோட்டாச் எனப்படும் ஒரு குறிப்பிட்ட வகை இயந்திரம்

EATTRUMATHI – ஏற்றுமதி
Exportation same prounancation
ஏற்றுமதி-அதே உச்சரிப்பு

ELLAI – எல்கை
A Boundary Limit
ஓர் எல்லை வரம்பு

ELLAIKAL – எல்லைகல்
A Boundary Stone
ஓர் எல்லைக் கல்

ELLAIKATHAGARAR – எல்லைத்தகர்ரர்
A Boundary Dispute
ஓர் எல்லைத் தகராறு

ELVAI – எல்லை
A Boundary Limit
ஓர் எல்லை வரம்பு

ENDIRAM – ஏந்திரம்
A Sugarcane press, a mill a hand-mill
ஒரு கரும்பு அரவை ஆலை, ஒரு ஆலை, ஒரு கை ஆலை

ERAI – ஏறை
Tax, Tribute
வரி, காணிக்கை

ERANAR – ஏரானர்
Husband men
எஜமான்

ERANMAI – ஏராண்மை
Tillage
உழவு

ERIKARAI – ஏரிக்கரை
Bank of a reservoir
ஒரு நீர் இருப்பு வங்கி

ERIMERAI – ஏரிமேரை
A portion of the crop set apart to meet the expense of keeping the reserviour and watercourses in repair
பயிரின் ஒரு பகுதி நீர்த்தேக்கம் மற்றும் நீர்நிலைகளை பழுது பார்ப்பதற்வென ஒதுக்கப்பட்டது

ERIPACHAL – ஏரிப்பாசல்
Watered by channels conducted from a reservoir or tank (land)
நீர்த்தேக்கம் அல்லது தொட்டியிலிருந்து கால்வாய்கள் மூலம் நீர் பாய்ச்சப்படுகிறது

ERKAL – ஏர்கால்
A Yoke, a plough – beam
ஒரு நுகம், ஒரு கலப்பைப் கூட்டம்

ERPADU – ஏற்பாடு
A decision, a settlement
ஒரு முடிவு, ஒரு தீர்வு

ERSAMAN – ஏர்சாமான்
The apparatus of a plough
ஒரு கலப்பைக்கான சாமான்கள்

ESAP – இசாப்
Account
கணக்கு

ESUMUGAL – இசுமுகள்
Names
பெயர்கள்

ESUMUYARI – இசுமுயாரி
BY NAME A DETAILED ACCOUNT CONTAINING THE NAMES OF INDIVIDUAL
தனிநபரின் பெயர்களைக் கொண்ட ஒரு விரிவான கணக்கு

ETTRAKOL – எற்றக்கோல்
A Bamboo Used In Drawing Water From A Well & C
கிணறு மற்றும் கால்வாயில் இருந்து தண்ணீர் எடுப்பதற்கு பயன்படுத்தப்படும் மூங்கில்

ETTRUNDANKOL – எற்றுண்டான் கோல்
A Measuring Pole Made Use Of In The District Of Trichinopoly
திருச்சிராப்பள்ளி மாவட்டத்தில் அளவிடுவதற்காக ஒரு கம்பம் செய்து பயன்படுத்தப்பட்டது

GPOPAD IZHIYAN
A vendor of Tari
மது விற்பனையாளர்

GRAMAMERI – கிராமபெரை
Allowances of a portion of the crop to the village officers and servants
கிராம அலுவலர்கள் மற்றும் வேலையாட்களுக்கு பயிரின் ஒரு பகுதியைப் பிடித்தொகையாக வழங்கும்

GRAMANATTAM – கிராமநத்தம்
Ground set apart, on which the houses of a village, may be built
ஒரு கிராமத்தின் வீடுகள் அமைக்கப்படுவதற்கான இடம் கண்டறியப்பட்டது

GRAMANI – கிராமணி
The head man of a village
ஒரு கிராமத்தின் தலைவர்

GRAMUTTAN – கிராமத்தான்
The head man of a village
ஒரு கிராமத்தின் தலைவர்

GUNA – குணா
A Fault Crime
தவறான குற்றம்

HAKKAVI – தக்காவி
Advance Of Money
முன்பணம்

IDAI – இடை

Weight in general, a weight of 100 Palams

பொதுவாக 100 எடை பலாப்பழம்

IDAICHERI - இடைச்சேரி

A village of shelpberds

சேர்ப்பவர்களின் கிராமம்

IDAIYAN - இடையன்

A shepherd, a cowherd

ஒரு மேய்ப்பன், ஒரு மாடு, பசு மேய்ப்பவன்

IDAM / IDANKAI / IDAKKAI - இடம் / இடங்கை / எடக்கை

The left side, The left hand castes or divisions

இடது பக்கம், இடது கை சாதிகள் அல்லது பிரிவுகள்

IDANKAZHI - இடங்கழி

A Measure Made Use Of In The Malabar Country

மலபார் நாட்டில் மேற்கொள்ளப்பட்ட ஒரு நடவடிக்கை

ILAISEIVOR - விளைசெய்வோர்

Servants, Labourers

வேலையாட்கள், தொழிலாளர்கள்

ILAMBADI - இலம்பாடி

The name of the Banjara tribe in the south, also Lambadi

தெற்கில் உள்ள பஞ்சாரா பழங்குடியினரின் பெயர், லம்பாடி

ILANJAM - இலஞ்சம்

Bribery, A Fee

லஞ்சம், ஒரு கட்டணம்

ILANJI - இலஞ்சி

A tank, a large tank

ஒரு தொட்டி, ஒரு பெரிய தொட்டி

ILLAKKA - இலாக்கா

Possession Charge Relation Connection

உடைமை கொண்டிருப்பது தொடர்பான

ILLANGAADUTHARISU - இளங்காடுதரிசு

Land Left Waste For Years

பல ஆண்டுகளாக நிலம் வீணாகக் கிடக்கிறது

ILLAVU - இலவு

A Cotton tree producing a fine sort of cotton with thin and short fibres

ஒரு பருத்திச்செடி மெல்லிய மற்றும் குறுகிய நார்களைக் கொண்ட ஒரு சிறந்த பருத்தியை உற்பத்தி செய்கிறது

INAM - இனம்

Present, Gift

அன்பளிப்பு, பரிசு

INAMTHAR - இனம்தார்

A Holder Of An Enam, A Person Enjoying Rent Free Land

இனாம் வைத்திருப்பவர், வாடகை இல்லாத நிலத்தை அனுபவிக்கும் நபர்

INAYATHTHUTHAMA - இணையத்துதாமா

A Certificate A Grant In Writing A Deed Of Exempttion

விலக்கு பத்திரம் எழுதுவதற்கான ஒரு சான்றிதழ்

INDHILA - இந்திலா

Information Report

தகவல் அறிக்கை

Insap - இன்சாப்

Justice Decision

நீதி முடிவு

IPPAN - இப்பன்

A shepherd, A plough, a trader or merchant

ஒரு மேய்ப்பன், ஒரு கலப்பை, ஒரு வணிகர் அல்லது வியாபாரி

IRAIPPU - இறைப்பு

Payment of tax or tribute

வரி அல்லது காணிக்கை

செலுத்துதல்

IRAIYUMAVARIYUM –
இறையுமவரியும்
Taxes and duty assessment
வரி மற்றும் மேல்வரி மதிப்பீடு

IRAKKADAN – இராக்கதன்
A giant, the Rakshas of Aider mythology a kind of marriage The Rakshan form or violence
ஒரு மாபெரும், ஐடர் புராணங்களின் ராட்ஷர்கள் ஒரு வகையான திருமணம் ராட்ஷ வடிவம் அல்லது வன்முறை

IRAKKUCHAMBA – ஈரக்கூச்சம்பா
A Superior kind of the rice called chamba or samba Which is sown in July and reped in February
சம்பா அல்லது சம்பா எனப்படும் ஒரு உயர்ந்த அரிசி இது ஜூலையில் விதைக்கப்பட்டு பிப்ரவரியில் அறுவடை செய்யப்படுகிறது

Irakumathi – இறக்குமதி
Importation, Import
இறக்குமதி செய்யப்பட்ட, இறக்குமதி

IRATTU – இரட்டு
Course Cloth, Sackcloth
கரடுமுரடான துணி, சாக்குத் துணி

IRAVAL – இரவல்
A Loan, any Article lent
ஒரு கடன், கடனாக வைக்கப்பட்ட எந்தப் பொருளும்

IRRATTUPAI – இரட்டுப்பை
A sack of coarse canvas or cloth
கரடுமுரடான துணிப்பை அல்லது துணி

IRRTHA – இர்தா
Intention Design
உள்நோக்கம் வடிவமைப்பு

IRSAAL – இர்சால்
Remittance
பணம் அனுப்புதல்

IRSAALTHAMA – இர்சால்தாமா
List Of Remittances
பணம் அனுப்பியவர்களின் பட்டியல்

IRU – இரு
Two, both
இரண்டு இருவரும்

IRUBATHUNAALADIKOL –
இருபத்துநாலடிக்கோல்
A MEASURING ROD OR POLE OF TWENTY FOUR FEET IN LENGTH
இருபத்தி நான்கு அடி நீளமுள்ள ஒரு அளவிடும் கம்பி அல்லது கம்பம்

IRUBOGAM – இருபோகம்
Two shares of the crop,one ofwhich is due to the landlord and the other to the tenant
பயிரின் இரண்டு பங்குகள், அதில் ஒன்று நில உரிமையாளருக்கும் மற்றொன்று குத்தகைதாரருக்கும்

IRUBU / IRUBOGAM – இருபு / இருபோகம்
Two Crops
இரண்டு பயிர்கள்

IRUL – இருள்
Blackness
கருமை

IRULAN – இருளன்
A man of a wild rare living in the words
பேச்சளவில் உள்ள அரிய காட்டு மனிதன்

IRUMANABARI – இருமணபாரி
A soil of elayand sand
இலை மற்றும் மணல் கொண்ட ஒரு மண்

IRUPATTUNALADIKAL – இருபத்து

நாலடிக் கொல்
A measuring rod twenty-four feet in length
இருபத்தி நான்கு அடி நீளம் கொண்ட ஒரு அளவிடும் கம்பி

IRUPU – இருபு
Two Crops
இரண்டு பயிர்கள்

ISSA – இஸ்ஸா
A Share, Portion, Division
ஒரு பங்கு, பகுதி, பிரிவு

ISTHIMIR – இஸ்திமிர்
Permanency, Perpetuity, Continuity
நிரந்தரம், நிலையான, தொடர்ச்சி

ISTHIMIRI – இஸ்திமிரி
Permanent, Continuative
நிரந்தரமான, தொடர்ச்சியான

ISTHIMIRKIRAMAM – இஸ்திமிர்கிராமம்
A Village Permanenetly Settled
நிரந்தரமாகக் குடியேறிய ஒரு கிராமம்

ISTHIYAR – இஸ்தியார்
Notice Publication
அறிவிப்பு வெளியீடு

ISTHIYARAI – இஷ்தியார
Proclamation, Public announcement or notice, advertisement, an advertisement in a public place or a newspaper, notice by the collector of a sale of lands for arrears of revenue
பிரகடனம், பொது அறிவிப்பு அல்லது அறிவிப்பு, விளம்பரம், பொது இடத்தில் அல்லது செய்தித்தாளில் ஒரு விளம்பரம், வருவாய் நிலுவைக்கு நிலங்களை விற்பனை செய்ததற்கான அறிவிப்பு

ISTHYAARNAMA – இஸ்தியார்நாமா
A Proclamation An Advertisement

ஒரு பிரகடனம் ஒரு விளம்பரம்

ISTIMIRAR GRAMAM – இஸ்திமிரார் கிராமம்
A Village permanently settled
நிரந்தரமாக குடியேறிய ஒரு கிராமம்

ITHASAL – ஐத்தாசால்
Ensuringyear
உறுதி செய்யும் ஆண்டு

IVEJITUGAIDU – இவெசிதுகைகாடு
Statement showing the amount of the collections and balance in money and kind
பணம் மற்றும் பொருளில் வசூல் மற்றும் இருப்புத் தொகையைக் காட்டும் அறிக்கை

IVUMANIYAM – ஈவுமானியம்
A Grant of a propostion or percentage or any branch of land revenue which fluctuates with the improvement or deterioration of the produce
ஒரு முன்மொழிவு அல்லது சதவீதத்தின் மானியம் அல்லது விளைபொருளின் முன்னேற்றம் அல்லது சீரழிவுடன் ஏற்ற இறக்கமான நில வருவாயின் ஏதேனும் ஒரு கிளைக்கு வழங்கப்படும் மானியம்

IYAIJ / IVEG – ஐயஜ் / ஐவேஜ்
Substitute Instead
பதிலாக மாற்று

IYAVAN – இயவன்
An outcaste, a worker in leather and skins, a drummer
ஒரு புறஜாதிதோல் மற்றும் தோல் தொழிற்சாலைகளில் வேலை செய்பவர், டிரம் வாசிக்கும் இசைக்கலைஞர்

JAABITHA – ஜாபிதா
A List Schedule
ஒரு பட்டியல் அட்டவணை

JAADA – ஜாடா
The Shole

JAAGEER – ஜாகீர்

Land granted by theMughal Government, either free ofrent or subject to a small quit rent tolearned and religious persons of theMuhammadan faith, or for religiousand charitable uses

வாடகை இல்லாமல் அல்லது சிறிய வாடகைக்கு உட்பட்டு, முஹம்மதின் நம்பிக்கையை சார்ந்த மற்றும் மத நபர்கள் அல்லது மத மற்றும் தொண்டு நிறுவனப் பயன்பாட்டிற்காக முகலாய அரசாங்கத்தால் வழங்கப்பட்ட நிலம்

JAAGIRIP – ஜாகிர்
INFORMATION
தகவல்

Jaamin – ஜாமீன்
Security Boil
பாதுகாப்பு கொதிப்பு

JAAMINGATHU – ஜாமீங்கத்து
Security Bond
பாதுகாப்பு புத்திரம்

JAARI – ஜாரி
Restoration Return
மறுசீரமைப்பு திரும்புதல்

JAATMALI – ஜாட்மாலி
A Sweeper
ஒரு துப்புரவாளர்

JAIHARA – ஜெஹரா
Granary, Store Of Provision
தனியாக்களஞ்சியம், உணவு பொருள் கிடங்கு

JAIMA – ஜமா
Land Igven By Govenemnt As A Reward For Services
சேவையின் வெகுமதியாக அரசாங்கம் வழங்கும் நிலம்

JAITHAN – ஜெத்தன்
Care fulness
அதீத கவனம்

JAMA – ஜமா
Collection, Sum Total Amount
சேகரிப்பு, மொத்தத் தொகை

JAMA / BANDI / TIRAPPU – சமாபந்தி திரப்பு
Particulars of a revenue settlement
வருவாய் தீர்வின் விவரங்கள்

JAMABANTHI – ஜமாபந்தி
Settlement Of Revenue
வருவாய் தீர்வு

Jamin – ஜமீன்
Earth Land
பூமி நிலம்

JANMAM – சன்மம்
Birth also in some places, especially Malabar, birth right
சில இடங்களில் பிறப்பு, குறிப்பாக மலபார், பிறப்பு உரிமை

JAPTHI – ஜப்தி
Excellancy Highness
உன்னத உயர்நிலை

JAREEP – செரீப்
A Land Measure
ஒரு நில அளவு

JAROOR – ஜரூர்
Hustle, Hurry, Necessity
அவசரம், விரைவு, அவசியம்

JASAAP – ஜசாப்
Examination
பரீட்சை

JASTHI – ஜாஸ்தி
Increase
அதிகாரி

Jasthipereej – ஜாஸ்திபேரீஜ்
An Increase Of Revenue
வருவாய் அதிகரிப்பு

JAVAAN – ஜவான்
A Peon

ஒரு சேவகர்

JAVAPRAVEES – ஜவாப்ரவீஸ்
A Secretary, Clerk
ஒரு செயலாளர், எழுத்தர்

JAVAPU – ஜவாபு
An Answer
ஒரு பதில்

JILLA – ஜில்லா
A District A Division
ஒரு மாவட்டம் ஒருபிரிவு

JINSU – ஜின்சு
Species, Kinds, Goods, Artilces
இனங்கள், பொருள்கள், கட்டுரைகள்

JINUSU – ஜினுசு
Species, Kinds, Goods, Artilces
இனங்கள், பொருள்கள், கட்டுரைகள்

JIRAYATHU – ஜிராயத்து
Cultivation, Agriculture
சாகுபடி, விவசாயம்

JOOR – ஜோர்
A Force Vilence
ஒரு சத்தி வன்முறை

JOR – இஜார்
Rent Farm
பண்ணை வாடகைக்கு

JORCHSARAR – இஜார்சரர்
A Mark Of Respect Greeting
மரியாதைக்குரிய ஒரு குறி

JORTHAR – இஜார்தார்
A Renter
ஒரு வாடகைதாரர்

JUMMA – ஜும்மா
Charge, Trust
குற்றச்சாட்டு, நம்பிக்கை

JURMANA – ஜுர்மானா
Fine, Penality
அபராதம், தண்டனை

KAABIL – காபில்
A Clever An Able Man
ஒரு புத்திசாலி மற்றும் திறமையான மனிதன்

KAAITHA – காய்தா
Rule Custom
தனிப்பயன் விதி

KAALAVATHI – காலாவதி
A Season Proper Time For Commencing Cultivation
சாகுபடியைத் தொடங்குவதற்கான சரியான பருவம்

KAALITHU – காலித்து
Master Employer
முதன்மை பணிவழங்குநர்

KAAMUGA – காமுகா
Certainly, Positively
நிச்சயமாக, நேர்மறையாக

KAAMUKARI – காமுகாரி
Work, Repair
வேலை, பழுது

KAANAESUMARIKANAKU – காணேசுமாரிகணக்கு
A Return Of The Population Census
மக்கள் தொகைக் கணக்கெடுப்பின் அறிக்கை

KAANIYATCHI – காணியாட்சி
Hereditary Right
பரம்பரை உரிமை

KAANIYATCHIKARAN – காணியட்சிக்காரன்
A Hereditary Proprietor
ஒரு பரம்பரை உரிமையாளர்

KAAR – கார்
A Kind Of Perty

ஒரு வகையான சந்திப்புக் கொண்டாட்டம்

KAARIYAM – காரியம்

Affair, Business, Transcation any Necessory act, as the marriage or funeral ceremony

விவகாரம், வணிகம், பரிமாற்றம், திருமணம் அல்லது இறுதிச் சடங்கு என ஏதேனும் அவசியமான செயல்

KAARKOON – கார்க்கோன்

A Subordinate Revenue Servant Under A District Thasildar So Called

ஒரு மாவட்ட தாசில்தாரின் கீழ் ஒருவர் துணை வருவாய் ஊழியர் என்று அழைக்கப்படுகிறார்

KAARU – காறு

Plouhgshare

உழவுப் பங்கு

KAATHAL – காத்தல்

Protection, Preserving, Watching

பாதுகாப்பு பாதுகாத்தல், பார்த்தல்

KAATHAVARAYAN – காத்தவராயன்

A Watchman, A Guard

ஒரு காவலாளி, ஒரு பாதுகாவலர்

KAAVALKARAN – காவல்காரன்

A Watchman

ஒரு வாட்ச்மென்

KAAVALMANIYAM – காவல்மானியம்

A Grant Of Landheld By Village Watchman

கிராமக் காவலாளிக்கான நிலத்தின் மானியம்

KAAVALMIRASU – காவல்மிராசு

Cavelly Rights Or Privileges Allowed To Watchmen

காவலாளிகளுக்கு கேவெல்லி உரிமைகள் அல்லது சலுகைகள் அனுமதிக்கப்படுகின்றன

KAAVATHAM – காவதம்

A league a distance of from right to ten miles

பத்து மைல் தூரம் கடக்கும் ஒரு குழுப்பயணம்

KAAYAL – காயல்

A Salt pan

ஒரு உப்பு பலகை

KABAR – கபர்

News

செய்தி

KABOOL – கபூல்

Consent Approval

ஒப்புதல் பெறுதல்

KADAI – கடை

A Shop, A Market

ஒரு கடை ஒரு சந்தை

KADAIKARAN – கடைகாரன்

A Shopkeeper

ஒரு கடைக்காரர்

KADAIYIDU – கடையீடு

Land of the lowest quality

தரம் குறைந்த நிலம்

KADAM – காதம்

A measure of distance, as much as a man may walk in three hours

காதம் என்பது, ஒரு மனிதன் மூன்று மணி நேரத்தில் நடக்கக்கூடிய தூரத்தின் அளவு

KADAMAI – கடமை

Debt, a tax

கடன், ஒரு வரி

KADAN – கடன்

Obligation

பொறுப்பு

KADAN CHITTU – கடன்சீட்டு

A bond

ஒரு பத்திரம்

KADAN KODUTHAVAN – கடன்

கொடுத்தவன்

A Creditor

கடன் கொடுத்தவர்

KADANKARAN – கடன்காரன்

A debtor, A Creditor

ஒரு கடனாளி, ஒரு முதலாளி

KADAPPU – கடப்பு

A kind of rice that is reaped from September to Nov

செப்டம்பர் முதல் நவம்பர் வரை அறுவடை செய்யப்படும் ஒரு வகையான அரிசி

KADARAMBAM – காடாரம்பம்

Dry land, a land which depends entirely upon rain for watering

நிராதாரத்திற்கு மழையை முழுவதுமாக நம்பியிருக்கும் வறண்ட நிலம்

KADARAMBAM – காடாரம்பம்

A Village Dependent On Raln For Cultivation Consisiting Chiefly Of Dry Grain Cultivation

முக்கியமாக உலர் தானிய சாகுபடியை உள்ளடக்கிய பயிர்ச்செய்கைக்காக மழையை நம்பியிருக்கும் கிராமம்

KADIR – கதிர்

An ear of corn.

ஒரு தட்டைச் சோளம்

KADIRMADANGAL – கதிர்மமடங்க

Close of the harvest

அறுவடைக்குத் தயாராக

KADITAM – கழித்தம்

A leaf of cloth blackened with a preparation of charcoal and gum, and used as a slate for writing an with chalk or steatite

கரி மற்றும் பசை தயாரிப்பில் கறுக்கப்பட்ட துணியின் இலை, சுண்ணாம்பு அல்லது ஸ்டீடைட் கொண்டு எழுதுவதற்கு கரும்பலகையாக பயன்படுத்தப்படுகிறது

KAICHCHITTU – கைச்சீட்டு

A note of hand

ஒரு கைக்குறிப்பு

KAIERPU – கையேற்பு

Allowance of Grain given to village servants at harvest-time from the threshing - floor

களத்தில் இருந்து அறுவடை நேரத்தில் கிராம ஊழியர்களுக்கு வழங்கப்படும் தானிய கொடுப்பனவு

KAIKKILAN / KAIKKILAVAN – கைக்கிளான் / கைக்கிளவன்

A weaver by caste and occupation

ஜாதி மற்றும் தொழிலால் நெசவாளர்

KAIPPATTUNILAM – கைப்பற்று நிலம்

Land in one's own possession

ஒருவரின் சொந்த உடைமையில் உள்ள நிலம்

KAISSATTU – கைச்சாத்து

An invoice, A List, A Mark in place of a signature

ஒரு விலைப்பட்டியல், ஒரு பட்டியல்; கையொப்பத்தின் இடத்தில் ஒரு குறி

KAITHU – கைது

Imprisonment

கைது

KAITTRALAVU – கயிற்றளவு

Measurement By A Rope Heap Of Corn Of Graip In Stacks

கயிறு மூலம், அடுக்குகளில் தானியத்தின் சோளக் குவியல்களை அளவிடுதல்

KAIYADAI – கையடை

A Bride

ஒரு மணமகள்

KAIYOPPAM – கையொப்பம்

Signature, Certificate

கையெழுத்து, சான்றிதழ்

KAJANA – கஜானா

A Public Treasury

ஒரு பொது கருவூலம்

KAJANGI – கஜான்ஜி
A Treasurer
ஒரு பொருளாளர்

KAJJIYA – கஜ்ஜியா
A Quarrel
ஒரு வாய்த்தகராறு

KAL / KALLUGAL – கல் / கல்லுக்கல்
A Stone
ஒரு கல்

KALAI – களை
Grass or weeds Growing amongst corn
சோளத்தின் மத்தியில் வளரும் புல் அல்லது களைகள்

KALAIPU – கலைப்பு
Thinning Of Plants
தாவரங்கள் மெலிதல்

KALAKKAR – களக்கர்
People of a low caste, the same as the Polegar hunter and fowlers
போலேகர் மற்றும் வேட்டையாடும் தாழ்ந்த சாதி மக்கள்

KALAL – கலால்
Distilled Or Fermented Liquors
காய்ச்சி வடிகட்டிய அல்லது புளிக்கவைக்கப்பட்ட மதுபானங்கள்

KALALTHEERVAI – கலால்த்தீர்வை
Tax On Spirits
ஆவிகள் மீதான வரி

KALAM – கலம்
A measure equal to tweleve
பன்னிரண்டுக்கு சமமான அளவு

KALAM – கலம்
A Quantitiy Of Twelve Mercals
நுகம் இல்லாத 12 கலப்பைகள்

KALAM – களம்
A Place For Thrashing Corn
சோளத்தை பிரித்தெடுப்பதற்கான இடம்

KALAM – களம்
A Threshing-floor, A place where the Grain is beten or trodden out
ஒரு களம், தானியங்கள் அடிக்கப்பட்ட அல்லது மிதிக்கப்படும் இடம்

KALAMADI – களமதி
Estimate of the Grain on the threshing floor
களத்தில் தானியத்தின் மதிப்பீடு

KALANADAI – களநடை
A heap of Grain unthreshed
களத்தில் கதிரடிக்கப்படாத தானியக் குவியல்

KALANADAI – களநடை
An Account Shewing The Ryots Adn Governemnt Shae Of The Produce And The Allowants
ரையோட்ஸ் மற்றும் அரசாங்கத்தின் தயாரிப்பு மற்றும் அனுமதிப்பத்திரங்களைக் காட்டும் கணக்கு

KALANJIYAPAADUVASI – களஞ்சியப்பாடுவாசி
Loss Or Wastage In A Granary
ஒரு தானியக் களஞ்சியத்தின் இழப்பு அல்லது விரயம்

KALAPICHCHAI – களப்பிச்சை
Grain from the threshing-floor given in charity
களத்திலிருந்து தர்மத்திற்காக கொடுக்கப்படும் தானியம்

KALAPILLI – காலப்பிள்ளை
An estimate of produce taken early at the time of reaping
அறுவடை நேரத்தின் ஆரம்பத்தில் எடுக்கப்பட்ட உற்பத்தியின் மதிப்பீடு

KALAPITCHAI – களபிச்சை
Fees In Grain Given To Village Servatns
கிராமப் பணியாளர்களுக்கு

தானியக் கட்டணம்

KALAPPADI – களப்படி

A portion of grain out of the produce of all taxable lands allotted to the laborers whether slaves or servents

அடிமைகளாக இருந்தாலும் சரிவேலையாட்களாக இருந்தாலும் சரிதொழிலாளர்களுக்கு வழங்கப்படும் வரிக்கு உட்பட்ட அனைத்து நிலங்களின் விளைச்சலில் இருந்து தானியத்தின் ஒரு பகுதி வழங்கப்படுதல்

KALAPPAI – கலப்பை

A Plough share and handle

ஒரு கலப்பையின் பங்கு மற்றும் கைப்பிடி

KALAPPAI – கலப்பை

A Plough Without The Yoke

நுகத்தடி இல்லாமல் ஒரு கலப்பை

KALAPPU – களப்பு

Levelling a field after removing the Gross

மொத்தத் தானியத்தையும் அகற்றிய பிறகு ஒரு புலத்தை சமன் செய்தல்

KALAR / KALARI – களர் / களரி

Barren soil, waste Ground

தரிசு மண் கழிவு நிலம்

KALARMEDU – களர்மேடு

High Land, unprofitable for cultivation

உயர் நிலம், சாகுபடியால் லாபம் இல்லை

KALARNILAM – களர்நிலம்

Barren or sandy soil

தரிசு அல்லது மணல் மண்

KALATTUMEDU – களத்துமேடு

A threshing-floor

களத்துமேடு

KALATHUMEDU – களத்துமேடு

A Place For Thrashing Corn

சோளத்தை பிரித்தெடுப்பதற்கான இடம்

KALAVADI – களவடி

Sweepings of a threshing - floor

களத்துமேட்டை துடைப்பது

KALAVAI – களவாய்

Kiln

சூளை

KALAVASAM – கலவாசம்

Fee In Kind Paid To Vllage Servants

கிராமப் பணியாளர்களுக்குக் கட்டணம் அன்புடன் வழங்கப்பட்டது

KALAVU – கவுல்

Agreenent, Used Commonly Fo A Written Documetn Shewing The Terms

ஒப்பந்தம், பொதுவாகப் பயன்படுத்தப்படும் விதிமுறைகளுடன் எழுதப்பட்ட ஓர் ஆவணம்

KALICHAKKRAM – காளிசக்கிரம்

A Gold coin having a figure of the Goddess formerly current in the south

முன்பு தெற்கில் இருக்கும் தேவியின் உருவம் கொண்ட தங்க நாணயம்

KALINGAL – கலிங்கல்

An outlet or sluice for carrying off the surplus water of a reservoir

ஒரு நீர்த்தேக்கத்தின் உபரி நீரை எடுத்துச் செல்வதற்கான ஒரு கடைவாய் அல்லது மதகு

KALINGU – கலிங்கு

A dam, a Stone bank or dyke a sluice

ஒரு அணை, ஒரு கல் கரை அல்லது ஒரு மதகு

KALIVAYANILAM – களிவாயநிலம்

A clay soil

களிமண்

KALLANGUTTU – கல்லாங்குத்து

Hard stony Ground, not worth

cultivating

கடினமான பாறை நிலம், சாகுபடி செய்யத் தகுதியற்றது

KALLUNDAI – கல்லுண்டை

A Kind Of Paddy

ஒரு வகையான நெல்

KAMAMISU – கமாமிசு

Affairs Business

வணிக விவகாரங்கள்

KAMARDAI – கமர்டை

The transfer of proprietary land by a proprietor, who is unable to cultivate it himself

தனது நிலத்தை சொந்தமாகப் பயிரிட முடியாத ஒரு உரிமையாளர் மாற்றுதல், உரிமை மாற்றி வேறொருவருக்கு விடுதல்

KAMBALAI – கம்பலை

A Rice – Field

அரிசி – வயல்

KAMBATHAM – கம்மத்தம்

A Grant Of A Village For Pin Moneygenerally Understood To Be For The Prevision Of Betal

ஒரு கிராமத்தின் மானியம் வெற்றிலைக்கான முன்னோடியென பொதுவாக புரிந்து கொள்ளப்படுகிறது

KAMBATHU – கம்பத்தம்

Husbandary On A Large Scale

பெரிய அளவிலான பாதுகாப்பு மையம்

KAMBATTAKKUDAM – கம்பட்டக்கூடம்

A mint

புதினா

KAMBATTAM – கம்பட்டம்

Coinage, Fabrication of coin

நாணயம், நாணயம் தயாரித்தல்

KAMBATTAM / KAMATTAM – கம்பத்தம் / கம்மத்தம்

Husbandry on a large scale, Grant of a village for private dishursements

பெரிய அளவில் பாதுகாப்பு, தனியார் உணவுகளுக்கு ஒரு கிராமத்தின் மானியம்

KAMJAMAPANTHI – காம்ஜமாபந்தி

Village Settlement

கிராமக் குடியேற்றம்

KAMKANEAVAR – காம்கானேவார்

Lit Every Village Applied To The Settlement And Extent Of The Cultivation In Villages

ஒவ்வொரு கிராமத்திலும் குடியேற்றம் மற்றும் கிராமங்களில் சாகுபடியின் அளவு பயன்படுத்தப்படுகிறது

KAMMI – கம்மி

Deficiency Decrease

குறைபாடு குறைவு

KAMSAYO – காம்சாயோ

Houses In A Village

ஒரு கிராமத்தின் வீடுகள்

KAMVAR – காம்வார்

Village Settlement

கிராமக் குடியேற்றம்

KAN / KANAM – கான் / கானம்

A Forest, A Thicket

ஒரு காடு, ஒரு புதர்

KANAKAPILLAI – கணக்கப்பிள்ளை

An Accountant

ஒரு கணக்காளர்

KANAKKAMERAI – கணக்கமேரை

Fees in Grain Given to the village Accountant

தானியத்திற்கான கட்டணம் கிராமக் கணக்காளருக்கு வழங்கப்பட்டது

KANAKKAN MANIYAM – கணக்கன் மானியம்

Rent Free Land Held By A Village Accountant

கிராமக் கணக்காளர் வைத்திருக்கும் இலவச நிலத்தை வாடகைக்கு விடுங்கள்

KANAKKURUBAM – கணக்குருபம்

A Written Memorandum of an Adjust Account

சரிசெய்தல் கணக்கின் எழுதப்பட்ட குறிப்பாணை

KANAKKUSSURUNAI –கணக்குச்சருணை

A bundle of Accounts on palm leaves kept by the Village Accountant

கிராமக் கணக்காளரால் பனை ஓலையில் உள்ள கணக்குகளின் மூட்டை

KANAKUSURUNAI –கணக்குச்சுருனை

A Bundle Of Cadjan Accounts Or Accounts Kept On Palmira Leaves By The Village Accountant

கிராமக் கணக்காளரால் பால்மிரா இலைகளில் வைக்கப்பட்டுள்ள காட்ஜன் கணக்குகள் அல்லது கணக்குகளின் தொகுப்பு

KANAVAR – கானவர்

Hill men, Shepherds, Hunters

மலைவாழ் மனிதர்கள், மேய்ப்பர்கள், வேட்டைக்காரர்கள்

KANDI – கண்டி

A measure of weight

எடையின் அளவு

KANDU – கண்டு

A Field of corn

சோள வயல்

KANDU MUDAL – கண்டு முதல்

Actual Produce of a field when reaped and Threshed

அறுவடை முடிந்து கதிரடிக்கும் போது கிடைப்பதுதான் ஒரு வயலின் உண்மையான விளைச்சல்

KANDUMUTHAL – கண்டுமுதல்

Actual Produce

உண்மையான விளைச்சல்

KANDUMUTHALKAMMI – கண்டுமுதல்கம்மி

Decrease Of Produce Below The Estimate

மதிப்பீட்டிற்கு கீழே உற்பத்தி குறைவு

KANI – காணி

Property, Possession

சொத்து, உடைமை

KANI – காணி

A Cawny Hereditary Right

ஒரு பரம்பரை உரிமைக்காரன்

KANIKARAN – காணிகாரன்

A Hereditary Proprietor, or a Hereditary Coparener in Village lands held in common

ஒரு பரம்பரை உரிமையாளர், அல்லது கிராமப் பொதுவான நிலங்களில் பாரம்பரியமான உரிமை பெறும் கோப்பரேஞர்

KANIKARAN – காணிக்காரன்

A Properietor

ஒரு உரிமையாளர்

KANIMANIYAM – காணிமாணியம்

Hereditary land exempt from all tax

அனைத்து வரிகளிலிருந்தும் விலக்கு பெற்ற பரம்பரை நிலம்

KANIMERAI – காணிமேரை

A Portion of Grain Claimed by the (Mirasidars) of the Tamil Countries as a Prequistic from all taxable lands]

தமிழ்நாடு மிராசுதாரர்களால் வரிக்கு உட்பட்ட அனைத்து நிலங்களிலிருந்தும் முன்கூட்டியே தானியங்களின் ஒரு பகுதி உரிமை கோரப்பட்டது

KANIPERU – காணிபெரு

The Greatness or Dignity of Holding Landed Property, a term used in conveyances of Mirasi rights

மிராசி உரிமைகளை வழங்குவதில்

பயன்படுத்தப்படும் நிலச் சொத்தை வைத்திருப்பதன் மகத்துவம் அல்லது கண்ணியம்

KANIYAATCHI – காணியாட்சி

Kani and Atchy Power or Domain, that wheich is held in Free and hereditary Property

காணி மற்றும் அச்சி அதிகார அல்லது உட்பட்ட அதிகாரங்கள், இலவச மற்றும் பரம்பரைச் சொத்தில் உள்ளது

KANIYALAN – காணியாளன்

An inheritor of land

நிலத்தின் வாரிசுதாரர்

KANKANAM – கண்காணம்

Watching, Inspection

கண்காணிப்பு, ஆய்வு

KANKANAM – கண்காணம்

A Watch Over Fields And Produce On Behalf Of Government

அரசாங்கத்தின் சார்பாக வயல்களையும் விளைச்சலையும் கண்காணிக்கச் செய்யும் ஏற்பாடு

KANKANI – கண்காணி

An inspector of crops

பயிர்களை ஆய்வு செய்பவர்

KANNAKAN – கணக்கன்

An Accountant

ஒரு கணக்காளர்

KANNAKU – கணக்கு

An Accountant, A Village Accountant

ஒரு கணக்காளர், ஒரு கிராமக் கணக்காளர்

KANNAM – கன்னம்

A Pit, A Hole, A Breach in the wall of a house

ஒரு குழி, ஒரு துளை, ஒரு வீட்டின் சுவரில், ஒரு உடைப்பு

KANNAR – கண்ணர்

Fields on the same leve, So as to be capable of irrigation from the same channel

ஒரே அலைவரிசையில் உள்ள வயல்கள், அதே வாய்க்காலில் இருந்து நீர்ப்பாசனம் பெறும் திறன் கொண்டதாக இருக்கும்

KANNARRU – கண்ணற்று

Water – Course for the supply of a rice field.

நீர் – ஒரு நெல் வயல் வழங்குவதற்கான பாடத்திட்டம்.

KANNARU – கண்ணாறு

Water Course Of A Paddy Field

ஒரு நெல் வயலின் நீர் வழித்தடம்

KANNIVAYYAKAL – கண்ணீவாய்கால்

A Small water – Course for Irrigation

ஒரு சிறிய நிர்ப் – பாசனத்திற்கான திட்டம்

KAR – கார்

The plaughing season in the months of August – September

ஆகஸ்ட் – செப்டம்பர் மாதங்களில் உழவு காலம்

KARAI – கரை

Bank, Border, Share, Edge or Selvage of cloth

வங்கி, எல்லை, பங்கு, துணி அல்லது துணியின் பாகம்

KARAI – கரை

Bunk, Sea-Shore, River-Side, Boarder, Boundary

திட்டு, கடற்கரை, ஆற்றங்கரை, எல்லை, எல்லைக்கோடு

KARAI / YALLAN – ஆளன்

A lord or master - The proprietor of a hereditary share in the village

கிராமத்தின், ஒரு பரம்பரியைப் பங்காக வந்த சொத்தின் உரிமையாளர்

KARAIKARAN – கரைக்காரன்

A Proprietor of a determinate share in a copareenary village

ஒரு கோபரேனரி கிராமத்தில் உறுதியான பங்கின் உரிமையாளர்

KARAIKATTU – கரைக்கட்டு

A Prop or buttres for raising or strengthening a bank

ஒரு வங்கியை உயர்த்த அல்லது வலுப்படுத்துவதற்கான ஒரு முட்டு அல்லது தாங்கிகள்

KARAIPANGU – கரைபங்கு

A Share in the village lands

கிராம நிலங்களில் ஒரு பங்கு

KARAIYIDU – கரையீடு

An agreement amongst the

இடையே ஒரு ஒப்பந்தம்

KARAMBAI – கரம்பை

Waste or uncultivated land, a which is of two kinds a sekal – karambu, which is capable of cultivation

கழிவு அல்லது பயிரிடப்படாத நிலம், இரண்டு வகையான செகல் – கரம்பு, சாகுபடி செய்யக்கூடியது

KARAMBI – காராம்பி

A basket or other apparaters for throwing up water

தண்ணிரை தெளிப்பதற்கான ஒரு கூடை அல்லது பிற சாதனங்கள்

KARAMTHARAM – கரம்தரம்

Little Hot And Soft Or As In English Hot And Cold

சிறிது சூடான மற்றும் மென்மையான சூடான மற்றும் குளிரான என்று ஆங்கிலத்தில் சொல்வது போல

KARAN (KANIYAATCHIKARAN) – காரன்

A hereditary proprietor of land or Privileges

நிலம் அல்லது சலுகைகளின் பரம்பரை உரிமையாளர்

KARAR – கரார்

An Agreenent, Used Also In Tamil For Certainty Truth Reality

நிச்சயமான உண்மைக்காக தமிழிலும் பயன்படுத்தப்படும் ஒரு உடன்படிக்கை

KARCH – கர்ச்

Expenditure, Disburesement

செலவு, பட்டுவாடா

KARIYAKKARAN / KARIYAKU-RANDARAN – காரியகாரன் / காரியகுரந்தாரன்

A man of business a manager, a Agent, A Conductor of affairs, whether for himself for Another

"ஒரு வியாபாரி ஒரு மேலாளர், ஒரு முகவர், தனக்காக அல்லது இன்னொருவருக்கான பிரச்சனைகளை நடத்துனர்"

KARIYUPPU – கறியுப்பு

Kitchen - Salt

சமையலறை–உப்பு

KARNADAGAM – கர்னாடகம்

The Carnatic same prounaciation

ஒரே மாதிரியான கர்நாடக இசைக்கோவை

KARNAM – கர்ணம்

Village Accountant

கிராம கணக்காளர்

KARNEEGAM – கர்ணீகம்

The Office Of A Village Accountant

கிராமக் கணக்காளர் அலுவலகம்

KARPARI – கார்பாரி

A Superintenedent Manager

ஒரு கண்காணிப்பாளர், மேலாளர்

KARU – கரு

Black, Dark, also salt, Saline, Withered

கருப்புகருமைமேலும் உப்பு வாடி

KARUMAN – கருமான்
A Blacksmith
ஒரு கொல்லன்

KARUNILAM – கருநிலம்
Black and Barren Soil
கருப்பு மற்றும் தரிசு மண்

KARUNKURUVAI – கருங்குறுவை
A kind of black rice of Quick Growth
விரைவான வளர்ச்சியின் மூலமான ஒரு வகை கருப்பு அரிசி

KARUTHA UPPU – கறுத்தவுப்பு
Black salt Produced from the Ashes of Certain Plants
சில தாவரங்களின் சாம்பலில் இருந்து தயாரிக்கப்படும் கருப்பு உப்பு

KARUTHAKADAPPU – கருத்தக்கடப்பு
Black Paddy, or rice in the husk
கருப்பு நெல், அல்லது உமியில் அரிசி

KARUVARU – காறுவாறு
Authority of revenue officers over the cultivators
விவசாயிகள் மீது வருவாய் அதிகாரிகளின் அதிகாரம்

KASABA – கசபா
A Principal Village, Chief Place, The Bend Station In A Talook Or District
ஒரு முக்கிய கிராமம், தலைமை இடம், ஒரு வட்டம் அல்லது மாவட்டத்தில் உள்ள பொறுப்பு நிலையம்

KASALA – கசாலா
Embarassment Distress
சங்கடமான துன்பம்

KASAM – கசம்
A Spring
ஒரு வசந்தம்

KASANA – கசானா
A Treasury
ஒரு கருவூலம்

KASAR – கசர்
Surplus Profit In The Exchange Of Coins
நாணையப் பரிமாற்றத்தின் உபரி லாபம்

KASARPAPATHUV – கசர்பாபத்து
A Balance Undisbursed Out Of An Authorized Amount Profit In Exchange
பரிவர்த்தனையில் அங்கீகரிக்கப்பட்ட தொகை லாபத்தில் இருந்து வழங்கப்படாத இருப்பு

KASIKARAN – கசஷிகாரன்
A Party
ஒரு கட்சி

KASUVAARI – காசுவாரி
A Tour Or Journey Of Any High Or Noble Person
எந்தவொரு உயர்ந்த அல்லது உன்னத நபரின் சுற்றுப்பயணம் அல்லது நீண்ட பயணம்

KATCHAVASOOL – கச்சாவசூல்
Recovery Of What Has Been Embezzled
மோசடி செய்யப்பட்டவற்றின் மீட்பு

KATCHERI – கச்சேரி
A Court Of Justice A Place Of Public Business A Revenue Or Police Office
நீதி மன்றம் ஒரு பொது வணிக இடம் ஒரு வருவாய் அல்லது காவல் நிலையம்

KATCHIKARAN – கட்சிக்காரன்
A Party
ஒரு கட்சி

KATHIMI – கதிமி
The Head Ryot Or Cultivator
தலைமை ரயத்வாரி அல்லது

விவசாயி

Kathir – கதிர்
Bar Of Corn
சோளக் கதிர்

KATHIRPOR – கதிர்போர்
A heap of corn not threshed
கதிரடிக்கப்படாத சோளக் குவியல்

KATHRIMADANGAL – கதிர்மடங்ல்
Close Of The Harvest
அறுவடைக்குத் தயாராக

KATHTHALAI – கத்தாலை
Rice Growing on high Ground
உயரமான நிலத்தில் வளரும் நெல்

KATHTHAYAM – கத்தாயம்
A Fixed Portion Of A Tax Payable At A Stated Time
ஒரு குறிப்பிட்ட நேரத்தில் வரி செலுத்த வேண்டிய நிலையான பகுதி

KATTALAI – கட்டளை
An Order, A Command, Settled rate or Price
ஓர் உத்தரவு, ஒரு கட்டளை, தீர்வு காணப்பட்ட விகிதம் அல்லது விலை

KATTALANI – கட்டாலணி
Reaping Of Corn
சோளம் அறுவடை

KATTAYAM – கட்டாயம்
A Party
விருந்து

KATTAYAM – கட்டாயம்
Force, Compulsion
படை, கட்டாயம்

KATTIYAM – கட்டியம்
A royal edit and Proclomation
ஓர் அரசத் திருத்தம் மற்றும் பிரகடனம்

KATTUBADIYINAM – கட்டுபடியிணும்
Land held at quit – rent
வாடகைக்கு விடப்பட்ட நிலம்

KATTUGUTTAGAI – கட்டுகுத்தகை
Land held in Form at a permanently Fixed money rent, which in usually right
நிரந்தரமாக நிர்ணயிக்கப்பட்ட பண வாடகையில் படிவத்தில் வைத்திருக்கும் நிலம், இது பொதுவாக சரியானது

Kattukidai – கட்டுக்கிடை
Any Thing Detained Until It Is Damaged
எந்தப் பொருளும் சேதமடையும் வரை தடுத்து வைக்கப்படும்

KATTUKIDAI – கட்டுக்கிடை
Any thing detained till it is damaged
எந்தப் பொருளும் சேதமடையும் வரை தடுத்து வைக்கப்படும்

Kattupadiyanum – கட்டுபடியினும்
Land Held Under A Preppercorn Tax
சோளத்திற்கான வரியின் கீழ் உள்ள நிலம்

KATTUTHOGAI – கட்டுத்தொகை
Grand Total
இறுதிப்படுத்தப்பட்ட மொத்தம்

KAVADI – காவடி
A pole for carrying burthens
சுமைகளைச் சுமந்து செல்வதற்கான ஒரு கம்பம்

KAVADIKARAN – காவடிக்காரன்
A carrier of baggage by a kavadi, Commonly Accompanying palanquin an a journey
ஒரு காவடி மூலம் சாமான்களை எடுத்துச் செல்வது, பொதுவாக ஒரு பல்லக்குப் ஒரு பயணம்

KAVALAI – கவலை
Machine Worked By Bullocks For The Irrigation Of A Garden
தோட்டத்தின் நீர்ப்பாசனத்திற்காக காளைகள் இழுக்கும் இயந்திரம் மூலம்

வேலை செய்தல்

KAVALAITHALAM – கவாலை தலம் A Prison, A Jail

ஒரு சிறை, ஒரு சிறை

KAVALAN – காவலன்

A Protector, Defender, A King, A Husband, A Guard, A Watcher

ஒரு பாதுகாவலர், பாதுகாவலர், ஒரு ராஜா, ஒரு கணவர், ஒரு காவலர், ஒரு கண்காணிப்பாளன்

KAVALMERAI – காவல்மேரை

Portion of Grain Given to the village watchman

கிராமக் காவலாளிக்கு தானியத்தின் ஒரு பகுதி வழங்குதல்

KAVEL – காவல்

The village watch

கிராமக் கண்காணிப்பு

KAVULNAMA – கவுல்நாமா

Which Ladn Is Held By The Party To Whom It Is Given

எந்த நிலம் யாருக்குக் கொடுக்கப்படுகிறதோ அது அந்த நபரால் நடத்தப்படுகிறது

KAYAM – காயம்

Fixed Made Permanent

நிலையானது நிரந்தரமானது

KAYAMJAMABANDHI – காயம்ஜமாபந்தி

A Permanenet Settlement

நிரந்தரத் தீர்வு

KAYITTALAVU – காயிற்றளவு

Measurement by a rope of a heap of corn or grain in stacks

சோளம் அல்லது தானியக் குவியலைக் கயிறு மூலம் அளவிடுதல்

Kazhani – கழனி

A Paddy Field

ஒரு நெல் வயல்

KAZHU – கழு

Turf

தரை

KDU – கெடு

A Term Fixed Time, Installment

ஒரு கால நிலை நிர்ணயிக்கப்பட்ட நேரம், தவணை

KEATHU – கேத்து

A Field A Spot Of Ground

ஒரு களம் மைதானத்தில் ஒரு இடம்

KEEZHBOGAM – கீழ்போகம்

Cultivation Of Edible Roots

உண்ணக்கூடிய வேர்களை வளர்ப்பது **KEEZHMADAI – கீழ்மடை**

Land Lost Watered, that which is most distant from the madai or sluice

மடை அல்லது மதகில் இருந்து மிகவும் தொலைவில் உள்ள நிலம், நீர் பாய்ச்சப்பட்டது

KESAM – கெசம்

A Yard

ஒரு முற்றம்

KETTANAI – கெட்டணை

A Beating Or Ramming Down

ஒரு அடி அல்லது ரம்மிங் டவுன்

KIBAYATHU – கிபாயத்து

Profit Advantage, Gain, Surplus

லாப வாய்ப்பு,லாபம்,உபரி

KIDAIMADU – கிடைமாடு

Cattle Kept To Manure Fields

கால்நடை உரத்திற்காக வயல்களில் வைக்கப்பட்டன

KIDANGU – கிடங்கு

A Tank, A Pond, A Store, A Granary, A Betel Garden, A Jail

ஒரு தொட்டி, ஒரு குளம், ஒரு கடை, ஒரு தானியக் கிடங்கு, ஒரு வெற்றிலைத்

தோட்டம், ஒரு சிறை

KILLOTHAR – கில்லோதார்
Commandant Of A Fort
ஒரு கோட்டையின் தளபதி

KINARA – கினாரா
Side Bank Shore
பக்க வங்கி கரை

KINDAN – கிண்டன்
A kind of cotton cloth, commonly called gingham
ஒரு வகையான பருத்தித்துணி, பொதுவாக "கிங்காம்: என்று அழைக்கப்படுகிறது

KIRAMAKANAKKAN – கிராமக்கணக்கன்
A Village Accountant
ஒரு கிராமக் கணக்காளர்

KIRAMAKOOSAM – கிராமகோசம்
Registry Of The Lands Of A Village
ஒரு கிராமத்து நிலங்களின் பதிவு

KIRAMAM – கிராமம்
A Village
ஒரு கிராமம்

KIRAYACHITTU – கிரயச்சீட்டு
A Bill of sale
ஒரு விற்பனை மசோதா

KIRAYAM – கிரயம்
Buying, Purchasing, A Purchase, Price value
வாங்குதல், வாங்குதல்ஒரு கொள்முதல், விலை மதிப்பு

KIRAYAM – கிரயம்
Sale
விற்பனை

KIRAYASATHANAM – கிரயசாதனம்
A Bill of Sale
ஒரு விற்பனை மசோதா

KIRAYASASANAM – கிரயசாசனம்

A Bill Of Sale
ஒரு விற்பனை மசோதா

KIRO - கிரோ
Pledge Mordgage Pawn
அடமானம், அடகு வைப்பு

KISTHI – கிஸ்தி
Stated Payment, Instalment, Tax
குறிப்பிடப்பட்ட பணம், தவணை, வரி

KISTHUVASOOL – கிஸ்துவசூல்
Collection Of Fixed Tax, Or Instalment
நிலையான வரி வசூல், அல்லது தவணை வசூல்

KODDIKKAL / VALLAZHAN – வெள்ளாழன்
A Class of the vellalar or agricultural tribe who cultivate betel
வெற்றிலை பயிரிடும் வெள்ளாளர் அல்லது விவசாயப் பழங்குடியின வகுப்பு

KODI - கொடி
A channel for carrying off the surplus water of a reservoir
நீர்த்தேக்கத்தின் உபரி நீரை எடுத்துச் செல்வதற்கான கால்வாய்

KODIKKAL – கொடிக்கல்
A Betel – Wine Garden
ஒரு வெற்றிலை - மது தோட்டம்

KOL - கோல்
A Stick a measuring – rod or pole
ஒரு குச்சி ஒரு அளவிடும் - தடி அல்லது கம்பம்

KOLAPIRAMANAM – கோளபிறமாணம்
A statement of the whole extent and of the division of a village and its lands
ஒரு கிராமம் மற்றும் அதன் நிலங்களின் முழு அளவு மற்றும் பிரிவு

பற்றிய அறிக்கை

KOLKURIPPU – கோல்க்குறிப்பு
An obstract or summary of a land measurement

நில அளவீட்டில் ஏற்படும் தடை அல்லது சுருக்கம்

KOLLAI – கொல்லை
Dry Soil, high ground hot capable of Artificial irrigation

வறண்ட மண், செயற்கை நீர்ப்பாசனம் செய்யக்கூடிய வெப்பமான நிலம்

KOLLAIPAYIR – கொல்லைப் பயிர்
Corn Growing on high Ground

உயர்ந்த நிலத்தில் விளையும் சோளம்

KOLLAN – கொல்லன்
A Person Employed In The Custody Of Treasure

பொருட் காவலில் பணியமர்த்தப்பட்ட ஒரு நபர்

KOLLAN – கொல்லன்
A Blacksmith, A Tanner

ஒரு கொல்லர், ஒரு தோல் பதனிடுபவர்

KOLLU – கொள்ளு
Horse Gram

குதிரை கிராம்

KOLUMIDI – கொழுமீதி
A owner's share of the produce of a field

ஒரு வயலின் உற்பத்தியில் உரிமையாளரின் பங்கு

KOOBALICHSAKKARAM – கோபாலிச்ச்சக்கரம்
A Gold Coin Current In The Salem District Of Trichinopoly

திருச்சி மாவட்டம் சேலம் மாவட்டத்தில் உள்ள ஒரு தங்க நாணயம்

KOOBALISAKKARAM – கோபாலிசக்கரம்

An Abstract Of Accounts

கணக்குகளின் சுருக்கம்

KOOSAM – கோசம்
A Register Of Village Lands

கிராம நிலங்களின் பதிவேடு

KOOSBARA – கோஷ்பாரா
Together With

ஒன்றாக

KOPATTAN / KOTPATTAN – கோப்பாட்டன் / கோட்பாட்டன்
A forefather, An Anestor

ஒரு முன்னோர், ஒரு முப்பாட்டனார்

KOTTAI – கோட்டை
A Measure of Grain, Varying in different places from 21 to 24 markals

தானியத்தின் அளவு, வெவ்வேறு இடங்களில் 21 முதல் 24 மதிப்பெண்கள் வரை மாறுபடும்

KOTTAM – கோட்டம்
An ancient territorial division in the province of Tonta-Mandalam

தொண்ட மண்டலம் மாகாணத்தில் உள்ள ஒரு பழங்கால பிரதேச பிரிவு

KOVILCHERRY – கோயில்சேரி
Part of a village belonging to a temple

ஒரு கோவிலுக்கு சொந்தமான கிராமத்தின் ஒரு பகுதி

KOVIRGRAMAM – கோவிற்கிராமம்
A village belonging to a temple

ஒரு கோவிலுக்கு சொந்தமான ஊர்

KOVIRPATTRU – கோவிற்பற்று
Long & etc., belonging to a temple

கோவிலுக்குச் சொந்தமான நீளம் மற்றும் பல

KOYINMERAI – கோயின்மேரை
Part of the harvest set a apart

for a temple

அறுவடையின் ஒரு பகுதி கோயிலுக்கு ஒதுக்கப்பட்டது

KUDAVAN – குடவன்

A shephered by caste and occupation

சாதியாலும் தொழிலாலும் மேய்ப்பன்

KUDI – குடி

A House, A Village

ஒரு வீடு ஒரு கிராமம்

KUDI AAYAKATTU – குடி ஆயக்கட்டு

Total of the inhabitants of a village or town

ஒரு கிராமம் அல்லது நகரத்தில் வசிப்பவர்களின் மொத்தம்

KUDIAAYAKATU – குடிஆயக்கட்டு

The Total Of The Inhabitants

குடிமக்களின் மொத்தம்

KUDICHERRY – குடிசேரி

Division of a Village occupied chiefly by natives of Malabar

ஒரு கிராமத்தின் பிரிவு முக்கியமாக மலபார் பூர்வீக குடிகளால் ஆக்கிரமிக்கப்பட்டுள்ளது

KUDIKANIYATCHI – குடிக்கனியாட்சி

Inheritance

பரம்பரை

KUDIKKADU – குடிக்காடு

A village, Especially one amidst Cultivated Ground

ஒரு கிராமம், குறிப்பாக பயிரிடப்பட்ட நிலத்தின் மத்தியில்

KUDIMAGAN – குடிமகன்

A Village Servant

ஒரு கிராம சேவகர்

KUDIMAKKALMANIYAM – குடிமக்கள் மானியம்

Rent-Free lands assign to the village servants

கிராம ஊழியர்களுக்கு வாடகை இல்லா நிலங்கள் வழங்கப்படுகின்றன

KUDIMARAMATHU – குடிமரமத்து

Repairs of the channels of irrigation on the borders of the fields by the cultivators themselves

வயல்களின் எல்லைகளில் உள்ள நீர்ப்பாசனக் கால்வாய்களை விவசாயிகளே சரிசெய்தல்

KUDIMIRASI – குடிமிராசி

Land held in hereditary right by the village prorietors, exempt from land tax

நில வரியில் இருந்து விலக்கு அளிக்கப்பட்ட கிராமப் பிரமுகர்களின் பரம்பரை உரிமையில் நிலம்

KUDIPAIRKARAN / ULPAIRKUDI / ULPARAKUDI – குடிப்பயிர்க்காரன் / உள்பயிர்க்குடி / உள்பரக்குடி

A Permanent cultivating tenant, one who, by himself or his father

தனியாகவோ அல்லது தன் தந்தை வழியிலோ நிரந்தர விவசாயம் செய்யும் குத்தகைதாரர்

KUDIPPADAI – குடிப்படை

Militia. Same prounouncation

மிலிஷியா. அதே உச்சரிப்பு

KUDIYIRRUPUNATTAM – குடியிருப்பு நத்தம்

Houses and lands occupied by mirasidars Free of Revenue

மிராசிதர்களால் ஆக்கிரமிக்கப்பட்ட வீடுகள் மற்றும் நிலங்கள் வருமானம் இல்லாமல்

KUDIVARAM – குடிவாரம்

The share of the produce which is the right of the inhabitant or of the cultivators

விளைச்சலின் பங்கு குடிமகன் அல்லது விவசாயிகளின் உரிமை

KUDIVARAM – குடிவாரம்
Cultivators Or Ryot Share
விவசாயிகள் அல்லது ரயத்களின் பங்கு

KUDIVARAM – குடிவாரம்
The share of the produce assigned to the cultivator
விவசாயிக்கு ஒதுக்கப்பட்ட விளைபொருளின் பங்கு

KUDIVARAM – குடிவாரம்
(Tam kiidi, an inhabitant,a cultivator, and varam,a, share) The cultivators' share ofthe cropthe manilatdar
ஒரு குடிமகன், ஒரு பயிரிடுபவர், மற்றும் வாரம், அ, பங்கு) பயிரில் விவசாயிகளின் பங்கு

KUDIYANAVAN – குடியானவன்
An Inhabitant a townsman
ஒரு குடிமகன் ஒரு நகரவாசி

KUDIRUPUNATHAM – குடியிருப்புநுத்தம்
Houses And Ladn Occupied By Meerasu Dare Free If Tax
மிராசுதாரர் ஆக்கிரமித்துள்ள வீடுகள் மற்றும் நிலங்களுக்கு வரி என்றால் இலவசம்

KUL – குல்
Total All
மொத்தம் அனைத்தும்

KULAM – குலாம்
A Slave
ஒரு அடிமை

KULAM – குளம்
A Tank, A Reservior
ஒரு தொட்டி, ஒரு நீர்த்தேக்கம்

KULPEAREEG – குல்பேரீஜ்
Total Revenue
மொத்த நிதி வருவாய்

KULSAGUBADI – குல்சாகுபடி
Total Cultivation
மொத்த சாகுபடி

KULTHOGAI – குல்தொகை
Total Amount
மொத்த தொகை

KULUMI – குளுமி
A Sluice
ஒரு மதகு

KUMAKKU – குமக்கு
Help Aid
உதவி

KUMASTHA – குமாஸ்தா
An Agent A Native Assistant Clerk
ஒரு முகவர் ஒரு பூர்வீக உதவி எழுத்தர்

KUMMAKKU – கும்மக்கு
Hlep Aid
கும்மக்கு

KUNDUSALAI – குண்டுசாலை
Boundary Of A Principal Town
ஒரு முதன்மை நகரத்தின் எல்லை

KUPPAKADU – குப்பக்காடு
Lit A Number Of Villages A Term Applied To Villages Or Country Towns In Constradiction To Pricipal Towns
முக்கிய நகரங்களுக்கு முரணாக உள்ள கிராமங்கள் அல்லது நாட்டுப் புறநகரங்களுக்கு ஒரு விதிமுறையாகப் பயன்படுத்தப்படும் கிராமங்களின் எண்ணிக்கை

KUPPAKKADU – குப்பக்காடு
A Number of villages
கிராமங்களின் எண்ணிக்கை

KUPPAL – குப்பல்
A beap a heap or stack of grain
ஒரு குவியல் அல்லது ஒரு மடங்கு தானியம்

KUPPAM – குப்பம்

A Small village one occupied by low people

குறைந்த மக்கள் வசிக்கும் ஒரு சிறிய கிராமம்

KURAL / KURU – கூறல் / கூறு

A Publice Notice, a Proclomation

ஒரு பொது அறிவிப்பு, ஒரு பிரகடனம்

KURAMBU – குரம்பு

A Water Course Leading From A River For Teh Irrigation Of Lands

நிலங்களுக்கு நீர்ப்பாசனம் செய்வதற்காக ஆற்றில் இருந்து செல்லும் நீர் வழித்தடம்

KURAMULAI – குரமுளை

First appearance of the crop above ground

நிலத்திற்கு மேல் பயிரின் முதல் தோற்றம்

KURI – குறி

A Mark, A Stamp

ஒரு குறி, ஒரு முத்திரை

KURIMOSAM – குறிமோசம்

A Fraudulent mark pet upon a stack of grain after some has been elandestinely removed

தானியக் குவியலின் மீது ஒரு மோசடியான குறி செல்லம், சிலவற்றை அகற்றிய பிறகு

KURUMBAN – குறும்பன்

A Shepherd by caste and occupation

சாதி மற்றும் தொழிலால் ஒரு மேய்ப்பன்

KURUMBORAI – குரும்பொறை

A hill, A Mountain

ஒரு குன்று, ஒரு மலை

KURUNGOL – குறுங்கொல்

A Measure of two cubits

இரண்டு முழ அளவு

KURUNI – குறுணி

A measure of capacity, the same as the marakal

திறன் அளவில், மரக்கால் போன்றது

KURUNI – குறுணி

A Measure Comprizing A Paddies Or Measures A Mercal

நெல் அல்லது அளவீடுகள்

KUSAVAN – குசவன்

A Potter

ஒரு குயவன்

KUSOOR – குசூர்

Want, Deficiency, Defect

வேண்டும், குறைபாடு, குறை

KUTHIRAIMUGAM – குதிரைமுகம்

Embankment Formed Of Wood

மரத்தால் உருவான கரை

KUTHTHAGAI – குத்தகை

Rent Contract

வாடகை ஒப்பந்தம்

KUTHTHAGAI – குத்தகை

Form, Contract, Rent, Tenure

படிவம், ஒப்பந்தம், வாடகை, பதவிக்காலம்

KUTHTHALAI – குத்தலை

Rice growing on high ground

உயரமான நிலத்தில் விளையும் நெல்

KUTHTHISEAVAGAN – குத்திச்சேவகன்

A Peon Watching Over Treasure

ஒரு பொருளை கவனிக்கும் உதவியாளர்

KUTHUKKAL – குத்துக்கல்

A Stone Set upright as a

boundry mark or a buttress

ஒரு எல்லைக் குறியாக, ஒரு கல் அல்லது முட்செடி அமைக்கப்பட்டது

KUTTAI – குட்டை
A Small tank or pond

ஒரு சிறிய தொட்டி அல்லது குளம்

KUZHI – குழி
The Square Of Any Thing

சதுரமாக அமைக்கப்பட்ட எதுவும்

KUZHI – குழி
A Measure of one square feet

ஒரு சதுர அடி அளவு

KUZHIVETTU – குழிடிவட்டு
Earth work, Digging at so much per kuli or pit

பூமி வேலை, ஒரு குழிக்கு இவ்வளவு தோண்டுதல்

LAGIRAJ – லாகிராஜ்
Exempt From The Payment Of Revenue To Government

அரசுக்கு வருவாய் செலுத்துவதில் இருந்து விலக்கு

LAGIRAJARI – லாகிராஜாரி
Losss

இழப்பு

LAMBADIJATHI – லம்பாடிஜாதி
A Particular Tribe Of Traders

வணிகர்களின் ஒரு குறிப்பிட்ட பழங்குடியினர்

LANGARKANA – லங்கார்கானா
A House Where Anchors Are Stored

நங்கூரங்கள் சேமிக்கப்படும் வீடு

LATHULATHTHADU – லாத்துலத்தாடு
Fuitness Sutableness

பொருத்தம் பொருத்தம்

LAVAJAMA – லவாஜமா
Necessary Things Baggage

தேவையான பொருட்கள்

சாமான்கள்

LAYAKKU – லாயக்கு
Wastage, Loss

விரயம், இழப்பு

LAYAKKU – லாயக்கு
And Others

மற்றும் பலர்

LUGASAN – லுகசான்
Agency

முகமை

LUKSAN – லுக்சான்
An Agent

ஒரு முகவர்

MA – மா
One – Twentieth, A land measure, the twentieth of veli

இருபதில் ஒன்று, ஒரு நில அளவு, இருபதாம் வேலி

MAAJI – மாஜி
Late

தாமதம்

MAAL – மால்
Roperty Wealth

சொத்து செல்வம்

MAALJAAMIM – மால்ஜாமீன்
Security Or Bail In Money

பாதுகாப்பு அல்லது பணத்தின் மூலமான ஜாமீன்

MAALKANA – மால்கானா
Palace

அரண்மனை

MAALKUJAARI – மால்குஜாரி
Paying Revenue A Term Applied To Lands Paying Revenue To Governemnt Also The Rent Of Such Lands

குறிப்பிட்ட வாகலத்தில் நிலங்களுக்கான வருவாயைச் செலுத்துதல் அரசாங்கத்திற்கு வருமானம் செலுத்துதல் மற்றும் அத்தகைய நிலங்களின் வாடகை

MAALTHAR – மால்தார்
A Proprietor A Rich Person
ஒரு உரிமையாளர் ஒரு பணக்காரர்

MAAMOOL – மாமூல்
Ussage, Custom
பயன்பாடு, தனிப்பயன்

MAANIYAM – மானியம்
Land Exempt From Tax In Whole Or In Part
நிலத்திற்கு முழுவதுமாகவோ பகுதியாகவோ வரிவிலக்கு வழங்குதல்

MAAPURAVANA – மாப்புரவானா
An Exemption Rownah Or Pass For Allowing Goods & C To Pass Free
ஒரு விதிவிலக்காக அல்லது இலவசமாக அனுப்ப அனுமதிப்பதற்கானது

MAARIKAR – மாரிக்கார்
A Kind Of Paddy grown During The Rainy Season
மழைக்காலத்தில் விளையும் ஒருவகை நெல்

MAARIPATHU – மாரிபத்து
To The Care Of In The Charge Of By Means Of
தம் பொறுப்பில் கவனிப்பதற்கு

MAASOOL – மாசூல்
PRODUCE, CROP
உற்பத்தி, பயிர்

MAASOOSU – மாசூசு
Representation, A Petition
பிரதிநிதித்துவம், ஒரு மனு

MAAVIDAI – மாவிடை
The Place On Which Cattle Stands
கால்நடைகள் நிற்கும் இடம்

MADIPU – மதிப்பு
Valuation, Estimate
மதிப்பு, மதிப்பீடு

MAGALOOR – மகளூர்
Fixed Established
நிலையானது நிறுவப்பட்டது

MAGAM – மாகம்
A month so called; the tenth of the
ஒரு மாதம் என்று அழைக்கப்படுகிறது; பத்தாவது

MAGAMAI – மகமை
Contribution formerly levied on merchants and cultivators for a temple, now given optionally
ஒரு கோவிலுக்கு வணிகர்கள் மற்றும் உழுவர்களிடம் முன்பு வரியாக வசூலிக்கப்பட்ட பங்களிப்பு, இப்போது விருப்பமாக வழங்கப்படுகிறது

MAGAMAI – மகமை
A Fee In Money Or Kind
பணம் அல்லது வேறு வகையான கட்டணம்

MAGANAM – மாகாணம்
A Small Tract Or District
ஒரு சிறிய பகுதி அல்லது மாவட்டம்

MAGASANAM – மகாசனம்
A Jead Nramins Of A Village
ஒரு கிராமத்தின் பெரிய மனிதர்கள்

MAGEASVAR – மகேவார்
Monthly Month By Month
மாதாந்திர மாதா மாதம்

MAGESWARSAGUBADI – மாகேவார்சாகுபடி
Monthly Cultivation
மாதாந்திர சாகுபடி

MAHAKUMA – மஹ்குமா
A Court A Tribunal
ஒரு நீதிமன்றம் ஒரு தீர்ப்பாயம்

MAHAL – மஹால்
Palace
அரண்மனை

MAHANADU – மகாநாடு

The Great assembly ; in former times it was compared of the chief landed proprietors of a nadu or district

பெரிய கூட்டம்; முந்தைய காலங்களில் இது ஒரு நாடு அல்லது மாவட்டத்தின் தலைமை நில உரிமையாளர்களுடன் ஒப்பிடப்பட்டது

MAHANI – மாகாணி

A Sixteenth

பதினாறாவது

MAILVARA – மேல்வாரம்

The proportion of the crop claimed by the Government

அரசாங்கத்தால் கோரப்படும் பயிரின் விகிதம்

MAJANANGAL – மாசணங்கல்

An assembly of the principal inhabitants of a village

ஒரு கிராமத்தின் முக்கிய குடிமக்களின் கூட்டம்

MAJKOOR – மஜ்கூர்

The Above Mentioned Aforesald

மேலே குறிப்பிட்டுள்ள முன்னுரை

MAJMOON – மஜ்மூன்

Meaning Sense Contents Of A Letter & C

ஒரு கடிதத்தின் அர்த்தம், உணர்வு உள்ளடக்கம்

MAJORA – மஜாரா

In Tamil Used To Express A Village Included

தமிழில் ஒரு கிராமத்தை குறிப்பிடப் பயன்படுகிறது

MAKALATHU – மாமலத்து

Revenue Business

வருவாய் வணிகம்

MAKKAM – மக்கம்

A Loom

ஒரு தறி

MALANGUBAVAN – மடங்குபவன்

Ripe Corn

விளைந்த சோளம்

MALPOOP – மல்பூப்

Enclosure In A Cover & C

ஒரு கவர் & C உள்ள உறை

MAMAN – மாமன்

A maternal uncle, A Mothers Brother

ஒரு தாய்வழி மாமா, தாயின் சகோதரர்

MAMANGAMORMAMAGAM – மாமங்கம் / மாபாகம்

A Great festival held every tweleve years, on the full moon. 'Magam' or 'Kumbakkonam'

'மகம்' அல்லது கும்பக்கோணத்தில் பன்னிரண்டு ஆண்டுகளுக்கு ஒருமுறை பௌர்ணமி அன்று நடைபெறும் ஒரு பெரிய திருவிழா

MANAI – மனைக்கிரயச் சீட்டு

A Bill of role of the site of a house

ஒரு வீட்டுத் தளத்தின் பங்கு பற்றிய ஒரு மசோதா

MANAICHITTU – மனைச்சீட்டு

A deed of Grant or a title deed for the site of a house

மானியப் பத்திரம் அல்லது வீட்டு மனைக்கான உரிமைப் பத்திரம்

MANAIKATTU / MANAIKATTU / NIVEASANAM – மனைக்கட்டு / மனைக்கட்டு / நிவேசனம்

A Ground or site of a house

ஒரு வீட்டின் மனை அல்லது தளம்

MANAIKOLAVAN – மனைக்கொலவன்

A house holder: in the Tamil provinces it applies especially to mirasidars and other resident members of a village

வீடு வைத்திருப்பவர்: தமிழ் மாகாணங்களில் இது குறிப்பாக மிராஸ்தார் மற்றும் கிராமத்தில் வசிக்கும் பிற உறுப்பினர்களுக்குப் பொருந்தும்

MANAIMURI – மனைமுறி

A bill of sale for the site of a house

ஒரு வீட்டின் தளத்திற்கான விற்பனை ரசீது

MANAIVARI – மனைவரி

House rent Ground – Tax or rent

வீட்டு வாடகை மனை – வரி அல்லது வாடகை

MANAIVI – மனைவரி

House – tax

வீடு – வரி

MANAKATHTHAI – மணக்கத்தை

A Kind Of Paddy

ஒரு வகையான நெல்

MANAKATTAI – மணக்கத்தை

A Sort of rice

ஒரு வகை அரிசி

MANALADITHARISU – மணலடித்தரிசு

Land become waste by on Accumulation of sand upon it

மேலே மணல் குவிப்பதால் நிலம் வீணாகிறது

MANALASARI – மணலசரி

Soil mixed with sand

மணல் கலந்த மண்

MANALATHARAM – மணலத்தரம்

Sandy Soil

மணல் மண்

MANAMAKKAL – மணமக்கள்

Men of the fourth, or servilt tribe

நான்காவது வருணத்தார் அல்லது அடிமைப் பழங்குடியினர்

MANAMARI – மானமாரி

A reservoir of water feel by the rain only

மழை பெய்தால் மட்டுமே நீர்த் தேக்கம் அறியப்படுகிறது

MANANAM / MANNIPU – மனனன்ம் / மனனீபு

Exemption from revenue, remission of Government demand rent free tenure

வருவாயில் இருந்து விலக்கு, அரசு கோரிக்கை வாடகை இல்லாத பதவிக்காலம்

MANAVARI – மானாவாரி

Akind Of Paddy

ஒரு வகையான நெல்

MANAVEEDU – மனவீடு

A house and the ground on which itstands. Including the whole are belonging to it

ஒரு வீடு மற்றும் அது நிற்கும் தரை. இவை முழுமையும் சேர்ந்தவை

MANDAIKARAI – மந்தைக்கரை

Place to which cattle are driven for pasture

கால்நடைகளை மேய்ச்சலுக்கு அழைத்துச் செல்லும் இடம்

MANDAIMURAI / VARISAI – மந்தைமுறை / வரிசை

A right and practice of the 'mirasidars' to have in turn the cattle of the village folded grounds

கிராமத்தின் கால்நடைகளை மைதானத்தில் வரிசையாக நிறுத்தி வைப்பது மிராசுதர்களின் உரிமையும் நடைமுறையும் ஆகும்

MANDAIVELI – மந்தைவெளி

A common or open field for pasturage

மேய்ச்சலுக்கு ஒரு பொதுவான அல்லது திறந்தவெளி

MANDAIVELI – மந்தைவெளி

A common or open field for pasturage

மேய்ச்சலுக்கு ஒரு பொதுவான அல்லது திறந்தவெளி

MANIYAM – மணியம்

Superitendence or management of affairs

கண்காணிப்பு அல்லது விவகாரங்களின் மேலாண்மை

MANIYAKARAN – மணியக்காரன்

Superiendent in general, the head man of a village, the Superientent of a temple

பொதுவாக கண்காணிப்பாளர் என்பவர், ஒரு கிராமத்தின் தலைவர், கோவிலின் கண்காணிப்பாளரும் கூட

MANIYAKARAN – மணியக்காரன்

A Manager Of Village Affaire A Manager

ஒரு கிராம விவகார மேலாளர் ஒரு மேலாளர்

MANIYAKKARAN – மானியக்காரன்

A holder of rent free land, or any hereditary right or privilege

வாடகை இல்லாத நிலம், அல்லது ஏதேனும் பரம்பரை உரிமை அல்லது சிறப்புரிமை வைத்திருப்பவர்

MANIYAM – மானியம்

A Certain extent of land enjoyed rent-free b a hereditary Proprietor of part of the village lands, a s personal Privilege attached to such a share

ஒரு குறிப்பிட்ட அளவிலான நிலத்தை வாடகையின்றி அனுபவித்தார் கிராம நிலங்களின் ஒரு பகுதியின் பரம்பரை

உரிமையாளர், அத்தகைய பங்குடன் இணைக்கப்பட்ட தனிப்பட்ட சலுகை

MANJADI / MANJALI – மஞ்சாடி / மஞ்சாளி

A weight for weighing diamond; a carat or four grains Avoirdupois

வைரத்தை எடைபோடுவதற்கான ஒரு எடை; ஒரு காரட் அல்லது நான்கு தானியங்கள் ஆகும்

MANJANIR – மஞ்சணீர்

Turmeric Water

மஞ்சள் கரைக்கப்பட்ட நீர்

MANJANIRCHITTU – மஞ்சணீர்ச் சீட்டு

A writing or deed concerning adoption

தத்தெடுப்பு தொடர்பான எழுத்து அல்லது செயல்

MANJANIRPILLAI – மஞ்சணீர்ப்பிள்ளை

An adopted chill

ஏற்றுக்கொள்ளப்பட்ட குளிர்

MANJJER – மஞ்ஞர்

Acceptance Admittance

ஏற்பு அனுமதி

MANNUKUDAIYAVAN – மண்ணுக்குடையவன்

A Propreiator of land, or landlord

நிலத்தின் உரிமையாளர் அல்லது நில உரிமையாளர்

MANTHAIVELI – மந்தைவெளி

A Public place for cattle outside a village

ஒரு கிராமத்திற்கு வெளியே கால்நடைகளுக்கான பொது இடம்

MANU – மனு

A Request A Petition A Favor

ஒரு வேண்டுகோள் ஒரு மனு ஒரு உதவி

MAPPU – மாப்பு
Exeption, Excuse, Parden
விலக்கு, பொறுத்தருள்தல், மன்னிப்பு

MAPURAVANU – மாப்புரவானு
A pass or permit for Goods to pass duty free (A. Muafi)
சரக்குகளுக்கு வரி இல்லாமல் அனுமதி

MARAKALTHUNDU – மறக்கல்த்துண்டு
Deficiency In Grain On Remeasurement
மறுஅளவிடுதலில் தானிய குறைபாடு

MARAMATHU / MARAMATHTHU – மராமத்து / மராமத்து
Repairs Mending
பழுது சரிசெய்தல்

MARATHALAIAAYAKATTU – மரத்தலை-ஆயக்கட்டு
Total Of Plantstions
மொத்த தாவரங்கள்

MARATHTHALAI – மரத்தலை
Scottered trees in a village
ஒரு கிராமத்தில் சிதறிக் கிடக்கும் மரங்கள்

MARATHTHALAI / AAYAKATTU – மரத்தலை / ஆயக்கட்டு
Total of Plantations
தோட்டங்களின் மொத்த ஆயக்கட்டு

MARAVIDAI – மரவிடை
The Ground On Which Trees Stand
மரங்கள் நிற்கும் தரை

MARAVIDAIMARAM – மரவிடை மரம்
A term used in deeds of the transfer of lands to convey all kinds of words, timber and plantations
மரம் மற்றும் தோட்டங்களை மாற்றுவதற்கான செயல்களில் பயன்படுத்தப்படும் ஒரு சொல்

MARGALI – மார்கழி
The Ninth month of the Year
தமிழ் ஆண்டின் ஒன்பதாவது மாதம்

MARI – மாரி
Water, Rain
நீர், மழை

MARI / MARAADI – மாறி / மாறாடி
A Cheat, A Thief
ஒரு ஏமாற்றுக்காரன் ஒரு திருடன்

MARIKALAM – மாரிகாலம்
The rainy season
மழைக்காலம்

MARIYAL – மறியல்
Arrest Stop Stay
கைது நிறுத்து நில்

MASATHU – மாசாத்து
Measurement Or Survey Of Land
அளவீடு அல்லது நில அளவை

MASHALJI – மஷால்ஜி
A TOUCH BEARER
ஒரு வழிகாட்டி

MASHATHTHUTHAR – மஷத்துதார்
A Surveyor Or Measure Of Land
ஒரு சர்வேயர் அல்லது நிலத்தின் அளவீடு

MASHKUTH – மஷ்குத்
A Greeed Upon Stipulated As Applied To Lands Or Grants It Signifies Their Appropiration In Whole Or Part Paricular Uses
நிலங்கள் அல்லது மானியங்களுக்குப் பயன்படுத்தப்படும் என நிர்ணயிக்கப்பட்ட பேராசையானது

முழுமையான அல்லது பகுதியான வாழ்வியலிலும் பிரதிபலிப்பதைக் குறிக்கிறது

MASI – மாசி
The Eleventh month of the (Feb, March)
தமிழின் பதினொன்றாவது மாதம் (பிப், மார்ச்)

MASILIMASEEL – மசிலி மசீல்
A Stage In Travelling, A Days Journey
பயணத்தில் ஒரு நிலை, ஒரு நாள் பயணம்

MATHAGU – மதகு
A Sluice
ஒரு ஸ்லூஸ், ஒரு மதகு

MATHAPADI – மாதப்படி
Creditable, Respectbale
நம்பகமான, மரியாதைக்குரிய

MATHATHU – மதத்து
Aid Assistance Help
உதவி உதவி உதவி

MATHTHIYAM – மத்தியம்
The middle Region
மத்திய பகுதி

MATHURAVAANU – மாத்துரவாணு
A pass for Goods on which the duty has been paid
செலுத்தப்பட்ட பொருட்களுக்கான அனுமதி அட்டை

MATTUPONGAL – மாட்டுபொங்கல்
The Cattle Festival
மாட்டுப்பொங்கல்

MAVUJO – மவுஜே
A Village
ஒரு கிராமம்

MEALPADI – மேல்ப்படி
A Foresaid
ஒரு முன்னறிவிப்பு

MEALVAIPPU – மேல்வைப்பு

A Quit-Rent, or a small proportion of the crop paid by the holder of a "Manyam"
"மான்யம்" வைத்திருப்பவர் செலுத்தும் வெளியேறும் வாடகை, அல்லது சிறிய விகிதப் பயிர்

MEALVARAM – மேல்வாரம்
Governemnt Share
அரசாங்க பங்கு

MEANEAJ – மெனேஜே
Establishment
நிறுவனம்

MEANEANJVAR – மெநேஜெவார்
Detailed Account Of Villages
கிராமங்களின் விரிவான கணக்கு

MEANKASTHU – மேன்கஸ்து
An Overseas
ஒரு வெளிநாட்டு

MEARPADI – மேற்டி
The Same As
அதே போல

MEASAVAARAM – மீசவாரம்
The Landlord's share of the crop
பயிரில் நில உரிமையாளரின் பங்கு

MEAVUPARASATHKANAKKU – மேவுபர்சாத்கணக்கு
An Account Of Falls Of Rain
மழையளவு குறைந்த கணக்கு

MEAZHI – மேழி
The Handle Of A Plough
ஒரு கலப்பையின் கைப்பிடி

MEICHAL – மேய்ச்சல்
Posturage, Posture
மேய்ச்சல் காடு, நிலத்தில்

MEIKIRAVAN – மேய்க்கிறவன்
A Shephered
ஒரு மேய்ப்பன்

MELERALAI – மேலேரலை

An engagement for an increeared share of the crop to be relinquished to the cultivators

பயிரிடுபவர்களுக்கு அதிகப் பங்கு விட்டுக்கொடுக்கப்படுவதற்கான நிகழ்வு

MENKAVAL – மேன்க்காவல்

The superior or district watch; Superintendant of Police

உயர்ந்த அல்லது மாவட்ட கண்காணிப்பு; காவல் கண்காணிப்பாளர்

MENKAVALGAR – மேன்க்காவல்கார்

A Petty Chief in the south of India, A Poligar, the Superior Guardian or Protector of the Country

இந்தியாவின் தென்பகுதியில் உள்ள ஒரு குட்டித் தலைவர், ஒரு பொலிகர், உயர்ந்த பொறுப்பாளர் அல்லது நாட்டின் பாதுகாவலர்

MERAIMANIYAM – மேரைமானியம்

A Grant of a Portion of the gross procedure of cultivated lands in kind now commuted for money

பயிரிடப்பட்ட நிலங்களின் மொத்த நடைமுறை மானியம் இப்போது பணத்திற்காக மாற்றப்படுகிறது

MERAITHITTAM – மேரைதிட்டம்

Regulation or Rule for the Proportionate Allowances from the crops

பயிர்களின் விகிதாசார கொடுப்பனவுகளுக்கான ஒழுங்குமுறை அல்லது விதி

MERAI – மேரை

A Fee In Kind

ஒரு வகையான கட்டணம்

METTU – மெட்டு

A Place where toll or custom is taken

டோல் அல்லது சுங்கம் எடுக்கப்படும் இடம்

METTUKARAN – மெட்டுகாரன்

A receiver of tolls, one who examins persons entering or leaving a village

சுங்கம் பெறுபவர், ஒரு கிராமத்திற்குள் நுழையும் அல்லது வெளியேறும் நபர்களை பரிசோதிப்பவர்

MEYSALAVELI – மேச்சல் வெளி

A pasture Ground

ஒரு மேய்ச்சல் மைதானம்

MILAGATHTHU – மிலாகத்து

Meeting, Ionterview, Introduction

சந்திப்பு, நேர்காணல், அறிமுகம்

MILKATHEESTHIMIRAR – மில்கதீஸ்திமிரார்

Proprietary Right In Perpetutity Or Continuation

சொத்து வகையில் நிரந்தரமான அல்லது தொடர்ச்சியான தனியுரிமை

MINAHA – மினாஹா

Used Is Tamil For Deduction

தமிழில் கழிக்கப் பயன்படுத்தப்படும் சொல்

MIRAS / VAARAM – வாரம்

The part produce of hereditary land

பரம்பரை நிலத்தின் விளைச்சல் பகுதி

MIRASI / MIRASU – மிராசி / மிராசு

Inheritance, Inherited Property or right; the term is used especially in the south of India

பரம்பரை, பரம்பரை சொத்து அல்லது உரிமை; இந்த வார்த்தை குறிப்பாக தென்னிந்தியாவில் பயன்படுத்தப்படுகிறது

MIRASISUTHANTHARAM – மிராசி சுதந்தரம்

Absolute hereditary right to

lands or offices

நிலங்கள் அல்லது அலுவலகங்களுக்கு முழுமையான பரம்பரை உரிமை

MIRASUKUDI – மிராசுகுடி

A hereditary inhabitant

ஒரு பரம்பரை குடிமகன்

MISAL – மிசல்

Entry Examination

நுழைவுத் தேர்வு

MISALTHIRVAI – மிசல் தீர்வை

An assessment on a field similar or analogous to that on the adjacent land

அருகிலுள்ள நிலத்தில் உள்ளதைப் போன்ற அல்லது ஒத்த அளவிலான மதிப்பீடு

MITTA – மிட்டா

Sub - division of a district, an estate forming such a division

ஒரு மாவட்டத்தின் துணைப்பிரிவு, அத்தகைய பிரிவை உருவாக்கும் பண்ணை

MITTA – மிட்டா

A Subtivition Of A District

ஒரு மாவட்டத்தின் துணைப்பிரிவு

MITTATHAR – மிட்டாதார்

A Person Holding A Subdivision Of A District

ஒரு மாவட்டத்தின் துணைப்பிரிவை வைத்திருக்கும் நபர்

MMANDAI – மந்தை

A head, A flock

ஒரு தலைஒரு மந்தை

MOCHAI – மொச்சை

A leguminous plant cultivated on dry ground. (Dolichos Tetraspermus)

வறண்ட நிலத்தில் பயிரிடப்படும் மொச்சை எனும் ஒரு பருப்புச் செடி

MOGAR – மொகர்

Seal

முத்திரை

MOHAR – மொஹர்

The Same As

அதே போல

MOOKOOP – மோகூப்

Stopped, Dismissed, Suspended

நிறுத்தப்பட்டது, நீக்கப்பட்டது, இடைநீக்கம் செய்யப்பட்டது

MOOMSALIKKA – மூம்சலிக்கா

A Building For The Accomodation Of Travellers

பயணிகள் தங்குவதற்கு ஒரு கட்டிடம்

MOOPAN – மூப்பன்

An elder, a senior the head man of a class or business, one who presides over ploughmen and shepherds

ஒரு பெரியவர் ஒரு வகுப்பு அல்லது வணிகத்தின் தலைவர், உழுவர்கள் மற்றும் மேய்ப்பர்களுக்கு தலைமை தாங்குபவர்

MOOPUKALAVAU – மூப்புகளவு

Dues payable to the head man of a village. Deduction from the revenue on that account

ஒரு கிராமத்தின் தலைவருக்கு செலுத்த வேண்டிய நிலுவைத் தொகை. அந்தக் கணக்கில் குறிப்பிட்ட அளவு பணம் கழித்தல்

MOOSOOL – மோசூல்

A Guard Placed Over A person

ஒரு நபரைக் கண்காணிக்க காவலர் வைக்கப்பட்டுள்ளார்

MOOTHARPA – மோதர்பா

A Professional Tax, Assessment

ஒரு தொழில்முறை வரி, மதிப்பீடு

MOTHAPATTA – மொத்தப்பட்டா
Lease Of A Village Or District
ஒரு கிராமம் அல்லது மாவட்டத்தின் குத்தகை

MUBALAkU – முபலகு
Total Sum Amount
மொத்த தொகை

MUBATHALA – முபாதலா
Money In Advance Exchange Barter
முன் பணம் பரிமாற்றம் பண்டமாற்று

MUCHAVIKKAI – முச்சவிக்கை
An Agreement In Writing
எழுத்து மூலமான ஒப்பந்தம்

MUDAL – முதல்
Origin
அசல்

MUDALI / MUDALVAN – முதலி / முதல்வன்
A title of the agricultural and some other responsible classes
விவசாயம் மற்றும் வேறு சில பொறுப்புள்ள சாதிகளின் பட்டம்

MUDALIYAAR – முதலியார்
Plur, but used to an individual honorifically
ஒரு தனிநபருக்கு மரியாதையுடன் பயன்படுத்தப்படும் சொல்

MUDIPU – முடிப்பு
Money or valuables tied up in a cloth or bag; To be paid in to the public treasury
ஒரு துணி அல்லது பையில் கட்டப்பட்டுள்ள பணம் அல்லது மதிப்புமிக்க பொருட்கள் பொது கருவூலத்தில் செலுத்த வேண்டும்

MUDUPARAI – முடுபாறை
The top of the tunnel of a sluice

ஒரு மதகின் மேற்பகுதி

MUGABILA – முகாபிலா
Examination, Comparison
தேர்வு, ஒப்பீடு

MUGAM – முகாம்
A Halt
நிறுத்து

MUGATHTHAMA – முகத்தமா
A Subject Matter Case
ஒரு பொருள் தொடர்பான விஷயம்

MUJAMUTHAR – முஜமுதார்
A District Accountant
ஒரு மாவட்ட கணக்காளர்

MUKASA – முகாசா
A village or land assigned to an individual either rent-free or at a low quit-rent, on condition of service
சேவை செய்வது என்ற நிபந்தனையின் பேரில், ஒரு தனிநபருக்கு வாடகை இல்லாத அல்லது குறைந்த வாடகைக்கு ஒதுக்கப்பட்ட கிராமம் அல்லது நிலம்

MUKTHIYARNAMA – முக்தியார்நாமா
Written Power, Apower Of Attorney
எழுதப்பட்ட அதிகாரம், அதிகார மாற்று

MULAI – முளை
A shoot, a sprout, a young plant first springing from the ground
ஒரு முளைப்பயிர் ஒரு தளிர், ஒரு இளம் செடி முதலில் தரையில் இருந்து துளிர்விடும்

MUNAISAP – முனைசப்
Proper, Fit
சரியான, பொருத்தம்

MUNAISAPTHEERVAI – முனைசப்தீர்வை
Just Or Reasonable Tax

நியாயமான அல்லது காரணமான வரி

MUNAITHAZHVU – முனைத்தாழ்வு
Failiure To Sprout
முளைப்பதில் தோல்வி

MUNSEEPU – முன்சீபு
A District Or Village Judge
ஒரு மாவட்ட அல்லது கிராம நீதிபதி

MUPPIRI – முப்பிரி
A receiver of rents or taxes or any proceeds of sale;
வாடகைகள் அல்லது வரிகள் அல்லது விற்பனையில் வருமானம் பெறுபவர்

MURAI – முறை
Legality, Lawfullness
சட்டபூர்வமான தன்மை, சட்டபூர்வமான நடைமுறை

MURAINEER – முறைநீர்
Supply of water for Irrigation in settled order or rotation
பாசனத்திற்கான நீர் வழங்கப்படும் தீர்மானிக்கப்பட்ட முறை அல்லது சுழற்சி முறையில்

MURAINEER / MURAI – முறைநீர் / முறை
Water allowed to flow in turn for a fixed term to the each cultivator, from about the begning of April to the end of May
ஒவ்வொரு சாகுபடியாளருக்கும் ஒரு குறிப்பிட்ட காலத்திற்கு, ஏப்ரல் தொடக்கத்தில் இருந்து மே இறுதி வரை தண்ணீர் செல்ல அனுமதிக்கப்படுகிறது

MURAMBU – முரம்பு
A salt-pan, a creak of the sea; a beap or hill of stones and Gravel
ஒரு உப்புப்பாத்தி ஒரு கடல்புரமேடு, ஒரு பீப் அல்லது கற்கள் மற்றும் சரளை மலை

MURATHTHI – முசத்தி
Accountant Wriuter In Apublic Office
பொது அலுவலகத்தின் கணக்காளர்

MURI – முறி
A leaf a written bond, a receipt, a bond given with the sale of a slave
ஒரு இலை ஒரு எழுதப்பட்ட பத்திரம், ஒரு ரசீது, ஒரு அடிமையின் விற்பனையுடன் கொடுக்கப்பட்ட ஒரு பத்திரம்

MURIPATTAIYAM / MURISAATHAM – முறிப்பட்டையம் / முறிசாதம்
A promise or agreement in writing
எழுத்துப்பூர்வமான ஒரு வாக்குறுதி அல்லது ஒப்பந்தம்

MURIYAN – முறியன்
A Slave
ஒரு அடிமை

MUSAP – முஷாப்
An Accountant, An Examiner
ஒரு கணக்காளர், ஒரு தேர்வாளர்

MUTHAIPUNAM – முதைப்புனம்
Old cultivated ground
பழைய சாகுபடி நிலம்

MUTHIRAI – முத்திரை
Stamp
முத்திரை

MUTHSAKTHI – முத்சத்தி
An Agreement In Writing
எழுத்து மூலமான ஒப்பந்தம்

MUTHUKATTUTHARISU – முதுகாட்டுத்தரிசு
An Agreement In Writing
எழுத்து மூலமான ஒப்பந்தம்

MUZHAM – முழம்
A cubit measured from the elbow to the tip of the middle finger
முழங்கையிலிருந்து நடுவிரலின் நுனி வரையில் அளவிடப்படுவது ஒரு முழம்

NAALA – நாளா

A Water Channel A Revenue

ஒரு நதி நீர்க்கால்வாய், ஒரு வருவாய்

NAALATHU – நாளது

CURRENT, PRESENT, INSTANT

தற்போதைய, நிகழ்காலம், உடனடி

NAAMATHARI – நாமதாரி

A raishnava, one wearing the sectorial marks

ஒரு வைஷ்ணவா, தம்பிரிவு சார் குறிகளை அணிந்தவர்

NAANAYAVATTAM – நாணயவட்டம்

Difference in exchange of coins, premium or discount

நாணயங்களின் பரிமாற்றத்தில் பிரீமியம் அல்லது தள்ளுபடி வேறுபாடு

NAARU – நாறு

Yound plant of cornfit to be transplanted

இளம் நாற்றை இடமாற்றம் செய்து நட வேண்டும்

NAATAMKARAM – நாட்டம்க்காரன்

The head man of a village or a districut, one who directs and superintends the cultivation, and has chief authority over the village servants

ஒரு கிராமம் அல்லது ஒரு மாவட்டத்தின் தலைவர், சாகுபடியை வழிநடத்துபவர் மற்றும் விவசாயப் பணிகளைக் கண்காணிப்பவர், கிராம ஊழியர்களின் மீது தலைமை அதிகாரம் கொண்டவர்

NAATHAR – நாதார்

Poor, Poor Ryot

ஏழை, ஏழை ரயத்

NAATHARBAKI – நாதார்பாக்கி

Balance Due By Poor Ryots

ஏழை ரயத்களின் நிலுவைத் தொகை

NAATRANGAL – நாற்றங்கால்

A Field On Which Paddy Is Sown, And From Which The Plants At A Certain Period Are Transplanted To Another Field

ஒரு வயலில் நெல் விதைக்கப்படுகிறது, அதிலிருந்து ஒரு குறிப்பிட்ட காலத்தில் நாற்றுகள் மற்றொரு வயலுக்கு இடமாற்றம் செய்யப்படுகின்றன

NAATRANGAL – நாற்றங்கால்

A bed or part of a field, kept moist, in which rice is sown for the purpose

ஒரு படுக்கை அல்லது வயலின் ஒரு பகுதி, ஈரமாக வைக்கப்படுகிறது, அதில் நெல் விதைக்கப்படுகிறது

NAATRU – நாற்று

Plants thickly sown, for the purpose of being tansplanted

அடர்த்தியாக விதைக்கப்பட்ட நாற்றுகள்; வேறு இடத்தில் நடுவது என்ற நோக்கத்திற்காக

NAATRUNADAVU – நாற்றுநடவு

Tribe act of transplanting

நடவு செய்யும் பழங்குடியினர் செயல்

NAATTRUNADAVU – நாற்றுனடவு

The Act Of Transplanting

நடவு செய்யும் செயல்

NAAYAPSIRASTHA – நாயப்சிரஸ்தா

A Deputy To The Hrad Revenue Native Officer Under A Collector Of Revenue

வருவாய் கலைக்டரின் கீழ் உள்ள வருவாய் பூர்வீக அதிகாரிக்கு ஒரு துணை அலுவலர்

NAAZHI – நாழி

A measure of capacity, a padi

திறன் அளவு, ஒரு படி அளவு

NAAZHIGAI / NAADIGA – நாழிகை / நாடிகா

A measure of time an hour of twenty-four minutes or one-sixtieth of the day and night

ஒரு மணிநேரம் இருபத்தி நான்கு நிமிடங்கள் அல்லது பகல் மற்றும் இரவின் அறுபதில் ஒரு பங்கு

NABA – நபா

Advantage Profit

அனுகூலம் லாபம்

NABAR – நபர்

A man, an individual

ஒரு மனிதன், ஒரு தனிநபர்

NABARJAMIN – நபர்ஜாமீன்

Personal Bail

தனிப்பட்ட ஜாமீன்

NABARNABARKATHIPAISAL – நபர்நபர்கதிபைசல்

An Individual A Person

ஒரு தனி நபர், ஒரு நபர்

NADAIMUTHAL – நடைமுதல்

The Current Year

தற்போதைய ஆண்டு

NADAINEER – நடைநீர்

Water Flowing Through A Channel

ஒரு கால்வாய் வழியாக பாயும் நீர்

NADAVUKOOLI – நடவுக்கூலி

Hire Given For Tranplanting Paddy Stalks

நெல் நாற்றுகளை நடவு செய்வதற்கு கொடுக்கப்பட்ட கூலி

NADAVUNATROOLAI – நடவுநட்டேராலை

An account particulars of transplanting

நடவு செய்வதற்கான கணக்கு விவரங்கள்

NADAVUPAYER – நடவுப்பயிர்

Corn in the field newly transplanted

வயலில் சோளம் புதிதாக இடமாற்றம் செய்யப்பட்டுள்ளது

NADHAN – நாதன்

A lord a master, a name borne by some classes of religious mendiunts

ஒரு பிரபு, ஒரு ஆசிரியர், சில மாதத் தலைவர்கள் பெற்றிருக்கும் பெயர்

NADU – நாடு

Country

நாடு

NAHATH – நஹத்

A Demonsing, Reprimand

ஒரு திட்டு, சீர்நிலை

NAILKAVALI – நாயில்காவலி

Guarding a town, or expenses incurred for its production or security

ஒரு நகரத்தை பாதுகாத்தல் அல்லது அதன் உற்பத்தி அல்லது பாதுகாப்பிற்காக ஏற்படும் செலவுகள்

NAMBERKARANAM – நம்பர்கரனம்

A village accountant in some of the tamil districts, who was paid by a salary

தமிழ் மாவட்டங்கள் சிலவற்றில் ஒரு கிராமக் கணக்காளர், சம்பளம் வாங்குகிறார்

NAMBI / NAMBIYAR – நம்பி / நம்பியான்

The title of a caste or member of it an inferior class of Brahman, said to be spring from a kshatriya mother and Brahman Father, and usually officiating as priest in vaishnava temples in the south of India

ஒரு ஜாதி அல்லது அங்கத்தினரின் பெயர் பிராமணரில் தாழ்த்தப்பட்ட வகுப்பைச் சேர்ந்தது, ஒரு க்ஷத்ரிய தாய் மற்றும் பிராமண தந்தையிடமிருந்து வந்ததாகக் கூறப்படுகிறது, பொதுவாக இந்தியாவின் தெற்கில் உள்ள வைணவக் கோயில்களில் புரோகிதாராக பணியாற்றுகிறார்

NAMBOORI – நம்பூரி

A Brahman of the biggest order in malabar also the name of the caste or tribe

மலபாரில் மிகப் பெரிய வகுப்பைச் சேர்ந்த ஒரு பிராமணர் நம்பூதிரி என்பது சாதி அல்லது பாரம்பரியப் பெயரும் கூட

NAMOONA – நமூனா

A Form Specimen, Pattern

மாதிரி படிவம் முறைமை

NAMOOTHU – நமூது

Proof

ஆதாரம்

NANAIYAVAARI – நனையவாரி

A Variety Of Coin

பல வகை நாணயங்கள்

NANAIYAVATTAM – நனையவட்டம்

A Difference (Gain Or Loss, According To The Parlies In The Exchange Of Coin)

ஒரு வித்தியாசம் (ஆதாயம் அல்லது இழப்பு, நாணய பரிமாற்றத்தில் உள்ள விதிகளின் படி)

NASEEP – நசீப்

Fate, Fortune

விதி, அதிர்ஷ்டம்

NATHANEERVARI – நதநீர்வரி

A tax level in the dry district of Trichinapali on lands watered by channels from rivers or water - courses

வறண்ட மாவட்டமான திருச்சிராப்பள்ளியில் ஆறுகள் அல்லது நீர் வழித்தடங்களில் இருந்து வாய்க்கால்களால் நீரேற்றப்படும் நிலங்களுக்கு விதிக்கப்படும் வரி அளவு

NATHI / NATHIYAR / NATHIGAL – ஞாதி / ஞாதியர் / ஞாதிகள்

Relations by the same father, joint heirs

ஒரே தந்தையால் உண்டான உறவுகள், கூட்டு வாரிசுகள்

NATHTHAM – நத்தம்

A village, especially one inhabited by sudras, in apporition to an Agraharam, or one inhabited by Brahmans

ஒரு கிராமம், குறிப்பாக சூத்திரர்கள் வசிக்கும் கிராமம், ஒரு அக்ரஹாரம் பிராமணர்கள் வசிக்கும் ஒன்று

NATHTHAMAGAN / NATHTHAMAR – நத்தமகன் / நத்தமார்

A sub-division of the vallalar tribe, husbandmen, Farmers

வள்ளலார் பழங்குடியினரின் துணைப்பிரிவு, ஜமீன்தார்கள், விவசாயிகள்

NATHTHAPAL – நத்தபல்

A deserted village

வெறிச்சோடிய கிராமம்

NATTAM – நாட்டம்

The chief ship of a district

ஒரு மாவட்டத்தின் தலைமை அதிகாரி

NATTAN – நாட்டான்

The chief civil officer of a district under the native administration, whole authority is now confined to questions of caste

பூர்வீக நிர்வாகத்தின் கீழ் உள்ள ஒரு மாவட்டத்தின் தலைமை சிவில் அதிகாரி, முழு அதிகாரமும் இப்போது சாதியளவில் மட்டுப்படுத்தப்பட்டுள்ளது

NATTANMAIKARAN – நாட்டாண்மைக் காரமன்

The chief or head man of a village or district

ஒரு கிராமம் அல்லது மாவட்டத்தின் தலைவர்

NATTAR / NADAR – நாட்டார் / நாடர்

The people of a district or a country

ஒரு மாவட்டம் அல்லது ஒரு நாட்டின் மக்கள்

NATTAZHIVU - நட்டழிவு
Loss In Cultivation After Transplanting
நடவு செய்த பின் சாகுபடியில் இழப்பு

NATTRUMUDI - நாற்றுமுடி
Handful Of Plants Tied In A Bundle
ஒரு கட்டக் கட்டப்பட்ட சில தாவரங்கள்

NATUMAANIYAM - நாட்டு மாணியம்
Land held rent free as the perquisite of the head man of a village
நிலம் ஒரு கிராமத்தின் தலைவரின் உரிமையாக வாடகை இல்லாமல் இருந்தது

NATUPURAM - நாட்டூபுரம்
A country town
ஒரு நாட்டுப்புற நகரம்

NATUSILAVU - நாட்டு சீலவு
Charge for village expenses and the pay and allowances of village officers under the native Government
கிராமச் செலவுகள் மற்றும் சொந்த அரசாங்கத்தின் கீழ் கிராம அலுவலர்களின் ஊதியம் மற்றும் படிகளுக்கான கட்டணம்

NAVADA - நவாடா
A Boat
ஒரு படகு

NAVUKKAR - நவுக்கர்
A Servant
ஒரு வேலைக்காரன்

NAYAGAN - நாயகன்
A leader, a chief in general; also the head of a small body of soldiers
ஒரு தலைவர், பொதுவாக ஒரு தலைவர்; ஒரு சிறிய படை வீரர்களின் தலைவரும் கூட

NAYAM - நயம்

Profit
லாபம்

NAYANASTAM / NAYANATTAM - நயநஷ்ட்டம் / நயநட்டம்
Profit and Loss
லாபம் மற்றும் நஷ்டம்

NEELAIKUDI - நீலைக்குடி
A settled inhabitant
குடியேறிய ஒரு குடிமகன்

NEELAKKARAN - நீலக்காரன்
A dyer of blue
நீல நிற சாயமிடுபவர்

NEELAM - நிலம்
Soil, Earth, Ground
மண், பூமி, தரை

NEER / NEERAM - நீர் / நீரம்
Water
நீர்

NEERAANIKKAM - நீராணிக்கம்
A village peion superintending the water - courses
ஒரு கிராம வேலையாள் தண்ணீர் பாய்ச்சுதலைக் கண்காணிக்கிறார்

NEERANAMBAM - நீராநம்பம்
Wet lands, land irrigated Artifically for rice cultivation
ஈர நிலங்கள், நெல் சாகுபடிக்கு செயற்கை முறையில் பாசனம் செய்யப்படும் நிலம்

NEERETRUTTU - நீரெற்றுட்டு
High lands that cannot be irrigated
நீர்ப்பாசனம் செய்ய முடியாத உயர் நிலங்கள்

NEERKANAL - நீர்க்கால்
A water course, a channel for Irrigation
ஒரு நீர்ப்பாசனம், நீர்ப்பாசனத்திற்கான கால்வாய்

NEERNILAI – நீர்நிலை
Marshy Ground
சதுப்பு நிலம்

NEERODUKKAL – நீரொடுக்கல்
Law lands over which the surplus water of a village are discharged
ஒரு கிராமத்தின் உபரி நீர் வெளியேற்றப்படும் சட்ட நிலங்கள்

NEERPAICHALMANIKAM – நீர்ப்பாய்ச்சமாணியம்
Rent-Free land watered from a public reservoir
ஒரு நீர்ப்பாசனம், நீர்ப்பாசனத்திற்கான கால்வாய்

NEERPAAISUMANIYAM – நீர்ப்பாச்சுமானியம்
Land Hled Free Of Tax In Whole Or In Part Irrigated From A Public Reservoir
பொது நீர்த்தேக்கத்திலிருந்து பாசனம் செய்யப்படும் நிலம் முழுவதுமாகவோ அல்லது பகுதியாகவோ வரி செலுத்தப்படாமல் உள்ளது

NEERPIDIPU – நீர்ப்பிடிப்பு
Quantity Of Water
நீர் அளவு

NEERSAVAI – நீர்சாவி
Destriction of crops from deficiency of water
தண்ணீர் பற்றாக்குறையால் பயிர்கள் அழிதல்

NEETHI – நீதி
A Treasure in General
பொதுவாக ஒரு பொக்கிஷம்

NEI – நெய்
Oiled butter, Ghee
வெண்ணெய், நெய்

NEITHAL – நெய்தல்
A saltish or brackish soil or situation near the sea
கடலுக்கு அருகிலுள்ள உப்பு அல்லது உவர் மண் அல்லது சூழ்நிலை

NEIYAL / NEITHAL – நெய்யல் / நெய்தல்
Weaving
நெய்தல்

NEIYARKARAN – நெய்யற்காரன்
A weaver
துணி நெய்வோர்

NEL / NELLU – நெல் / நெல்லு
Rice in the husk, paddy, Fifty-eight kinds of which are grown in Malabar
மலபாரில் நெல், ஐம்பத்தெட்டு வகை நெற்பயிர்கள் மலபார் பகுதியில் விளைகின்றன

NELLI – நெல்லி
The emblic myrobalan (Phyllanthus emblica)
நெல்லிக்காய்

NENMAA – நென்மா
Rice Flour
அரிசி மாவு

NENMANI – நென்மணி
A Grain of rice corn
ஒரு தானிய அரிசி சோளம்

NERAI – நிறை
Weighting General, weight of 100 Palams
எடை பொது, 100 பலம் எடை.

NERAM – நேரம்
A crime, A Fault, Fine, Penalty
ஒரு குற்றம், ஒரு தவறு, அபராதம், தண்டனை

NERKALANGIYAM – நெற்களஞ்சியம்
A Granary for rice corn
நெல் சோளத்திற்கான களஞ்சியம்

NERKATHIR – நெற்கதிர்
An ear of rice
ஒரு கதிர் அரிசி

NERKUTHTHAGAI – நெற்குத்தகை
A Grain rent
ஒரு தானிய வாடகை

NERKUZHI – நெற்குழி
A Grain or rice pit
ஒரு தானிய அல்லது அரிசிக் குழி

NERPOR – நேர்போர்
A heap of rice Grain
ஒரு குவியல் அரிசி தானியம்

NGAL – நகல்
A Duplicate
ஒரு நகல்

NILAESANAM – நிலேசனம்
A Ground A Measure Of Square Feet
ஒரு மைதானம் சதுர அடி அளவு

NILAM – நிலம்
Ground Land Soil
தரை நில மண்

NILAM – நிலம்
Land
நிலம்

NILAPIRATTU – நிலப்பிரட்டு
Fraud In An Account Of Lands
நிலக் கணக்கில் மோசடி

NILATHTHEERVAI – நிலத்தீர்வை
Land Tax
நில வரி

NILATHTHEERVAI – நிலத்தீர்வை
Land assessment
நில மதிப்பீடு

NILAVARI – நிலவரி
Ground rent, land tax
நில வாடகை, நில வரி

NILAVARI – நிலவரி
Ground Rent
நிலவரி

NILUVAI – நிலுவை
Balance
இருப்பு

NIMATHAM – நிமந்தம்
Labour in general, especially laborious service in temples as carrying images, lights, etc
பொதுவாக உழைப்பு, குறிப்பாக கோயில்களில் உருவங்கள், விளக்குகள் போன்றவற்றை சுமந்து செல்லும் உழைப்பு

NIRAKKU – நிரக்கு
Price Fixed By The Officers Of Police Price Current Tariff Assize
காவல்துறை அதிகாரிகளால் நிர்ணயிக்கப்பட்ட விலை தற்போதைய கட்டண மதிப்பீடு

NIRAKKUNAMA – நிரக்குநாமா
A List Of Current Prices
தற்போதைய விலைகளின் பட்டியல்

NIRARAMBAM – நிராரம்பம்
Land Dependant For Cultivation On Irrigation
நீர்ப்பாசனத்தை நம்பியிருக்கும் நிலம்

NISANI – நிஷானி
Signature
கையெழுத்து

NISINTHA – நிசிந்தா
A Accountant A Writer A Clerk
ஒரு கணக்காளர் ஒரு எழுத்தாளர் ஒரு எழுத்தர்

NITHTHIYAPADIPOIYENI – நித்தியபடி பொயினி
Daily allowance in money for ceremonies in a temple
கோவிலில் நடக்கும் விழாக்களுக்கு தினசரி கொடுப்பனவு

NITTIYA – நித்திய
Constant, invariable, eternal
நிலையானது, மாறாதது, நித்தியமானது

NODI – நொடி
A small measure of time, about four seconds
ஒரு சிறிய அளவு நேரம், சுமார் நான்கு வினாடிகள்

NOOL – நூல்
Yarn cotton – thread
நூல் பருத்தி – நூல்

NUGAM – நுகம்
A yoke for oxen (Vernacular corruption of S Yugan)
எருதுகளுக்கு ஒரு நுகத்தடி

ODAM – ஓடம்
A boat, A ferry-boat, A Ferry-man
ஒரு படகு, ஆட்களை ஏற்றிச்செல்லும், ஒரு படகோட்டி

ODAVARAM – ஓடவாரம்
Actual Gross produce
உண்மையான மொத்த உற்பத்தி

OLAI – ஓலை
The leaf of any kind of palm. Applied to the leaf as used for writing upon
எல்லா வகையான பனை ஓலையும் எழுதுவதற்குப் பயன்படுத்தப்படும்

OLAIKOODU – ஓலைக்கூடு
An umbrella or covering of palm leaves to keep off rain
மழையைத் தடுக்க ஒரு குடை அல்லது பனை ஓலைகளின் உறை

OOKUM – ஊக்கூம்
An Order
ஒரு கட்டளை

OORAN – ஊரான்
The Head person in a town or village
ஒரு நகரம் அல்லது கிராமத்தின் தலைவர்

OORAR – ஊரார்
Townsmen, Citizen
நகரவாசிகள், குடிமக்கள்

OORUNI – ஊருணி
A Public Tank
ஒரு பொது தொட்டி

OORVALAM – ஊர்வலம்
A Procession, State, marriage
ஒரு ஊர்வலம், மாநிலம், திருமணம்

OOSARBOOMI – ஊஷர்பூமி
Barren Ground
தரிசு நிலம்

OOTRU – ஊற்று
A Spring
வசந்தம்

OOTRUKOL – ஊற்றுக்கால்
A Watercourse Leading From A Spring
ஒரு நீரூற்றில் இருந்து செல்லும் நீர்வழி

OPADI THUGAIYEADU – ஒப்படி துகையேடு
Abstract Statement showing receipts, disburesments and balance in hand
ரசீதுகள், பணம் செலுத்துதல் மற்றும் கையில் இருப்பு ஆகியவற்றைக் காட்டும் தோராயமான அறிக்கை

Oppadi – ஒப்படி
The End Of The Harvest The Act Of Threashing Corn
அறுவடையின் முடிவு, மக்காச்சோளத்தை நசுக்கும் செயல்

OPPAM – ஒப்பம்
Signature, Subscription, A Certificate
கையொப்பம், சந்தா, ஒரு

சான்றிதழ்

OPPANTHAM – ஒப்பந்தம்

An compact, an agreement, contract

ஓர் அடக்கமான, ஓர் உடன்பாடு, ஒப்பந்தம்

OPPASARAM – ஒப்பாசாரம்

A contract an engagement, a bond

ஓர் ஒப்பந்தம் ஒரு நிச்சயதார்த்தம், ஒரு பத்திரம்

OPUMOZHI – ஒப்புமொழி

A written agreement between two parties

இரு தரப்பினருக்கும் இடையே எழுதப்பட்ட ஒப்பந்தம்

ORUPOO – ஒருபூ

One Crop

ஒரு பயிர்

ORUTHALAIVAZHAKKAN – ஒரு தலைவழக்கன்

An example Statement

ஒரு எடுத்துக்காட்டு அறிக்கை

OTAI – ஒட்டை

A span between the tips of the thumb and forefinger extendend

கட்டைவிரல் மற்றும் ஆள்காட்டி விரலின் நுனிகளுக்கு இடையில் உள்ள ஒரு வெளி

OTHTHI / OTRI – ஒத்தி / ஒற்றி

A pledge, a pawn, a mortgage

அடமானம், அடமானம், அடமானம்

OTIYAM – ஒட்டியம்

The country to the north of madras, whence the tank digger came or in fact Orissa

தொட்டி தோண்டுபவர் மதராஸுக்கு வடக்கே உள்ள நாடு, அல்லது ஒரிசாவிலிருந்து வந்திருக்க வேண்டும்

OTTAM – ஒட்டம்

A conical pile of earth left by tank diggers as a measure of the depth to which they have dug

அவர்கள் தோண்டிய ஆழத்தின் அளவீடாக, தொட்டியை தோண்டுபவர்கள் விட்டுச்சென்ற கூம்பு வடிவ மண்

OTTAM – ஒட்டம்

A contract, an agreement

ஓர் ஒப்பந்தம், ஓர் உடன்பாடு

OTTAN – ஒட்டன்

A ditch or tank digger, a stonecutter

ஒரு பள்ளம் அல்லது தொட்டி தோண்டுபவர், ஒரு கல் உடைப்பவன்

OTTRI – ஒற்றி

Mortgage Of Real Property

உண்மையான சொத்தின் அடமானம்

OZHUGU – ஒழுகு

An account kept by the village Accountant of the measurement and extent of the fields composing a village

கிராமத்து வயல்களின் அளவீடு மற்றும் அளவு குறித்து கிராமக் கணக்காளரால் வைக்கப்படும் கணக்கு

OZHUNGU – ஒழுங்கு

Arrangement (A standard rate for Assessment)

ஏற்பாடு (மதிப்பீட்டுக்கான நிலையான விகிதம்)

PAABIYATH – பாஅபியத்

A Form Of Greeting May You Be In Health

நீங்கள் ஆரோக்கியமாக இருக்க வாழ்த்துக்கள் என்று அனுப்பும் ஒருவகை வாழ்த்துச் செய்தி

PAABIYATHBASANTH – பாஅபியத்பாஷாந்த்

A Form Of Greeting May You Be In Health

நீங்கள் ஆரோக்கியமாக இருக்க வாழ்த்துக்கள் என்று அனுப்பும் ஒருவகை வாழ்த்துச் செய்தி

PAAICHAL / PACHAL – பாய்ச்சல் / பாச்சல்

Irrigation; Share of the expenses of Irrigation defrayed by the villages in common

நீர்ப்பாசனம், நீர்ப்பாசனச் செலவுகளை பொதுவாக பங்கு கேட்டுக்கொள்தல்

PAASAN – பாசாண்

A stone, but used in deeds of sale or grants of land to convey a right to all precious stones, minerals

ஒரு கல், ஆனால் அனைத்து விலையுயர்ந்த கற்கள், கனிமங்கள் ஆகியவற்றிற்கான உரிமையை தெரிவிக்க விற்பனைப் பத்திரங்களில் அல்லது நிலத்தின் மானியங்களில் பயன்படுத்தப்படுகிறது

PAASITHEERVAI – பாசித்தீர்வை

A tax on fish caught in ponds

குளங்களில் பிடிக்கப்படும் மீன்களுக்கு வரி

PAASIVARI – பாசிவரி

Rent Derived From Permission To Fish In Tanks

தொட்டிகளில் மீன் பிடிக்க அனுமதி பெறப்பட்டதற்கான வாடகை

PAATHTHIYAM – பாத்தியம்

Affinity, connexion entitling to a share, inheritance, Bail Security

இணைப்பு, பங்கு உரிமை, பரம்பரை, பிணை பாதுகாப்பு

PAATI / PAATIYAR – பாட்டி / பாட்டியார்

A Grandmother

பாட்டி

PADAGAI – படாகை

A cluster of cottages situated at some distance from the village to which they belong, For the convenience of carrying an agricultural operations

விவசாய நடவடிக்கைகளை மேற்கொள்வதற்கு வசதிக்காக, அவர்கள் வசிக்கும் கிராமத்திலிருந்து சிறிது தொலைவில் அமைந்துள்ள குடிசைகளில் கொத்தாக வசிப்போர்

PADAPAI – படப்பை

A-yard or incloser behind a house

ஒரு வீட்டின் பின்னால் நெருக்கமாக உள்ள கொல்லைப்புறம்

PADAPPAM – படப்பம்

A town surrounded by villages

கிராமங்கள் சூழ்ந்த நகரம்

PADHAKANIKKAI – பாதகாணிக்கை

An offering to the feet, applied to a contribution paid to the giver or head of a religious establishment

பாதங்களுக்கான காணிக்கை, ஒரு யத ஈ்பதுாபலத்தின் தலைலகவருக்கு செலுத்தப்படும் நன்கொடைக்கு பொருந்தும்

PADI – படி

A measure of capacity at madras, one-eighth of a markol, being the same with the nail or nazhi, and containing 9.752 cubic inches, or about 3 IB

மெட்ராஸில் உள்ள திறன் அளவீடு, ஒரு மரக்காலின் எட்டில் ஒரு பங்கு, நாழியுடன் ஒரே மாதிரியாக இருப்பது மற்றும் 9.752 கன அங்குலங்கள் அல்லது சுமார் 3 IB, 6 OZ. கொண்டது

PADIPANAM – படிப்பணம்

Extra Allowance

கூடுதல் கொடுப்பனவு

PADITHARAM – படித்தரம்

Allowance made to a temple

ஒரு கோவிலுக்கு வழங்கப்படும் கொடுப்பனவு

PADITHATHARAM – படித்தரம்

An Allowance Payable To Pagodas

கோயிலுக்கு வழங்கப்படும் கொடுப்பனவு

PADIYAL – படியாள்

A Hired servant, especially one paid with Grain

ஒரு கூலி வேலைக்காரர், குறிப்பாக தானியம் பெற்றுக்கொள்பவர்

PADIYAN – படியான்

A Hired Servant

ஒரு கூலி வேலைக்காரன்

PADU – பாடு

Deficienty Found On A Remeasurement

மறுஅளவீட்டில் குறைபாடு கண்டறியப்பட்டது

PADUGAI – படுகை

Lands Close To The Bank Of A River

ஒரு ஆற்றின் கரைக்கு அருகில் உள்ள நிலங்கள்

PADUGAI / PADUGAISATHURAM – படுகை / படுகைசத்துரம்

Land in the bed or on the banks of a river, especially fit for ice cultivation

ஆற்றுப்படுகையில் அல்லது ஆற்றின் கரையில், குறிப்பாக பனிக்காலச் சாகுபடிக்கு ஏற்ற நிலம்

PADUGAR – படுகர்

Ground fit for moist cultivation rice - ground

ஈரமான சாகுபடிக்கு ஏற்ற நிலம் - நெல் வயல்

PADUNILAM – படுநிலம்

Barren Ground

தரிசு நிலம்

PADUPOR – படுபொர்

A heap of corn which has been cut, but remains unthreshed till the whole is reaped

அறுக்கப்பட்ட மக்காச்சோளக் குவியல் முழுவதுமாக அறுவடை செய்யப்படும் வரை சலிக்கப்படாமல் உள்ளது

PADUTHARAL – படுதாறல்

Past of a crop decayed while standing

கடந்தகாலத்தில் விளைந்து நின்ற பயிர் அழுகியது

PAGAI – பகை

An advance made by governmentor the collector to cultivators at the sowing season, to be repaidat the harvest it is no doubt ablunder for fagai or taqaviFAGRI (H) A turban honour, distinction it is also presented to aninferior as a mark of distinction

விதைப்புப் பருவத்தில் விவசாயிகளுக்கு அரசு அல்லது ஆட்சியர் வழங்கும் முன்பணம் அறுவடை சமயத்தில் திருப்பிச் செலுத்த வேண்டும்: இது ஃபாகாய் அல்லது தகாவிஷ்பாக்ரி ஒரு தலைப் பாகைக்காக என்பது அபத்தமானது என்பதில் சந்தேகமில்லை, இந்த தலைப்பனைக்கு கௌரவம் அல்லது தனிச்சிறப்பனது, இது வேறுபாட்டின் அடையாளமாக தாழ்ந்தவர்களுக்கும் வழங்கப்படுகிறது

PAGAM – பாகம்

A share, A portion in village land or other divisible property

ஒரு பங்கு, கிராம நிலத்தில் ஒரு பகுதி அல்லது பிற பிரிக்கக்கூடிய சொத்து பக்கம் என்றழைக்கப்படுகிறது

PAGUTHI – பகுதி

Toll, tribute, tax

சுங்கவரி, காணிக்கை, வரி

PAIGASTHU – பைகஸ்து

An Overseer

ஒரு மேற்பார்வையாளர்

PAIKAE – பைக்கே

Money
பணம்

PAIMAIYSH – பைமாய்ஷ்
Survey Measuring Of Lands
நிலங்களை அளவிடுதல்

PAISAL – பைக்கே
Decision Settling Adujustment
முடிவு சரிசெய்தல் விட்டுக்கொடுத்தல்

PAIYER – பயிர்
Growing Corn
வளரும் சோளம்

PAIYERKARAN / PAIYERKUDI – பயிர்க்காரன் / பயிர்க்குடி
A cultivator net holding any right by inheritance to the lands be cultivates
நிலங்களில் பரம்பரையாக ஏதேனும் உரிமை வைத்திருக்கும் உழவர் பயிரிட வேண்டும்

PAIYERSEIMURAIMAI – பயிர்செய்முறைமை
The business or Affairs of Agriculture, Husbandry
விவசாயம் மற்றும் உழவுமாடுகள் தொடர்பான பிரச்சனைகள்

PAIYERTHOZHIL – பயிர் தொழில்
Husbandary, Forming
உழவுமாடுகள், பண்ணை அமைத்தல்

PAIYERVAZHI – பயிர்வழி
Cultivated Fields
பயிரிடப்பட்ட வயல்கள்

PAIYERVELI – பயிர்வெளி
A Corn-Field
ஒரு சோள வயல்

PAKKAM – பக்கம்
The half of a lunar month, as a fortnight of fifteen days

ஒரு சந்திர மாதத்தின் இருவாரம் என்பது பதினைந்து நாட்களைக் கொண்டது

PAKKANAM – பக்கணம்
The Residence of law and outcaste tribes
சட்டத்தால் ஒதுக்கப்பட்ட பழங்குடியினரின் குடியிருப்பு

PALAGAI – பலகை
Plank, An Instrument So Called
பலகை, ஒரு கருவி என்று அழைக்கப்படுகிறது

PALAGOOSAM – பலகோசாம்
A Register Of Land In The Names Of Several Indivituals
பல தனிநபர்களின் பெயரில் நிலத்தின் பதிவு

PALAIGUKUGIRATHU – பலகைமுகுகிறது
Toclear A Channel Of Earth With A Plank
ஒரு பால்வாயை ஒரு பலகை கொண்டு சுத்தப்படுத்துதல்

PALAIYAKARAN – பலையக்காரன்
A petty chieftman
ஒரு பாளையக்காரர்

PALAIYAM – பலையம்
A tract of country subject to a petty chieftain
ஒரு பாளையக்காரருக்கு உட்பட்ட நாட்டின் ஒரு பகுதி

PALAIYAPADU – பலையக்காரன்
Lands in the possession of a (Polegar) For which he now pays revenue to the Government
ஒரு பாளையக்காரர் வசம் உள்ள நிலங்களுக்காக அவர் இப்போது அரசுக்கு வரி செலுத்துகிறார்

PALAKOSAM – பலகொசம்

A register of land in the occupancy of different individuals

வெவ்வேறு நபர்களின் ஆக்கிரமிப்பில் உள்ள நிலங்களின் பதிவு

PALAM – பலம்

A measure of weight at madras, variously rated at 546.875 and 525.75 tray Grains

மெட்ராஸில் எடையின் அளவீடு, 546.875 மற்றும் 525.75 தட்டு தானியங்கள் எனப் பலவிதமாக மதிப்பிடப்பட்டது

PALANSERU – பலஞ்செறு

Ploughed land prepared for Transplanting

உழவு செய்த நிலம் நாற்றுவிடத் தயார்படுத்தப்பட்டது

PALAPATTAI – பலபட்டடை

A place where people of different tribes and castes reside together

பல்வேறு பழங்குடியினர் மற்றும் பல சாதி மக்கள் ஒன்றாக வசிக்கும் இடம்

PALAPATTAIKUDIGAL – பலபட்டடைகுடிகள்

The inhabitants of a town where the right and left hand castes live amicably together

வலது மற்றும் இடது கை சாதிகள் ஒன்றாக இணைந்து வாழும் ஒரு ஊரில் வசிப்பவர்கள்

PALAPOGAM – பலபோகம்

Many : The tenure by which the inhabitance of a village hold their lands in severalty under an engagement among the coparceners:

ஒரு கிராமத்தில் வசிப்பவர்கள் தங்கள் நிலங்களை பலமுறை இணை வைப்பாளர்களிடையே ஓர் ஒப்பந்தத்தின் கீழ் வைத்திருக்கும் காலம்

PALLACHERI – பள்ளச்சேரி

A village of the Pallar tribe

பள்ளர் பழங்குடியினரின் கிராமம்

PALLAN / PALLAR – பள்ளன் / பள்ளர்

The name of a low a servile caste, or of an individuals of that caste, most commonly the slaw of the vellalan or agricultural tribe

தாழ்த்தப்பட்ட ஒரு அடிமைச் சாதியின் பெயர், அல்லது அந்த சாதியைச் சேர்ந்த ஒரு நபர், பொதுவாக வேளாளர் அல்லது விவசாய பழங்குடியினரின் அடிமை

PALLARVARI – பள்ளர்வரி

A tax upon the Pallar in same of the Tamil Districts

தமிழ் மாவட்டங்களில் உள்ள பள்ளர் அனைவர் மீதும் ஒரு வரி

PALLI – பள்ளி

A small town, a Village

ஒரு சிறிய நகரம், ஒரு கிராமம்

PALLIKIRAMAM – பள்ளிகிராமம்

A village belonging to a temple

ஒரு கோவிலுக்குச் சொந்தமான ஊர்

PALLISATHI – பள்ளிசாதி

A tribe of Hindus

இந்துக்களின் ஒரு பழங்குடி

PALLIVASAL MANIYAM – பள்ளிவாசல் மானியம்

Rent-Free land attached to a temple

கோயிலுடன் இணைக்கப்பட்ட வாடகை இல்லாத நிலம்

PALSATHANTHARAM – பால்ச்சாதந்தரம்

Allowance in Grain to village Artificers

கிராமத்தில் கலைஞர்களுக்கு வழங்கப்படும் தானியக் கொடுப்பனவு

PAMBU – பாம்பு

Paited Grass
வர்ணம் பூசப்பட்ட புல்

PAMBUPIDICHIKATTUKIRATHU – பாம்புபிடிச்சுக்கட்டுகிறது

Twist Long Grass For The Protection Of The Bank Of A River Drewing A Flood

வெள்ளத்திலிருந்து நதிக்கரையின் பாதுகாப்பிற்காக நீண்டபுல் முறுக்கி கட்டப்படுகிறது

PANDARI – பண்டாரி

A titular name of a class of agriculatral labourers

விவசாயத் தொழிலாளர்களுக்கு வைக்கப்பட்ட பெயர் பண்டாரி

PANGALI – பங்காளி

A Sharer, A Coparcener, A Coheir

ஒரு பங்குதாரர், ஒரு உறவாளி, ஒரு கூட்டத்தார்

PANGU – பங்கு

A share, a part, a portion, a lot

ஒரு பங்கு, ஒரு பகுதி, ஒரு பகுதி, நிறைய

PANGU PIRINTHAVARGAL – பங்கு பிரித்தவர்கள்

Joint heirs, persons who have divided amongst them patrimonial property

கூட்டு வாரிசுகள், பரம்பரைச் சொத்தை தங்களுக்குள் பிரித்துக் கொள்பவர்கள்

PANGUMAANAI – பங்குமாளை

Any regular series, a list, a roll, an account

எந்த வழக்கமான தொடர், ஒரு பட்டியல், ஒரு அட்டவணை, ஒரு கணக்கு

PANGUMALAIKANAKKU – பங்குமாலைக் கணக்கு

A list or roll of shares in a village shewing the amount of land cultivated by each member of the community

சமூகத்தின் ஒவ்வொரு உறுப்பினரும் பயிரிடப்பட்ட நிலத்தின் அளவைக் காட்டும் ஒரு கிராமத்தில் உள்ள பங்குகளின் அட்டவணை அல்லது பட்டியல்

PANGUNI – பங்குனி

The first month of the Tamil year (March-April)

தமிழ் ஆண்டின் முதல் மாதம் (மார்ச்–ஏப்ரல்)

PANGUPATHI – பங்கு பாதி

A Share. A Portion

ஒரு பங்கு. ஒரு பகுதி

PANGUVAZHI – பங்குவழி

A Village held in common by a certain number of coparceners, amongst whom the lands are distributed at various times

ஒருகுறிப்பிட்ட எண்ணிக்கையிலான கூட்டுப்பணியாளர்களுக்கு பொதுவான ஒரு கிராமம், அவர்களுக்கிடையே பல்வேறு காலங்களில் விநியோகிக்கப்பட்டவை

PANGUVEETHAM – பங்குவீதம்

Share and Share alike

ஒரே மாதிரியாக பங்கு

PANGUVIKIRAYAM – பங்கு விக்கிரயம்

Sale of a coparecenary share

ஒரு பங்கின் விற்பனை

PANGUVIKIRAYASEETU – பங்குவிக்கிரய சீட்டு

A bill of sale

விற்பனை சீட்டு

PANI – பணி

Work, Workmanship, Business, Office, Service

வேலை, வேலைத்தன்மை, வணிகம், அலுவலகம், சேவை

PANIKKAN – பணிக்கள்

A artisan, A Workman, A head

workman, A Master Builder

ஒரு கைவினைஞர், ஒரு தொழிலாளி, ஒரு தலைமை வேலைக்காரர், ஒரு கட்டுமான அதிபர்

PANIVIDAIKARAN – பணிவிடைக்காரன்

An attendant or Ministering priest in a temple

ஒரு கோவிலின் உதவியாளர் அல்லது பணிபுரியும் பூசாரி

PANJAGAMANIYAM – பஞ்சாங்கமானியம்

Land held rent-free by the village Astrologer

கிராம ஜோதிடர் வாடகையின்றி அனுபவிக்கும் நிலம்

PANJAGAMIRASU – பஞ்சாங்கமிராசு

The hereditary fees and perquisites of the village Astrologer

கிராம ஜோதிடரின் பரம்பரைக் கட்டணம் மற்றும் தேவைகள்

PANJAMAN – பஞ்சமன்

An outcaste, a poreya, A fifth caste man, not being included among the four regular castes

ஒதுக்கப்பட்ட ஒரு ஜாதி, ஒரு பறையர், ஒரு ஐந்தாவது சாதி மனிதன், மற்ற நான்கு வழக்கமான சாதிகளில் சேர்க்கப்படவில்லை

PANJASABARVANGAN – பஞ்சபர்வங்கன்

Five Religious Ceremonial Days In Each Fortnight

ஒவ்வொரு பதினைந்து நாட்களிலும் ஐந்து மத சடங்கு நாட்கள்

PANJAVANGAMAANIYAM – பஞ்சங்கமானியம்

Land Held Free By A Bramin, One Of The Village Servants Who Expounds The Five Parts Of The Native Calender, The Age Of The Moon, Day Of The Week, The Constellation, Yogas

And Caranas

பூர்வீக நாட்காட்டியின் ஐந்து பகுதிகள், சந்திரனின் வயது, வாரத்தின் நாள், விண்மீன், யோகாருக்கு மற்றும் கரணங்கள் ஆகியவற்றை விவரிக்கும் கிராம ஊழியர்களில் ஒருவரான பிராமணரால் இலவசமாக வழங்கப்பட்ட நிலம்

PANJINOOL – பஞ்சினூல்

Cotton Thread

பருத்தி நூல்

PANJU – பஞ்சு

Cotton – Cloth

பருத்தி – துணி

PANNAI – பண்ணை

A Field; A Rice - Field

வயல், நெல் வயல்

PANNAI – பண்ணை

A Paddy Field, Cultivation Of Paddy Fields

ஒரு நெல் வயல், நெல் வயல்களின் சாகுபடி

PANNAIKARAN – பண்ணைக்காரன்

A Labourer A Labouring Cultivator

ஒரு தொழிலாளி ஒரு உழைக்கும் விவசாயி

PANNAIKARAN – பண்ணைக்காரன்

A Husbandman, The foreman of agricultural labourers

ஒரு ஜமீன்தார் விவசாயத் தொழிலாளர்களின் முதல் மரியாதைக்குரிய நபர்

PANNAISUMAI – பண்ணைச்சுமை

A Bundle of corn in the Straw given to the labourers at harvest time

அறுவடை நேரத்தில் தொழிலாளர்களுக்கு வழங்கப்படும் சோளத் தட்டைக் கட்டு

PANNAIYAL – பண்ணையாள்

A Ploughman, An agricultural

Labourer

ஒரு உழவன், ஒரு விவசாயத் தொழிலாளி

PANNAN – பன்னன்

A Man Of The Pllaa Cast, A Labourer

ஒரு நடிகர், ஒரு தொழிலாளி

PANNIVASALMANIYAM – பண்ணிவசல்மானியம்

Land Free Of Assessment Allotted To A Mosque

ஒரு மசூதிக்கு இலவசமாக நிலம் ஒதுக்கப்பட்டது

PANNU – பன்னு

Tax, Tribute, Custom, Rent

வரி, காணிக்கை, சுங்கம், வாடகை

PANSARPANCHAR – பன்சர் பஞ்சர்

Waste Land

தரிசு நிலம்

PANTHAL / PANDHAR – பந்தல் / பந்தர்

A temporary shed or booth, a structure of cloth or basker-work supported on posts

சாவடித் தூண்களில் கட்டப்படும் துணி அல்லது பாஸ்கர் - வேலை அமைப்பு கொண்ட ஒரு தற்காலிக கொட்டகை

PAPATHU – பாபத்து

An Article An Item

ஒரு கட்டுரை ஒரு பொருள்

PAPULAVAR – பாபுவார்

Item By Item Chapter Division

இனம்வாரியான மூலம் அத்தியாயம்ப் பிரிவு

PARADESAVASI – பரதேசவாசி

A foreigner, A Stranger

ஓர் அந்நியன், ஒரு பரதேசி

PARAI – பறை

Whence, no doubt, the Generic appellation of the caste

சந்தேகத்திற்கு இடமின்றி, சாதியின் பொதுவான குறியிடாக வருவது பறை

PARAI – பறையர்

The Paraiyah or Pariah slaves, who do not reside in the subub set apart for them

பறையர் அல்லது பறையர் அடிமைகள், அவர்களுக்காக ஒதுக்கப்பட்ட சேரிப்பகுதியில் வசிக்கவில்லை

PARAKU – பரக்கு

Examination Of Coins

நாணயங்களை ஆய்வு செய்தல்

PARAKUDI – பரகுடி

A migratory or non-resident cultivator

புலம்பெயர்ந்த அல்லது குடியுரிமை இல்லாத விவசாயி

PARAKUDI – பறக்குடி

An outsider, a new comer; a cultivator without hereditary rights

வெளியாள், புதிதாய் வந்தவர், மற்றும் விவசாயி, பரம்பரை உரிமைகள்

PARAKUDIVAARAM – வாரம்

The share of the crop that is assigned to the cultivating tenant. The rest being the right of the mirasdar or landlord

பயிரிடும் குத்தகைதாரருக்கு ஒதுக்கப்படும் பயிரின் பங்கு. மீதமுள்ளவை மிராஸ்தார் அல்லது நில உரிமையாளரின் உரிமை

PARAM – பாரம்

A Candy Of Lbs

எல்பி மிட்டாய்

PARAMANAI – பரமனை

Those beyond site, mania, is also the name of a land measure equal to 2400 kulis

தளத்திற்கு அப்பாற்பட்டவை, 2400 குழிகளுக்கு சமமான நில அளவின்

பெயராகும்

PARAMBU – பரம்பு
Extension, Spreading
நீட்டிப்பு, பரவுதல்

PARAMPADIPU – பரம்படிப்பு
Leelling Ground With A Plank After Sowing
விதைத்த பிறகு ஒரு பலகையுடன் வயலை சமப்படுத்துதல்

PARAPAIYERKUDI – பரபயிர்க்குடி
A Temporary Tenant
ஒரு தற்காலிக குத்தகைதாரர்

PARAPATHIYAKARAN – பாரபத்தியக்காரன்
Destruction, Ravage Rain
அழிவு, அழிவு உண்டாக்கக்கூடிய மழை

PARAPATHTHIYAM – பரபத்தியம்
Money transactions money lent
பண பரிவர்த்தனைகள் பணக் கடன்

PARARI – பராரி
Abconded, Run Away
ஒதுங்கி, ஓடிவிடு

PARAVALKADU – பரவல்க்காடு
Brushwood
தூரிகை

PARAVALKATUPULSEI – பரவல்க்காட்டுப்புள்செய்
A Field Cutivated Amoungs Brushwood
தூரிகைச் செடி வளர்ப்புக்கான நிலம்

PARAVARTHU – பராவர்து
Estimation
மதிப்பீடு

PARAYAN / PARAIYADIKIRAVAN –

பறையன் / பறையடிக்கிறவன்
A man of a low caste, an outcaste, performing the lowest menial services
ஒதுக்கிவைக்கப்பட்ட கீழ் ஜாதி மனிதன் தான் மனிதர்களால் செய்யமுடியாத சேவைகள் செய்கிறான்

PARIGARAM – பரிகாரகம்
Serving In A Church
தேவாலயத்தில் சேவை

PARIKATHU / PAARIKKATHU – பாரிகத்து / பாரிக்கத்து
A General Release An Acquittance
ஒரு பொது வெளியீடு ஒரு விடுதலை

PARKAVANI – பர்காவணி
Examination Of Money
பண ஆய்வு

PARPATHIYAKARAN – பார்பத்தியக்காரன்
A subordinate officer in the revenue department
வருவாய்த்துறையில் கீழ்நிலை அதிகாரி

PARPATHIYAM – பார்பத்தியம்
A subordinate collectorship, Stewardship, Superitendance
ஒரு துணை சேகரிப்பாளர், பணிப்பெண், மேற்பார்வையாளர்

PARTHARAP – பர்தரப்
Dismissal Discharge
பணிநீக்கம் வெளியேற்றம்

PARTHI – பர்த்தி
Filling Up A Situation, Subsitution
ஒரு சூழ்நிலையை நிரப்புதல், மாற்றீடு

PARVANA – பர்வானா

An Order A Pass

ஒரு ஆர்டர் ஒரு நடைமுறைப்படுத்தல்

PASALI – பசலி

A Term Designating The Official Revenue Year Of The Mohommedans Commercing On The July

முகமதியர்களின் அதிகாரப்பூர்வ வருவாய் ஆண்டான ஐஓலை மாதத்தைக் குறிக்கும் ஒரு சொல்

PASANAM – பசானம்

A coarse sort of rice ripening late

ஒரு கரடுமுரடான அரிசி தாமதமாக கொதிக்கிறது

PASTHI – பஸ்தி

A Village

ஒரு கிராமம்

PASUMAI – பசுமை

Greeners, The verdure of thriving crops

பசுமை, செழித்து வளரும் பயிர்களின் பசுமை

PASUMPUL – பசும்புல்

Growing corn; Green Grass

வளரும் சோளம்; பச்சைப் புல்

PASUNEARAI – பசுனரை

(Tam) Equitable distribution,the joint proprietary ofthe lands of a village by a number of coparceners

சமமான விநியோகம், ஒரு கிராமத்தின் நிலங்களின் கூட்டு உரிமையாளராக பல கூட்டுப் பணியாளர்கள்

PATHAKAThTHAR – பதக்கத்தார்

The renter of former of a number of villages

பல கிராமங்களின் முன்னாள் வாடகைதாரர்

PATHAKKAM – பதக்கம்

A certain number of village held in form in Tanjore under the native Government

ஒரு குறிப்பிட்ட எண்ணிக்கையிலான கிராமம் பூர்வீக அரசாங்கத்தின் கீழ் தஞ்சையில் நடைபெற்றது

PATHALPATHIL – பதல் பதில்

Instread Of

அதற்கு பதிலாக

PATHAMPARIKURADU – பரம்பதிக்குரடு

Levelling a field before ploughing

உழுவதற்கு முன் வயலை சமன் செய்தல்

PATHAS – பாதஸ்

Afterwards

பிறகு

PATHTHA – பத்தா

Information, Tracing

தகவல், தடமறிதல்

PATHTHAKAN – பத்தக்கன்

A man of a low caste, an out-caste

தாழ்த்தப்பட்ட சாதியைச் சேர்ந்த மனிதன், ஒரு ஒதுக்கிவைக்கப்பட்ட ஜாதி

PATHTHEAKANA – பத்தேகானா

A Place Ofimprisonment, Jail

சிறைத் தண்டனை வசிக்கும் இடம் சிறை

PATHTHI – பாத்தி

A small bed or area

ஒரு சிறிய அல்லது பகுதி

PATHTHOBASTHU - பத்தோபஸ்து

Arrangement, Settlement Explanation

ஏற்பாடு, தீர்வு விளக்கம்

PATHU – பத்து

A Ite, A Fasting

ஒரு இடம், ஒரு விரதம்

PATHUKKADU – பத்துக்காடு

A fixed assessment or rent on dry lands

வறண்ட நிலங்களின் நிலையான மதிப்பீடு அல்லது வாடகை

PATI – பட்டி

A Place; A cattle Pen

ஓர் இடம்; ஒரு கால்நடைத் தொட்டி

PATIKKADU – பட்டிக்காடு

A scattered hamlet

ஒரு சிதறிய குக்கிராமம்

PATINAM – பட்டிணம்

A small village, especially one of fishmen on the sea share

ஒரு சிறிய கிராமம், குறிப்பாக கடலில் மீன்பிடிப்பவர்களில் ஒருவர்

PATINAVAN – பட்டிணவன்

A fisherman, one who Fishes at sea

ஒரு மீனவர், கடலில் மீன் பிடிப்பவர்

PATIYAN – பாட்டியன்

An heir, An administrator, A Surety

ஒரு வாரிசு, ஒரு நிர்வாகி, ஒரு உத்தரவாதம்

PATTA – பட்டா

A Deed Of Lease

ஒரு குத்தகைப் பத்திரம்

PATTADAI – பட்டடை

A Corn - Risk

பட்டாடை

PATTADAIKAZHANI – பட்டடைக்கழுனி

A cultivated Field Artifically irrigated

செயற்கையாக நீர்ப்பாசனம் செய்யப்படும் பயிரிடப்பட்ட வயல்

PATTADAIYAR – பட்டடையார்

Proprietor or Superintendant of a mandatory

ஒரு கட்டாயத்தின் உரிமையாளர் அல்லது மேற்பார்வையாளர்

PATTADARI – பட்டதாரி

A tenure held inlease

ஒரு பயிர்க்காலம் குத்தகைக்கு விடப்பட்டது

PATTAIKAL – பட்டைகால்

High land Irrigated by water thrown up from a lower level

உயரமான நிலம் கீழ் மட்டத்திலிருந்து மேலே ஏற்றப்படும் தண்ணீரால் பாசனம் செய்யப்படுகிறது

PATTAIYAM – பட்டையம்

A deed of crift either an paper or copper

ஓர் உலோக பட்டயம், ஒரு காகிதம் அல்லது செம்பு

PATTAM – பட்டம்

Government, Authority, Kingdom

அரசாங்கம், அதிகாரம், இராச்சியம்

PATTAMANIYAKARAN – பட்டாமாணியக்காரன்

A principal inhabitant appointed for the collection of the revenue and management of village affairs

வருவாய் வசூல் மற்றும் கிராம விவகாரங்களை நிர்வகிப்பதற்கு ஒரு முக்கிய குடியிருப்பாளர் நியமிக்கப்பட்டுள்ளார்

PATTAMAIYAKARAN – பட்டாமணியக்காரன்

A Principal Inhabitant Appointed For The Collection Of Taxes And Superintending Village Afairs

வரி வசூல் மற்றும் கிராம விவகாரங்களை மேற்பார்வையிடுவதற்காக ஒரு முதன்மை குடியிருப்பாளர் நியமிக்கப்பட்டார்

PATTAN / PAATANAR – பட்டான் / பாட்டனார்

A Grandfather

தாத்தா

PATTANASUVAMI – பட்டணசுவாமி

A headman among some of the castes, who acts as Arbitrater in disputes among themselves or one another

சில சாதிகளில் ஒரு தலைவர், அவர் தங்களுக்குள் அல்லது ஒருவருக்கொருவர் சண்டைகளில் ஈடுபடும் போது நடுவராக செயல்படுகிறார்

PATTANGATTI – பட்டங்கட்டி

A chief; a Village headman of the Paravar, or Fisherman caste

ஒரு தலைவர்; பரவர் அல்லது மீனவர் சாதியின் கிராமத் தலைவர் அல்லது மீனவ சாதியர்

PATTARAI – பட்டறை

Land Irrigated from wells

கிணறுகளில் இருந்து பாசனம் செய்யப்படும் நிலம்

PATTATHARAN – பட்டாதாரன்

A Lease Holder

ஒரு குத்தகைதாரர்

PATTAVIRUTHI – பட்டாவிருத்தி

Rent free land held by Brahmans. From S. Virudhi, Opposition, Held without a Patta

பிராமணர்கள் இலவசமாக வைத்திருக்கும் நிலத்தை வாடகைக்கு விடவும். எஸ்.விருதி, எதிர்க்கட்சி, பட்டா இல்லாமல் நிலம் வைத்திருப்பவர்

PATTAVIRUTHTHI – பட்டவிருத்தி

Free Rent Land Held By Brahmins

பிராமணர்கள் வைத்திருக்கும் வாடகையில்லா இலவச நிலம்

PATTAYAM – பட்டயம்

A Deed Of Lease Document Given To A Ryot Showing The Terms On Which He Is To Cultivate Certain Land

ஒரு ரயோட்டுக்கு கொடுக்கப்பட்ட குத்தகை ஆவணம், குறிப்பிட்ட நிலத்தில் அவர் பயிரிடுவதற்கான விதிமுறைகளைக் காட்டுகிறது

PATTI – பட்டி

A Hamlet A List

ஒரு குக்கிராமம் ஒரு பட்டியல்

PATTINATHAM – பட்டித்தனம்

Cheat, Deceit

ஏமாற்று, வஞ்சகம்

PATTOLAI – பட்டோலை

An edict or official order, anything written upon palm leaves from dictation

பனை ஓலைகளில் எழுதப்பட்ட எதுவும் ஒரு ஆணை அல்லது உத்தியோக பூர்வ உத்தரவு

PATTOLAI – பட்டோலை

The Crown 'Olai' A Royal Edict

கிரீடம் 'ஓலை' ஒரு அரச ஆணை

PATTUVADA – பட்டுவாடா

Distribution, Disbursment Of Advances & C

விநியோகம், அட்வான்ஸ் விநியோகம் & சி

PAVATTA – பாவட்டா

A Flag

ஒரு கொடி

PAVUTHI – பவுத்தி

Dead

இறந்து போனது

PAYAKARI – பாயகாரி

A Stranger, Or Temporary Tenant

ஒரு அந்நியன், அல்லது தற்காலிக குத்தகைதாரர்

PAYAMVAR – பயாம்வார்

A Details Of Items

Explanation
பொருட்களின் விளக்கம்

PAYIRKUDI – பயிர்குடி
A Cultivator, A Husbandman
ஒரு விவசாயி, ஒரு எஜமான்

PAZHAMURAI – பழமுறை
The fixed day or term for which extra Allowance is Granted
கூடுதல் கொடுப்பனவு வழங்கப்படும் குறிப்பிட்ட நாள் அல்லது காலம்

PEABAKKI – பேபாக்கி
Without Balance
சமநிலை இல்லாமல்

PEAIYENSAI – பேயின்சாப்
Injustice
அநியாயம்

PEAPPATHU – பேபத்து
Insecure Not Secured
பாதுகாப்பற்றது, பாதுகாக்காதது

PEARIJ – பேரிஜ்
Assessment On Land Assessment
நில மதிப்பீட்டின் மீதான மதிப்பீடு

PEARISTHU – பேரிஸ்து
A Memorandum, A List Index
ஒரு குறிப்பாணை, ஒரு பட்டியல் ஒரு அட்டவணை

PEASH – பேஷ்
Good Proper Best
நல்ல சரியான சிறந்த

PEASHGASH – பேஷ்கஷ்
A Tribute
ஒரு காணிக்கை

PEASHKAR – பேஷ்கார்
A Public Officer Under A Tasildar Deputy Or Assistant Revenue Officer So CALLED
தாசில்தார் துணை அல்லது உதவி வருவாய் அலுவலர் கீழ் உள்ள ஒரு பொது அலுவலர்

PEASHKI – பேஷ்கி
An Advance Of Money
ஒரு முன்பணம்

PEASIRAKKU – பேசிராக்கு
A Desolate Upeopled Village
மக்கள் வாழாத ஒரு பாழுடைந்த கிராமம்

PEATHU – பேது
Secrecy Secret Inquiry
இரகசிய இரகசியம் விசாரணை

PEAVARS – பேவார்ஸ்
Without Oan Owner, Unclaimed
உரிமையாளர் இல்லாமல், உரிமை கோரப்படாதது

PENDAIMARAKAL – பென்டைமரக்கால்
A Measure Countaining
ஒரு அளவீட்டு எண்ணிக்கை

PENDAIMARAKKAL – பென்டைமரக்கால்
A Grain Measure Containing two and a half padis or measures
இரண்டரை படிகள் போன்ற அளவுகளைக் கொண்ட தானிய அளவு

PERAKUDI – பெற்க்குடி
A temporary or hired cultivator
ஒரு தற்காலிக அல்லது வாடகை விவசாயி

PERU – பெரு
Plentifully, water allowed to flow without limitation during the rainy season, or from the beginning of September to the end of March or There a house
மழைக்காலத்தில், அல்லது செப்டம்பர் தொடக்கத்தில் இருந்து மார்ச் இறுதி வரை ஒரு வீடு வரம்பில்லாமல் தண்ணீர் ஏராளமாக செல்ல

அனுமதிக்கப்படுகிறது

PERUMPONGAL – பெரும்பொங்கல்
The Great Festival
சிறந்த திருவிழா

PERUNGADUTHARISU – பெருங்காடுதறிசு
Land Left Waste For Upwards Of Years
பல ஆண்டுகளாக வீணாகக் கிடக்கும் நிலம்

PERUNGALTHARISU – பொருங்காள் தரிசு
Land left waste more than fifteen Years
பதினைந்து ஆண்டுகளுக்கும் மேலாக நிலம் தரிசாகக் கிடக்கிறது

PERUNIR – பெருநிர்
Water Allowed to flow from reservoirs without limitation during the rainy months
மழை பெய்யும் மாதங்களில் நீர்த்தேக்கங்களில் இருந்து தண்ணீர் வரம்பில்லாமல் வெளியேற அனுமதிக்கப்படுகிறது

PERUPATHU – பேரும்பத்து
Land, the Proprietary right to which is in the hands of the Governments
நிலம், அரசுகளின் கைகளில் உள்ள தனியுரிமை

PETHA – பேதா
A Peon
ஒரு வேலையாள்

PIDIPU – பிடிப்பு
Stoppage
நிறுத்தம்

PIDITHAM – பிடித்தம்
Stoppage
நிறுத்தம்

PIDITHAM / PIDIPPU – பிடித்தம் / பிடிப்பு
Stoppage, deduction from a payment
நிறுத்தம், ஊதியத்திலிருந்து கழித்தல்

PILLAI – பிள்ளை
A Child
குழந்தை

PILMUGATHAINAM – பில்முகத்தாயிணம்
Land paying a light or quit-rent to the Government
நிலம் அரசுக்கு இலகுவான அல்லது குறைந்த வாடகைக்கு விடுதல்

PILMUGATHTHAINAM – பில்முகத்தாயினம்
Land Paying A Small Or Light Tax To Government
அரசுக்கு சிறிய அல்லது குறைந்த வரி வரும் நிலம்

PIMOCHAVAM – பிரமோச்சவம்
An Annual Grand Festival At A Pagoda
ஒரு வருடாந்திர பிரமாண்ட கோயிலின் விழா

PIRAKKU – பிராக்கு
Last Prior
இதற்கு முன்

PIRAMANIKAM / MANIKAN – பிரமாணிக்கம் / மாணிக்கன்
A trusty or upright man
நம்பகமான அல்லது நேர்மையான மனிதர்

PIRAMATHAYAM – பிரமதாயம்
Allowance To Bramins Or Lands Held By Bramins Free Of Assessment
பிராமணர்களுக்கான கொடுப்பனவு அல்லது மதிப்பீடின்றி

பிராமணர்கள் வைத்திருக்கும் நிலங்கள்

PIRASITHAM – பிரசித்தம்
Advertisement, Notice
விளம்பரம், அறிவிப்பு

PIRAVAGAM – பிரவாகம்
A Flood
பெரு வெள்ளம்

PIRAVARTHTHGAN – பிரவர்த்தகன்
A Dealer Merchant Trader
ஒரு தாகர் வணிகர், வியாபாரி

PIRITHANI – பிர்தானி
A minister, usually applied to the third in rank
ஒரு மந்திரி, பொதுவாக மூன்றாவது தரவரிசைக்கு விண்ணப்பிப்பார்

PIRIVARTHANAM – பரிவர்த்தனம்
Exchange, Barter
பரிவர்த்தனை, பண்டமாற்று

PIRIYADU – பிரியாது
Cry for help, Complaint, Accusation the enterning of a law – suit
உதவிக்கான அழுகை, புகார், குற்றச்சாட்டு – சட்டம் உள் நுழைதல் – வழக்கு

PIRIYATHI – பிரியாதி
A Compainant Plaintiff
ஒரு புகார் மனுதாரர்

PIRIYATHU – பிரியாது
Compainant Plaintiff
ஒரு புகார் மனுதாரர்

PIROGITHAMANIYAM – பிரோகிதமானியம்
Manium Land Held By A Purohitas Braimin Or Expounder Of A Native Calendar Or By An Astrologer
ஒரு புரோகித பிராமணர் அல்லது பூர்வீக நாட்காட்டியை விளக்குபவர் அல்லது ஒரு ஜோதிடரால் வைக்கப்பட்டிருக்கும் மணியகார நிலம்

PISANAM – பிசானம்
Akind Of Paddy
ஒரு வகையான நெல்

PITHVI – பித்வி
A Servant Humble Servant
ஒரு வேலைக்காரன் அடக்கமான வேலைக்காரன்

PIZHAVAR – பிழார்
A basket for throwing up water out of a reservoir for irrigation
பாசனத்திற்காக நீர்த்தேக்கத்தில் இருந்து தண்ணீரை வெளியேற்றுவதற்கான ஒரு கூடை

PIZHI – பிழி
The Fermented sap of the palm, a kind of Tari
பனையின் புளித்த சாறு, ஒரு வகையான மது

POGIPANDIGAI – போகிபண்டிகை
The Festival of enjoyment
கூடிக்கொண்டாடும் திருவிழா

POIYEN – பொயின்
Any payment or contribution to a temple; any establishment
ஒரு கோவிலுக்கு எந்த நிறுவனமும் வழங்கும் ஏதேனும் பணம் அல்லது பங்களிப்பு

POLI – பொலி
A heap of corn Threshed, but not winnowed
சோளக் குவியல் கதிரடித்தது, ஆனால் தூற்றப்படவில்லை

POLIKURIPPU – பொலிக்குறிப்பு
A note as memorandum of the heap of corn not has been threshed
சோளக் குவியல் கதிரடித்தது, ஆனால் தூற்றப்படவில்லை

POLLALLAR – பொல்லர்
The caste of shoemakers, or workers in leather, considered impure
செருப்பு தைப்பவர்கள் அல்லது தோல் தொழிலாளிகளின் சாதி

தூய்மையற்றதாகக் கருதப்படுகிறது

PONGAL – பொங்கல்
Festival
திருவிழா

POONGKADUTHARISU –
பூங்காடுதரிசு
Land Left Waste For Upwards
Of Years
பல ஆண்டுகளாக வீணாகக்
கிடக்கும் நிலம்

POOSAIMICHAM – பூசைமிச்சம்
Unexpended Balance Of
Pagoda Aloowances
கோயில் கொடுப்பனவுகளின்
செலவழிக்கப்படாத இருப்பு

POOVASI – பூவாசி
The Culture Of Gingelly Oil
Seeds & C
இஞ்சி எண்ணெய் விதைகளின்
கலாச்சாரம் & சி

POR – போர்
A heap, A heap of Grain or
Straw
தானியங்கள் அல்லது வைக்கோல்
குவியல்

PORKURIPU – போர்குறிப்பு
Account of the Crops heaped
but not threshed
பயிர்கள் குவிந்து கிடக்கின்றன
ஆனால் கதிரடிக்கப்படவில்லை

PORUPU – பொருப்பு
A law or quit-rent levied from
lands originally granted in Inam or
rent-free fifth Rep.765
இலவசம் அல்லது வாடகை
இல்லாத ஐந்தாவது Rep.765 இல் முதலில்
வழங்கப்பட்ட நிலங்களிலிருந்து விதிக்கப்படும்
ஒரு சட்டம் அல்லது வெளியேறும் வாடகை

POSAIMICHAM – பூசைமிச்சம்
Unexpended balance of paga-
da allowance
பகாடா கொடுப்பளவின்
செலவழிக்கப்படாத இருப்பு

POTHU – பொது
Common Property
பொதுவான சொத்து

POTHUNILAM – பொதுநிலம்
Common Ground
பொதுவான நிலம்

POTHUSILAVU – பொதுசிலவு
General Charges in kind on
the Gross Produce
மொத்த உற்பத்தியின் பொதுவான
கட்டணங்கள்

POTTAL – பொட்டல்
Barren land
பொட்டல்காடு

POZHAKATTAI – பொழக்கட்டை
A small portion of Ground,
or a yard adjoining the dwelling of the
mirasidar
நிலத்தின் ஒரு சிறிய பகுதி
அல்லது மிராசிதாரின் குடியிருப்பை ஒட்டிய
முற்றம்

PUGAIVARI – புகைவரி
A tax on houses
வீடுகளின் மீதான

PUGAIVARI – புகைவரி
TAX ON HOUSES
வீடுகள் மீதான வரி

PUL – புல்
Grass
புல்

PULAIMAGAN – புலைமகன்
A man of very low caste
மிகவும் தாழ்ந்த சாதியைச்
சேர்ந்தவன்

PULAIMAGAN – புலைமகன்
A man of very low caste

மிகவும் தாழ்ந்த சாதியைச் சேர்ந்தவன்

PULAM – புலம்
A field of corn

சோள வயல்

PULANIR / PULINAR / PULAINAR – புளினர் / புளிஞர் / புளைஞர்
A outcaste and laborors race, The same as the water

ஜாதியற்ற மற்றும் தொழிலாளர் இனம், தண்ணீரைப் போன்றது

PULLAR – புல்லர்
The low and servile caste employed in agriculture

விவசாய வேலை செய்யும் தாழ்த்தப்பட்ட மற்றும் அடிமை சாதி

PULLIPARKKIRATHU – புள்ளிபார்க்கிறது
To Estimate To Value

மதிப்பை மதிப்பிடுவதற்கு

PULUTHILIRAIPU – புலுதிலிரைப்பு
Sowing Seedon Dry Ground Already Prepared

ஏற்கனவே தயாராக உள்ள உலர் நில விதை தூாவுதல்

PUZHUTHIVIRAIPU – புழுதிவிரைப்பு
Sowing seed on dry ground previously prepared

முன்பு தயாரிக்கப்பட்ட உலர்ந்த தரையில் விதைகளை விதைத்தல்

PULVARI – புல்வரி
A tax on Grass-land or pasturage

புல் நிலம் அல்லது மேய்ச்சல் நிலத்தின் மீதான வரி

PULVARI – புல்வரி
A tax on pasturage

மேய்ச்சல் மீது ஒரு வரி

PUNAM – புனம்
High Ground not fit for rice cultivation

உயர் நிலப்பகுதி நெல் சாகுபடிக்கு ஏற்றது

PUNJA – புஞ்சா
(Tam) Dry land notmitting irrigation and therefore unfitfor growth of rice

வறண்ட நிலம் பாசனத்தை அனுமதிக்காது, எனவே நெல் விளைச்சலுக்கு தகுதியற்றது

PUNSEI – புன்செய்
Dry Ground

புன்செய்

PUNSEI – புன்செய்
A Generl Term For All Land On Which Grain Grown Excepting Paddy

நெல் தவிர பிற தானியங்கள் விளையும் அனைத்து நிலங்களுக்கும் ஒரு பொதுவான பெயர் புன்செய்

PUNSEIKADU – புன்செய காடு
Cultivable Dry Ground

சாகுபடி செய்யக்கூடிய உலர் நிலம்

PUNSEIKKADU – புன்செய்க்காடு
Cultivate dry Ground

வறண்ட புன்செய் நிலத்தில் பயிரிடவும்

PUNSEITHOTTAM – புன்செய் தோட்டம்
Gardenes Or Garden Land On Which Any Grain Excepting Paddy Is Grown

நெல் தவிர எந்த தானியமும் விளைந்த தோட்டங்கள் அல்லது தோட்ட நிலம்

PUNSEITHOTTAM – புன்செய்த்தோட்டம்
Gardens as garden land on which any dry crop is sown

எந்தவொரு உலர்ந்த பயிரையும் விதைக்கும் தோட்டங்கள்

PUNSEIVARI – புன்செயவாரி
Tax On Cultivable Land Not Being Paddy Beids

நெல் விதைகள் மீது மட்டுமல்ல வேறு பயிரிடக்கூடிய நிலத்தின் மீதான வரி

PUNSEIVARI – புன்செய்வரி
Tax on cultivate dry ground

வறண்ட நிலத்தில் பயிரிடுவதற்கு போடப்படும் வரி

PURA – புறா
In Bengal a measure of lan-dapparently the same as a bighaIt is also used in Assam, where it isabout | statute acre

வங்காளத்தில் பிக்ஹா நில அளவைப் போன்ற இது அஸ்ஸாமிலும் பயன்படுத்தப்படுகிறது. ஒரு ஏக்கர் அளவிலானது

PURAKALAM – புறக்களம்
An allowance of Grain to the agricultural labourer after the crop less been measured

பயிர் குறைவாக அளந்த பிறகு விவசாயத் தொழிலாளிக்கு தானியம் கொடுப்பனவு

PURAKKUDI – புறக்குடி
A Temporaray Tenant A Culti-vator From Some Other Village

ஒரு தற்காலிக குத்தகைதாரர் வேறு சில கிராமங்களில் இருந்து வந்த ஒரு விவசாயி

PURAMANAI – புறமனை
Outside lands; estate
வெளி நிலங்கள்; பண்ணை

PURAMBOKKU – புறம்போக்கு
Waste Land
தரிசு நிலம்

PURAMBOKKU – புறம்போக்கு
A Term Including Land Not Cultivable Owing To Its Being High Ground Or Covered With Jungle As Wel

As The Beds Of Rivers Tanks & C

உயரமான நிலமாக இருப்பதாலும் அல்லது ஆறுகள் தொட்டிகள் மற்றும் 'சி' யின் படுகைகளாலும், அடர்ந்த காடுகளால் மூடப்பட்டிருப்பதாலும் பயிரிட முடியாத நிலம் புறம்போக்கு எனப்படுகிறது

PURATTASI – புரட்டாசி
A sixth Tamil Month
ஆறாவது தமிழ் மாதம் – புரட்டாசி

PURAVAM – புறவம்
Hilly Ground, also a ward or wardland country

மலைப்பகுதி, ஒரு வார்டு அல்லது நாடு

PUROGATH – புரோகத்
Sale, Selling
விற்பனை, விற்றல்

PUROGITHAN – புரோகிதம்
A family Priest
ஒரு குடும்ப பூசாரி

PUROHITAN – புரோகிதன்
The village priest and Astron-omer

கிராம பூசாரி மற்றும் வானியலாளர்

PUZHUKATTRU – புழுதிகாற்று
Plants Growing On Dry Ground

உலர்ந்த தரையில் வளரும் தாவரங்கள்

PUZHUKKAI – புழுக்கை
A Slave
ஓர் அடிமை

PUZHUTHI – புழுதி
Soil Of Paddy Fields Prepared For Seed

விதைக்காக தயார் செய்யப்பட்ட நெல் வயலின் மண் (நாற்றங்கால்)

PUZHUTHI – புழுதி
Dry earth turned up by the

plough

காய்ந்த பூமி கலப்பையால் மாறியது

PUZHUTHIKADU – புழுதிக்காடு
A plough field

ஒரு உழவு வயல்

PUZHUTHINATTU – புழுதிநட்டு
Plants Growing on dry Ground

வறண்ட நிலத்தில் வளரும் தாவரங்கள்

RAITHU – ரயித்து
A Tetnal Cultivator An Inhabitant

ஒரு முழுமையான சாகுபடியாளர் ஒரு குடிமகன்

RAITHUVARI – ரயித்துவாரி
By Individuals, Individually

தனிநபர்களால், தனித்தனியாக

RAJAJIMARAKKAL – ராஜாஜிமரக்கால்
A Particular Measure

ஒரு குறிப்பிட்ட நடவடிக்கை

Raji – ராஜி
Consent Agreement

ஒப்புதல் ஒப்பந்தம்

RAJINAMA – ராஜிநாமா
An Agreement, Consent In Writing

ஒரு ஒப்பந்தம், எழுத்துப்பூர்வமான ஒப்புதல்

RASTHA – ரஸ்தா
Road

சாலை

RATCHAKARAN / RAYASAN – ராட்சக்காரன் / ராயசன்
A secretary; A Secretary of a State

ஒரு செயலாளர்; அரசுத்துறைச் செயலாளர்

RATHU – ரத்து
Rejection, Null And Void

நிராகரிப்பு, பூஜ்ய மற்றும் வெற்றிடமான

RAYAN – ராயன்
A king, A Prince

ஒரு ராஜா, ஒரு இளவரசன்

RAYASAKKARRAN – ராயசக்கர்ரன்
A Writer Or Reader Of Letters Or Pettitions

ஒரு எழுத்தாளர் அல்லது கடிதங்களை வாசிப்பவர் அல்லது மனுக்களை வாசிப்பவர்

RAYASAM – ராயசம்
The Business of a secretary

ஒரு செயலாளரின் வணிகம்

REGAI – இரேகை
Amount of Assessment or tax

RIVAJ – ரிவாஜ்
Practice Custome Usage

வழக்கமான பயன்பாட்டைப் பயிற்சி செய்யுங்கள் மதிப்பீடு அளவு அல்லது வரி

ROJKKAR – ரோஜ்கார்
Service Employment Situation

சேவை வேலைவாய்ப்பு நிலைமை

ROJNAMA – ரோஜ்னாமா
A Daily List Account Or Report

தினசரி பட்டியல் கணக்கு அல்லது அறிக்கை

RUBASU – ரூபரு
Presence Face To Face

நேருக்கு நேர் முன்னிலையில்

RUJA – ரூஜ
Proof

ஆதாரம்

RUSA – ரூச
Allowance, A Fee

கொடுப்பனவு, ஒரு கட்டணம்

SAABOOTH – சாபூத்
Proved Confirmed
உறுதி செய்யப்பட்டது

SAADA – சாடா
The Whole
முழு

SAAGUBADI THITTAM – சாகுப்படித் திட்டம்
Settlement Of Or Order For Cultivation
தீர்வுக்கான அல்லது பயிரிடுவதற்கான ஒழுங்கு உத்தரவு

SAAI – சாலி
Withered Crops
உதிர்த்த பயிர்கள்

SAAL AITHTHA – சால்அய்த்தா
The Year Ensuing The Next Year
அடுத்த வருடம் வரும் ஆண்டின் முன்னறிவிப்பு

SAALAGAR – சாலாகர்
The End Of A Year
ஒரு வருடத்தின் முடிவு

SAALJAMAAKARTCH – சால்ஜமாகர்ச்
Annual Receipts And Dis Bursements
வருடாந்திர ரசீதுகள் மற்றும்

SAALKUTHASTHA – சால்குதஸ்தா
Last Year
கடந்த ஆண்டு

SAALMAJKOOR – சால்மஜ்கூர்
The Above Year
மேலே உள்ள ஆண்டு

SAALPAIKKU – சால்பயிக்கு
In A Year
ஒரு வருடத்தில்

SAALPASAAL – சால்பசால்
Every Year

ஒவ்வொரு வருடமும்

SAALSEERU – சால்ஷெஇறு
The Beginning Of A Year
ஒரு வருடத்தின் ஆரம்பம்

SAAMAN – சாமான்
Baggage Articles
சாமான்கள் கட்டுரைகள்

SAAMANTHA – சாமந்த
Next Near
அடுத்து அருகில்

SAAMIBOOGAM – சாமிபோகம்
Land Lord Or Onwer Share
நில உரிமையாளர் அல்லது உரிமையாளர் பங்கு

SAAMY – சாமி
An Individual Name Office
ஒரு தனிப்பட்ட பெயர் கொண்ட அலுவலகம்

SAAPPA – சாப்பா
Stamp Seal Impression
முத்திரை முத்திரைப்பதிவு

SAASHI – சாஷி
Satchi
சாட்சி

SAATCHI – சாட்சி
A Witness
சாட்சி

SAATHALVARATH – சாதல்வாரத்
Contingent Charges Of A Petty Kind
ஒரு சிறிய வகையான தற்செயல் குற்றச்சாட்டுகள்

SAATHAR – சாதர்
Arrival Issue
வருகைப்பிரச்சனை

SAAYAR – சாயர்
Customs Tax
சுங்க வரி

SAAYEE – சாயி
Ink
மை

SABAR – சபர்
Journey Tour Voyage
தரைவழி சுற்றுப்பயணம், கடல்வழி நெடும்பயணம்

SADAIKAL – சடைக்கால்
Land of an abandoned be-tel-Garden
கைவிடப்பட்ட வெற்றிலைத் தோட்டம் நிலம்

SADAVU – சடாவு
Ascent Increase
ஏற்றம் அதிகரிப்பு

SADHARAGI – சதாரஹி
The Above Said
மேலே சொன்னது

SAGATHTHAM – சகாத்தம்
Any year of the era of Salivah-ana
சாலிவாகன சகாப்தத்தின் எந்த ஆண்டாக இருந்தாலும்

SAGITHAMA – சகிதமா
Ascent, Increase
ஏற்றம், அதிகரிப்பு

SAGUBADI – சாகுபடி
Cultivation
சாகுபடி

SAGUBADI – சாகுபடி
Cultivation, tillage, Farming
சாகுபடி, உழவு, விவசாயம்

SAGUBADIKANAKU – சாகுபடிக்கணக்கு
An account of the cultivation
சாகுபடியின் கணக்கு

SAGUBADI KANAKKU – சாகுபடிக் கணக்கு
An Account Of The Cultivation
சாகுபடியின் கணக்கு

SAGUBADITHITTAM – சாகுபடித்திட்டம்
Statement of lands settled to cultivated in the course of the year if reason permits
காரணம் அனுமதித்தால், குறிப்பிட்ட வருடத்தில் பயிரிடப்பட்ட நிலங்களின் அறிக்கை

SAKKARANDRU – சக்ககரன்று
Lime
சுண்ணாம்பு

SAKKARANILAM – சக்கரநிலம்
Soil mixed with limestone
சுண்ணாம்பு கலந்த மண்

SAKKARSUTRAM – சக்கரசூத்திரம்
A water wheel
ஒரு நீர் சக்கரம்

Saloohal – சலோஹால்
THE PRESENT OR CURRENT YEAR
தற்போதைய அல்லது நடப்பு ஆண்டு

SAMASTANAM – சமஸ்தானம்
A common place of abode A metropolis; the residence of a prince orperson of rank : it is used in a collective sense in the south fora family of rank and distinction
ஒரு பெருநகர வசிப்பிடத்தின் பொதுவான இடம் ஒரு இளவரசர் அல்லது அந்த அந்தஸ்திலுள்ளவர் வசிப்பிடம்: இது தெற்கு ஃபோரா குடும்பத்தில் தரவரிசை மற்றும் வேறுபாட்டில் ஒரு கூட்டு அர்த்தத்தில் பயன்படுத்தப்படுகிறது

SAMBA – சம்பா
A Kind Of Paddy
ஒரு வகையான நெல்

SAMBA / SAMBA NELLU – சம்பா / சம்பா நெல்லு

A superior kind of rice with white and well-flavoured Grains

வெள்ளையான மற்றும் நல்ல சுவை கொண்ட ஒரு சிறந்த வகை அரிசி

SA SAMBALA AAL – சம்பள ஆள்

One who serve for monthly wages

மாத ஊதியத்திற்கு சேவை செய்பவர்

SAMBALAM – சம்பளம்

Wages Salary

ஊதியம் சம்பளம்

SMBANAM – சம்பானம்

Lands Exempt from all Tax

அனைத்து வரிகளிலிருந்தும் விலக்கு அளிக்கப்பட்ட

SAMBATHAM – சம்பாதம்

A compact or commutation made by merchants and traders with the customs and excise

சுங்க மற்றும் கலால் வரியுடன் வணிகர்கள் மற்றும் வர்த்தகர்களால் செய்யப்பட்ட சிறிய மாற்றம்

SAMBIRATHI – சம்பிரதி

A Principal Native Accountant

ஒரு முதன்மை பூர்வீக கணக்காளர்

SAMJAAYASH – சம்ஜாயஷ்

reconciliation satisfaction

நல்லிணக்க திருப்தி

SAMUSARAM – சமுசாரம்

Married State or condition

திருமணமான மாநிலம் அல்லது நிபந்தனை

SAMUSARI – சமுசாரி

Father or mother of a family

ஒரு குடும்பத்தின் தந்தை அல்லது தாய்

SAMUTHAYA NILAM – சமுதாய நிலம்

Land held and cultivated in common

பொதுவான நிலம் மற்றும் பயிரிடப்பட்டது

SAMUTHAYAKIRAMAM – சமுதாயக் கிராமம்

A village, held or cultivated in common

பொதுவாக நடத்தப்பட்ட அல்லது பயிரிடப்பட்ட ஒரு கிராமம்

SAMUTHAYAM – சமுதாயம்

Any Thing Held In Common

பொதுவாக நடைபெறும் எந்த விஷயமும்

SAMY BOGAM – சாமிபோகம்

The proprietor or landlord's right

உரிமையாளர் அல்லது நில உரிமையாளரின் உரிமை

SANAPPAN / SANARPAN – சணப்பன் / சணற்பன்

A makes of hempen cloths, canvas, sacks, etc.,

சணல் துணிகள், கேன்வாஸ், சாக்குகள் போன்றவற்றால் துணிகள் உற்பத்தி செய்பவர்

SANGAM – சங்கம்

Duty on Goods

பொருட்கள் மீதான கடமை

SANJASAYAM – சஞ்சாயம்

Daily pay of a workman

ஒரு தொழிலாளியின் தினசரி ஊதியம்

SANNATHU – சன்னது

A Grant A Docuemnt A Wattant

ஒரு அனுமதி ஒரு ஆவணம் ஒரு அழைப்பு ஆணை

SANTHAI – சந்தை

A Market

சந்தை

SANTHAYAM – சந்தாயம்
Anything Held In Common
பொதுவான எதையும்

SANTHAYAM – சந்தாயம்
Anything held in common
daily pay
பொதுவான தினசரி ஊதியத்தில்
நடைபெறும் எதுவும்

SANTHAYANILAM – சந்தாயநிலம்
Land Held In Common
பொதுவான நிலம்

SANTHAYANILAM – சந்தாயநிலம்
Land held in common
பொதுவான நிலம்

SANUN – சாணுள்
The name of a low caste in the
south of India
தென்னிந்தியாவில் ஒரு தாழ்ந்த
சாதியின் பெயர்

SANVAATHU – சன்வாது
Yearly
ஆண்டுதோறும்

SANVAATHUBAKKI – சன்வாதுபாக்கி
Yearly Balance
வருடாந்திர இருப்பு

SAPP / SAPU – சப் / சப்பு
Reason Cause
காரணம்

SARAKATHU – சரகத்து
A limit boundary
ஒரு வரம்புக்குட்பட்ட எல்லை

SARAKKEEN – சரக்கீன்
A Person Living In Dwelling
In An Ihabitant
ஒரு குடிலில் வசிக்கும் ஒரு நபர்

SARANJAM – சரஞ்சாம்
Baggagage apparatus furniture
சாமான்கள்   எந்திரம்
தளவபாடங்கள்

SARAPPU – சராப்பு
A Money Changes
பண மாற்றங்கள்

SARASAIPERAI – சராசரிபெரை
Average propostion of the cro
set apart for the village officers and ser-
vants
கிராம   அலுவலர்கள்   மற்றும்
ஊழியர்களுக்காக ஒதுக்கப்பட்ட குரோவின்
சராசரி முன்மொழிவு

SARASARI – சராசரி
A Summary
ஒரு சுருக்கம்

**SARASARIKANAKU   –   சராசரிக்
கணக்கு**
An average or rough account
சராசரி   அல்லது   தோராயமான
கணக்கு

SARAYAKADAI – சாராயக்கடை
A Spirit Shop
ஒரு சாராயக் கடை

SARDESHMUKH – சர்தேஷ்முக்
Under Maratha Government-
the practice of exacting the propor-
tion of per cent from the revenues of
the Muhammadan territories of the
Deccan in addition to the
மராட்டிய   அரசாங்கத்தின்   கீழ்,
தக்காணத்தின்   முகமது   பிரதேசங்களின்
வருவாயிலிருந்து குறிப்பிட்ட நிதியைக் சதவீத
கூடுதலாக வசூலிக்கும் நடைமுறை

SARDESHMUKHI – சர்தேஷ்முகி
Theoffice of sardeshmukh
Also the levyten per cent beyond the
rJiaytlk
சர்தேஷ்முக்கின் அலுவலகம் ஐத்
தாண்டிய 10 சதவீத வரி விதிக்கப்படும்

SARKAR – சர்க்கார்
Government
அரசாங்கம்

SAROTHIRIYAM – சரோத்திரியம்
Lands or a villages
நிலங்கள் அல்லது கிராமங்கள்

SARPARA – சர்பரா
Provision Supply
உணவுப்பொருள் வழங்கல்

SARPARAJ – சர்பராஜ்
Distinguished Honored
வித்தியாசமான மரியாதை செய்யப்பட்டது

SARSAL – அர்சால்
Low caste dependants on a zamindar's estate
ஜமீன்தாரின் தோட்டத்தைச் சார்ந்துள்ள தாழ்ந்த சாதியினர்

SARVAMANIYAM – சர்வமானியம்
Land Held Free Of Assessment
மதிப்பீட்டின்றி இலவச நிலம்

SARVATHUMALA – சர்வதுமாலா
Land Held Or Granted Free Of Assessment
நிலம் அவருக்கு மதிப்பீடு இல்லாமல் இலவசமாக வழங்கப்பட்டது

SATHANAMURAI – சாதனமுறி
A Promise or voucher in writing
ஒரு வாக்குறுதி அல்லது எழுத்துப்பூர்வமான ஒப்புகைச் சீட்டு

SATHANAPATHIRIKAI – சாதன பத்திரிகை
A boned, A deed
ஒரு ஒப்புகை, ஒரு செயல்

SATHANUNTHARAM – சாதனுந்தரம்
An additional document or voucher
கூடுதல் ஆவணம் அல்லது ஒப்புகைச் சீட்டு

SATHIR – சதிர்
Boundary, Limits
எல்லை, வரம்புகள்

SATHTHOOKJATTHI – சத்தூக்ஜட்தி
Examination Of A Chest Cash Chest
ஒரு பண மார்பின் பரிசோதனை

SATHUTHTHAVU – சதுத்தரவு
Favourable Answer
சாதகமான பதில்

SAVANUBOGAM – சவானுபோகம்
The occupation or enjoyment of an estate by the proprietor himself
ஒரு பண்ணையின் உரிமையாளர் தன்னளவில் அனுபவிக்கும் இன்பம்

SAVUKKI – சவுக்கி
An Inferior Custom House A Guard House
ஒரு தாழ்வான பாதுகாப்பு அறை ஒரு காவலர் வீடு

SAVUTHARI – சௌதரி
The Head Man Of A Trade
ஒரு வர்த்தகத்தின் முக்கியமான ஆள்

SAVULI – சவுளி
Cloth Place Goods
துணி இடம் பொருட்கள்

SEANTHI – சேந்தி
Toddy From Palm Trees
பனை மரங்களிலிருந்துகள்

SEARBANDHU – சேர்பந்து
A Whip A Lash A Martingale
ஒரு சாட்டை ஒரு சவுக்கு ஒரு சுழற்கயிறு

SEATHU – சேத்து
A field, A Sopot Of Ground
ஒரு புலம், மைதனத்தின் குறிப்பிட்ட இடம்

SEAVAL – சேவல்
Watching corn in a field
வயலில் சோளத்தைப் பார்ப்பது

SEAVALAAL – சேவலாள்
A watches in a Corn – Field
வயலில் சோளம் பார்வையிடப்படுகிறது

SEELAPUTI – சீலாப்புட்டி
A leather bug or bucket for il-ing water
கொதிக்கும் தண்ணீருக்கான தோல் தொட்டி அல்லது வாளி

SEERASAMBA – சீரகச்சம்பா
A Kind Of Paddy
ஒரு வகையான நெல்

SEEYANKANAKKU – சீயங்கணக்கு
Account Prepapred For The Third Time
மூன்றாவது முறையாக தயாரிக்கப்பட்ட கணக்கு

SEI – செய்
A Pady Field
ஒரு நெல் வயல்

SEIYYA – செய்ய
A field of rice - corn
நெல் – சோள வயல்

SEKKUPANDHI – செக்குப்பந்தி
Defining Of Boundaries
எல்லைகளை வரையறுத்தல்

SELVARAM – செல்வாரம்
A just division of the produce of a field between the owner and the cultivator
ஒரு வயலின் விளைச்சலில் உரிமையாளருக்கும் விவசாயிக்கும் இடையில் ஒரு நியாயமான பிரிப்பு

SENDHI – சேந்தி
The sap of the palm tax
பனை வரியின் சாறு

SETTI – செட்டி
Whence the common ppellation of a trades from the coromendal coast

கிழக்கு கடற்கரையிலிருந்து ஒரு வர்த்தகத்தின் பொதுவான முறையீடு தற்போது வருகிறது

SETTU – செட்டு
Trade, Traffic
வர்த்தகம், போக்குவரத்து

SEVAL – செவல்
A red soil of the second class
இரண்டாம் ரகத்தைச் சேர்ந்த ஒரு சிவப்பு மண்

SEYAKALKARAMBU – செயக்கால்கரம்பு
Land lying waste though capable of cultivation
விவசாயம் செய்யக்கூடியதாக இருந்தாலும் நிலம் வீணாக கிடக்கிறது

SEYAKKAL – செயக்கால்
Land which is cultivated, or capable of cultivation
சாகுபடி செய்யப்பட்ட அல்லது சாகுபடிக்கு ஏற்ற

SEYAKKALTHARISU – செயல்க்கால்தரிசு
Follow or uncultivated land although formerly cultivated and capable of cultivation
முன்னர் பயிரிடப்பட்டு சாகுபடி செய்யப்பட்டதாக இருந்தாலும், பின்னாளில் பயிரிடப்படாத நிலம்

SEYAN / SEYAR – சீயான் / சீயார்
A great, Great Grand – Father
சிறந்த பெரிய தாத்தா

SHAHAR – ஷாஹர்
A City Large Town
ஒரு பெரிய நகரம்

SHALATTRU – ஷாலற்ற
Unsubstautial Poor
ஆதாரமற்ற ஏழை

SHAMEEL – ஷாமீல்
Included Concerned In

Coneected With
தொடர்புடைய கவலை அடங்கும்

SHARA – ஷரா
Remark Observation, Reason
குறிப்பு கவனிப்பு, காரணம்

SHARAP – ஷராப்
Spirituous Liquors Wine
தூண்டக்கூடிய மது பானங்கள்
ஒயின்

SIGASTHI – சிகஸ்தி
Broken , Damaged
உடைந்த, சேதமடைந்த

SIGSEERJAAMIN– சிஜ்சீர்ஜாமின்
COLLETARAL, Security
கூட்டுப்பாதுகாப்பு பாதுகாப்புத்
தொகை

SIPPATHI – சிப்பத்தி
Establishment Of Servants
பணியாளர்களை நிறுவுதல்

SIRASTHAR – சிரஸ்தார்
The Head Native Officer Of A
Court Or In A Collectors Cutcherry
நீதிமன்றத்தில் அல்லது
ஆட்சித்தலைவர் அலுவலகத்தில் உள்ளூர்
தலைமை அதிகாரி

SIRUMANI – சிறுமணி
A Kind Of Paddy
ஒரு வகையான நெல்

SISTHUVASOOL – சிஸ்துவசூல்
Collection Of Instalments Or
Fixed Rents
தவணைகள் அல்லது நிலையான
வாடகைப்பண வசூலிப்பு

SITHAGI – சித்தாகி
Property Life
சொத்து வாழ்க்கை

SITHTHARAI – சித்தரை
The First month of the Tamil
Year (April-May)
தமிழ் ஆண்டின் முதல் மாதம்

(ஏப்ரல்–மே)

SITRATHAYAM – சிற்றாதாயம்
Fraud Embazzlement
மோசடி மோசடி

SITRUDHAYAM – சிற்றுதாயம்
Fraud, Embezzlement
மோசடி, மோசடி

SITTA – சிட்டா
Account, Memoriandum
கணக்கு, நினைவுச்சின்னம்

SOAP – இசோப்
Accounts
கணக்குகள்

SOMBALI – சொம்பாளி
An heir
ஒரு வாரிசு

SOODHA – சோதா
Trial Examination Inquiry
சோதனை விசாரணை விசாரணை

SUBA – சுபா
A District Or Province
ஒரு மாவட்டம் அல்லது மாகாணம்

SUDU – சூடு
A sheaf
ஒரு உறை

SUDUKOL – சூடுக்கோல்
A Branding Iron
ஒரு பிராண்டிங் இரும்பு

SUGAVAASI – சுகவாசி
Fixed Or Permanent
Inhabitants
நிலையான அல்லது நிரந்தர
குடியிருப்பாளர்கள்

SUGAVASIKUDI – சுகவாசிகுடி
A Settled or permanent
inhabitant
குடியேறிய அல்லது நிரந்தர
குடியிருப்பாளர்

SUMAR – சுமார்
Estimate Calculation
தோராயமான கணக்கீடு

SUNAVANI – சுனவானி
Reading Of Petitions & C
மனுக்களை படித்தால் மற்றும்

SUROTHIRIYAM – சுரோத்திரியம்
Land Granted Generally On Account Of Services On A Favourable Fixed Payment
பொதுவான சேவைகளின் அடிப்படையில் சாதகமான நிலையான கட்டணத்தில் நிலம் வழங்கப்படுகிறது

SUSTHI – சுஸ்தி
Laziness Alowness
சோம்பேறித்தனம்

SUTHA – சுத்தா
Together With
ஒன்றாக ஒருங்கிணைந்து

SUTTIRAM – சூத்திரம்
A piece of machinery
இயந்திரத்தின் ஒரு பகுதி

SUVAAN – சுவான்
A Proprietor, Possesor
ஒரு உரிமையாளர் ஒன்றைத் தனது அனுபோகத்தில் வைத்திருப்பவர்

SUVARNATHAYAM – சுவர்ணதாயம்
Money Tax On Gardens Backyards & C
தோட்டக் கொல்லைப்புறங்கள் & C மீதான பண வரி

SUVARNU / SORUNUDHAYAM – சுவர்ன்னு / சொர்ன்னுதாயம்
Rent or revenue receivable in money, not in kind
பணத்தளவில் வாடகை அல்லது வருமானம் பெறத்தக்கது வேறொரு பொருளாக அல்ல

SUVASTHIYAM – சுவாஸ்தியம்
Wealth, Property
செல்வம், சொத்து

SUVASTHIYAM – சுவாஸ்தியம்
Lands Held By Brahmins In Their Villages Or Aggraharmes Free Of Rent
பிராமணர்கள் தங்கள் கிராமங்களில் அல்லது அக்ரஹாராங்களில் வாடகையின்றி வைத்திருக்கும் நிலங்கள்

SUVATHNTHIYAM – சுவதந்தியம்
Own or independent property
சொந்த அல்லது சுதந்திரமான சொத்து

TAAPPA – டாப்பு
A List An Account Particulars Distilled Account Catalogue
ஒரு பட்டியல் ஒரு கணக்கு விவரங்கள் வடிகட்டிய கணக்கு பட்டியல்

TABAETHAR – டபேதார்
A head Peon
ஒரு முதன்மையான வேலையாள்

TAKOTAKU – டாக்கோடாக்கு
Quickness Speed
விரைவு வேகம்

TANA – டானா
A Subordinate Police Station
ஒரு துணை காவல் நிலையம்

TANATHAR – டானாதார்
Officer In Charge Of A Thanah
ஒரு டானாவின் பொறுப்பு அதிகாரி

TARAIKIRATHU – டராய்க்கிறது
To Fix To Establish To Bring Home
நிலை நிறுத்துவதற்கு நிறுவுவதற்கு

TAVUL – டவுல்
Estimate, Settlement
மதிப்பீடு, தீர்வு

THAAGATHU – தாகத்து
Ability, Power
திறன் ஆற்றல்

THAAKEETHU – தாக்கீது
An Order
ஒரு கட்டளை

THAAKU – தாக்கு
Piece, Or Spot Of Ground
சிறு அளவு மைதானத்தின் ஓரிடம்

THAAL – தாள்
Stubble or stem of corn
நிளத் தண்டு அல்லது சோளத்தின் தண்டு

THAANADIPOOR – தானடிப்போர்
A Stack Of Grain After Being Trashed By The Nad But Before Being Trodden Out By Cattle
ஒரு தானிய அடுக்கு குப்பையில் போடப்பட்ட பிறகு, ஆனால் கால்நடைகளால் மிதிக்கப்படுவதற்கு முன்பு

THAANPOOR – தான்ப்போர்
A Stack Of Grain In Stalk
தண்டு உள்ள தானிய அடுக்கு

THAAREEK – தாரீக்
Date
தேதி

THABA – தபா
Time
நேரம்

THABAE – தாபே
A Dependent, Followe, Also Charge, Custody
சார்ந்திருப்பவர், பின்தொடர்பவர், மேலும் கட்டணம், காவலில் இருப்பவர்

THABAL – தபால்
The Post, A Stage
தபால், ஒரு நிலை

THAGARAR – தகரார்
Objection Altercation, Dispute
ஆட்சேபணை வாக்குவாதம், தகராறு

THAGATHI – தகதி

A Monied Man
ஒரு திணை ஆள்

THAGATHU – தகது
Ready Money, Cash
தயார் நிலைப் பணம் கையில் பணம்

THAGATHUJAMIN – தகதுஜாமீன்
Money Security
பணப் பாதுகாப்பு

THAGI – தாகி
Nuthceny A Kind Of Grain
நட்செனி ஒரு வகையான தானியம்

THAILUTHU – தைளுத்து
Appointment Attendance Service
நியமனம் வருகை சேவை

THAIVI – தைவி
A Purse
ஒரு பணமுடிச்சு

THAKKAL – தாக்கல்
Entry, Registary
நுழைவு, பதிவு

THAKKUVARIKANAKKU – தாக்குவாரிக்கனக்கு
Detailed Account Of Grounds, Peice By Piece
மைதானத்தின் விரிவான கணக்கு, சிறிது சிறிதாக

THAKRARBAKI – தக்ரார்பாக்கி
Dobutful Balance, Balance Objected To
சந்தேகத்திற்குரிய இருப்பு, இருப்பு ஆட்சேபிக்கப்பட்டது

THAKSAR – தக்சர்
Fault, Guilt
தவறு, குற்ற உணர்வு

THAKTHIKUMASTHA – தக்திகுமஸ்தா
A Subordinate In A Treasury

கருவூலத்தில் ஒரு துணை ஆள்

THALADIPOR – தாளடிப்போர்

A stock of Grain thar has been winnowed by hand, but not yet trodden out by cattle

தனியச்செடி ஒரு கையால் பிடிங்கப்பட்டது வெல்லப்பட்டது, ஆனால் கால்நடைகளால் இன்னும் மிதிக்கப்படவில்லை

THALAI – தளை

A Field Containing Several Beds

பல படுக்கைகள் கொண்ட ஒரு இடம்

THALAI MUTTAIKARAN – தலை முட்டைக்காரன்

A porter, one who carries a land on his head

ஒரு சுமைதூக்கி, ஒரு நிலத்தை தலையில் சுமப்பவர்

THALAIKATTUVARI – தலைக்கட்டுவரி

A tax on houses

வீடுகளுக்கு வரி

THALAIKATTUVARI – தலைக்கட்டுவரி

House-Tax, Assessment On Building

வீட்டு வரி, கட்டிடத்தின் மீதான மதிப்பீடு

THALAIKAVAL – தலைக்காவல்

The main or principal Guard. The town or village watch

முக்கிய அல்லது முதன்மைக் காவலர் நகரம் அல்லது கிராமத்தின் கண்காணிப்பு

THALAITHAR – தலத்தார்

The Principle town's people

முக்கியமான நகர மக்கள்

THALAIVAN – தலைவன்

A head person

ஒரு தலைவன்

THALAIVARI – தலைவரி

Poll – tax

தேர்தல் வரி

THALAIYAARI – தலையாரி

The village watchman, one of the subordinate officers of a village

கிராமக் காவலாளி, ஒரு கிராமத்தின் கீழ்நிலை அதிகாரிகளில் ஒருவர்

THALAIYAARI – தலையாரி

A VILLAGE WATCHMAN, WATCHMAN

ஒரு கிராம காவலாளி, காவல்காரன்

THALAIYADI – தலையடி

The first corn reaped and threshed

அறுத்து கதிரடிக்கப்பட்ட முதல் மக்காச்சோளம்

THALAIYANA – தலையான

Principal, Chief

முதல்வர், முதன்மையானவர்

THALAIYANA ATHTHATCHI – தலையான அத்தாட்சி

The Principal Evidence

முதன்மை ஆதாரம்

THALAIYIDU – தலையீடு

Land of the First Quality

முதல் தர நிலம்

THALAM – தலம்

Watch or Protection of any place

எந்த இடத்தையும் பார்க்கவும் அல்லது பாதுகாக்கவும்

THALAP – தலப்

Salary Pay

சம்பளம்

THALAP – தாலாப்

A Tank
ஒரு தொட்டி

THALAPKAVAL – தலப்க்காவல்
A guard, The main guard
ஒரு காவலர், முக்கிய காவலர்

THALAVADAM – தளவாடம்
Materials
பொருட்கள்

THALI / THANIPANAI – தாளி / தானிப்பனை
The Palm tree, especially the coryphe (Corypha-tellica)
பனை மரம்

THALIYAPIRATTU – தாளியப்பிரட்டு
Fraud In Reporting Sorts Of Grain
தானிய வகைப்பற்றி அறிவிப்பதில்

THALLUKA – தாலுக்கா
A Talook, Or District
ஒரு வட்டம், அல்லது மாவட்டம்

THALLUPADI PATHIRAM – தள்ளுபடிப்பத்திரம்
An invalid or rejected bond or voucher
செல்லாத அல்லது நிராகரிக்கப்பட்ட பத்திரம் அல்லது ஒப்புகைச்சீட்டு

THALLUTHAL – தள்ளுதல்
Putting away or divorcing a wife
மனைவியை ஒதுக்கி வைப்பது அல்லது விவாகரத்து செய்வது

THALLUTHALIN SEETU –தள்ளுதலின் சீட்டு
A bill or writing of divorce
ஒரு மசோதா அல்லது விவாகரத்து எழுதுதல்

THALMADANGU – தாள்மடங்கல்
Clore of the wet-crop harvest
ஈரமான பயிர் அறுவடையின் நிலை

THALUP – தகலுப்
Pretence, Cheating
பாசாங்கு, ஏமாற்றுதல்

THAMAM – தமாம்
Wholem Entire, Complete
மொத்த முழுமை, முழுமைப் படுத்தப்பட்டது

THAMANAK – தமனக்
A Bond, A Note Of Hand
ஒரு பத்திரம் ஒரு கைக்குறிப்பு

THAMANI – தாமணி
A Rope, Or Long Line With Smaller One Attached For Fastening Cattle
ஒரு கயிறு,பசியோடு இருக்கும் கால்நடைகளைக் கட்டுவதற்கு சிறியதாக இணைக்கப்பட்ட நீண்ட கோடு

THAMOSA – தாமோஷா
Average
சராசரி

THANDA – தண்டா
Disturbance, Obstacle, Obstruction
இடையூறு, தடை, தடை ஏற்படுத்துதல்

THANDAL – தண்டல்
Collection, Demand
சேகரிப்பு, தேவை

THANDAL – தண்டல்
Collection, Demands
சேகரிப்பு, கோரிக்கைகள்

THANDOORA – தண்டோரா
A Drum, A Tom-Tom
ஒரு தண்டோரா, ஒரு டாம்-டாம்

THANEERKARL – தண்ணீர்கால்
A water – Course
ஒரு நீர் நிலை

THANEERPANDHAL – தண்ணீர்ப் பந்தல்

A shed where water is distributed to passess by

கடந்து செல்வோருக்காக தண்ணீர் விநியோகிக்கப்படும் ஒரு கொட்டகை

THANGAL – தாங்கல்

A small natural pond or reservoir

ஒரு சிறிய இயற்கையான குளம் அல்லது நீர்த்தேக்கம்

THANGAM – தங்கம்

Fine Gold

தரகு

THANKI – தன்கி

Examination Inquiry

தேர்வு விசாரணை

THANMANDANGAL – தான்மடங்கல்

Close Of The Wet Crop Harvest

ஈரமான பயிர் அறுவடைக்கு நெருக்கமாக

THAPSEEL – தப்சீல்

Detail, Account Particulars

விவரம், கணக்கு விவரங்கள்

THAPSEELVAAR – தப்சீல்வார்

Detail, Account Particulars

விவரம், கணக்கு விவரங்கள்

THAR – தார்

A Substaintial Person

ஒரு முக்கிய நபர்

THARAM – தரம்

Sort, Kind, Class

வரிசை, வகை, வகுப்பு

THARAM – தரம்

Sort, Kind, Classification

வரிசை, வகை, வகைப்பாடு

THARAMBU – தறும்பு

A dam to stop a stream and turn to into a different direction

ஒரு ஓடையை நிறுத்தி வேறு திசையில் திருப்ப எழுப்பப்படும் ஒரு அணை

THARAPADI – தரப்படி

Statement of the extent of a village as arranged in different classes

வெவ்வேறு பிரிவுகளில் வகைப்படுத்தப்பட்ட கிராமத்தின் பரப்பளவு பற்றிய அறிக்கை

THARAPADI – தரப்படி

Sort, Kind, Division Of Land

வரிசை, வகை, நிலப் பிரிவு

THARAPIRATTU – தரப்பிரட்டு

Fraud In Classifying Land

நிலத்தை வகைப்படுத்துவதில் மோசடி

THARAPURATTU – தரப்புரட்டு

Fraud in classifying the lands of a village

ஒரு கிராமத்தின் நிலங்களை வகைப்படுத்துவதில் மோசடி

THARAPUTHAARAN – தரப்புதாரன்

An Inferior Native Servant Under A District Tasildar

மாவட்ட தாசில்தாரின் கீழ் ஒரு தாழ்த்தப்பட்ட பூர்வீக ஊழியர்

THARATHEERVAI – தரத்தீர்வை

A Tax According To Classification

வகைப்பாட்டின் படி ஒரு வரி

THARI – தறி

A Loom

ஒரு தறி

THARI – தறி

A weaver's Loom

ஒரு நெசவாளரின் தறி

THARIKADAMAI / THARIVARI – தறிக்கடமை / தறிவரி

A duty or tax leveid upon weavers

நெசவாளர்களுக்கு விதிக்கப்படும்

மேல் வரி அல்லது நெசவு வரி

THARIVILA – தரிவிலா
Investigation, Enquiry, Discovery

புலன் விசாரணை, விசாரணை, கண்டுபிடிப்பு

THARIYAAP – தரியாப்த்
Investigation, Enquiry, Discovery

புலன் விசாரணை, விசாரணை, கண்டுபிடிப்பு

THARIYAPATHU – தரியாபத்து
Investigation, Enquiry, Discovery

புலன் விசாரணை, விசாரணை, கண்டுபிடிப்பு

THARKAASTHU – தர்காஸ்து
A Proposal, Tender

ஒரு முன்மொழிவு, தாக்கல்

THAROBASTHU – தரோபஸ்து
All The Whole

அனைத்தும்

THAROOGA – தாரோகா
Superientedent

கண்காணிப்பாளர்

THARPIYATHU – தர்பியத்து
Improvement, Education

முன்னேற்றம், கல்வி

THARTHOOTHU – தரதூது
Exertion, Endeavour, Contrivance

உழைப்பு, முயற்சி, முயற்சி

THARU – தரு
A tree, as in Sanskrit, but it is a term inserted in deeds of sale or gift of land

ஒரு மரம், சமஸ்கிருதத்தில் உள்ள படி, அது விற்பனை பத்திரங்கள் அல்லது பரிசு நிலம் வழங்கல் ஆகியவற்றில் போது வரும் ஒரு சொல்

THARVILLA – தர்வில்லா
And Now Used Instend

இப்போது பயன்படுத்தப்படுவது

THASATHAK – தாஸதக்
Alms Given In Grain At The Time Of Threashing

கதிரடிக்கும் நேரத்தில் தானியமாகக் கொடுக்கப்படும் தர்மம்

THASKATH – தஸ்கத்
Signature

கையெழுத்து

THASTHA – தஸ்தா
A Quire Of Paper

ஒரு குயர் பேப்பர்

THASTHAK – தஸ்தக்
Summone Or Order To Appear A Pass

தம்முன் தோன்றுவதற்கு அழை அல்லது ஆணையிடு

THASTHAVEEJ – தஸ்தாவேஜ்
A Document Tittle Deed

ஒரு ஆவணம் ஒரு தலைப்புப்பத்திரம்

THASTHEERAM – தஸ்திரம்
A Document Tittle Deed

ஒரு ஆவணம் ஒரு தலைப்புப்பத்திரம்

THASTHOORI – தஸ்தூரி
Custom

தனிப்பயன்

THASUKOOLI – தசுகூலி
Hire Paid For Making A Plogh

ஒரு கலப்பை தயாரிப்பதற்காக வழங்கப்படும் வாடகைப் பணம்

THATHALPANTHEERVAI – ததல்பன் சதீர்வை
Assessment of high unirrigated land

அதிக பாசனம் இல்லாத நிலத்தின் மதிப்பீடு

THATHALPUNSEI – ததல் புன்செய்

High land incapable of Irrigation

நீர்ப்பாசனம் செய்ய முடியாத உயர் மட்ட நிலம்

THATTRUKOOL – தாற்றுக்கோல்

A Goad For Driving Oxen Yoked To The Plough

கலப்பையின் நுகத்தடியில் பூட்டப்பட்ட காளை மாடுகளை ஓட்டுவதற்கான ஒரு சட்டைக்கம்பு

THAVANAI – தவணை

A term, a fixed term

ஒரு கால, ஒரு நிலையான கால அளவு

THAVANAIKIRAYAPATHIRAM – தவணைக்கிரயபத்திரம்

A deed of sale, after a term

விற்பனைப் பத்திரம், ஒரு காலத்திற்குப் பிறகு

THAVASAM – தவசம்

Grain

தானியம்

THAYAR – தயார்

Ready, Prepared

தயார், தயார்

THAYATH – தாகாயத்

Until

அது வரை

THAYAVAIKAL – தாய வாய்க்கல்

A large water - course

ஒரு பெரிய நீர்நிலை

THEAHEAVAR – தேஹேவர்

The Same As

அதே போல

THEAKEAVAR – தேகேவார்

Village By Village

கிராமம் கிராமமாக

THEAKU – தேக்கு

The teak tree (Tertona Grandis)

தேக்கு மரம்

THEANGAINAAR – தேங்காய்நார்

The fibre of the coconut - nut shell

தேங்காய் நார்

THEAVASTHANAM – தேவஸ்தானம்

Hindo Pagoda

இந்து கோடா

THEAVATHAYAM – தேவதாயம்

Allowance For The Maintenance Of Hindoo Pagodas

ஹிந்து பகோடாக்களின் பராமரிப்புக்கான கொடுப்பனவு

THEERPU – தீர்ப்பு

A decree, an Award, A Decision

ஒரு ஆணை, ஒரு விருது, ஒரு முடிவெடுப்பு

THEERVAI – தீர்வை

Tax, Duty

வரி, மேல்வரி

THEERVAINANSEI – தீர்வைநன்செய்

Wet Land Paying Tax In Money

ஈர நிலத்திற்கான வரியை பணமாகச் செலுத்துதல்

THEERVAIPATTRU – தீர்வைப்பற்று

Land Paying A Fixed Tax In Money

நிலம் ஒரு நிலையான வரியை பணமாகச் செலுத்துதல்

THEERVAIPATTU / THEERVAI-PATTATHILAM – தீர்வைப்பட்டு / தீர்வைப்பட்டதிலம்

Land paying a fixed money assessment

நிலையான பண மதிப்பீட்டை செலுத்தும் நிலம்

THEERVAIPUNSEI – தீர்வைபுன்செய்

Dry Land Paying A Tax In

Money

வறண்ட நிலம் வரியை பணமாகச் செலுத்துகிறது

THEERVAITHITTAM – தீர்வை திட்டம்
Rate of Assessment
மதிப்பீட்டு விகிதம்

THEEVANAM – தீவானம்
Government
அரசாங்கம்

THEN – தென்
Southerly
தெற்கே

THENGAGAI / THENGAI – தெங்கங்காய் / தெங்காய்
The coconut
தேங்காய்

THENGU – தெங்கு
A cocoa nut – tree (Cocs nurifera)
ஒரு கொக்கோ கொட்டை மரம்

THENNANTHOPU – தென்னந்தோப்பு
A Grove Of Cocoanunt Trees
தென்னை மரங்களின் தோப்பு

THEREEJ – தேர்ஜ்
An Account Shewing Particulars And The Result
ஒரு கணக்கு காண்பிக்கும் விவரங்கள் மற்றும் முடிவு

THERKATTIYAN – தெற்கத்தியான்
A native of south
தென்பகுதியைச் சேர்ந்தவர்

THERKKU – தெற்கு
The south
தெற்கு

THIDAL – திடல்
High Ground Surrounded by water or rice fields
நீர் அல்லது நெல் வயல்களால்

சூழப்பட்ட உயரமான நிலம்

THIDAR – திடர்
A low hill or rising ground on open barren space
திறந்த வெளியிலுள்ள தாழ்வான குன்று அல்லது உயர் நிலம்

THIRANAISUVAR – திரணைசுவர்
Parapet wall of a sluice
ஒரு மதகின் சுவர்

THIRU – திரு
A word used chiefly as a prefix in the sense of the sanskrit sri
சமஸ்கிருத ஸ்ரீ என்ற பொருளில் முன்னொட்டாகப் பயன்படுத்தப்படும் சொல்

THIRUCHIRAPALLI – திருச்சிராப்பள்ளி
The city of the Giant Trisira
மாபெரும் திருச்சி நகரம்

THIRUKULAM – திருக்குளம்
A tank with stone steps
கல் படிகள் கொண்ட தொட்டி

THIRUMAN – திருமண்
Sacred earth
புனித பூமி

THIRUMANJANAM – திருமஞ்சனம்
A Washing Or Anoiting In A Pagoda
ஒரு பக்கோடாவில் கழுவுதல் அல்லது அபிசேகம் செய்தல்

THIRUNAAL – திருநாள்
A holy day, A festival
ஒரு புனித நாள், ஒரு திருவிழா

THIRUPATHI – திருப்பதி
A temple dedicated to some form of Vishnu
விஷ்ணுவின் சில வடிவங்களுக்கு அர்ப்பணிக்கப்பட்ட கோயில்

THIRUPAVADAI – திருப்பாவாடை
A Lough Cloth On Which Of-

ferings Of Rice Are Presented To Idols

சாமி சிலைகளுக்கு அரிசி வழங்கப்படும் ஒரு மெல்லிய துணி

THIRUVASAL – திருவாசல்
The Gateway of a temple

ஒரு கோவிலின் நுழைவாயில்

THITTAM – திட்டம்
Settlement, Rule Order, Agreement

தீர்வு, விதி ஒழுங்கு, ஒப்பந்தம்

THIVANJI – திவான்ஜி
A Minister

ஒரு அமைச்சர்

THIVASA – திவாசா
Encouragement

ஊக்கப்படுத்துதல்

THOAL – தோல்
Skin, bark, leather

தோல்

THOBA – தோபா
Tribute From An Inferior To A Superior Ruler

ஒரு தாழ்ந்தவர் முதல் உயர்ந்த ஆட்சியாளர் வரை செலுத்தும் அஞ்சலி

THODAI – தொடை
A term in the Ceylon pearl – Fishery

இலங்கை முத்துவைக்குறிக்கும் ஒரு சொல் – மீன்பிடி

THODAR – தொடர்
A chain – A fetter

ஒரு சங்கிலி – ஒரு சங்கிலித்தொடர்

THODARMURAI – தொடர்முறி
A deed or promise in writing not to pursue a person further act low

ஒரு நபரை மேலும் தாழ்வாகச் செய்ய வேண்டாம் என்று எழுத்துப்பூர்வமாக அல்லது வாக்குறுதியாகக் செய்யும் ஒப்பந்தம்

THODU – தொடு
A Garden, Ground fit for rice cultivation

ஒரு தோட்டம், நெல் சாகுபடிக்கு ஏற்ற நிலம்

THODUPU – தொடுப்பு
Implements of ploughing, plough Gear

உழவு, உழவுக்கான கருவிகள்

THOGAM – தொகம்
Esitmate Of Produce

உற்பத்தியின் மதிப்பீடு

THOIYEL – தொய்யில்
Cultivated moist land

பயிரிடப்பட்ட ஈரமான நிலம்

THOKDAR – தொக்தர்
Shareholder

பங்குதாரர்

THOKIRAMERAI – தூக்கிரமேரை
The quantity of corn given from the threshing – floor to the watchman

கதிரடிக்கும் களத்திலிருந்து காவலாளிக்கு வழங்கப்படும் சோளத்தின் அளவு

THOKIRI – தூக்கிரி
A head watchman or overseas of a village

ஒரு கிராமத்தின் தலைமைக் காவலாளி அல்லது மேற் ரத்துக் கொண்டிருப்பவர் மேற் ரத்துக் கொண்டிருப்பவர்

THONDAI MANDALAM – தொண்டை மண்டலம்
An ancient division of the peninsula comprehending the modern districh of north and south Arcot and chingcipet

தற்போதைய வடக்கு மற்றும் தெற்கு ஆற்காடு மற்றும் செங்கல்பட்டு மாவட்டத்தில் தீபகற்பத்தின் ஒரு பண்டைய பிரிவு

THONDU / THOTHU – தொண்டு /

தொத்து
A slave, slavery
ஒரு அடிமை, அடிமைத்தனம்

THONTHIVARAM – தொந்திவாரம்
The share of the cultivators in the division of the crop
பயிர் பிரிப்பதில் விவசாயிகளின் பங்கு

THOPU – தோப்பு
A grow of Trees
மரங்களின் வளர்ச்சி

THORU / THORUVU – தொறு / தொறுவு
Slavery
அடிமைத்தனம்

THOTRULLANAR – தோற்றுன்னர்
Workers in leather and skins, shoemakers
தோல் மற்றும் தோல்களில் வேலை செய்பவர்கள், ஷூ தயாரிப்பாளர்கள்

THOTTAKKAL – தோட்டக்கால்
Land Appropriated to the cultivation of Garden Produce
தோட்டப் பொருட்களைப் பயிரிடுவதற்கு ஒதுக்கப்பட்ட நிலம்

THOTTAKKAL – தோட்டக்கால்
GardenLand
தோட்ட நிலம்

THOTTAM – தோட்டம்
A garden, an orchard
ஒரு தோட்டம், ஒரு பழத்தோட்டம்

THOTTAMANIYAM – தோட்டமானியம்
A Garden or Garden Ground, Free of Assessment
ஒரு தோட்டம் அல்லது தோட்ட மைதானம், மதிப்பீடு இலவசம்

THOTTI – தோட்டி
A village Servant
ஒரு கிராம சேவகர்

THOTTIYAR – தொட்டியர்
People originally from the north, settled in Coimbatore
வடக்கிலிருந்து வந்து மக்கள், கோயம்புத்தூரில் குடியேறிய மக்கள்

THOZHIL – தொழில்
Work, Occupation, Business
வேலை, தொழில், வணிகம்

THOZHILALAR – தொழிலாளன்
A workman, An Artisan, A Labourer
ஒரு பணியாள், ஒரு கைவினைஞர், ஒரு தொழிலாளி

THOZHU – தொழு
Stocks
பங்குகள்

THOZHUMBU – தொழும்பு
Slavery
அடிமைத்தனம்

THOZHUNTHAI – தொழுத்தை
A female slave, A dancing Girl
ஒரு பெண் அடிமை, ஒரு நடனப் பெண்

THOZHUVAN – தொழுவன்
A workman, A cultivator, A Husbandman
ஒரு பணியாள், ஒரு விவசாயி, ஒரு ஜமீன்தார்

THUKATHTHADI – துகத்தடி
The Yoke Of A Plough
ஒரு கலப்பையின் நுகத்தடி

THUKKADI – துக்கடி
A District A Division
ஒரு மாவட்டம் ஒரு பிரிவு

THUKKADI – துக்கடி
A district, A Division
ஒரு மாவட்டம், ஒரு பிரிவு

THUKKANAI – துக்காணி
A Copper Coin Of Tencash

பத்துப் பணத்தின் ஒரு செப்பு நாணயம்

THULAM – துலாம்
A measure by weight of 100
100 எடையின் அளவு

THULUVAM – துளுவம்
The northern most division of the Malayalam country
மலையாள நாட்டின் வடக்குப் பகுதி

THUMAL – துமால்
A Grant Of Land Free Of Assesment
மதிப்பீடு இல்லாத நிலத்தின் மானியம்

THUMALA – துமாலா
A Grant Of Land Free Of Assesment
மதிப்பீடு இல்லாத நிலத்தின் மானியம்

THUMBAL – தும்பால்
A Grant Of Land Free Of Assesment
மதிப்பீடு இல்லாத நிலத்தின் மானியம்

THUNDAM / THUNDU – துண்டம் / துண்டு
A piece, a fragment, a piece cut off, a little
ஒரு துண்டு, ஒரு பகுதி துண்டிக்கப்பட்ட துண்டு சிறிது

THUNDAYAM – துண்டாயம்
A Gold fanam
ஒரு தங்க பணம்

THUNDIRSAL – துண்டிர்சால்
A Small Remittance, A Remiitance Made Frequently
சிறிதளவு பணம், அடிக்கடி செலுத்தப்படும் பணம்

THUNDU – துண்டு
A Piece Of Any Thing

எவற்றினதுமான சிறு துண்டு

THUNDUPILLI – துண்டுப்பிள்ளி
A small note
ஒரு சிறு குறிப்பு

THUNDUSEETU – துண்டுசீட்டு
A small remittance one made frequently
ஒருவர் அடிக்கடி தரும் ஒரு சிறிய பணம்

THUNDUVARAM – துண்டுவாரம்
A Portion Of The Produce, Or The Landlords Share From All Lands Cultivated By Pyacaries
விளைச்சலின் ஒரு பகுதி, அல்லது பைக்காரிகளால் பயிரிடப்பட்ட அனைத்து நிலங்களிலிருந்தும் நில உரிமையாளர்களின் பங்கு

THUNIYA – துனியா
Acountry, The World
ஒரு நாடு ஒரு உலகம்

THURUMBU – துரும்பு
A straw, a rush, a straw given to a wife as a token of divorce
ஒரு வைக்கோல், அவசரம், விவாகரத்துக்கு அடையாளமாக மனைவிக்கு வழங்கப்படும் வைக்கோல்

THURUSTH – துருஸ்த்
Repaid Mending
திருப்பிச் செலுத்துதல்

THURUVIYANKANAKKU – துவியங்கணக்கு
Account Prepared A Second Time
இரண்டாவது முறையாக தயார் செய்யப்பட்ட கணக்கு

THUVIYAM – துவியம்
Second Deputy
இரண்டாவது துணை

TIRUPANI – திருப்பணி
A fund for the repairs of tem-

ples

கோவில்களின் திருப்பணிக்கான நிதி

TIRUPANI – திருப்பணி

(Tam) A fund for therepairs of temples raised by atrifling deduction from each heapof grain at the time of harvest

அறுவடையின் போது ஒவ்வொரு தானியக் குவியலில் இருந்தும் குறைந்த அளவு கழிப்பதன் மூலம் சேகரிக்கப்பட்ட கோயில்களின் பராமரிப்புக்கான நிதி

TIRVA – தீர்வ

(Origin unknown) Rent paidin money

(தோற்றம் தெரியவில்லை) பணம் செலுத்திய வாடகை

TOTTI – தொட்டி

(Tam) The name of a divisionof the Paraiyans they are thevillage scavengers and messengers and a certain number of them arepaid for their services by government

பறையர்களின் ஒரு பிரிவின் பெயர் அவர்கள் கிராம துப்புரவு பணியாளர்கள் மற்றும் தூதுவர்கள் அவர்களில் ஒரு குறிப்பிட்ட எண்ணிக்கையிலானவர்களின் சேவைகளுக்காக அரசாங்கத்தால் ஊதியம் பெறுகிறார்கள்

UBAARAL – உபார்ல்

Help, Aid, Assistance
உதவி, உதவி, உதவி

UBAKIRAMAM – உபகிரமம்

A Hamlet Dependent On Some Large Town Suburubs

ஒரு குக்கிராமம் சில பெரிய டவுன் புறநகர்களை சார்ந்துள்ளது

UBAYAM – உபயம்

The Performance Of A Ceremony In A Hindoo Temple Undertaken By A Private Individual

தனியார் ஒருவரால் மேற்கொள்ளப்பட்ட ஹிந்து கோயிலில் ஒரு விழாவின் நிகழ்ச்சி

UCHIVAMOINI – உச்சுவமோயிணி

Money Allowed for the expense of Public Festival

பொது விழா செலவுக்கு பணம் அனுமதிக்கப்படுகிறது

UDAIPPU – உடைப்பு

A channel Formed by the bursting of a dam or tank

ஒரு அணை அல்லது தொட்டி வெடிப்பதால் உருவாகும் கால்வாய்

UDAIPU – உடைப்பு

A Channel Formed By The Breaking Of A Bank Or Dam

ஒரு கரை அல்லது அணை உடைவதால் உருவாகும் கால்வாய்

UDAIPUKKATTU – உடைப்புக்கட்டு

Repair of a breach in a dam or the bank of a reservoir

அணை அல்லது நீர்த்தேக்கத்தின் கரையில் ஏற்பட்ட உடைப்பை சரி செய்தல்

UDAIVARAM - உடைவாரம்

The whole produce
முழு உற்பத்தி

UDAIVARAM - உடைவாரம்

The whole produce of all the cultivated lands of a village subeject to partition between the cultivator and landlord or the state

ஒரு கிராமத்தின் அனைத்து பயிரிடப்பட்ட நிலங்களின் முழு விளைச்சலும் விவசாயி மற்றும் நில உரிமையாளர் அல்லது மாநிலத்திற்கு இடையேயான பிரிவினைக்கு உட்பட்டது

UDAIYAVAN / UDAITHANAVAN – உடையவன் / உடைத்தானவன்

A possessor, an owner, a proprietor

ஒரு உடைமையாளர்,

பாத்யதையாளர், உரிமையாளர்

UDAIYAVARIKURIPU – உடையவர்க்குறிப்பு

A Memorendam Of The Whole Produce

முழு உற்பத்தியின் குறிப்பேடு

UDAIYAVARM – உடையவார்ம்

The Whole Produce

முழு உற்பத்தி

UKKUM – உக்கும்

Permission An Order

அனுமதி, ஓர் ஆணை

UKKUM NAMA – உக்கும் நாமா

A Written Order

எழுதப்பட்ட ஒரு உத்தரவு

ULAVAN – உளவன்

A Spy, A Scout

ஒரு உளவாளி, ஒரு சாரணர்

ULKUDI – உள்குடி

A permanent residenttenant with hereditary rights

பரம்பரை உரிமைகளுடன் கூடிய நிரந்தர குடியிருப்பாளர்

ULLAVAN – உள்ளவன்

A proprietor, A Rich Man

ஒரு உரிமையாளர், ஒரு பணக்காரர்

ULLITTAR – உள்ளிட்டார்

Partners

பங்குதாரர்கள்

ULLIYA / ULLIYAMANIYAM – உள்ளிய / உள்ளியமானியம்

Rent Free lands granded for services, especially as miltor or Police

சேவைகளுக்காக, குறிப்பாக மில்டர் அல்லது போலீஸ் போன்ற சேவைகளுக்காக வாடகையின்றி வழங்கப்பட்ட நிலங்கள்

ULMANAI – உள்மனை

Those within the site of the village, and;

கிராம வெளியில் உள்ளவர்கள் மற்றும்

ULMANAI – உள்மனை

An inhebited house

ஒரு குடியேற்ற வீடு

ULPAIYERKUDI – உள்பயிர்க்குடி

A Permanent Cultivator

நிரந்தரமாய் பயிரிடுவோர்

ULPARAKUDI – உள்பரகுடி

A cultivator who, although not a proprietor, has inherited the land be cultivates, and cannot be dipossesed as long as he pays the stipulated rent

உரிமையாளராக இல்லாவிட்டாலும் விவசாயம் செய்பவராக உள்ளவர் உரிய வாடகை செலுத்தி வரும் வரை அவரை விவசாயத்திலிருந்து அப்புறப்படுத்த முடியாது

ULUPAI – உலுப்பை

Supplies furnished gratuitously to great persons on a journey by the village on their route

சிறந்த நபர்கள் தமது கிராமத்தின் வழியே பயணம் செய்யும் போது அவர்களுக்கு நன்றியுணர்வுடன் கிராமமக்களால் இலவசமாக வழங்கப்படும் பொருள்கள்

ULVAIKKAL – உள்வாய்க்கால்

Water – Course or channel within a village

நீர் - ஒரு கிராமத்திற்குள் உள்ள பாதை அல்லது கால்வாய்

ULVARAM – உள்வாரம்

The owner's share of the produce of his land

தனது நிலத்தின் விளைச்சலில் உரிமையாளரின் பங்கு

ULVATTAM – உள்வட்டம்

Premium or difference in favour of a coin exchanged for one of less value

பிரீமியம் அல்லது குறைந்த மதிப்புள்ள நாணயத்திற்கு மாற்றப்படும் நாணயத்தின் வேறுபாடு

UMAETHU – உமேது

Expectation / Waiting / Hope

எதிர்பார்ப்பு / காத்திருத்தல் / நம்பிக்கை

UMAPALIKAI – உமபளிக்கை

A Village Held Under Exam Tenure Paying No Revenue To Government

பரீட்சார்த்த காலத்தின் கீழ் நடத்தப்பட்ட கிராமம் அரசாங்கத்திற்கு எந்த வருவாயையும் செலுத்தவில்லை

UMPILIKKAI – உம்பிளிக்கை

Land Granted by Government rent - free, as a reward for, or in consideration of public services

பொதுச் சேவைகளுக்கான வெகுமதியாக அல்லது பரிசீலனைக்காக அரசால் வாடகையின்றி வழங்கப்பட்ட நிலம்

UNDI – உண்டி

A Draft, A Bill Of Exchange

ஒரு வரைவு, ஒரு பணப்பரிமாற்ற உறுதித்தாள்

UNDI / UNDIGAI – உண்டி / உண்டிகை

A treasury-box in which duty or custom-money is deposited, money-box, an Alms-box

ஒரு கருவூலப் பெட்டி, அதில் மேல்வரிப்பணம் அல்லது சுங்கப் பணம் டெபாசிட் செய்யப்பட்டுள்ளது பணப்பெட்டி, ஒரு அன்னதானப் பெட்டி

UNDISEETU / UNDAISEETU – உண்டிச்சீட்டு / உண்டிகைச்சீட்டு

A bill of exchange, A Cheque, A Draft

பரிமாற்ற மசோதா, ஒரு காசோலை, ஒரு வரைவு

UNKKUDI – உன்க்குடி

A Cultivator Being A Native Of The Village

அந்த கிராமத்தை பூர்வீகமாகக் கொண்ட ஒரு விவசாயி

UNVIRPOR – ஊன்விற்போர்

Sellers of Flesh

இறைச்சி விற்பவர்கள்

UPPUTHTHARAI – உப்புத்தரை

Soil impregnated with salt

உப்புச் செறிவூட்டப்பட்ட மண்

UPPUVADI – உப்புவாடி

A platform for piling salft upon

உப்பு குவிப்பதற்கான ஒரு தளம்

UPPUVANIYAR – உப்புவாணிகர்

Salt merchant also

உப்பு வியாபாரியும் கூட

UPPUVITRIDU MAGALIR – உப்புவிற்றிடு மகளிர்

Women who sell salt

உப்பு விற்கும் பெண்கள்

URAIYUL – உறையுள்

A village, A Town

ஒரு கிராமம், ஒரு நகரம்

URAVU / URAVAN – உறவு / உறவன்

Relation, A Kinsman

உறவு, ஒரு உறவினர்

URI – உறி

A half of a measure commonly termed ARAI-PADDI

பொதுவாக அரைப்படி எனப்படும் பாதியளவு

URIMAI – உரிமை

Property, Possession

சொத்து, உடைமை

URITHANAVAN – உரித்தானவன்

A Proprietor, A Possessor

ஒரு உரிமையாளர், ஒரு

உடைமையாளர்

URIYAN / URIYOR – உரியான் / உரியோர்

Relations, Connection, Ancestors, Forefathers

உறவுகள், இணைப்பு, முன்னோர்கள், முன்னோர்கள்

URMANIYAM – ஊர்மணியம்

Superitendence of custom - house

தனி பயன்பாட்டில் உள்ள வீட்டின் மேற்பார்வை

USOOR – உ சூர்

Presence

இருப்பு

USOORKKATCHERI – உ சூர்க்கச்சேரி

An Office Where A Collector Of Revenue Or A Madgistrate Transacts Business

வருவாய் சேகரிப்பாளர் அல்லது ஒரு நீதிபதி வணிகப் பரிவர்த்தனை செய்யும் அலுவலகம்

UTHEASAM – உத்தேசம்

Estimate

மதிப்பீடு

UTHIYOGASTHAN – உத்தியோகஸ்தன்

An Officer A Servant

ஒரு அதிகாரி, ஒரு வேலைக்காரன்

UTHIYOOGAM – உத்தியோகம்

Service Office

சேவை அலுவலகம்

UTKIDAI – உட்கிடை

A harmlet, an Associated or Subordinate village or market

ஒரு கிராமத்தில் உட்கிடையாக இருக்கின்ற சிறு கிராமங்கள் அல்லது சந்தை

UZHATHAKADU – உழதகாடு

Ploughed high land

உயரமான நிலத்தை உழுபவர்

UZHATHAL – உழுதல்

Ploughing

உழுதல்

UZHAVADAI / ULKUDAI – உழவடை / உள்க்குடி

A cultivator who although not an original sharer in the village lands

கிராம நிலங்களில் அசல் பங்குதாரராக இல்லாவிட்டாலும் ஒரு விவசாயி

UZHAVAR – உழநர்

Husbandman, Ploughman

உழவன்

UZHAVAR / VZHAVOR – உழவார் / உழவோர்

Ploughman, Cultivators

உழவர், வேளாண்குடியினர்

UZHAVU – உழவு

Tillage, Agriculture

உழவு, விவசாயம்

UZHAVU / UZHAVUTHOZHIL – உழவு / உழவுத்தொழில்

Ploughing / agriculture / Tillage

உழவு / விவசாயம் / உழவு

UZHAVUDAIMADUGAL – உழவுடைமாடுகள்

Oxen

எருதுகள்

UZHAVUDAIVARAM – உழவுடைவாரம்

The cultivators share of the crop.

விளைச்சலை விவசாயம் செய்தோர் பங்கிட்டுக்கொள்கின்றனர்

UZHAVUDAIYAVARAM – உழவுடையவார்ம்

Inhabitants Share

குடியிருப்பாளர்கள்பங்கு

UZHTHUNBAN KAANI –

உழுதுன்பான் காணி
Land Held By A Marasidar Free Of Tax
ஒரு மராசிதர் வைத்திருக்கும் வரியற்ற நிலம்

UZHUGAI – உழுகை
Agriculture
வேளாண்மை

UZHUPADAI – உழுபடை
A Plough
ஒரு கலப்பை

UZHUTHANILAM – உழுதநிலம்
Ploughed land
உழுத நிலம்

UZHVADAIKANIYATCHI R SASA NAM – உழுவடை கானியாட்சி சாசனம்
A deed by which a proprietor transfers his right of cultivation to a payirkaran
நில உரிமையாளர் தனது சாகுபடி உரிமையை ஒரு பயிற்காரனுக்கு மாற்றும் உரிமைப் பத்திரம்

VAAJIP – வாஜிப்
Proper Reasonable
சரியான நியாயமான

VAAJIPU – வாஜிப்பு
Proper Reasonable
சரியான நியாயமான

VAANPAIR – வான்பயிர்
Articles Of Cutlivation Excudng Grain
தானியங்களைத் தவிர்த்த விவசாயக் கட்டுரைகள்

Vaathi – வாதி
Plaintiff Complaintant
வாதி புகார்தாரர்

VADA – வட
Northern
வடக்கு

VADAGAI – வாடகை
Hire, Rent
வாடகை

VADAIVAYAKKAL – வாடைவாயக்கால்
A channel for carrying of surplus water from a village
ஒரு கிராமத்திலிருந்து உபரி நீரை எடுத்துச் செல்வதற்கான கால்வாய்

VADAKATHTHIYAN – வடக்கத்தியான்
An inhabitant of the north
வடக்கில் வசிப்பவர்

VADAKU – வடக்கு
The north, The North Country
வடக்கு, வட நாடு

VAGAIRA – வகைரா
And Others
மற்றும் பலர்

VAGANAI – வாகனை
Embankment For Carrying Off Water
நீரை எடுத்துச் செல்வதற்கான அணைக்கட்டு

VAGANAI – வாகனை
An embankment for carrying off water
தண்ணீரை எடுத்துச் செல்வதற்கான அணை

VAIGASI – வைகாசி
The Second month of the Tamil Year (Many - June)
தமிழ் ஆண்டின் இரண்டாவது மாதம் (மே-ஜூன்)

VAIPUMANIYAM – வைப்புமானியம்
A Grant of a portion of the Government revenue. Claimable from the estate of an individual

அரசாங்க வருவாயில் ஒரு பகுதியின் மானியம். ஒரு தனிநபரின் சொத்தில் இருந்து உரிமை கோரலாம்

VAITHA – வாயிதா

A Term, A Fixed Time

ஒரு காலம், ஒரு நிலையான நேரம்

VAJA – வஜா

Deduction Abatement

கழித்தல் குறைப்பு

VAKALATHUNAMA – வகாலத்துநாமா

An Power Of Attorney

ஒருவர் சொத்தின் மீது அதிகாரம் கொண்டிருப்பவர்

VAKEEL – வக்கீல்

An Agent

ஒரு முகவர்

VAKKALATHU – வக்காலத்து

Collection

சேகரிப்பு

VAKKALATHU – வக்காலத்து

A Power Of Attonery

ஒருவர் சொத்தின் மீது அதிகாரம் கொண்டிருப்பவர்

VAKKUMOOLAM – வாக்குமூலம்

Deposition, Declaration

வைப்புத்தொகை, பிரகடனம்

VAKUMOOLAM – வாக்குமூலம்

A deposition before a jude or panchayat

ஒரு நீதிபயின் முன் அல்லது பஞ்சாயத்தின் முன் வழங்கப்படும் வாக்குமூலம்

VALAIYANA – வலையன

A Fishermen by caste and occupation

சாதி மற்றும் தொழிலால் ஒரு மீனவர்

VALAN – வாலான்

A Kind Of Paddy

ஒரு வகையான நெல்

VALANGAI – வலங்கை

The right hand

வலதுகை

VALANGAIYAN / YAAR – வலங்கையன் / யார்

One of the right - hand tribe

வலது கை பழங்குடியினரில் ஒருவர்

VALARTHAL – வளர்த்தாள்

A faster - mother

வளர்ப்புத் தாய்

VALARTHAPILLAI – வளர்த்தப்பிள்ளை

A Faster - Child

ஒரு வளர்ப்புக் குழந்தை

VALLAKADU – வெள்ளக்காடு

Total Inuntation of a peace or field

அமைதியை புலத்தில் புகுத்தல்

VALLAM – வள்ளம்

A Grain measure containing four padi or about a peek

நான்கு படிகள் அல்லது ஒரு மரக்கால் கொண்ட தானிய அளவு

VALLAPAZH – வெள்ளப்பாழ்

Corn Destroyed by Inentation

உள்நோக்கத்தால் அழிக்கப்பட்ட சோளம்

VALLAVAN – வல்லவன்

A herdsman

ஒரு மேய்ப்பன்

VALLAZHAN / VALLALAN – வெள்ளாழன் / வெள்ளாளன்

A man of the agricultural caste, which constitute a numerous body of the cultivators of southern India

தென்னிந்தியாவில் விவசாயம் செய்பவர்களில் பலரைக் கொண்ட விவசாய

சாதியைச் சேர்ந்த ஒருவர்

VALLIYAM – வல்லியம்

A Village of Shepherds or herdsmen

மேய்ப்பர்கள் அல்லது மேய்ப்பர்களின் கிராமம்

VALLUVAN – வள்ளுவன்

A man of a class of Parias, Considered to be of a somewhat superior description

பறையர் வகுப்பைச் சேர்ந்த ஒரு மனிதன், சற்றே உயர்ந்த விவரிப்பைக் கொண்டவராகக் கருதப்படுகிறார்

VALLVARI – வெள்ளவாரி

A channel for supplying water to a tank

ஒரு தொட்டிக்கு தண்ணீர் வழங்குவதற்கான கால்வாய்

VANATHERUNGKUDI – வந்தேறுங்குடி

A Cultivator who has not a settled or permanent dwelling in the village

கிராமத்தில் குடியேறிய அல்லது நிரந்தர குடியிருப்பு இல்லாத ஒரு விவசாயி

VANDIL / VANDI – வண்டில் / வண்டி

A two-wheeled chaire

இரு சக்கர நாற்காலி

VANKALAMAR – வண்களமர்

Men of the servile tribe

இரு சக்கர நாற்காலி

VANNAN – வண்ணன்

A washerman

துணி துவைப்பவர்

Vapas – வாபஸ்

Returning Refunding

திரும்பப்பெறுதல் / திரும்பச் செலுத்துதல்

VARADAIOOLAI – வாரடை ஓலை

A deed of lease

ஒரு குத்தகைப் பத்திரம்

VARAGAM – வாரகம்

Advance Of Money

முன்பணம்

VARAGU – வரகு

A kind of Grain

ஒருவகை தானியம்

VARAKKAM – வாரக்கம்

Advance made to cultivators to enable them to carry on cultivation

பயிரிடுபவர்கள் வேளாண்மை மேற்கொள்வதற்காக அவர்களுக்கு முன்பணம் வழங்கப்பட்டுள்ளது

VARAM – வாரம்

Share To Kind

வாரப் பகிர்வு

VARAPATTRU – வாரப்பற்று

Subject to share, held in shares, an estate, etc

பங்குக்கு உட்பட்டது, பங்குகள், எஸ்டேட் போன்றவை

VARAPATTRUNILAM – வாரப்பற்றுநிலம்

Land Held In Shares

பங்குகளில் வைத்திருக்கும் நிலம்

VARAPIRIVU – வாரப்பிரிவு

Division Of Shares

பங்குகளின் பிரிவு

VARAPIRIVU – வாரப் பிரிவு

Division of shares

பங்குகளின் பிரிவு

VARAPPU / VARAMBU – வரப்பு / வரம்பு

A limit, A border

ஒரு அளவு, ஒரு எல்லை

VARAPUNSEI – வாரப்புன்செய்

Taxable Dry Grains

வரி விதிக்கப்படும் உலர் தானியங்கள்

VARASATTAM – வாரச் சட்டம்
A table or register of the cultivator's share of the crop
பயிரில் விவசாயியின் பங்கின் அட்டவணை அல்லது பதிவு

VARATHITTAM – வாரத்திட்டம்
Adjustment of the shares of the produce belonging to each party interested
ஆர்வமுள்ள ஒவ்வொரு தரப்பினருக்கும் சொந்தமான தயாரிப்புகளின் பங்குகளை சரிசெய்தல்

VARATHITTAM – வாரத்திட்டம்
Regulated Rate Of Share
ஒழுங்குபடுத்தப்பட்ட பங்கு விகிதம்

VARATHUNDU – வாரத்துண்டு
Balance Of Share Or Remaining Portion
பங்கு இருப்பு அல்லது மீதமுள்ள பகுதி

VARATHUNDU – வாரத்துண்டு
A deduction from the share of the cultivator added to the Government share
பயிரிடுபவர்களின் பங்கிலிருந்து அரசுப் பங்கில் ஒரு கழித்தல்

VARDESAM – வர்ட்தேசம்
Loss From Want Of Rain
மழையின் தேவையினால் ஏற்படும் இழப்பு

Vari – வரி
Tax Assessment
வரி மதிப்பீடு

VARIKARAN – வரிக்காரன்
A tax - Gatherer
வரி வசூலிப்பவர்

VARRS – வார்ஸ்
Owner,Calinant Heir
உரிமையாளர், உரிமை கோருபவரின் வாரிசு

VARRSTHAR – வார்ஸ்தார்
Heir Claimant Heir
வாரிசு உரிமை கோருபவரின் வாரிசு

VARSIYATHASTHU – வர்சியதாஸ்து
Memorandum Of Amount Of Produce
உற்பத்தி அளவு பற்றிய குறிப்பு

VARTHAGAM – வர்த்தகம்
Trade, Traffic
வணிகம், போக்குவரத்து

VARTHANAI – வர்த்தனை
Fees, Customes
கட்டணம், சுங்கம்

VASOOLATHU – வசூலத்து
Collection
சேகரிப்பு

VASOOLATHUKKAIYEDU – வசூலத்துக்கையேடு
Cadjan Accounts Of Collection
சேகரிப்புக் கணக்குகளின் கையேடு

VASOOLBAKKI – வசூல்பாக்கி
Arrear, Uncollected Balance
பாக்கி, வசூலிக்கப்படாத பாக்கி

VATAKARAN – வட்டக்காரன்
A money - Changer
பணத்தை மாற்றுபவர்

VATHAI – வதை
Murder
கொலை

VATHAIKARAN – வதைக்காரன்
A Murderer
ஒரு கொலைகாரன்

VATRATHANAI – வந்தனை
Fees, Perquisites
கட்டணம், சலுகைகள்

VATTAKAINILAM – வட்டகை நிலம்
An enclosed field

ஒரு மூடப்பட்ட புலம்

VATTAM – வட்டம்

The rate of exchanges between currencies of different values

வெவ்வேறு மதிப்புகளின் நாணயங்களுக்கு இடையிலான பரிமாற்ற வீதம்

VATTAM – வட்டம்

A Small Tract Or District

ஒரு சிறிய பகுதி அல்லது மாவட்டம்

VATTAMANIYAKKARAN – வட்டமாணியக்காரன்

The head man of a district exercising undefined Authority in revenue and Judicial

வருவாய் மற்றும் நீதித்துறையில் வரையறுக்கப்படாத அதிகாரத்தை செயல்படுத்தும் மாவட்டத்தின் தலைவர்

VATTAMANIYAM – வட்டமணியம்

Superiendent of a district

ஒரு மாவட்டத்தின் கண்காணிப்பு அதிகாரி

VATTAMANIYAM – வட்டமணியம்

Superitenedence Over A Small Tract

ஒரு சிறிய பகுதியின் மேற்பார்வை

VATTASEETU – வட்டச்சீட்டு

A bond with premium Granted for Goods exchanged or money lent on Interest

பொருட்பரிவர்த்தனை மூலமோ, வட்டிக்கு பணம் கொடுத்தன் மூலமான ஓர் ஒப்பந்தம்

VATTASOCHI – வட்டச்சொச்சும்

Interest, Balance, Or Premium

வட்டி, இருப்பு அல்லது தவணை

VATTI – வட்டி

Interest or Money

வட்டி அல்லது பணம்

VAYALKARAI – வயல்க்கரை

A Rice - Corn Field

ஒரு நெல் – சோள வயல்

VAYAKKAL – வாயக்கால்

A Water Channel

ஒரு நீர் கால்வாய்

VAZHAKALIGAL – வழக்காளிகள்

The Parties in a law suit

ஒரு சட்ட வழக்கில் உள்ள கட்சிகள்

VAZHAKKAN – வழக்கன்

A paintiff, A Complainant

ஒரு ஓவியர், ஒரு புகார்தாரர்

VAZHAKKU – வழக்கு

A quarrel, a law-suit

ஒரு சண்டை, ஒரு வழக்கு

VAZHAKKU – வழக்கு

Dispute Case Suit

தகராறு வழக்கு

VAZHI – வழி

A road, A Way

ஒரு சாலை ஒரு வழி

VAZHIPARI – வழிப்பறி

Robbery on the highway

நெடுஞ்சாலையில் கொள்ளை

VAZHIPOKKUNILAM – வழிப்போக்கு நிலம்

Land Left For A Road

சாலைக்கு விடப்பட்ட நிலம்

VAZHISELAVU – வழிச்செலவு

A journey: money for the expenses of a journey

ஒரு பயணம்: ஒரு பயணத்தின் செலவுக்கான பணம்

VEALAIKARAN – வேலைக்காரன்

A servant, A workman

ஒரு பணியாள், ஒரு வேலைக்காரன்

VEATTIUPPU – வெட்டியடிப்பு
Saltpetre
உப்புப்பெட்டி

VEDANA / VEDAR – வேடன / வேடர்
A hunter, A fowler
ஒரு வேட்டைக்காரன், ஒரு வேட்டைக்காரன்

VEDIPU – வெடிப்பு
A Split A Breaking A Cleft
ஒரு பிளவு ஒரு விரிசல், ஒரு சரிவு

VEEDU – வீடு
House
வீடு

VEEGAM – வீகம்
Rate
மதிப்பிடவும்

VEERASAIVAR – வீரசைவர்
A name given to the followers of Sivan
சிவனை பின்பற்றுபவர்களுக்கு ஒரு பெயர்

VEESAI – வீசை
A weight in use at madras
மெட்ராஸில் பயன்பாட்டில் உள்ள எடை

VEESAM – வீசம்
The sixteenthe part of fraction of any thing
எந்தவொரு பொருளின் பின்னத்தின் பதினாறாவது பகுதி

VEETHAM – வீதம்
A Share, A Portion, A Rate
ஒரு பங்கு, ஒரு பகுதி, ஒரு விகிதம்

VEETUKUDAIYAVAN – வீட்டுக்குடையவன்
The master or owner of a house, a - landlord
உரிமையாளர் அல்லது வீட்டின் உரிமையாளர், நில உரிமையாளர்

VEETUPADIYAN – வீட்டுப்படியான்
A field or out-door servant who receivers his daily hire in rice-corn
நெல் - சோளமாக தினசரி கூலியைப் பெறும் வயல் அல்லது வெளியூர் வேலைக்காரன்

VELLANGUDI – வெள்ளாங்குடி
A village of farmers
விவசாயிகளின் கிராமம்

VELLANJSETTI – வெள்ளாஞ்செட்டி
A merchant of the tribe of agriculturists
விவசாயிகளின் பழங்குடி வணிகர்

VELLASETHAM – வெள்ளசேதம்
Loss By Inundation
வெள்ளத்தால் ஏற்படும் இழப்பு

VELLAVARISAI – வெள்ளவரிசை
Which lost word is used for orders
உத்தரவுகளுக்கு எந்தச்சொல் பயன்படுத்தப்பட்டது

VENNILAI – வெண்ணிலை
Anything given without a pledge or mortgage
அடமானம் அல்லது அடமானம் இல்லாமல் கொடுக்கப்பட்ட எதுவும்

VENNILAPATHIRAM – வெண்ணிலை பத்திரம்
A note of hand, or bond without a mortgage
கையின் குறிப்பு, அல்லது அடமானம் இல்லாத பத்திரம்

VETI – வெட்டி
A road, A way
ஒரு சாலை, ஒரு வழி

VETIMAI – வெட்டிமை
The office of an inferior village servant

தாழ்த்தப்பட்ட கிராம ஊழியரின் அலுவலகம்

VETIYANMANIYAM – வெட்டியான்மானியம்

Land Held By a measurer Free Of Asseesment

மதிப்பீட்டாளர் ஒருவரிடம் இருக்கும் மதிப்பீடு செய்யப்படாத நிலம்

VETTAI / VEETAM – வேட்டை / வேட்டம்

Hunting the chase

வேட்டையாடுதல்

VETTAN – வெட்டான்

A married women

திருமணமான ஒரு பெண்

VETTIYAN – வெட்டியான்

A Measure Grain Salt Always Of The Partais Cast

தானியம், உப்பு அளவையர் பறையர்களில் சேர்ந்தவர்கள்

VETTIYAN – வெட்டியான்

A village servant who discharges the lowest office

மிக கீழான அலுவலகத்திலிருந்து செயல்படும் கிராம ஊழியர்

VETUVAN – வேட்டுவன்

A Hunter

ஒரு வேட்டைக்காரன்

VIBAGARAM / VIVAGARAM – விபகாரம் / விவகாரம்

Law - suit, legal proceedings

வழக்கு, சட்ட நடவடிக்கைகள்

VIKIRAYASEETU – விக்கிறையச்சீட்டு

A Bill Of Sale

ஒரு விற்பனையின் ஒப்புகைச் சீட்டு

VILAI – விலை

Price, Value

விலை, மதிப்பு

VILAI – விலை

Price

விலை

VILAI – விளை

High ground not supplied with water

உயரமான நிலத்திற்கு தண்ணீர் வழங்கப்படவில்லை

VILAICHAL – விளைச்சல்

Ripe corn in the field ready for reaping

வயலில் விளைந்த சோளம் அறுவடைக்கு தயாராக உள்ளது

VILAINGAR – விளைஞர்

Husbandman, Ploughmen

கணவன், உழவன்

VILAINILAM – விளைநிலம்

A field fertile or Aruble Ground

ஒரு வயல் வளமான அல்லது அருபுல் நிலம்

VILAITHUNDU – விலைதுண்டு

A Charge on the gross Produce of a village

ஒரு கிராமத்தின் மொத்த உற்பத்தியின் மீதான கட்டணம்

VILAIVASI – விலைவாசி

Rate Of Price

விலை விகிதம்

VILAIVU – விளைவு

Growing of corn in a field

ஒரு வயலில் சோளம் வளர்ப்பது

VILAIVUL – விளையுள்

A Field

ஒரு வயல்

VILAIVUPALAN – விளைவுபலன்

The corn or crop in a field

ஒரு வயலில் சோளம் அல்லது பயிர்

VINAINGAR – வினைஞர்
Artificers, Ploughmen
கலைஞர்கள், உழவர்கள்

VINAIVU – வினைவு
Growth Production
வளர்ச்சி உற்பத்தி

VINIYOOGAM – விநியோகம்
Distribtution Of Cakes Among Bramins In Hindoo Pagoda
ஹிந்து கோயில்களில் பிராமணவர்களுக்கு மத்தியில் கேக்குகள் விநியோகம்

VINNAPPAKARAN – விண்ணப்பக்காரன்
Pettitioner
மனுதாரர்

VINNAPPAM – விண்ணப்பம்
Pettition
மனு

VIRAI – விரை
Seed of Plants
தாவரங்களின் விதை

VIRAIKAL – விரைகால்
Land fit for sowing
விதைப்பதற்கு ஏற்ற நிலம்

VIRAIPPU – விரைப்பு
Land on which seed is sown
விதை விதைக்கப்பட்ட நிலம்

VIRAIVINTHU – விரைவித்து
To Sow Seeds
விதைகளை விதைக்க

VIRAIVIRAIPU – விரைவிறைப்பு
Seeds
விதைகள்

VIRAPPADU – விரப்பாடு
Sowing a field
வயலை விதைத்தல்

VIRATHAM – விராத்தம்
Collection of tribute or rent காணிக்கை அல்லது வாடகை சேகரிப்பு

VIRATHTHAKARAN – விராத்தக்காரன்
A Collector, A Tax-Gatheror
ஒரு வசூலிப்பாளர், ஒரு வரி வசூலிப்பவர்

VIRATHTHIYAN – விராத்தியள்
It said to mean a man who is born of a father of low rank by a mother of higher caste
உயர்ந்த ஜாதியின் தாயினால் தாழ்ந்த அந்தஸ்தில் உள்ள தகப்பனுக்குப் பிறந்தவன் என்று பொருள் கூறப்பட்டது

VIRUTHTHI – விருத்தி
Increase, escpecialluy the increase of money, interest
அதிகரிப்பு, குறிப்பாக பணம், வட்டி அதிகரிப்பு

VISABADI – விசபடி
levied inindividual
தனிப்பட்ட முறையில் வசூலிக்கப்படுகிறது

VISARIPPU – விசாரிப்பு
Management, Superinten-dence
மேலாண்மை, மேற்பார்வை

VISARIUPPU – விசாரிப்புக்காரன்
An administrator, A manager
ஒரு நிர்வாகி, ஒரு மேலாளர்

VITHAI – விதை
Seed of Plants
தாவரங்களின் விதை

VITHAIPUNAM – விதைப்புனம்
A spot of Ground newly cultivated
புதிதாக பயிரிடப்பட்ட நிலத்தடி

VITHAITHTHAL – விதைத்தல்
Sowing
விதைத்தல்

VITTRAL – விற்றல்
Selling, Sale
விற்றல், விற்பனை

VITTRUMUTHAL – விற்றுமுதல்
Proceeds of sale
விற்பனை வருமானம்

VITTRUMUTHAL – விற்றுமுதல்
Proceeds Of Sale
விற்பனை வருமானம்

VIVASAYAM – விவசாயம்
Agriculture
வேளாண்மை

VIZHUKKADU – விழுக்காடு
Rate
மதிப்பிடவும்

VIZHUKADU – விழுக்காடு
Rate
மதிப்பிடவும்

YAAZHAVALALORKUTTAM – யாழுவல லொர்க்குட்டம்
The Gandherba form of marriage, union by mutual consent
திருமணத்தின் காந்தர்பா வடிவம், பரஸ்பர சம்மதத்துடன் இணைதல்

YATHASTHU – யாதஸ்து
A Memoradum
ஒரு நினைவுச்சின்னம்

YEATHIRVAZHAKKAN – எதிர்வழக்கன்
A defendant
ஒரு பிரதிவாதி

YETTACHAL – ஏற்றச்சால்
The bucket of the pikota
பிகோட்டாவின் வாளி

YETTAKOL – ஏற்றக்கொல்
The bamber by which the bucket is suspended
வாளியை இடைநிறுத்தப் பயன்படும் பாம்பர் எனும் கருவி

YETTAPUVARAM – ஏற்றப்புவாரம்
Share of the charge or tasc for watering the lands
நிலங்களுக்கு நீர் பாய்ச்சுவதற்கான கட்டணம் அல்லது பணியின் பங்கு

YETTRAM – ஏற்றம்
A machine on the principle of a level, For raising water from wells commonly termed at madras pikota.
கிணறுகளில் இருந்து தண்ணீரை உயர்த்துவதற்கான, ஒரு நிலைக் கொள்கையின் அடிப்படையிலான ஒரு இயந்திரம், மெட்ராஸ் பிகோடா என்று அழைக்கப்படுகிறது

> " ரியல் எஸ்டேட் முதலீட்டில் காத்திருக்கும் காலத்தை, இது தான் எதார்த்தம் என்று கொள்ளாமல் பலா காயை விட கலா காயே சிறந்தது என்று விட்டுக் கொடுத்து விடுகின்றார். "
> – சா.மு பரஞ்சோதி பாண்டியன்

> " முள்ளைப் பார்த்து மலரைப் பறிக்காத மூடரைப் போல உங்களைக் குபேரனாக்கும் முதலீடுகளில் இருக்கின்ற ரிஸ்க்குகளை பார்த்து முயலாமல் இருக்கின்றனர். "
> – சா.மு பரஞ்சோதி பாண்டியன்

அரபி வார்த்தைகள்

AINTH BAYAK – ஐந் பக்ய

(Arain, special, netprincipal, actual, and haqi, balance) Actual outstanding balance of revenue

(அரைன், சிறப்பு, நிகர முதன்மை, உண்மையான, மற்றும் ஹக்கி, இருப்பு) வருவாயின் மீதமுள்ள உண்மையான நிலுவைத் தொகை

AMALA – அமலா

Clerks of ajudicial or revenue court

நீதித்துறை அல்லது வருவாய் நீதிமன்றத்தின் எழுத்தர்கள்

AMALI – அமளி

Payment of the revenue by a division of the crop or in kind; applied also to a village where the revenue is paid in kind; anything related to or connected with, managements, collections, and the like

பயிர் அல்லது வகைப் பிரிவின் மூலம் வருவாயை செலுத்துதல். மேலாண்மைகள், சேகரிப்புகள் மற்றும் பலவற்றுடன் தொடர்புடைய அல்லது தொடர்புடைய எதுவும் செலுத்த வேண்டியது

AMALTAAR – அமில்டார்

A manager, an agent A collector of revenues

ஒரு மேலாளர், ஒரு முகவர் ஒரு வருவாய் சேகரிப்பாளர்

AMANI – அமானி

(P from Aramn, security safety) A system of land revenue under which the Government share of the produce is taken in kind The term is also applied to the direct management of a village by Government officers without the intervention of a zamindar

இது ஒருவகை நில வருவாய் அமைப்பு இதன் கீழ் விளைபொருளின் அரசாங்கப் பங்கு வகையாக எடுத்துக் கொள்ளப்படுகிறது ஜமீன்தார் குறுக்கீடு இல்லாமல் அரசு அதிகாரிகளால், நேரடியாக நிர்வகிக்கப்படும்

AMANTHAR – அமன்த்தர்

A holder of adeposit or charge, a trustee, a guardian

ஒரு வைப்புத் தொகை அல்லது கட்டணத்தை வைத்திருப்பவர், ஒரு அறங்காவலர், ஒரு காப்பாளர்

AMIL – அமில்

(Ar) A high revenue officer under the Muhammadan Government

முகமது அரசாங்கத்தின் கீழ் ஒரு உயர் வருவாய் அதிகாரி

Amin – அமின்

Trusteean officer em-ployed in the revenue department to take charge of an estate and collect the revenues on account of Government Also an arbitrator, a surveyor; a special officer to investigate a report on a subject or dispute

ஒரு எஸ்டேட்டின் பொறுப்பை ஏற்று வருவாய்த் துறையில் பணிபுரியும் அறங்காவலர் அதிகாரி மற்றும் அரசாங்கத்தின் கணக்கில் வருவாயை வசூலிக்கிறார் மேலும் ஒரு நடுவர், சர்வேயர்; மற்றும் பிரச்சனைக்குள்ளாகும் விஷயத்தை விசாரிக்க ஒரு சிறப்பு அதிகாரி

AMIR – அமிர்

(Ar from amr, to command) A commander, a nobleman, aMuhammadan of high rank Amirused to be the hereditary title of the rulers of Afghanistan, and was also that of the chieftains of Sind

அமீர் ஒரு தளபதி, ஒரு பிரபு, ஒரு முஹம்மதின் உயர் பதவியில் உள்ள , ஆப்கானிஸ்தானின் ஆட்சியாளர்களின் பரம்பரைப் பட்டமாக இருந்து, மேலும் அது சிந்துவின் தலைவர்களுக்கும் பொருந்தக்கூடியது

ARASI – அராசி

Applied specially to detached portions of land which are either rent free or have been recovered from the retrocession of rivers

நிலத்தின் பிரிக்கப்பட்ட பகுதிகளுக்கு விசேஷமாகப் பயன்படுத்தப்படுகிறது, அவை வாடகை இலவசம் அல்லது நதிகளின் பின்னடைவில் இருந்து மீட்கப்பட்டது

ASHARA – அஷாரா

The first ten days of Mu-harram

முஹர்ரத்தின் முதல் பத்து நாட்கள்

ASHARAP – ஆஷார்ப்

(Arsharf, excelling in glory)' Noble men; persons of rank

(அஷ்ரப், புகழில் சிறந்து விளங்குகிறார்) பிரபுக்கள்; அந்தஸ்துள்ள நபர்

ASHEERKANA – ஆஷீர்கானா

A place where muslim assemble on the day of Muharram

முஹர்ரம் நாளில் துக்கப்படுபவர்கள் கூடும் இடம்

BADAL MUSHAHARA – படல் முஷஹராா

(Ar) badal, exchange, substitute, and mushahara, stipend, allowance) Stipend given in money or kind to public or private servants

பொது அல்லது தனியார் ஊழியர்களுக்கு பணமாக அல்லது பொருளாக வழங்கப்படும் உதவித்தொகை

BAQAYA TAUZIH – பாக்யயா தவ்சிக்

(Arbagiarrear balance, tav-zih, account of collection) A return showing arrears of revenue of previous years

இருப்பு, வசூல் கணக்கு) முந்தைய ஆண்டுகளின் வருவாயின் நிலுவைத் தொகை

BAQR – பகர்

(Ar) A festival observed' by Muhammadans on the tenth day of the month of Zul - hijjah

ஜுல்-ஹிஜ்ஜா மாதத்தின் பத்தாம் நாளில் முகமதியர்களால் அனுசரிக்கப்படும் ஒரு பண்டிகை

BARIZ – பரிஷ்

(Ar) An account; total amount of revenue assessment

மொத்த வருவாய் மதிப்பீட்டின் கணக்கு

BARQANDAZ – பார்கந்தாஸ்

(Ar) barq, lightning, and one who casts) Matchlock man, but commonly applied toan Indian armed with a sword and ashield, w'ho acts as door - keeper, guard, etc

(ஆர், பர்க், மின்னல், மற்றும் பி அண்டாஸ், வார்ப்பு செய்பவர்) மேட்ச்லாக்மேன், ஆனால் பொதுவாக வாள் மற்றும் கேடயம் ஏந்திய இந்தியர்களுக்குப் பயன்படுத்தப்படுகிறது, அவர் கதவு - காப்பாளர், காவலர் போன்ற பணிகளில் செயல்படுகிறார்

BAZE ZAMIN DAFTAR – பஜே ஜாமீன் தாபதர்

(Arbaze,miscellaneous, some, zamin, land, anddaffar, office) Before the permanent settlement, Bengal for registry oftenures

நிரந்தர தீர்வுக்கு முன், பதவிக்காலப் பதிவிற்காகச் செய்யும் தீர்வு

CHARAI / MAHAL – ஷாரை /

மஹால்

(II charai, grazing Armahal, a portion of land) Pasture lands; fields appropriated to the grazing of cattle

(சாரை, மேய்ச்சல் அர்மஹால், நிலத்தின் ஒரு பகுதி) மேய்ச்சல் நிலங்கள்; கால்நடைகளின் மேய்ச்சலுக்கு ஒதுக்கப்பட்ட வயல்வெளிகள்

DAFADAR – டாடர்

(Arda fan, section, class, and dar, holder, from dashtan, to hold) Commander of a body ofhorse, police officer, foreman ofl abourers

ஒரு குதிரையின் தளபதி, போலீஸ் அதிகாரி, தொழிலாளர்களின் மேற்பார்வையாளர்

DAKHIL, BAKHTLA – டக்ஹில் பக்ஹ்ட்ல

(Ar) dakhl, entering,intrusion) Entrance; taking possession; entry of an item in aa deed or register; a receipt for money; annexation of lands, inclusion of a minor in major parcel of land

நுழைவு; உடைமையாக்குதல்; aa பத்திரம் அல்லது பதிவேட்டில் ஒரு பொருளைப் பதிவு செய்தல்; பணம்த்திற்கான சிறு நிலங்களை பெரிய நிலத்துடன் இணைத்தல்

DAKHLNAMA – டக்ஹ்ல்ணாமா

(Ardakhl, entering, intrusion,and P natnah, a deed, adocument) A document giving the right of occupancy; a writ or warrant of entrance or possession

(ராக்கி, நுழைதல், ஊடுருவல், மற்றும் பி நாத், ஒரு பத்திரம், ஆவணம்) ஆக்கிரமிப்பு உரிமையை வழங்கும் ஆவணம்; நுழைவு அல்லது உடைமைக்கான ஒரு மேல்முறையீடு

EHABAN – எஹபன்

(Ar) The eighth monthof the Muhammadan year

(Ar) முகமதிய ஆண்டின் எட்டாவது மாதம்

FARRASH – பார்ராஷ்

(Arfarsh, carpet) Aservant whose duty it is to spread the carpets; the chamberlain in the palaces of kings and great men; an officer who superintend spitching of tents; a foot man butler

கம்பளங்களை விரிப்பதில் கடமையாக இருக்கும் வேலைக்காரன்; ராஜாக்கள் மற்றும் பெரிய மனிதர்களின் அரண்மனைகளின் அறைகூவல் ஆள்; கூடாரங்களைத் மேற்பார்வையிடும் ஒரு அதிகாரி; ஓடியாடி துப்பரவு செய்யும் பணிகளை வேலை செய்யும் சமையல்காரர்

FASLI – பசலி

(Ar from fasl, harvest) longing to the harvest The harvestera, introduced by Akbar To convertit in to the Christian year, anaddition of years is madeie, fasliis equivalent

அறுவடையை நோக்கி ஏங்கி கொண்டிருக்கும் அறுவடை ஆண்டு அக்பரால் அறிமுகப்படுத்தப்பட்டது, கிறித்தவ ஆண்டாக மாற்றுவதற்கு, எதுவாக தம் வருடங்களைக் கிறிஸ்து இறப்புக்கும் பிந்தய வருடத்துடன் கட்டிக் கொள்ளும் ஏற்பாடு செய்தவர்

FATIHA – பைதா

Who orwhat opens; a beginning; commencement; the first chapter in the Quran ; it is read for dying persons, whence the word has come to mean prayers oifered up for a deceased person

யார் அல்லது எதைத் திறக்கிறார்கள்; ஒரு ஆரம்பம்; நிகழ்வு; குர்ஆனில் முதல் அத்தியாயம்; இது இறக்கும் நபர்களுக்காக படிக்கப்படுகிறது, எனவே இந்த வார்த்தை இறந்த நபருக்காகச் செய்யப்படும் பிரார்த்தனை என்று பொருள்படும்

FATWAH – பாத்வாஷ்

(Ar) A judgment, usuallywritten opinion of the Muhammadanlaw officer of a court

(Ar) ஒரு தீர்ப்பு, பொதுவாக ஒரு நீதிமன்றத்தின் தீர்ப்பு முஹம்மதின் சட்டப்படி, அதற்கான அதிகாரியின் கருத்து எழுதப்படும்

FAUJ KHAR CH – பாஜ் க்கார்

A tax leviedon account of the expenses of maintaining troops for protection of villages

கிராமங்களின் பாதுகாப்பிற்கான துருப்புக்களை பராமரிப்பதற்கான செலவுகளின் வரி விதிப்பு கணக்கு

FAUJDAR – பாஜ்தர்

(P from Arfauj, army, and dar, holder, from dns Man, to hold) An officer under Mussulmanrule who was invested with the charge of the police and jurisdiction in all criminal matters He held charge of a pargana, also

முஸல்மான் ஆட்சியின் கீழ் உள்ள ஒரு அதிகாரி. அனைத்து குற்றவியல் விஷயங்களிலும் காவல்துறை மற்றும் அதிகார வரம்பிலும் பொறுப்பு வழங்கப்பட்டவர் அவர் ஒரு பர்கானாவின் பொறுப்பையும் வகித்தார்

HAFIZ – ஹபிழ்

(Ar) One who has by heart the whole Quran; preserver, guardian

முழு குர்ஆனையும் இதயத்தில் கொண்டவர்; காப்பவர், பாதுகாவலர்

HAJI – ஹாஜி

(P from Arhnj, pilgrimage to Mecca) A Muhammadan who has performed a pilgrimage to Mecca

(மெக்கா யாத்திரை) மக்காவிற்கு புனித யாத்திரை மேற்கொண்ட ஒரு முகமதியர்

HAKIM – ஹக்கீம்

(Ar) A judge, a ruler; a governor

ஒரு நீதிபதி, ஒரு ஆட்சியாளர்; ஒரு கவர்னர்

HAL – ஹல்

(Ar) State, condition, present or actual state In revenue accounts the actual state of the collections

(Ar) நிலை, தற்போதைய வருவாய் கணக்குகளில் வசூல்களின் உண்மையான நிலை

HAL / TAUZIH – ஹல் / தௌழிஹ்

(Arhal, present, current and tauzih, statement, account of collections) An account of revenue collections for the current period

ஹல், தற்போதைய, நடப்பு, மற்றும் தௌசி, அறிக்கை, சேகரிப்புகளின் கணக்கு) நடப்பு காலத்திற்கான வருவாய் வசூல் கணக்கு

HALALKHOR – ஹலால்க்ஹோர்

(Ar) halal, legal, legitimate,and P khor, one who eats, from khurdavyto eat) An epithetapplied to the lowest and vilestclass of the people, particular lysuch as are employed in the meanest offices, the removing of carrion and the like; so called because everything is lawful food to them

(அர்) ஹாலால், சட்டப்படி , சட்டபூர்வமான, மற்றும் சாப்பிடுபவர், குர்தாவி முதல் சாப்பிடுவது வரை) இந்த அடைமொழியானது, மிகக் குறைந்த மற்றும் கீழ்த்தரமான வகுப்பினருக்குப் பொருந்தும். இவர்கள் கீழான அலுவலகங்களில் பணியமர்ப்படுவார்கள் இறந்தவர்களின் இறைச்சியே இவர்களுக்கு வழங்கப்படும் என்னும் அனைத்து உணவுகளும் அவர்களுக்கு சட்டபூர்வமான உணவு என்றே அழைக்கப்படுகிறது

HAQ – ஹாக்

(Ar) Right; percjuisite orgrant claimable under established usage by officers of Government or village officers HAQDAR Holder of a right or a claimant, (HAQDARI Percentage on Government revenue granted to village or district hereditary officers for service rendered by them

(Ar) உரிமை; அரசு அல்லது கிராம அதிகாரிகளின் அதிகாரிகளால் நிறுவப்பட்ட கல்வியின் கீழ் உரிமை கோரப்படும் உரிமை அல்லது உரிமைகோருபவர் எனப்படும் அரசு வருவாயில் குறிப்பிட்ட சதவீதம் கிராம அல்லது மாவட்ட அலுவலர்கள் வழங்கிய சேவைக்காக வழங்கப்படும்

HASHV / MINHAI – ஹஷ்வ் / மின்ஹை

(Ar) hashv, excess, and minha, deduction) Deductions

(அர்) ஹஷ்வ், மிகுதி, மற்றும் மின்ஹா, கழித்தல்) விலக்குகள்

HAVHDAR / HAWALDAR – ஹவல்டர் / ஹவ்ஹ்டர்

(Arhawalah,charge, and P dar, holder, from dashtan, to hold) Any one holding a charge or trust; a steward In the native army (infantry) the hawaldaris a non-commissioned officer ranking between the jamadar and naik and corresponding with sergeant; in the police, he is a third classhead-constable ; the head of a small body of peons is sometimes called by this name; there is also avillage officer called hawaldar, whoassists the patel both in police and revenue matters

ஏதேனும் ஒரு பொறுப்பு அல்லது நம்பிக்கை வைத்திருக்கும்; பூர்வீக இராணுவத்தில் (காலாட்படையில் பணிபுரியும்) ஒரு பணிப்பெண் ஹவால்தாரிகள், சார்ஜெண்டுடன் தொடர்புடைய ஜமதார் மற்றும் நாயக்கன்டுக்கு இடையே உள்ள ஆணையிடப்படாத அதிகாரி. காவல்துறையில், அவர் மூன்றாம் வகுப்பு தலைமைக் காவலர்; சிறிய பியூன்களின்

பெயரில் சில நேரங்களில் இந்த அழைக்கப்படுகிறது; போலீஸ் மற்றும் வருவாய் விவகாரங்களில் இருவருக்கு உதவி செய்ய படேல்பிரிவைச் சேர்ந்த ஹவால்தார் என்ற கிராம அதிகாரியும் இருக்கிறார்

HAWALA – ஹவால

(Ar) Charge, care, custody, trust; consignment of any property, duty, or liability In eastern Bengala description of tenure, an intermediate holding of a part of an estate, or of a farm under a zamiruiaror taluqdar, to whom a stipulated portion of the rents collected from the raiyntsis paid

(Ar) பொறுப்பு, கவனிப்பு, காவல், நம்பிக்கை; எந்த ஒரு சொத்தின் சரக்கு, கடமை, அல்லது பொறுப்பு கிழக்கு வங்காள விளக்கத்தில், எஸ்டேட்டின் ஒரு பகுதி அல்லது ஜமிருயரோர் தாலுக்தாரின் கீழ் உள்ள ஒரு பண்ணையின் இடைநிலை வைத்திருப்பது, அவருக்கு சேகரிக்கப்பட்ட வாடகையில் ஒரு குறிப்பிட்ட பகுதி வசூலிக்கப்பட்டது

HAZRAT – ஹழ்ராத்

(Ar) Presence, dignity; a title of honour

(Ar) இருப்பு, கண்ணியம்; கௌரவப் பட்டம்

HIBANAMA – ஹிபனமா

(P from Arhiba, giving bestowing, and Pnamah, a deed) A deed of gift; a legacy; a testament (P from Arhiba, give bowing, and P namah, a deed)

(அர்) ஹிபாவில் இருந்து பி, கொடுப்பது, மற்றும் பனாமா, ஒரு செயல்) பரிசுப் பத்திரம்; ஒரு மரபு; ஒரு ஏற்பாடு (அர்ஹிபாவிடமிருந்து பி, குனிந்து கொடு, மற்றும் பி நம, ஒரு செயல்)

HUKKAMI – ஹூக்கமி

(Ar) rulers, officers) Grantsmade byzamindars

ஆட்சியாளர்களிடமிருந்து ஜமீன்தார்களால் செய்யப்பட்ட மானியங்கள்

HUKMNAMA – ஹூக்ம்ணாம

(Arhukm, command, order, and namah, a document), A written order, a written award or judgment; the decree of a court

(அர்கும், கட்டளை, உத்தரவு மற்றும் பி நம், ஒரு ஆவணம்) எழுதப்பட்ட உத்தரவு, எழுதப்பட்ட விருது தீர்ப்பு; நீதிமன்றத்தின் ஆணை

HUZUR – ஹஜூர்

(Ar) The royal presence the presence of superior authorityas of a judge or collector of revenues; the court, also abstractly the state, the government

(Ar) அரச இருப்பு ஒரு நீதிபதி அல்லது வருவாய் சேகரிப்பாளரின் உயர் அதிகாரிகளின் இருப்பு; நீதிமன்றம், மேலும் சுருக்கமாக அரசு, அரசாங்கம்

HUZUR – ஹஜூர் வர்ஷசன்

(Ar) huzur, royal presence, and varshasan, q v) A pension or annuity paid direct from the Peshwa's treasury at Poona

(அர்) ஹூசூர், அரச இருப்பு, மற்றும் வர்ஷசன்) - பூனாவில் உள்ள பேஷ்வாவின் கருவூலத்தில் இருந்து நேரடியாக வழங்கப்படும் ஓய்வூதியம் அல்லது வருடாந்திர ஓய்வூதியம்

ID–UL–FITR

(Ar) Festival among Muhammadans at the termination of the fast observed through out the month of Ramazans

(அர்) ரமலான் மாதம் முழுவதும் கடைப்பிடிக்கப்படும் நோன்பை முடிக்கும் முகமதியர்களுடைய திருவிழா

IJARA – ஜரா

(Ar) Price, profit, especiallya lease or farm of land held at defined rent or revenue, whether from government direct, or from an intermediate payer of revenue; contractor monopoly

(Ar) வரையறுக்கப்பட்ட நிலத்தின் விலை, லாபம், குறிப்பாக குத்தகை அல்லது பண்ணை வாடகை அல்லது வருவாய், அரசாங்கத்திடம் இருந்து நேரடியாகவோ அல்லது வருவாய்க்கு இடைநிலை செலுத்துபவரிடமிருந்தோ; ஒப்பந்தக்காரர் ஏகபோகம்

IJMALI – சமாளி

(P from Arijmal, collectings bringing together, summary, abstract) Held in common, un partitioned

பொதுவானது, பிரிக்கப்படாதது

LM–NAMA – இளம் நாமா

(Ar) ILm, knowledge, and Pnamah, deed) A Wtitten notice circulated for general or particular information

பொதுவான அல்லது குறிப்பிட்ட தகவலுக்காக விநியோகிக்கப்படும் எழுத்துப்பூர்வ அறிவிப்பு

INAM – இனம்

Gift; grant of land heldrent - free in hereditary and perpetual occupation INAMDAR

பரிசு; பரம்பரை மற்றும் நிரந்தர தொழிலான இல் வாடகையின்றி நிலத்தை வழங்குதல் இனாம்தார் வாடகை இல்லாத நிலத்தை வைத்திருப்பவர்

INAM / JARI / PATTA – இனாம் / ஜரி / பட்டா

(Arinam, award'gift; grant of rent free lands, jari continuous, and H patta, a deed) A deed sanctioning continuance ofhereditary and perpetual grant ofland

(அரினம், விருதுப் பரிசு; வாடகை இல்லாத நிலங்கள், ஜரி தொடர்ச்சி, மற்றும் எச் பட்டா, ஒரு பத்திரம்) பரம்பரை மற்றும் நிரந்தர மானிய நிலத்தின் தொடர்ச்சியை அனுமதிக்கும் பத்திரம்

INAYATNAMA – இன்யத்னாமா

(Arinayat, benevolence, and P namah, letter) Adeed of gift, letter of recommendation, a written order or a patent from a superior

(அரிநயத், நன்மை, மற்றும் பி நம, கடிதம்) அன்பளிப்பு, பரிந்துரைக் கடிதம், எழுதப்பட்ட உத்தரவு அல்லது உயர் அதிகாரியின் காப்புரிமை

IQBAL / DAWA – இக்பால் / டவா

(P from Ariqbal, admission, confession, and dawa, a claim) Admission of a claim

(அரிக்பால், அனுமதி, வாக்குமூலம் மற்றும் தாவா, ஒரு கூற்றிலிருந்து பி) ஒரு உரிமைகோரலின் அனுமதி

ISHTEELARNAMA – இஷ்டீலர்ணாம

A written proclamation or notice

எழுதப்பட்ட அறிவிப்பு அல்லது அறிவிப்பு

ISHTİHAR – சிஹ்றதிகர்

(Ar) Proclamation, public announcement or notice, advertisement, an advertisement in a public place or a news - paper; especially a notice by the Collector fora sale of lands for arrears of revenue

(Ar) பிரகடனம், பொது அறிவிப்பு அல்லது அறிவிப்பு, விளம்பரம், பொது இடத்தில் அல்லது செய்தித் தாளில் விளம்பரம்; குறிப்பாக வருவாய் நிலுவைத் தொகைக்காக நிலங்களை விற்பதற்காக ஆட்சியர் அறிவிப்பு

ISTAWA – இஷ்டவா

(Ar) istiwa, tending towards, ascending) Landor rent levied creasing ratesmaximum

(ஸ்டிவாவில் இருந்து மார்ச், நோக்கி, ஏறுமுகம்) நில வாடகை அதிகபட்சமாக உள்ளது

ISTIMRARDAR – இச்டிமரர்தார்

(petuity, anddashtan, to hold) Holder of a farm or lease in perpetuity petuity, and dashtan, to hold)

ஒரு பண்ணை வைத்திருப்பவர் அல்லது நிரந்தர பெட்யூட்டியில் குத்தகைக்கு எடுத்தவர், மற்றும் தாஷ்டன், வைத்திருக்க வேண்டும்)

ISTIMRARI – இச்டிமரரி

(Ar) Permanent, perpe tual ; applied especially to a per"manent settlement of revenue

(அர்) நிரந்தரமான, நிரந்தரமான; வருவாயின் நிரந்தர தீர்வுக்கு குறிப்பாகப் பயன்படுத்தப்பட்டது

ITTILANAMA – இட்டிலனமா

(Arittila, informing,manifesting, and P namah, a document) A written proclamation, anotice (Airtel, informing, Manifesting, and P namah, a document)

எழுதப்பட்ட பிரகடனம், அறிவிப்பு

JAMA – ஜாமா

(Ar) Total, amount, aggregate; total amount of rent or revenue payable by a cultivator or a zamindar, including all cesses, as well as landtax Ar)

மொத்த, தொகை, மொத்த; ஒரு விவசாயி அல்லது ஜமீன்தார் செலுத்த வேண்டிய மொத்த வாடகை அல்லது வருவாய், அனைத்து செஸ்கள் மற்றும் நில வரி உட்பட

JAMA WASIL BAQI – ஜமா வாசில் பக்ய்

(Arjama, amount, wasil, remainder) The amount of collections and the outstanding balance

(அர்ஜமா, தொகை, வாசி, மீதி) வசூல் தொகை மற்றும் நிலுவையில் உள்ள தொகை

JAMABANDI – ஜமாபண்டி

(Arjama, amount and P band, a binding, from bastan, to bind) Amount of revenue assessed upon any tract on account of government; the annual revenue settlement

(அர்ஜமா, தொகை மற்றும் Pband, ஒரு பிணைப்பு, அரசாங்கத்தின் கணக்கில் எந்த ஒரு பகுதியிலும் மதிப்பிடப்பட்ட வருவாயின் அளவு; வருடாந்திர வருவாய்த் தீர்வு

JAMADAR – ஜமாதர்

a crowd, holder, from ஆளுகைதாரர்

JARI – ஜரி

(Ar literally, flowing, current) Cultivated for a second or subsequent-crop, (Kar) Property free from attachment (Tam) Handing over or giving possession or putting one in possession

(ஆர் மொழியில், பாயும், மின்னோட்டம்) ஒரு வினாடி அல்லது அடுத்தடுத்த பயிர்களுக்கு பயிரிடப்பட்டது, (கார்) இணைப்பிலிருந்து விடுபட்ட சொத்து (டாம்) ஒப்படைத்தல் அல்லது சொத்துடைமையாளராக ஒருவரை நியமித்தல்

JUMADA / UL / AWWAL – ஜும்டாஉல் / அவ்வல்

(Ar) The fifth month of the Muhammadanyear

முகமதியர் ஆண்டின் ஐந்தாவது மாதம்

KAIFIYAT – கைப்ய்யாட்

(Ar) Report, account, statement KAIFIYATNAMA (Pnamah, a written document) Awritten description of anything KAMAL (Ar) Entire, perfect, complete; as a revenue term, total assessment before any reduction, allowance, or remission is made

கமல் (அர்) அறிக்கை, கணக்கு, அறிக்கை கைஃபியத்நாமா (நாமா, எழுதப்பட்ட ஆவணம்) எதற்கும் எழுதப்பட்ட விளக்கம்

KHADIM – க்ஹடிம்

(Ar) A domestic (male or female); a slave

(Ar) ஒரு வீட்டு (ஆண் அல்லது பெண்); ஒரு அடிமை

KHAIRAT – க்ஹைராத்

(Ar) Charity, lands given in charitablements

(அர்) தொண்டு, அறநிலையாங்களில் வழங்கப்படும் நிலங்கள்

KHALASI – க்ஹஅலசி

(Ar) A sailor; pitcher; an artillery man Kh ALISA (Arkhalis, pure) the revenue of which remains the property of government and whichare not made over in jagir or inamto any Also office in which the revenue work of the Muhammadansand early British Government was done

(Ar) ஒரு மாலுமி; குடம்; ஒரு பீரங்கி மேன் காலிசா (அர்காலிஸ், தூய்மையான) இதன் வருவாய் அரசாங்கத்தின் சொத்தாகவே உள்ளது மற்றும் ஜாகிர் அல்லது இனாம் ஆகியவற்றிற்கு மாற்றப்படவில்லை, இதில் முஹம்மதின் மற்றும் ஆரம்பகால பிரிட்டிஷ் அரசாங்கத்தின் வருவாய் பணிகள் மேற்கொள்ளப்பட்டன

KHALI SA SHABZFA – க்ஹலி ஷப்ழ்பா

(Arkhalis, pureand sharif, noble, exalted) A termspecially used for the royal exchequer Actstraalluvial servanteunuch, alms

(அர்காலிஸ், தூய மற்றும் ஷரீஃப், உன்னதமான, உயர்ந்த) அரச கருவூலத்திற்குப் பயன்படுத்தப்படும் ஒரு சொல், பிச்சை

KHAM / TAHSIL – க்ஹம் / தஹில்

(Ar tahsil, collection) Collection of the revenue in gross from the cultivators direct officers under the collector

(ஆர் தாசில்தார், சேகரிப்பு)

கலெக்டரின் கீழ் உள்ள நேரடி அலுவலர்களால், விவசாயிகளிடம் இருந்து கிடைத்த மொத்த வருவாய் வசூல்

KHARAB / LAND – க்ஹராப் / லேன்ட்

(Arkharah, ruined, deserted) Land incapable of cultivation (Mar from SktIchand, or portion) A measure of and capacity with varying

(பாழடைந்த, பாலைவனம் சாகுபடி செய்ய இயலாத நிலம் அல்லது பகுதி) நிலத்தின் மாறுபடும் அளவு மற்றும் திறன்

KHARAJ – க்ஹராஜ்

(Ar) Tribute, tax, revenue

(அர்) காணிக்கை, வரி, வருவாய்

KHARIF – க்ஹரிப்

(Ar) Season of autumn; the autumnal harvest; the cropswhich are sown before the commencement of the rains, or in April - May, and reaped after their close, October - November

(Ar) இலையுதிர் காலம்; இலையுதிர் அறுவடை; மழை தொடங்குவதற்கு முன் அல்லது ஏப்ரல் – மே மாதங்களில் விதைக்கப்பட்டு, அக்டோபர் – நவம்பர் மாதங்களில் அறுவடை செய்யப்படும் பயிர்கள்

KHARIJ / JAMA – க்ஹரிஜ் / ஜமா

(Arkharij, excluded, separated from, and jama, collection) Detached or separated from the rental of the state, as lands exempt from rent, or of which the revenue has been assigned to individuals or institutions

(விலக்கப்பட்ட அல்லது பிரிக்கப்பட்ட, மற்றும் ஜமா, சேகரிப்பு) வாடகைக்கு விலக்கு அளிக்கப்பட்ட நிலங்களாக, அல்லது தனிநபர்கள் அல்லது நிறுவனங்களுக்கு வருவாய் ஒதுக்கப்பட்ட நிலங்களாக, மாநிலத்தின் வாடகையிலிருந்து பிரிக்கப்பட்ட அல்லது பிரிக்கப்பட்டவை

KHAS – க்ஹாஸ்

(Ar) Select; as a revenue termit is applied to the management of estates and the collection of revenue by the officers of government, without any intermediate person between them and the cultivators

(Ar) தேர்ந்தெடு; எஸ்டேட் நிர்வாகத்திற்கும், விவசாயிகளுக்கும் இடையில் எந்த இடைநிலை நபர்களும் இல்லாமல், அரசாங்க அதிகாரிகளால் வருவாய் வசூலிக்கப்படுவதற்கு ஒரு வருவாய்த் துறைக்கான சொல்

KHATIB – க்ஹடிப்

(Ar) A preacher, a reader of prayers at a mosque; an ableorator

(Ar) ஒரு போதகர், ஒரு மசூதியில் பிரார்த்தனை வாசிப்பவர்; ஒரு திறமையான பேச்சாளர்

KHATT – க்ஹத்

(Ar) A letter, a writing, an entry in a book, a written document

(Ar) ஒரு கடிதம், ஒரு எழுத்துப் படிவம், ஒரு புத்தகத்தில் ஒரு பதிவு, எழுதப்பட்ட ஒரு ஆவணம்

LA / KHARAJ – லா / க்ஹராஜ்

(Ar) without, andkhnrnj, tribute) Rent -free land, or land of which a portion of the revenue is remitted

வாடகை இல்லாத நிலம், வருவாயில் ஒரு பகுதி அனுப்பப்படும் நிலம்

LA / WARIS – லா / வாரிஸ்

(Arla, without, andxmris, heir) Without heir or claimant

வாரிசு அல்லது உரிமை கோருபவர் இல்லாமல்

LAWAZIMA – லவஜிமா

(Arlazim, necessary, indispensable) Perquisites or dues of office; necessary vouchers or documents

(தேவையான, இன்றியமையாத) தேவைகள் அல்லது அலுவலக நிலுவைத் தொகைகள்; தேவையான ஒப்புகைச் சீட்டுகள் அல்லது ஆவணங்கள்

MAA / FAR – மா / பார்

(Ar) naibt office of who holds

அலுவலகம் வைத்திருப்பவர்

MAA / FARZANDAN – மா / பார்சன்டன்

(Armaa with,and Td farzandan, children) A terminserted in a grant which is made to the grantee and his posterity

(அர்மான் வித், ஆன்டிடி ஃபர்சாந்தன், குழந்தைகள்) மானியத்தில் செருகப்பட்ட ஒரு சொல். இது மானியம் பெற்றவருக்கும் அவரது சந்ததியினருக்கும் வழங்கப்படுகிறது

MAAMUL – மாமுல்

(Aramal, doing, putting in-practice) Established, customary

(விலங்கு, செய்வது, நடைமுறையில் வைப்பது) நிறுவப்பட்டது, வழக்கம்

MADADGAR – மடட்கர்

(Armadad, help, and Pgar, a suffix denoting agency or possession) A helper, an assistant, a clerk

(உடைமையைக் குறிக்கும் பின்னொட்டு) ஒரு துணைவர், எழுத்தர்

MAHAL – மஹால்

(Ar) Division of a district, es-tate MAHALAT Plural of mahals

(Ar) ஒரு மாவட்டத்தின் பிரிவு, எஸ்டேட் MAHALAT மஹால் என்பதன் பன்மை

MAHALKARI – மகால்கரி

(Arifuihal, division of adis-trict, and P kar, doer, from kardan, to do) An officer in charge of a part of a taluqwho exercises most of the powers of

ஒரு பகுதிக்கு பொறுப்பான அதிகாரி, அவர் வட்டாரத்தின் பெரும்பாலான அதிகாரங்களைப் பயன்படுத்துகிறார்

MAHALWAR – மகால்வர்

(Armahal, division of adis-trict, estate, and P war, according to) According to or showing separate ma hails or estates

அதன்படி, தனித்தனி மஹால்கள் அல்லது எஸ்டேட்களைக் காட்டுதல்

MAHZARNAMA – மக்ழனமா

(Armahzar, presence, and P namah, document) Awritten collective attestation; a listor roll of persons present

எழுதப்பட்ட கூட்டு சான்றளிப்பு; தற்போதுள்ள நபர்களின் பட்டியல்

MAJUMDAR – மசும்தர்

(from Armajmuah, total, and P dur, holder, from dashtan, to hold) A native revenue accountant either of a district or of a taluq, and remunerated either by inamland or by fees In Gujarat the Majumdars were hereditary officers hohhngwatansof very early date Also the title of an auditor of accounts attached to a body of a horse under the

ஒரு மாவட்டம் அல்லது ஒரு சொந்த வருவாய் கணக்காளர், வட்டத்தின் மற்றும் குஜராத்தில் உள்ள மஜஅம்தார்களின் பரம்பரைக் கட்டணங்கள் மூலம் ஊதியம் பெறப்படுகிறது. அதன் வருவாய் ஆய்வாளரின் பெயர்த் தலைப்பு ஒரு குதிரையின் உடலில் இணைக்கப்பட்டுள்ளது

MAKANDAR – மகன்டர்

(Armakan, a place, ahouse, and Pdar, holder, from dnshtan, to hold) Owner of a house, a land lord

(ஒரு இடம், வீடு, மற்றும் பிடார், வைத்திருப்பவர்) ஒரு வீட்டின் உரிமையாளர், நில உரிமையாளர்

MAL – மால்

(Ar) Riches, money, proper-ty; rent or revenue arising from land

(Ar) செல்வம், பணம், சொத்து; வாடகை அல்லது நிலத்திலிருந்து வரும்

வருவாய்

MALGUZAR – மல்குசர்

(Ar) mal, revenue, and Pguzar, one who submits, from guzashtan,- to pay) A person who pays revenue assessed on an estate

(வருவாய் மற்றும் Pguzar, குஜாஸ்தானில் இருந்து செலுத்தும் ஒருவர்) எஸ்டேட்டில் மதிப்பிடப்பட்ட வருவாயைச் செலுத்தும் நபர்

MALIK – மாலிக்

(Ar) Proprietor; a cultivator possessing hereditary rights

(Ar) உரிமையாளர்; பரம்பரை உரிமைகளைக் கொண்ட ஒரு விவசாயி

MALIKANA – மலிகனா

Eights, dues or allowances of a zamindar arprietary cultivator

ஜமீன்தார் உரிமைப் பயிர்ச்செய்கையாளரின் நிலுவைத் தொகைகள் அல்லது கொடுப்பனவுகள்

MAQBARA – மக்பர

(Ar) A monumental tomb, a burial place

(அட்) ஒரு நினைவுச்சின்ன கல்லறை,புதைக்கப்படும் இடம்

MARAMMAT – மர்ம்மாத்

(Ar) Mending, repairing Applied to the department of repairs subordinate to that of Public Works

(Ar) சரிபார்த்தல், பழுதுபார்த்தல், பொதுப்பணித்துறைக்கு உட்பட்ட பழுதுபார்ப்புத் துறைக்கு பொருந்தும்

MARASIM / WA / MASARIF / I / HASANA – மரசிம் / வா / மசரிப் / ஹசான

(Armarasim, customs, wa, and, masarif, expenditure, and hasana, good or virtuous) Expenditure oncustomary and virtuous items

(சுங்கம், மற்றும், செலவு, மற்றும் நல்லது அல்லது நல்லொழுக்கம்) பழுக்கவழுக்க மற்றும் நல்லொழுக்கப் பொருட்களுக்கான செலவு

MASHAIKH – மஷைக்

(Elders, holy persons, heads of religious fraternities among the Muhammadans)

(முஹம்மதியர்களில் மூத்தவர்கள், புனிதர்கள், மத சகோதரத்துவர்கள்)

MASJID – மஸ்ஜித்

(Ar) A Muhammadan place of worship, a mosque

முகமதியர்களின் வழிபாட்டுத் தலம், ஒரு மசூதி

MAULAVI – மௌலவி

(Ar) A learned man, a teacher, especially of Arabic, and expounder of Muhammadan law

(Ar) கற்றறிந்தவர், ஆசிரியர், குறிப்பாக அரபு மொழி, ஆசிரியர் மற்றும் முகமதியச் சட்டத்தை விளக்குபவர்

MAUZA – மௌழா

(Ar) A place, a village

(அர்) ஒரு இடம், ஒரு கிராமம்

MIHNATANA – மிஹ்னடன

(P from Armihnai, labour, work) Remuneration, fee; hire or wages of labour; compensation for the management of any affairor estate, Milk, (Ar) Possession property, proprietary rights; it is sometimes applied to the possession of rent - free lands

(தொழிலாளர், வேலை) ஊதியம், கட்டணம்; கூலி அல்லது தொழிலாளர் ஊதியம்; எந்தவொரு விவகாரம் அல்லது எஸ்டேட்டின் நிர்வாகத்திற்கான இழப்பீடு, பால், மில்கியாட் மில்க் மில்க்கியட் தம் உடைமையாக உள்ள சொத்து, தனியுரிமை; இது சில நேரங்களில் வாடகை இல்லாத நிலங்களின் உடைமைக்கும் பொருந்தும்

MINHAIDAR – மின்ஹிடர்

(Arminha, deduction, and P

dar, holder, from dashtan, to hold) A holder of land exempted from revenue payment or subject to a diminished assessment

வருவாய் செலுத்துதலில் இருந்து விலக்கு அளிக்கப்பட்ட நிலத்தை வைத்திருப்பவர் அல்லது குறைக்கப்பட்ட மதிப்பீட்டிற்கு உட்பட்டவர்

MIR / BAHRI – மிர் / பஹ்ரி

(Armir, head, chief, andbahr, fleet, sea) Admiralty; portduties, fees on vessels entering or leavingport; also taxes on boat and ship building

(கடற்படை, கடல்) துறைமுகத்திற்குள் நுழையும் அல்லது அங்கிருந்து கிளம்பும் கப்பல்களுக்கான கட்டணம்; மற்றும் படகு,கப்பல் கட்டுமான வரிகள்

MIRAS – மிராஸ்

(Ar) That which is in herited
(அர்) பரம்பரை பரம்பரையாய்

MIRASI – மிரசிடர்

Hereditary MIRASDAR Holder of hereditary lands or offices in villages, usually with in alienable rights

பரம்பரை மிராஸ்தார் பரம்பரை நிலங்களின் அல்லது கிராமங்களில் அலுவலகங்களை வைத்திருப்பவர், உரிமையாளர்;

MIRDAH – மிர்டாஹ்

(Armir, chief, and P dih, a village) The head man of a village; the head peon, or messenger of azamindar; the inspector or superintendent of a village; a native officer employed to preserve the - village boundaries from encroachment

கிராமத்தலைவர், தலைவர், சேவகர், அல்லது ஜமீன்தாரின் செய்தி கொண்டு சேர்ப்பவர், ஆய்வாளர் அல்லது கண்காணிப்பாளர் ஆக்கிரமிப்புகளிலிருந்து கிராம எல்லைகளைப் பாதுகாக்கும் பணிக்காக நியமிக்கப்பட்ட உள்ளூர் அதிகாரி

MUAAFI – மோஆப்பி

(Arrnuaaf, pardon) Remitted free; applied to lands exempted from the jiajunent of revenue

(மன்னிப்பு) அனுப்பப்பட்டது, இலவசம்; வருவாயின் ஜியாஜுனண்டிலிருந்து விலக்கு அளிக்கப்பட்ட நிலங்களுக்குப் பயன்படுத்தப்பட்டது

MUAAFI / ISTIWA – முஆபி இச்டிவா

(Aristiwa, tending towards, ascending) A tenure by which wasteland is held for a time rent free, andfor a further period at a quit rent, until the given term expires

(அரிஸ்திவா, நோக்கி, ஏறுமுகம்) தரிசு நிலம், குறிப்பிட்ட காலம் முடிவடையும் வரை, தரிசு நிலத்தை வாடகைக்கு விடாமல், மேலும் ஒரு குறிப்பிட்ட காலத்திற்கு வாடகைக்கு விடாமல் வைத்திருக்கும் காலம் காலாவதியாகும் வரை

MUAAFIDAR – முஆபிடர்

Holder ofrent - free land
வாடகை இல்லாத நிலத்தை வைத்திருப்பவர்

MUAAMALA – முஆமலா

(Ar) Bargaining with, business, negotiation, agreement; conduct of public affairs; collection of revenue and management of adistrict

உடன் பேரம் பேசுதல், வணிகம், பேச்சுவார்த்தை, உடன்பாடு; பொது விவகாரங்களை நடத்துதல்; வருவாய் சேகரிப்பு மற்றும் மாவட்ட நிர்வாகம்

MUAIYAN ZABITAH – முஅஇயன் சபிதாஹ்

(Arniuaiyan, established, fixed, and zabitnh, arule, a statute) Established rule, fixed or legal charges, tabic of wages or allowance; list of the public servants of any establishment Jf- fUAZZIN (Ar) A crier who assembles the people to prayers by proclamation from a minaret or tower of a mosque IUUCHALKA (H) A written obligation or agreement; an engagement under a penalty to observe the conditions of any grant or deed or to desist from any illegal acts

(நிறுவப்பட்டது, நிலையானது, மற்றும் ஒரு சட்டம்) நிறுவப்பட்ட விதி, நிலையான அல்லது சட்டக் கட்டணங்கள், ஊதியம் அல்லது கொடுப்பனவுகளின் தாவல்; எந்தவொரு ஸ்தாபனத்தின் பொது ஊழியர்களின் பட்டியல் ஒரு மசூதியின் மினாரட் அல்லது கோபுரத்திலிருந்து பிரகடனத்தின் மூலம் மக்களை தொழுகைக்கு கூட்டிச் செல்லும் ஒரு அறிவிப்பாளர். எந்தவொரு மானியம் அல்லது பத்திரத்தின் நிபந்தனைகளைக் கடைப்பிடிப்பதற்கான அபராதத்தின் கீழ் அல்லது எந்தவொரு சட்டவிரோத உடன்பாடு செயல்களிலிருந்தும் விலகுதல்

MUDDAT – முட்டத்

(Ar) A space of time, aseason, limit, term Qazi was to exe -

(Ar) நேரம், பருவம், வரம்பு, கால இடைவெளி, காசி ஆகியவை நிறைவேற்றப்பட வேண்டும்

MUFTI – முப்டி

(Ar) A Muhammadan law officer, whose duty it was to expound the law which the cute

(Ar) ஒரு முகமதிய சட்ட அதிகாரி, அழகாக சட்டத்தை விளக்குவது அவரது கடமை

MUGHLAI – முக்ஹ்ளை

(from Mughal) Relating or belonging to the Mughals Msofees paid to a Mughal or a Muhammadan officer In Marterritorie sunderr Muslim rule (Arnnihnfiz, and P daftar, ofittce in whichkept) Keeper

(முகலாயரிடம் இருந்து) முகலாயர்களுடன் தொடர்புடையது அல்லது சேர்ந்தது. மார்டெரிட்டரிகளில் முஸ்லீம்

ஆட்சியில் ஒரு முகலாயர் அல்லது முஹம்மதின் அதிகாரிக்கு

MUHARRAM – முஹர்றாம்

(Ar) First month of the Muhammadan year; commemoration of martj' rdom of Husain, grandson of Prophet Muhammad

(Ar) முஹம்மதிய ஆண்டின் முதல் மாதம்; முகமது நபியின் பேரன் ஹூசைனின் தியாக நினைவேந்தல்

MUHARRIR – முஹர்ரிர்

(Ar) A clerk, a writer

(Ar) ஒரு எழுத்தர், ஒரு எழுத்தாளர்

MUHTARAFA – முஹ்ரடரபா

(Ar) A tax on trades and professions or on artificers (Ar)

வர்த்தகம் மற்றும் தொழில்கள் அல்லது கலைஞர்கள் மீதான வரி

MUJAWIR – முஜாவிர்

(Ar) An attendant at a mosque or graveyard

(Ar) ஒரு மசூதி அல்லது கல்லறையில் பணிபுரிபவர்

MUJKOORIE – முஜ்கூரி

TALOOK, see MIZKURI TALUQ mukasa A wellin Northern Circar screated bj' an assign

தாலுகா, வடக்கு சர்க்கார்களில் உள்ள ஒரு கிணறு பிஜேயை உருவாக்கியது

MUJMAL / NAVIS – முஜ்மல் நவிஸ்

(Armujmal, abstract, summary, and P navis, aV Titer, a clerk, from navis Jdan, to Wtite) A writer of abstracts particularly one employed to prepare abstract of proceedings of a Collector's Court

(முஜ்மல், சுருக்கம், மற்றும் ஒரு எழுத்தர், இருந்து navision, to Write) சுருக்கங்களை எழுதுபவர், குறிப்பாக ஒரு கலெக்டர் நீதிமன்றத்தின் நடவடிக்கைகளின்

சுருக்கத்தை தயாரிக்கப் பயன்படுத்தப்படும் ஒருவர்

MUKHASAAMAL – முக்ஹசாமல்

(Aramal, working, doing, collection of revenue) A lienations of the revenues of a village inconsideration of certain services rendered or to be rendered to the State

(அரி) மல், வேலை செய்தல், செய்தல், வருவாய் வசூல் செய்தல்)ஒரு கிராமத்தின் வருவாயை அரசுக்கு வழங்கிய அல்லது வழங்க வேண்டிய சில சேவைகளைக் கருத்தில் கொண்டு ஒதுக்குதல்

MUKHTAR – முக்ஹ்றடார்

(Ar) An agent, a representative, an attorney

(Ar) ஒரு முகவர், ஒரு பிரதிநிதி, ஒரு வழக்கறிஞர்

MULKGIRI – முல்க்கிரி

(Armu Jk, a country, and Pffiri, taking, from giriftan, to take to hold) The taking possession of a country The periodical incursion of a military force for the collection of tribute or revenue

(ஒரு நாடு, எடுக்க, பிடிக்க) ஒரு நாட்டைக் கைப்பற்றுதல், காணிக்கை அல்லது வருவாயை சேகரிப்பதற்காக குறிப்பிட்ட கால இடைவெளியில் இராணுவப் படையின் ஊடுருவல்

MULLA – முல்லா

(Ar) A school master, a doctor, a learned man, a judge, a priest

(Ar) ஒரு பள்ளி ஆசிரியர், ஒரு மருத்துவர், ஒரு கற்றறிந்தவர், ஒரு நீதிபதி, ஒரு பாதிரியார்

MUMIN – மூனின்

(Ar) Faithful, orthodox, aMuslimA Musalman weaver

(Ar) விசுவாசமுள்ள, மரபுவழி, ஒரு முசல்மான் நெசவாளர்

MUNSHI – முன்ஷி

(Ar) Writer, secretary; interpreter or teacher of Persian and Urdu

(Ar) எழுத்தாளர், செயலாளர்; மொழிபெயர்ப்பாளர் அல்லது பாரசீக மற்றும் உருது ஆசிரியர்

MUNSIF – முன்சிப்

(Ar) Just; an arbitrator, a judge Under the British government the terra is applied to the civil court judge of lowest rank

(அர்) சும்மா; ஒரு நடுவர், பிரிட்டிஷ் அரசாங்கத்தின் கீழ், குறைந்த அந்தஸ்துள்ள சிவில் நீதிமன்ற நீதிபதிக்கு டெர்ரா பயன்படுத்தப்படுகிறது

MUQADDAM – முகட்டம்

(Ar) A chief, a leader; an advanced guard; head man of avillatre or of a caste or corporation

முதன்மையான ஒருவர், ஒரு தலைவர்; ஒரு மேம்பட்ட காவலர்; ஒரு கிராமத்தின் தலைவர் அல்லது ஒரு சாதி அல்லது ஒரு கழகத்தின் தலைவர்

MUQARRAREDAR – முகர்ரரியடர்

(Ar) muqtirrar, what is fixed, and P Jur, holder, from dashtan, to hold) The occujiant of a farm pajung a fixed and permanentrate of rent

(அர்) ஒரு பண்ணைக்கு நிலையான மற்றும் நிரந்தர வாடகையை செலுத்துகிறார்

MUQARRARI / JAMA – முகர்ரரி / ஜமா

(Armuqarrar what is fixed, and jama, collection) A fixed and permanent rate of assessment

ஒரு நிலையான மற்றும் நிரந்தர மதிப்பீட்டு விகிதம்

MUSAMMAT – முசம்மாத்

(Ar) nations; in India a title prefixed to the name of women; a lady

(அர்) நாடுகள்; இந்தியாவில் பெண்களின் பெயருக்கு முன்னொட்டப்பட்ட தலைப்பு; ஒரு பெண்

MUSHAHARA – மூஷஹர

(Ar) Monthly or other periodical pay or allowance

(அர்) மாதாந்திர அல்லது பிற பருவ இதழ்கள் ஊதியம் அல்லது கொடுப்பனவு

MUSHRIF – முஸ்ரிப்

(Ar) An examiner, aninspector; an officer of the treasury who authenticates accounts and documents (Arniimfir, akhanah, a house) ,travellers, an in Names, denomi

(Ar) ஒரு தேர்வாளர், ஓர் ஆய்வாளர்; கணக்குகள் மற்றும் ஆவணங்களை அங்கீகரிக்கும் கருவூல அதிகாரி. ஒரு வீடு, பயணிகள், ஒரு விடுதி பெயர்கள்.

MUSTAJ – முச்தாஜ்

LK (Ar) Farmer, renter; one who holds land under a proprietor; also farmer of revenue appointed to make collections on be part of a zamindar

விவசாயி, வாடகைதாரர்; ஒரு உரிமையாளரின் கீழ் நிலத்தை வைத்திருப்பவர்; வருவாய் விவசாயி ஒரு ஜமீன்தார் சார்பாக வசூல் செய்ய நியமிக்கப்பட்டவர்

MUTAALLIQ – முடால்லிக்

(Ar) A dependant, a servant

சார்ந்து வாழ்பவர், வேலைக்காரர்

MUTAALUQIN DIHAT INAM – முடாளிக்கின் டிஹாட் இனம்

(Armvtaalliqin, plural of mutaalliq, qv, Pdihat, plural of dih, village, and Arinam, reward, endowment) Those who are dependent maintenance on villages them as rewards

(கிராமம் மற்றும் வெகுமதி, தானம்) கிராமங்களைச் சார்ந்திருப்பவர்கள் அவற்றைப் பராமரிப்பதை வெகுமதிகளாகக் கருதுபவர்கள்

MUTABIQ – முடைபாக்

(Ar) Suitable,to, according to

(Ar) ஏற்புடையது, அதன்படி

MUTASADDI – முடசட்டி

(Ar) A clerk, a writer

(Ar) ஒரு எழுத்தர், ஓர் எழுத்தாளர்

MUTAWALLI – முடவல்லி

(Ar) A person appointed to the care and management of a religious building and endowments

(Ar) ஒரு மதக் கட்டிடம் மற்றும் கொடைகளின் பராமரிப்பு மற்றும் நிர்வாகத்திற்காக நியமிக்கப்பட்ட ஒரு நபர்

MUWAZANA – முவழன

(Ar) vazn, exactly, just proportion) A village register kept by the accountant, shelving the extent of the lands, the average rate of rentperbigha, the amount of cultivatedand waste and the persons paying or exempt from revenue

(Ar) vazn, சரியாக, சரியான விகிதத்தில்) ஒரு பிகா நிலத்தின், சராசரி வாடகை வீதம், சாகுபடி மற்றும் கழிவுகளின் அளவு மற்றும் பணம் செலுத்தும் நபர்கள் அல்லது வருவாயில் இருந்து விலக்கு அளிக்கப்பட்டவர்கள், குறித்து கணக்காளர் வைத்திருக்கும் கிராமப் பதிவேடு

NAQDI / BERT – நக்டி / பேர்ட்

(Arnaqd, cash, and Sktvritti, means of livelihood) Amoney allowance or pension

பணம் கொடுப்பனவு அல்லது ஓய்வூதியம்

NAQSHA – நக்ஸா

(Ar) A plan, a portrait, a map,

a statement NAQSHA

(Ar) ஒரு திட்டம், ஒரு உருவப்படம், ஒரு வரைபடம், ஒரு அறிக்கை

NAZBANA – நழ்பன

(P from Arnazr a gift) Fees paid to government as an acknowledgment for a grant of land or any public office; gifts offered or received when people of rankmeet, or pay their respects to a prince; a kind of tribute NEMNTK (Mar) Salary, stipend, allowance, pension or fixed payment in money or kind from a specified source granted for past or present services

நிலம் அல்லது ஏதேனும் ஒரு பொது அலுவலகத்தை மானியமாக வழங்குவதற்கான ஒப்புதலாக அரசாங்கத்திற்கு செலுத்தப்படும் கட்டணம்; தரவரிசையில் உள்ளவர்கள் சந்திக்கும் போது அல்லது அவர்களுக்கு மரியாதை செலுத்தும் போது வழங்கப்படும் அல்லது பெறப்பட்ட பரிசுகள்; ஒரு வகையான காணிக்கை சம்பளம், உதவித்தொகை, கொடுப்பனவு, ஓய்வூதியம் அல்லது கடந்த கால அல்லது தற்போதைய சேவைகளுக்காக குறிப்பிட்ட ஒரிடத்திலிருந்து வழங்கப்பட்ட பணம் அல்லது ஒரு நிலையான கட்டணம்

NAZIM – நசிம்

(Arnazm, order, arrangement) Arranger, adujster; a registrar; a governor; the chief officer of a province, in whose hands the protection of the country and the execution of the laws are entrusted

ஒரு கவர்னர்; ஒரு மாகாணத்தின் தலைமை அதிகாரி, நாட்டின் பாதுகாப்பு மற்றும் சட்டங்களை நடைமுறைப்படுத்துவது அவருடைய கைகளில் ஒப்படைக்கப்பட்டுள்ளது

NAZIR – நசிர்

(Arnazar, sight) An inspector; but commonly the officer of a civil court who is charged with the serving of process and the execution of decrees

ஒரு இன்ஸ்பெக்டர்; ஆனால் பொதுவாக ஒரு சிவில் நீதிமன்றத்தின் அதிகாரி, செயல்முறை மற்றும் ஆணைகளை நிறைவேற்றுவது தொடர்பான குற்றம் சாட்டப்பட்டவர்

NAZR – நழ்ர்

(Ar) A gift, anything offered or dedicated; a present or offering from an inferior to a superior

(Ar) ஒரு பரிசு, தாழ்ந்தவரிடமிருந்து உயர்ந்தவருக்கு வழங்கப்படும் அல்லது அர்ப்பணிக்கப்படும் பரிசு அல்லது பிரசாதம் எதுவும்

NIABAT – னியாபட்

(Arnaib, a deputy) The office of & naib; deputy - ship, viceroyalty

(அர்னைப், ஒரு துணை) துணை – கப்பல், கவர்னர் ஜெனரல் அலுவலகம்

NIZAMAT – நிசமாத்

(Ar) Office of the Sazimor governor: always denoting the government of the Nawab of Bengal, Bihar and Orissa at Murshidabad As a financial designation it was applied under the Muhammadan government to lands paying revenue to the Nazim, not to the Diuan, or financial minister of a province, termed also Nizamat - mahai

(அர்) சசிமோர் ஆளுநரின் அலுவலகம். முர்ஷிதாபாத்தில் உள்ள வங்காள, பீகார் மற்றும் ஒரிசா நவாப்பின் அரசாங்கத்தை எப்போதும் குறிக்கும் நிதிப் பெயராக, இது முஹம்மதின் அரசாங்கத்தின் கீழ் நாஜிமுக்கு வருவாய் செலுத்தும் நிலங்களுக்குப் பயன்படுத்தப்பட்டது, தியுவான் அல்லது நிதி அமைச்சருக்கு அல்ல; ஒரு மாகாணம், நிஜாமத் – மஹாய் என்றும் அழைக்கப்படுகிறது

QABIZ – கபிக்ஸ்

(Arqabiz, seizer, occupier, and hal, present time) A present holder of property

(அர்) காபிஸ், கைப்பற்றுபவர், ஆக்கிரமிப்பாளர், மற்றும் ஹால், தற்போதைய நேரம்) ஒரு சொத்தை தற்போதைக்கு வைத்திருப்பவர்

QABULIYAT – கபுளியட்

(Arqabul, consent) A Titten agreement, especially one signifying assent, as the counter part of a revenue lease, or the document in which a payer of revenue whether to the government, the zamindar, or the farmer, expresses his consent to pay the amount assessed upon his lands

(அர்காபுல், சம்மதம்) எழுதப்பட்ட ஓர் ஒப்பந்தம், குறிப்பாக, ஒரு வருவாய் குத்தகைக்கு இணையான ஒப்புதலைக் குறிக்கும். அல்லது அரசாங்கத்திற்கோ, ஜமீன்தாருக்கோ அல்லது விவசாயிக்கோ வருமானம் செலுத்துபவர், தனது நிலங்களில் மதிப்பிடப்பட்ட தொகையைச் செலுத்த சம்மதம் தெரிவிக்கும் ஆவணம்

QAIM – கிம்

Fixed, firm, perpetual

நிலையானது, உறுதியானது, நிரந்தரமானது

QALADAR – கலாடார்

(Ar) gala, castle, fort, and P dar, holder, from dashtan, to hold) The commandant of a garrison, the governor of a fort

(அர்) கலா, கோட்டை, கோட்டை, மற்றும் பிடார், ஹேரால்டர், தஷ்டானில் இருந்து, பிடித்து) ஒரு பாதுகாப்பு அரண் தளபதி, ஒரு கோட்டையின் கவர்னர்

QANUNGO – கனுங்கோ

(Arqanun, rule, and Pguftan, to speak) An expounder of the laws, but applied in India especially to village and district revenue officers, who, under the former governments recorded all circumstances with in their sphere which concerned landed property and the realization of the revenue they were paid by the rent free lands and various allowances and perquisites

சட்டங்களை விளக்குபவர், ஆனால் இந்தியாவில் குறிப்பாக கிராம மற்றும் மாவட்ட வருவாய் அதிகாரிகளுக்குப் பயன்படுத்தப்படுவது. அவர்கள், முன்னாள் அரசாங்கங்களின் கீழ், நிலச் சொத்து மற்றும் வருவாயைப் பெறுவது தொடர்பான அனைத்து சூழ்நிலைகளையும் தங்கள் துறையில் பதிவு செய்தனர். வாடகை இல்லாத நிலங்கள் மற்றும் பல்வேறு கொடுப்பனவுகள் மற்றும் சலுகைகள் மூலம் அவர்களுக்கு வழங்கப்பட்டன

QASBAH – கச்பாஹ்

(Ar) A small town or large village, the chief or market town of a district

(Ar) ஒரு சிறிய நகரம் அல்லது பெரிய கிராமம், ஒரு மாவட்டத்தின் தலைமை அல்லது சந்தை நகரம்

QASH – கஷ்

(Ar) A courier, a messenger, a postman

(Ar) ஒரு கூரியர், ஒரு தூதர், ஒரு தபால்காரர்

QAZI – கழி

(Ar) Civil judge, usually of towns, under Muhammadan Government

(Ar) முகமதிய அரசாங்கத்தின் கீழ் நகரங்களின், உள்ளசிவில் நீதிபதி

QAZI / UL / QUZAT – கழிஉல் குழாத்

(Ar) qazi,judge, ul, of and quzzat, pluralqazi) Chief civil judge QIST (Ar) Instalment; portion annual assessment to be paid specified period in the course of the year

தலைமை சிவில் நீதிபதி QIST (Ar) தவணை; வருடாந்திர மதிப்பீட்டின் குறிப்பிட்ட காலப்பகுதியில் செலுத்தப்பட வேண்டுடிய பகுதி

QISTBANDI – கிச்ட்பாண்டி

Fixed periodical payments of revenue

வருவாய்க்கான நிலையான காலமுறை கொடுப்பனவுகள்

QURANI / MULLA – கிரணி / முல்லா

(Arqnmn, Muslimscripture, and mulia, a Muslim lawyer or learned man) A Muhammadan officer who administers oathson the Quran before the judge

(முஸ்லீம் வேதம் மற்றும் முலியா, ஒரு முஸ்லீம் வழக்கறிஞர் அல்லது கற்றறிந்தவர்) நீதிபதியின் முன் குர்ஆன் சாட்சியாக உறுதிமொழி ஏற்கும் முகமதிய அதிகாரி

RABI – ரபி

(Ar) Spring season; the spring harvest or crop sown after the rains

(அர்) வசந்த காலம்; மழைக்குப் பிறகு விதைக்கப்பட்ட பயிர்களை அறுவடை செய்யும் வசந்த காலம்

RAI / BANDI – ராய் / பண்டி

(Arrai, opinion, judgment, andbandi, from P bastan, to bind) A statement or table of rates, a document showing the rates at which different descriptions of land are usually as-sessed in any particular district

(அரை, கருத்து, தீர்ப்பு, மற்றும் பந்தி, பிணைக்க) ஒரு அறிக்கை அல்லது அட்டவணை, நிலத்தின் வெவ்வேறு விளக்கங்கள். பொதுவாக எந்த குறிப்பிட்ட மாவட்டத்தில் மதிப்பிடப்படும் நில விகிதங்களைக் காட்டும் ஆவணம்

RAIYATWAR – ரையத்வர்

(Arraiyat, a subject,and P war, according to) A system of land revenue in which the Government settlement is made directly with the raiyat RAIYAT-WARISettlement of land revenue with individual cultivators

நில வருவாய் முறை, இதில் அரசு ராயத் ராயத்வாரி மூலம் நேரடியாக தீர்வு செய்யப்படும், தனித்தனி விவசாயிகளுக்குள் நில வருவாயைத் தீர்வு காணுதல்

RAQBA – ரக்ப

(Ar) Enclosure, area; the lands comprised within the boundaries of a village or town

(Ar) அடைப்பு, பகுதி; ஒரு கிராமம் அல்லது நகரத்தின் எல்லைக்குள் உள்ள நிலங்கள்

RAZINAMA – ரைழ்ணாம

(Arriza, consent, and Pnamah, deed) A deed of agreement

உடன்படிக்கையின் பத்திரம்

RLAYATI – ர்லயடி

(Ar) riayat, kind treatment, favour) A favourable or concessional-rate

(அரி) யாயத், அன்பான சிகிச்சை, தயவு) ஒரு சாதகமான அல்லது சலுகை

RUSUM – ருசும்

(Ar plural of ra, sm, custom) Written laws, customs; dues, taxes fees; also customary allowance, gratuity

எழுதப்பட்ட சட்டங்கள், பழக்கவழக்கங்கள்; நிலுவைத் தொகை, வரிக் கட்டணம்; மேலும் வழக்கமான கொடுப்பனவு, பணிக்கொடை

SADR / JAMA – சதர் / ஜமா

(Ar) sadr, chief; government, andjama, total, collection) The sum total of revenue payable to the govern-ment direct, exclusive of the charges of collection

(அர்) சதர், தலைவர்; அரசாங்கம், மற்றும் ஜமா, மொத்தம், வசூல்) வசூல் கட்டணங்கள் தவிர்த்து, நேரடியாக அரசாங்கத்திற்கு செலுத்த வேண்டிய வருவாயின் கூட்டுத்தொகை

SAIR – சாயர்

(Ar) Remaining; miscellaneous sources of revenue, such as customs, tolls, fees, taxes

(Ar) எஞ்சிய; சுங்கம், சுங்கவரி, கட்டணங்கள், வரிகள் போன்ற பல்வேறு வருவாய் ஆதாரங்கள்

SAJJADA NISHIN – சஜ்ஜட நிஷின்

(Ar) sajjadah,carpet for offering prayers on, and P nixbin, from nishistan, to sit) Spiritual superior of a saint's tomb; head of a religious endowment

(அர்) சஜ்ஜாதா, பிரார்த்தனை செய்வதற்கான கம்பளம், மற்றும் உட்கார நிஷிஸ்தானில் இருந்து கொண்டு வரப்பட்ட பினிக்ஸ்பின்) ஒரு துறவியின் கல்லறையின் மீது ஆன்மீகரீதியில் உயர்ந்தவர்; ஒரு மத நன்கொடை அமைப்பின் தலைவர்

SALAMI – சலாமி

(Ar) salam, compliments, peace) A salute of cannon; a present on being introduced to asenior; a free gift from a farmer to government on taking lands

(அர்சலம், பாராட்டுக்கள், அமைதி) ஒரு மூத்தவருக்கு வழங்கப்படும் "பீரங்கி வணக்கம்" நிலத்தை கையகப்படுத்தும்போது விவசாயிகளிடமிருந்து அரசாங்கத்திற்கு கிடைக்கும் இலவசப் பரிசு

SAN / TAJVIZ – சண் / அஜ்விழ்

(Ar) san, year, and tajriz, judgment, investigation) The year in which a judgment is given

(அர்) சன், ஆண்டு, மற்றும் தஜ்ரிஸ், தீர்ப்பு, விசாரணை) தீர்ப்பு வழங்கப்பட்ட ஆண்டு

SANAD / MILKIYAT / ISTIMRAR – சனத் / மில்க்யட் / இச்டிம்ரர்

(Ar) sanad, a deed of grant, milkiyat,ownership, and istimrar, perpetuity) The deed or document by which the British Government recognised the absolute ownership of the zamindarsat a fixed assessment

(அர்) சநாட், மானியம், மில்கியாத், உரிமை மற்றும் இஸ்திம்ரார், நிரந்தரம் ஆகியவற்றின் பத்திரம்) பிரிட்டிஷ் அரசாங்கம் ஜமீன்தாரிசத்தின் முழுமையான உரிமையை ஒரு நிலையான மதிப்பீட்டின் மூலம் அங்கீகரித்த பத்திரம் அல்லது ஆவணம்

SARRAF – சாரப்

(Ar) A money - changer, abanker; (an officer employed to ascertain the value of different currencies)

வெவ்வேறு நாணயங்களின் மதிப்பைக் குறிப்பிட்ட ஒரு அதிகாரி பணியமர்த்தப்பட்டார்

SAWANIH / NIGAR – ஸவநிஹ் / நிகர்

(Ar) sawanih,events, and P nigar, who writes, fromnigaridan, to embroider, to write) A news writer, a chronicler of events Holders of this office originally had charge of the dak of the native government

(அர்) சவானிஹ், நிகழ்வுகள் மற்றும் பி நிகர், நிகாரிடனில் இருந்து, எம்ப்ராய்டரி, டரைட் வரை எழுதுகிறார்) ஒரு செய்தி எழுத்தாளர், நிகழ்வுகளின் வரலாற்றாளர், இந்த அலுவலகத்தை வைத்திருப்பவர்கள் முதலில் பூர்வீக அரசாங்கத்தின் டாக் பொறுப்பைக் கொண்டிருந்தனர்

SHIQDAR – ஷிக்டர்

(Ar) shiq, tract of country forming a collectorate, and P dar, holder, from dashtan, to hold) Anof lScer appointed to collect the revenue of an estate or tract of country

(அர்) ஷிக், ஒரு கலெக்டரேட்டை உருவாக்கும் நாட்டின் பகுதி, மற்றும் பி டார்,

வைத்திருப்பவர், தாஷ்டானில் இருந்து, நடத்த வேண்டும்) ஒரு எஸ்டேட் அல்லது நாட்டின் பகுதிகளில் வருவாய் வசூலிக்க ஒர் அதிகாரி நியமிக்கப்பட்டார்

SIWAI – சிவை

(Arsava, besides, overand above, and jama, collection) Extra revenue, extra or miscellaneous collections; in the South the term denotes the revenue derived from all taxes except those raised from land, and exclusive of customs and transit duties, comprising, under the native governments, a vastnumber of petty and vexatiousimposts; in Mysore it also applied to escheats; the effects of a person dying without heirs, which descended to the government

(அர்சவா, தவிர, மேலதிகமாக, மற்றும் ஜமா, சேகரிப்பு) கூடுதல் வருவாய், கூடுதல் அல்லது இதர சேகரிப்புகள்; தெற்கில், நிலத்திலிருந்து பெறப்பட்ட வரிகளைத் தவிர அனைத்து வரிகளிலிருந்தும் பெறப்பட்ட வருவாயைக் குறிக்கிறது, மேலும் சுங்க மற்றும் போக்குவரத்துக் கடமைகளை உள்ளடக்கியது, பூர்வீக அரசாங்கங்களின் கீழ், ஏராளமான குட்டி மற்றும் எரிச்சலூட்டும் மைசூரில் இது escheats அழுத்தங்களுக்கும் பொருந்தும்; வாரிசுகள் இல்லாமல் ஒரு நபர் இறந்ததன் விளைவுகளாய், அரசாங்கத்திற்கு வந்து சேர்ந்தது

SURAT / I / HAL – சுரத் / / ஐ / ஹால்

(P from Arsurat, form, fashion, and hal, condition) Report on the facts anti circumstances of transaction; an inquest

(சூரத்தில் இருந்து பி, ஃபேஷன், மற்றும் ஹால், நிபந்தனை) அறிக்கையின் உண்மைகள் மற்றும் அவற்றுக்கான சூழ்நிலைகளை குறித்த ஒரு விசாரணை

SURSANNA – சுர்சன்ன

(from Arshahur, pluralofshahr, month, and san, year) An era, partially current in the Western Maratha districts, adopted probably from the Muhammadans; it commences with the Hijra year,-AD

(அர்ஷாஹூர், பன்மை, சன், ஆண்டு) ஒரு சகாப்தம், தற்போதைய மேற்கு மராட்டிய மாவட்டங்களில் ஓரளவு நடப்பது, ஒருவேளை முஹம்மதியர்களிடமிருந்து ஏற்றுக்கொள்ளப்பட்டது; இது ஹிஜ்ரா ஆண்டுடன் தொடங்குகிறது, – கி.பி

SUWAL – சுவல்

(Persian form of Arsual) Asking, begging, a question, a problem

(Ar) sual என்பதன் பாரசீக வடிவம்) கேட்பது, கெஞ்சுவது, ஒரு கேள்வி, ஒரு பிரச்சனை

TAAHUD – டாஹூத்

(Ar) Promise, agreement,a revenue lease; an engagement with the Government or its representative for the payment of the public, revenue, which may be made separately, even by the coparceners in a joint estate, each becoming responsible for his own proportion

வாக்குறுதி, ஒப்பந்தம், வருவாய் குத்தகை; அரசு அல்லது அதன் பிரதிநிதிகளுடன் பொது, வருவாயை செலுத்துவதற்கான நிச்சயதார்த்தம், இது தனித்தனியாக உருவாக்கப்படலாம், கூட்டு எஸ்டேட்டில் உள்ள கூட்டாளர்களால் கூட உருவாக்கலாம். ஒவ்வொருவரும் அவரவர் விகிதத்திற்கு பொறுப்பாவார்கள்

TAAYYUL – தாயுள்

(from Arayal, to support, to patronize) Land held in jagirby a member of a royal family, an appanage It is applied especially to certain lands held by the King of Delhi or members of his family in the neighbourhood of Delhi

(அராயலிலிருந்து, ஒத்துழைக்க, ஆதரவளிக்க) ஒரு அரச குடும்பத்தைச் சேர்ந்தவருக்கு உரிய ஜாகிர்பியில் உள்ள நிலம், இது குறிப்பாக தில்லி மன்னர் அல்லது அவரது குடும்ப உறுப்பினர்கள் டெல்லியின் சுற்றுப்புறத்தில் வைத்திருக்கும் சில நிலங்களுக்குப் பயன்படுத்தப்படுகிறது

TADAD – தடத்

(Ar) Number, enumeration,-computation; amount, sum, a list, a specification; registry of an estatein the collector's office; annual calculation or requisition of the produce of an estate

(Ar) எண், கணக்கீடு, கணக்கீடு; தொகை, தொகை, ஒரு பட்டியல், ஒரு விவரக்குறிப்பு; ஆட்சியர் அலுவலகத்தில் ஒரு எஸ்டேட்டின் பதிவேடு; ஒரு எஸ்டேட்டின் உற்பத்திக்கான வருடாந்திர கணக்கீடு அல்லது கோரிக்கை

TAHSIL – தஹ்ஸில்

(Ar) Collection, especially of the public revenue derived from land

(Ar) சேகரிப்பு, குறிப்பாக பொது வருவாயில் இருந்து பெறப்பட்டது

TAHVIL – தஹ்றவில்

(Ar) charge, deposit; funds (P dar, holder, from dashtan, to hold) A cashier, a treasurer Change transft'r; revenue; cash, a treasury TAHVILDAR

(Ar), கட்டணம், வைப்பு; நிதிகள் வருவாய்; பணம், ஒரு கருவூலம் தஹ்றவில்தார்

TAKTB PATRA – தக்த்ப் பட்ரா

(Ar) to kid, injunction, an order, and iSkt patra, letter) A letter of injunction, amandate or direction

(Arto kid, injunction, an order, and iSktpatra, கடிதம்) தடை உத்தரவு, உத்தரவு அல்லது நெறிக்காட்டும் கடிதம்

TALIM – தலிம்

(Ar) Teaching,informing; instruction, tuition; learning, erudition

(Ar) கற்பித்தல், தகவல் அளித்தல்; அறிவுறுத்தல், பயிற்சி; கற்றல், புலமை

TALUQDAR – தாலுக்தார்

(Artaa Uuq, an estate smaller than a zamindari, and Pdar, holder, from dashtan, to hold) Holder of a taluq

(ArtaaUuq, ஒரு ஜமீன்தாரியை விட சிறிய தோட்டம், மற்றும் Pdar, வைத்திருப்பவர், தாஷ்டானில் இருந்து) ஒரு தாலுகாவை வைத்திருப்பவர்

TAQAVI – தகாவி

(Ar) Advances of Government to cultivators

(a r) விவசாயிகளின் முன்னேற்றகளுக்கான அரசாங்கத்தின் நடவடிக்கைகள்

TARAF – தரப்

(Artaraf, side, part) Atract of country; a sub - division of apargana; in some places it merely designates the lands or estate belonging to an individual which is named after him: in Marathi it signifies also a portion of village lands

ஒரு பர்கனாவின் துணைப்பிரிவு; சில இடங்களில் இது ஒரு தனிநபரின் பெயரிடப்பட்ட நிலங்கள் அல்லது தோட்டங்களை மட்டுமே குறிக்கிறது: மராத்தியில் இது கிராம நிலங்களின் ஒரு பகுதியையும் குறிக்கிறது

TASDIQ / DEVASTHANA – டாஸ்டிக் / தேவச்தனா

(Ar) tasdiq,verification, attestation, and Sktdei'asthann, q v) The temple for which a fixed allowance of money is given by government in lieu of its resumed lands and revenue A small tract or divialoosely, a the letters A post, qiivvat, strength) money made by the

விவசாயம் தொடங்கப்பட்ட நிலங்கள் மற்றும் வருவாய்க்கு பதிலாக

அரசாங்கத்தால் ஒரு நிலையான கொடுப்பனவு தொகை வழங்கப்படும் கோயில்

TASHEH – தஷேஹ்

(Ar) Rectification, correction, attestation

(Ar) குறைத்தல், திருத்தம், சான்றளித்தல்

TASHHIR – தஷ்ஹிர்

(Ar) Divulging, proclaiming; public exposure of a criminal; in Muhammadan Law, public exposure, as by carrying the delinquent through the town on an ass with his face blackened, formerly the especial punishment for perjury Ben Reg ii ; abolished byAct ii

(Ar) வெளிப்படுத்துதல், பிரகடனப்படுத்துதல் முஹம்மதின் சட்டத்தின்படி, குற்றவாளியை பொதுவெளியில் அம்பலப்படுத்துவது, குற்றம் செய்தவரை கழுதையின் மீது அமர்த்தி முகத்தில் கரிபூசி நகர் முழுக்க சுற்றி வருவது சுமந்து செல்லும் முன்பு பொய்ச் சாட்சியம் அளித்தமைக்கான சிறப்புத் தண்டனை

TASHIHA – தஷிஹா

(P from Artaahih) Muster, inspection

சேகரிப்பு, ஆய்வு

TAULIYAT – தௌழியாட்

(Ar) Trusteeship of a religious endowment

(அர்) அறங்காவலர் சமய நன்கொடை

TAULIYAT / MAA / UL / WASIYAT – தௌழியாட் / மா / உல்வாசியாட்

(Artauliyat, trusteeship, maa or maa-ul, with, and wasiyat, will or testament) A deed of trusteeship, executed asa bequest or will to take effect only after the death of the devisor

(அர்தௌலியத், அறங்காவலர், மா அல்லது மா - உல், மற்றும் வசியத், உயில் அல்லது ஏற்பாடு) அறங்காவலர் பத்திரம், உயிலின்படி அல்லது சித்தரிப்பவரின் மரணத்திற்குப் பிறகுதான் நடைமுறைக்கு வருமாறு நிறைவேற்றப்பட்டது

TAULIYATNAMA – தௌழிஹ்றநாமா

(Ar) Inuliyat, trustee ship, and P namah, deed) Deed of trusteeship; letter or order appointing a person to the management of a religious endowment

(அரி) நுலியத், அறங்காவலர் கப்பல், மற்றும் பி நம, பத்திரம்) அறங்காவலர் பத்திரம்; ஒரு மத அறக்கட்டளையின் நிர்வாகத்திற்கு ஒரு நபரை நியமிப்பதற்கான கடிதம் அல்லது உத்தரவு

TAUZIH – தௌழிஹ்

(Ar) A revenue account showing, under the name of each payer of revenue, the total amount as it falls due by monthly instalments

(Ar) வருவாய் கணக்கு காண்பிக்கும், ஒவ்வொரு வருமானம் செலுத்துபவரின் பெயரிலும், மாதாந்திர தவணைகளில் செலுத்த வேண்டிய மொத்தத் தொகை

TAVFIR – டவ்பிர்

(Ar) Increase, excess, surplus, augmentation; augmentation of revenue either from extended cultivation or the lapse or resumption of alienated assignments, TAUFIRMAUZAA village not originally included in assessment

(Ar) அதிகரிப்பு, மிகை, உபரி, பெருக்குதல்; நீட்டிக்கப்பட்ட பயிரிடுதலின் மூலம் பிற காரணிகளால் இடைவெளி விடுதல் வருவாயைப் பெருக்குதல் அல்லது பணிகளின் தோல்வி அல்லது மீண்டும் தொடங்குதல், கிராமம் முதலில் மதிப்பீட்டில் சேர்க்கப்படவில்லை

VAKALATNAMA – வக்காலத்து நாமா

(Ar) vaka Jat, agency, and P namah, document) Power of attorney; letter of authority

(Ar) vakaJat, நிறுவனம், மற்றும் ஆவணம்) பவர் ஆஃப் அட்டர்னி; அதிகார கடிதம்

WASILAT

(Ar) The proceeds of an estate; the mesne profits of land

(Ar) எஸ்டேட்டின் வருமானம்; நிலத்தின் லாபம்

WATAN – வாடன்

(Ar) Native place, home; in Marathi any hereditary estate,office, privilege or property

(Ar) பூர்வீக இடம், வீடு; மராத்தியில் ஏதேனும் பரம்பரை எஸ்டேட், அலுவலகம், சிறப்புரிமை அல்லது சொத்து

WATANDAR – வாடண்டர்

(Arwatan, native place, and P dar, holder, from dashtan, to hold) Amongst the Marathas the term stood for the holder of a hereditary right, property, or office, with the privileges and emoluments attached to it

(அர்) வதன், பூர்வீக இடம், மற்றும் பி டார், வைத்திருப்பவர், தாஷ்டானில் இருந்து, வைத்திருப்பது) மராாட்டியத்தில், மரபுவழி உரிமை, சொத்து அல்லது பதவியை வைத்திருப்பவர், சலுகைகள் மற்றும் சிறப்புரிமைகளும் கொண்டவர்

WATANI / KHOT – வதனி க்ஹோாட்

(Mar from Arwatan, native place, home, and Mar khot,a farmer of land revenue) A hereditary farmer of land revenue

(அர்வதான், சொந்த இடம், வீடு மற்றும் மார்கோட், நில வருவாய் விவசாயி) நில வருவாயின் பரம்பரை விவசாயி

WAZIFA – வழிபா

(Ar) A pension, stipend; a grant of land rent - free or at aquit rent, to pious persons; also revenue coUected at a fixed rate for acertain quantity of land

(Ar) ஒரு ஓய்வூதியம், உதவித்தொகை; பக்தியுள்ள நபர்களுக்கு நிலத்தை வாடகை இல்லாத அல்லது வாடகைக்கு விடாமல் வழங்குதல்; ஒரு குறிப்பிட்ட அளவு நிலத்திற்கு நிலையான விகிதத்தில் வருவாய் கொள்வது

WIRASATNAMA – விரசத்நாமா

(Ar) wirasat, heritage, and P minmha deed) A deed in proof of the distribution of inherited property or of being the legal heir of the deceased

(அர்) விராசத், பாரம்பரியம், மற்றும் பி மின்ம பத்திரம்) மரபுரிமைச் சொத்தின் விநியோகம் அல்லது இறந்தவரின் சட்டப்பூர்வ வாரிசு என்பதற்கான பத்திரச் சான்று

YAUMIA – யாஉமிய

(Aryaum, a day) A daily allowance, a pension, paid sometimes by deductions from the total amount of revenue assessment of a village, sometimes from general revenues These pensions were granted in the earlier years of British rule for special services and were usually continued for several generations though a deduction was often made as each life terminated

தினசரி கொடுப்பனவு, ஒரு ஓய்வூதியம், சில சமயங்களில் ஒரு கிராமத்தின் மொத்த வருவாய் மதிப்பீட்டில் இருந்து கழிப்பதன் மூலம் வழங்கப்படும், சில சமயங்களில் பொது வருவாயில் இருந்து வழங்கப்படும். இந்த ஓய்வூதியங்கள் ஆங்கிலேயர் ஆட்சியின் முந்தைய ஆண்டுகளில் சிறப்பு சேவைகளுக்காக வழங்கப்பட்டன மற்றும் பொதுவாக பல தலைமுறைகளுக்கு தொடரப்பட்டன. எனினும் ஒவ்வொருவர் வாழ்க்கை முடிவுக்கு வந்து போலும் ஓரளவு தொகை கழிக்கப்பட்டது

ZABITAH – சபிடாஹ்

(Ar) A rule, a statute, alaw established by practice or usage

(Ar) ஒரு விதி, ஒரு சட்டம், நடைமுறை அல்லது பயன்பாடு மூலம் நிறுவப்பட்டது

ZABITAH – சபிதாஹ்

MAZKTJR (Ar) An inferior servantor peon attached to a village MAZKTJR

(Ar) ஒரு கிராமத்தோடு சம்பந்தப்பட்ட ஒரு தாழ்த்தப்பட்ட வேலைக்காரன்

ZABT – சாப்ட்

(Ar) Confiscation, sequestration: taking lands under the management of the government officers

(Ar) பறிமுதல், கையகப்படுத்துதல்: அரசு அதிகாரிகளின் நிர்வாகத்தின் கீழ் நிலங்களை எடுப்பது

" நிலம் சம்மந்தப்பட்ட பாடங்கள் பள்ளியிலே பயிற்றுவிக்காமல் இருப்பதற்கு நிலம் ஆளுபவர்களின் தற்காப்பு ஒன்றே காரணம் "

– சா.மு பரஞ்சோதி பாண்டியன்

" பெரும்பாலானவர்கள் சொத்துக்களை பராமரிப்பதில் " REACTIVE MANAGEMENT " யை செய்கின்றவர். REACTIVE-MANAGEMENT என்றால் சொத்து சமந்தமாக அதனை விற்க முற்படும் போதோ கடன் பெறும் போதோ, அல்லது சிலர் ஆக்கிரமிக்கும் போதோ, அதற்குத் தேவையான சில பராமரிப்புகளை செய்ய முற்படுவது. ஆனால் செய்ய வேண்டியது PRO-ACTIVE MANAGEMENT. (சொத்துக்குத் தேவையான எல்லா விசயங்களையும் நமக்கு உடனடியாக தேவைப்படாத போதும் முன் கூட்டியே தயார் செய்து கொள்வது) "

– சா.மு பரஞ்சோதி பாண்டியன்

ஆங்கில வார்த்தைகள்

Abate

    அற்றுப்போதல்

Abetment

    உடந்தையாயிருத்தல்

Abide By

    மதித்துநடத்தல்

Ability

    திறமை

Abjure

    முற்றாக ஒழித்தல்

Abnormality

    அசாதாரண தன்மை

Abolition

    ஒழிப்பு

Abolition

    நீக்குதல்

Abscond

    தலைமறைவாகு

Absent

    இல்லாதபோது

Abstract

    சுருக்கக்குறிப்புகள்

Abuse

    நெறிதவறுதல்

Abutting

    ஒட்டியுள்ள நிலம்

Academic (Distinction)

    கல்வித் துறை (சிறப்புச் சீர்மை)

Academic Distinctions

    கல்விசார் சிறப்பு சீர்மைகள்

Academic Session

    கல்விப் பருவம்

Academic Staff

    கல்விபணியாளர் தொகுதி

Accept (Any Present)

    ஏற்றுக்கொள்ளுதல்

Access To Record

    பதிவேடுகளை அணுகும் வழி

Access To Shops

    கடைகளுக்குச் சென்று வருதல்

Accountancy

    கணக்கியல்

Accuracy

    துல்லியம்

Accused Person

    குற்றஞ்சாற்றப்பட்டவர்

Acquire

    அடைதல்

Acquisition

    கையப்படுத்துதல்

Act Of God

    தெய்வச் செயல்

Act Of Honour

    நன்மதிப்புச் செயல்கள்

Act Of War

    போர்ச் செயல்

Act, Subversive

    நிலைகுலைவிக்கும் பாங்குள்ள செயல்

Acting Chief Justice

    செயல்படும் தலைமை நீதிபதி

Acting Judge

    செயல்படும் நீதிபதி

Actionable Wrongs

    வழக்கு தொடர்வதற்கு ஏற்ற தீங்குகள்

Actions, Taken

    எடுக்கப்பட்ட நடவடிக்கைகள்

Activity, Political
    அரசியல் நடவடிக்கை
Acts Of Violence
    வன்செயல்கள்
Adaptation
    தழுவப்பட்ட
Adaptation
    தழுவமைவுகள்
Address
    உரையாற்றுதல்
Address
    வேண்டுதலுரை
Address To
    குறிப்பிட்ட நபருக்கு தெரிவிக்கப்பட
Adequate
    போதிய அளவு
Adherence
    சார்புறவு
Adhoc Committee
    குறித்த பணிக்கான குழு
Adhoc Judge
    குறித்த பணி நீதிபதி
Adjudication
    நீதிமுறையில் தீர்வு காணுதல்
Administer Oaths, To
    உறுதிமொழி ஏற்கச் செய்து
வைத்தல்
Administrator
    ஆளுகையர்
Administrators-General
    தலைமை காப்பாட்சியாளர்
Admission
    சேர்த்துக் கொள்ளுதல்
Admonish
    கண்டிப்பது
Adopt
    ஏற்றுக்கொள்
Adult Suffrage
    வயதுவந்தோர்க்கு வாக்குரிமை
Adulteration
    கலப்படம்
Advancement
    மேம்பாடு
Advancement And Dissemination
Of Knowledge
    அறிவை வளர்த்தல் மற்றும்
பரவச் செய்திடுதல்
Adversely
    கேடுறுத்தும் வகையில்
Advise
    அறிவுரை வழங்குதல்
Advisor
    அறிவுரையாளர்
Advisory Board
    அறிவுரைக் குழுமம்
Advisory Committee
    ஆலோசனைக் குழு
Advocate
    வழக்குரைஞர்
Advocate General
    தலைமை வழக்குரைஞர்
Aeronautical
    வான்வழி (சார்ந்த பணி)
Aeronautical Communication Station
    வான்வழித் தகவல் நிலையம்
Affairs
    அலுவற்பாடுகள்
Affected
    பாதிக்கப்பட்ட
Affected Area
    பாதிக்கப்பட்ட பகுதி
Affidavit
    ஆணையுறுதி பத்திரம்
Affirmation
    உறுதிமொழி

Affix

    இடு

Aforesaid

    மேற்சொன்ன

Agent

    முகவர்

Aggrieved

    குறையுற்ற

Aggrieved Woman

    தீங்கிழைக்கப்பட்ட பெண்

Agreement

    உடன்பாடு

Agricultural Products

    வேளாண் பொருட்கள்

Agriculture

    வேளாண்மை

Aided Or Unaided

    உதவிபெறும் அல்லது உதவி பெறாத

Air Traffic Management

    வான் போக்குவரத்து மேலாண்மை

Alimentary Salt

    உணவு உப்பு

Allegation

    குற்றச்சாட்டு

Allegiance

    பற்றுறவு

Allocation Of Seats

    இடங்களை பகிர்ந்தளித்தல்

Allow

    அனுமதி

Allowance

    படித்தொகை

Alteration

    மாற்றுதல்

Alternate Accommodation

    மாற்று இடவசதி

Amalgamation

    ஒருங்கிணைத்தல்

Amanuensis

    சொல்வதை எழுதுபவர்

Ambulance Work

    இயங்கும் மருந்தகப்பணி

Amendment

    திருத்தம்

Amicable Settlement

    இணக்கமான தீர்வு

Ammunition

    படைத்தளவாடம்

Amusement

    கேளிக்கை, களிப்பூட்டும் நிகழ்ச்சிகள்

Analysis

    பகுப்பாய்வு

Ancillary

    சார்பியல்

Anesthetics

    மயக்க மருந்துகள்

Animal Husbandry Commissioner

    கால்நடைப் பராமரிப்பு ஆணையர்

Animal Shelters

    விலங்கு உறைவிடங்கள்

Annexure

    பின்னிணைப்பு

Annual Permitted Strength

    அனுமதிக்கப்பட்ட ஆண்டு, அளவு மாணவர் சேர்கை

Annual Report

    ஆண்டு அறிக்கை

Annuity

    ஆண்டுத் தொகைகள்

Annulment

    அழித்தல்

Anomaly

    பிறழ்ச்சி

Answer

    பதில்மொழி

Anti-Hijacking

    வானூர்த்திக் கடத்தலுக்கு எதிர்நிலை

Antiquities

    தொல்பொருள்கள்

Apartheid

    இனஒதுக்கல்

Appeals

    மேல்முறையீடுகள்

Application

    விண்ணப்பம்

Appoint

    பதவியில் அமர்த்துதல்

Appointed Day

    குறித்திட்டநாள் பதவியில் அமர்த்தப்பட்ட நாள்

Appointment

    பதவியமர்த்தும் நிலை

Apprentice

    தொழில் பழகுநர்

Appropriation

    ஒதுக்களிப்பு

Appropriation Bill

    நிதி ஒதுக்களிப்புச் சட்டமுன் வடிவுகள்

Approval

    ஒப்புக் கொள்தல்

Arbitration

    பொதுவர் தீர்ப்பு

Arbitrator

    பொதுவர்

Archaeological

    தொல்பொருளாராய்ச்சி

Archdeaconry

    பேராயரின் உதவி அதிகாரி

Architects

    கட்டடக் கலைஞர்கள்

Archive

    ஆவணக்காப்பகம்

Area

    பரப்பிடம்

Areas

    பரப்பிடங்கள்

Armed Forces

    ஆயுதப்படையினர்

Arms

    ஆயுதங்கள்

Army Act

    தரைப்படைச் சட்டம்

Arraignment

    குற்றஞ்சாட்டுதல்

Art Treasures

    கலைக்கருவூலங்கள்

Article

    பொருள், உறுப்பு

Article, Object Or Thing

    உருப்பொருள் கலைப்பொருள் அல்லது பொருள்

Articulated Vehicles

    இணைப்பு ஊர்தி

Artificial Humidification

    செயற்கைமுறையில் ஈரப்பதம் ஆக்கல்

Artificial Judicial Person

    சட்டப் புனைவு நபர்

Artisans

    கைவினைஞர்கள்

As Expediously As Possible

    எவ்வளவு விரைவாக இயலுமோ அவ்வளவு விரைவில்

As Far As Practicable

    இயலுமளவு

As May Be Necessary

    தேவையானவாறு

As Originally Enacted

முதற்கண் இயற்றப்பட்ட மாதிரி

As Soon As May Be

கூடிய விரைவில்

Ascendant

ஏறுமுறை உறவினர்

Ascertained Sum Of Money

உறுதியாகத் தெரிந்து கொள்ளப்பட்ட பணத்தொகை

Assembly, Organized

அமைக்கப்பட்டு ஒருங்குகூடுதல்

Assessor

மதிப்பீட்டாளர்

Assets

சொத்திருப்புகள்

Assign

அளிக்கப்பட்ட

Assigned

குறித்தளிக்கப்பட்ட

Assignment

உரிமையளிப்பு

Associate Member

இணை உறுப்பினர்

Association

கழகம்

Association Of Individuals

தனியாட்களின் கழகம்

Association Of Persons

நபர்களின் கழகம்

At Least

குறைந்தது

Atomic Energy

அணுசக்தி

Attest

உறுதிச் சான்றளி

Attorney

வழக்கை நெறிப்படுத்தும் வழக்குரைஞர்

Attorney General

தலைமை வழக்கறிஞர்

Attributable

கணக்குகளை தணிக்கை செய்தல்

Audit Of Accounts

தணிக்கை கணக்குகள்

Audit Report

தணிக்கை அறிக்கை

Auditor-General

தலைமை தணிக்கையர்

Augmentation Authenticate

உறுதியொப்பமிடு, உறுதிச் சான்றிடப்பட்ட

Authenticity

நம்பகம்

Authorised Representative

அதிகாரமளிக்கப்பட்டசார்பாற்றுநர்

Authorised To Forbid

தடைசெய்ய அதிகாரமளிக்கப்பட்ட

Authorised Translation

அதிகாரம் பெற்ற மொழிப் பெயர்ப்பு

Authoritative Text

அதிகார உறுதிபெற்ற வாசகம்

Authorities

அதிகார அமைப்புகள்

Authority Or Agency

அதிகாரி அல்லது நிறுவனம்

Authorizing

அதிகாரமளிக்கின்ற

Auxiliary Forces

துணைப்படைகள்

Avail

பயனாக்கிக் கொள்

Backward Classes

பிற்படுத்தப்பட்ட வகுப்பினர்

Bail

பிணை, பிணையம்

Balance

மிச்ச கையிருப்பு

Bank

வங்கி

Bank, Development

வங்கி வளர்ச்சி

Banker's Books

வங்கியர் கணக்குப்புத்தங்கள்

Banking Regulation Act, 1949

வங்கித்தொழில் ஒழுங்கு முறைச் சட்டம், 1949

Bankruptcy

(வணிகத்தில்) நொடிப்புநிலை

Banns

திருமண முன்னறிவிப்பு

Bar

தடைசெய்ய அதிகாரமளிக்கப்பட்ட

Bar Council Of India

இந்திய வழக்கறிஞர் மன்றம்

Baseline

அடிப்படை வரையறை

Bathing Ghats

நீராடுதுறைகள்

Bearer

கொணர்பவர்

Bearer Bonds

கொண்டுசெல்லுநர் பத்திரங்கள்

Beedi

பீடி

Belief

நம்பிக்கை

Bench

அமர்விடம்

Benefit Claimers

நலப்பயன் கோருபவர்கள்

Best Paper

முதன்மையான தாள்

Big Newspapers

பெருஞ்செய்தித்தாள்கள்

Bill

சட்ட முன்வடிவு

Bill Of Exchange

மாற்றுச்சீட்டு

Bills Of Lading

கப்பற்சரக்குப் பட்டிகள்

Biological Resource

உயிரின வள ஆதாரங்கள்

Biotechnology

உயிரியல் தொழில் நுட்பம்

Bishop

பேராயர்

Black Marketing

கள்ளச் சந்தை நடத்துதல்

Board

வாரியம்

Board Of Affiliation

இணைப்பு மற்றும் அங்கீகரிக்கும் குழு

Boarding House

உணவுவிடுதி

Body Corporate

கூட்டுருமக்குழுமம்

Boiling

கொதிக்கவைத்தல்

Bonafide

உண்மையான

Bond

ஒப்பந்தம்

Bonded Debt

கொத்தடிமைக் கடன்

Bonded Labour

கொத்தடிமை வேலை

Bonded Labourer

கொத்தடிமை வேலையாள்

Book Prints

நூல் அச்சுகள்

சா.மு. பரஞ்சோதி பாண்டியன்

Borrowing Of Money
பணம் கடன்வாங்குதல்

Borrowings, Liabilities And Obligations
கடன்கள், கடப்பாடுகள் மற்றும் கடமைப்பொறுப்புகள்

Bottomry And Respondentia Bonds
கப்பல் அடகுக்கடன் ஆவணம்

Boundaries
எல்லைகள்

Brain Insult
மூளைப்பாதிப்பு

Brain-Stem Death
மூளைகீழ்ப்பகுதி இறப்பு

Branding
சூடுபோடுதல்

Bridge
பாலம்

Brigade
படைப்பகுதி

Budget
வரவு செலவுத் திட்டம்

Buffer Stocks
ஆபத்து தாங்கிப் பொருட்களின் இருப்பு

Bulk Cargo
திரள் கப்பற்சரக்கு

Burden Of Proof
மெய்ப்பிக்கும் பொறுப்பு

Bureau Of Energy Efficiency
சக்தி இயக்குத்திறன் தலைமையகம்

Business
தொழில்

By Or Under The Authority Of Any Law
சட்டம் ஒன்றின் அதிகாரத்தாலோ அதன் வழியியிலோ

By Virtue Of
நெறித்திறனால்

By Writing Under His Hand A dressed
கையொப்பமிட்டு எழுத்துவழி தெரிவித்தல்

Bye-Law
துணை விதி

Cable
கம்பிவடம்

Cage
கூண்டு

Cancel
அறவே தவிர்த்தல்

Candidate
வேட்பாளர்

Canning
கொள்கலன்களில் அடைத்தல்

Cantonment Areas
பாளையவரையிடங்கள்

Capacity, Fiduciary
நம்பக நிலைமுறை

Capacity-Building
செயலாட்சியை உருவாக்குதல்

Capital
மூலதனம்

Capitation Fee
நுழைவு நன்கொடை

Captive Animal
பிடிக்கப்பட்ட விலங்கு

Carbonate Soda
உவர்க்கார உப்பு

Cardiac-Pulmonary Sense
இதயநுரையீரல் நோய்

Care
கவனிப்பு

Cargo

சரக்கு
Carriage Of Good
சரக்குகளை கொண்டுசெல்லும் வாகனம்
Carrier
கொண்டு செல்லுநர்
Cartoonist
கேலிச் சித்திரக்காரர்
Cash-Book
பணக்குறிப்பேடு
Caste
சாதி
Casting Vote
அறுதிசெய் வாக்கு
Castration
காயடித்தல்
Casual
இடைநேர்வு
Cause Of Action
செயற் காரணம்
Causeway
தரைப்பாலம்
Cease
இழைத்தல்
Ceiling
உச்சவரம்பு
Censured
கண்டனம் செய்யப்படுதல்
Census
மக்கள் கணக்கெடுப்பு
Central Information Commission
மையத்தகவல் ஆணையம்
Central Public Information Officer
மையப் பொதுத் தகவல் அலுவலர்
Cerebral Palsy
மூளை வாதம்
Ceremony, Religious
சமயச்சடங்கு

Certificate Of Practice
தொழிலாற்றுவதற்கான அனுமதிச்சான்று
Certificate Of Proficiency
திறமைக்கான சான்றிதழ்
Certificate Of Registration
பதிவுச் சான்று
Certificates
உறுதிச் சான்றுகள்
Certified Copy
உறுதிச் சான்றளிக்கப்பட்டப்படி
Certify
உறுதிச்சான்றளி
Certiorari
நெறிமுறைக்கேட்பு
Cess
மேல்வரி
Chairman Deputy
துணைத்தலைவர்
Chairperson
தலைமையர்
Chapel
தொழுகையிடம்
Chaplain Senior
முதுநிலை ஆயர்
Character
நடத்தை
Charge
பொறுப்பு
Charge
குற்றச்சாட்டு
Charge Lien
பற்றுரிமை பற்றுப்பொறுப்பு
Charitable Institutions
அறப்பணி நிறுவனங்கள்
Chart
விளக்கப்படங்கள்

Charter Party
கப்பல் வாடகை ஒப்பந்தம்

Chartered Accountant
பட்டயக்கணக்கர்

Check Post
சோதனைச் சாவடி

Chemical
வேதியியல்

Cherish
பேணுதல்

Cheroot
சுருட்டு

Chief Controlling Revenue Authority
வருவாய்த்துறை தலைமைக் கட்டுப்பாட்டு அலுவலர்

Chief Of The Naval Staff
கடற்படைப் பணியாளர் தொகுதித் தலைவர்

Child
குழந்தை

Child Labour
குழந்தைத் தொழிலாளர்

Church
கிறித்துவத் திருச்சபை

Cigar
புகையிலைச் சுருட்டு

Cigarette
வெண்சுருட்டு

Circulation
புழக்கம்

Citizen
குடிமக்கள்

Citizenship
குடிமை

Civic Amenities
நகரிய வசதிகள்

Civic Sense
குடிமக்களுக்குத் தகுந்த உணர்வுகள்

Civil Authority
ஆட்சிமுறை அதிகாரஅமைப்பு

Civil Commotions
உரிமைக் கிளர்ச்சிகள்
உரிமையியல் நீதிமன்றம்

Civil Court
உரிமையியல் நீதிமன்றம்

Civil Enclave
குடியியல் தனிப்பகுதி

Civil Offence
உரிமையியல் குற்றச் செயல்

Civil Wrong
உரிமைத் தீங்கு

Civilian
குடியியல் பணியிலுள்ளவர்

Claimant
கோரிக்கையாளர்

Claims
கோருரிமைகள்

Class
வகை

Classes Of Disputes
பூசல்களின் வகைகள்

Classification Of Enterprises
தொழில் நிறுவனங்களை வகைப்படுத்துதல்

Clause
கூறு

Cleanliness
துப்புரவு

Clergyman
குரு

Client
கட்சிக்காரர்

Clinical Legal Education
சட்டக்கல்விக்கான தனித்துறைப்

பயிற்சி

Co - Opt

    இசைந்துதெரிவு செய், ஒத்துத் தேர்ந்தெடு

Coasts

    கடற்கரைகள்

Code

    தொகுப்புச் சட்டம்

Code Of Civil Procedure

    உரிமையியல் நெறிமுறைத் தொகுப்புச் சட்டம்

Cognizance Of Offences

    குற்றச்செயல்களை விசாரணை செய்தல்

Coinage

    நாணயமடித்தல்

Collaborative Research Project

    கூட்டிணைவு ஆராய்ச்சி செயல்முறை

Collected

    வசூலிக்கப்பட்ட

Collecting Agency

    தண்டல் வசூலிக்கும் முகவாண்மைகள்

Collection

    வசூல் செய்தல்

Collectively Responsible

    கூட்டுப் பொறுப்புடையதாக

Colorable Imitation

    நிறமூட்டப்பட்ட போலி

Command

    ஆணை

Commencement

    தொடக்கநிலை

Commensurate

    ஒரே அளவொத்த

Comments

கருத்துரைகள்

Commerce

    வணிகம்

Commercial Matters

    வணிக விஷயங்கள்

Commissary

    பேராயரின் சார்பற்று

Commission

    ஆணையம்

Commissioned Officer

    ஆணையமர்வு அலுவலர்

Committee

    குழு

Commodity

    பண்டம்

Common Seal

    பொது இலச்சினை

Commonwealth Countries

    பொதுநலக்கூட்டு நாடுகள்

Communication

    செய்தித் தொடர்பு

Community

    சமுதாயம்

Commute

    மாற்றிக் குறைத்தல்

Companies

    நிறுவனங்கள்

Company Secretary

    நிறுவனச் செயலர்

Compartment

    ரயில் பயணப்பெட்டிகள்

Compassion

    இரக்கங்காட்டுதல்

Compensation

    இழப்பீடு

Competence

    தகுந்த திறன்

Competent Authority
தகுதிறமுள்ள அதிகாரஅமைப்பு
Competent Court
தகுதிறமுள்ள நீதிமன்றம்
Complaint
முறையீடு
Components
ஆக்கக்கூறுகள்
Composite Culture
கலப்புருவான பண்பாடு
Composite Group Of Islands
சேர்ந்தமைந்த தொகுதி
Composition
கட்டமைப்பு
Composition Of Offences
குற்றச் செயல்களை இணக்கமாகத் தீர்த்துக் கொள்ளுதல்
Comprehensive Action Plan
விரிவான செயல் திட்டம்
Comprise
உள்ளடக்குதல்
Comptroller
கணக்காயர்
Conceal
மறத்துக்கொள்
Concentration
குவிந்திருப்பது
Conciliation Officer
இணக்க அலுவலர்
Conclude
முடிவு
Condition
நிபந்தனை
Conditions
நிலவரங்கள்
Confer
வழங்குதல்
Confidential Order

ரகசிய ஆணை
Confidential Report
ரகசிய அறிக்கை
Configuration
தோற்றம்
Confiscation
பறிமுதல்
Congregation
கூட்டம்
Conjugal Duties
மண உறவுக்குரிய கடமைகள்
Connivance
மறைமுக ஆதரவு
Consent
இசைவு
Consent Or Connivance
இசைவுடன் அல்லது மறைமுக ஆதரவுடன்
Consequential
விளைவறு
Consequential Provisions
விளைவு வகையங்கள்
Conservation Of Foreign Exchange
அயல் நாட்டுச் செலாவணியைப் பாதுகாத்தல்
Consider
கவனத்தில் கொள்தல்
Consignee
சரக்கு பெறுநர்
Consignment
அனுப்புச்சரக்கு
Consignor
சரக்கு அனுப்புநர்
Consolidated Fund
திரள் நிதியம்
Consolidated Fund Of India
இந்தியத் திரள் நிதியம்
Constitute To
நிறுவுதல்

Constitutent Assembly

அரசமைப்புப் பேரவை

Constitution

அரசமைப்புச் சட்டம்

Constitution Of Board Of Approval

ஒப்பேற்பளிக்கும் வாரியம்

Constitutional Authorities

அரசமைப்பின் அதிகாரமையங்கள்

Constitutional Machinery

அரசமைப்பின் இயங்குமுறை

Constraints

இக்கட்டு நிலைகள்

Construction

கட்டுமானம்

Construction Of References

கட்டுமைக்குள்ளான பொருள்கோள்கள்

Construed

பொருள் கொள்ளப்படுதல்

Consular

தூதரகம்

Consular Agent

தூதரக முகவர்

Consular Marriages

தூதரகத் திருமணங்கள்

Consular Officer

தூதரக அதிகாரி

Consultant

கலந்தாய்வாளர்

Consultant

(அலுவல் முறை) ஆலோசகர்

Contain

அடங்கிய

Contemporary Knowledge

நிகழ் காலத்திய அறிவு

Contempt Of Court

நீதிமன்ற அவமதிப்பு

Contents

உள்ளடக்கம்

Context

அந்தப் பொருளில்..

Contiguous

சேர்ந்துள்ள அடுத்துள்ள

Continental Shelf

கண்டத்திட்டு

Contingencies

எதிருறு நிகழ்வுகள்

Contingency Fund

எதிர்தற்க்காப்பு நிதியம்

Contingent

நிபந்தனைக்குட்பட்ட

Continuance

தொடர்ந்திருத்தல்

Contract Labour

ஒப்பந்தத் தொழிலாளர்

Contract Of Apprenticeship

தொழில்பழகுநிலை ஒப்பந்தம்

Contract Of Carriage

கொண்டு செல்லுவதற்கான ஒப்பந்தம்

Contractor

ஒப்பந்தக்காரர்

Contrary

மாறான

Contravention

மீறுகை

Contrivance

கருவி

Control

ஆளுகை

Controller

கட்டுப்பாடு அலுவலர்

Convenient

இசைவுற

Convention

மரபார்ந்த

Convicted Of

குற்றத்தீர்ப்பளிக்கப்பட்ட

Conviction

குற்றத் தீர்ப்பு

Cool Chambers

குளிர் அறைகள்

Co-Operative Society

கூட்டுறவுச் சங்கம்

Co-Ordinated

ஒத்திசைந்த

Coparcener

பங்குரிமையர்

Copy Right

பதிப்புரிமை

Corporal Punishment

உடல்ரீதியான தண்டனை

Corporate Seal

கூட்டுரு இலச்சினை

Corporation Sole

தனியொரு கூட்டுருமம்

Corporeal

பருப்பொருளியலான

Corpus

மூலச்சொத்து

Corresponding

நேரிணையான

Corresponding

தொடர்புடைய

Corrupt Practice

ஊழல் நடவடிக்கை

Costs

செலவுத் தொகை

Cotton

பருத்தி

Cotton Textiles

பருத்தித் துணிகள்

Cotton Waste

பஞ்சுக்கழிவு

Council

அவை

Council Of Ministers

அமைச்சரவை

Council Of States

மாநிலங்களவை

Counter- Feit

கள்ள நாணயம்

Court - Martial

படைத்துறை நீதிமன்றம்

Court Of Record

நிலையாவண நீதிமன்றம்

Covenant

முத்திரை ஒப்பந்தம்

Coverings

மூடுறைகள்

Created, Right

ஏற்படுத்தப்பட்ட உரிமை

Credible Witness

நம்பகத்தகுந்த சாட்சி

Credit

நன்மதிப்பு

Creditor

கடன் கொடுநர்

Crew

பணியாட்கள்

Crime Of Apartheid

இளஒதுக்கல் குற்றம்

Criminating Questions

குற்றப்படுத்தும் வினாக்கள்

Crochet

வலைப்பின்னல்

Crude Oil

கச்சா எண்ணெய்

Cruelty

கொடுமை

Cultivation

பயிரிடுதல்

Culvert

சாலையடிவடிகால்

Currency

பணச் செலாவணி

Custodian

பாதுகாப்பாளர் பொறுப்பாளர்

Custody

சிறை

Custody Of Goods

சரக்குகளின் பாதுகாவல்

Custom

வழக்கம்

Custom - Frontiers

சங்க எல்லைகள்

Customs

சங்கம்

Customs Tariff Act

சங்கக் காப்புவரிச் சட்டம்

Cutting Trenches

அகழிகளை வெட்டுதல்

Dam

அணை

Damage

சேதம்

Damages

இழப்பீடு

Dangers

இடர்கள்

Data Bank

புள்ளிவிவரத் தொகுப்பு வங்கி

Day To Day

அன்றாடம்

Dealer

வணிகர்

Dealings, Fraudulent

மோசடியான வணிக நடவடிக்கைகள்

Debtor

கடன் பெறுநர்

Deceptively Similar

ஏமாற்றும் வகையிலான ஒப்புமை

Decide By

அறுதியான

Decision

முடிவு

Deck Barber

கப்பல் முடிதிருத்தர்

Declaration

விளம்புகை

Decree

தீர்ப்பாணை, கட்டளை

Dedicated To The Use Of Public

பொதுமக்களின் பயன்பாட்டுக்கு உரித்தாக்கப்படும்

Deed

ஒப்பாவணம்

Deemed To Be

எனக் கொள்ளுதல்

Deemed To Transfer

மாற்றுவதாக கொள்ளப்படுதல்

Deemed University

நிகர்நிலைப் பல்கலைக்கழகம்

Defence

பாதுகாப்பு

Defence Forces

பாதுகாப்புப் படைகள்

Defend

காத்தல்

Define

வரையறு

Defined

வரையறை செய்யப்பட்ட

Definition

பொருள் வரையறை

Defray

கொடுத்துத் தீர

Delegate

அதிகார ஒப்படைவு

Delegates

பேராளர்கள்

Deleterious Effect

தீங்கிழைக்கும் செயல்விளைவு

Delimitation

தொகுதி வரையறை

Delineating

விரித்துரைத்தல்

Delivery

வழங்குதல் / பிரசவம்

Demobilized

கலைக்கப்பட்டவை

Democratic

மக்களாட்சி

Demonstration

ஊர்வலம்

Demurrage

கணக்குக் கட்டணம்

Denomination

நாணயங்களின் இனம்

Deny

மறுத்தல்

Departmental Inquiry

துறைவிசாரணை

Deputation

மாற்றுப்பணி

Derogate

திறமைக்குறைவு

Derogatory To

இழுக்காகும்

Descendant

இறங்கு முறை உறவினர்

Descent

இறங்குமுறை

Description

விவரிப்பு

Desertion

படையை விட்டோடுதல்

Designate

பெயர்குறித்து அமர்ந்து

Designation

பதவிப்பெயர்

Designation

கட்டுப்பெயர்

Designer

வடிவமைப்பு கலைஞர்

Designs And Trade Marks

வடிவமைப்புகள்   மற்றும்
வணிகக்குறிகள்

Destruction

அழித்தல்

Destructive Insect

அழிவுசெய்யும் பூச்சிகள்

Detention

காவலில் வைத்தல்

Detention Order

காவலில்வைக்கும் ஆணை

Deteriorated

சீர்குலைதல்

Determine

தீர்மானித்தல்

Detrimental

ஊறுவிளைக்கும்

Development

மேம்படுத்துதல்

Development Commissioner

மேம்பாட்டு ஆணையர்

Deviation

மாறுபாடு

Device

கருவி

Devolve

சென்றடைதல்

Devote

ஆட்படுத்துதல்

Dignity

மகளிர்

Diligence

உரிய முயற்சி

Dimension

பருமானம்

Diminish

குறைத்தல்

Diminution

எடைக்குறைப்பு

Diocese

பேராயம்

Diplomas

பட்டயங்கள்

Diplomatic

அரசுதூதுவர்

Direction

நெறிப்படுத்துதல்

Directives

நெறியுரைகள்

Directly

நேரடியாக

Director General Of Civil Aviation

குடியியல் வான்பயண தலைமை
இயக்குநர்

Disabilities

இயலாமை

Disability

ஊனம்

Disadvantage

பாதகமான

Disburse

பிரித்து வழங்குதல்

Discharged Goods

இறக்கப்படும் சரக்குகள்

Disciplinary Committee

ஒழுங்கு நடவடிக்கைக் குழு

Disciplinary Matters

ஒழுங்கு நடவடிக்கைப்
பொருட்பாடுகள்

Discipline

ஒழுங்குக் கட்டுப்பாடு

Disciplines

ஒழுங்கு

Disclosure Of Information

தகவல் வெளியிடுதல்

Discovery

வெளிக்கொணர்தல்

Discretion

உளத் தேர்வு

Discretionary Power

உளத்தேர்வு அதிகாரம்

Discrimination

வேற்றுமை காட்டுதல்

Disembarkation

கீழே இறங்குதல்

Disharmony

ஒத்திசைவின்மை

Disinfection

தொற்று நீக்கம்

Diskette

குறுந்தட்டு

Disposal Of Document

ஆவணங்களை
அப்புறப்படுத்துதல்

Dispute

பூசல்

Disputes

எதிர்வழக்குகள்

Disqualify

    தகுதிகேடு

Dissemination

    பரப்புதல்

Dissolution

    கலைத்தல்

Dissolution Of Marriage

    மணஉறவு நீர்த்தல்

Distance Education

    தொலைத் தொடர்புக் கல்வி

Distinct

    தனித்துவமான

Distinguished Jurist

    தனிச்சிறப்பு வாய்ந்த சட்டவியலறிஞராக

Distribution

    பங்கீடு

District Judges

    மாவட்ட நீதிபதிகள்

District Programme Coordinator

    மாவட்ட செயல் திட்ட ஒருங்கிணைப்பாளர்

Diverse Enactment

    பலவகைப்பட்ட செயல் சட்டம்

Divorce

    மணமுறிவு

Divorced Women

    மணமுறிவான பெண்

Document Of Title

    உரிமைமூல ஆவணம்

Documents

    ஆவணங்கள்

Domestic Animal

    வீட்டு விலங்கு

Domestic Worker

    வீட்டு வேலைக்காரர்

Domicile

    நிலைவாழ்விடம்

Dominion

    தன்னாட்சியம்

Dominion Of India (Government)

    இந்தியத் தன்னாட்சிய (அரசாங்கம்)

Donor

    கொடையளிப்பவர்

Doubts

    ஐயப்பாடுகள்

Dower

    மணக்கொடை

Draft Convention

    நிலைக் கூட்டம் வரைவு

Drama

    நாடகம்

Dramatic Performances

    நாடகக்கலை நிகழ்ச்சி

Draught Animal

    இழுவை விலங்கு

Drawings

    வரைபடங்கள்

Driving Licence

    ஓட்டுநர் உரிமம்

Droppings

    துகள்கள்

Drying

    உலர்த்துதல்

Duplicates

    நகல்கள்

Duty

    கடமை

Duty Of Excise

    சுங்கத்தீர்வை

Dye House

    சாயப்பட்டறை

Dynamite

    டைனமைட்

E – Mail

    மின் அஞ்சல்

Eco – System

உயிரின வாழ்க்கைச் சுழல்முறை

Editions

பதிப்புகள்

Editor

பதிப்பாசிரியர்

Education Management

மேலாண்மைக் கல்வி

Educational Institutions

கல்வி நிறுவனங்கள்

Effect

விளைவு

Effects

விளைவுகள்

Effectual

செயல்திறம் உடையதாக

Effectual Receipts

முடிவான பற்றுச்சீட்டுகள்

Efficient Discharge Of Functions

செயற்பணிகளைத் திறம்பட ஆற்றுதல்

Efficient Performance

திறன்மிகு செயல்பாடு

Elected Member

தேர்ந்தெடுக்கப்பெற்ற உறுப்பினர்

Election

தேர்தல்

Election Commission

தேர்தல் ஆணையம்

Election Symbols

தேர்தல் சின்னங்கள்

Elector

வாக்காளர்

Electoral College

வாக்காளர் குழுமம்

Electric Traction Equipments

மின்சார இழுவைத் துணைக் கருவிகள்

Electronic Form

மின்னணுப் படிவம்

Electronic Media

மின்னணு ஊடகம்

Eligibility

தகைமை

Embankments

கட்டுக்கரைகள்

Embarkation

ஏறிச்செல்லுதல்

Embassy

தூதரகம்

Embodied

அடங்கியுள்ள

Emboss

புடைப்புருவாக்கம்

Embroidery

பூ வேலைப்பாடு

Emergency Communication

நெருக்கடி நிலைத் தகவல் தொடர்பு

Emergency Duties

நெருக்கடி நிலைக் கடமைகள்

Emerging Area Of Studies

வளர்ந்து வரும் கல்வித் துறைகள்

Emeritus Professor

கௌரவ ஓய்வு பெற்ற பேராசிரியர்

Emolument

பதிவூதியம்

Employee

பணியாளர்

Employer

வேலைக்கமர்த்துநர்

Employment

வேலையமர்த்தல்

Enable To
> அதிகாரமளிப்பது

Enact
> சட்டம் இயற்ற

Encourage
> ஊக்குவித்தல்

Endorsement
> மேற்குறிப்புகள்

Endorser
> மேற்குறிப்பு எழுதுபவர்

Endowment
> நிலையான கட்டளை

Energy Audit
> எரிசக்தி தணிக்கை

Energy Consumption Standards
> எரிசக்தி பயன்பாட்டு தரநிலைகள்

Enforceable
> செயல்திறப்படுத்துதல்

Enforcement
> அமலலாக்கம்

Enforcement
> செயலுறத்துதல்

Enforcement Of Order
> ஆணையை நிறைவேற்றுதல்

Engagement
> உறுதிவாக்கேற்பு

Enhanced
> உயர்த்தப்பட்ட

Enlargement
> விரிவாக்குதல்

Enrolled Member Of The Force
> படையில் சேர்க்கப்பட்ட உறுப்பினர்கள்

Entitle
> உரிமைகொண்டவர்

Entrepreneur
> தொழில் முனைவோர்

Entrusted

> ஒப்படைக்கப்படலாகும்

Entry. Search, Seizure
> நுழைதல், சோதனையிடுதல், கைப்பற்றுதல்

Enumerate
> விவரிக்கப்பட்ட

Epigraph
> கல்வெட்டு

Episcopal Ordination
> பேராயராகப் பதவியளிக்கப்படுதல்

Equal Opportunities
> சம வாய்ப்புகள்

Equality
> சமன்மை

Equities
> பங்குரிமைகள்

Eradication
> முற்றிலும் ஒழித்தல்

Erection
> நிறுவுதல்

Essential Commodities
> இன்றியாமையாப் பண்டங்கள்

Establishment
> நிறுவனம்

Establishment In Private Sector
> தனியார் துறையிலுள்ள நிறுவனம்

Estate Duty
> சொத்துத்தீர்வை

Estate, Cardamom
> ஏலக்காய்த் தோட்டம்

Estimated Receipts And Expenditurek
> மதிப்பீட்டு வரவு – செலவு

Ethnic Violence
> இன வன்முறை

Etiquette
> வினை ஒழுங்கு

Eulogize

புகழ்

Euthanasia

செயற்கையாக சாவை வருவித்தல்

Evaporation

ஆவியாக்குதல்

Event

நிகழ்வு

Ex- Gratia

கருணைப் பணம்

Ex -Officio

பதவிவழி

Examining Body (Ies)

தேர்வு நடத்தும் குழுமங்கள்

Excavate

தோண்டியெடுக்கிறவிடத்து

Excavation

அகழ்வாய்வுகள்

Except

தவிர்த்த

Exceptional Circumstances

விதிவிலக்கான சூழ்நிலைகள்

Exceptional Grants

தத்துவமானியம்

Excess-Profits Tax

மிகை-ஆதாயங்கள் வரி

Excise

ஆயத்தீர்வை

Exclusive Rights

தனியுரிமை

Execute

நிறைவேற்றுதல்

Executive

செயற்குழு

Executive Committee

ஆட்சிமன்றக் குழு

Executive Power

ஆட்சி அதிகாரம்

Exempt From Disclosure

வெளியிடுதலிருந்து விலகளிப்பு

Exemption Of Duty

சுங்கத் தீர்வை விலக்கு

Exemptions

விலக்களிப்புகள்

Exercise

செலுத்துல்

Exhibitor

காட்சியாளர்

Expedient

உகந்தது

Expenses

செலவுகள்

Experience, Professional

தொழில்முறைப் பட்டறிவு

Expired (Has)

கழிவற்றிருந்தால்

Explosives

வெடிமருந்துகள்

Export

ஏற்றுமதி

Express

தெரிவி

Expression

சிந்தனை வெளிப்பாடு

Expunge

எடுத்துவிடுதல்

Extended, Right

நீட்டிக்கப்பட்ட உரிமை

Extinguished

முடிவுறச் செய்யப்பட்ட

Extinguished, Right

ஒழிக்கப்பட்ட உரிமை

Extradition

அயல் நாட்டம் ஒப்படைப்பு

Face Value

முகமதிப்பு

Facilitate

எளிதாக்குதல்

Facsimile

உருவநேர்ப்படி

Fact

பொருண்மை

Faculty

குறிப்பிட்ட பொறுப்பை நிறைவேற்றக்கூடிய திறமையாளர்

Failure

தவறுதல்

Fair And Effective Trial

நேரியமுறையிலும் திறம்படவும் விசாரித்தல்

Fairway

கப்பல் போக்குவரத்துக்கல்வாய்

Faith

நம்பிக்கை

Faithfully

உண்மையான பற்றுடன் கூடிய

Family Court

குடும்ப நீதிமன்றம்

Fares

கட்டணங்கள்

Farm

பண்ணை

Farmer

விவசாயி

Farrier, Business Of

லாடமடிக்கும் தொழில்

Fault

தவறு

Fauna

மாவடை

Features

சிறப்பியல்புகளின் தொகுப்பு

Feature – Writer

நெடுங்கதை எழுத்தாளர்

Fees

கட்டணம்

Fellowship (S)

புத்தாய்வு மாணவர்நிலை

Ferries

தோணித்துறைகள்

Festival

திருவிழா

Fiduciary Relationship

நம்பக உறவு

Filleting

கண்டம்போடுதல்

Finance Bill

நிதிச் சட்டமுன்வடிவுகள்

Financial Statement

நிதிநிலை அறிக்கை

Financial Year

நிதியாண்டு

Finding

கண்டறிந்தவை

First Instance

முதல் தேர்வு

First Schedule

முதலாம் இணைப்புப் பட்டியல்

Fish

மீன்

Fisheries

மீன்வளங்கள்

Fixed Engine

பொருத்தப்பட்ட பொறி

Floppie

நெகிழ் ஒளித்தட்டு

Follow

பின்பற்றுதல்

For The Time Being

அப்போதைக்கு

Force

படை

Force Of Law

சட்ட அழுத்தம்

Foregoing (Provisions)

மேலேகண்ட (வகைகள்)

Foreign Currency

அயல்நாட்டு பணம்

Foreign Exchange

அயல்நாட்டு செலாவணி

Foreign Exchange

வெளிநாட்டு நாணயமாற்று

Foreign Jurisdiction

அயல்நாட்டு அதிகாரவரம்பு

Foreign State

அயல்நாட்டு அரசு

Foreigner

அயல் நாட்டார்

Forfeited

பறிமுதல் செய்யப்பட்ட

Forfeiture

தண்ட இழப்பு

Formation

உருவாக்குதல்

Former Functionary

முந்தைய அலுவலர்

Former Rules

முந்தைய விதிகள்

Fortification

அரண்காப்பு மதில்கள்

Fortuitous

எதிர்பாராமல்

Forum

அமைப்பு

Forwarding Note

அனுப்புகைச்சீட்டு

Foster A Due Sense

நேரின உணர்வை வளர்த்தல்

Fraction

பின்னங்கள்

Fraternity

உடன்பிறப்புரிமை

(சகோதரத்துவம்)

Freedom

தடையற்ற   செயலுரிமை   -
சுதந்திரம்

Freedom Of Speech

பேச்சுக் சுதந்திரம்

Freezing

உறையவைத்தல்

Freight

சரக்குக் கட்டணம்

Frivolous

அற்பமான

Full And Complete

முழுவதும் நிறைவானதும்

Function

விழா

Functionaries

அதிகாரிகள்

Functionary, Religious Administer

செயல்பாட்டாளர்,   சமயக்
கடமையாற்றுபவர் நிருவகித்தல்

Functions

பணியாற்றுதல்

Fund

நிதியம்

Fundamental Duties

அடிப்படைக் கடமைகள்

Fundamental Rights

அடிப்படை உரிமைகள்

Further Security

கூடுதல் பாதுகாப்பு

Gains

லாபம்

Games

விளையாட்டு

General Public
பொதுமக்கள்
Generality Of The Foregoing Provis
மேலே கண்ட வகையின் பொது அம்சம்
Generally
பொதுவாக
Genetic Resources
மரபியல் வள ஆதாரங்கள்
Ginned Cotton
கொட்டை நீக்கப்பட்ட பருத்தி
Give Effect
செயல்திறப்படுத்துதல்
Good Faith
நல்லெண்ணம்
Goods
சரக்குகள் பண்டங்கள்
Goods Carriage
சுமை உந்து
Governance
ஆட்சி முறை
Governing Body
ஆட்சிக் குழுமம்
Governing Council
ஆட்சி மன்றம்
Government
அரசாங்கம்
Government Business
அரசாங்க அலுவல்
Government Company
அரசாங்க நிறுவனம்
Governor
ஆளுநர்
Grading
தரப்படுத்துதல்
Gram Sabha
கிராமசபை

Grammatical Variations And Cognate Expressions
இலக்கண வேறுபாடுகளுடனும் அதன் குடும்பத்தைச் சேர்த்த சொற்றொடர்களுடனும்
Grand - Parents (Either Of His)
பாட்டன் பாட்டியரில் யாராவது ஒருவர்
Grant
மானியம்
Grievances
குறைகள்
Guarantee
பொறுப்புறுதி
Guardian
காப்பாளர்
Habeas Corpus
ஆட்கொணர்விப்பு
Harboring
மறைத்து வைத்தல்
Harbour Master
துறைமுகத் தலைவர்
Harmony
நல்லிணக்கம்
Hatred
வெறுப்பு
Health
உடல்நலம்
Hearing
கேட்பு
Heir
வாரிசு
Heritage, Cultural
பண்பாட்டு மரபு
Highways
நெடுஞ்சாலைகள்
Historic Waters

வரலாற்றுப் புகழ்பெற்ற கடற்பரப்பு

Hold Office

புதவி வகித்தல்

Holds

சரக்குச் சேமிப்பிடம்

Home Based Worker

வீடுசார் தொழிலாளர்

Homestead Or Other Residential Premises

வாழ்விடவளாகம் அல்லது பிற குடியிருப்பு இடங்கள்

Honorary Degree

மதிப்புறு பட்டங்கள்

Honour, National

தேசிய நன்மதிப்ப

Horticultural

தோட்டக்கலை

Horticulture

தோட்டக்கலை

Hose Pipe

நீர்வடிகுழாய்

Hotel

உணவகம்

House Of Parliament

நாடாளுமன்ற அவை

House Of The People

மக்களவை

Household

குடும்ப அமைவிடத்திலுள்ள உடைமைகளுக்கு

Housing Board

வீட்டுவசதி வாரியம்

Human Rights

மனித உரிமைகள்

Humanism

மனிதநேயம்

Humanitarians

மனிதநேயர்கள்

Hundi

உண்டியல்

Identity Card

அடையாள அட்டை

Ill Will

கெட்ட எண்ணம்

Illustrations

விளக்கப்படங்கள்

Illustrative

எடுத்துக்காட்டக் கூடிய

Image

உருவச்சிலை

Immediately Preceding

உடனடி முந்தைய

Immigration

குடிபெயர்ந்தோர் தங்குமிடம்

Immunities

காப்புரிமைகள்

Immunity From Arrest For Debit

கடனுக்காக கைது செய்யப்படுவதிலிருந்து காப்புரிமை

Immunity From Atachment

பறிமுதல் செய்யப்படுவதிலிருந்து காப்புரிமை

Impairment

பழுதடைந்த நிலை

Impartial

பாகுபாடற்ற

Impeachment

குற்றச்சாட்டு

Impediment Of Kindred Or Affinity

குருதி உறவுத்தடை அல்லது திருமண உறவுத்தடை

Imperative

தவிர்க்க முடியாத

Impersonate

ஆள்மாறாட்டம்

Implead

சேர்த்தல்

Implementing And Monitoring Aut

செயற்படுத்தும் மற்றும் கண்காணிக்கும் அமைப்புகள்

Importance, National

தேசிய முக்கியத்துவம்

Impose

விதித்தல்

Imposition Of Tax

வரி விதித்தல்

Impotent

ஆண்மையற்ற

Imprisonment

சிறைத் தண்டனை

Improve

மேம்படுத்தல்

In Accordance With

இணங்க

In Accordance With High Professional Standards

உயர்தொழில் தராங்களுக்கிணங்க

In Accordance With Law

சட்டப்படியானது

In Camera

தனியறை ஒளிப்பதிவு

In Connection

தொடர்பாக

In Consistent

ஒத்திசைவின்றி

In Consonance With

தக்கவாறான

In Derogation

திறன் குறைவு

In Favour

நலச் சார்பு

In Furtherance

நிறைவேற்றுவதற்காக

In Particular And Without Prejudice To The Generality Of The Foregoing Power

குறிப்பாகவும் மேலே கண்ட பொதுப்பாங்கிற்குக் குந்தகமின்றியும்

Inadequacy Of Marks

குறிகளின் குறைவின்மை

Incidental

தற்செயலாக

Includes

உள்ளடக்கும்

Inconsistent

ஒத்திசைவின்றி

Incorporation

கூட்டுவரி நிறுவுதல்

Increase

விரிவாக்கு

Incumbent

பதவி வகிப்பவர்

Indemnify

பொறுப்புறுதியளி

Indemnity

ஈட்டுறுதி

Indian Customs Waters

இந்திய சுங்கக் கடற்பகுதி

Indian Navy Reserve Forces

இந்திய கடற்படையின் காத்திருப்புப் படைகள்

Indian Origin

இந்திய மரபினர்

Indian Red Cross Society

இந்திய செஞ்சிலுவைச் சங்கம்

Indian Reserve Force

இந்திய காத்திருப்புப்படை

Indigent

ஏழ்மை

Industrial Process Or Means

தொழில் செய்முறை அல்லது வழிமுறைகள்

Industrial Undertaking

பொறுப்பேற்பு தொழில் துறை நிறுவனம்

Industrial Undertaking In Public Sector

பொதுத் துறையிலுள்ள தொழில்துறை நிறுவனம் பொறுப்பேற்பு

Industry

தொழில்துறை

Ineligible

தகுதியற்ற

Infants, Minors

குழந்தைகள், சிறார்கள்

Infection

தொற்று

Inferior

தரங்குன்றிய

Infirmity Of Mind Or Body

மன அல்லது உடல்தளர்ச்சி

Informed Citizenry

தகவல்பெற்ற குடிமக்கள்

Infringement

மீறுகை

Infringement Of Copyright

பதிப்புரிமை மீறுதல்

Inherent Defect

உள்ளுறை குறைபாடு

Inherit

வாரிசுரிமை

Inheritance

மரபுவழி

Injunction

உறுத்துக்கட்டளை

Injurious

கெடுதிபயக்கும்

Injury Benefit

ஊறுகளற்ற

Inland Water

உள்நாட்டு நீர்நிலை

Innocuous, Rendered

கேடற்றதாக ஆக்கப்படலாம்

Innovations

புதுப்புனைவுகள்

Inoperative

செயற்பாடற்ற

Inpatient

உள்நோயாளி

Inquire

விசாரித்தல்

Inscribed

பதிக்கப்படும் முறை

Inscription

கல்வெட்டு எழுத்து பொறிப்பு

Insolvent

திவால்

Inspection

பார்வையிடுதல்

Inspire

உணர்வூட்டுதல்

Installation

பயனுறுநிலை இணைப்பு

nstitute Of Chartered Accountant

பட்டயக்கணக்கர்கள் பயிற்சி நிறுவனம்

Institutional Training

நிறுவனப் பயிற்சி

Institutions Of Excellence

தனித்தகுதிப் பயிற்சி நிறுவனங்கள்

IInstitution

கல்விநிலையம்

Institutions, Religious

சமய நிறுவனங்கள்

Instructions

நெறிவழங்கல்

Instrument

மூல காரணம்

Instrument executed
ஆக்கப்படும் முறையாவணங்கள்
வழங்கப்படும் மூலப் பயிற்சிகள்
Instrumentally
கருவியாகிய
Insufficiency of packing
சிப்பங்கட்டுதலின் போதாமை
Insufficiency Or Deficiency
பற்றாக்குறை அல்லது குறைபாடு
Insurance
காப்பீடு
Insurer
காப்பீட்டாளர்
In-Take Wells
உள்வாங்கும் கிணறுகள்
Intangible
பருப்பொருளற்ற
Integrity
ஒருமைப்பாடு
Intellectual Property Rights
அறிவார்ந்த சொத்து உரிமை
Intention
உள்ளார்வம்
Intents
செயல்நோக்கங்கள்
Inter Marriages
சொந்தத் திருமணங்கள்
Interest
வட்டி
Interest, Historical
வரலாற்று முக்கியத்துவம் வாய்ந்த
Interest, Public
பொது நலன்
Interfere
குறுக்கீடு
Interlocutory Order
வழக்கிடை ஆணை
Intermediate Level

இடைப்பட்ட நிலை
Internal Committee
உள்ளமை குழு
Internal Complaints Committee
உள்ளமை முறையீடுகள் குழு
International Conference
பன்னாட்டு கருத்தரங்கம்
International Exhibition
பன்னாட்டு கண்காட்சி
International Financial Service Cen
பன்னாட்டு நிதிச் சேவைகள்
மையம்
International Organisations
பன்னாட்டு நிறுவனங்கள்
Internet
வலைப்பின்னல்
Interpretation
தன்வழிப் பொருள்கோள்
Interpreter
மொழிபெயர்ப்பவர்
Interrogatories
வழக்கெழு வினாக்கள்
Inter-State
மாநிலங்களிடையயான
Intimate
நெருக்கமான
Introduce
அறிமுகப்படுத்து
Invalid
செல்லுந்தன்மையற்ற
Invalid Carriage
மதிப்பீடில்லா ஊர்தி
Invalidate
செல்லாதவை
Invalidate, Not To
செல்லாநிலையென ஆக்காது
Invention
புதுக் கண்டுபிடிப்பு

Inventory
கண்டுபிடிக்கப்பட்ட

Investigate
புலனாய்வு செய்

Investment
முதலீடு

Invited
வரவேற்கப்படுதல்

Invoice
பொருள் விவரப்பட்டியல்

Issues
பொருட்பாடுகள்

Joint Survey
கூட்டு ஆய்வு

Joint War Committee
போருக்கான கூட்டுக்குழு

Journal
செய்திக் குறிப்பேடு

Journalistic Ethics
இதழியல் நெறிகள்

Journalists
இதழாளர்கள்

Judge Advocate
ஜட்ஜ் அட்வகேட்

Judge, Sitting
அமர்வு நீதிபதி

Judgement
தீர்ப்பு

Judicial Separation
தீர்ப்புரைநீதிமுறைப் பிரிவு

Jurisdiction
அதிகாரவரம்பு

Jurisdiction And Procedure
அதிகாரவரம்பு மற்றும் நெறிமுறை

Jurors
சான்றாயர்கள்

Justice
நீதி

Kirpan
சீக்கியர்களின் புனிதக் குத்துவாள்

Label
முகப்புச்சீட்டு

Labour Union
தொழிலாளர் சங்கம்

Lack Of Integrity
நேர்மைக்குறைவு

Lacunae
இடைவெளிகள்

Lake
ஏரி

Lapse
அற்றுப்போதல்

Last Preceding
கடைசிமுறை

Latent Defect
உட்கிடை குறைபாடு

Law
சட்டம்

Law Of Evidence
சாட்சியச் சட்டம்

Lawful
சட்டமுறையானது

Laying
பதித்தல்

Leading Marks
முனைப்புக் குறிப்புகள்

Learners Licence
பயில்பவர் உரிமம்

Ledgers
பேரேடு

Legal Aid Camps
சட்ட உதவி முகாம்

Legal Awareness
சட்ட விழிப்புணர்வு

Legal Matter
சட்டப் பிரச்சனைகள்

Legal Practitioner

வழக்குரைஞர்

Legal Proceeding

சட்ட நடவடிக்கை

Legal Services Authority

சட்டப்பணிகள் அதிகார அமைப்பு

Legal Tender

சட்டமுறையான செலாவணி

Legible And Prominent

தெளிவாகவும் எடுப்பாகவும் தெரியும்படி

Legislative Assembly

சட்டப் பேரவை

Legislative Council

சட்டமேலவை

Legislative Procedure

சட்டமியற்றுவதற்கான நெறிமுறை

Legislature

சட்டமன்றம்

Letter Press

எழுத்தச்சு

Letters Patent

அதிகாரப் பட்டியல்

Level Crossing

இருப்புப்பாதை சந்திப்பு

Levy

விதித்தல்

Liability

கடப்பாடு

Liberty

சுதந்திரம்

License

உரிமம்

Lieutenant Governor

துணைநிலை ஆளுநர்

Light House

கலங்கரை விளக்கம்

Limitation

காலவரம்பு

Limitation And Arbitration

காலவரம்பு மற்றும் பொதுவர்தீர்ப்பு

Limited, Right

வரையறுக்கப்பட்ட உரிமை

Limits

எல்லைகள்

Lineal Ascendants Or Descendants

நேர்வழி ஏறுமுறை அல்லது இறங்குமுறை உறவினர்

Linguistic

மொழி சார்ந்த

Liquefied Petrol Gas

திரவநிலை பெட்ரோல் எரிவாயு

Liquid State

நீர்ம நிலை

Liquidation

கலைத்தல்

Live Animals

உயிர்வாழ் விலங்குகள்

Live Broadcasting signal

நேரடி ஒலிபரப்பும் தனியலை

Living Creature

உயிரினங்கள்

Loading Of Goods

சரக்குகளை ஏற்றுதல்

Local Authority

உள்ளாட்சி அதிகாரஅமைப்பு

Local Committee

வட்டாரக் குழு

Lock Outs

கதவடைப்புகள்

Lock-Up

காவல் சிறை

Locomotor Disability

நரம்புகள் ஒத்துச் செயற்படாநிலை

Log Book

பயணக் குறிப்பேடு

Lok Adalat
மக்கள் நீதிமன்றம்
Looms
நெசவுத் தறிகள்
Loss
இழப்பு
Low Vision
மங்கலான பார்வை
Lowest Pecuniary Jurisdiction
மிகக்குறைந்த பணவகை அதிகாரவரம்பு
Lunatic Asylum
பித்தர் காப்பகம்
Magistrates
குற்றவியல் நடுவர்கள்
Magnitude Of Service
சேவையின் அளப்பருந்தன்மை
Maintenance
வாழ்வதற்கான பொருளுதவி
Majesty
மாட்சிமைதங்கிய
Majority
பெரும்பான்மை
Maltreatment
தவறாக நடத்துதல்
Management
மேலாண்மை
Manager
மேலாளர்
Mandamus
செயலறுத்து
Mandatory
கட்டாய நிறைவேற்றம்
Manner
முறை
Manual
உடலுழைப்பு சார்ந்தது
Map

புவிப்படம்
Margin
எல்லைக்கோடு
Mariner
கப்பலோட்டி
Marital Obligation
மணஉறவு சார்ந்த கடமைப் பொறுப்பு
Market
சந்தை
Mass Disaster
மாபெரும் இடர்
Material Facts
முக்கியமான உண்மை விவரங்கள்
Matter
விஷயம்
Matters In Issue
பிரச்சனைக்குள்ளான விஷயம்
Maxi Cab
பெரிய வாடகை வண்டி
Maximum Period
மேல்வரைக்கால அளவு
Mechanical
எந்திரவியல் சார்ந்த
Media, The
மக்கள் தொடர்பு சாதனங்கள்
Medical Attendance
மருத்துவ உதவி
Medical Attendance And Treatment
மருத்துவக் கவனிப்பும் சிகிச்சையும்
Medical Inspection
மருத்துவ ஆய்வு
Medical Treatment
மருத்துவ சிகிக்சை

Medico – Legal Purpose
மருத்துவ சட்டஞ்சார் நோக்கம்

Medium News Papers
நடுத்தரச் செய்தித்தாள்கள்

Member Of The Crew
வானூர்திப் பணியாளர் தொகுதி

Members Of The Force
படை உறுப்பினர்கள்

Memorandum
விவரக்குறிப்பு

Mental Disorder
மனநலக் குறை

Mental Health
மனநலம்

Mental Illness
மன நோய்

Mental Retardation
மன வளர்ச்சி குன்றுதல்

Mentally Ill Persons
மனநோயுற்றவர்கள்

Mentally Incapable
மனதளவில் தகுதியற்றவர்

Mercantile Documents
வாணிக ஆவணங்கள்

Mercantile Marine Department
வணிகக் கப்பல்துறை

Merchant Shipping
வணிகக் கப்பல

Mesne Profits
இடைக்கால வருமானம்

Metalized Yarn
உலோக முறுக்கிழை

Micro – Organisms
நுண்ணுயிரிகள்

Micro, Small And Medium Enter-
pries
மிகச் சிறிய மற்றும் நடுத்தரத்
தொழில் நிறுவனங்கள்

Migrate
இடம்பெயர்

Military
ராணுவம்

Military Aircraft
ராணுவ வானூர்தி

Military Custody
ராணுவக் காவல்

Military Police Act
இராணுவக் காவற்படைச் சட்டம்

Minerals
கனிமங்கள்

Minister
மந்திரி

Minority
சிறுபான்மை

Minority Educational Institution
சிறுபான்மை கல்வி நிறுவனம்

Mint
நாணயச் சாலை

Miscarriage
கருச்சிதைவு

Misrepresentation
தவறான பிரதிநித்துவம்

Misuse
தவறாக பயன்படுத்துதல்

Mitigate
மட்டுப்படுத்துதல்

Mobile Vendors
கைபேசி வணிகர்கள்

Modern And Indigenous System Of
Medicine
தற்கால மற்றும் நாட்டு
மருத்துவமுறை

Modernization
நவீனமயமாக்குதல்

Modified, Right
மற்றமைவு செய்யப்பட்ட உரிமை

Money Bill	இயற்கையான சந்தை
பணச் சட்டமுன்வடிவுகள்	**Nautical Mile**
Monitor	கடலோடிகளுக்குரிய மைல் கணக்கு
கண்காணித்தல்	
Monitoring Committee	**Naval Architect**
கண்காணிப்புக்குழு	கப்பல் கட்டுமான கலைஞர்
Monolith	**Naval Tribunal**
ஒற்றைக்கல் சிற்பம்	கடற்படைத் தீர்ப்பாயம்
Moral Turpitude	**Navigable Waters**
ஒழுக்கக்கேடு	கடற்பயண நீரோட்டம்
Morality	**Navigating Or Engineering Officer**
அறநெறி	கடற்பயண அலுவலர் அல்லது பொறியியல் அலுவலர்
Motor Cab	
வாடகை வாகனம்	**Navigation**
Motor Vehicles	கடற்பயணம்
மோட்டார் வாகனங்கள்	**Neglect**
Muhammadan Law	புறக்கணி
முகமதியச் சட்டம்	**Negligence**
Municipal Committee	கவனக்குறைவு
நகராட்சிக்குழு	**Negotiable Instruments**
Museum	மாற்று முறையாவணங்கள்
அருங்காட்சியகம்	**Negotiations**
Mutiny	பேச்சுவார்த்தை
படைவீரர் கலகம்	**Net**
Names	வலை
பெயர்கள்	**Networks**
National Commission	வலையமைப்புகள்
தேசிய ஆணையம்	**News Agencies**
National Disaster Response Force	செய்தி நிறுவனங்கள்
தேசிய பேரழிவு மீட்புப் படை	**News Editor**
National Highway	செய்தி ஆசிரியர்
தேசிய நெடுஞ்சாலை	**News Paper, Establishments**
National Library	செய்தித்தாள் நிறுவனங்கள்
தேசிய நூலகம்	**Newspaper**
Nationals Of Pakistan	செய்தித்தாள்
பாகிஸ்தான் நாட்டவர்	**Noble Ideals**
Natural	உயர் குறிக்கோள்கள்
இயற்கையான	
Natural Market	

Nominate
நியமனம் செய்தல்

Nose Rope
மூக்கணாங்கயிறு

Notaries Act
சான்று உறுதி அதிகாரிகள் சட்டம்

Notary Public
சான்று உறுதி அதிகாரி

Notification
அறிவிக்கை

Notwithstanding Anything
எது எவ்வாறிருப்பினும்

Nursing
பேணிக்காப்பவர்

Nursing Homes
மருத்துவ இல்லங்கள்

Nyayadhikari
நீதி அலுவலர்

Oath
உறுதிமொழி

Oath Of Allegiance
பற்று உறுதிமொழி

Oaths
உறுதி மொழிகள்

Objections
ஆட்சேபனைகள்

Obligation
கடமைப்பாடுகள்

Obligations And Liabilities
கடமைப் பொறுப்புகள் மற்றும் கடப்பாடுகள்

Observance
கடைப்பிடித்தல்

Observances, Religious
சமய முறைப்பாடுகள்

Obvious Imitation
வெளிப்படையான போலிப் பொருள்

Occupation
வாழ்தொழில்

Occupier
ஆக்கிரமிப்பாளர்

Oceanography
சமுத்திரவியல்

Offence
குற்றச் செயல்

Office Of Profit
ஊதியப்பதவி

Office Of Trust
நம்பிக்கைக்குரிய

Officer Appointed
அமர்த்தப்பெற்ற அலுவலர்

Officer, Registering
பதிவுசெய்யும் அலுவலர்

Official Business
அரசு அலுவல் பணி

Official Language
அரசு அலுவல் மொழி

Official Purpose
அரசு அலுவல் நோக்கம்

Official Residence
பதவிக்குரிய உறைவிடம்

Official Seal
அதிகாரமுறை இலச்சினை

Official Title
அலுவல்முறை பதிவுப்பெயர்

Official Trustee
அதிகாரமுறை பொறுப்புக் குழுஉறுப்பினர்

Off-Shore Campus
வெளி வளாகம்

Off-Shore Terminal
கரையிலிருந்து செல்லுகிற பாதை (முனைக்கோடி)

Oil – Fields
எண்ணெய் வயல்கள்

Oil-Well Head
எண்ணெய் ஊற்றுத் தலைக்கண்

Old Age Home
முதியோர் இல்லம்

Operation
செயற்படுத்துதல்

Opportunity
வாய்ப்பு

Option
தெரிவுரிமை

Order
ஆணை

Ordinance
அவசரச் சட்டம்

Ordinarily Resident
வழக்கமாகக் குடியிருந்து வருபவர்

Organisation
அமைப்பு

Original design
மூல வடிவமைப்பு

Original Jurisdiction
முதன்மை அதிகாரவரம்பு

Originally
முன்பு, ஆதி, முதல்

Ornament
அலங்கரிப்பு நகைகள்

Out Of State Funds
அரசு நிதியங்களைக் கொண்டு

Over Time Earnings
மிகைநேர உழைப்பு வருமானங்கள்

Overriding Effect
மீதூர்ந்து இயங்கும் விளைவு

Oversight Committee
மேற்பார்வைக் குழு

Overtime
மிகைநேரம்

Ownership Control Or Possession

உடைமைக் கட்டுப்பாடு அல்லது அனுபவ உரிமை

Packages
கட்டுகள்

Pallets
சக்கர இயக்கத்தை மாற்றப் பயன்படும் பொறியின் கைப்பிடிகள்

Pamphlet
துண்டறிக்கை

Panchayats
ஊராட்சிகள்

Pantomine
அபிநயநாடகம்

Paper
காகிதம்

Paramilitary Forces
துணை ஆயுதப் படைகள்

Pardon
குற்றமன்னிப்புகள்

Parents
பெற்றோர்

Parity
ஒருபடித்தான நிலை

Parliament
நாடாளுமன்றம்

Partial Or General
சார்புடைய அல்லது பொதுவான

Particulars
விவரங்கள்

Partition
பிரிவினை

Party, Political
அரசியல் கட்சி

Pass
நிறைவேற்றல்

Passports
கடவுச் சீட்டுகள்

Pastoralist	People Of India
ஆயர்களை சார்ந்த	இந்திய மக்கள்
Patentee	Performing Animals
புனைவுரிமையாளர்	வித்தைபுரியும் விலங்குகள்
Patents	Perils
புனைவுரிமைகள்	நெருக்கடி
Paternal Uncle	Periodical Reports
தந்தையின் உடன் பிறப்பாளர்	காலமுறை அறிக்கைகள்
Pathological Purpose	Periodical
நோய்க்குறியியல் நோக்கம்	காலவாரியான
Patidar	Periodically
மரபுவழி நிலமேலாளர்	காலமுறை தோறும்
Patients	Perishable
நோயாளிகள்	அழுகத்தக்க
Patron – In – Chief	Perjury
தலைமை புரவலர்	பொய்ச்சான்று
Pattern	Permanent (Return)
சாயல்	நிலையாகத் (திரும்புதல்)
Pay	Permit
சம்பளம்	இசைவுச் சீட்டு
Payable	Permit
வழங்கத்தக்க	அனுமதிச் சீட்டு
Payee	Perpetual Succession
பெற்றுக் கொள்பவர்	தொடர்ந்திருக்கும் நிலைப்பாடு
Payer	Persecution
பணம் கொடுப்பவர்	குற்றவழக்கு
Pecuniary Penalties	Persistently
பணத்தண்டங்கள்	தொடர்ந்து
Peeling	Personal Injury
தோலுரித்தல்	உடற்காயம்
Penalty	Persons With Disabilities
தண்டனை	உடல் ஊனமுற்றோர்
Penalty For Spying	Pests
வேவு பார்த்தற்குத் தண்டனை	நாசகாரப்பூச்சிகள்
Pending	Petitioner
முடிவுறா நிலை	மனுதாரர்
Pension	Petroleum
ஓய்வூதியம்	பெட்ரோலியம்

Photographs
நிழற்படங்கள்

Pieces
துண்டுகள்

Piers
பாலந்தாங்கிகள்

Pilgrimage
புனிதப் பயணம்

Pilot
விமான ஓட்டி

Piracy
திருட்டுப்பதிவு

Place Of Birth
பிறப்பிடம்

Placed Beyond Doubt
ஐயப்பாடற்ற நிலையை உடைய...

Places Of Public Entertainment
பொதுக் கேளிக்கையிடங்கள்

Places Of Public Resort
பொதுமக்கள் கூடுமிடங்கள்

Plan
அமைப்புப் படம்

Pleader
வாதம் புரிபவர்

Pleadings
வாதம்

Pleasure
மகிழ்ச்சி

Point
பொருட்கூறு

Poisoning
நஞ்சிடுதல்

Police Force
காவற் படையினர்

Police Officer
காவல்துறை அதிகாரி

Political
அரசியல்

Pollution
தூய்மைக்கேடு

Pontoons
தோனிப்பாலங்கள்

Population
மக்கள்தொகை

Port
துறைமுகம்

Port Authority
துறைமுக அதிகாரஅமைப்பு

Possession Or Custody
உடைமை அல்லது பாதுகாப்பு

Post Doctoral Level
முனைவர் பட்டமேற்படிப்பு

Post-Mortem
பிண ஆய்வு

Posts
பணியிடம்

Power
அதிகாரம்

Power Of Inspection
ஆய்வு செய்யும் அதிகாரம்

Power To Adjudicate
நீதிமுறைத் தீர்ப்பு அதிகாரம்

Power To Issue Warrants Of Arrest
கைது செய்வதற்கான பிடியாணை பிறப்பிக்கும் அதிகாரம்

Power To Remove Difficulties
இடர்ப்பாடுகளை அகற்றுவதற்கான அதிகாரம்

Powers Of Attorney
அதிகார ஆவணம்

Practical Experience
செயல்முறை அனுபவங்கள்

Practical And Basic Training Of Apprentices

தொழில் பழகுநர்களின் செய்முறை மற்றும் அடிப்படைப்பயிற்சி

Practical And Instructional Classes

செய்முறை மற்றும் நெறிவிறுத்த வகுப்புகள்

Practices

பழக்கங்கள்

Preclude

தடைசெய்

Preclude

தடைசெய்

Predecessor

முன்பிருந்த

Pregnant

கருவுற்ற நிலை

Prejudice

குந்தகம்

Prescribed

வகுத்துரைக்கப்பட்ட

Preservation

பாதுகாப்பு

Preservation Of Habitats

வாழ்விடங்களைப் பாதுகாத்தல்

Preservation, For

பாதுகாப்பாக வைப்பதற்கு

Preserve

பாதுகாக்க..

Preserving

பாதுகாத்தல்

Presidency Magistrate

பெருநகர் குற்றவியல் நடுவர்

President

குடியரசுத் தலைவர்

Presiding Officer

தலைமை வகிக்கும் அதிகாரி

Press

செய்தித் துறை

Press Council

செய்தி இதழ்துறை மன்றம்

Prevent

தடை ஏற்படுத்தல்

Prima Facie

முதல் நோக்கிலேயே

Prima Facie Evidence

முதல்நிலைச் சான்று

Princes

இளவரசர்

Principles Of Natural Justice

இயற்கை நீதியின் நெறிகள்

Private

தனியார்

Private Water

தனியார் நீர்நிலை

Privileges

மதிப்புரிமைகள்

Privity Of The Carrier

கொண்டு செல்லுநரின் சார்புறவு

Privity, Without

அறியாமல், இல்லாமல்

Problem

சிக்கல்

Procedure

நெறிமுறை

Proceedings

நடவடிக்கைகள்

Proceedings In Camera

தனியே காமிராவினால் படம் பிடிக்கப்படும் நடவடிக்கைகள்

Proceeds Of Duty

தீர்வையின் நிகரத்தொகை

Processed Food

புதப்படுத்தப்பட்ட உணவுப்பொருள்

Proclamation Of Sale

விற்பனைச் சான்றாணை

Pro-Consul

இணை துணைத்தூதர்

Procurement

கொள்முதல்

Procurement Of Preference Policie

கொள்முதலின் முன்னுரிமைக் கொள்கைகள்

Produce

ஆஜர்படுத்துதல்

Producer

உற்பத்தியாளர்

Production

உற்பத்தி

Professing

ஓம்புதல்

Profession

பார்க்கும் தொழில்

Profession Of Journalism

இதழியல் தொழில்

Professional Misconduct

தொழில்முறை நடத்தைக்கேடு

Profits

ஆதாயங்கள்

Profits Or Gains

ஆதாயங்கள் அல்லது லாபங்கள்

Prohibit

தடைசெய்

Prohibited Degrees

தடைசெய்யப்பட்ட உறவுமுறைகள்

Prohibition

தடையறுத்து

Prolongation

நீட்டிப்புப் பகுதி

Promissory Note

கடனுறுதிச் சீட்டு

Promote

பேணிவளர்த்தல்

Promote, To

உயர்த்துதல் (வளர்த்தல்)

Promotion

பணிஉயர்வு

Promulgate

பிரகடனப்படுத்துதல்

Proofs

மெய்ப்புகள்

Proper Functional Relationship

முறையான தொழிலுறவு

Property

உடைமைப்பொருள்

Property Mark

சொத்துக்குறி

Proposal

செயற்குறிப்பு

Proprietor

உரிமையாளர்

Prorogation, Prorogue

இறுதிப் படுத்துதல்

Protect

பாதுகாத்திடு

Protected Area

பாதுகாக்கப்பட்ட பகுதி

Protection

பாதுகாப்பு

Protection Of Rights

உரிமைகள் பாதுகாப்பு

Protest

எதிர்ப்பு

Provide (For)

வகைசெய்தல்

Provident Fund

வருங்கால வைப்பு நிதி

Provost- Marshal

முகாம் ராணுவப பிரிவின் தலைவர்

Proximity
மிக அண்மையிலுள்ள

Psychiatric Hospital
மனநல மருத்துவமனை

Public Account
பொதுக்கணக்கு

Public Debt
பொதுக்கடன்

Public Employment
பொது வேலை வாய்ப்பு

Public Enemies
பொதுப் பகைவர்

Public Hygiene
பொது சுகாதாரம்

Public Interest
பொது நன்மை

Public Liability
பொதுச்சுமை (கடன்)

Public Libraries
பொது நூலகங்கள்

Public Loan
பொதுக்கடன்

Public News
பொதுச் செய்திகள்

Public Officer
பொது அலுவலர்

Public Order
பொது ஒழுங்கு

Public Place
பொது இடம்

Public Property
பொதுச் சொத்து

Public Record
பொது பதிவனம்

Public Restaurant
பொதுப் பதிவு

Public Servant
பொதுப் பணியாளர்

Public Taste
பொது விருப்பம்

Public Value
பொது மதிப்பு

Punishable
தண்டனைக்குரிய

Purchase
விலைக்கு வாங்குதல்

Purification
தூய்மைப்படுத்துதல்

Purported To Have Been Done
செய்யப்பட்டிருப்பதாக கருதப்பட்டுள்ள

Purpose
இதன் பொருட்டு

Purser
கப்பல் கணக்கர்

Pursuit
குறிக்கோள்

Qualifications
தகுதிப்பாடுகள்

Quality
தரம்

Quality Of Cotton
பருத்தியின் தரம்

Quarantine Camp
தொற்றுதடைக் காப்பு முகாம்

Quarantine Restriction
கட்டாய ஒதுக்கிவைப்புக் கட்டுப்பாடு

Quarrying
கல்லுடைத்தல்

Question
வினாப் பொருள்

Question
பிரச்சனை

Quo - Warranto
தகுதிவினவு

Quorum	Recommendation
குறைவெண்	பரிந்துரை
Quotient	Reconsideration
ஈவு எண்	மறு யோசனை
Race	Reconstituted
இனம்	மறு அமைப்பு செய்யப்படுகிற
Rafts	Reconstruction
தெப்பங்கள்	மறுகட்டமைப்பு
Railway	Reconstruction
ரயில்பாதை	மறுகட்டமைப்பு
Railway Servant	Records
ரயில் பணியாளர்	ஆவணங்கள்
Railways Rates Tribunal	Recrimination
ரயில் கட்டண தீர்ப்பாயம்	எதிர் குற்றச்சாட்டு
Re – Election	Recruitment
மறுதேர்தல்	ஆளெடுத்தல்
Readjustment	Rectification
மறுநேரமைவு	திருத்தியமைத்தல்
Reallocate	Redemption Charges
மறு ஒதுக்கீடு	மீட்புச் செலவுகள்
Receiver Devices	Reference
அலைமாற்றுக் கருவி	எடுத்துக்காட்டும் முன்தகவல்
Receptacle	Reformatory
வரவேற்கத்தக்க	சீர்திருத்தம்
Recipient	Refrigerating Chambers
பெற்றுக் கொள்பவர்	குளிர்பதன அறைகள்
Recipient	Regional Languages
கொடைபெறுநர்	மண்டல மொழிகள்
Reciprocal Arrangements	Register
ஒன்றுகொன்றான ஏற்பாடுகள்	பதிவுசெய்தல்
Reciprocity	Registering Authority
ஒத்தளாவிய	பதிவுசெய்யும் அதிகாரஅமைப்பு
Reciprocity	Registrar – General
ஒத்தநிலை நடவடிக்கை	பதிவுத்துறை தலைவர்
Recognised	Regulate
அங்கீகரிக்கப்பட்ட	ஒழுங்குறுத்தல்
Recognition	Regulate And Control
அங்கீகாரம்	ஒழுங்குபடுத்தி கட்டுப்படுத்துதல்

சா.மு. பரஞ்சோதி பாண்டியன்

Regulation
    ஒழுங்குறுத்தல்
Regulation
    ஒழுங்குறுத்தும் விதி
Rehabilitation
    மறுசீரமைப்பு
Reject
    ஏற்க மறுத்தல்
Rejecting Of Proposal
    செயற்குறிப்பை ஏற்க மறுத்தல்
Relaxation
    தளர்த்துதல்
Release
    விடுதலை
Relief
    முதன்மையான உதவி
Religion
    சமயம்
Religious Festival
    சமயவிழா
Religious Worship, Public
    பொது சமய வழிபாடு
Relocation
    இடமாற்றம்
Remains
    சிதைவுகள்
Remedies In Law
    சட்டப் பரிகாரங்கள்
Remedy
    பரிகாரம்
Remission
    குறைத்தல்
Remit
    அனுப்பு
Removal
    அகற்றுதல்
Removal Of Doubts
    ஐயங்களை அகற்றுதல்

Remuneration
    பணியூதியம்
Render Services
    சேவைகள் வழங்குதல்
Renewal
    புதுப்பித்தல்
Renounce
    விட்டொழித்தல்
Renunciation
    துறத்தல்
Repeal
    ஈத்து
Repealing And Amending Act,1942
    ரத்து செய்தல் மற்றும் திருத்தம்
செய்தல் சட்டம், 1942
Report
    அறிக்கை
Repositories
    சேம வைப்பிடங்கள்
Represent
    பிரிதிSkilled Craftsman
    திறம்பெற்ற கைவினைஞர்
Slaughter House
    இறைச்சிக்கொட்டில்
Small Newspapers
    சிறு செய்தித்தாள்கள்
Smart Card
    தன்விவர மின்னணு அட்டை
Smoking
    புகைபிடித்தல்
Smuggling
    கள்ளக்கடத்தல்
Social
    சமுதாயம்
Socialist
    சமத்துவ சமுதாயம்
Society
    சங்கம்

Solemnly
உள்ளார்ந்த
Solid State
திண்ம நிலை
Sources, Private
தனிப்பட்ட வள ஆதாரம்
South Asian Association For
Regional Cooperation
மண்டல ஒத்துழைப்பிற்கான
தெற்காசியக் கழகம்
Sovereign
இறையாண்மை
Sovereignty
இறையாண்மை
Spasticity
விரைப்பு நிலை
Speaker
மக்களவைத் தலைவர்
Special Cause
சிறப்புக் காரணம்
Special Knowledge
சிறப்பான அறிவு
Special Leave
சிறப்பு அனுமதி
Special Procedure
சிறப்பு நெறிமுறை
Special Provision
சிறப்பு ஏற்பாடு
Special Provisions
சிறப்பு வாய்ப்புகள்
Special Public Prosecutor
அரசு குற்றத்துறை சிறப்பு
வழக்குரைஞர்
Specification
விவரக்குறிப்பேடு
Specified
குறித்துரைத்தல்
Specified Warning

குறித்துரைக்கப்பட்ட எச்சரிக்கை
Specimen
மாதிரி
Spectator
பார்வையாளர்
Spices
நறுமணப் பொருள்கள்
Spindles
நூற்புக் கதிர்கள்
Spinning Unit
நூற்புப் பிரிவு
Spirit Of Common Brotherhood
பொது சகோதரத்துவணர்வு
Spiritual Charges
ஆன்மீகப் பொறுப்பு
Spiritual Head
ஆன்மீகத் தலைவர்
Spontaneous Salt
இயற்கையாக விளையும் உப்பு
Sports
விளையாட்டு
Staff
பணியாளர் தொகுதி
Stage Carriage
இடைநிறுத்த பயணவண்டி
Stake - Holders
குறிப்பிட்ட விஷயத்தில் தொடர்பு
கொண்ட உறுப்பினர்கள்
Standard
படிநிலை
Standard Of Life
வாழ்க்கைத் தரம்
Standards
தரம்
State Armed Police Force
மாநில ஆயுதக் காவற்படை
State Council For Training In Voca-
tional Trades

மாநில உறுதொழில் வணிகப் பயிற்சி

Station Master

நிலைய அலுவலர்

Stationery Vendors

சிறுபொருள் வணிகர்கள்

Statistics

புள்ளி விவரங்கள்

Statutes

நிலையான சட்டங்கள்

Stay

நிறுத்தி வைப்பு

Stipend

உதவித் தொகை

Stitched

தைக்கப்பட்ட

Stock Broker

மூலதனப் பங்குத்தரகர்

Stock-Certificates

பங்குச் சான்றிதழ்கள்

Stoppage Of Labour

வேலை செய்வதை நிறுத்துதல்

Stowage

சரக்குகளைத் தொகுத்தல்

Stowing Sand

திணித்து வைக்கப்படும் மணல்

Strategy

நடவடிக்கைத் தந்திரங்கள்

Strikes

வேலை நிறுத்தங்கள்

Strippings

துணுக்குகள்

Strips

நீள்துண்டு

Structure

கட்டமைப்பு

Sub-Caste

உள்சாதி

Sub-Clause

உட்கூறு

Subject Field

படிப்புப் புலம்

Subject To (Provisions)

(வகையங்களுக்கு) உட்பட்டு

Subordinate

கீழமைந்துள்ள

Subordinate Courts

கீழமை நீதிமன்றங்கள்

Subordinate Officer

கீழமைவு அலுவலர்

Subscribe

சந்தா

Subsidiary Bank

துணை வங்கி

Sub-Soil

அடி மண்

Substance

பொருள்

Substances

சாராம்சம்

Substantial Question Of Law

செறிவான சட்டப்பிரச்சனை

Succeeding Year

பின்வரும் ஆண்டு

Succession

வாரிசுரிமை

Succession, Perpetual

தொடர்ந்த நிலைப்பாடு

Successor

அடுத்துவருபவர்

Sugar

சர்க்கரை

Sugar Cess Act, 1982

சர்க்கரை மேல்வரி சட்டம் 1982

Sugar Development Fund

சர்க்கரை வளர்ச்சி நிதியம்

Sugar Factory
    சர்க்கரை ஆலை
Sugar Industry
    சர்க்கரைத் தொழிற்சாலை
Sugarcane
    கரும்பு
Sulphate
    கந்தக உப்பு
Summary Procedure
    சுருக்குமுறை நெறி
Summary Trial
    சுருக்குமுறை விசாரணை
Summons
    அழைப்பாணை
Supersede
    தாண்டிச்செல்
Supplemental
    துணையான
Supply
    வழங்குதல்
Suppression
    மறைத்தல்
Suppression
    ஒடுக்குதல்
Supreme Command
    உயரதிகார ஆணை
Supreme Court
    உச்ச நீதிமன்றம்
Sureties
    பிணைகள்
Surname
    குடும்பப் பெயர்
Surplus Funds
    மிகையான நிதியங்கள்
Surrender
    சரண் அடைதல்
Surrogate
    சார்பாற்றுநர்

Surveillance
    கண்காணிப்பு
Surveyors
    அளவாய்வாளர்கள்
Survivor
    எஞ்சியுள்ளவர்கள்
Suspend
    தற்காலிகமாக நிறுத்திவைத்தல்
Suspended, Right
    தற்காலிகமாக நிறுத்தி வைக்கப்பட்ட உரிமை
Sustainable Use
    தொடர்பயன்பாடு
Suzerainty
    மேலாட்சி
Swamp Salt
    சேற்றுநில உப்பு
Swear In The Name Of God
    கடவுளை முன்னிறுத்தி ஆணை மொழிகிறேன்
System Of Proportional Representation
    ஆள்வாரி பிரதிநிதித்துவமுறை
Taking Over
    எடுத்துக் கொள்ளுதல்
Tallying
    ஒத்திசைவாய் சரிபார்க்கப்படுதல்
Tangible
    பருப்பொருள்
Tanks
    குளங்கள்
Tax, Direct
    நேர்முக வரி
Team
    குழு
Technical (Vocational) Apprentices
    தொழில் சார்ந்த பழகுநர்கள்

Technical Advisory Committee	**There of**
தொழில் நுட்ப ஆலோசனைக்குழு	அதனுடையதாக / அவ்விடத்தில் இருந்து
Tenure Holder	**Threat Of Force**
நிலப்பிடிமானக்காரர்	வன்முறை அச்சுறுத்தல்
Term Of Office	**Threatening Disaster**
பதவிக்காலம்	அச்சுறுத்தும் பேரழிவுச் சூழ்நிலை
Terminal Charges	**To Aid**
இறுதிக் கட்டணம்	உறுதுணையாக
Termination Of (Citizenship)	**To Co – Opt**
குடியுரிமை ரத்துசெய்தல்	இசைந்து தெரிவு செய்து கொள்வதற்கு
Terms And Conditions Of Service	**To Ensure**
பணிவரையரைகளும் நிபந்தனை களும்	உறுதி செய்து கொள்ளுதல்
Terrestrial	**To Form**
நிலப்பரப்புகுரிய	உருவாக்கு
Territorial Limits	**To Form Associations**
ஆட்சிநிலை எல்லை	சங்கங்கள் அமைப்பதற்கு
Territories	**To Practice Any Profession**
ஆட்சி நிலவரைகள்	எந்தொரு தொழிலிலும்
Terry Towel	**To Refer**
பூந்துவாலை	கட்டப்பட்ட
Testimonial	**To Regulate**
நற்சான்றிதழ்	ஒழுங்குறுத்தல்
Textile	**To Reside**
நெசவுப் பொருட்கள்	குடியிருக்க
Textile Articles	**To Settle**
நெய்த பொருட்கள்	நிலையாக குடியமர்த்தல்
Textile Design	**Tourist Vehicle**
துணி வடிவமைப்பு	சுற்றுலா ஊர்தி
Textile Strike	**Town Area Committee**
நெசவுத் தொழிலாளர் வேலை நிறுத்தம்	நகரப்பகுதிக் குழு
The Trade And Merchandise Marks Act, 1958	**Town Committee**
வணிக மற்றும் வணிகப் பண்டக குறிகள் சட்டம் 1958	நகரக் குழு
Therapeutic Purposes	**Town Vending Committee**
நோய் தீர்க்கும் நோக்கங்கள்	நகர வணிகக் குழு
	Tracings
	வரைபடப் படிகள்

Tractor
உழுவுசெய்யும் இயந்திரம்

Trade
வணிகம்

Trade Or Business
வணிக அல்லது தொழில்

Trade Or Commerce
தொழில் அல்லது வணிகம்

Trade Or Commercial Secrets
தொழில் அல்லது வணிக ரகசியங்கள்

Trade Union
தொழிற் சங்கம்

Traffic Signs
போக்குவரத்து அடையாளக் குறிகள்

Traffic, Pilgrim
போக்குவரத்து, யாத்ரீகர்

Trailer
இழுவை வண்டி

Trainer
பயிற்சியளிப்பவர்

Transaction Of Business
அலுவல் நடத்துதல்

Transactions, Benami
வேறு பெயரில் நடத்தும் நடவடிக்கைகள்

Transcending
கடத்தல்

Transfer
கைமாற்றம்

Transferee
உரிமை மாற்றும் பெறுபவர்

Transferred, Right
உரிமை மாற்றம் செய்யப்பட்டது உரிமை

Transitional Provisions
மாறும் இடைக்காலத்திற்கான வகையங்கள்

Transmission
மாற்றளிப்பு

Transparency
வெளிப்படையான தன்மை

Transport Vehicle
போக்குவரத்து ஊர்தி

Trap
கண்ணி வைத்தல்

Treasury Bills
கருவூல மாற்றுறுதிச் சீட்டுகள்

Treaties And Agreements
உடன்படிக்கைகள் மற்றும் உடன்பாடுகள்

Treatment
சிகிச்சை

Treaty
உடன்படிக்கை

Trial
விசாரணை

Tribunal
தீர்ப்பாயம்

Trucks
பெரும் பாரவண்டிகள்

True Copy
உண்மை நகல்

Trust Or A Body
அறக்கட்டளை அல்லது குழுமம்

Trustee
பொறுப்புக் கட்டளையர்

Tulle
பட்டுவலைத் துணிகள்

Tunnel
குழாய் வழிச் சாக்கடை

Ultra Sonography
மீயொலி வரைவு

Unable
இயலாதபோது

Unanimously

ஒருமனதாக

Uncovered

உறையிடப்படாத

Under Cutting

குறைந்தளவு ஊதியத்திற்கு வேலை செய்வது

Under Officer

கீழ்நிலை அதிகாரி

Undertaking

பொறுப்பேற்பு

Undertakings

பொறுப்பேற்பு

Undesirable

விரும்பத்தகாத

Undischarged Insolvent

விடுப்புப் பெறாது திவாலானவர்

Unemployment Allowance

வேலையின்மை படித்தொகை

Unginned Cotton

கொட்டை நீக்கப்படாத பருத்தி

Unification

ஒன்றுபடுத்தல்

Union

ஒன்றியம்

Union Of States

பல மாநிலங்களைக் கொண்ட ஒன்றியம்

Union Territories

ஒன்றிய ஆட்சி நிலவரைகள்

Unions

கூட்டமைவுகள்

Unique Identification Number

தனிஅடையாள எண்

Unit

அலகு

United Kingdom

இங்கிலாந்து

United Nations

ஐக்கிய நாடுகள்

United Nations Organisation

ஐக்கிய நாடுகள் அவை

Unity

ஒற்றுமை

Unlawful Possession

சட்டமுரணான உடமை

Unsound Mind

மனச் சீர்கேடு

Untouchability

தீண்டாமை

Uphold

ஓங்கச் செய்தல்

Usage

வழக்காறு

Usual And Ordinary Course Of Busi

வழக்கமான மற்றும் இயல்பான வணிக நடைமுறை

Uterus

கருப்பை

Vacancy

காலியிடம்

Vacate

விட்டகலுதல்

Vacation Of Office

பதவி விலகல்

Vaccination

தடுப்பூசி

Vakil

வழக்கறிஞர்

Valid

செல்லுந்தன்மை

Validating

செல்லுந்தன்மை உடைய தாக்குதல்

Value, Aesthetic

அழகியல் மதிப்பு வாய்ந்த
Value, Artistic

கலைமதிப்புமிக்க
Vending Zone

விற்பனை மண்டலம்
Verification

உண்மையை உறுதிசெய்தல்
Verification And Compliance Reports

உறுதி செய்வதற்கான மற்றும் இணங்கி நடந்ததற்கான அறிக்கை
Vernacular Languages

வட்டாரப் பேச்சுமொழி
Vessel

கலம்
Vested

உள்ளார்ந்த
Viable Operation

சாத்தியுள்ள செயற்பாடு
Vice - Chairperson

துணைத் தலைமையர்
Vicariate

பேராயரின் துணையாளர்
Vice-President

குடியரசுத் துணைத் தலைவர்
Views

கருத்துகள்
Village

கிராமம்
Violation

மீறுதல்
Violence

வன்முறை
Visitors

வருகையாளர்கள்
Vital Services

இன்றியமையாப்பணிகள்
Viva - Voice

வாய்மொழி
Void

இல்லாநிலை
Voluntarily (Acquiring)

தம்விருப்பாக (பெறுதல்)
Votes

வாக்களிப்பு
Votes Of Accounts

முன்னளிப்பு மானியம்
Votes Of Credits

முன்பற்றுத் தொகை மானியம்
Voyage

கடற்பயணம்
Vulnerable

சேதப்படத்தக்க
Vulnerable To Smuggling

கள்ளக் கடத்தலுக்கு உள்ளாக்கத்தக்க
Wage Worker

கூலித் தொழிலாளர்
Ward

காப்பிலுள்ளவர்
Wares

விற்பனைப் பொருட்கள்
Warn

எச்சரிக்கை செய்வது
Warrant

அதிகார ஆணை
Warrant Of Arrest

கைது செய்யும் பிடிஆணை
Warranty

நம்புறுதி
Wastage In Bulk

பெரும் அளவில் கழிவுகள்
Water - Rate

நீர் வரி
Water Disputes

நீர்ப்பூசல்கள்

Waterways
நீர்வழித் தடங்கள்

Way–Bill
ஊர்திபாரப்பட்டி

Weaving Unit
நெசவுப் பிரிவு

Weekly Holidays
வார விடுமுறை நாட்கள்

Welfare
நல்வாழ்வு

Welfare Experts
நல்வாழ்வு வல்லுநர்கள்

Well–Being
நல்வாழ்வு

Wharfage
சரக்கு மேடைத்தளக் கட்டணம்

Wholly Or Partly
முழுவதுமாகவோ அல்லது பகுதியாகவோ

Wild Life
வனவிலங்குகள்

Winding Up
முடித்துக் கொள்தல்

Withdrawn
விலக்கிக் கொள்ளுதல்

Withhold
அளிக்க மறுத்தல்

Without Arms
ஆயுதங்களின்றி

Without Prejudice To
உள்நோக்கமின்றி

Witness
சாட்சி

Wool
கம்பளி

Work
வேலை

Working Journalist
பணியாற்றும் இதழாளர்

Workmen
தொழிலாளர்

Workshop
பட்டறை

Worship
வழிபாடு

Writs
பேராணைகள்

Yarn Waste
நூலிழைக் கழிவு

Zoonatic
விலங்கிடமிருந்து மனிதனுக்கு பரவும் நோய்

> " பெரும்பாலானவர்கள் தங்க சுரங்க ரியல் எஸ்டேட் முதலீடுகளைப் பாராமரிப்பின்மையால் மற்றும் அக்கறையின்மையால் கற்சுரங்க விலைக்கு விற்று விடுக்கின்றனர் "
>
> – சா.மு பரஞ்சோதி பாண்டியன்

சமஸ்கிருத வார்த்தைகள்

ASHVIN – அஷ்வின்

Name of a Hindu month, in which the moon is near the constellation Ashrini, corresponding uith Sep - Oct

ஒரு இந்து மாதத்தின் பெயர், இதில் சந்திரன் அஷ்ரினி விண்மீன் தொகுப்புக்கு அருகில் உள்ளது

AUTH – சைத்

"Anassessment equal to one - fourth of the actual government collections demandedby the Marathas from otherPrinces, as the price of-forbearing toravage their countries"

நான்கில் ஒரு பங்குக்கு சமமான மதிப்பீடு மராத்தியர்கள் மற்ற இளவசர்களிடம் கோரும் உண்மையான அரசாங்க வசூல், தாங்கும் விலை அவர்களின் நாடுகளை துன்புறுக்கிறது

BANDHU – பந்து

Relation The term also implies relationship for recognition of rights of in heritance (Brother in Marathi)

தொடர்ப்படுத்தவும் இந்த வார்த்தை பரம்பரை உரிமைகளை அங்கீகரிப்பதற்கான உறவையும் குறிக்கிறது முராத்தியில் சகோதரர்

BANTA / BANIAN / BANYA – பண்டா / பனியன் / பன்யா

Trader, merchant, banker

வர்த்தகர், வணிகர், வங்கியாளர்

BATHYATRA – பத்தியட்ரா

The festival of the procession of Krishna as Jagannath held inthe second lunation of the moon'sincrease in July - Aug

ஜூலை – ஆகஸ்ட் மாதங்களில் சந்திரனின் இரண்டாவது சந்திராஷ்டமத்தில் நடைபெறும் ஜகந்நாதரான கிருஷ்ணரின் ஊர்வலத் திருவிழா

BHATTAVRIM – பாட்டவரிம்

An assignment of revenue or landsgranted to Brahmans at a low rent, or rent free subsistence

(ஸ்க்தபட்டா, ஒரு கற்றறிந்த பிராமணர், மற்றும் விரிதி, பராமரிப்பு) குறைந்த வாடகையில் பிராமணர்களுக்கு வருவாய் அல்லது நிலங்கள் இலவச வாடகை வாழ்வாதாரம்

BHISHTI – பீஷ்டி

A water carrier

ஒரு தண்ணீர் வாளி

BHOG / BHOGA – போக் / போகா

Food offered to an idol

ஒரு சிலை வழங்கும் உணவு

BHUMIA – பூமியா

Holder of a bhum tenure The allodial proprietoras distinguished from thefeudal chiefs and the tenant ofcrown lands This tenure is pecuharto Rajputana and became in courseof time a revenue-free title cherishedeven by the greatest chiefs BHITR (H) An unproductive soilconsisting for the most part ofseven-tenth of sand and the rest ofclay

பூமி, நிலம், நிலம், மண் ஆகியவற்றிலிருந்து நிலப்பிரபுத்துவத் தலைவர்களிடமிருந்தும், கிரீட நிலங்களின் குத்தகைதாரர்களிடமிருந்தும் வேறுபடுத்தப்பட்ட அலோடியல் உரிமையாளர்கள், ராஜ்புதனாவைச் சேர்ந்த இந்த பதவிக்காலம், காலப்போக்கில் வருவாயற்ற பட்டமாக மாறியது. பத்தில் ஏழு பங்கு மணல் மற்றும் தீமுள்ள களிமண் ஆகியவற்றைக் கொண்ட உற்பத்தி செய்யாத மண்

BRAHIVLADAYA – ப்ரஹிவ்லடயா

Any grant or perquisite appropriatedto Brahmans In the Carnatica twentieth of the governmentrevenuewas formerly considered aspayable to the Brahmans for religiouspurposes

கர்நாடக அரசின் வருவாயில் பிராமணர்களுக்கு வழங்கப்படும் எந்தவொரு மானியமும் அல்லது அனுமதியும், மத நோக்கங்களுக்காக பிராமணர்களுக்குச் செலுத்த வேண்டியதாக முன்பு கருதப்பட்டது

BRAHMOTTARA – ப்ராஹ்றமோட்டாரா

Land granted rentfreeto Brahmans for their support

நிலம் அவர்களின் ஆதரவுக்காக பிராமணர்களுக்கு வாடகை இலவசமாக வழங்கப்பட்டது

CHAITRA – சைட்ரா

Name of alunar month in which the full moonstands in the constellation Chitra, corresponding with Mar - Apr

சித்தரா விண்மீன் மண்டலத்தில் பௌர்ணமி நிகழும் ஆலூர் மாதத்தின் பெயர், இ து மார்ச் - ஏப்ரல்

CHAK / BANDI – சக் / பண்டி

The limits or boundariesof a detached piece of land, an estate,or cJink The limits of a police orrevenue jurisdiction

பிரிக்கப்பட்ட நிலத்தின் வரம்புகள் அல்லது எல்லைகள், ஒரு எஸ்டேட் அல்லது ஒரு போலீஸ் அல்லது வருவாய் அதிகார வரம்புகள்

CHAKDAR – சக்தர்

A person who isa proprietor in a mahal and whoowns a certain area which is all hisown and he has no right outside it

ஒரு மஹாலில உரிமையாளராக இருப்பவர் மற்றும் குறிப்பிட்ட ஒரு பகுதியைச் சொந்தமாக வைத்திருப்பவர் அவருக்கு வெளியே எந்த உரிமையும் இல்லை

CHAKNAMA – சக்ணாம

A register of the extentand boundaries of a detached orspjiarate piece of land or of a separatevillage A grant authorising individualsto hold alienated lands, andspecifying their limits

ஒரு பிரிக்கப்பட்ட அல்லது ஒரு தனி கிராமத்தின் பரப்பளவு மற்றும் எல்லைகளின் பதிவு

CHELA – சேலா

(H from Skt chfta, a servant)
A disciple, a pupil; especially thedisciple of a gury or a mnhnntaIn Kangra also a magician

ஒரு சீடர், ஒரு மாணவர்; குறிப்பாக ஒரு காங்ரா ஒரு மந்திரவாதியின் சீடர்

CHETRAM – சேத்ரம்

"Land, afield; a sacred spot, a place of pilgrimage In Malayalam, a temple

"நிலம், புலம், ஒரு புனிதத்தலம், யாத்திரை இடம் மலையாளத்தில் ஒரு கோவில்

DAKHLDHARMA / PATRA – டக்ஹல்தர்மா பட்ரா

A deed of gift or endowment forreligious or pious purposes

ஒரு அன்பளிப்பு அல்லது மத அல்லது புனிதமான நோக்கங்களுக்கான நன்கொடை

DANDA – தண்டா

Punishment either corporalor pecuniary; exaction of acertain share of revenue from istimrardarsor taluqdars in Ajmer District

தண்டனை அஜ்மீர் மாவட்டத்தில் உள்ள இஸ்திம்ரார் தார்சர் தாலுக்தார்களிடமிருந்து வருவாயில் ஒரு குறிப்பிட்ட பங்கைப் பெறுதல்

DANPATRA – டன்பட்ரா

dan, gift, and patra letter, deed A deed of gilt, agrant, an assignment of land

பரிசு மற்றும் பத்திர கடிதம், பத்திரம் கில்ட், ஆக்ரண்ட் நிலத்தின் ஒரு பத்திரம்

DARAKDAB – தரக்டாப்

"A hereditarypublic officer or functionary Theterm was applied under the MarathaGovernment, especially to eightoffices, viz, The Karbari, Mukhtiyar or Diwan, the chief financialminister Majniudar, auditor andaccountant Pharnavis, hisdeputy Sabnis or Dafiardar, clerk Karkanis, Commissary Cfiitnis, Secretary Jamadar,an officer in charge of all valuables, except cash Potnis, cashier The term was also applied to all the Karkuns, or officers of account, whowere paid by fees from the villagers, in addition to their salaries, but whowere ajtpointed and removed only by the supreme government, not bythe district officers"

"மராட்டிய அரசாங்கத்தின் கீழ் ஒரு பரம்பரை பொது அதிகாரி அல்லது செயல்பாட்டாளர் விதிமுறை பயன்படுத்தப்பட்டது. குறிப்பாக எட்டு அலுவலகங்கள், அதாவது தி கர்பாரி, முக்தியார் அல்லது திவான், தலைமை நிதியமைச்சர் மஜனியுதார், ஆடிட்டர் மற்றும் கணக்காளர் பர்னவிஸ் அவரது துணை சப்னிஸ் அல்லது டாஃபியார்டார், கிளார்க். Cfiitnis, செயலாளர் ஜமாதர், பணம் தவிர அனைத்து மதிப்புமிக்க பொருட்களுக்கும் பொறுப்பான அதிகாரி, பொட்னிஸ், காசாளர், இந்த வார்த்தை அனைத்து கார்குன்களுக்கும் அல்லது கணக்கு அதிகாரிகளுக்கும் பொருந்தும், அவர்கள் சம்பளத்துடன் கூடுதலாக கிராம மக்களிடமிருந்து கட்டணம் செலுத்தப்பட்டனர். ஆனால், அவர்கள் சுடிக்காட்டப்பட்டு நீக்கப்பட்டவர்கள். உச்ச அரசாங்கத்தால் மட்டுமே, மாவட்ட அதிகாரிகளால் அல்ல"

DAYA – டயா

In Hindu law, inheritance, which may be of two kinds, Apratibandha, eg, wealth of father andgrandfather which becomes property

இந்து சட்டத்தில், பரம்பரை, இது இரண்டு வகைகளாக இருக்கலாம், அப்ரதிபந்தா, எடுக்காட்டாக, தந்தை மற்றும் தாத்தா சொத்து

DESPANDE – தேஷ்பாண்டே

"DESHPANDE (Mar fromSkt desha, region, place, district, and pande, a title of Brahmans) Ahereditary revenue accountant of adistrict, under Maratha government"

பகுதி, இடம் மாவட்டம் மற்றும் பாண்டே, பிராமணர்களின் பட்டப்பெயர் மராட்டிய அரசாங்கத்தின் கீழான மாவட்டத்தின் பரம்பரை வருவாய் கணக்காளர்

DEV ALA PARICHHA – தேவ் அல பறிச்சா

One of the three officers, managing the temple of Jagannath, under the Raja of Khurda, butappointed formerly by the Collector

குர்தா ராஜாவின் கீழ் ஜெகநாதர் கோவிலை நிர்வகித்து வரும் மூன்று அதிகாரிகளில் ஒருவர், முன்பு இவர் கலெக்ரால் நியமிக்கப்பட்டார்

DEVADAYA – தேவதையா

Lands or allowances for the support of a temple

ஒரு கோவிலின் ஆதரவிற்காக நிலங்கள் அல்லது செலவு தொகைகள்

DEVASTHANA – தேவஸ்தான

A temple; revenueapplied to the support of a temple

ஒரு கோயில்; ஒரு கோவிலின் ஆதரவுக்கு வருவாய் பயன்படுத்தப்பட்டது

DEVOTTARA – தேவோட்டர

A religiousendowment; land granted rent - freefor the support of a temple

ஒரு கோவிலின் ஆதரவிற்காக வாடகை இல்லாமல் நிலம் வழங்கப்பட்டது

DHARMADANA – தர்மண்டன

An endowment; grant offood for religious or charitablepurposes

ஒரு கொடை மத அல்லது தொண்டு நோக்கங்களுக்காக உணவு வழங்குதல்

DHARMADAYA – தர்மடைய

Property set apartfor dharma; a charitable allowance

தர்மத்திற்காக ஒதுக்கப்பட்ட சொத்து ஒரு தொண்டுக்கான ஒதுக்கப்படும் தொகை

DHARMARTHA – தர்மார்த்த

Lands granted for religious purposes

மத நோக்கங்களுக்காக வழங்கப்பட்ட நிலங்கள்

DIPDAN – டிப்டன்

"The offering of a lamp to an idol; setting a lamp afloat on ariver and watching whether it passeslighted out of sight, which is afavourable omen, or is extinguished, which is unfavourable"

"ஒரு விளக்கு பிரசாதம் ஒரு சிலை ஆற்றில் ஒரு விளக்கை மிதக்க வைத்து, அது கண்ணுக்கு தெரியாமல் போய்விட்டதா என்று பார்ப்பது. அது சாதகமான சகுனமா அல்லது அணைந்துவிட்டதா, இது சாதகமற்றதா?"

FALAM – பாலம்

"A small silver coin formerly current at Madras; are equal to one rupee"

"ஒரு சிறிய வெள்ளி நாணயம் முன்பு மெட்ராஸில் தற்போதைய, ஒரு ரூபாய்க்கு சமம்"

GASA – காசா

Subsistence, salary, pay; for-age forcattle

வாழ்வாதாரம், சம்பளம், ஊதியம்

GATEUL / GATKULI – காடுள் கற்குழி

Deserted andunclaimed lands, property, houses etc

பாலைவனமான மற்றும் உரிமை கோரப்படாத நிலங்கள், சொத்து, வீடுகள் போன்றவை

GAWGA / JALI – கவ்கா ஜாலி

A vesselfor holding water of the Ganges orof any sacred river kept for swearingb it

சத்தியம் செய்ய வைக்கப்பட்டுள்ள கங்கை அல்லது புனித நதியின் நீரைப் பிடிக்கும் ஒரு பாத்திரம்

GOTRAJA – காட்ராஜா

One born in the samefamily, a kinsman, a relation Marriagebetween gotrajas is not allowed

ஒரே குடும்பத்தில் பிறந்தவர், உறவினர், உறவினருக்கு இடையேயான திருமணம் அனுமதிக்கப்படாது.

GURU – குரு

A religious teacher, a spiritual guideParticularly the instructor who impartsthe Veda to a student

ஒரு மத ஆசிரியர், ஒரு ஆன்மீக வழிகாட்டி குறிப்பாக ஒரு மாணவருக்கு வேதத்தை கற்பிக்கும் பயிற்றுவிப்பாளர்

JALKAR – ஜல்கர்

Revenue derived fromlakes and ponds; the right of fishing

ஏரிகள் மற்றும் குளங்களில் இருந்து பெறப்படும் வருவாய் மீன்பிடி உரிமை

JANMA PATRI – ஜன்மா புத்ரி

A horoscope,a paper prepared at the birthof a child, foretelling his fate accordingto the aspects of the planets

ஒரு குழந்தை பிறக்கும் போது

தயாரிக்கப்பட்ட ஜாதகம் கிரக நிலவரங்களின்படி அவரது விதியை முன்னறிவிக்கிறது

JANMAM – ஜன்மம்

Birth right; the here ditary or proprietary occupancy of land

நிலத்தின் பரம்பரை அல்லது தனியுரிமை ஆக்கிரமிப்பு

JATRA – சத்ரா

"A pilgrimage to a holy place, particularly a pilgrimage on a fixed dayrecurring annually or at longer in-tervals Jatras are usually madethe occa-sions of fairs and various amusements as well as of visiting thetemple, bathing in the holy water etc

"ஒரு புனித இடத்திற்கு ஒரு யாத்திரை, குறிப்பாக ஆண்டுதோறும் அல்லது நீண்ட இடைவெளியில் ஒரு குறிப்பிட்ட நாளில் நடக்கும் யாத்திரை வழக்கமாக திருவிழாக்கள் மற்றும் பல்வேறு கேளிக்கைகள் மற்றும் கோயிலுக்குச் செல்வது, புனித நீரில் நீராடுவது போன்றவற்றைச் செய்கிறது

JHADORA – ஜ்ஹடோற

Subsistence; villages granted free of serviceThough subject to re-sumption on thefailure of heirs, the holder maygenerally on paying a fee, adopt asuccessor Jodi (Tel) A quit-rent, a smallpayment made to government onaccount of land held in inam

வாழ்வாதாரத்தைப் பார்க்கவும் சேவையின்றி வழங்கப்பட்ட கிராமங்கள், வாரிசுகள் தவறினால் மீண்டும் தொடங்குவதற்கு உட்பட்டாலும், உரிமையாளர் பொதுவாக கட்டணம் செலுத்தி, ஆதரவாளரை தத்தெடுக்கலாம் இனாமில்

KANTHIRAYA – காந்திராய

pagoda, so called afterthe Mysore King Kanthirava Narasa, Raja who was the first ofhis line to establish a mint Six ofthese pagodas were held to

be equalto star pagodas and a star pagodaw'as equivalent

பகோடா, மைசூர் மன்னர் காந்தீரவ நரசாவுக்குப் பிறகு அழைக்கப்படும், ராஜா அவர் முதன்மையாக ஆறு பகோடாக்களை நட்சத்திர பகோடாக்களாக நிறுவியவர் காந்திராயருக்கு சமமான நட்சத்திர பகோடாவாகவும் நடத்தப்பட்டன

KARANAM – கர்ணம்

Cotton plant (Mai) A deed, a title deed, a bond, any legal writingor document, especially applied to the deeds in which land is transferred in Malabar

பருத்தி ஆலை உரிமைப் பத்திரம், ஒரு ஒப்பந்தப் பத்திரம். சட்டப்பூர்வ எழுத்து அல்லது ஆவணம், குறிப்பாக மலபாரில் நிலம் மாற்றப்பட்ட பத்திரங்களுக்கு பொருந்தக் கூடியது

KARANI – காரணி

A clerk, a scribe

ஒரு எழுத்தர், ஒரு எழுத்தாளர்

MAHAJAN – மகாஜன்

Literally a great man, but applied in most parts of Hindustanno a merchant, banker or money changer

உண்மையில் ஒரு பெரிய மனிதர், ஆனால் இந்துஸ்தானோவின் பெரும்பாலான பகுதிகளில் ஒரு வணிகர், வங்கியாளர் அல்லது பணம் மாற்றுபவராகவோதான் அறிமுகமாகியுள்ளார்

MAHANTA – மகாந்டா

The head of a body of sadhus, or religious mendicants; the superiorof a monastery

சாதுக்கள் அல்லது மதவாதிகளின் உடலின் தலைவர் ஒரு மடத்தின் முதன்மையானவர்

MAHATTRAN – மகாத்ட்ரன்

A grant especially of lands for themaintenance of a great or reveredperson or place

ஒரு பெரிய அல்லது மரியாதைக்குரிய நபர் அல்லது இடத்தை பராமரிப்பதற்கான நிலங்களை ஆக்கிரமிப்பவர்

MALI – மலி

The name of a highshudra caste; they are weath makers, florists, and gardeners

ஒரு உயர் சூத்திர சாதிப் பெயர் அவர்கள் வானிலை தயாரிப்பாளர்கள், பூக்காரர்கள் மற்றும் தோட்டகாரர்களாக உள்ள செல்வந்தர்கள்

MATHA – மாதா

Handheld rent - free by the village astrologer

செல் அறை அல்லது ஒரு துறவியின் வெளியே ஒரு பக்தரின் வீடு மற்றும் அவரது சீடர்கள், ஒரு மடாலயம் இளம் பிராமணர்களுக்கன கல்லூரி மஹாந்தன் மற்றும் அவரது சீடர்கள் வசிக்கும் இடத்துடன் கூடிய ஒரு கோயில் அல்லது ஆலயம்

MISTRI – மிஸ்திரி

Vain, useless, unprofitable; whence in Marathi it signifies indefinite, undefined, not particularised

வீண், பயனற்றது, லாபமற்றது, மராத்தியில் இது காலவரையற்ற, வரையறுக்கப்படாத, குறிப்பிடப்படாததைக் குறிக்கிறது

MOGHAM / CHARH – மோகம் / சார்ச்

A heavy or additional increase of revenue or rent

கடுமையாக அல்லது கூடுதலாக அதிகரிக்கப்பட்ட வாடகை

PANCHOTTARA – பண்சொட்டர

A fee of percent formerly levied upon anyamount fti dispute from the successfullitigant; a transit duty of fiveper cent

வெற்றிகரமான வழக்குரைஞுடனான தகராரில் முன்பு விதிக்கப்பட்ட சதவீத கட்டணம் ஐந்து சதவீத போக்குவரத்து வரி

PINDA – பிண்டா

A lump, a heap; a ballof rice, especially that which isoffered at obsequial ceremonies orskraddhas to deceased parents and progenitors

ஒரு கட்டி, ஒரு குவியல், ஒரு உருண்டை அரிசி, இறந்த பெற்றோர் மற்றும் முன்னோடிகளுக்கு திதி செய்யப்படுகிறது

PRAHARI – ப்ரஹாரி

A watchman, sentry, sentinel, bellman

ஒரு காவலாளி, பெல்மேன்

PRANT – பிரண்ட்

A province, boundary

ஒரு மாகாணம், எல்லை

PRATINIDHI – பிரதிநிதி

A deputy, a representative; One of the principal ministers of the Maratha State, thetitle is now assumed by the ruler ofAundh as the descendant of thehereditary Pratinidhi

ஒரு துணை, ஒரு பிரதிநிதி; மராட்டிய மாநிலத்தின் முதன்மை அமைச்சர்களில் ஒருவரான இந்த பட்டம் இப்போது அவுந்த் ஆட்சியாளரால் இங்குள்ள பிரதிநிதியின் வழித்தோன்றலாக கருதப்படுகிறது

RAMADEVATA – ராமதேவடா

The tutelary deity of avillagepriated to thedeity

தெய்வத்திற்கு வழங்கப்பட்ட கிராமத்தின் வழிகாட்டல் தெய்வம்

RISHI – ரிஷி

A holy sage, one whohas heard the eternal voice or seenthe eternal words of revelation, andthrough whom the divine knowledge has been transmitted to the Brahmans; any Hindu ascetic of specialsanctity

ஒரு புனித முனிவர் நிர்த்தியமான குரலைக் கேட்டவர் அல்லது நித்தியமான வெளிப்பாட்டின் வார்த்தைகளைக் கண்டவர். மேலும் தெய்வீக அறிவை பிராமணர்களுக்கு கடத்துபவர் விசேஷமான ஒரு இந்து துறவி

SADAVRAT – சடவ்ராத்

Alms or food distributed daily to thepoor, to travellers, etc

ஏழைகள் முதல் வழிப்போக்கருக்கு தினசரி விநியோகிக்கப்படும் உணவு பயணம்

SAGOTRA / SAPINDA – சகோதர / சபிண்ட

A kinsman who is entitled to offerthe pinda at a shraddhn to a deceasedperson

இறந்த நபருக்கு பிண்டாவை ஒரு வழங்குவதற்கு உரிமையுள்ள உறவினர்

SAMVAT / SAMVATSARA – சம்வத் / சம்வத்சர

Ayear, an era, especially a year of theera of Vikramaditya, King of Malwa,who began to reign in B C, which number is to be added to anyyear A D to find the xiniirat

ஒரு சகாப்தம், குறிப்பாக மால்வாவின் மன்னர் விக்ரமாதித்யாவின் தீரா அவர் கிறிஸ்து பிறப்புக்கு முன்பு ஆட்சி செய்யத் தொடங்கினார். இந்த எண்ணை எந்த ஆண்டு கிறிஸ்து பிறப்புக்குப் பின் சேர்க்க வேண்டும்

SAMANODAKA – சமன் ஓடாக

Linealmale ancestors or descendants ofany man to any degree They areso called as being the persons entitledto offer water at a sbraddba to adeceased person

ஒரு மனிதனின் நேரடி ஆண் வாரிசு அல்லது மூதாதையர்கள் அல்லது எந்த சந்ததியினர் எந்த அளவிற்கு இருந்தாலும் அவர்கள் இறந்த நபருக்கு ஸ்ப்ராட்பாவில் தண்ணீர் வார்க்க தகுதியுள்ள நபர்கள் என்று அழைக்கப்படுகிறார்கள்

SAN – சண்

A plant the fibres which are used for the manufactureof cordage, canvas, and the like; some kind of cotton fabric formerly exported from India

கார்டேஜ், கேன்வாஸ் போன்றவற்றைத் தயாரிக்கப் பயன்படும் இழைகள் கொண்ட ஒரு ஆலை முன்பு இந்தியாவிலிருந்து ஏற்றுமதி செய்யப்பட்ட ஒருவித பருத்தி துணி

SAPINDA – சபிண்டா

An ancestor or descendant in themale line, and of the first, second or third generation These kinsmenare so called because they, andthey only, are entitled to pinda at a shraddJia to aperson

ஆண்வழியிலான ஒரு மூதாதையர் அல்லது வம்சாவளி மற்றும் முதல், இரண்டாவது அல்லது மூன்றாம் தலைமுறையினர் இந்த உறவினர்கள் என்று அழைக்கப்படுகிறார்கள், ஏனெனில் அவர்களுக்கு மட்டுமே தண்ணீர் வார்க்கும் உரிமை உண்டு

SARVA / INAM – சர்வ / இனம்

Land held rent - free of any chargeor tax; a grant of the entire revenuesof a village or tract of land

எந்த கட்டணவரியும் வாடகையும் இல்லாத நிலம் ஒரு கிராமம் அல்லது நிலத்தின் முழு வருவாயின் மானியம்

SHASTRI – சாஸ்திரி

One whoversed in the shastras, a man, a teacher; a Sanskrit Degree, also one who holds it

சாஸ்திரங்களில் தேர்ச்சி பெற்றவர், ஆமன், ஒரு ஆசிரியர், சமஸ்கிருதத்தில் பட்டம் பெற்றவர்

SHISHYA / PARAMPARA – சிஷ்ய / பரம்பரா

Succession of disciples tothe seat of their religious head

மாணவர், சீடர் மற்றும் பரம்பரை,

வாரிசு, மதத் தலைவரின் இருக்கையை வாரிசுமுறைப்படி அடையக்கூடிய சீடர்கள்

SHRADDHA – ஷ்ரத்தா

An obsequial ceremony in which food and water are offered for deceased persons

இறந்த நபர்களுக்கு உணவு மற்றும் தண்ணீர் வழங்கப்படும் ஒரு சடங்கு

SROTRIYAM – சரோதிரியம்

Lands or a village, held at a favourable rate' properly an assignment of land orrevenue to a Brahman learned inthe Vedas, but latterly appliedgenera llv to similar assignments toboth Hindus and Muhammadans asa reward for public service TRIYAMDAR The holder of village under a srotriyam grant

நிலங்கள் அல்லது ஒரு கிராமம், சாதகமான விகிதத்தில் பெறப்பட்டது. வேதங்கள் கற்ற ஒரு பிராமணருக்கு முறையாக நிலம் அல்லது வருவாயை வழங்குதல், ஆனால் பிற்பகுதியில் இந்துக்களும் முஹம்மதியர்களும் பொது சேவைக்கு வெகுமதியாக வழங்கப்பட்டது. திரியாம்தர் ஒரு ஸ்ரோத்ரியம் கிராண்டின் படி ஒரு கிராமத்தை வைத்திருப்பவர்

STRIDHANA – ஸ்திரிதனா

Sep' rate property of a wife over wiiieli she has independent control

தன் சொத்தின் மீது சுதந்திரக் கட்டுப்பாட்டைக் கொண்டிருக்கும் மனைவி

SWASTI – ஸ்வஸ்தி

A tenure by whichland is held of a proprietor by atenant paying full governmentassessment

உரிமையாளரிடம் இல்லாமல் நிலத்தை, தானே வைத்திருக்கும் ஒரு குத்தகைதாரர் முழு அரசாங்க மதிப்பீட்டைச் செலுத் வேண்டியவராவார்

SWATANTRAM – ஸ்வடனட்ராம்

Own or independent property; hereditary right to property, privileges, perquisites or fees

சொந்தச் சொத்து அல்லது வாரிசுரிமைச் சொத்தை வைத்திருப்பவர் அந்தச் சொத்திற்கான கட்டணத்தைக் கட்ட வேண்டியவராவார்

VAIRAGIn – வைராகின்

One who hasforsaken all inter course with the world, and meditates only on thediety and lives upon alms Thename is applied in particular to Vaishnavas In Assam the royal messengers were also termed asVairagi or Bairagi

உலகத்துடானான அனைத்து லௌகீக உறவுகளையும் விட்வி விட்டு, உணவுமுறையை மட்டுமே தியானித்து தியானத்தில் வாழ்பவர். அஸ்ஸாமில் அரச தூதர்கள் வைஷ்ணவர்களுக்கு வைரகி அல்லது பைராகி என்று அழைக்கப்பட்டனர்

VARG – வரக்

A class, a tribe, a square, a multitude of similarpersons or things In Karnata, anancestral hereditary estate

ஒரு வர்க்கம், ஒரு பழங்குடி, ஒரு சதுரம், ஒரே மாதிரியான நபர்கள் அல்லது பொருள்களின் கூட்டம் கர்நாடகவில், பரம்பரைச் சொத்துக்கள்

WAVASTHA – வாவச்தா

A written opinion on points of law, with citation of the original textson which it is based (Tel) Land revenuessettled proportionsons hare holders of a village

சட்ட புள்ளிகள் பற்றிய எழுதப்பட்ட கருத்து, அதன் அடிப்படையிலான அசல் உரையின் மேற்கோளுடன் (தொலைபேசி) ஒரு கிராமத்தின் பங்குதாரர்களின் நில வருவாய்களின் வரி விகிதங்கள்

> " பாண்டிசேரி திருவேங்கடம் பிள்ளை அவர்கள் 17ஆம் நூற்றாண்டில் வாழ்ந்தவர் அவருடைய டைரி குறிப்புகளின் அன்றைய கால கட்டத்தில் பயன்படுத்தப்பட்ட வார்த்தைகளை அவரே எழுதியிருக்கிறார். அதனை நான் இதில் கொடுத்து இருக்கிறேன் "

Lantern

Lantern என்ற பிரெஞ்சு சொல் கண்ணாடி விளக்கு

Magasin

Magasin என்ற பிரெஞ்சு சொல் கிடங்கு வெடிமருந்து பொருள்கள் சேமித்து வைக்கும் இடம்

Officier

Officier வாசலில் நிற்கும் அதிகாரி என்று பொருள்

Officiel

அதிகாரபூர்வமான

Parliament

Parliament என்ற பிரெஞ்சு சொல்

Parlement

பாராளுமன்றம்

Vive – la – Roi

Vive – la – Roi என்ற பிரெஞ்சு சொல் Long live – the – King
வாழ்க அரசே!

அக்கிரகாரம்

பார்ப்பனர்கள் வசிக்கும் பகுதி அல்லது தெரு

அதிராம்பட்டிணம்

அதிராம்பட்டிணம் என்ற துறைமுகம் தஞ்சை மாவட்டத்தில் உள்ளது

அத்தர் வாங்குற சீசா

அத்தர் என்ற வாசனை திரவியம் சேர்த்துவைக்கும் புட்டி

அப்சயத்தை

Option, பிரெஞ்சு சொல் முடிவுக்கு விடுதல் என்று பொருள்

அமுல்தாரன்

ஒரு குறிப்பிட்ட நிலப்பரப்பைக் கொண்ட மாவட்ட அமைப்புக்கு அதிகாரியாக நியமிக்கப்பட்டவர். நில வருவாயை வசூலிக்கும் பொறுப்பைப் பெற்றவர்

அரிகை

அரிய வேலைப்பாடமைந்த துணி

அரும்பாத்தை

Aroumbate என்ற சொல் ராணுவ வீரர்களையும், ராணுவ பொருள்களையும் வழங்கும் பொறுப்பு கொண்ட அதிகாரி

அலம்பல், ஆரவாரம், உபத்திரம்

சம்பா கோவில் குமுசேர் பாதிரிகளுடனே. ஏக சபை குருக்கள் Jesuits, என்றும் Sao Paul Coil ComissairePudre என்றும் 18 ஆம் நூற்றாண்டில் அழைக்கப்பட்டனர்

அறுக்காறு

ஒற்றன், அரசஅவதூதுவன் என்று குறிக்கும் சொல். ஹர்க்காரா (Harkara) என்ற சொல் மருவி வழங்கப்பட்டது

அனுமாணம்

உடன்கட்டை ஏறுதல் தஞ்சை மன்னர் பிரதாப சிங்குக்கு ஐந்து மனைவியர் உண்டு இதுவுமன்றி சேர்த்துக் கொல்லப்பட்டவர்கள் ஏழு பேர் பிரதாபசிங்கு இறந்தவுடனே அவரது மூன்றாவது மனைவி யமுனாபாயும், ஐந்தாவது மனைவி சக்குவார்பாயும் உடன்கட்டை ஏறினர்.

அன்னீதம்

தவறு, நியாயமற்ற

ஆதுங்குளி சீசா

ஒருவித வாசனை நீர் அடங்கிய புட்டி. Flask of Hungary water

ஆராமொழி

இன்று ஆரல்வாய்மொழி என்று அழைக்கப்படும் ஊர் பூதப்பாடிக்கு கிழக்கே சுமார் ஒன்பது கிலோமீட்டர் தொலைவில் கன்னியாகுமரி மாவட்டத்தில் உள்ளது. தமிழ்நாட்டையும், கேரளத்தையும் இணைக்கும் கணவாய் இங்கு உள்ளது

ஆற்காடு

ராணிப்பேட்டைக்கும் ஆரணிக்கும் இடையில் பாலாற்றங்கரையில் உள்ளது 1702 ஆம் ஆண்டு முதல் முகலாயர்கள் ஆட்சியில் இது ஓர் சுபா நிர்வாக அமைப்பாக செயல்பட்டுள்ளது. சதத்துல்லாகான் முகலாய சுபாதாராக நியமிக்கப்பட்டார்

ஆனைக்கோயில்

ஆனைமங்கலம் எனப்படும் ஊர் நாகப்பட்டணத்துக்கு அருகில் உள்ளது

இக்கிலு

Huguel என்ற பெயர்ச் சொல் ஹைதர்அலியின் படையில் பிரெஞ்சுக்காரர் சார்பாக பணியாற்றிய தலைமை ராணுவ தளபதி

இரட்டைபாய்மர சுலுப்பு

இரண்டு பாய்மரங்களைத் தாங்கிய சிறு சுபல்

இருட்டிலே

கசத்திலே என்று பொருள்

இறைச்சி

இறைச்சி என்ற சொல்

இறைவாசநல்லூர்

கள்ளக்குறிச்சி அருகில் உள்ள ஊர்

இஸ்காதர்

Escadron என்ற பிரெஞ்சு சொல் கப்பல்படை என்று பொருள்

இஸ்பானோல்காரர்

ஸ்பெயின் நாட்டைச் சேர்ந்தவர்களைக் குறிக்கும்

உடுபிடவை

உடுத்தும் துணி எனப் பொருள் கொள்க

உண்டிகை

Hundi என்ற உருது சொல்லில் இருந்து பிறந்தது. மாற்றுச்சீட்டு என பொருள் காணிக்கைக் கலம் எனவும் பொருள் கொள்ளலாம்

உத்தாரம்

உத்தரவு, ஆணை

உபதேசி

கத்தோலிக்க குருமார்களுக்கு ஆலய திருச்சடங்கு வேளைகளில் உதவி செய்துவரும் நபர்

உபயம்

கோயில் முதலியவைகளுக்கு கொடுக்கும் தர்மம்

உபேஷையாய்

புறக்கணித்தல், விரும்பாமல்

உலாந்தகாரர்

ச்சுக்காரர்களை குறிக்கிறது

உளுந்தை

புதுச்சேரி நகர எல்லைக்குள் அமைந்துள்ள உளுந்தைக் கீரப்பாளையம்

எரிக்கட்டாஞ்சேரி

தரங்கம்பாடிக்கு அருகில் உள்ளது

எழுத்து லேஞ்சாசாம்பும்

Les Chop என்ற சொல் எழுதி முத்திரையிட்டு வைக்கப்பட்ட கடிதம் என கொள்க

ஏலம்

Leileo என்ற போர்ச்சுகீசிய சொல். ஏலம் என்பது விற்பனையை சொல்லக்கூடிய சொல்லாக பயன்படுத்தப்பட்டுள்ளது

ஒடுதி

ஒடுதி Ordre என்ற பிரெஞ்சு

சொல் உத்தரவு, கட்டளை என்று பொருள்

ஒத்து

ஊதப்படும் ஒருவகை இசைக் கருவி

ஒப்பிசார்

Officier என்ற பிரெஞ்சு சொல் ராணுவ – கப்பல் அதிகாரி

ஒழுகரை

புதுச்சேரிக்கு மேற்கே விழுப்புரம் செல்லும் பாதையில் உள்ளது. உழுவர்கரை என தமிழில் அழைக்கப்படுகிறது. சோழர் காலத்தில் வருவாய் வசூலிக்கும் அதிகாரி தங்கியிருந்ததாக கல்வெட்டுகள் மூலம் அறிகிறோம்.

ஓகிணி

ஒருவகை நகை

ஓசனை

யோசனை என பொருள்

கடப்பை

ஆந்திராவிலுள்ள ஊர்

கடுதாக

(cartas) என்ற போர்ச்சுகீசிய சொல் தமிழில் வழங்கப்பட்டது. கடிதம், மடல் என்று பொருள்

கட்டுமரம்

இரண்டு அல்லது மூன்று தடித்த மரக்கட்டைகளால் கட்டப்பட்டு மீனவர்களால் பயன்படுத்தப்படும்

கபுறு

கபர் (Khabar) என்ற அரபு வார்த்தையிலிருந்து பிறந்தது செய்தி அல்லது அறிக்கை என பொருள்படும்

கப்பித்தான்

Capitão என்ற போர்ச்சுக்கீசிய சொல் தலைவன் என்று பொருள்

கஸ்தீஸ்சிலே

Justice என்ற பிரெஞ்சு சொல் நீதிமன்றம் அல்லது நியாயசபை என்று

பொருள்

காக்கிநாட்டு

காகிநாடா என்று அழைக்கப்படும் துறைமுகம் ஆந்திர மாநிலத்தில் உள்ளது

காங்குபிடவை

ஒருவகை புடவைத் துணி

காசிபோக்கினிதாசு

காசிதாசுடூக்கான்சு என்ற வியாபாரி இவரைப்பற்றி ஆனந்த ரங்க பிள்ளை தம் நாட்குறிப்பில் 1 செப்டம்பர் 1743 – ல் குறிப்பிடுகிறார்.

காடுது குதிரைக்காரன்

மெய்க்காப்பாளன், குதிரைக்காரன் என்று பொருள்

காட்டுச்சேரி

மாயூரம் தாலுக்காவில் உள்ளது

காதவழி

ஒரு மைல் தூரத்தில்

காப்பிரிகள்

தென்கிழக்கு ஆப்பிரிக்க சுதேசிகள் போர்ச்சுகீசியர்களும், பிரெஞ்சுக்காரர்களும், ஆங்கிலேயர்களும் இவர்களை ஏராளமாக இந்தியாவிற்கு கொண்டுவந்து ராணுவத்தில் பயன்படுத்தினார்கள்

காயக்காரர்

காயக்கம் தந்திரம் காயம் என்றால் உடம்பில் ஏற்பட்ட புண் போரில் காயம்பட்டவர்களுக்கு சிகிச்சை அளிக்கும் மருத்துவர் எனப் பொருள் கொள்க

காலிசெலா முனையிலே

இலங்கையிலுள்ள காலிதுறைமுகத்தின் முனையிலே என்று கொள்க

காலிசெலா முனையிலிருந்து

இலங்கையிலுள்ள காலி துறைமுக முனை (Point of Gallc) அருகில் என்று குறிக்கிறது

காளாஸ்த்திரி

காளகாஸ்திரி என்று அழைக்கப்படும் ஊர் சுவர்ணமுகி ஆற்றங்கரையில் சித்தூர் மாவட்டத்தில் உள்ளது

கான்சாய்பு

கான்சாய்பு 1759 ஆம் ஆண்டு ஜூலை மாதம் மதுரை சீமை ஆளுநராக ஆங்கிலேயர்களால் நியமிக்கப்பட்டார். பின்பு அவருக்கு பதவி நீட்டிப்பும் வழங்கப்பட்டது. புலித்தேவனுடன் சண்டையிட்டு 16 மே 1761 - ல் அவரை தோற்கடித்தார். 1764 ஆம் ஆண்டு நவாபுக்கு வரி செலுத்த மறுத்தபோது ஆங்கிலேயருடன் சண்டை ஏற்பட்டது. எனவே ஜனவரி 9 1763 ல் மதுரை கோட்டையில் பறந்த ஆங்கிலேயரின் கொடியினை இறக்கி, பிரெஞ்சுக்காரர்களின் கொடியினை ஏற்றினார். இதனால் ஆங்கிலேய கம்பெனியார் 2 செப்டம்பர் 1763 ல் மதுரையை தாக்கினார்கள். ஆனால் அவர்களால் வெற்றி பெற முடியவில்லை. பின்னர் மேஜர் டொனால்டு என்பவர் 1764 ஜூன் மாதம் மதுரையை முற்றுகையிட்டார். ஜூன் மாதம் 20 ம் தேதி சில இடங்களில் கோட்டையை தகர்த்து பின்பு இறுதியாக 14 அக்டோபர் 1765 ல் ஆர்காடு நவாபு வசம் மதுரை கோட்டை கொண்டுவரப்பட்டது

கிடங்குகள்

பண்டசாலை

கிட்டா

Kedah என்ற துறைமுகம் மலேசியாவில் உள்ளது. கி.பி. ஆறாம் நூற்றாண்டிலேயே தமிழர்கள் வாணிப தொடர்பு கொண்ட இடம் நாகப்பட்டணத்தில் இருந்து 30 நாட்களில் கடல் பயணம் செய்து கிட்டா சேர்ந்ததாக இட்சிங் தனது பயண குறிப்பில் குறிப்பிடுகிறார் போர்ச்சுகீசியர்கள் நாகப்பட்டணத்திலிருந்து துணிகள் ஏற்றுமதி வாணிகம் செய்ததாக ஆவணங்களில் குறிப்பிடப்பட்டுள்ளது

கிரேப்பியிலே

Grcffier என்ற பிரெஞ்சு சொல் பத்திர அலுவலகம் என்று பொருள்

கிலேசமும்

துக்கம்

கில்லா

கோட்டை

கிறாத்தியம்

Gratidão என்ற போர்ச்சுக்கீசிய சொல்லில் இருந்து பிறந்தது. நன்றியுடன் அல்லது நன்மை என்று பொருள்படும்

குடைக்கூலி

குடியிருப்பதற்கான மாதாந்திர அல்லது அன்றாட வாடகைப்பணம்

குமாந்தான்

Commandant என்ற பிரெஞ்சு சொல் படைத்தலைவன் என்று பொருள்

குமுசலியேர்

Conseiller என்ற பிரெஞ்சு சொல் ஆலோசனை கூறுபவர்கள் குழு என்று பொருள்

குமுசல்

Conseil என்ற பிரெஞ்சு சொல் தமிழில் 'குமுசல்' என அழைக்கப்படுகிறது. ஆலோசனை குழுக் கூட்டம் என்று பொருள்

கும்பனிர் தஸ்த்திரத்திலே

கம்பெனியார் பதிவேடுகளிலே (ஆவணங்களிலே) எனப் பொருள் கொள்க

கும்பாபிஷேகம்

கோவில் கும்பகலசங்களை புதுப்பித்து நடைபெறும் சடங்கு

கும்பினி

Compagnie என்ற பிரெஞ்சு சொல் 'கும்பினி' என்று மருவி தமிழில் இவ்வாறு வழங்கப்படுகிறது

குரவளை

குரல் வளை என்ற சொல் மருவி உள்ளது கழுத்து என்று பொருள்

குஸ்துமாது

Custom என்ற பிரெஞ்சு சொல்

கூடலூர்

புதுச்சேரிக்கு தெற்கே கெடலம்

ஆற்றங்கரையில் அமைந்துள்ளது. இன்று கடலூர் என்று அழைக்கப்படுகிறது. ஆங்கிலேயர்கள் இங்கு தங்கி வாணிபம் செய்தனர்

கூரநாடு

கூரநாடு என்ற இடம் மாயவரம் அருகில் உள்ளது

கூர்னிசு

கூனிமேடு என்ற ஊர் புதுச்சேரிக்கு வடக்கே உள்ளது

கொசப்பாளையம்

புதுச்சேரி நகர எல்லைக்குள் உள்ளது

கொந்தராத்திலே

Contract என்ற பிரெஞ்சு சொல்

கொவர்ணதோர்

Governador என்ற போர்ச்சுக்கீசிய சொல்லில் இருந்து பிறந்துள்ளது. கவர்னர் அல்லது ஆளுநர் என்று பொருள்

கோப்பி

(Copie) நகல், பிரதி எனப்படும்

கோவை

கோவா என்ற துறைமுகம். போர்ச்சுகீசியர்களின் தலைமை வாணிப ஸ்தலமாக 1530 ஆம் ஆண்டு முதல் செயல்படத் துவங்கியது

கோழிக்கோடு

6 ஆம் நூற்றாண்டின் சிறந்த துறைமுகம். வாஸ்கோடகாமா 20 மே 1498 ல் இறங்கிய துறைமுகம்

சகலாத்து

Escarlata என்ற போர்ச்சுகீசிய சொல்லில் இருந்து பிறந்தது. ஒருவகை கம்பளித் துணி கட்டிலின் மேல் இடப்படும். ஆங்கிலத்தில் Broad Cloth என்று அழைக்கப்படுகிறது

சக்கரத்தார்

Sécrétaire என்ற பிரெஞ்சு சொல் செயலாளர், காரியதரிசி என்று பொருள்

சங்கராந்தி

தைப் பொங்கல்

சங்கோசத்தினாலே

கூச்சத்தினாலே

சமஸ்தானம்

சமாத் Samat என்ற உருது சொல்லில் இருந்து பிறந்தது நாட்டின் உட்பிரிவு பகுதி என்று பொருள்

சமேதார்

சுபேதாருக்கு அடுத்த அதிகாரி ராணுவ தளபதியான மத்தியஸ்தர்

சம்பாகோவில் பாதிரிகள்

புதுச்சேரியில் ஏசு சபை குருக்கள் 1675 ஆண்டு முதல் தங்கி மறை பரப்பும் பணியில் ஈடுபட்டனர்

சலங்கு

சலந்தி Shalandi என்ற அரபு சொல்லில் இருந்து பிறந்துள்ளது. ஆட்களையும், படைவீரர்களையும், குதிரைகளையும் ஏற்றி செல்லும் படகு

சனேர்

ஜனவரி மாதம் முதல் நாளை கொண்டாடும் வருட பிறப்பு விழா Jour de Len என்பதாகும்

சாணான்

சாணர் என்ற சாதியை சேர்ந்தவர் மரத்திலிருந்து கள் இறக்கும் தொழில் செய்பவர்

சாத்தங்குடி

தரங்கம்பாடிக்கு அருகில் உள்ள ஊர்

சாந்து

சாந்து (sent – doux) என்ற பெயர்ச் சொல்

சாமேவார்

குதிரைப்படை

சாம்பிராவிலே

Chambre என்ற பிரெஞ்சு சொல், தங்கும் அறையிலே என்று பொருள்

சாரிபோய்

Char என்ற பிரெஞ்சு சொல் வண்டியில் சவாரி போய் அல்லது உலா போன இடத்திலே என கொள்க

சாவடி

சாவடி என்ற மராட்டிய சொல், வழிப்போக்கர் தங்கும் இடம் என பொருள்படும் இங்கு அரசாங்க நியாயஸ்தலம் என பொருள் கொள்க

சாஷ்சி

சாட்சி என்று பொருள்

சிஞ்ஞோர்

Senhor என்ற போர்ச்சுக்கீசிய சொல் மரியாதைக்குரிய ஐயா என்று அழைத்தல்

சித்தூரு

சித்தூரு என்பது ஒருவகை படகு

சிப்பம்

கருள் என்று பொருள்படும்

சிரோப்பா

சிரப் (Syrup) பழரசம்

சில்லு

ஒருவகை தட்டும் இசைக் கருவி

சிவம்

என்ற சொல் இங்கு ஜெபம் என்பதை குறிக்கும் இறைவனை வேண்டுதல்

சீகாழி

தஞ்சை மாவட்டத்திலுள்ள சீர்காழி என்ற ஊரை குறிக்கிறது

சீக்காக்கோல்

ஸ்ரீகாகுளம் என்று அழைக்கப்படும் துறைமுகம் ஆந்திர மாநிலத்தில் உள்ளது

சீட்டு

சீட்டு என்றால் சன்மானம்

சீமை

'சீமை' என்ற சொல் பிரான்சு நாட்டை குறிக்கும். சீர்மை என்ற சொல் பல மாகாணங்களைக் கொண்ட நாட்டின் உட்பகுதி என்று சொல்லப்படுகிறது

சீனக்கொடை

சீனாவில் இருந்து பெறப்பட்ட குடை

சுப்பீரியர்

Supereiur என்ற பிராஞ்சு சொல் மருவி வழங்கப்பட்டுள்ளது. மேலதிகாரி என்று பொருள்

சுருணப்பாகை

தலையில் அணியும் ஆபரணம்

சுலுப்பு

சுலுப்பு (sloop) என்ற ஆங்கிலச் சொல்லுக்குரியது. வணிகத்தின் பொருட்டு உபயோகித்த சிறுகப்பல்

சூரக்கத்தி

Bladed Knives, Table Knives மிகக் கூர்மையான கத்தி

செங்கழிநீர்ப்பட்டு

செங்கல்பட்டு என அழைக்கப்படும் ஊர்

செந்திரி

'காவல் ஆள்' இட்டு என்று பொருள்

சேர்

எட்டேகால் சேர் கொண்டது ஒரு மரக்கால்

சோப்புதார்

வெள்ளியினால் அலங்கரிக்கப்பட்ட ஒரு தடியை சுமந்து செல்லுபவர்

சோரபாரியாய்

கொள்ளை நபுறு பத்திரம் : நபுறு என்ற உருது சொல்லுக்கு ஆள் என்று பொருள் ஆளினுடைய பத்திரம் என்று கொள்க

ஞானஸ்நானம்

கிறிஸ்த்துவர்களுடைய பெயரிடும் சடங்கு, திருமுழுக்கு என்று அழைக்கப்படுகிறது. இங்கு புதிதாக கட்டப்பட்ட படகை (வத்தல்) ஆசிர்வதித்து வியாபாரம் அபிவிருத்தியாக இறைவனை மன்றாடி அதற்கு பெயரிடும் சடங்கு என கொள்க

டப்பிர் சாய்பு

டப்பீர் என்றால் செயலாளர் என்று பொருள் இவர் பிரதாபசிங்கின் அமைச்சர் இவரது இயற்பெயர் நரோ பண்டிதர் என்பதாகும்

டாணாயிருந்த

டாணு என்றால் காவல் இருந்த என்று பொருள்படும்

டொலி

தூக்கிச் செல்லும் மஞ்சம்

தங்கசாலை

நாணயங்களை அச்சடிக்கும் இடம்

தஞ்சநகரம்

தஞ்சாவூர் என்ற பெயர் மாறி நகரம் என்று வழங்கப்பட்டுள்ளது அதன் வளர்ச்சியை அறிவிக்கிறது

தமுக்கு

மேளம் அடித்து ஊரெல்லாம் வந்து மக்களுக்கு அறிவிக்கப்படும் செய்தி ஆங்கிலத்தில் Tom - Tom என்று அழைக்கப்படுகிறது

தம்புறு

ஒருவகை மேளம்

தயங்கம்பாடி

தரங்கம்பாடி என்று அழைக்கப்படும் ஊர் சடங்கன்பாடி என்று மாசிலாமணி நாதர் ஆலய பாண்டிய கல்வெட்டுகளில் குறிக்கப்பட்டுள்ளது. குலசேகரன்பட்டணம் என்றும் அந்நாட்களில் அழைக்கப்பட்டுள்ளது. ரங்கம் பிள்ளை தன் நாட்குறிப்புகளில் 4 ஆடி, அங்கிரேச ஆண்டு (15 ஜூலை 1752) தயங்கம்பாடி என்றே குறிப்பிடுகிறார்

தஸ்திரம்

தஸ்திரம் என்பது ஆவணங்களை ஒருதுணியில் மூட்டையாக கட்டி பாதுகாப்பாக வைப்பதைக் குறிக்கும்

தாக்கீது

akid என்ற உருது சொல்லில் இருந்து பிறந்தது. உத்தரவு, ஆணை என்று பொருள்படும்

தாறுவாடி

பணம் மாற்றம் செய்பவர்

திருக்கடையூர்

திருக்கடையூர் என்ற ஊர் தரங்கம்பாடிக்கு அருகில் உள்ளது

திருநள்ளாறு

எழுவிடங்கத் தலங்களுள் ஒன்று சிறப்பாக சனி பகவானுக்கு உரிய தலம்

திருபூத்து

Tribute என்ற சொல்லுக்கு கப்பம், வரி செலுத்துதல் என்று பொருள்

திருமெய்ஞ்ஞானம்

தரங்கம்பாடிக்கு அருகில் உள்ள ஊர்

திருவல்லிக்கேணி

இன்றைய சென்னை நகர எல்லைக்குள் உள்ள இடம்

திருவாளூர்

தஞ்சை மாவட்டத்தில் உள்ளது

திருவேங்காடு

திருவெண்காடு என்று அழைக்கப்படும் ஊர் காவிரிப் பூம்பட்டிணத்திலிருந்து தரங்கம்பாடிக்கு செல்லும் வழியில் உள்ளது

திருவொத்தியூர்

சென்னைக்கு வடக்கே சற்று தூரத்தில் பழவேற்காட்டுக்கு முன்பாக கடலோரத்தில் அமைந்துள்ள ஊர் திருவொற்றியூர் என அழைக்கப்படுகிறது

தீவுக்கோட்டை

கொள்ளிடம் ஆறு கடலில் கலக்கும் இடத்தில் அமைந்துள்ளது. தேவிகோட்டை என்று அழைக்கப்படும் இந்த இடத்தை தஞ்சை மன்னரிடமிருந்து ஆங்கிலேயர்கள் 1749 ஆம் ஆண்டு பெற்றனர். இங்கு அமைந்துள்ள கோட்டை ஒரு மைல் சுற்றளவு கொண்டும் சுமாராக 18 அடி உயர சுவர்களைக் கொண்டும் இருந்ததாக ஆங்கிலேய ஆவணங்களில்

குறிப்பிடப்பட்டுள்ளது.

துக்ளறேசியும்

Déclaration என்ற பிரெஞ்சு சொல் பிரகடனம், அறிவிப்பு என்று பொருள்

துளசிமகாராசா

துக்கோஜி என்று அழைக்கப்படும் தஞ்சையை ஆண்ட மராட்டிய மன்னர் (1762-1787)

தென்மார்க்கன்

டென்மார்க் நாட்டைச் சேர்ந்தவர்

தென்னவல்லி

திருநெல்வேலி என அழைக்கப்படும் ஊர்மருவி தென்னவல்லி என்று கூறப்பட்டுள்ளது

தேவடியாள்

தேவதாசி கோவிலுக்கு அர்ப்பணிக்கப்பட்டு நடனமாடும் பெண்

தொண்டி

தொண்டி என்ற துறைமுகம் ராமநாதபுரம் மாவட்டத்தில் உள்ளது

தொய்பா

Topha என்ற மராட்டிய சொல் கப்பம் என்று பொருள்படும்

தொலக்கணக்காய்

பழைய கணக்கு முடிந்து

தொலச்சீட்டு

தொல் என்றால் பழைய என்று பொருள் தொலை என்ற சொல்லில் இருந்து முடிதல் என்ற பொருளில் வந்துள்ளது. சீட்டு என்றால் சன்மானம். பழைய வரவு முடிந்த சீட்டு (Terminated, expiated, expended, liquidated) என பொருள் கொள்ளலாம்

தோப்பாக

Top - Chi என்ற பாரசீக மொழியில் இருந்து பிறந்த சொல், ஆயுதம் தாங்கிய வீரர்கள் என்று பொருள்

தோம்புரோ வண்டி

Tomberau என்பது அக்காலத்தில் பிரான்சில் பயன்படுத்தப்பட்ட ஒர் வண்டி

நகராவு

மெய்க்காப்பாளர் முரசு

நசர்

நசீர் Nazr என்னும் உருது சொல். உத்தியோகஸ்தருக்கு செலுத்தும் காணிக்கை என்று பொருள்

நச்சுக்குழல்

மாலுமி தொலைநோக்கி

நாகசரம்

நாதஸ்வரம் என்ற இசைக் கருவி

நிசாமல்லி

ஹைதராபாத் நிஜாம் இவர் 11 ஜூலை 1759 – ம் ஆண்டு மதுரை மற்றும் திருநெல்வேலி சீமையை ஐந்து லட்சம் ரூபாய் குத்தகையாக யூசுப்கானுக்கு வழங்கி ஆளுநராக நியமித்தார்

நிசாம் சலாபத்து சங்கு

இவர் நசீர்சங்கின் தம்பி பிரெஞ்சு தளபதி புசி அவர்களால் 1751 ஆம் ஆண்டு நிசாமாக பதவியேற்றார். சலாபத்துசங்கை தள்ளிவிட்டு அவரின் தம்பியும் முதல் நிசாமான அசப்ஷாவின் நான்காவது மகனுமான நிசாம் அலிகானை 1762 ல் ஆங்கிலேயர்கள் அரியணை ஏற்றினார்கள். சலாபத்து சங்கு என்பவர் நிசாம் உல் முல்க் ஆசப்ஷா அவர்களின் நான்கு மகன்களில் ஒருவர். சலாபத்து சங்குக்கும் பிரெஞ்சு ராணுவ அதிகாரி புஸ்சிக்கும் செப்டெம்பர் 1756 ல் ஓர் சமாதான ஒப்பந்தம் நடைபெற்றதாக குறிப்பிடப்பட்டுள்ளது.

பசர்

பசுரா Basra என்ற துறைமுகம். பாரசீக வளைகுடா பகுதியில் உள்ளது

பட்டடை

பலவகை தொழில் செய்யும் இடம்

பண்டக கணக்கு

பொருள்கள் வாங்கி விற்பதற்காக கிடங்கில் சேமித்து வைத்துள்ள பண்டங்களின் கணக்கு

பத்தாக்கு

டாலர்கள் என்று பொருள்

பத்தாவி

இந்தோனேஷியாவில் ஜாவா தீவிலுள்ள ஒரு துறைமுகம் 30 மே 1619 ஆண்டு முதல் டச்சுக்கிழக்கிந்திய கம்பெனி தலைமை வாணிப ஸ்தலமாக செயல்பட்டது. இன்று ஜகார்த்தா என்று அழைக்கப்படுகிறது

பத்துயெழுதி

கணக்கில் பற்று எழுதி என கொள்க

பந்தர்

கடற்கரைப்பட்டிணம் என பொருள் கொள்க

பரங்கிப்பேட்டை

கிருஷ்ணாப்பட்டிணம் என்று அழைக்கப்பட்ட துறைமுகம். போர்ச்சுக்கீசியர்கள் தங்கி வாணிபம் செய்ததால் பரங்கிப்பேட்டை (Porto Novo) என்று பெயர் பெற்றது. வெள்ளாறு கடலில் கலக்கும் இடத்தில் அமைந்துள்ளது.

பரங்கிமலை

சென்னைக்கு அருகில் உள்ளது. இன்று புனித தோமையார் மலை என்று அழைக்கப்படுகிறது

பரியம்

திருமணத்து முன்னர் பெண்ணை, மணமகனுக்கு நிச்சயம் செய்து நடைபெறும் நிகழ்ச்சி

பர்வாணா

Parvana என்ற உருது சொல் 'எழுதப்பட்ட உத்தரவு' என்று பொருள்

பவுஞ்சுகள்

சேனைகள்

பள்ளிக்கோவில்

மசூதி

பாகவதகூத்து

வடமொழியில் உள்ள பதிணெண் புராணத்தில் ஒன்று பாகவதம். செவ்வைச் சூடுவார் தமிழ் செய்யுளில் இயற்றிய மொழி பெயர்ப்பு நூல். மற்றொரு பாகவத புராணமும்

உண்டு அதனை அனதாரியப்ப முதலில் மொழி பெயர்த்து உள்ளார். இந்த பாகவதத்தின் அடிப்படையில் நடந்த கூத்து

பாகை

தலைப்பாகையை குறிக்கும்

பாங்கா

வாங்கா எனப்படும் ஊது கொம்பு

பாதிரியார்

பாதிரி Padre என்ற போர்ச்சுக்கீசிய சொல் கத்தோலிக்க குரு என்று பொருள்

பாராவிலே

காவலிலே அல்லது ராணுவ வரிசையிலே

பாலக்கொல்லு

பாலக்கொல்லு என்ற இடம் ஆந்திராவில் உள்ளது. இங்கு டச்சு கிழக்கிந்திய கம்பெனியார் 1613 ஆம் ஆண்டு கோல்கொண்டா சுல்தானின் அனுமதியுடன் தங்கி 1720 ஆம் ஆண்டு வரை துணி ஏற்றுமதி வியாபாரம் செய்து வந்தனர்.

பாளையக்காரர்

விஜயநகர மன்னர்களின் ஆட்சியில் நாட்டின் சிறிய பகுதியான பாளையத்தினை ஆண்ட மன்னர்

பிக்கெட்டு

சென்னையில் இருந்த ஜார்ஜ் பிக்கட் (George Pigot) என்ற ஆங்கிலேய கவர்னர் இவர் 14 ஜனவரி 1755 ஆம் ஆண்டு முதல் 13 நவம்பர் 1763 வரை பதவி வகித்தவர்

பிசானம்

தை மற்றும் மாசி மாதங்களில் நெல் அறுவடை செய்யப்படும் காலம்

பிடலவ

புடவை என்ற சொல் (சங்கமுசு ஸ்நானம்)

இரண்டு அல்லது மூன்று ஆறுகள் ஒன்றாக கலக்கும் இடத்தில் புனித நீராடுவதை குறிப்பது

பிடலவைகள்

புடவை என்ற சொல் 18 ஆம்

நூற்றாண்டில் ஏற்றுமதி துணிமணி வகைகளை குறிக்கிறது

பிடுத்துக்கீசு

போர்ச்சுக்கீஸ் என பொருள் கொள்க

பித்துசாம்

Petition என்ற பிரெஞ்சு சொல் விண்ணப்பம், மனு என பொருள்

பிரதாபசிங்கு மகாராசா

தஞ்சையை ஆண்ட மராட்டிய மன்னர் (1739 - 1762)

பிரம்பு

பெரம்பூர் என்று அழைக்கப்படும் ஊர் சென்னைக்கு அருகில் உள்ளது. ஆனந்தரங்கம் பிள்ளை இங்கு பிறந்தார்

பிலேத்து

Billete என்ற பிரெஞ்சு சொல்

பிறகேத்து

Frégate என்ற பிரெஞ்சு சொல். ராணுவ பொருள்களையும் ஆட்களையும் ஏற்றி விரைவாக செல்லும் கப்பல்

பிறிசனேர்

Prisonnier என்ற பிரெஞ்சு சொல் தமிழில் இவ்வாறு குறிக்கப்படுகிறது

பிறையாத்திலே

டேனிஷ் கம்பெனியின் தரங்கம்பாடியை சேர்ந்த பதினைந்து கிராமங்களுள் ஒன்று பிறையாறு. தாங்கம்பாடிக்கு தெற்கே அமைந்த இந்த ஊர் இன்று பொறையார் என வழங்கப்படுகிறது. 1732 ஆம் ஆண்டு பறையர் சிறுவர்களுக்கு ஒரு பள்ளி பிறையாற்றில் தொடங்கியதாக டேனிஷ் ஆவணங்கள் மூலம் அறிகிறோம்

பிஸ்தோல்

Pistolet என்ற பிரெஞ்சு சொல் கைத் துப்பாக்கி என பொருள்

புலித்தேவன்

திருநெல்வேலி சீமையிலுள்ள மேல்திசை பாளையங்களை ஆட்சி புரிந்தவன். நெற்கட்டும்செவ்வல் என்ற ஊரை (தற்போது ஆவுடையாபுரம், சங்கரன்கோவிலுக்கு வடமேற்கே ஏழு மைல் தொலைவில் உள்ளது) இதனைத் தலைமையிடமாகக் கொண்டு இருந்தான்

பூவிராகன்

நாற்பத்தைந்து பணம் கொண்டது ஒரு பூவிராகன் (PhuliVarahan) Phuli - அழகுபடுத்தப்பட்ட என்ற பொருள் கொண்ட நாணயம் புலிவராகன் என்றும் அழைக்கப்படும்

பூஜை

பூஜை என்ற சொல் பூசை என்று வந்துள்ளது. கிறிஸ்த்துவ தேவாலயத்தில் நடைபெறும் திருப்பலிச்சடங்கு

பேட்டாவாய்

பேட்டா (Batta) என்ற மராட்டிய சொல் பணமாற்றுதலில் உள்ள வித்தியாசத் தொகை

பேத்தரி

பேத்தரி என்ற சொல் (factory) என்ற ஆங்கில சொல்லாக இருக்கும். இது ஐரோப்பியர்களின் வணிகத்தலத்தை குறிக்கும் ஐரோப்பியர்கள் நாளடைவில் வியாபார பாதுகாப்புக்காக கோட்டையைக் கட்டிவணிகதளத்தில் தங்கியமையால் (fort) என்ற சொல்லுக்கு ஈடாகலாம்

பேரளம்

பேரளம் என்ற ஊர் நாகப்பட்டணம் தாலுக்காவில் உள்ளது

பேர்விளங்கான்

பெயர் சொல்லாதவன்

பைகோ

Pegu என்ற துறைமுகம் மியான்மரில் உள்ளது

பொம்பாய்

பம்பாய் துறைமுகம் ஆங்கிலேயர் வசம் இருந்தது. மகாராஷ்டிராவில் உள்ளது இன்று மும்பை என அழைக்கப்படுகிறது

போம்புனாலே

வெடிகுண்டு போட்டு

போயிண்டர்

Pointer என்ற பிரெஞ்சு சொல் துப்பாக்கி கடும் ஆளைக் குறிக்கும்

போர்சே

Bourcet என்ற பிரெஞ்சு கட்டிட பொறியாளர்

போற்றாம்

Pardon என்ற பிரெஞ்சு சொல் மன்னிப்பு கேட்டல்

மகமை

கோயில், சத்திரம் முதலியவற்றின் செலவுக்காக வசூலிக்கும் வரி

மகாநாட்டார்

சாதிகளின் தலைவர்

மக்காவு

சீனாவில் உள்ள துறைமுகம் போர்ச்சுக்கீசியர்களின் தொடர்பினால் இங்கிருந்து தமிழக கடற்கரையுடன் வாணிபம் நடைபெற்றது.

மக்ளோர்

ஒரு நபரின் பெயர்

மசுக்கரை

Mascareigne என்ற துறைமுகம்

மணியக்காரன்

கிராமத்தலைவர் கிராம வருவாய் பெறுபவர். கோயில் மடங்களை மேற்பார்வை செய்பவன்

மணிலா

பிலிப்பைன்ஸ் நாட்டிலுள்ள மணிலா துறைமுகம்

மதாம்

Madame என்ற பிரெஞ்சு சொல் மணமாணவள், திருமதி என்று பொருள்

மயிலாப்பூர்

சென்னை நகர எல்லையில் உள்ளது. நிரந்தரமாக தங்கி மறைபரப்பு பணிகளை அங்கு கவனிக்க 1606 ஆம் ஆண்டு ஓர் ஆயரை நியமித்து மறைமாவட்டம் ஏற்படுத்தப்பட்டது. இதற்கான ஆணை பரிசுத்த தந்தை ஐந்தாம் சின்னப்பரால் 9 ஜனவரி 1606 ஆம் ஆண்டு பிறப்பிக்கப்பட்டது.

மருந்து

வெடிமருந்தை குறிக்கிறது

மலாக்கா

மலாக்கா என்ற துறைமுகம் மலேசியாவில் உள்ளதை குறிக்கிறது. போர்ச்சுக்கீசியர்களின் வணிகத் தலமாக 1511 ஆம் ஆண்டு முதல் 1514 ஆண்டு வரை திகழ்ந்தது

மலையாளத்துக்கு

இன்றைய கேரள கடற்கரைக்கு என்று பொருள் கொள்க

மறவன் சீமையிலே

மறவர் இனத்தைச் சேர்ந்த மன்னர்கள் ஆண்ட பகுதி குறிப்பாக புதுக்கோட்டை, ராமநாதபுரம் மாவட்டங்களை உள்ளடக்கிய பகுதி. நவாப் முகமது அலிகான், சேதுபதியை வென்று கைதியாக்கி திருச்சிராப்பள்ளிக்கு அனுப்பினதாக ஆவணங்களில் சொல்லப்படுகிறது. சேதுபதி முத்துராமலிங்கத்தேவர் 1762 ம் ஆண்டு அரியணை ஏறினார்.

மாகாணங்கள்

மராட்டியர் ஆட்சியில் பல கிராமங்களைச் சேர்ந்த பகுதிகள் மாகாணங்கள் என்று வழங்கப்பட்டன. ஒவ்வொரு சீமையும் பல மாகாணங்களாக பிரிக்கப்பட்டது. தோவாழை என்ற ஊர் கன்னியாகுமரி மாவட்டத்தில் உள்ளது

மாகி

தலைச்சேரி அருகில் உள்ள பிரெஞ்சுகாரர்களின் வணிகத் துறைமுகம்

மாயபுரி

அன்றைய மாயூரம், மாயவரம் என்ற ஊர் இன்று மயிலாடுதுறை என்று வழங்கப்படுகிறது

மாரிபத்திலே

அவர் வழியிலே, அரிக்கீது: வீணாகி, மனதை அலைக்க சிறிது சிறிதாக

மாராஷ்த்திலே

மராட்டிய மொழியிலே

மானியம்

நிலத்தின் தீர்வையை இனாமாக பெறும் பாத்தியதை

மிசியனார் கோவில் பாதிரிகள்

Missions Etrangers de Paris சபையை சார்ந்த குருக்கள் 1687 ஆம் ஆண்டு முதன் முதலாக புதுச்சேரிக்கு வந்தனர்

மினிஸ்துருமார்களுடைய

அமைச்சர்களின்

மினிஸ்துருமார்கள்

Minmistre என்ற பிரெஞ்சு சொல் அமைச்சர், மந்திரி என்று பொருள்

மிஸ்தீசு

Mestico என்ற போர்ச்சுகீசிய சொல் போர்ச்சுகீசிய வியாபாரிகளுக்கும், இந்திய பெண்களுக்கும் பிறந்த குழந்தைகள்

முகமல்

வெல்வெட்டு என்ற ஒருவகை துணி

முத்திரைச் சாவடி

வழக்கு மன்றங்களில் ஒன்று இங்குதான் முதன்முதலாக வழக்குகள் அனுமதிக்கப்படும்

முராரிராயர்

இவர் சாந்தாஜி கோர்பாடேயின் பேரன்மராட்டிய ஆளுநராக 1741 ஆம் ஆண்டு திருச்சியில் நியமிக்கப்பட்டார். சதாரா அரசரின் சேனைத் தலைவர் இவர் சந்தாசாகிப்பை சிறைபிடித்துக் கொண்டு போனார். 1748 ஆம் ஆண்டுபிரெஞ்சு கவர்னர் டியூப்ளே அவர்கள் ஏழு லட்சம் ரூபாய் கொடுத்து சந்தாசாகிப்பை விடுவித்தார்

முருகு வச்சதிலே

முருகு என்ற சொல், விரைதல், மிகுதல், கடுமையாதல் என பொருள் அதிகமாக வைத்தது என்று பொருள் கொள்க

மூல்லா

ஹாஜியாரின் பிரதிநிதி இஸ்லாமிய வழக்குரைஞர் அல்லது அறிஞர்

மூஸ்தீது

தயார் செய்து

மேஸ்தர் ரசேல்

Major Russel என்ற ஆங்கிலேய அதிகாரி

மேஸ்திரி

Mestre போர்ச்சுகீசிய சொல் கண்காணிப்பாளர் அல்லது மேற்பார்வையாளர்

மையோரும்

மையோர் Maire என்ற பிரெஞ்சு சொல் மேயர் அல்லது நகரத் தந்தை என்று குறிப்பிடுவது

மோடி வராகன்

மோஹரா என்ற தங்கநாணயம்

மோரிசு

மொரிசியஸ் (Mauritius) என்ற தீவைக் குறிக்கும்

மோர்சா

படைகளை நிறுத்தி

ரங்கம் பிள்ளை குமாரர் திருவேங்கிடம்

ரங்கம் பிள்ளையின் சொந்த மகன்களில் யாரும் இப்பெயர் கொண்டு இல்லை ரங்கம் பிள்ளையின் உடன்பிறந்த சகோதரின் மகன் அப்பாவு என்று செல்லமாக கூப்பிகப்படுகிறார். இவர் வாரிசாக செயல்படும் காலத்தில் ரங்கப்ப திருவேங்கடம் என்று ஆவணங்களில் நாம் காண்கிறோம்

ரசீத்து

படைகளுக்கு தேவையான உணவுப் பொருள்கள்

ராசகாரியம்

ரகசியமாய் தக்க யோசனை வழங்குதல் படையெடுப்பினல் என்றும் பொருள் கொள்ளலாம்

ராசமகேந்திரம்

ராசமகேந்திரபுரம் என்ற ஊர் கோதாவரி ஆற்றங்கரையின் ஓரத்தில் அமைந்துள்ளது தற்போது ஆந்திர மாநிலத்தில் இருக்கிறது

லச்சை

லட்ஜை என்று சொல்லப்படும். இதன் பொருள் வெட்கம் என்று அறியப் பெறுகிறது

லெத்தூரு சாஷ்ஞ்க்கு

கடித சாட்சிக்கு என்று பொருள்

லேஞ்சிலே

Lenço என்ற போர்ச்சுக்கீசிய சொல் துணித் துண்டு என்று பொருள் (துண்டு துணியை கட்டி, மடியிலே)

லோகாபிரம்மாய்

உலக காரியங்களைப் பற்றி பேசிய வெடுத்தலுமி : Berthelemy என்ற பிரெஞ்சு பெயர்ச் சொல்

வசம்பி

மொசாம்பிக் என்ற தீவு ஆப்பிரிக்கா அருகில் உள்ளது

வலசை

வேற்று நாட்டுக்கு குடியோடுகை

வாய்தா

Waida என்ற உருது சொல் தவணைக் கெடுவை தள்ளிப் போடுதல் எனப் பொருள்படும்

வாலிகொண்டாபுரம்

பெரம்பலூருக்கும், திருச்சிராப்பள்ளிக்கும் இடையில் அமைந்துள்ள ஊர். இன்று வாலிகண்டபுரம் என அழைக்கப்படுகிறது. பிஜப்பூர் சுல்தானின் ஆட்சியில் தலைமையிடமாக செயல்பட்டது. அழகிய கோட்டை இன்றும் காணப்படுகிறது

விசித்தாரிட்டு

Visite என்ற பிரெஞ்சு சொல்

வியாச்சி நிமித்தியமும்

கடல் பயணம் காரணமாகக் கொண்டு

வியாஷி

Vigens என்ற போர்ச்சுக்கீசிய சொல்லில் இருந்து பிறந்தது. கடல் பயணம் என்று பொருள்

விஸ்பு

Bispo என்ற போர்ச்சுக்கீசிய சொல் : கத்தோலிக்க ஆயர் என்று பொருள்

வீதுரு குவளை

வீதுரு என்றால் கண்ணாடி Vidro என்ற போர்ச்சுக்கீசிய சொல்

வெங்கட்டாம்பேட்டை

கடலூருக்கு அருகில் உள்ளது

வெல்வேந்திரன்

பிலவேந்திரன் என்ற கிருஸ்த்துவ பெயர் ஏசுவின் சீடர்களில் ஒருவர் பெயர்

வேதாரண்யம்

தஞ்சை மாவட்டத்திலுள்ள ஊர்

வேளாங்கண்ணி

நாகப்பட்டணத்தில் தங்கிய போர்ச்சுகீசியர்கள் வேளாங்கண்ணி என்ற ஊரில் 1640 ஆம் ஆண்டில் ஓர் ஆலயம் கட்டினார்கள் என போர்ச்சுக்கீசிய ஆவணங்களில் அறிகிறோம்

றசத்து

படைக்கு வேண்டிய உணவுப் பொருள்கள்

ஸ்ரீ பெரியபிள்ளை

ஆனந்தரங்கம் பிள்ளையை குறிப்பிடுகிறார்

ஷணமே

அந்த சமயத்திலே அந்த நேரத்திலே

ஷரதோராய்

எல்லாக் காரியங்களுக்கும் பேருக்கு

> " தமிழகத்தில் தற்பொழுது நில சிக்கல்கள் அதிகமாகி கொண்டு இருக்கிறது. 1800களில் ஒவ்வொரு வகையான இனாம் நிலங்களுக்கும் பெயர் இருந்தது அதனை இதில் தொகுத்து இருக்கிறேன். அனைத்து மொழிகளும் கலந்து இருக்கின்றன. "

A chandrarkam

This term is applied to villages in which the land are permanently apportioned among the different sharers

வெவ்வேறு பங்குதாரர்களிடையே நிலம் நிரந்தரமாகப் பகிர்ந்தளிக்கப்பட்ட கிராமங்களுக்கு இந்த சொல் பயன்படுத்தப்படுகிறது

A charyapuru-sha

For the service of head priest in a pagoda

ஒரு பகோடாவில் தலைமை பூசாரியின் சேவைக்காக

A daiyoli man-yam

For Clearing away jungle the Ve-das in pagoda

பகோடாவில் உள்ள வேதங்களை காட்டை அழிப்பதற்காக

A dirvedi

For the service of discharging rockets during religious festi-vals

மத பண்டிகைகளின் போது ராக்கெட்டுகளை வெளியேற்றும் சேவைக்காக

Agnipuman

For dancing before the village goddess with a pot containing fire.

கிராம தெய்வத்தின் முன் நெருப்பு கொண்ட பானையுடன் நடனமாடுவதற்காக.

Agraharam

A village, or a part of one, oc-cupied by Bráhmans and held ei-ther rent-free or at a favourable rate of assessment.

ஒரு கிராமம், அல்லது ஒன்றின் ஒரு பகுதி, பிராமணர்களால் ஆக்கிரமிக்கப்பட்டு, வாடகை இல்லாமல் அல்லது சாதகமான மதிப்பீட்டில் நடத்தப்படுகிறது.

Alavan

Held by the village officer who measures the grain where the as-sessment is paid in kind.

தானியங்களை அளவிடும் கிராம அலுவலரால் நடத்தப்படும், அங்கு மதிப்பீடு வகையாக செலுத்தப்படுகிறது.

Alatti

Held by the village officer who measures the grain where the as-sessment is paid in kind. Held for the service of collecting ry-ots for the performance of cus-tomary labour

தானியங்களை அளவிடும் கிராம அலுவலரால் நடத்தப்படும், அங்கு மதிப்பீடு வகையாக செலுத்தப்படுகிறது. வழக்கமான உழைப்பின் செயல்திறனுக்காக ரைட்ஸ் சேகரிக்கும் சேவைக்காக நடத்தப்பட்டது

Amánat

Certain Ináms in the Bellary and Cuddapah Districts which were not allowed to be enjoyed without the holders furnishing annual securi-ty. These claims were not regis-tered at the time of the Inám en-quiry in Fus-ly 1220 owing to the absence of the parties or other causes; but on the subsequent representation of the hold-ers, they were allowed to enjoy the pro-duce of the lands on security pending an investigation, which however never took place

பெல்லாரி மற்றும் கடப்பா மாவட்டங்களில் உள்ள சில இனங்கள் ஆண்டுப் பாதுகாப்பை வைத்திருப்பவர்கள் இல்லாமல் அனுபவிக்க அனுமதிக்கப்படவில்லை. 1220 இல் இனாம் விசாரணையின் போது இந்த உரிமைகோரல்கள் கட்சிகள் இல்லாத காரணத்தால் அல்லது பிற காரணங்களால் பதிவு செய்யப்படவில்லை; ஆனால் வைத்திருப்பவர்களின் அடுத்தடுத்த பிரதிநிதித்துவத்தின் பேரில், விசாரணை நிலுவையில் உள்ள நிலத்தின் விளைச்சலைப் பாதுகாப்புடன் அனுபவிக்க அவர்கள் அனுமதிக்கப்பட்டனர், இருப்பினும் அது ஒருபோதும் நடைபெறவில்லை.

Amaniya

Endowments of Pagodas and other religious Institutions are known by this name in the Uriya country District of Ganjam

பகோடாக்கள் மற்றும் பிற மத நிறுவனங்களின் அறக்கட்டளைகள் உரியா நாட்டில் கஞ்சம் மாவட்டத்தில் இந்த பெயரில் அறியப்படுகின்றன.

Amaram

A grant of land by a Zamindar or Pâlegár on condition of service; such grants being resumable when the Ama-rakár, or grantee, failed to perform the stipulated ser-vice.

சேவை நிபந்தனையின் பேரில் ஜமீன்தார் அல்லது பாலேகர் மூலம் நிலம் வழங்குதல்; அமரகர் அல்லது மானியம் வழங்குபவர், நிர்ணயிக்கப்பட்ட சேவையைச் செய்யத் தவறினால், அத்தகைய மானியங்கள் மீண்டும் தொடரலாம்.

Ambalakaran Ambali

For supplying to the poor "Amba-li" or thick conjee.

ஏழைகளுக்கு சப்ளை செய்வதற்கு "அம்பலி" அல்லது தடிமனான கான்ஜி.

Ambalam

Held by the headman of villages, particularly of villages inhab-it-ed by Súdrás.

கிராமங்களின் தலைவரால் நடத்தப்படுகிறது, குறிப்பாக சூத்ராக்கள் வசிக்கும் கிராமங்கள்.

Ambigár

For ferryman's service

ஃபெரிமேன் சேவைக்காக

Anaikkaran

Held for the service of preserv-ing anicuts or dams in good or-der and for keeping off cattle etc., from destroying the reeds growing thereon.

அணைக்கட்டுகள் அல்லது அணைகளை நல்ல முறையில் பாதுகாப்பதற்காகவும், கால்நடைகள் போன்றவற்றை அதில் வளரும் நாணல்களை அழிக்காமல் பாதுகாப்பதற்காகவும் நடத்தப்பட்டது.

Anakala

Held by Kattabadi Peons whose du-ty it was to carry provisions to village and Taluq officials

கட்டப்பாடி பியூன்களால் நடத்தப்பட்டது, அதன் கடமை கிராம மற்றும் தாலுகா அதிகாரிகளுக்கு வழங்குவது

Andi– samadhi

For the support of the tomb of an Andi" or religious mendicant of the Siva sect.

ஒரு ஆண்டியின் கல்லறையின் ஆதரவிற்காக" அல்லது சிவா பிரிவைச் சேர்ந்த மதவாதி.

Angazála

For performing the service of" Anganala" Kattubadi Peons, whose du-ties consist in distributing water to the fields, and in col-lecting ryots for the performance of customary la-bour.

"அங்கனாலா" கட்டுபாடி பியூன்களின் சேவையைச் செய்ததற்காக,

அவர்களின் கடமைகள் வயல்களுக்கு தண்ணீர் விநியோகிக்கவும், வழக்கமான வேலைக்காக ரைட்ஸ் சேகரிப்பு.

Anna Shrotri-yam

Inam villages in which the in-ter-est of the Inamdar is defined to bo so many annas out of each Ru-pee of revenue, the rest going to the Govern-ment. For further par-ticulars see Hissa Shro- triyam.

இனாம்தாரின் நலன்கள் ஒவ்வொரு வருவாயிலிருந்தும் பல அணாக்கள் என வரையறுக்கப்பட்ட இனம் கிராமங்கள், மீதமுள்ளவை அரசாங்கத்திற்குச் செல்லும். மேலும் விவரங்களுக்கு ஹிஸ்ஸா ஷ்ரோத்ரியம் பார்க்கவும்.

Annakavadi

For collecting boiled rice from door to door and feeding beggars,

வீடு வீடாக புழுங்கல் அரிசியை சேகரித்து பிச்சைக்காரர்களுக்கு உணவளிக்க

Arai

For the service of Store-keep-er in a Pagoda.

பகோடாவில் ஸ்டோர் கீப்பரின் சேவைக்காக.

Arasukaval

For performing general Police du-ties. The term is used in contra-dis-tinction to Gráma Kaval" or village Police.

பொது போலீஸ் கடமைகளை நிறைவேற்றுவதற்காக. கிராம காவல்" அல்லது கிராம காவல் என்பதற்கு முரணாக இந்த வார்த்தை பயன்படுத்தப்படுகிறது

Archanabhagam

For the service of "Pujari" in a Pagoda.-See "Pujari

ஒரு பகோடாவில் "பூஜாரி" சேவைக்கு. – பார்க்க "பூஜாரி

Ardhamanyam

." Land half rent-free.

"நிலம் பாதி வாடகை இல்லாமல்

Asadi

For beating a drum before the village deity.

ஊர் தெய்வத்தின் முன் பறை அடித்ததற்காக

Asalminha gardens

A description of Service Inam tenures prevailing in the Go-davery and Krishna Districts. They were lands ex-empted from as-sessment, but were often assessed to revenue when so cul-tivated. They have been new treated as hams and enfranchised under the spe-cial sanction of Government

கோதாவேறி மற்றும் கிருஷ்ணா மாவட்டங்களில் நிலவும் சேவை இனாம் பதவிக்காலம் பற்றிய விளக்கம். அவை மதிப்பீட்டில் இருந்து விலக்கு அளிக்கப்பட்ட நிலங்களாக இருந்தன, ஆனால் அவ்வாறு பயிரிடப்படும் போது பெரும்பாலும் வருவாய்க்கு மதிப்பிடப்பட்டது. அவர்கள் புதிதாக நடத்தப்பட்டுள்ளனர் ஹாம்கள் மற்றும் அரசாங்கத்தின் சிறப்பு அனுமதியின் கீழ் உரிமை பெற்றுள்ளது

Ashur Khana

For the maintenance of a building in which the bier, banners, and insignia used at the ceremonies of the Moharram are set up

மொஹரம் விழாக்களில் பயன்படுத்தப்படும் பீரோ, பதாகைகள் மற்றும் சின்னங்கள் அமைக்கப்பட்டுள்ள கட்டிடத்தின் பராமரிப்புக்காக

Atsu Kavali

For guarding a village or tract of country with the obligation of making good the value of any property stolen

திருடப்பட்ட எந்தவொரு சொத்தின் மதிப்பையும் நல்லதாக்கும் கடமையுடன் ஒரு கிராமம் அல்லது நாட்டின் பாதையை பாதுகாப்பதற்காக

Atur

For supplying perfumes to the Poligar

பாலேகருக்கு வாசனை திரவியங்களை வழங்குவதற்காக

Bad

Fixed payments of grain out of the gross produce of a village

ஒரு கிராமத்தின் மொத்த உற்பத்தியிலிருந்து தானியத்தின் நிலையான கொடுப்பனவுகள்

Badai

For the service of village car-penter

கிராம தச்சரின் சேவைக்காக

Badi-bad

Lands held on a favourable as-sessment generally by persons of the "Ratsavar" caste in the Go-davery and Krishna Districts

பொதுவாக கோதாவரி மற்றும் கிருஷ்ணா மாவட்டங்களில் உள்ள "ராட்சவர்" சாதியினரால் சாதகமான மதிப்பீட்டின் அடிப்படையில் நிலங்கள்

Bagh-mari

Granted as a reward for kill-ing tigers

புலிகளைக் கொன்றதற்காக வெகுமதியாக வழங்கப்பட்டது

Baja-wala

For the service of musicians in pagodas

பகோடாக்களில் இசைக்கலைஞர்களின் சேவைக்காக

Bali

For making sacrifices to the vil-lage deities to averts calamities and to promote the common welfare of the village

பேரிடர்களைத் தடுக்கவும், கிராமத்தின் பொது நலனை மேம்படுத்தவும் கிராம தெய்வங்களுக்கு யாகம் செய்ததற்காக

Banagar

For making fireworks for pagodas or Zamindars

பகோடா அல்லது ஜமீன்தார்களுக்கு பட்டாசு தயாரிப்பதற்காக

Bandela

Held by inferior village servants for preventing cattle from stray-ing in to the fields and injuring the crops

கால்நடைகள் வயல்களுக்குள் புகுந்து பயிர்களை காயப்படுத்துவதைத் தடுப்பதற்காக தாழ்த்தப்பட்ட கிராம ஊழியர்களால் நடத்தப்பட்டது

Bantumana

For doing service as a peon

பியூனாக சேவை செய்ததற்காக

Barat-gol

For supplying the palegar with gunpowder and ball

பாலேகருக்கு கன்பவுடர் மற்றும் பந்து சப்ளை செய்ததற்காக

Basivi

Held by prostitutes who have been married or dedicated to siva and who attend upon the idol

திருமணமான அல்லது சிவனுக்கு அர்ப்பணிக்கப்பட்ட மற்றும் சிலையை வணங்கும் விபச்சாரிகளால் நடத்தப்படுகிறது

Bayinidi

For singing before the village deity

கிராம தெய்வத்தின் முன் பாடியதற்காக

Bediga

Quit rent on Inams. The word is synonymous with Jodi

இனாம்களில் வாடகையை விடுங்கள். இந்த வார்த்தை ஜோடிக்கு ஒத்ததாக உள்ளது

Bhatta-vritti

For the support of bhahmans

பாமன்களின் ஆதரவிற்காக

Beldar

Held for the service of perform-ing bricklayers work

கொத்தனார் வேலை செய்யும் சேவைக்காக நடத்தப்பட்டது

Bhale-log

A term used to denote per-sons of rank who were admitted into the courts of the Zamindars by virtue of their position. They enjoyed rent free lands to enable them to support their dignity

ஜமீன்தார்களின் நீதிமன்றங்களில் தங்களுடைய பதவியின் காரணமாக அனுமதிக்கப்பட்ட அந்தஸ்தில் உள்ள நபர்களைக் குறிக்கப் பயன்படுத்தப்படும் சொல். அவர்கள் தங்கள் கண்ணியத்தை ஆதரிக்கும் வகையில் வாடகைக்கு இலவச நிலங்களை அனுபவித்தனர்

Bharati

For the service of reading the Mhabaharata in pagodas

பகோடாக்களில் மகாபாரதத்தைப் படிக்கும் சேவைக்காக

Bhatraz

Held by bards for the service of singing the praises of the Zamin-dar of Palegar

பாலேகரின் ஜமீன்தாரின் புகழ் பாடும் சேவைக்காக பார்ட்களால் நடத்தப்பட்டது

Bhuta-bali

For making offerings to malignant spirits during the festivals of the village deities

கிராம தெய்வங்களின் திருவிழாக்களில் தீய ஆவிகளுக்கு பிரசாதம்

கொடுப்பதற்காக

Bilmakta

Lands held at a fixed rent below the usual standard

வழமையான தரத்திற்குக் கீழே நிலையான வாடகையில் வைத்திருக்கும் நிலங்கள்

Bilvarchana

For the service of performing pu-ja with the leaves of the bilva tree

வில்வ மரத்தின் இலைகளைக் கொண்டு பூஜை செய்யும் சேவைக்காக

Bissoi

A class of hill chieftains in ganjam who hold their lands on the tenure of performing military or police service

கஞ்சமில் உள்ள மலையகத் தலைவர்களின் ஒரு வர்க்கம் இராணுவ அல்லது பொலிஸ் சேவையின் பதவிக்காலத்தில் தங்கள் நிலங்களை வைத்திருக்கும்

Boi

For service as a palanquin bearer

பல்லக்கு தாங்கி சேவைக்காக

Bommalata

For the service of exhibiting puppet shows during festivals

திருவிழாக்களில் பொம்மலாட்டம் காட்சிப்படுத்தும் சேவைக்காக

Brahmadaya

A general term denoting inams held by Brahmans for their per-sonal benefit

பிராமணர்கள் தங்கள் தனிப்பட்ட நலனுக்காக வைத்திருக்கும் இனாம்களைக் குறிக்கும் ஒரு பொதுவான சொல்

Buruj

Granted as a reward for

building a tower or bastion for the pro-tection of a village

ஒரு கிராமத்தின் பாதுகாப்பிற்காக ஒரு கோபுரம் அல்லது கோட்டை கட்டுவதற்கு வெகுமதியாக வழங்கப்பட்டது

Chak-bandi

An Inám with defined boundaries as distinguished from one without any fixed locality, such as an "Ívu" or "Dittam" Inam. "Ívu" "Dittam"

இனம் போன்ற எந்த ஒரு நிலையான இருப்பிடமும் இல்லாமல் வரையறுக்கப்பட்ட எல்லைகளைக் கொண்ட இனாம்.

Chamar

The holder of this description of Inám is a man of low caste who works in hides and leather, and makes the leather bags for draw-ing water and any other leathern articles required by the villag-ers.

இனாம் பற்றிய இந்த விளக்கத்தை வைத்திருப்பவர் தாழ்த்தப்பட்ட சாதியைச் சேர்ந்தவர், அவர் மறைவிலும் தோல்களிலும் வேலை செய்கிறார், மேலும் கிராம மக்களுக்குத் தேவையான தண்ணீர் மற்றும் பிற தோல் பொருட்களை எடுப்பதற்கான தோல் பைகளை உருவாக்குகிறார்.

Chatar Bhagam

Inam consisting of one fourth share of the Government revenue

இனாம் அரசாங்க வருவாயில் நான்கில் ஒரு பங்கைக் கொண்டுள்ளது

Chattram

For the support of a "Chattram" or halting place for the accommo-dation of travellers

பயணிகளின் தங்குமிடத்திற்கான "சத்திரம்" அல்லது நிறுத்துமிடத்தின் ஆதரவிற்காக

Chaudhary

1. For the service of perform-ing revenue duties as the headman of a Pargana or of a group of villages

2. Granted to the headman of a trade or profession for settling caste disputes.

1. பர்கானா அல்லது கிராமங்களின் குழுவின் தலைவராக வருவாய்ப் பணிகளைச் செய்யும் சேவைக்காக.

2. ஜாதி தகராறுகளைத் தீர்ப்பதற்காக வணிகம் அல்லது தொழிலின் தலைவருக்கு வழங்கப்படும்

Chinna melam

Granted to a band of musicians consisting of a dancing girl and her accompanists who keep time, play on the flute and beat the "mru-dangam," a kind of drum. There may be one or more dancing girls in the band, and they sing as well as dance. The term "Chin-na melam" is used in contradis-tinction to "Melam" or "Periya mélam" which is a band playing louder music

ஒரு நடனப் பெண் மற்றும் அவளது துணையுடன் நேரத்தைக் கடைப்பிடித்து, புல்லாங்குழலில் வாசிக்கும் மற்றும் "மிருதங்கம்" ஒரு வகையான பறையை அடிக்கும் இசைக்கலைஞர்களின் குழுவிற்கு வழங்கப்பட்டது. இசைக்குழுவில் ஒன்று அல்லது அதற்கு மேற்பட்ட நடனப் பெண்கள் இருக்கலாம், அவர்கள் பாடுவதுடன் நடனமாடுவார்கள். "சின்ன மேளம்" என்ற சொல் "மேளம்" அல்லது "பெரிய மேளம்" என்பதற்கு முரணாகப் பயன்படுத்தப்படுகிறது, இது சத்தமாக இசையை இசைக்கும் இசைக்குழு ஆகும்

Daftar gar-dens...

A term applied to certain Inám gardens entered in the early "Daftars" or records in the Dis-trict of South Arcot and enjoyed as private property without being subject to the ordinary lapse rules

சில இனாம் தோட்டங்களுக்குப் பயன்படுத்தப்படும் ஒரு சொல் தென் ஆற்காடு மாவட்டத்தில் ஆரம்பகால "டீஸ்டார்ஸ்" அல்லது பதிவுகளில் உள்ளிடப்பட்டது மற்றும் சாதாரண காலக்கெடு விதிகளுக்கு உட்பட்டு தனியார் சொத்தாக அனுபவிக்கப்பட்டது.

Dahkala Inám...

A term used to denote Ináms which were entered in the "Inámati" Register of Fusly 1242 prepared under the administration of the nawab of Kurnool

கர்னூல் நவாபின் நிர்வாகத்தின் கீழ் தயாரிக்கப்பட்ட ஃபஸ்லி 1242 இன் "இனாமதி" பதிவேட்டில் உள்ளிடப்பட்ட இனாம்களைக் குறிக்கப் பயன்படுத்தப்படும் சொல்

Dandási

For the service of village watch-er

கிராம கண்காணிப்பாளர் சேவைக்காக

Dandiya...

Held by the headmen of the Kat-tubadi Peons

கட்டுபாடி பியூன்ஸ் தலைவர்களால் நடத்தப்பட்டது

Danduga

Granted by the Native Governments as a compensation to persons who had suffered from heavy and undue exactions being levied on them for the emergencies of the State

மாநிலத்தின் அவசரநிலைகளுக்காக அவர்கள் மீது விதிக்கப்படும் கடுமையான மற்றும் தேவையற்ற வரிகளால் பாதிக்கப்பட்ட நபர்களுக்கு இழப்பீடாக பூர்வீக அரசாங்கங்களால் வழங்கப்பட்டது.

Dargah...

For performing service at the tomb or shrine of a Mohammadan

ஒரு முகமதியரின் கல்லறை அல்லது சன்னதியில் சேவை செய்வதற்காக

Darzi

For the servico of tailor to a Zamíndár or to a village community

ஒரு ஜமீன்தார் அல்லது ஒரு கிராம சமூகத்திற்கு தையல்காரர் சேவைக்காக

Dasabhandam...

An allowance of land (Khanda Da-sabhandam) or of revenue (Shamilát Dasabhandam) given as a compensation for the construction of a tank, well, or channel. The grant generally, though not invariably, carries with it the condition of keeping the work in the repair

நிலம் (கந்த தசபந்தம்) அல்லது வருவாய் (ஷாமிலாத் தாசபந்தம்) இழப்பீடாக வழங்கப்படும். ஒரு தொட்டி, கிணறு அல்லது கால்வாயின் கட்டுமானம். மானியம் பொதுவாக, மாறாமல் இருந்தாலும், பழுதுபார்ப்பில் வேலையை வைத்திருக்கும் நிபந்தனையுடன் உள்ளது. பகோடாவில் நடனமாடும் பெண்ணின் சேவைக்காக.

Dási...

For the service of a dancing girl in a Pagoda

பகோடாவில் நடனமாடும் பெண்ணின் சேவைக்காக.

Davandai

Held for the service of beating in Pagodas a drum called "Davan-dai."

பகோடாளில் "தாவண்டை" என்ற மேளம் அடிக்கும் சேவைக்காக நடத்தப்பட்டது.

Dega...

Held by falconers in the service of Zamindars or Pálegárs

ஜமீன்தார்கள் அல்லது

பாலேகர்களின் சேவையில் பால்கனர்களால் நடத்தப்பட்டது

Dehat...

A Whole village held as Inám

ஒரு முழு கிராமமும் இனாம் என நடத்தப்பட்டது

Désa kaval

The same as Menkaval

மென்காவல் போலவே

Désai...

For performing the services of the headman of a Táláq or Pargana under the Native Government

பூர்வீக அரசாங்கத்தின் கீழ் ஒரு தலாக் அல்லது பர்கானாவின் தலைவரின் சேவைகளைச் செய்வதற்கு

Desmukh

For performing the service of Dé-smukh," a hereditary Native Of-fi-cer under the former Govern-ments, exercising chief police and revenue authority over a dis-trict contain-ing a certain number of villages, and responsible for the revenue

டெஸ்முக்கின் சேவையைச் செய்ததற்காக, "முன்னாள் அரசாங்கங்களின் கீழ் ஒரு பரம்பரை பூர்வீக அதிகாரி, குறிப்பிட்ட எண்ணிக்கையிலான கிராமங்களைக் கொண்ட மாவட்டத்தின் மீது தலைமைக் காவல்துறை மற்றும் வருவாய் அதிகாரத்தைப் பயன்படுத்துகிறார், மேலும் வருவாக்குப் பொறுப்பானவர்

Déspándya

For performing the service of "Déspándya," the hereditary reve-nue accountant of a district or certain number of villages

ஒரு மாவட்டம் அல்லது குறிப்பிட்ட எண்ணிக்கையிலான கிராமங்களின் பரம்பரை வருவாய்க் கணக்காளரான "டெஸ்பாண்டியா" சேவையைச் செய்ததற்காக

Dévádayam

Inams granted for the support of temples

கோவில்களின் ஆதரவிற்காக இனாம்கள் வழங்கப்பட்டது

Dévastánam

A term applied to Ináms held by Pagodas

பகோடாஸால் நடத்தப்பட்ட இனாம்களுக்குப் பயன்படுத்தப்படும் சொல்

Dévata

A term applied to Ináms granted for the support of the worship of village deities.

கிராம தெய்வங்களின் வழிபாட்டின் ஆதரவிற்காக வழங்கப்பட்ட இனாம்களுக்கு ஒரு சொல் பயன்படுத்தப்படுகிறது

Deyvamádi

Held for the service of danc-ing before the idol as if under in-flu-ence of inspiration

உத்வேகத்தின் செல்வாக்கின் கீழ் சிலைக்கு முன் நடனமாடும் சேவைக்காக நடத்தப்பட்டது

Dharmadayam

A general term used to denote In-suas granted for purposes

நோக்கங்களுக்காக வழங்கப்பட்ட Insuas ஐக் குறிக்கப் பயன்படுத்தப்படும் ஒரு பொதுவான சொல்

Dharmasanam

A village held by Brahmans for personal benefit

சொந்த நலனுக்காக பிராமணர்களால் நடத்தப்பட்ட கிராமம்.

Dhobi

For the service of village wash-erman

கிராமத்தில் சலவை செய்பவரின் சேவைக்காக.

Dikshatar

For the support of a Brahman who has performed the "Yagnyam" sac-rifice or the sacrifice of a goat

"யக்ஞம்" யாகம் அல்லது ஆடு பலி செய்த பிராமணனின் ஆதரவிற்காக

Dittam

An Inám having no locality but consisting of a deduction of a fixed extent of land from the an-nual culti-vation of the village the proportionate revenue demand on which is paid to the inamdar

ஒரு இனம் எந்த இடமும் இல்லாத ஆனால் கிராமத்தின் வருடாந்திர சாகுபடியில் இருந்து ஒரு குறிப்பிட்ட அளவிலான நிலத்தை கழிப்பதன் மூலம் இனாம்தாருக்கு செலுத்தப்படும் விகிதாசார வருவாய் தேவை.

Dolabehara

For the support of the headman of a village

ஒரு கிராமத்தின் தலைவரின் ஆதரவிற்காக

Dommara

Granted to persons of the "Domma-ra" caste who gain their liveli-hood by performing as tumblers and rope-dancers

டம்ளர் மற்றும் கயிறு நடனம் ஆடுவதன் மூலம் வாழ்வாதாரம் பெறும் "தொம்மர" சாதியினருக்கு வழங்கப்படுகிறது.

Doratanam

Enjoyed by Dorks or Sirdars in the District of Ganjses for main-tain-ing the security of the coun-try and preventing incursions of hill tribes

நாட்டின் பாதுகாப்பைப் பேணுவதற்கும் தடுப்பதற்கும் கஞ்சஸ் மாவட்டத்தில் உள்ள டோர்க்ஸ் அல்லது சர்தார்களால் அனுபவிக்கப்படுகிறது

Dumbála

An Inam held free of quit-rent.

ஒரு இனாம் வாடகைக்கு விடாமல் நடத்தப்பட்டது.

Dwadasi Katta–lai

For feeding Beshmans on the twelfth day of each lunar fort-night

ஒவ்வொரு சந்திர பதினைந்து நாட்களிலும் பன்னிரண்டாவது நாளில் பீஷ்மனுக்கு உணவளிப்பதற்கா

Dzamilika

For playing on a drum called " Dramilika" during the festivals of the village deity

கிராம தெய்வத்தின் திருவிழாக்களில் "திராமிலிகா" என்ற மேளத்தில் வாசித்ததற்காக

Ella

Granted to a person who set-tles boundary disputes by tres ling the boundary line in a solemn manner with a pot of fire on his head, a wet cloth round his waist, and a garland of flow-ers round his neek

தலையில் நெருப்புப் பானையுடனும், இடுப்பில் ஈரத் துணியுடனும், கழுத்தில் மலர் மாலையுடனும் புனிதமான முறையில் எல்லைக் கோட்டைத் துடைப்பதன் மூலம் எல்லைத் தகராறுகளைத் தீர்க்கும் நபருக்கு வழங்கப்படுகிறது

Erukala

Granted to persons of the " Erukala" tribe for collecting medici nal drugs or plants for the use of the Za-mindar

ஜமீன்தாரின் பயன்பாட்டிற்காக "எருகல" பழங்குடியினருக்கு மருந்து மருந்துகள் அல்லது தாவரங்களை சேகரிப்பதற்காக வழங்கப்பட்டது.

Eruváka

Granted to the person who first ploughed the lands of a village

ஒரு கிராமத்தின் நிலத்தை முதலில் உழுதவருக்கு வழங்கப்பட்டது

Gadaba...

For the service of repairing ir-rigation channels

நீர்ப்பாசன கால்வாய்களை பழுதுபார்க்கும் சேவைக்காக

Gadabalu

For the services of palanquin-bearers in Zamindaris

ஜமீன்தாரிகளில் பல்லக்கு தாங்குபவர்களின் சேவைகளுக்காக

Gaddatiru

Lands which were origi-nally on a high level, and which were grant-ed on a favorable assessment in consideration of the difi- culty of bringing them under wet culti-vation

முதலில் உயர் மட்டத்தில் இருந்த நிலங்கள், ஈரமான சாகுபடியின் கீழ் கொண்டு வருவதில் உள்ள சிரமத்தைக் கருத்தில் கொண்டு சாதகமான மதிப்பீட்டின் அடிப்படையில் வழங்கப்பட்ட நிலங்கள்.

Ganachari

For the support of a servant of the Chaudhari," g. u. His duty is to convene meetings for the set-tlement of caste disputes, and to report to the "Chaudhari" all vi-olations of caste

சௌதாரியின் வேலைக்காரனின் ஆதரவிற்காக," g. u. ஜாதி தகராறுகளைத் தீர்ப்பதற்கான கூட்டங்களைக் கூட்டுவதும், சாதி மீறல்கள் அனைத்தையும் "சௌதாரிக்கு" தெரிவிப்பதும் அவருடைய கடமையாகும்

Garadi

Granted to persons skilled in legerdemain

லெகர்டெமைனில் திறமையான நபர்களுக்கு வழங்கப்படுகிறது

Garige

For dancing before the village deity bearing on the head a num-ber of pots, filled some with wa-ter and some with fire

கிராம தெய்வத்தின் முன் நடனம் ஆடுவதற்காக பல பானைகளை தலையில் சுமந்து கொண்டு, சிலவற்றில் தண்ணீரையும் சிலவற்றில் நெருப்பையும் நிரப்பினர்.

Garudakkal

For the service of making " Pája" to the post with bells on the top which is erected before temples. This post also goes by the name of "Garuda stambham"

கோயில்களுக்கு முன்பாக எழுப்பப்படும் மணிகளுடன் கூடிய தூணுக்கு "பஜா" செய்யும் சேவைக்காக. இந்த இடுகை "கருட ஸ்தம்பம்" என்ற பெயரிலும் செல்கிறது.

Gauda

For the service of headman of a village

ஒரு கிராமத்தின் தலைவரின் சேவைக்காக.

Gauda manda

Held by a shepherd for the ser-vice of supplying milk to the Za-min- dar and for manuring the fields of the village with his sheep

ஜமீன்தாருக்கு பால் கொடுப்பதற்காகவும், தனது ஆடுகளைக் கொண்டு கிராமத்தின் வயல்களில் உரமிடுவதற்காகவும் ஒரு மேய்ப்பரால் நடத்தப்பட்டது

Gava

For the service of offering a sacrifice of a goat or fowl at the festi-vals of the village god-dess

கிராம தேவதையின் திருவிழாக்களில் ஆடு அல்லது கோழியை பலியிடும் சேவைக்காக.

Ghair dakhala

A term used to denote Ináms which were not entered in the "Inima-ti" Register of Fusly 1242 prepared un-der the administration of the Nawab of

Kurnool

கர்னூல் நவாபின் நிர்வாகத்தின் கீழ் தயாரிக்கப்பட்ட ஃபஸ்லி 1242 இன் "இனிமதி" பதிவேட்டில் உள்ளிடப்படாத Inám ஐக் குறிக்கப் பயன்படுத்தப்படும் சொல்.

Godugu

For holding an umbrella over the Zamindar

ஜமீன்தார் மேல் குடை பிடித்ததற்காக

Golla

For supplying milk or sheep to the Zamindar

ஜமீன்தாருக்கு பால் அல்லது ஆடுகளை வழங்குவதற்காக.

Gor

For the support of a tomb

ஒரு கல்லறையின் ஆதரவிற்காக.

Grámabhagam

Granted to the Mirkssidárs of a village in consideration of their hav-ing given up their Mirássi right to such lands as were granted as Inam in their villag-es

ஒரு கிராமத்தின் மிர்க்சிதார்களுக்கு அவர்களின் கிராமங்களில் இனாம் என வழங்கப்பட்ட நிலங்களில் மிராசி உரிமையை விட்டுக்கொடுத்ததைக் கருத்தில் கொண்டு அவர்களுக்கு வழங்கப்பட்டது

Gramagarbha Khandriki

A term used to denote a large section of land granted as Inám on which a hamlet has been built, but which is not recorded in the revenue accounts separately from the village within the lim-its of which it is situated

ஒரு குக்கிராமம் கட்டப்பட்ட இனாமாக வழங்கப்பட்ட நிலத்தின் ஒரு பெரிய பகுதியைக் குறிக்கப் பயன்படுத்தப்படும் ஒரு சொல், ஆனால் அதில் பதிவு செய்யப்படவில்லை. வருவாய் கணக்குகள் அது அமைந்துள்ள கிராமத்திலிருந்து தனித்தனியாக உள்ளது

Grama–manyam

A term pel to denote an laám en-joyed by the whole community Mirksiders in a village. This tenuro is peculiar to the madras district

ஒரு கிராமத்தில் உள்ள மிர்க்சைடர்கள் முழு சமூகமும் அனுபவிக்கும் ஒரு லாமைக் குறிக்கும் சொல். இந்த டெனுரோ மெட்ராஸ் மாவட்டத்திற்கே உரியது

Grima kával

Granted for the service of a vil-lage watchman

ஒரு கிராம காவலாளியின் சேவைக்காக வழங்கப்பட்டது

Gurrapu

(1) For superintending and break-ing in the horses of the Zamin-dar.

(2.) For the maintenance of a horse given as a present

(1) ஜமீன்தாரின் குதிரைகளை கண்காணிப்பதற்கும் உடைப்பதற்கும்.

(2.) பரிசாக வழங்கப்படும் குதிரையின் பராமரிப்புக்காக

Gurukkal

For officiating as a priest in a Siva temple.

சிவன் கோவிலில் அர்ச்சகராக பணியாற்றியதற்காக

Hajjam

For the service of village bar-ber

கிராமத்து முடிதிருத்தும் சேவைக்காக

Hakim

For the service of physician

மருத்துவரின் சேவைக்காக

Halalkhor

For the service of village sweep-er

கிராம துப்புரவு பணியாளர் சேவைக்காக

Hangmi Jodi

A quit-rent on an Inam fluc-tuat-ing from year to year according to the produce or extent of cul-tivation

உற்பத்தி அல்லது சாகுபடியின் அளவைப் பொறுத்து ஆண்டுக்கு ஆண்டு ஏற்ற இறக்கமான இனாம் மீதான வாடகையை விடுதல்

Har–sal–makta

Lands held on a perpetual and in-variable rent, generally below the full rent

நிரந்தரமான மற்றும் மாறாத வாடகையில் வைத்திருக்கும் நிலங்கள், பொதுவாக முழு வாடகைக்குக் கீழே

Hissu Shortiyam

A term given to villages the rev-enue of which is shared between the Inamdar and the Government, or the Inamdar and the Zamindar, as the case may be

இனாம்தார் மற்றும் அரசாங்கம் அல்லது இனாம்தார் மற்றும் ஜமீன்தார் ஆகியோருக்கு இடையே வருவாயைப் பகிர்ந்துகொள்ளும் கிராமங்களுக்கு வழங்கப்படும் ஒரு சொல்

idige

Granted for having planted date-trees for the production of toddy

கள் உற்பத்திக்காக புளியமரங்களை நட்டதற்காக வழங்கப்பட்டது

Irumbukatti

Granted as an encouragement to manufacture iron

இரும்பு உற்பத்திக்கான ஊக்கமாக வழங்கப்பட்டது

Ivu

An Inam consisting of a de-duction of a percentage from the extent of the annual cultivation of a village, the proportionate reve-nue demand on which is paid to the Inamdar

இனாம்தாருக்கு வழங்கப்படும் ஒரு கிராமத்தின் வருடாந்திர சாகுபடியின் விகிதாசார வருவாய்த் தேவையிலிருந்து ஒரு சதவீதத்தின் கழிப்புடன் கூடிய இனாம்

Jagir

A tenure common under the Moham-madan Government, by which the revenues of a certain tract of land were made over to a servant of the State, either uncondition-ally, or on the condition of per-forming some public service, as the levy and maintenance of troops or other specified duty. During the early period of Brit-ish rule it was also the practice to confer Jagies as re-wards for meritorious services to the State

முகமதிய அரசாங்கத்தின் கீழ் பொதுவான ஒரு பதவிக்காலம், இதன் மூலம் ஒரு குறிப்பிட்ட நிலத்தின் வருவாய் அரசின் ஊழியருக்கு நிபந்தனையின்றி அல்லது சில பொதுச் சேவைகளைச் செய்யும் நிபந்தனையின் பேரில், துருப்புக்களின் வரி மற்றும் பராமரிப்பு அல்லது பிற குறிப்பிட்ட கடமை. ஆங்கிலேயர் ஆட்சியின் ஆரம்பக் காலத்தில், மாநிலத்திற்குச் சிறந்த சேவைகளுக்கான வெகுமதியாக ஜாகிகளை வழங்குவதும் நடைமுறையில் இருந்தது

Jetti

Held by wrestlers in the service of Zamíndárs or Pálegárs

ஜமீந்தர்கள் அல்லது பாலேகர்களின் சேவையில் மல்யுத்த வீரர்களால் நடத்தப்பட்டது

Jitavritti

Held by a class of Kattuba-di Pe-ons known by this name who for-merly used to draw pay without rendering any service. Service began to be demanded of them from Fusly

1255

முன்பு எந்த சேவையும் செய்யாமல் சம்பளம் வாங்கும் இந்தப் பெயரில் அறியப்பட்ட கட்டுபாடி பியூன்களின் வகுப்பில் நடத்தப்பட்டது. ஃபஸ்லி 1255 முதல் அவர்களிடமிருந்து சேவை கோரத் தொடங்கியது

Jivitam

These tenures are peculiar to the Madura District. They are of the same nature as the Mukhasas in the Northern Zamindaris. and were granted by the Zamfudárs to their relatives or dependents either for subsistence or on the condition of per- forming feudal service

இந்த பதவிக்காலம் மதுரா மாவட்டத்திற்கே உரியது. அவர்கள் வட ஜமீன்தாரிகளில் உள்ள முகசாக்களின் இயல்புடையவர்கள். மற்றும் ஜம்ஃபுதார்களால் அவர்களது உறவினர்கள் அல்லது சார்ந்திருப்பவர்களுக்கு வாழ்வாதாரத்திற்காக அல்லது நிலப்பிரபுத்துவ சேவை செய்யும் நிபந்தனையின் பேரில் வழங்கப்பட்டது

Jodi

An Inám subject to a quit-rent

ஒரு Inám ஒரு வெளியேறும் வாடகைக்கு உட்பட்டது

Josi

For the service of astrologer and astronomer to the village com munity

கிராம சமூகத்திற்கு ஜோதிடர் மற்றும் வானியலாளர் சேவைக்காக

Julah hatkar

Granted to weavers to encourage them to nettle in a village

ஒரு கிராமத்தில் நெசவாளர்களை ஊக்குவிக்கும் வகையில் அவர்களுக்கு வழங்கப்பட்டது

Kadaiyan

Held for the service of supplying fish and cadjan leaves to the Za-mindar

ஜமீன்தாருக்கு மீன் மற்றும் காட்ஜான் இலைகள் வழங்கும் சேவைக்காக நடத்தப்பட்டது

Kalingamanyam

Granted for having constructed a sluice or outlet for carrying off the surplus water of a tank

ஒரு தொட்டியின் உபரி நீரை எடுத்துச் செல்வதற்கு ஒரு மதகு அல்லது கடைமடை அமைத்ததற்காக வழங்கப்பட்டது

Kalvay Pannadi

For the service of opening and closing irritating channels

எரிச்சலூட்டும் சேனல்களைத் திறந்து மூடும் சேவைக்காக

Kalvelai

For the service as a sculptor in stone in a pagoda

ஒரு பகோடாவில் கல்லில் சிற்பியாக சேவை செய்ததற்காக

Kamati

For the support of a bricklayer attached to a pagoda

For the support of a bricklay-er attached to a pagoda

Kambamkatti

The same as Nirganti q.v

அதே நிர்கந்தி q.v

Kambharti

Taims granted to the village of-ficers in the Ceded Districts to make up their Insma to the stand-ard scale of emolument adopted by Colonel Munro Ceded

மாவட்டங்களில் உள்ள கிராம அதிகாரிகளுக்கு கர்னல் மன்ரோவால் ஏற்றுக்கொள்ளப்பட்ட நிலையான அளவிலான ஊதியத்தின்படி அவர்களின் இன்ஸ்மாவை உருவாக்குவதற்கு டைம்ஸ் வழங்கப்பட்டது

Kammars

For the service of village black-smith

கிராமத்து கொல்லனின் சேவைக்காக

Kamsala

For the service of village gold-smith

கிராம பொற்கொல்லரின் சேவைக்காக

Kanchani

Inam held by dancing girls.

நடனப் பெண்கள் நடத்தும் இனாம்

Kandachar

Held by Kattabadi Peons employed in the Western Taluga of Bel-lary who are remunerated by fixed re-missions from the assess ment of the lands held by them

பெல்–லாரியின் மேற்கு தாலுகாவில் பணிபுரியும் கட்டப்பாடி பியூன்களால் நடத்தப்பட்டது, அவர்கள் வைத்திருக்கும் நிலங்களின் மதிப்பீட்டில் இருந்து நிலையான நிவாரணங்கள் மூலம் ஊதியம் பெறுகிறார்கள்

Kangani

Held for the service of watching the crops

பயிர்களைப் பார்க்கும் சேவைக்காக நடத்தப்பட்டது

Karai mányam

The same as Kulam vettu," gt

அதே குளம் வெட்டு," ஜி.டி

Karai–yidi

A tenure under which the lands of a village are ex-changed amongst the co-parcenera periodically

ஒரு கிராமத்தின் நிலங்கள் இணை பார்செனரா இடையே அவ்வப்போது பரிமாறப்படும் ஒரு பதவிக்காலம்

Karnam

For the service of village ac-countant

கிராம கணக்காளர் சேவைக்காக

Karpura–dipam

For the service of burning cam-phor in Pagodas

பகோடாஸில் கற்பூரம் எரியும் சேவைக்காக

Karzi

For the service of headman of a village

ஒரு கிராமத்தின் தலைவரின் சேவைக்காக

Kasai

For the support of a butcher

ஒரு கசாப்புக் கடைக்காரனின் ஆதரவிற்காக

Kattegutta

Lands held on a fixed rent less than the full assessment. They have been treated as Jódi Ináms

முழு மதிப்பீட்டைக் காட்டிலும் குறைவான வாடகைக்கு நிலங்கள். அவர்கள் ஜோடி இனாம்களாக நடத்தப்பட்டுள்ளனர்

Kattiyam

For the service of proclaiming the praises of an idol when car-ried in procession

ஊர்வலமாக எடுத்துச் செல்லும்போது சிலையின் புகழைப் பறைசாற்றும் சேவைக்காக

Kattubadi

(1) An Inám subject to a quit-rent

(2) Landa granted by Zamin-dara or Pálegárs to peons or mi-litia men on condition of mili-tary service. These Insms were continued by the British Govern-ment, and their holders are now required to perform

ordi-nary po-lice and revenue duties. They are divided into "Gramin Kattuba-dis" and Jangi Kat-tubadis." The former are strictly village servants or peons, and are required to perform service throughout the year. The latter are only called out for service on emergent oc-casions

⑴ ஒரு இனாம் வெளியேறும் வாடகைக்கு உட்பட்டது.

⑵ இராணுவ சேவையின் நிபந்தனையின் பேரில் பியூன்கள் அல்லது போராளிகளுக்கு ஜமீன்தாரா அல்லது பாலேகர்களால் வழங்கப்பட்ட லாண்டா. இந்த Insms பிரிட்டிஷ் அரசாங்கத்தால் தொடரப்பட்டது, மேலும் அவற்றை வைத்திருப்பவர்கள் இப்போது சாதாரண போலீஸ் மற்றும் வருவாய் கடமைகளை செய்ய வேண்டும். அவை "கிராமின்" என பிரிக்கப்பட்டுள்ளன கட்டுபாடிகள்" மற்றும் ஜாங்கி கட்டுபாடிகள்." முந்தையவர்கள் கண்டிப்பாக கிராம ஊழியர்கள் அல்லது பியூன்கள் மற்றும் ஆண்டு முழுவதும் சேவை செய்ய வேண்டும். பிந்தையவர்கள் அவசர சந்தர்ப்பங்களில் மட்டுமே சேவைக்கு அழைக்கப்படுகிறார்கள்

Kávalgár

For the service of a village watchman

ஒரு கிராம காவலாளியின் சேவைக்காக

Kavirayan

Held by tamil poets, generally in the service of Zamindars or Pále-gars

பொதுவாக ஜமீன்தார்கள் அல்லது பாலேகர்களுக்கு சேவை செய்யும் தமிழ் கவிஞர்களால் நடத்தப்படுகிறது

Kavitai Pattan

Held by a Brahman poet at-tached to the Court of a Pálegár

ஒரு பாலேகரின் நீதிமன்றத்தில் இணைக்கப்பட்ட ஒரு பிராமணக் கவிஞரால் நடத்தப்பட்டது

Kayam Jódi

An Inám held on a fixed quit-rent not subject to variation with refer-ence to cultivation or pro-duce

சாகுபடி அல்லது விளைச்சலைக் குறிக்கும் வகையில் மாறுபாட்டிற்கு உட்பட்டு ஒரு நிலையான வெளியேறும்–வாடகையில் நடத்தப்படும் ஒரு இனாம்

Kázi

For service as Kázi," a Mohammad-an judicial officer who adminis-tered both Civil and Crimi-nal law, chiefly in towns, accord-ing to the principles of the Koran. At present their duties are con-fined to the general superintend-ence and legalisation of the cer-emonies of marriage, funerals, and other domestic occurrences among the Mohammadans

காசியாக பணியாற்றுவதற்காக, "குரானின் கொள்கைகளின்படி, முக்கியமாக நகரங்களில் சிவில் மற்றும் குற்றவியல் சட்டம் இரண்டையும் நிர்வகித்த முகமதிய நீதித்துறை அதிகாரி. தற்போது அவர்களின் கடமைகள் திருமணச் சடங்குகளை பொது மேற்பார்வை மற்றும் சட்டப்பூர்வமாக்குவதுடன் மட்டுமே உள்ளன. முகமதியர்களிடையே இறுதிச் சடங்குகள் மற்றும் பிற உள்நாட்டு நிகழ்வுகள்

Khairati

A charitable endowment. The term is applied to Inám held for per-sonal benefit by Mohammadans and others not being Brkhmans

ஒரு தொண்டு. முகமதியர்கள் மற்றும் பிறர் பிரக்மான்கள் அல்லாதவர்களால் தனிப்பட்ட நலனுக்காக நடத்தப்படும் இனாம்களுக்கு இந்த வார்த்தை பயன்படுத்தப்படுகிறது

Khandrika

A large block of land granted as Inam, less than a village but much larger than an ordinary Inám

இனாமாக வழங்கப்பட்ட நிலத்தின் ஒரு பெரிய தொகுதி, ஒரு கிராமத்தை விட குறைவானது ஆனால் சாதாரண இனத்தை விட பெரியது

Khasa

For domestic service in the household of a Zamindir in the Northern Circars

வடக்கு சர்க்கார்களில் ஒரு ஜமீந்திரின் வீட்டில் வீட்டு சேவைக்காக

Khatib

For the service of reading the Koran in a mosque

மசூதியில் குரான் வாசிக்கும் சேவைக்காக

Kodai vritti

For the service of holding an um-brella over the village deity during festivals

திருவிழாக்களின் போது கிராம தெய்வத்தின் மேல் குடை பிடிக்கும் சேவைக்காக

Kola Payako

For the maintenance of armed re-tainers in Zamindaris in the Dist-rict of Ganjam

கஞ்சம் மாவட்டத்தில் உள்ள ஜமீன்தாரிகளில் ஆயுதம் ஏந்தியவர்களை பராமரிப்பதற்காக

Kolam Kiral

For guarding tanks and see-ing that the ryols do not waste the water

தோட்டிகளைப் பாதுகாப்பதற்காகவும், ரயோல்கள் தண்ணீரை வீணாக்காமல் பார்த்துக் கொள்ளவும்

Kollan

For the service of village black-smith

கிராமத்து கொல்லனின் சேவைக்காக

Kommu

For the service of blowing a horn before the Tashildar

தாசில்தார் முன் சங்கு ஊதும் சேவைக்காக

Kon

For the service of supplying milk, ghea ets, to the Zamindar or his servants when they halt in the village

ஜமீன்தார் அல்லது அவரது வேலைக்காரர்கள் கிராமத்தில் தங்கியிருக்கும் போது அவர்களுக்கு பால், நெய் போன்றவற்றை வழங்குவதற்கான சேவைக்காக

Konda-kavali

For watching hille and jungles

மலை மற்றும் காடுகளைப் பார்ப்பதற்காக

Kondikar

Held by a servant of the Sri-vaishnava" priest of Sadrás, He car-ries a Kondi or stick as a badge of office

சத்ராளின் ஸ்ரீ-வைஷ்ணவ" புரோகிதரின் பணியாளரால் நடத்தப்பட்ட அவர், அலுவலகத்தின் அடையாளமாக கொண்டி அல்லது குச்சியை எடுத்துச் செல்கிறார்

Kota kodige

Granted as a reward for build-ing a fort

ஒரு கோட்டை கட்டியதற்காக வெகுமதியாக வழங்கப்பட்டது

Kotwal

Held for the service of "Kotwal" who was the chief police officer of a town

ஒரு ஊரின் தலைமை போலீஸ் அதிகாரியாக இருந்த "கொத்வால்" என்பவரின் சேவைக்காக நடத்தப்பட்டது

Kovil kanakku

For the service of keeping the

accouate in a Pagoda

கணக்கு ஒரு பகோடாவில் வைத்திருக்கும் சேவைக்காக

Kovilakam

A term applied to the place of residence of a Raja or of Brahm The sites of ancient palaces and agraharams which are exempt from assment by long prescription and are consequently Inkos are known by this name in the District of Malabar

ஒரு ராஜா அல்லது பிரம்மன் வசிக்கும் இடத்திற்குப் பயன்படுத்தப்படும் ஒரு சொல், பழங்கால அரண்மனைகள் மற்றும் அக்ரஹாரங்களின் தளங்கள் நீண்ட மருந்துகளின் மூலம் மதிப்பீட்டிலிருந்து விலக்கு அளிக்கப்பட்டு, அதன் விளைவாக மலபார் மாவட்டத்தில் இந்த பெயரால் அழைக்கப்படுகின்றன

Kudukuduppai

Held by fortune-tellers who beat a kind of clapper called "Kudukuduppai

"குடு-குடுப்பை" என்று ஒரு வகையான கைதட்டல் அடிக்கும் நிமித்திகர்களால் நடத்தப்பட்டது

Kudumban

Held by a village servant whose duty it is to measure the grain previous to its division between the Zamindar and the cultivator

ஜமீன்தாருக்கும் உழவருக்கும் இடையேயான பிரிவுக்கு முந்தைய தானியத்தை அளப்பது கடமையாக இருக்கும் ஒரு கிராம ஊழியரால் நடத்தப்படுகிறது

Kulam vettu

Held for the service of collect-ing work people to repair tanks

தொட்டிகளை பழுதுபார்க்கும் பணிக்கு ஆட்களை சேகரிக்கும் சேவைக்காக நடத்தப்பட்டது

Kumbharti

Held by dancing girls for the service of carrying a light placed at the top of a water-jar, round the principal idol during the performance of paja" in a Pa-goda

ஒரு பகோடாவில் "பஜா" நிகழ்ச்சியின் போது பிரதான சிலையைச் சுற்றி, தண்ணீர் குடுவையின் உச்சியில் வைக்கப்பட்டுள்ள விளக்கை எடுத்துச் செல்லும் சேவைக்காக நடனப் பெண்களால் நடத்தப்பட்டது

Kummara

For the service of village potter

கிராமத்து குயவரின் சேவைக்காக

Kuruba

For providing sheep for the sac-rifices to the village deities

கிராம தெய்வங்களுக்கு பலியிட ஆடுகளை வழங்கியதற்காக

Kuttadi

Held for the service of dancing before the village deity

கிராம தெய்வத்தின் முன் நடனமாடும் சேவைக்காக நடத்தப்பட்டது

Langar khana

For the support of an alms-house, a place where food and alms were distributed to the poor under the Mohammadan Government

ஒரு அன்னதான இல்லத்தின் ஆதரவிற்காக, முகமதிய அரசாங்கத்தின் கீழ் ஏழைகளுக்கு உணவு மற்றும் அன்னதானம் வழங்கப்பட்ட இடம்

Madaivetti

For the service of opening and shutting the sluices of a tank and distributing water to the fields

ஒரு தொட்டியின் மதகுகளைத் திறந்து மூடுதல் மற்றும் வயல்களுக்கு தண்ணீர் விநியோகம் செய்யும் சேவைக்காக

Madavadiyal

For the service of sweeper in a temple

ஒரு கோவிலில் துப்புரவு செய்பவரின் சேவைக்காக

Mahsuldar

For the service of preventing the clandestine removal of the pro-duce of a field before the reve-nue has been paid

வருமானம் செலுத்தப்படுவதற்கு முன், ஒரு புலத்தின் விளைபொருளை இரகசியமாக அகற்றுவதைத் தடுக்கும் சேவைக்காக

Majmudar

For the service of district reve-nue accountant under the Native Governments

பூர்வீக அரசாங்கங்களின் கீழ் மாவட்ட வருவாய் கணக்காளர் சேவைக்காக

Malai–yidu

Held for the service of keep-ing in good order burial or burning places

நல்ல முறையில் அடக்கம் அல்லது எரியும் இடங்களில் வைக்கும் சேவைக்காக நடத்தப்பட்டது

Manikkattal

Granted to a dancing girl for at-tending as a mourner in the fu-neral processions of persons of the Mudali-yar caste in the Madras District

சென்னை மாவட்டத்தில் முதலியார் சாதி நபர்களின் இறுதி ஊர்வலங்களில் துக்கப் பெண்ணாக கலந்து கொண்டதற்காக நடனப் பெண்ணுக்கு வழங்கப்பட்டது

Manotti

For the service of driving away deer from the crops

பயிர்களில் இருந்து மான்களை விரட்டும் சேவைக்காக

Masjid

For the support of a mosque

ஒரு மசூதியின் ஆதரவிற்காக

Matapati

For the service of supply-ing but-ter milk to public offers and cooking food for the Reddie when they leave the village on public duty

பொதுச் சலுகைகளுக்கு மோர் பால் வழங்குவதற்கும், பொதுப் பணிக்காக கிராமத்தை விட்டு வெளியேறும் ரெட்டிக்கு உணவு சமைப்பதற்கும்

Matham

For the support of a building where Hindu religions mendicants re-side under a superior, or where they halt when travelling The term is also applied to the spir-itual headships of the thres leading accta of Brahmans

இந்து மதத்தைச் சேர்ந்த மதவாதிகள் உயரதிகாரிகளின் கீழ் வசிக்கும் கட்டிடத்தின் ஆதரவிற்காக அல்லது அவர்கள் பயணம் செய்யும் போது நிறுத்தப்படும் இடத்தில் பிராமணர்களின் ஆன்மீகத் தலைமைகளுக்கும் இந்த வார்த்தை பயன்படுத்தப்படுகிறது

Melakaran

Granted for the service of per-forming works in a pagoda See "chinna melam"

பகோடாவில் வேலை செய்யும் சேவைக்காக வழங்கப்பட்டது "சின்ன மேளம்" பார்க்கவும்

Melam

For the support of a musical band employed in pagodas

பகோடாக்களில் பணிபுரியும் இசைக்குழுவின் ஆதரவிற்காக

Menkaval

For the service of the superior or district watcher under the old native

police system

பழைய பூர்வீக போலீஸ் அமைப்பின் கீழ் உயர் அதிகாரி அல்லது மாவட்ட கண்காணிப்பாளரின் சேவைக்காக

Meti

Granted to the head ryot for en-couraging the settlement of ryots in the village

கிராமத்தில் ரயோட் குடியேற்றத்தை ஊக்குவித்ததற்காக தலைமை ரயோட்டுக்கு வழங்கப்பட்டது

Mey–kaval

For the service of guarding the idol in a temple

ஒரு கோவிலில் சிலையை பாதுகாக்கும் சேவைக்காக

Mohtad

For performing the service of village revenue peon

கிராம வருவாய் பியூன் சேவை செய்ததற்காக

Mohtasib

For the service of inspector of weights and measures

எடைகள் மற்றும் அளவுகள் ஆய்வாளரின் சேவைக்காக

Monigar

Corruption for Maniyakaran. For the service of headmon of a vil-lage

மணியகரனுக்கு ஊழல். ஒரு கிராமத்தின் தலைவரின் சேவைக்காக

Mudavan

Granted for the support of a cripple

ஒரு ஊனமுற்றவரின் ஆதரவிற்காக வழங்கப்பட்டது

Mudde

For the service of carrying balls of rice while treading the bound-ary line of a village during the festivals of the village goddess and depositing

the balls at dif-ferent points of the line

கிராம தெய்வத்தின் திருவிழாக்களில் ஒரு கிராமத்தின் எல்லைக் கோட்டை மிதிக்கும்போது அரிசி உருண்டைகளை எடுத்துச் செல்லும் சேவைக்காகவும், கோட்டின் வெவ்வேறு இடங்களில் உருண்டைகளை வைப்பதற்காகவும்

Mukhasa

A term used in the Northern Cir-cars to denote those grants of land which were made by the Za-mindars for the support of their relatives, fol-lowers and depend-ents, or for military service

ஜமீன்தார்களால் அவர்களது உறவினர்கள், பின்பற்றுபவர்கள் மற்றும் சார்ந்தவர்களின் ஆதரவிற்காக அல்லது இராணுவ சேவைக்காக வழங்கப்பட்ட நிலத்தின் மானியங்களைக் குறிக்க வடக்கு சர்கார்களில் பயன்படுத்தப்படும் ஒரு சொல்

Muppatika–badi

Lands held on three-fourths as-sessment

நான்கில் மூன்று பங்கு மதிப்பீட்டில் நிலங்கள்

Mutalikán

For the support of the depen-dents and servants of a great man

ஒரு பெரியவரின் சார்புடையோர் மற்றும் அடியார்களின் ஆதரவிற்காக

Muttaratsa

Granted to a man of the "Mutta-rátsa" casto for service as s Kattubadi Peon

கள் கட்டுபாடி பியூன் சேவைக்காக "முத்தராட்ச" சந்தியை சேர்ந்த ஒருவருக்கு வழங்கப்பட்டது

Nád Talári

For the service of a district watchman under the Native Police sys-tem

பாரம்பரிய போலீஸ் அமைப்பின் கீழ் ஒரு மாவட்ட காவலாளியின் சேவைக்காக.

Nagasaram

For the service of playing in Pa-godas on a musical instrument called "Nagasaram," a kind of clario-net

"நாகசாரம்" என்ற இசைக்கருவியில் பகோடாஸில் இசைக்கும் சேவைக்காக, ஒரு வகையான கிளாரியனெட்.

Nakara

For the service of beating a drum at mosques or at the gates of Na-wabs or men of rank

மசூதிகளில் அல்லது நவாப்கள் அல்லது அந்தஸ்துள்ள மனிதர்களின் வாயில்களில் மேளம் அடிக்கும் சேவைக்காக

Nambi

Held for the service of perform-ing "Paja " in Vishnu Pagodas

விஷ்ணு பகோடாஸில் "பஜா" செய்யும் சேவைக்காக நடத்தப்பட்டது

Nanal

Held for the service of plant-ing reeds for the protection of enic-uts and irrigation channels

அணைக்கட்டுகள் மற்றும் நீர்ப்பாசன கால்வாய்களின் பாதுகாப்பிற்காக நாணல் நடவு சேவைக்காக நடத்தப்பட்டது

Nandavanam

For the maintenance of a garden the Bowers of which are appro-pri-at-ed to the use of a Pagoda or of the village community

ஒரு தோட்டத்தை பராமரிப்பதற்காக, பகோடா அல்லது கிராம சமூகத்தின் பயன்பாட்டிற்கு ஏற்றது

Nari-vetti

Granted as a reward for having killed a fox during a chase

துரத்தலின் போது ஒரு நரியைக் கொன்றதற்காக வெகுமதியாக வழங்கப்பட்டது

Nat Ambalam

For the service of head ryot of more than one village

ஒன்றுக்கும் மேற்பட்ட கிராமங்களின் தலைவரின் சேவைக்காக

Nattamai

For the service of headman of a village

ஒரு கிராமத்தின் தலைவரின் சேவைக்காக

Nattar

For the service of a district revenue officer whose duty it was under the Native Administration to superintend cultivation

பூர்வீக நிர்வாகத்தின் கீழ் உள்ள மாவட்ட வருவாய் அதிகாரியின் பணிக்காக, சாகுபடியை மேற்பார்வையிடுவது

Navidan

For the service of village bar-ber

கிராமத்து முடிதிருத்தும் சேவைக்காக

Nayadu

For the service of head ryot of a village

ஒரு கிராமத்தின் தலைவரின் சேவைக்காக

Nel gutta

Villages held on Inam tenure on payment of a certain quantity of grain per annum

ஆண்டுக்கு ஒரு குறிப்பிட்ட அளவு தானியத்தை செலுத்தி இனாம் பதவிக்காலத்தில் நடைபெறும் கிராமங்கள்

Netti velai

For the service of making artifi-cial birds, flowers and toys in pith work for the use of Pagodas

செயற்கைப் பறவைகள், பூக்கள் மற்றும் பொம்மைகளை பகோடாக்களின் பயன்பாட்டிற்காக பித் வேலை செய்யும்

சேவைக்காக

Netturu-kattu

Granted to the family of a person killed in battle, or as a compensation to a person who has been wounded in the public service

போரில் கொல்லப்பட்ட நபரின் குடும்பத்திற்கு அல்லது பொது சேவையில் காயமடைந்த நபருக்கு இழப்பீடாக வழங்கப்படும்

Nimme badi

Lands held on half assessment

பாதி மதிப்பீட்டில் உள்ள நிலங்கள்,

Nir munaka

For the service of diving into the water and opening or abutting the sluice of a tank

தண்ணீரில் மூழ்கி, தொட்டியின் ஸ்லூஸைத் திறக்கும் அல்லது அணைக்கும் சேவைக்காக

Nir sarihadd

An Inám granted to the ryote of a village as a compensation for allowing a channel to be dug through their lands for the benefit of another village

மற்றொரு கிராமத்தின் நலனுக்காக தங்கள் நிலத்தில் கால்வாய் தோண்ட அனுமதித்ததற்காக ஒரு கிராமத்தின் ரையோட்டுக்கு ஒரு இனாம் வழங்கப்பட்டது

Nirganti

For superintending the distribution of water for irrigation

பாசனத்திற்கான நீர் விநியோகத்தை மேற்பார்வையிடுவதற்காக

Nirvana manyam

For the support of hindu asetic who goes about naked

நிர்வாணமாகச் செல்லும் இந்து மதவாதிகளின் ஆதரவிற்காக

Nokkan

Granted to persons of the "Nok-kan" caste in the South, wha cor-respond to the Dommarks" in the Ceded Districts-See Dommara

தெற்கில் உள்ள "நோக்கன்" சாதியினருக்கு வழங்கப்பட்டது, இது செடெட் மாவட்டங்களில் உள்ள டொம்மார்க்ஸுடன் தொடர்புடையது.

Nottam

For the service of village shroff, whose duty it is to examine coins received in payment of the Government revenue

கிராம செரிப் சேவைக்காக, அரசாங்க வருவாயை செலுத்துவதில் பெறப்பட்ட நாணயங்களை ஆய்வு செய்வது அவரது கடமையாகும்

Oduván

For the support of a Sadra attached to Siva Pagodas whose duty it is to recite "Tevaram" or Tam-il divine hymns during the performance of poja

பூஜையின் போது "தேவாரம்" அல்லது தமிழ் தெய்வீகப் பாடல்களைப் படிப்பது கடமையாக இருக்கும் சிவா பகோடாஸுடன் இணைக்கப்பட்ட ஒரு சத்ராவின் ஆதரவிற்காக

Ottakaran

For the service of tappal runner

தப்பல் ரன்னர் சேவைக்காக

Paik

Held by Military peons in the District of Ganjam on condition of service

சேவை நிபந்தனையின் பேரில் கஞ்சம் மாவட்டத்தில் இராணுவ பியூன்களால் நடத்தப்பட்டது

Paitári

Inams scattered through several villages granted as supplementary to a whole village Inam, all the Inama, including the whole vil-lage, being subject to a lump Jodi

ஒரு கிராமம் முழுவதற்கும் துணையாக வழங்கப்பட்ட பல கிராமங்களில் பரவியிருக்கும் இனாம்கள், முழு கிராமம் உட்பட அனைத்து இனமாக்களும் ஒரு கூட்டு ஜோடிக்கு உட்பட்டுள்ளனர்

Pál kavádi

For carrying milk to the Pago-da at Pulney

பகோடாவிற்கு பால் கொண்டு செல்வதற்காக

Pala veli

For performing all the minor du-ties in a Pagoda

ஒரு பகோடாவில் அனைத்து சிறிய கடமைகளையும் செய்ததற்காக

Palapatti

Granted for the service of per-forming the ceremony of pouring milk at particular places on the bound-ary line of a village on the last day of the procession of the village deity

கிராம தெய்வத்தின் ஊர்வலத்தின் கடைசி நாளில் ஒரு கிராமத்தின் எல்லைக் கோட்டில் குறிப்பிட்ட இடங்களில் பால் ஊற்றும் விழாவை நிகழ்த்தும் சேவைக்காக வழங்கப்பட்டது

Palkalayakkundu

Held by shepherds for the service of supplying milk to the Zamin-dár

ஜமீன்தாருக்கு பால் வழங்கும் சேவைக்காக மேய்ப்பர்களால் நடத்தப்பட்டது

Pallan

For the service of measuring lands and the "Mólváram" grain

நிலங்கள் மற்றும் "மொல்வரம்" தானியங்களை அளக்கும் சேவைக்காக

Palle kattu

Granted for founding a village

ஒரு கிராமத்தை நிறுவுவதற்கு வழங்கப்பட்டது

Pallevadi

For the service of ferryman

படகு வீரரின் சேவைக்காக

Pallivasal

For the maintenance of Mosques and tombs of Mohammadans

முகமதியர்களின் மசூதிகள் மற்றும் கல்லறைகளின் பராமரிப்புக்காக

Pambakkaran

For the service of beating a drum called "Pambarn" at the festi-vals of the village deity

கிராம தெய்வத்தின் திருவிழாவில் "பாம்பர்ன்" என்ற மேளம் அடிக்கும் சேவைக்காக

Pambala

For the service of beating a drum during the festivals of the village deity

கிராம தெய்வத்தின் திருவிழாக்களில் மேளம் அடிக்கும் சேவைக்காக

Pambatti Pambu Pámula

Inams held by snake charm-ers

பாம்பு மந்திரிப்பவர்கள் நடத்தும் இனாம்கள்

Panchangi

For the service of calendar Brah-man whose duty it is to announce to the villagers lucky days for commencing to plough or reap for celebrating marriages or fes-tivals, or engaging in any busi- ness. He is also the village priest, and as such, performs certain ceremonies connected with births, marriages, and deaths

நாட்காட்டி பிராமணனின் சேவைக்காக, உழவு அல்லது அறுவடை செய்யத் தொடங்குவதற்கான அதிர்ஷ்ட நாட்களை கிராம மக்களுக்கு அறிவிப்பது கடமையாகும். திருமணங்கள் அல்லது பண்டிகைகளை கொண்டாடுவதற்கு அல்லது எந்த வியாபாரத்திலும் ஈடுபடுவதற்கு. அவர் கிராம பூசாரியாகவும் இருக்கிறார், அதுபோல், உறுதியாகச் செயல்படுகிறார் பிறப்பு, திருமணம் மற்றும் இறப்புடன் தொடர்புடைய சடங்குகள்

Panguvali

Granted for the encourage-ment of cultivation to a body of co-par-ceners holding a village in common

பொதுவாக ஒரு கிராமத்தை வைத்திருக்கும் இணை பார்செனர்களின் அமைப்பிற்கு சாகுபடியை ஊக்குவிப்பதற்காக வழங்கப்பட்டது

Panji Karnam

Held by certain servants of the "Karnam" class who do duty in the Huzur office of the Zamindórs in the District of Ganjam

கஞ்சம் மாவட்டத்தில் உள்ள ஜமீன்டோர்களின் ஹுசூர் அலுவலகத்தில் கடமையாற்றும் "கர்ணம்" வகுப்பைச் சேர்ந்த சில ஊழியர்களால் நடத்தப்பட்டது

Pantaji or Pantulu

For the service of village school-master

கிராமப் பள்ளி ஆசிரியரின் சேவைக்காக

Paricháraka

Granted for the support of the several servants of a Pagoda with the exception of the "Archaka" or chief priest

அர்ச்சகா" அல்லது தலைமை பாதிரியாரைத் தவிர, பகோடாவின் பல ஊழியர்களின் ஆதரவிற்காக வழங்கப்பட்டது

Parutti

For the service of weighing cot-ton when the "Mélváram" of the Zamindar on this crop used to be re-ceived in kind

பருத்தியை எடை போடும் சேவைக்காக, ஜமீன்தாரின் "மேல்வாரம்" இந்த பயிரில் பெறப்பட்டது

Patam

Wet lands held on a favorable as-sessment paid in grain

ஈரமான நிலங்கள் தானியத்தில் செலுத்தப்பட்ட சாதகமான மதிப்பீட்டின் அடிப்படையில் நடத்தப்படுகின்றன

Patasala

For the support of schools where the Védás are taught

வேதங்கள் கற்பிக்கப்படும் பள்ளிகளின் ஆதரவிற்காக

Patel

For the service of headman of a village

ஒரு கிராமத்தின் தலைவரின் சேவைக்காக

Pátika–badi

Lands held on one-fourth assess-ment

நான்கில் ஒரு பங்கு மதிப்பீட்டில் நிலங்கள்

Pátiperadu

A term used to denoto a piece of ground within or on the outskirts of the village site and held free of asa-casment. The term is also sometimes applied to large tracts of land granted by Zamindars sub-sequently to the Per-manent Set-tlement

கிராமத் தளத்தின் உள்ளே அல்லது புறநகரில் உள்ள நிலத்தின் ஒரு பகுதியைக் குறிக்கப் பயன்படுத்தப்படும் ஒரு சொல். நிரந்தரக் குடியேற்றத்திற்குப் பிறகு ஜமீன்தார்களால் வழங்கப்பட்ட பெரும் நிலப்பகுதிகளுக்கும் இந்தச் சொல் சில

நேரங்களில் பயன்படுத்தப்படுகிறது

Patna Setti

For settling caste disputes among the Lingaits in the Bellary Dia-trict

பெல்லாரி மாவட்டத்தில் லிங்காயத்துகளுக்கு இடையேயான ஜாதிப் பிரச்சனைகளைத் தீர்ப்பதற்காக

Patti

Held for the service of prevent-ing cattle from trespassing and de- stroying the crops

கால்நடைகள் அத்துமீறி நுழைந்து பயிர்களை நாசம் செய்வதைத் தடுக்கும் சேவைக்காக நடத்தப்பட்டது

Pedda kapu

For the service of headman of a village

ஒரு கிராமத்தின் தலைவரின் சேவைக்காக

Pellettu

Granted to the person who dug the first clod of earth in construct-ing a new tank

புதிய தொட்டியைக் கட்டுவதில் முதல் மண்ணைத் தோண்டியவருக்கு வழங்கப்பட்டது

Periya ara–manai

For watching the Zamindar's pal-ace

ஜமீன்தாரின் அரண்மனையைப் பார்ப்பதற்காக

Perukuli

(1.) For the benefit of persons who gave to their children the name of the reigning Zamindar in Sivaganga

(2) Granted for giving names to the children of the Za-mindar

(1.) சிவகங்கையில் ஆட்சி செய்யும் ஜமீன்தாரின் பெயரைத் தங்கள் குழந்தைகளுக்கு வழங்கிய நபர்களின் நலனுக்காக

(2) ஜமீன்தாரின் குழந்தைகளுக்கு பெயர்களை வழங்குவதற்கு வழங்கப்பட்டது.

Peta Gaud

Granted to the head-man of a Peta" or suburb of a town for en-cour-aging the settlement of weav-ers

நெசவாளர்களின் குடியேற்றத்தை ஊக்குவிப்பதற்காக ஒரு பீட்டா" அல்லது ஒரு நகரத்தின் புறநகர்ப் பகுதியின் தலைவருக்கு வழங்கப்பட்டது

Pidara Vaidyan

For the support of a native doc-tor who cures the bites of snakes

பாம்பு கடியை குணப்படுத்தும் நாட்டு வைத்தியரின் ஆதரவிற்கு

Pillai

Granted for the support of the head-man of a village in some parts of the Salem District. No service is at-tached to the office in the present day

சேலம் மாவட்டத்தின் சில பகுதிகளில் உள்ள ஒரு கிராமத்தின் தலைவரின் ஆதரவிற்காக வழங்கப்பட்டது. இன்றைய நிலையில் அலுவலகத்துடன் எந்த சேவையும் இணைக்கப்படவில்லை

Pirlu

For the maintenance of the "pan-jas" or insignia used during the celebration of the Mohorram

மொஹரம் கொண்டாட்டத்தின் போது பயன்படுத்தப்படும் "பஞ்சாஸ்" அல்லது சின்னங்களை பராமரிப்பதற்காக

Poligar

A class of petty chieftains who occupied chiefly the most remote and inaccessible parts of the Districts and subsisted in a great measure by plun-der. On the subjugation of the country by the British most of the Pálegars were dispossessed and Ináms allot-ted to them for their support

மாவட்டங்களின் மிகவும்

தொலைதூர மற்றும் அணுக முடியாத பகுதிகளை ஆண்டவர்கள் வர்க்கம். ஆங்கிலேயர்களால் நாட்டைக் கைப்பற்றியதில் பெரும்பாலான பாளைகாரர்கள் வெளியேற்றப்பட்டனர் மற்றும் அவர்களின் ஆதரவிற்காக இனாம்கள் அவர்களுக்கு ஒதுக்கப்பட்டனர்

Poruppu

Wet or dry lands held on a fa-vor-able assessment paid in money

ஈரமான அல்லது வறண்ட நிலங்கள் பணத்தில் செலுத்தப்பட்ட சாதகமான மதிப்பீட்டின் அடிப்படையில் நடத்தப்படுகின்றன

Potaraz

For performing "púja" to a vil-lage deity named " Pótaráz."

"Potaráz" என்ற கிராம தெய்வத்திற்கு "பூஜை" செய்ததற்காக

Potula

Granted to tank-diggers for the service of executing petty re-paire to tanks and channels

தொட்டிகள் மற்றும் கால்வாய்களில் சிறிய பழுதுபார்க்கும் சேவைக்காக தொட்டி தோண்டுபவர்களுக்கு வழங்கப்பட்டது

Pújári

For the service of the priest in a Pagoda who conducts public wor-ship

பொது வழிபாடு நடத்தும் ஒரு பகோடாவில் பூசாரியின் சேவைக்காக

Pulavar

For composing verses in hon-or of the Zamindar

ஜமீன்தாரைப் போற்றும் வகையில் வசனங்கள் இயற்றியதற்காக

Pulikattu

Granted under the Native Govern-ments to persons for stopping ti-gers' mouths by enchantment and rendering them harmless

பூர்வீக அரசாங்கங்களின் கீழ், புலிகளின் வாயை மந்திரம் செய்வதன் மூலம் தடுத்து, பாதிப்பில்லாததாக மாற்றும் நபர்களுக்கு வழங்கப்பட்டது

Puppotti

Held for the service of supplying the Zamindar with flowere

ஜமீன்தாருக்கு பூக்கள் வழங்கும் சேவைக்காக நடத்தப்பட்டது

Purana

For the service of reading the Puránas" in Pagodas

பகோடாளில் புராணங்களைப் படிக்கும் சேவைக்காக

Putla Kattubadi

Inams held subject to a quit-rent payable at a certain rate por "Put-ti" of produce

உற்பத்தியின் "புட்டி"க்கு ஒரு குறிப்பிட்ட விகிதத்தில் செலுத்தப்பட வேண்டிய வாடகைக்கு உட்பட்ட இனாம்கள்

Rajabandhu

Ináms held by the relatives of Rajás or Zamindars

ராஜாக்கள் அல்லது ஜமீன்தார்களின் உறவினர்களால் நடத்தப்படும் இனாம்

Raktakanikai

For the support of the heirs of persons who were killed while treading boundaries on oath

ச த் தி ய ப் பி ர மா ண த் தி ல் எல்லைகளை மிதிக்கும் போது கொல்லப்பட்ட நபர்களின் வாரிசுகளின் ஆதரவிற்காக

Risyat Mukhasa

"Mukhasa" villages held on a fa-vourable assessment fluctuating with the cultivation of each year-See

"Mukhasa."

"முகாசா" கிராமங்கள் சாதகமான மதிப்பீட்டில் ஏற்ற இறக்கத்துடன் உள்ளன ஒவ்வொரு ஆண்டும் சாகுபடியுடன்–பார்க்க "முகாசா."

Rokka gutta

Villages held on a fixed money rent the amount of which is some- what lower than the standard as-sessment of Government lands

நிலையான பணத்தில் உள்ள கிராமங்கள் வாடகைக்கு விடப்படும் தொகை – அரசு நிலங்களின் தர மதிப்பீட்டை விட சற்று குறைவாக உள்ளது

Sadavritti

For the daily distribution of un-cooked ries to poor travellers

ஏழைப் பயணிகளுக்கு சமைக்கப்படாத அரிசியை தினசரி விநியோகிப்பதற்காக

Sagubadi

Granted to head ryota with a view to their encouraging the cultiva-tion of Government lands

அரசு நிலங்களில் பயிரிடுவதை ஊக்குவிக்கும் நோக்கில் தலைமை ரயோட்டாவுக்கு வழங்கப்பட்டது

Saikalgar

For the service of polishing arms for a Zamindar

ஒரு ஜமீன்தாருக்கு ஆயுதங்களை மெருகூட்டும் சேவைக்காக

Samastanam Peons

For the service of revenue peons in Zamindaris

ஜமீன்தாரிகளில் வருவாய் பியூன்களின் சேவைக்காக

Samayakar

Held by a servant under the " Sri-vaishnava" priest of deras His duty is to report to the peo-ple the

movements of the priest

தேராஸின் "ஸ்ரீ-வைஷ்ணவ" ஆசாரியரின் கீழ் ஒரு ஊழியரால் நடத்தப்பட்டது. பாதிரியாரின் நடமாட்டத்தை மக்களுக்கு தெரிவிப்பது அவரது கடமை

Samba kattalai

For making an oblation in a Pago-da with a kind of rice called

" Samba " என்று அழைக்கப்படும் ஒரு வகையான அரிசியுடன் ஒரு பகோடாவில் ஒரு பிரசாதம் செய்ததற்காக

Samprati

For service as the accountant of a Taldq in a Paleiyam or Zamin dari, or of the whole estate when of small extent

ஒரு பாளையத்தில் அல்லது ஜமீன்தாரியில் உள்ள ஒரு டால்டாக் கணக்காளராக அல்லது சிறிய அளவில் இருக்கும் போது முழு எஸ்டேட்டின் கணக்காளராக சேவை செய்வதற்காக

Sang tarash

For service as a stone mason

ஒரு கல் கொத்து வேலைக்காக

Sangitam

For the service of singing in Pa-godas or in Zamindars' palaces

பகோடாக்கள் அல்லது ஜமீன்தார்களின் அரண்மனைகளில் பாடும் சேவைக்காக

Sangu-kulikaran

Held for the service of diving for chank shells

சாங்க் ஷெல்களுக்கான டைவிங் சேவைக்காக நடத்தப்பட்டது

Sankhanadam

For the service of blowing a conch shell in a Pagoda

ஒரு பகோடாவில் சங்கு ஊதுகிற சேவைக்காக

Santa basivi

Held by a female servant of the " Setti" caste who is employed in sweeping, lighting lamps etc. She is also required to perform similar services for travellers when they halt in the village

துடைத்தல், விளக்கு எரித்தல் போன்றவற்றில் பணிபுரியும் "செட்டி" சாதியைச் சேர்ந்த ஒரு பெண் ஊழியரால் நடத்தப்படுகிறது. கிராமத்தில் தங்கும் போது பயணிகளுக்கு இதே போன்ற சேவைகள்

Sappani

Granted for the support of a cripple

ஒரு ஊனமுற்றவரின் ஆதரவிற்காக வழங்கப்பட்டது

Sarva manyam

An Inam held free of quit-rent

ஒரு இனாம் வாடகைக்கு விடாமல் நடத்தப்பட்டது

Sathanapati

Held by an oflicer who acts as the general ' ' Vakil" or agent of a Pagoda

பொது " வக்கீல்" அல்லது ஏஜென்டாக செயல்படும் ஒரு அதிகாரியால் நடத்தப்படுகிறது பகோடா

Semman

Held for the service of supplying the Zamindar with chunam

ஜமீன்தாருக்கு சுனம் சப்ளை செய்யும் சேவைக்காக நடத்தப்பட்டது

Shara

Granted for permitting the dead bodies of persons dying in a village to be burnt with in the lim – its of the village

ஒரு வில்லில் இறக்கும் நபர்களின் இறந்த உடல்களை அனுமதிப்பதற்கு வழங்கப்பட்டது. கிராம எல்லைக்குள் எரிக்கப்பட வேண்டும்

Shava

For supplying cadjan leaves to the Zamindar and the village accountants

ஜமீன்தார்களுக்கும் கிராமக் கணக்காளருக்கும் காட்ஜான் இலைகளை வழங்குவதற்காக

Shrotriyam

A general term for all favorably assessed villages held by Brah-mans

பிராமணர்களால் ஏற்றுக்கொள்ளப்பட்ட அனைத்து கிராமங்களுக்கும் பொதுவான சொல்

Sidi

Performing the swinging festival in honor of the village goddess

ஊஞ்சல் திருவிழாவை ஊர் கடவுளுக்கு மரியாதை செய்ததற்காக

Sippashari

For the service of architect to a Pagoda

ஒரு பகோடாவுக்கு கட்டிடக் கலைஞரின் சேவைக்காக

Siyahiwala

Granted for the service of sup-plying ink to public offices

பொது அலுவலகங்களுக்கு மை வழங்கும் சேவைக்காக வழங்கப்பட்டது

Sondi

Held by toddy drawers for service as bearers, etc

கள் இழுப்பவர்களால் தாங்கி, முதலியன பணியாற்றுவதற்காக நடத்தப்பட்டது

Sorvaikkaran

Held for the service of village

peon

கிராம பியூன் சேவைக்காக நடத்தப்பட்டது

Sthala

In the District of North Arcot it is synonymous with a " Palle kattu" Inam, q. 1;. In Trichino-poly and some other Southern Districts a certain pro-portion of the cultivated lands of a vil-lage was set apart as " Sthala Inam" for the villagers, who appro priated it to various purposes common to the vil-lage

வட ஆற்காடு மாவட்டத்தில் இது ஒரு "பல்லே" கட்டுக்கு ஒத்ததாக உள்ளது. திருச்சினோபோலி மற்றும் வேறு சில தெற்கு பகுதிகளில் ஒரு கிராமத்தின் சாகுபடி நிலங்களில் ஒரு குறிப்பிட்ட விகிதத்தை ஏமாற்றுகிறது. கிராம மக்களுக்கு "ஸ்தல இனம்" என ஒதுக்கப்பட்டது. கிராமத்திற்கு பொதுவான பல்வேறு நோக்கங்களுக்காக அதை பயன்படுத்தினார்.

Sthala Gaud

For the service of head-man of a village. He differs from the ordi-nary " Gaud" by always remaining in the village while the other leaves the village on public du-ty, when required

ஒரு கிராமத்தின் தலைவரின் சேவைக்காக. அவர் சாதாரண "நல்லவர்" என்பதிலிருந்து வேறுபட்டவர், மற்றவர் கிராமத்தில் எப்போதும் இருப்பதன் மூலம் தேவைப்படும் போது பொதுப் பணிக்காக கிராமத்தை விட்டு வெளியேறுகிறார்

Sthalam kaval

Held by the village " kavalgar" who performs general duties, such as collecting revenue, watching produce, etc

பொதுப் பணிகளைச் செய்யும் " காவலர்" கிராமத்தால் நடத்தப்படுகிறது வருவாயைச் சேகரிப்பது, விளைபொருட்களைப் பார்ப்பது போன்றவை

Sthanikam

Held by the director of the cere-monies in a Pagoda

ஒரு பகோடாவில் விழாக்களின் இயக்குனரால் நடத்தப்பட்டது

Suddula

For singing hymns in praise of the village deity

கிராம தெய்வத்தை புகழ்ந்து பாடல்கள் பாடியதற்காக

Swayampakan

For the service of cooking in a Pagoda

ஒரு பகோடாவில் சமையல் சேவைக்காக

Ta'tfawali

Held by dancing girls

நடனப் பெண்களால் நடத்தப்பட்டது

Tabela

For superintending the sta-bles of a Zamindar

ஜமீன்தாரின் தொழுவத்தை மேற்பார்வையிடுவதற்காக

Takia

For the support of a fakir, whose duty it is to supply Mohammad-an pilgrims with water and shelter

ஒரு ஃபக்கீரின் ஆதரவிற்காக, முகமதினை வழங்குவது அவருடைய கடமை

தண்ணீர் மற்றும் தங்குமிடம் கொண்ட பக்தர்கள்

Talab–diwani

This term is applied to a class of villages in the Vizagapatam District granted on quit-rent for general service to the Zamindar

இந்தச் சொல் விசாகப்பட்டினத்தில் உள்ள கிராமங்களின் வகுப்பிற்குப் பயன்படுத்தப்படுகிறது. ஜமீன்தாரின் பொது சேவைக்காக வெளியேறும் வாடகையில் வழங்கப்பட்ட மாவட்டம்

Talaiyari

For the service of village watch-man

கிராம காவலாளியின் சேவைக்காக

Tamalapákula

For supplying betel-leaf to the Zamindar

ஜமீன்தாருக்கு வெற்றிலை சப்ளை செய்ததற்காக

Tambala

For the service of providing leaves, flowers etc. for the cer-emonies in honor of the village goddess

விழாக்களுக்கு இலை, பூ போன்றவற்றை வழங்கும் சேவைக்காக கிராம தெய்வத்தின் நினைவாக

Tandal

Held by a servant employed under the Monigar of a village in col lecting Government revenue

ஒரு கிராமத்தின் மணியகாரர் கீழ் பணிபுரியும் ஒரு ஊழியரால் நடத்தப்பட்டது அரசாங்க வருவாயைப் பெறுதல்.

Tannir pandal

For the service of maintaining a water-pandal where water and but-ter-milk are distributed to travellers during the hot season

தண்ணீர் பந்தல் பராமரிக்கும் சேவைக்காக தண்ணீர் மற்றும் வெயில் காலத்தில் பயணிகளுக்கு மோர்–பால் விநியோகிக்கப்படுகிறது

Tarapadi

Inams granted at the original formation of a. village for vil-lage pur-poses, comprising Giama ményams, the Inams enjoyed by the village revenue, police, and pri-vate servants, and the village Pagodas. The term " Tarapadi Iném" is used in contradistinction to a " Sanad Inam," or an Inam held under a grant

ஏ இன் அசல் உருவாக்கத்தில் வழங்கப்பட்ட இனாம்கள். கிராமத்திற்கு கிராமம் கியாமா மென்யாம்களை உள்ளடக்கிய நோக்கங்கள், இனாம்கள் அனுபவிக்கின்றன. கிராம வருவாய், காவல்துறை மற்றும் தனியார் ஊழியர்கள் மற்றும் கிராமம் பகோடாக்கள். "தாரபாடி இனெம்" என்ற சொல் முரண்பாடாக பயன்படுத்தப்படுகிறது. "சனத் இனாம்" அல்லது மானியத்தின் கீழ் நடைபெறும் இனாம்

Tatan

Held for the service of singing and beating a drum during matri moni-al or funeral ceremonies in a village

மாத்திரியின் போது பாடுதல் மற்றும் மேளம் அடித்தல் சேவைக்காக நடத்தப்பட்டு

ஒரு கிராமத்தில் நினைவு அல்லது இறுதி சடங்குகள்

Teppa

For supplying rafts to cross a river

ஆற்றைக் கடக்க படகுகளை வழங்குவதற்காக

Teru velai

For the service of repairing and decorating a car belonging to a Pagoda

ஒரு காரை பழுதுபார்த்து அலங்கரிக்கும் சேவைக்காக பகோடா

Timpani ve'lai

For the service of keeping a Pa-goda in repair

ஒரு பகோடா பழுதுபார்க்கும் சேவைக்காக

Tirast

Held by a description of armed Peons maintained by the hill Za mindars of the Vizagapatam District for preserving the peace of the country

ஜா மலையினால் பராமரிக்கப்படும்

ஆயுதமேந்திய பியூன்களின் விளக்கத்தால் நடத்தப்பட்டது. விசாகப்பட்டம் மாவட்டத்தின் அமைதியைக் காக்க வேண்டும் நாடு

Tirumalai

For the service of supplying gar-lands of flowers in a Pagoda

ஒரு பகோடாவில் மலர் மாலைகளை வழங்குவதற்கான சேவைக்காக

Tirunal mandaghappadi

Granted for the celebration of a feast in a " Mantapam" during the periodical festivals of a Pa-goda

"மண்டபத்தில்" ஒரு விருந்தைக் கொண்டாடுவதற்கு வழங்கப்பட்டது ஒரு பகோடாவின் காலத் திருவிழாக்கள்

Tiruvadirai

For the service of ofl'ering an oblation in a Pagoda on the day called " Tiruvadirai."

நாள் அழைப்பின் போது ஒரு பகோடாவில் ஒரு பிரசாதத்தை வழங்குவதற்கான சேவைக்காக பதிப்பு "திருவாதிரை."

Tiruvanendal kattalai

For the service of performing the morning oblation in a Pagoda

ஒரு பகோடாவில் காலை பிரசாதம் செய்யும் சேவைக்காக

Tope

The term means a grow of trees, properly of trees that bear fruit, as mango, tamarind, cocoa-nut etc. Lands occupied by such trees and held free of assessment have been treated as Inams

இந்த வார்த்தையின் அர்த்தம் மரங்களை வளர்ப்பது, சரியாக பழம் தரும் மரங்கள், மாம்பழம், புளி, கொக்கோ கொட்டை போன்றவை. நிலங்களை ஆக்கிரமித்துள்ளனர் மரங்கள் மற்றும் மதிப்பீடு இல்லாமல் நடத்தப்பட்டவை இனாம்களாக கருதப்படுகின்றன

Tope Inam

For the service of preserving a tope planted by a Zamindar

ஒரு ஜமீன்தார் நடப்பட்ட சோலையை பாதுகாக்கும் சேவைக்காக

Topukaran

For the service of maintaining flower gardens and supplying flowers to temples

மலர் தோட்டங்களை பராமரித்தல் மற்றும் பூக்களை வழங்குவதற்கான சேவைக்காக கோவில்களுக்கு

Toranam katti

For preparing festoons of leaves and tying them across the street during Pagoda procession

இலைகளின் அலங்காரம் மற்றும் தெரு முழுவதும் அவற்றைக் கட்டுவதற்கு பகோடா ஊர்வலத்தின் போது

Toti

For the service of village " To-ti," a man of low caste who waits upon the village oflicers gener-ally, assists in measuring land, carries letters to the Tahsild-iir, acts as a guide to officers tra velling on public duty, etc

கிராமத்தின் சேவைக்காகக் காத்திருக்கும் ஒரு தாழ்த்தப்பட்ட சாதியைச் சேர்ந்த "டோட்டி" பொதுவாக கிராமப் பணியாளர்கள் நிலத்தை அளக்க உதவுகிறார்கள், தாசில்திருக்கு கடிதங்களை கொண்டு செல்கிறார், அதிகாரிகளுக்கு வழிகாட்டியாக செயல்படுகிறார் பொதுக் கடமையை மேற்கொள்வது போன்றவை

Tribhagam

Inams consisting of one-third share of the Government revenue

அரசின் வருவாயில் மூன்றில் ஒரு பங்கைக் கொண்ட இனாம்கள்

Trishvekam

Inam villages, two-thirds of the revenue of which is payable to Gov ernment, the remaining one-third be-ing enjoyed by the hamdars

இனாம் கிராமங்களின் வருவாயில் மூன்றில் இரண்டு பங்கு அரசுக்கு செலுத்த வேண்டும் எர்ன்மென்ட், மீதமுள்ள மூன்றில் ஒரு பங்கை ஹாம் அனுபவிக்கிறது தார்ஸ்

Tsalavtdi

Held by an oflioer who acts under the orders of the " Setti," q. 0. His principal duty is to assemble the merchants on public occasions

செட்டி"யின் கட்டளையின் கீழ் செயல்படும் ஒரு அதிகாரியால் நடத்தப்படுகிறது, கே. ஓ. அவரது முக்கிய கடமை வணிகர்களை பொதுவில் கூட்டிச் செல்வதாகும் சந்தர்ப்பங்கள்

Tsavadi

For the support of a building used for the accommodation of travel-lers. Such a building gen-erally consists of a single hall and is less extensive than a " Chat-tram."

தங்குவதற்கு பயன்படுத்தப்படும் ஒரு கட்டிடத்தின் ஆதரவிற்காக பயணிகள். அத்தகைய கட்டிடம் பொதுவாக ஒரு ஹால் மற்றும் கொண்டுள்ளது "சத்திரம்" ஐ விட குறைவான விரிவானது

Tudumu

For beating a drum on public oc-casions, such as the publication of a Notice, the arrival at the vil-lage of high oflicials etc

வெளியிடுவது போன்ற பொது நிகழ்வுகளில் பறை அடிப்பதற்காக ஒரு அறிவிப்பு, உயர் அதிகாரிகளின் கிராமத்திற்கு வருகை போன்றவை

Tukkiri

For service as head watchman of a village

ஒரு கிராமத்தின் தலைமைக் காவலராகப் பணியாற்றுவதற்காக

Ubbakavali

Held for the service of head " Kavalgar" or watchman

தலைமை " காவலர்" அல்லது காவலாளியின் சேவைக்காக நடத்தப்பட்டது

Urani

For maintaining in repair the village ponds for supplying drinking water

குடிநீருக்காக கிராம குளங்களை சீரமைத்து பராமரிக்க வேண்டும் தண்ணீர்

Ustad

For the service of teaching the Zamindar fencing and gymnastics

ஜமீன்தார் வாள்வீச்சு மற்றும் ஜிம்னாஸ்டிக்ஸ் கற்பிக்கும் சேவைக்காக

Vaidya

For the service of physician

மருத்துவரின் சேவைக்காக

Valayan

Held for the service of catching fish for the Zami'ndar

ஜமீன்தாருக்கு மீன் பிடிக்கும் சேவைக்காக நடைபெற்றது

Valluva

For the service of " Valluvan" who is aPariah, and is to low caste per-sons what the " Pan-changi" is to the higher classes

பறையனாகவும், தாழ்ந்தவனாகவும் இருக்கும் "வள்ளுவன்" சேவைக்காக சாதி மக்கள் உயர் வகுப்பினருக்கு "பஞ்சாங்கி" என்றால் என்ன

Vaniyan

For the service of supplying oil to a Pagoda

ஒரு பகோடாவிற்கு எண்ணெய் வழங்கும் சேவைக்காக

Vannan

The same as " Dhobi," q. c. He is also sometimes attached to a tem-ple to wash the cloths of the idol and to supply rags fortorches

அதே "தோபி," கே. c. சில சமயங்களில் சிலையின் துணிகளைத் துவைக்கவும், கந்தல் துணிகளை வழங்கவும் அவர் சில சமயங்களில் கோவிலில் இணைக்கப்படுவார் தீபங்கள்

Vanpair ambalam

For the service of collecting the assessment on garden lands

தோட்ட நிலங்களில் மதிப்பீடு சேகரிக்கும் சேவைக்காக

Variyan

Held for the service of watching the " Me'lvaramH produce in the village

மெல்வரம்ஹெச் உற்பத்தியைக் காணும் சேவைக்காக நடத்தப்பட்டது கிராமம்

vattiyar

(1) For the support of the vil-lage'schoolmaster

(2). For the support of a priest who conducts re-ligious ceremonies in the houses of Brahinans.

① கிராமத்தின் பள்ளி ஆசிரியரின் ஆதரவிற்காக

② துணைக்கு வீடுகளில் மத சடங்குகளை நடத்தும் ஒரு பாதிரியாரின் துறைமுகம் பிராமணர்கள்

vayikkal

Held for the service of preserv-ing channels and other irrigation works in good order

சேனல்கள் மற்றும் பிற நீர்ப்பாசனங்களைப் பாதுகாக்கும் சேவைக்காக நடத்தப்பட்டது நல்ல முறையில் வேலை செய்கிறது

Veda~vritti

For reading the Ve'das and teach-ing them to Brahman boys

வேதங்களை ஓதுவதற்கும் பிராமண சிறுவர்களுக்கு கற்பித்ததற்கும்

Vedar

Granted to ahunter as a reward for the display of skill in the chase

வேட்டையாடுவதில் திறமையை வெளிப்படுத்தியதற்காக வெகுமதியாக வேட்டையாடுபவருக்கு வழங்கப்பட்டது

Vetti

For the performance of the lowest oflices in a village, as those of a porter, grain watcher, scavenger etc

ஒரு கிராமத்தில் உள்ள மிகக் குறைந்த அதிகாரிகளின் செயல்திறனுக்காக, ஒரு போர்ட்டர், தானியம் பார்ப்பவர், தோட்டி போன்றவை

Vimana pratishta

For the service of repairing the " Vimanam" or pinnacle of a temple

இன் "விமானம்" அல்லது உச்சத்தை பழுதுபார்க்கும் சேவைக்காக கோவில்

Wadde

For theservice of repairing-tanks

தொட்டிகளை பழுதுபார்க்கும் சேவைக்காக

Wara riayat

Certain lands in the Tirunelveli District held on a favorable as - sessment, the difference between the full and the favorable assess ment being known by this term

திருநெல்வேலி மாவட்டத்தில் உள்ள சில நிலங்கள் சாதகமான மதிப்பீட்டின் அடிப்படையில், முழு மற்றும் சாதகமான மதிப்பீட்டிற்கு இடையிலான வேறுபாடு இந்த வார்த்தையால் அறியப்படுகிறது

Yadayan

Held by cowherd for the service of taking out the cattle of the villagers to graze

கால்நடைகளை வெளியே

எடுக்கும் சேவைக்காக மாடு மேய்ப்பவரால் நடத்தப்பட்டது கிராம மக்கள் மேய்ச்சலுக்கு

Yajaman

The same as Graina-manyam. The Imim is calle'l by this name when its holder is the sole Mirassidar of the village

கிரேனா–மன்யம் போலவே. இமிம் இந்த பெயரால் அழைக்கப்படுகிறார் அதன் வைத்திருப்பவர் கிராமத்தின் ஒரே மிராசிதாராக இருக்கும்போது

Yalavarise

A term applied in the District of Tinnevelly to dry lands held by Kavalgars on a favorable assess-ment

வறண்ட நிலங்களுக்கு தின்னவேலி மாவட்டத்தில் பயன்படுத்தப்படும் ஒரு சொல் காவலர்கள் சாதகமான மதிப்பீட்டில்

Yennai vangi

For the service of carrying oil from the oilmonger t0 the Pagoda

எண்ணெய் வியாபாரி to பகோடாவிலிருந்து எண்ணெய் எடுத்துச் செல்லும் சேவைக்காக

Zamindari

A general name given to a class of Inams comprising the Pale-gar l\'ad Gaud, Désai, Despandya, Dé-smukh, Kani'ingo, Sanad Gaud, Samat Gaud, Nad Karnam, Majmt'l-dar, SirdéspAndya and Samat Karnam Ina'ms. On the extinction of these offices and the resumption of the land and ready money emoluments attached to them, certain Inams were granted for the support of the families of the holders. These Inams have been treated as personal

பாலேகர் அடங்கிய இனாம் வகுப்பிற்கு வழங்கப்படும் பொதுவான பெயர்

எல்–'அட் கவுட், தேசாய், தேஸ்பாண்டியா, தேஸ்முக், கனியிங்கோ, சனத் கவுட், சமத் கவுட், நாட் கர்ணம், மஜ்மத்'ல்தார், சிர்தெஸ்ப்ஆண்டியா மற்றும் சமத் கர்ணம் இனாம்ஸ். இந்த அலுவலகங்களின் அழிவு மற்றும் மறுதொடக்கம் நிலம் மற்றும் அவற்றுடன் இணைக்கப்பட்ட ஆயத்த பணக் கொடுப்பனவுகள், அவர்களின் குடும்பங்களின் ஆதரவிற்காக சில இனாம்கள் வழங்கப்பட்டன வைத்திருப்பவர்கள். இந்த இனாம்கள் தனிப்பட்டவர்களாகக் கருதப்பட்டுள்ளனர்.

Zingar

For the support of a saddler in the service of a Zamindar

ஒரு ஜமீன்தாரின் சேவையில் ஒரு சேணக்காரனின் ஆதரவிற்காக

போர்ச்சுக்கல் வார்த்தைகள்

Acordos, prestação de contas
Settlements
குடியேற்றங்கள்

Advogado da causa
Attorney of record
பதிவு வழக்கறிஞர்

Ao invés de execução (hipoteca)
deed in lieu of fore closure (mortgage-related)
முன்கூட்டியே மூடுவதற்குப் பதிலாக பத்திரம் (அடமானம் தொடர்பான)

Assistência jurídica
Legal Aid
சட்ட உதவி

Avaliação de terras agrícolas
farmland assessment
விவசாய நில மதிப்பீடு

Contrato de prorrogação (hipoteca)

extension agreement (mortgage-related)
நீட்டிப்பு ஒப்பந்தம் (அடமானம் தொடர்பான)

Cópia autenticada
exemplified copy
எடுத்துக்காட்டு நகல்

Credor hipotecário
encumbrancer
வில்லங்கம்

Direito legal ou equitativo
legal or equitable interest

சட்ட அல்லது சமமான வட்டி

ENTRADA DE ADVOGADOS
ATTORNEYS' ENTRANCE
வழக்கறிஞர்களின் நுழைவு

Escritura de bem imóvel
deed
பத்திரம்

Espólio
estate
எஸ்டேட்

Hipoteca de valorização compartida
Shared appreciation mortgage
பகிர்ந்த பாராட்டு அடமானம்

Hipoteca inversa
Reverse mortgage
தலைகீழ் அடமானம்

inquilinato
Tenancy
குத்தகை

Locação (automóvel)
lease (car)
குத்தகை (கார்)

opinião
opinion
கருத்து

pequenas
minor
சிறிய

poder legislative
legislature
சட்டமன்றம்

poderes gerais de disposição
Testamentária general power of appointment in trust
நம்பிக்கையில் நியமனம் செய்வதற்கான பொதுவான அதிகாரம்

pressuposto de
mortgage
அடமானம்

Procurador Geral
Attorney General
அட்டர்னி ஜெனரல்

Procurador Geral Adjunto
Deputy Attorney General
துணை அட்டர்னி ஜெனரல்

proprietário
landlord / Tenant
நில உரிமையாளர்/குத்தகைதாரர்

qualificação de terras agrícolas
farmland qualification
விவசாய நிலத்தின் தகுதி

revogação de qualificação de terras agrícolas
farmland rollback
விவசாய நிலம் திரும்பப் பெறுதல்

Secretaria
Registrar
பதிவாளர்

Sentenca
judgment
தீர்ப்பு

Serviços Jurídicos
Legal Services
சட்ட சேவைகள்

சிங்கல வார்த்தைகள்

Akkaraya
Acre
ஏக்கர்

Kaele
Forest
காடு

Kandha
Hill
மலை

Naegima
Ascent
ஏற்றம்

Para (cart – rpad-karaththapara)
Road
சாலை

Vaduwa; vadurala
Carpenter
தச்சர்

Vaeda kattiya
Field
களம்

Vaththa
Estate
எஸ்டேட்

> " சொத்துக்கள் அதிஷ்டம் இருந்தால் கூடும். ஈர்ப்பு
> விதியினால் அதிகரிக்கும் என்று உருவகித்துக் கொண்டு
> சொத்து சேர்த்து கொள்வதற்கு இறங்கி வேலை செய்ய
> வேண்டும் என்பதை மறந்து விடுகின்றனர் "
> – சா.மு பரஞ்சோதி பாண்டியன்

பரஞ்சோதி பாண்டியன் வார்த்தைகள்

நிலபசி

நிலமற்றவர்களுக்கு நிலம் உடைமை வேண்டும் என்ற பேரார்வம்

நிலப்பறி இயக்கம்

பெரும்பாலும் நக்சல்பாரி இயக்கம் பெரும்நிலகிழாரிடம் இருந்து நிலத்தை அபகரித்து நிலமற்றவர்களுக்கு பகிர்தல்

தலத்திலில்லாத நிலகிழார்முறை

பெரிய நிலகிழார்கள் நிலமிருக்கும் ஊரிலே இல்லாமல் இருப்பவர்கள்

பூதான்

வினோபாவின் பூமியை தானமாக பெறும் இயக்கம்

கிராமதான்

பல்வேறு நபர்கள் ஒரே கிராமத்தில் அதிகபடியான நிலத்தை தானம் கொடுத்து தனி சர்வோதயா பஞ்சாயத்தை உருவாக்குதல்

கூப்தானம்

கிணற்றை தானமாக பெறுவது

கிரிதானம்

மலலயை தானமாக பெறுவது

ஷால்காரி

மத்திய பிரதேச மாநிலத்தில் இருந்த பண்ணை அடிமைகளுக்கான பெயர்.

கம்யா

பீகார் மாநிலத்தில் உள்ள பண்ணை அடிமைகளுக்கான பெயர்

கோலி

மகாராஷ்டிரா பண்ணை அடிமைகளுக்கான பெயர்

சக்கார்

ஒரிசாவில் உள்ள பண்ணை அடிமைகளுக்கான பெயர்

பய்ய சாரா

ஏக போக முதலாளி இருக்கும் கிராமம்

ஜின்ஸ் – ஏ – கமில்

நல்ல பயிர் விதைக்கும் தொடர் வேளாண்மை நடப்பதற்கான கடமை

உமரா

அமீர் என்பதன் பன்மை பரம்பரையாக நிலத்தை ஆண்டு வந்த பிரிவினர்

மாதாக்– ஏ– மாஸ்

தர்ம காரியங்களுக்கு அளிக்கப்பட்ட வரியில்லாத மாநில நிலங்கள்

சிக்தார் – ஏ– சிக்குதார்

தற்போதைய தாசில்தாரை ஒத்த ஒரு பதவி

தஸ்துரூல் அமல்கள்

நிர்வாக கையேடு

அர்ஷத்தார்

நில தஸ்தாவேஜி

கரிஃப்

தொழிலார்களின் அறுவடை காலம்

ரஃபி

இதுவும் ஒருவகையான அறுவடை காலம்

பட்டா மொசல்கா

ஒருவர் கொடுக்க இன்னொருவர் ஏற்றுக்கொள்ள ஒப்பந்தம்

கடூளியத்
கேட்கப்பட்ட வருமானத்தை முடிக்கிறேன் என்று சொல்லி பெறப்பட்ட நில ஒப்பந்தம்

ஹல்மீர்
பீகாரில் நன்கு ஏர்களை வைத்திருப்பவர்

மாலிக்
நிலத்துண் உரிமையாளர்

ஜோக்தார்
சுயட்சையான உழவர்

பாஹீர்
வெளியிலிருந்து கொண்டு வரப்பட்ட உழவர்

மொஜாரா
குத்தகைக்கு பயிரிடுபவர்

ரியாயா
பிரஜை

கிருஷ்கா
விவசாயி

குத்காஷ்ட்
உழவர் தான் வசிக்கும் இடத்திலேயே பயிரிடும் நிலம்

பாகிகாஷ்ட்
உழவர் தனக்கு சொந்தமில்லாத கிராமத்தில் சாக்கு படி செய்யும் நிலம்

ஜாமீன் – ஏ – உஃப்தாதா
கிஸ்தி பட்டியலில் இல்லாத பயிர் செய்யப்படாத நிலம்

காபில்– இ– ஜிராத்
பயிர் செய்யாத நிலம்

கதவுனி
அயினி அக்பர் கால அ– பதிவேடு

கிர்மதி பிரஜா
தாழ்த்தப்பட்ட நில அடிமைகள்

மில்கியத்

ஜாமீன் போல உரிமை பெற்றவர்கள்

மாட்டா
தரகு கூலி

மாலிகான
மொத்த விளைச்சலில் 10 சதவீதம்

மால்
நிலையான வரி வருவாய்

சயிர் ஜிகாத்
நில வரி இல்லாத பிற வரிகள்

கிக்மத் குஜாரி
இது ஒரு வகையான ஜாமீன் உரிமை

மால் குஜாரி
இதுவும் ஜாமீனின் ஒரு வகை உரிமை

முக்காதம்
ஜாமீனின் ஊதியம்

ருசுமாட் முக்காதம்
தள்ளுபடி உரிமைகள்

இஜாரா
குத்தகை உழவு

மொத்த மககூல்
போரடியில் கிடைக்கும் தானியம் உள்படவும் சேர்ந்ததே

> " ஒரே சிந்தனையுள்ள ஒருங்கிணைக்கப்பட்ட மக்கள் நிலத்தின் விலையை உயராமல் கட்டுப்படுத்தலாம் "
>
> – சா.மு. பரஞ்சோதி பாண்டியன்

பத்திரங்களில் உள்ள சுருக்கங்களின் விளக்கம

சா.மு. பரஞ்சோதி பாண்டியன்

சு ரு க் க ங் கள்.

அ	– அணு.
ஆ	– அளம்.
ஆட	– ஆக.
கூ	– கலம்.
8	– காணி.
கூ	– குழி.
இ	– க்கு.
உ	– தேதி.
ரூ	– நம்பர்.
று	– நன்செய்.
ன	– தாயகன்.
து	– தாள.
று	– பாரம்.
டிடி	– பா அபியத்பாஷித்.
டூ	– பிள்ளை என்கிறபட்டப்பெயர்.
பூ	– புன்செய்.
பை	– பைசா.
ப	– போக.
மூ	– மாசம்.
மு	– முதல்.
மூ	– முதலி என்கிறபட்டப்பெயர்.
டி	– மேற்படி.
ரூ	– ரூபாய்.
வரு	– வருஷம்.

தமிழ் எண்கள்

க	1	ஒன்று
உ	2	இரண்டு
ங	3	மூன்று
ச	4	நான்கு
ரு	5	ஐந்து
சா	6	ஆறு
எ	7	ஏழு
அ	8	எட்டு
கூ	9	தொண்டு/ ஒன்பது
ய	10	பத்து
கூய	90	தொன்பது
ாா	100	நூறு
கூாா	900	தொன்னூறு
சூ	1,000	ஆயிரம்
கூசூ	9000	தொள்ளாயிரம்
யசூ	10,000	பத்தாயிரம்
ாாசூ	100,000	நூறாயிரம்

பத்திரங்களில் உள்ள தொகை எண்கள்

முக்கால்	ஔ
அரை (கால்)	௲
கால்	வ
நாலுமா / நான்கு	கி
மூன்று வீசம் / மும்மாகாணி	௬
மும்மா / மூன்றுமா	நி
அரைக்கால்	௮
இருமா	௨
மாகாணி / வீசம்	௶
ஒருமா	ப
முக்கால் வீசம்	௴
முக்காணி	௫
அரை வீசம்	௲
அரைமா	௲
கால்வீசம்	௳
காணி	௳
அரைக்காணி முந்திரி	௴௵
அரைக்காணி	௫
முந்திரி	௲

சா.மு. பரஞ்சோதி பாண்டியன்

பன்மொழிகளின் அட்டவணை

ENGLISH.	ARABIC. PERSIAN. ÚRDU.	SANSKRIT. HINDI. MARÁṬHÍ.	GUZARÁTHÍ.	BENGÁLÍ.	URIYA.	TELUGU.	KARNÁTA.	TAMIḺ.	MALAYÁLAM.
A a	ـَ ا	अ	અ	অ	ଅ	అ ˇ	ಅ ˇ	அ	അ
Á á	ا آ	आ ा	આ ા	আ া	ଆ ା	ఆ ా	ಆ ಾ	ஆ ா	ആ ാ
Â â	ع ء	—	—	—	—	—	—	—	—
Ai ai	اي يَ	ऐ ै	ઐ ૈ	ঐ ৈ	ଐ ୈ	ఐ ై	ಐ ೈ	ஐ ை	ഐ ൈ
Au au	او وَ	औ ौ	ઔ ૌ	ঔ ৌ	ଔ ୌ	ఔ ౌ	ಔ ೌ	ஔ ௌ	ഔ ൗ
B b	ب بـ	ब	બ	ব	ବ	బ	ಬ	ப	ബ
Bh bh	بهـ	भ	ભ	ভ	ଭ	భ	ಭ	—	ഭ
Ch ch	چ چـ	च	ચ	চ	ଚ	చ	ಚ	ச	ച
Chh chh	چهـ	छ	છ	ছ	ଛ	ఛ	ಛ	—	ഛ
D d	د	द	દ	দ	ଦ	ద	ದ	த	ദ
Dh dh	ده	ध	ધ	ধ	ଧ	ధ	ಧ	—	ധ
Ḍ ḍ	ڈ	ड	ડ	ড	ଡ	డ	ಡ	ட	ഡ
Ḍh ḍh	ڈه	ढ	ઢ	ঢ	ଢ	ఢ	ಢ	—	ഢ
E e	ي يـ	ए े	એ ે	এ ে	ଏ େ	ఎ ె	ಎ ೆ	எ ெ	എ െ
É é	—	—	—	—	—	ఏ ే	ಏ ೇ	ஏ ே	—
F f	ف فـ	—	—	—	—	—	—	—	—
G g	گ گـ	ग	ગ	গ	ଗ	గ	ಗ	க	ഗ
Gh gh	گهـ	घ	ઘ	ঘ	ଘ	ఘ	ಘ	—	ഘ
Ġh ġh	غ غـ	—	—	—	—	—	—	—	—
H h	ح حـ	ह	હ	হ	ହ	హ	ಹ	—	ഹ
Ḥ ḥ	ه هـ	—	—	—	—	—	—	—	—
Ḥ̤ ḥ̤	—	ः	ઃ	ঃ	ଃ	ః	ಃ	—	ഃ
I i	ي يـ	इ ि	ઇ િ	ই ি	ଇ ି	ఇ ి	ಇ ಿ	இ ி	ഇ ി
Í í	يي يـ	ई ी	—	ঈ ী	ଈ ୀ	ఈ ీ	ಈ ೀ	ஈ ீ	ഈ ീ
J j	ج جـ	ज	જ	জ	ଜ	జ	ಜ	—	ജ
Jh jh	—	झ	ઝ	ঝ	ଝ	ఝ	ಝ	—	ഝ
K k	ك کـ	क	ક	ক	କ	క	ಕ	க	ക
Ḳ ḳ	ق قـ	—	—	—	—	—	—	—	—

ENGLISH.	ARABIC. PERSIAN. ÚRDU.	SANSKRIT. HINDI. MARÁTHÍ.	GUZARÁTHÍ.	BENGÁLÍ.	URIYA.	TELUGU.	KARNÁTA.	TAMIL.	MALAYÁLAM.
Kh kh	[illegible]	[illegible]	[illegible]	[illegible]	[illegible]	[illegible]	[illegible]	—	[illegible]
Kḥ	[illegible]	—							[illegible]
L l	[illegible]	[illegible]	[illegible]	[illegible]	[illegible]	[illegible]	[illegible]	[illegible]	[illegible]
Ḷ ḷ		[illegible]	[illegible]					[illegible]	[illegible]
L̤ ḻ		[illegible]						[illegible]	[illegible]
M m	[illegible]	[illegible]	[illegible]	[illegible]	[illegible]	[illegible]	[illegible]	[illegible]	[illegible]
N n	[illegible]	[illegible]	[illegible]	[illegible]	[illegible]	[illegible]	[illegible]	[illegible]	[illegible]
Ṅ ṅ		[illegible]		[illegible]	[illegible]	[illegible]	[illegible]	[illegible]	[illegible]
Ñ ñ		[illegible]	[illegible]	[illegible]	[illegible]	[illegible]	[illegible]	[illegible]	[illegible]
Ṇ ṇ		[illegible]		[illegible]	[illegible]	[illegible]	[illegible]	[illegible]	[illegible]
N̈ n̈	[illegible]	[illegible]	[illegible]	[illegible]	[illegible]	[illegible]	[illegible]	[illegible]	[illegible]
● ●	[illegible]	[illegible]	—	—	—	[illegible]	[illegible]	[illegible]	[illegible]
● ́		[illegible]				[illegible]	[illegible]	[illegible]	[illegible]
P p	[illegible]	[illegible]	[illegible]	[illegible]	[illegible]	[illegible]	[illegible]	[illegible]	[illegible]
Ph ph	[illegible]	[illegible]	[illegible]	[illegible]	[illegible]	[illegible]	[illegible]	—	[illegible]
R r	[illegible]	[illegible]	[illegible]	[illegible]	[illegible]	[illegible]	[illegible]	[illegible]	[illegible]
Ṛ ṛ		[illegible]				[illegible]	[illegible]	—	[illegible]
R̈ r̈						—	—	—	[illegible]
Ri ṛi		[illegible]	[illegible]	[illegible]	[illegible]	[illegible]	[illegible]	—	[illegible]
Rí ṛí		[illegible]	[illegible]	[illegible]	[illegible]	[illegible]	[illegible]		[illegible]
S s	[illegible]	[illegible]	[illegible]	[illegible]	[illegible]	[illegible]	[illegible]	[illegible]	[illegible]
Ṣ ṣ		[illegible]	[illegible]				[illegible]		[illegible]
S̈ s̈	[illegible]								
Š š	[illegible]	[illegible]	[illegible]	[illegible]	[illegible]	[illegible]	[illegible]	[illegible]	[illegible]
Sh sh	[illegible]	[illegible]	[illegible]	[illegible]	[illegible]	[illegible]	[illegible]	[illegible]	[illegible]
T t	[illegible]	[illegible]	[illegible]	[illegible]	[illegible]	[illegible]	[illegible]	[illegible]	[illegible]
Th th	[illegible]	[illegible]	[illegible]	[illegible]	[illegible]	[illegible]	[illegible]	[illegible]	[illegible]
Ṭ ṭ	[illegible]	[illegible]	[illegible]	[illegible]	[illegible]	[illegible]	[illegible]	[illegible]	[illegible]
Ṭh ṭh	[illegible]	[illegible]	[illegible]	[illegible]	[illegible]	[illegible]	[illegible]	—	[illegible]
Ṯ ṯ	[illegible]	[illegible]	[illegible]	[illegible]	[illegible]	[illegible]	[illegible]	[illegible]	[illegible]
U u	[illegible]	[illegible]	[illegible]	[illegible]	[illegible]	[illegible]	[illegible]	[illegible]	[illegible]
Ú ú	[illegible]	[illegible]	[illegible]	[illegible]	[illegible]	[illegible]	[illegible]	[illegible]	[illegible]
V v	[illegible]	[illegible]	[illegible]	—	—	[illegible]	[illegible]	[illegible]	[illegible]
W w	[illegible]								
X ksh		[illegible]		[illegible]	[illegible]	[illegible]	[illegible]		[illegible]
Y y	[illegible]	[illegible]	[illegible]	[illegible]	[illegible]	[illegible]	[illegible]	[illegible]	[illegible]
Z z	[illegible]	—	—	—	—	—	—	—	—
Zh zh	[illegible]	—	—	—	—	—	—	—	—
Ẓ ẓ	[illegible]	—	—	—	—	—	—	—	—
Z̈ z̈	[illegible]	—	—	—	—	—	—	—	—

தஞ்சாவூர் மாவட்டம் பட்டுக்கோட்டை

தாலுகாவில் உள்ள கிராமத்தை

முழுமையாக அளவீடு செய்து

கையில் எழுதிய

ஜமீன் காலத்து

பழைய அ – பதிவேட்டின்

சில பக்கங்கள்

தஞ்சாவூர் சீமை பட்டுக்கோட்டை தாலுகா கண்ணுருதளம்
மகாடரம்பம் சொரோத்திய கிரும ஆண்டமி உக்கு
புவலங்கி தநஉள முப்பது சும் பசலி நஞ்சை புறம்போக்கு போக
துரைபாடி நிலமனை கோடிபாரு துகையோடு தந் அளவு உயது
இ ஜனவரி மியையதுஉ
காடாரம்பம் பல போகம் சொரத்திய இரும ஆண்ட
ஆண்டமிக் கண்ட புலஞ்சி நஞ்சை புறம்போக்கு உட்பட
நிலம் எருய காலி மிக காகு காயகளும் புறம்போக்கு போக
வகையரு நிலம் உய கலிமீ உருகாவ செயிகால் தரிசு உட்பட
நிலம் உயதுலி மீஉருளய அயன்புஞ்சை செயுரிகால், தரிசு உட்பட
நிலம் எலிமாய்க்கு எரு தோப்புநில்
றுளிமீஅகு துயக மிளர கொல்லை நிலம் காலி சர்வமாய் எயது
புறம்போக்கு உட்பட நிலம் எருயகாலி
காய கரு இநாளது காணி முத்திரை
போட்ட நுயநுகி கோவில் அடி கோலில் அளவு நம்பர்
காளகாய நுகி பேயகரு
இதன் தபசில் நஞ்சை செய்காலி ஒரு போகம் நம்பர் காய
பேயகரு
நஞ்சை ஹாக்டர் ஒரு தலை போகம் நம்பர் சாயசஇ
பேயகரு
மூன்று செயிலிகால் தரிசு நம்பர் யஅஇ ஆகி இருக்கிற பேயகரு
மூன்று ஒரு போகம் நம்பர் முப்பதுக்குரிய நுயதுஇ
38 தரிசு நம்பர் 21/2 ஆகிஇருக்கின்ற மேல கீழகரு

மூன்றுரைக்கு நம்பர் நம்பர் 35 ஆகிஇருக்கிற மேலகரு
மூன்றுரைக்கு நம்பர் 4 1/2க்கு மேல கீழ கரு
பெரிகரை நம்பர் மூப்பரைக்கு 1/2 மேல கீழ கரு
மூன்று கார் திடல் நம்பர் 2 1/2 -க்கு
மூன்று பெரியக்கரை நம்பர் 3 1/2-க்கு
மூன்று பாரி நம்பர் 4 1/2 க்கு மேல கீழ கரு
மூன்று தண்ணிற் பிடியில் நம்பர் 5/2 மேல கீழ கரு
பூ செயிலிகால் ஒரு போகம் நம்பர் காயஉண 2/2 மேல கீழ கரு
பூ செயிலிகால் இரு போகம் நம்பர் எஇ 1/2 மேல கீழ கரு
பூ செயலிகால் தரிசு நம்பர் 44/2 கயதுஇ மேல கீழ கரு
பூ ஆருதி தாசு நம்பர் யள இ 1/2 மேல கீழ கரு
பூ தோப்பு செயலிகால் நம்பர் 5/2 மேல கீழ கரு
தோப்பு பூ செயலிகால் தரிசு நம்பர் யநு இ 31/2 மேல கீழ கரு
பூ பெயரில் காடு நம்பர் கஇ 1/2 மேல கீழ கரு
மினி பழக்கடை கண்ட நம்பர் அஇ 8 1/2 -க்கு
பூ வா நம்பர் உஇ 21/2 மேல கீழ கரு
ருத்திரமி கஇ ரு 1/2
நத்தம் குடியிருப்பு வீடு ரூயது இ நம்பர்
ரூயதுஇ மேல கீழ கரு பேய்கரு
பூ களத்திடல் நம்பர் இரு
விறகுல் கோவில் நம்பர் கஇகு
மாரியம்மன் கோவில் குனர கட்டுறம்பர் கஇஇரு
மாரியம்மன் கோவில் செங்கல் கட்டுநம்பர் கஇஇரு

பூ பள்ளக்கால் நம்பர் உ இரு ஆக நபூ புறம்போக்கு உட்பட
நம்பர் காய சயளி பேயகரு
குடிமானியம் ந செயலிகால் ஒரு போகம் நம்பர் பேயகரு
பேயகரு
குடிமானியம் ந வறகுடன் குத்தாலை நம்பர்க்கு இ யேகரு
குடிமானியம் பூ செயலிகால் ஒரு போகம் நம்பர்க்கு பேயகரு
குடிமானியம் பூ செயலிகால் இரு போகம் நம்பர் சஇ பேயகரு
குடிமானியம் பூ தோட்டக்கால் இரு போகம் நம்பர் கஇகு
பூ செயலிகால் தரிசு நம்பர் கஇ பேயகரு
அக்குடி மானியம் ந பூ உள்பட நம்பர் யசாஇ பேயகரு உயயகவ
ஆக ந பு புறம்போக்கு குடிமானியம் உட்பட நம்பர்
காள காயநுகு பேயகரு
பலாறுஇ மேல் காய்க்கப்பட்ட மரம் யரு பிலாருஇ
மேல் காய்க்கப்பட்ட மரம் க பிலா காயாத மரம்
சயரு பிலா முடசல் கண்ணு நுயக ஆக பிலாமரம்
எதும் உ இலுப்பை காய்ப்பு மரம் உ இலுப்பை நுகு மேல்
காயக்கப்பட்ட மரம் து இலுப்பை காயத மரம்
இலுப்பை கண்ணுமரம் ச ஆக இலுப்பை மரம்
நுயஉ மா காயிருப்பு மரம் காய்கமரம் நுஇமேல்
காயிக்கப்பட்ட மரம் து மகாயாதமரம் உய உ மரம்
மா கண்ணு மரம் உ ஆகமரம் துயது குறத்தை
காயிருப்பு மரம் து புளிகாயிப்பு மரம் உயகாபுளிநுஇ
மேல் காயிக்கப்பட்ட மரம் உ பளி காயாத மரம் உயள

 சா.மு. பரஞ்சோதி பாண்டியன்

அடுத்து வரப்போகின்ற

நிலம் உங்கள் எதிர்காலம் – 5

இல் உள்ள ஒரு கட்டுரை

"இனாம் தூய பதிவேடு" (INAM FAIR REGISTER) பற்றி தெரிந்து கொள்ள வேண்டிய ஆழமான 20 செய்திகள் :

1). இனாம் தூய பதிவேடு என்ற பெயரிலேயே அது என்ன? என்று தெளிவாக இருகின்றது. "இனாம்" பற்றிய சுத்தமான பதிவேடு என்று அர்த்தம் ஆகின்றது. இதனை ஆங்கில வார்த்தையில் INAM FAIR REGISTER என்று சொல்கிறார்கள், அதனையும் சுருக்கமாக IFR (ஐ எப் ஆர்) என்று அழைக்கிறார்கள். IFR என்று அழைக்கும்போது நிறைய சம்சாரிகளுக்கு இது ஏதோ பெரிய சமாச்சாரமோ என்று தெரியும். ஆனால் அவையெல்லாம் வெறும் பிம்பம்தான்.

2). இந்த இனாம் தூய பதிவேட்டை பற்றிதான் இதில் பார்க்க போகின்றோம். அப்படி இதனை பார்ப்பதற்கு முன்னால், நாம் தெரிந்து கொள்ள வேண்டிய முக்கியமான விஷயம் "இனாம் என்றால் என்ன? என்பது பற்றியதுதான் அதனை முதலில் பார்ப்போம்.

3). இனாம் என்ற வார்த்தை அரபு மொழியாகும் அதற்கு இணையான வார்த்தை "மானியம்" (maniyam) ஆகும். இது நிலத்தை நிர்வாகம் செய்வதிலும் நிலம் மூலமாக வரும் வரியை வசூல் செய்யவும் இந்த இனாம் என்ற நடைமுறை பின்பற்றப்பட்டு இருந்தது. அதாவது நிலத்தில் இருந்து வருகின்ற விளைச்சலுக்கு வரிக்கு பதிலாக வரி கட்ட வேண்டாம் என்று தள்ளுபடி செய்வதுதான் இனாம் என்று பெயர். நிறைய பேர் இனாம் என்றால் நிலம் (இலவசம்) (FREE) என்று நினைத்துக்கொண்டு உள்ளார்கள், ஆனால் அது உண்மையில் நிலம் இலவசம் இல்லை, நிலவரி இலவசம் ஆகும்.

4). சரி எதற்காக இந்த நிலவரியை இலவசமாக கொடுத்தார்கள், யாருக்கு நில வரியை இலவசமாக கொடுத்தார்கள்! அந்த காலத்து அரசர்கள் நிலத்தை மக்களுக்கு விவசாயம் செய்ய கொடுத்துவிட்டு அதில் இருந்து வருகின்ற விளைச்சலில் 10இல் 1 பங்கு, 6இல் ஒரு பங்கு, 5இல் 2 பங்கு என்று விளைச்சலுக்கு வரியாக எடுத்துக்கொள்வார்கள்; இந்த வரியைதான் அரசர்கள் தனக்கு வேண்டாம் என்று சொல்லி அதனை சில குறிப்பிட்ட நபருக்கு கொடுத்துவிட்டு அதனை வைத்து அவர்கள் சில தான தர்மங்களை, சில கடமைகளோ செய்ய வேண்டும் என்று சாசனம் செய்து வைத்து விடுவார்கள்.

5). இப்படித்தான், தமிழ்நாட்டில் இருந்த சேர சோழ பாண்டிய பல்லவ விஜய நகர அரசுகள், நவாப்கள், தஞ்சையை ஆண்ட மராத்தியர்கள் என அனைவரும் கோயிலை பராமரிக்கவும், சாஸ்திரங்களை காப்பாற்றவும் பணம் ஒதுக்குவதற்கு என்று ஒரு நிலத்தை ஒதுக்கி அதனை யாராவது ஒரு ரயத்துகளை விவசாயம் செய்யவிட்டு அதில் இருந்து கிடைக்கும் பலனை ரயத்துக்கு எடுத்துக்கொண்டது போக மீதி பணத்தை கோயிலுக்கோ, கோயில்

சா.மு. பரஞ்சோதி பாண்டியன்

சார்ந்த அறக்கட்டளையோ பெற்றுக்கொள்ளும். இந்த இனாம் நிலத்தின் வருவாய் ஒரு சதவீதம் கூட அரசுக்கு போய் சேராது, அதாவது அரசு வரியை இனாமாக கோயிலுக்கு எழுதி கொடுத்துவிடுவதைதான் இனாம் நிலம் என்று சொல்கிறோம். இந்த இனாம் நிலங்கள், அதின் பயனாளிகள் அடிப்படையில் ஏழு வகையாக நான் பிரிக்கிறேன். கோவில், மசூதி, கிறிஸ்தவ தேவாலயம் போன்ற சமய நிறுவனங்களுக்கு வரியில்லாமல் கொடுக்கப்பட்ட இனாம் நிலங்களை அதனை தேவதாயம்(1) என்று சொல்வார்கள்.

6). அதேபோல் புண்ணிய காரியங்களுக்காக செயல்படும் அன்னசத்திரம், தண்ணீர் பந்தல், சாவடி போன்ற ஸ்தாபனங்களுக்காக கொடுக்கப்படும் இனாம் நிலங்களை தர்மதாயம் (2) என்று சொல்வார்கள். மேற்படி இரண்டு தான நிலங்களும் இன்று சமய நிறுவனங்கள் கட்டி காப்பற்றி கொண்டு வருகின்றனர் மூன்றாவதாக – கால்வாய், குளம், குட்டை, ஏரி, போன்ற நீர்ப்பாசனங்களை உருவாக்கவும், பாதுகாக்கவும், பராமரிப்பு செய்யலாம், அதனை செய்பவர்களுக்கு வழங்கப்பட்ட நிலங்கள் "தசபந்தம்"(3) இனாம்கள் என்று சொல்வார்கள்.

7). நான்காவதாக தனிப்பட்ட நபர்கள், அறிவாளிகள், மேதைகள், குருமார்கள் அவர்களின் நலனுக்காகவும், அவர்களின் வாரிசுகளின் நலனுக்காகவும் கொடுக்கப்படும் தனி நபர் "இனாம்கள்-அறிவிஜீவிகள்" (4) என்று அழைப்பார்கள். அதேபோல் வெள்ளையர்கள் நாட்டின் தலைமையை கைப்பற்றுகிறதற்கு முன்பு இந்த நாட்டை ஆண்ட பாளையக்காரர்கள், அரசர்கள், ஜாகீர்கள் அவர்களின் நலனை காக்க கொடுக்கப்படும் தனிநபர் "இனாம்கள் –அரசர்கள்"(5) என்று அழைக்கப்படுகிறார்கள்.

8). அதே போல் வெள்ளையர்களும் நாட்டான் நிர்வாகத்தை தன் கட்டுப்பாட்டுக்குள் கொண்டுவருவதற்கு முன்பு வருவாய்துறையில் பணியாற்றி கொண்டு இருந்து "கனகோ", "மஜீம்தார்", "தேஷ்பாண்டே", "தேஷ்முக்" போன்றவர்களின் தனிநபர் "இனாம்கள்- அதிகாரிகள்"(6) என்று அழைக்கப்படுகிறது. இறுதியாக கிராம அளவில் பணியாற்றும் ஆர்ட்டிசான்கள், கிராம போலீஸ், கர்ணம், நீர்கட்டி, தச்சர், போன்றவர்களுக்கு வழங்கப்பட்ட "இனாம்கள்- கிராம இனாம்கள்"(7) என்று அழைக்கலாம்.

9). மேற்படி இனாம்களின் அந்த இனாம்களுக்கு இனாம் கொடுத்தவர்கள் காலவரம்பு கொடுத்து இருப்பார்கள், அந்த காலத்து அரசர்கள் செப்பு தகடுகளிலோ, கருங்கல் கல்வெட்டுகளிலோ இந்த நிலத்தை இனாமாக எழுதி கொடுத்து விடுவார்கள், "அதில் சூரிய சந்திரர் உள்ளவரை இந்த இனாம் (So Long as the sun and Moon Entire) தொடரவேண்டும் என்று எழுதிவிட்டு இருக்கிறார்கள், அல்லது இனாம் பெற்ற நபர்களின் வாழ்நாளுக்கு மட்டும்,

அல்லது அடுத்த மூன்று தலைமுறையினருக்கு அல்லது பரம்பரையாக ஆண் சந்ததிகள் மட்டும் என்று வரம்பு கொடுத்து இனாம் நிலங்கள் கொடுத்து இருப்பார்கள். ஈரோட்டில் ஒரு இனாம் நிலம் பார்த்தேன், "கல்லும் காவேரியும் உள்ள மட்டும்" என்று குறிப்பிட்டு இருக்கிறார்கள். இப்படி ஒவ்வொரு பகுதிகளிலும் சொல் வழக்கத்திற்கு ஏற்ப வரம்பிட்டு இருப்பார்கள்.

10). இதுவரை நாம் இனாம் நிலங்களை பற்றி பார்த்தோம்! இனி நாம் இனாம் தூய பதிவேட்டின் வராலாறு பற்றி பாப்போம்! இனாம் தூயபதிவேடு தயாரிக்கும்போது ஒவ்வொரு கிராமத்திற்கும் நேரடியாக சென்று இனாம் நிலம் என்று சொல்லப்படுவதை பார்வையிட்டு நில அளவை செய்து அதனுடைய பரப்பை சரிபார்த்து அந்த இனாம் நிலத்தின் மூலமாக பயனாளியாக இருக்கும் கோவில், மசூதி, தர்மஸ்தாபனம் ஆகியவை நல்ல முறையில் இயங்குகிறதா? அல்லது அந்த இனாம் நிலத்தின் வருமானம் வீணடிக்கப்படுகிறதா? என்று கள ஆய்வு செய்து அறிக்கை உருவாக்குவார்கள்.

11). இனாம் நிலம் கோவிலுக்கு / மசூதிக்கு தர்மஸ்தாபனம் எப்படி வந்தது என்ற சான்றாவணங்களை ஆராய்வார்கள், பழைய காலத்து ஓலை பத்திரங்கள், செப்பு பட்டயங்கள், கல்வெட்டுகள் போன்றவற்றை ஆராய்வார்கள், அரசர்கள், ஜமீன்கள் கொடுத்த தானங்களை எல்லாம் மெய் நன்மையானது தானா? என்று ஆராய்வார்கள்.

12). கிராம கர்ணம் (அந்த காலத்து VAO) அர்ச்சகர், பூசாரி, Trastee மேனேஜர், நிர்வாகி, நிலத்தில் சாகுபடி செய்பவர், பொதுமக்கள் போன்றோருக்கு அறிவிப்பு அனுப்பி டம் டம் அடித்து விளம்பரப்படுத்தி அவர்களை வரவழைத்து விசாரித்து அவர்களிடம் வாக்குமூலங்கள் பெறப்பட்டு முடிவுகள் எடுக்கப்பட்டது.

13). நீதிமன்றங்களில் சிவில் வழக்குகளில் பேணப்படும் முறையை போன்று ஆவணங்களை பரிசீலனை செய்வது, ஆவண ஆதாரங்கள், வாக்குமூலங்கள் காட்சிகள் ஆகியவற்றை எல்லாம் ஆய்வு செய்துவிட்டு இனாம் எதற்காக கொடுக்கப்பட்டதோ அதற்கான நோக்கம் தொடர்ந்து நடைபெறுகிறதா? என்று உறுதி செய்தபிறகு இனாம் தூய பதிவேட்டை உருவாக்கும் இந்த இனாம் கமிசன்.

14). இந்த இனாம் பதிவேட்டை உருவாக்கியவர்கள் ஆங்கிலேயர்கள், உண்மையில் அவர்களை போல் ஆவணப்படுத்துபவர்கள், பாதுகாப்பவர்கள் இந்த உலகில் யாரும் இல்லை. அவர்கள் இந்த பதிவேட்டை உருவாக்கவில்லை என்றால் கோயில், மசூதி, அறகட்டளை இனாம் நிலங்கள் எல்லாம் இன்று அவர்களுக்கு இல்லாமலேயே போய் இருக்கும். எது இனாம் நிலம் என்ற தடம் தெரியாமல் மறைந்து இருக்கும்.

                                        சா.மு. பரஞ்சோதி பாண்டியன்

15). ஆக இன்றுவரை HRNCE, வக்பு போர்டு சொத்துக்களை காப்பற்றி கொடுக்கின்ற வேலையை வெள்ளையர்கள் உருவாக்கிய IFR தான் செய்து கொண்டு இருக்கிறது. மேலும் இந்த பதிவேடு ஒரு அட்டவணையாகத்தான் இருக்கும். அதில் ஒவ்வொரு கலத்திலும் தேவையான தகவல்கள் மட்டும் எழுதப்பட்டு மிக தெளிவாகவும் கூர்மையாகவும் புரியும்படி இந்த பதிவேடு உருவாக்கப்பட்டு இருக்கும்.

16). இந்த இனாம் பதிவேட்டில் 22 கலங்கள் இருக்கும் ஒவ்வொரு கலத்திற்குள்ளும் ஒரு தலைப்பு ஆங்கிலத்தில் பழைய கால LETTER PRESS இல் அச்சடிக்கப்பட்டு இருக்கும். அட்டவணையில் உள்ள கோடுகள் கட்டங்கள் எல்லாமே அச்சடிக்கப்பட்டு இருக்கும் அதற்குள் இருக்கின்ற விவரங்கள் பேனாவில் ஆங்கிலத்தில் ஸ்டைலாக (STYLE) எழுதப்பட்டு இருக்கும்.

17). முன்னர் பதிவேட்டின் நகலை பெறும் போது தலைப்பை மட்டும் தனித்தனி தாள்களில் எழுதியும், அதற்கான விவரங்களை எண் வாரியாக பிற தாள்களிலும் எழுதி, சான்று கையொப்பம் இட்டு வழங்கப்படும். நாம் இதை ஒன்றாக இணைத்து ஒட்டிப் பார்த்துக் கொள்ள வேண்டும். தற்போது Xerox வசதி உள்ளதால் பதிவேட்டை சுருக்கி முழுமையாக தெரியும் வகையில் தயாரித்து கொடுக்கப்படுகிறது.

18). இதில் கீழ்காணும் முக்கிய விவரங்களை கலம் எண் வாரியாக இந்தப் பதிவேட்டில் அறியலாம்:–

1. எத்தனை இனாம் இனங்கள் அந்தக் கிராமத்தில் உள்ளன.
2. பொதுவான பகுப்பு (Class) Religious or Non - Religious
3. சர்வே எண் மற்றும் நிலத்தின் வகைப்பாடு (Dry... Wet..Garden)
4. நிலத்தின் அளவு. இது ஹெக்டேர், ஏர், மீட்டர் என மூன்று அடுக்குகளாக இருக்கும்.
5. ஆங்கில அளவுகோலின்படி (ஏக்கர்)
6. சர்வே அசஸ்மென்ட்
7. தற்போதைய சர்வே அசஸ்மென்ட்
8. இனாம் பற்றி விளக்கம், தேவாதயம், தர்மதாயம் விபரம். எந்தக் கோயிலுக்கு வழங்கப்பட்டது. கோயிலின் தற்போதைய நிலை
9. வரி விதிப்பு விவரம் (Rent free or rent..... rent)
10. பரம்பரையான அல்லது நிரந்தரமானது. நிபந்தனை விவரம் (hereditary or permanent)
11. இனாம் யாரால் எந்த ஆண்டு கொடுக்கப்பட்டது. (Granted by Poligar year not known)
12. எழுத்து மூலமான ஆவண விவரம் பட்டயம்... சிட்டா போன்றவை
13. கொடை பெறுபவரின் பெயர் (மூலவர் பெயர் இருக்கும்) Original grantee..

14. முந்தைய பதிவேட்டில் உள்ள கொடை பெறுபவரின் பெயர் (XXXI of 1802 சட்டத்தின்படி தயாரித்த பதிவேடு)

15. சர்வே பதிவுகளில் உள்ள பெயர். தற்போதைய நபருக்கான உறவு.

16. 16 & 17 விசாரனைக்கு கோயில் சார்பில் ஆஜரான நபர் (பூசாரி. பழனியாண்டி, வயது 40)

17. 18.19 & 20,21,22 இனாம் மாற்றப்பட்டது குறித்தான பதிவுகள். திருச்சிராப்பள்ளி மாவட்டம், உடையார்பாளையம் தாலுகா, வீராக்கன் கிராமத்தில் உள்ள கோவில் நிலத்திற்குரிய இனாம் தூய பதிவேட்டில் மொத்தம் 21 கலங்கள் உள்ளது.

19 கலங்களில் உள்ள தகவல்கள் பின்வருமாறு உள்ளது

முதல் கலம் பேசுவது	
ஆங்கிலம்	தமிழ்
Number of Case it entre bolding under one grant in this village.	எத்தனை இனாம் இனங்கள் அந்தக் கிராமத்தில் உள்ளன.
இரண்டாம் கலம் பேசுவது	
General class to the inam belong.	பொதுவான பகுப்பு (Class) Religious or Non-Religious
மூன்றாம் கலம் பேசுவது	
Survey number and name of field or held compared in the grant (Dry, Wet, Garden)	சர்வே எண் மற்றும் நிலத்தின் வகைப்பாடு (Dry... Wet. Garden)
நான்காம் கலம் பேசுவது	
Local Measure Even where the local measure is in Acres, goudas and annexes it is to be entered in this column.	நிலத்தின் அளவு. இது ஏக்கரிலும், நாட்டு வழக்கிலும் என மூன்று அடுக்குகளாக இருக்கும்.

          சா.மு. பரஞ்சோதி பாண்டியன்

ஐந்தாம் கலம் பேசுவது	
Acres to Decanals English measure	ஆங்கில அளவுகோலின்படி (ஏக்கர்)
ஆறாம் கலம் பேசுவது	
Survey Assessment	சர்வே அசஸ்மென்ட்
ஏழாம் கலம் பேசுவது	
Record or Present assessment	தற்போதைய சர்வே அசஸ்மென்ட்
எட்டாம் கலம் பேசுவது	
Description of inam If for Service it is too bantered whether the Service is continued if for tan, build, age, etc., whether they are efficiently kept up.	இனாம் பற்றி விளக்கம், தேவாதயம், தர்மதாயம் விபரம். எந்தக் கோயிலுக்கு வழங்கப்பட்டது. கோயிலின் தற்போதைய நிலை.
ஒன்பதாம் கலம் பேசுவது	
Whether free of tax, i.e. narva, dam, bala, etc., or label to quitrents amount of latter to be entered.	வரி விதிப்பு விவரம் (Rent free or rent...... rent)
பத்தாம் கலம் பேசுவது	
Hereditary unconditional for 1 fe only, or for two or more 1ves	பரம்பரையான அல்லது நிரந்தரமானது. நிபந்தனை விவரம் (hereditary or permanent).
பதினொன்றாம் கலம் பேசுவது	
By Whom granted and in What year	இனாம் யாரால் எந்த ஆண்டு கொடுக்கப்பட்டது (Granted by Poligar* year not known).

பன்னிரண்டாம் கலம் பேசுவது	
Written... Original panned all miscellaneous documents, and other proofs of long possession. In this column, it should be started whether the earn held with or without grant whether the grantee produced or lost, etc., and the general specification of terms of all documents produced, should be given.	எழுத்து மூலமான ஆவண விவரம் பட்டயம்... சிட்டா போன்றவை.

பதின்மூன்றாம் கலம் பேசுவது	
Name of original grantee	கொடை பெறுபவரின் பெயர் (மூலவர் பெயர் இருக்கும்) Original grantee..

பதினான்காம் கலம் பேசுவது	
Name Entered in the register prepared recording to reg. XXXl of 1802 or the permanent settlement records and relationship of persons so entered to original guarantee	முந்தைய பதிவேட்டில் உள்ள கொடை பெறுபவரின் பெயர் (XXXI of 1802 சட்டத்தின்படி தயாரித்த பதிவேடு).

பதினைந்தாம் கலம் பேசுவது	
Name in Survey Records. Relationship to present person.	சர்வே பதிவுகளில் உள்ள பெயர். தற்போதைய நபருக்கான உறவு.

பதினாறாம் மற்றும் பதினேழாம் கலம் பேசுவது	
A person appearing on behalf of the temple for inquiry.	விசாரணைக்கு கோயில் சார்பில் ஆஜரான நபர்.

பதினெட்டு, பத்தொன்பது மற்றும் இருபது கலம் பேசுவது	
Entries regarding change of Inam.	இனாம் மாற்றப்பட்டது குறித்தான பதிவுகள்.

எங்களுடன் பயணம் செய்ய

1. நிலங்கள் அதன் சிக்கல்களின் தன்மைகள் பற்றி ஆசிரியர்

சா.மு.பரஞ்சோதி பாண்டியன் தொடர்ந்து www.paranjothipandian.com என்ற Blog-இல் எழுதிவருகிறேன். அதனையும் தாங்கள் தொடர்ந்து படித்து பயன்பெறுங்கள். PARANJOTHI PANDIAN என்ற Youtube சேனலிலும், Paranjothi Pandian investment plot என்ற Youtube சேனலிலும், நிலத்தின் குரல் என்ற ஆன்லைன் ரேடியோவிலும் https://podcasters.spotify.com/pod/show/nilamudan-vazhga தொடர்ந்து பேசிவருகிறேன். அதனையும் பார்த்தும், கேட்டும் பயன்பெறலாம். என்னுடைய பயணங்கள், நிகழ்ச்சிகள், நிகழ்வுகளை https://www.facebook.com/paranjothi.pandian-னிலும், linkedin.com/in/paranjothi-pandian-552067b4-னிலும், tumblr.com/dashboard/blog/paranjothipandian-னிலும், www.instagram.com//paranjothi_pandian-னிலும் மற்றும் https://twitter.com//Paranjothip7 என்ற டிவிட்டரிலும் பின்தொடரலாம்.

2. நிலம் உங்கள்எதிர்காலம் புத்தகம் வாங்குதல் தொடர்பாக :-

நிலம் சம்மந்தபட்ட விஷயங்கள் இன்றைய தலைமுறையினருக்கு பூரணமாக தெரியாது. அப்படி தெரியாமலேயே சொத்து வாங்கப்போகின்ற அல்லது சொத்துசிக்கலில் இருக்கின்ற உங்களின் நண்பர்களுக்கு அன்பளிப்பாக இந்த புத்தகத்தைஅளியுங்கள்!

நிலம் சம்மந்தபட்ட சிக்கல்களில் மாட்டாமல் இருக்கவும், நிபுணத்துவம் பெறவும், மிகசிறந்த அன்பளிப்பு இந்தநூல். கீழ்கண்ட முகவரிக்கு தொடர்பு கொண்டு நீங்கள் அன்பளிப்பு கொடுக்கபோகும் முகவரியை அனுப்பினால் நாங்களே கூரியரில் அனுப்பி வைக்கிறோம்.

மேலும் இந்தநூலை 50–க்கு மேல் மொத்தமாக வாங்கும் ரியல் எஸ்டேட் வர்த்தக நிறுவனங்கள், பல்கலைக்கழகங்கள், வழக்கறிஞர் சங்கங்கள், பிலட்ரஸ் சங்கங்கள், ரியல் எஸ்டேட் சங்கங்கள், லாப நோக்கமற்ற சமூக அமைப்புகள்ஆகியவற்றுக்கு சலுகை விலையில் புத்தகங்கள் கொடுக்கப்படும்.

தொடர்புக்கு : பொதுமேலாளர், PRAPTHAM REAL ESTATE ACADEMY PVT. LTD., No. 103/1A, Illaththar North Street, Muthu krishnapuram, Kadayanallur - 627751, Tamilnadu. Phone: 9841665836 / 9962265834

3. நிலம் உங்கள் எதிர்காலம் பிரச்சார உரைக்கு :

இந்த புத்தகத்தில் இடம் பெற்றுள்ள சிந்தனைகளை செய்திகளை கலந்துரையாடலாக கேள்வி பதிலாக அல்லது உரையாக உங்கள் சங்கங்களிலோ அமைப்புகளிலோ பேச வேண்டும் என்றால்; தொடர்புக்கு: பொதுமேலாளர், PRAPTHAM REAL ESTATE ACADEMY PVT. LTD., No. 103/1A, Illaththar North Street, Muthu krishnapuram, Kadayanallur - 627751, Tamilnadu. Phone : 9841665836 / 9962265834

4. நிலம் உங்கள் எதிர்காலம் ரியல் எஸ்டேட் பயிற்சிக்கு :

ரியல் எஸ்டேட் ஒருநாள் அடிப்படை பயிற்சியும், மூன்று நாள் ஆழமான பயிற்சி வகுப்புகளும் தமிழகம் முழுவதும் தொடர்ந்து நடைபெற்று வருகிறது. மற்றும் ஆன்லைன் மூலமாக வகுப்புகளும் தொடர்ந்து நடைப்பெற்று வருகிறது. அதிலும் பங்குபெற்று பயனடைய விரும்புபவர்கள் தொடர்புக்கு : பொதுமேலாளர், PRAPTHAM REAL ESTATE ACADEMY PVT. LTD., No. 103/1, Illaththar North Street, Muthu krishnapuram, Kadayanallur - 627751, Tamilnadu. Phone : 9841665836 / 9962265834

5. நிலம் சம்பந்தபட்ட பிரச்சனைகளுக்கான ஆலோசனைக்கு :

தமிழகம் முழுதும் நிலம் வாங்கும் போதும் நிலம் விற்கும் போதும், நிலம் சம்பந்தபட்ட சிக்கல்களின்போது சவாலான நில பிரச்சினைகளின் போதும் தீர்க்கமான தெளிவான ஆலோசனைகளுக்கு, வழிகாட்டுதல்களுக்கு

1. ஜமீன், இனாம், கோயில் நில சிக்கல்களுக்கான ஆலோசனைகள்
2. நில உச்சவரம்பு மற்றும் நகர்புற நில உச்சவரம்பு சிக்கல்களுக்கான ஆலோசனைகள்
3. பத்திரங்களிலுள்ள குழப்பங்களுக்கான ஆலோசனைகள்
4. பட்டாக்களில் உள்ள குழப்பங்கள் அதற்கான ஆலோசனைகள்
5. உங்கள் சொத்துக்கள் ஆக்கிரமிக்கப்படும்போது வழிகாட்டுதல்கள்
6. மனைபிரிவுகளை உருவாக்குபவர்களுக்கு (அ) தனிமனைகளுக்கு DTCP, CMDA அங்கீகாரத்திற்கான ஆலோசனைகள்
7. சொத்து சிக்கல் சொத்து பிரச்சினைகளுக்கான ஆலோசனைகள் தொடர்புக்கு : லா பர்ச்சூன்றியல்டி & கன்சீல், No 5, Maasimagam street, Renuga theatre backside Muthiyalpet, Pondicherry-3 Cell : 98416 65836 / 98416 65837 / 80566 94288.

6. ரியல் எஸ்டேட் தொழில் செய்பவர்களுக்கான சேவைகளுக்கு :

1. RERA-சம்பந்தப்பட்ட டாக்குமெண்டேசன் வேலைகள் மற்றும் வழிகாட்டுதல்,
2. மனைபிரிவுகள் DTCP, CMDA ரெகுலர் மற்றும் ரெகுலேசன் அங்கீகார

சா.மு. பரஞ்சோதி பாண்டியன்

வேலைகள்;

3. நிலத்தை மேம்படுத்துதல், நவீனமுறையில் சர்வே செய்தல், எல்லைகள் அளக்கை–மனைபிரிவுகள் பிரித்தல்;

4. பென்சிங் காண்டராக்ட் வேலைகள்;

5. சொத்து மதிப்பீடுகள் (Property Valuations)

6. இடம் வாங்க விற்க சேவைக்கு தொடர்புகொள்ள :

La Fortune Realty Conseil,
No 5, Maasimagam street,
Renuga theatre backside Muthiyalpet,
Pondicherry-3
Cell : 9841665836 / 9841665837 / 8056694288.

7. முதலீட்டிற்கான மனைகள் விற்பனை :

கடந்த 20 ஆண்டுகளாக வீட்டுமனைகளை தமிழகம் முழுதும் உருவாக்கி சிறந்தமுறையில் கொடுத்து கொண்டு இருக்கின்ற சா.மு.பரஞ்சோதி பாண்டியனின் தலைமையிலான நிலம் உங்கள் எதிர்காலம் பில்டர்ஸ் & டெவலப்பர்ஸ் நிறுவனத்தில் மனைகள் வாங்க, தொடர்புக்கு : பொதுமேலாளர், Nilam Ungal Ethirkaalam Builders and Developers, No 284, 1st floor, mara-imalai adikal salai, nellithoppu signal near, Puduchery - 13 Ph : 88385 04533

8. இமயம் பன்மாநில வீட்டுவசதி கூட்டுறவு சங்கம் லிமிடெட்

தமிழ்நாடு பாண்டிசேரி இருமாநில அடிதட்டு மற்றும் நடுத்தர மக்களுக்காக நமக்கு நாமே கையடக்கவிலையில் வீட்டு மனைகளை உருவாக்கி கொள்ளவும். மத்திய மாநில அரசுகளின் உதவிகளை பயன்படுத்தி கொள்ளவும். மத்திய அரசின் கண்காணிப்பிலே நமக்கான நிலத்தை இமயம் பன்மாநில வீட்டுவசதி கூட்டுறவு சங்கம் லிமிடெட் மூலம் நாம் சாதித்து கொள்ள முன்முயற்சி எடுத்துக் கொண்டிருக்கின்றேன். மேற்படி கூட்டுறவு சங்கத்தில் இணைய தொடர்புக்கு 94420 85648.

8A. நிலம் உங்கள் எதிர்காலம் மக்கள் நலஅறக்கட்டளை :

1. நிலம் சம்பந்தப்பட்ட பதிவுத்துறை, வருவாய்த்துறை, சர்வே துறை, நில சீர்திருத்தத்துறை உட்பட்ட அரசினுடைய பல்வேறு துறைகளில் நடக்கும் சேவைகளை அரசின் கொள்கை முடிவுகளை அடிதட்டு மற்றும் நடுத்தரமக்களுக்கு எளிமையாக புரியும் விதத்தில் சொல்லி கொடுப்பது மற்றும் பரப்புவது,

2. தமிழ்நாட்டின் அனைத்து மாவட்டங்களிலும் ஆண்டுதோறும் நிலம்சம்பந்தப்பட்ட பயிற்சி வகுப்புகளையும் இலவச ஆலோசனை முகாம்களையும் நடத்துவது,

3. அறக்கட்டளை உறுப்பினராக இணைந்தவர்களுக்கு அமைப்பின் உறுப்பினர் அட்டை வழங்குவது,

4. அறக்கட்டளை சார்பாக நிலசிக்கல்களை தீர்க்க தகவல் அறியும் உரிமை சட்டம், முதலமைச்சரின் தனிபிரிவு மனு, மாவட்ட ஆட்சியரின் மனு, மாவட்ட சமர சமையம், இலவச சட்ட உதவி மையம் ஆகியவற்றை பயன்படுத்தி தங்களின் நிலசிக்கல்களை தீர்த்துகொள்வதற்கு வகுப்புகள் நடத்துவது வழிகாட்டுதல்கள் செய்வது,

5. கிராமபுறங்களில் நலிந்த பிரிவினருக்கு வீட்டு மனைகள், விவசாய நிலங்கள் இல்லையெனில், அதனை அரசிடம் இருந்து வாங்கித்தருவதற்கு முயற்சி மேற்கொள்வது,

6. வெளிநாடுகளில், வெளி மாநிலங்களில் உழைத்து சம்பாதித்து தமிழ்நாட்டில் நிலம் வாங்கவேண்டும் என்று நினைப்பவர்களுக்கு ஆன்லைன் மூலம் நிலம்சம்பந்தபட்ட கல்வியை போதித்து விழிப்படையவைப்பது,

7. சொத்து விஷயங்களில் பாதிக்கப்படும் பெண்கள், ஒடுக்கபட்ட மக்கள், நலிந்த ரிவினர்களுக்கு உறுதுணையாக விளங்குவது,

8. சொத்துரிமை மாற்று சட்டம், சர்வே சட்டம், வாரிசுரிமை சட்டம், நில உச்சவரம்பு சட்டம் மற்றும் நகர்புற நில உச்சவரம்பு சட்டம் போன்றவற்றை மக்களிடம் பரப்புவது,

9. சமூக ஊடகங்கள் மூலமாக ஆலோசனை குழுக்களை உருவாக்கி செயல்படுவது, போன்ற நோக்கங்களைக் கொண்டு நானும் தன்னார்வ நண்பர்களும் இணைந்து இந்த அறக்கட்டளையை உருவாக்கியுள்ளோம். அறக்கட்டளையின் டெலிகிராம் (Telegram) குழுவின் பல்வேறு வகையான நிலச்சிக்கல்களுக்கு இலவசமாக ஆலோசனைகளை தன்னார்வலர்கள் தங்கள் நேரத்தை செலவிட்டு வழங்கி வருகிறார்கள். நீங்களும் இணைந்து தன்னார்வலராக நிலத்தின் பயனை அனைவருக்கும் சென்றடைவதற்கு உழைக்க அறக்கட்டளையில் இணையுமாறு வேண்டுகிறேன். தொடர்புக்கு : 98416 65836

10. இலவச ஆலோசனை முகாம் தமிழக முழுவதும் தொடர்ந்து இலவச ஆலோசனை முகாம்களை அறக்கட்டளை நடத்தி வருகிறது மற்றும் ஆன்லைன் மூலம் குறைந்த விலை கட்டணம் பயிற்சிகளையும் நடத்தி வருகிறது அதற்கு தாங்கள் நன்கொடை அளித்து ஆதரவு அளிக்குமாறுவேண்டுகிறான்.

Name: Nilam Ungal Ethirkalam Makkal Nala Arakattalai
Account No   :   433505000300
IFSC code   :   ICIC0004335
Brach   :   ICICI Bank, G P Road Branch

 சா.மு. பரஞ்சோதி பாண்டியன்

9. என்னுடைய இலட்சியபார்வை :

தற்காலத்தில் ஆசிரியர்கள்தான் தலைவர்களாக சமுதாயத்தின் குணத்தை மாற்றுகிறார்கள். இளைஞர்களிடம் மனமாற்றங்களை கொண்டுவருகிறார்கள். தற்போதைய அகடமிக்கல்விமுறை செல்லுபடியாகாது, காலாவதியாகிவிட்டது. அறிவு தகவலின் முழு நிலப்பரப்பும் வெகுவாக மாறிவிட்டது. ஆன்லைனில் அறிவை உடனடியாக அணுகி பெறுகிறார்கள். விசயங்கள் மிக வேகமாக மாறுகின்றன. நம்முடைய வழக்கமான கற்றல் முறைகள் எல்லாம் இன்னும் மாறாமலேயே இருக்கிறது.

இதற்கு முன் சமையல்கலை சொல்லிகொடுக்க Catering Technology படித்து இருக்கவேண்டும். ஆனால் இப்பொழுது சாதாரண ஆட்களே தனக்கு தெரிந்த சமையலை யூடியூபில் சொல்லிக்கொடுத்து பதிவிடுகின்றனர். உதாரணமாக, டேடி (DADDY) போன்ற கிராமத்து தந்தைகள் பிரமாதமாக அசைவ உணவுகளை சமைக்க சொல்லி கொடுக்கின்றனர். அதனைப்பார்த்து பலபேர் கற்று வருகிறார்கள்.

அதேபோல நானும், எந்தவித அகடமிக்கல்வி அறிவும் பெரிய அளவில் இல்லாமல், என் ரியல் எஸ்டேட் அனுபவங்களை நிலம் சம்பந்தப்பட்ட தகவல்களை கடந்த சில ஆண்டுகளாக, ஆன்லைனில் எழுதவும், பேசவும், அதன்பிறகு அது சம்பந்தப்பட்ட ஆலோசனைகள், சேவைகளை வழங்கிக்கொண்டிருக்கிறேன். அதனையே புத்தகமாக உங்களுக்கு கொடுத்து இருக்கிறேன்.

ஏழை மற்றும் நடுத்தர மக்களுக்கும், வளமான, தரமான நிலத்திற்கும் இடையில் ஒரு பாலமாகவே என் வாழ்நாள் முழுவதும் செயல்பட விரும்புகிறேன். நிலத்தின் பயன்களை அனைத்து தரப்பு மக்களுக்கும் கொண்டு சேர்ப்பதையே என்னுடைய இலட்சியமாக நான் மற்றும் என்னுடைய நிலம் உங்கள் எதிர்காலம் குழுவினர் லட்சியமாக செய்து கொண்டு இருக்கிறோம்.

இப்படிக்கு

சா.மு.பரஞ்சோதிபாண்டியன்,

எழுத்தாளர் / ரியல்எஸ்டேட் தொழில்முனைவர்

9841665836 / 9841665837 / 9962265834

www.paranjothipandian.com